AF659528

'मेनन यांना ज्या व्यावसायिक स्वातंत्र्याच्या अभावाला तोंड द्यावं लागलं, त्याचं त्यांनी हुशारीनं केलेलं चित्रण पाकिस्तानविषयी लिहू इच्छिणाऱ्या, पाकिस्तानला समजून घेऊ इच्छिणाऱ्या कुणाही पत्रकारासाठी पर्वणी ठरेल.'

– द हिंदू

'गुंतवून ठेवणारे आणि विचारांना उत्तेजन देणारे'

– ओपन

'हे पुस्तक विशेष ठरतं, कारण पाकिस्तानविषयीच्या आपल्या दृष्टिकोनावर प्रभाव टाकणाऱ्या देशाभिमानाला आणि पूर्वग्रहांना बाजूला सारत (मेनन) लोकांचे दोष आणि प्रतिकूल परिस्थितीचा सामना करत असतानाची त्यांची चिकाटी दोन्ही गोष्टी रोखठोकपणे मांडतात.'

– इंडियन एक्सप्रेस

'पाकिस्तानमधील भारतीय पत्रकार म्हणून तुलनेनं छोट्या कार्यकाळातही आपल्याला आलेल्या अनुभवांची अत्यंत तपशीलवार आणि सखोल नोंद करण्याचं असामान्य काम मेनन यांनी केलं आहे.'

– हेराल्ड

'उत्कंठा वाढवणारं आणि माहितीपूर्ण'

– फ्री प्रेस जर्नल

‘रिपोर्टिंग पाकिस्तान या पुस्तकाच्या माध्यमातून मीना मेनन यांनी दोन्ही देशांमधल्या प्रसारमाध्यमांच्या देवाणघेवाणीला अधिक व्यापक स्वरूप प्राप्त होण्याची गरज ठामपणे प्रतिपादित केली आहे. भारत आणि पाकिस्तानमध्ये सर्वत्र या पुस्तकाचं वितरण करण्याची वेळ आली आहे.’

– द न्यूज

‘धारदार आणि खुबीदार निरीक्षणांनी युक्त असं एक चित्ताकर्षक कथन’

– वायर

‘पाकिस्तानच्या कधीही न पाहिलेल्या बाजूची ओळख करून देणाऱ्या पुस्तकांपैकी रिपोर्टिंग पाकिस्तान हे एक पुस्तक आहे.’

– फर्स्टपोस्ट

रिपोर्टिंग पाकिस्तान

मीना मेनन

अनुवाद

मुक्ता देशपांडे

मेहता पब्लिशिंग हाऊस

Please contact us at **Mehta Publishing House Pvt. Ltd.**
✆ +91 020-24476924 / 24460313 / Mob. No. 9545000513
Email : production@mehtapublishinghouse.com
Website : www.mehtapublishinghouse.com

REPORTING PAKISTAN by **MEENA MENON**

First published in English by Penguin Random House India, 2017
Translated into Marathi Language by Mukta Deshpande

रिपोर्टिंग पाकिस्तान / अनुभवकथन

अनुवाद : मुक्ता देशपांडे
authors@mehtapublishinghouse.com

मराठी अनुवादाचे व प्रकाशनाचे हक्क : मेहता पब्लिशिंग हाऊस प्रा. लि.

संस्थापक : सुनील अनिल मेहता

प्रकाशक : मेहता पब्लिशिंग हाऊस प्रा. लि.
१९४१, सदाशिव पेठ, माडीवाले कॉलनी, पुणे – ३०

मुद्रक : ट्रिनिटी अ‍ॅकॅडमी फॉर कॉर्पोरेट ट्रेनिंग लिमिटेड

मुखपृष्ठ : मेहता पब्लिशिंग हाऊस

प्रथमावृत्ती : फेब्रुवारी, २०२३

किंमत : ₹ ६००

P Book ISBN 9788195986163
E Book ISBN 9788195986118
E Books available on : amazonkindle Apple Books Google Play Books

हे पुस्तक
माझ्या जीवनाचा प्रकाश असणाऱ्या रवीसाठी

ऋणनिर्देश

'द हिंदू'ची पाकिस्तानसाठीची वार्ताहर म्हणून माझी नियुक्ती इस्लामाबादला झाली होती आणि मला इतर शहरांमध्ये प्रवास करण्याची परवानगी नव्हती. माझ्या व्हिसावर घातलेले निर्बंध त्यासाठी कारणीभूत होते आणि म्हणून मी राजधानीत बसून देशातील बहुतेक घटनांचं वार्तांकन केलं. पाकिस्तानसाठीची वार्ताहर म्हणून माझं नामांकन केलं यासाठी मी 'द हिंदू' आणि त्याचे माजी संपादक सिद्धार्थ वरदराजन् यांची ऋणी आहे. वृत्तपत्राचा परराष्ट्र विभाग सांभाळणारे श्रीनिवास घंटासाला आणि नंतर प्रभाकर सुब्रमण्यम्, शिवाय पी. जे. जॉर्ज आणि हरी नारायण, संपादकीय पानाची जबाबदारी सांभाळणारे सुरेश नंबाथ आणि ब्लॉग्ज हाताळणारे वेंकटेश मुकुंथ या सगळ्यांबरोबर काम करणं हा एक अद्‌भुत अनुभव होता; शिवाय वृत्त संपादक पी. के. सुब्रमण्यम यांना मी कशी विसरेन? अकाउंट्स विभागाचे के. सत्यनारायणन् आणि हरिणी यांचेही मी आभार मानते. पाकिस्तानमधले माझे पूर्वसुरी अनिता जोशुआ आणि निरुपमा सुब्रमण्यम् यांनी माझं काम थोडं सोपं केलं; कारण त्यांनी अतिशय बारकाईनं नोंदी ठेवल्या होत्या आणि अनेक व्यक्तींशी संपर्क प्रस्थापित केला होता. मला बहुमोल सल्लेही दिले होते. माझा नवरा वेंकट अय्यर हा नेहमीच माझ्यासोबत असतो. माझ्या नियुक्तीच्या काळात तो जसा माझ्या पाठीशी खंबीरपणे उभा राहिला, तसेच माझे कुटुंबीय आणि स्नेहीही. इस्लामाबाद हे राहण्यासाठी अत्यंत आरामदायी ठिकाण होतं. याला कारण तिथले अगत्यशील लोक, माध्यमकर्मी आणि मला मिळालेले व मी जोडलेले मित्र-मैत्रिणी. मी अनेक लोकांप्रति कृतज्ञ आहे. त्यात अनेक पत्रकार आहेत आणि संपूर्णत: अनोळखी लोकही आहेत ज्यांनी अत्यंत परिश्रम घेऊन मला तिथं घरच्यासारखं वातावरण निर्माण करून दिलं. शोएब सुलतान खान, शंदाना हुमायूँ खान, आमिर मतीन, अनिला दौलतझाई, मारियाना बाबर, अरिफा नूर, आयेशा सिद्दिका, किश्वर नहीद, वकास रफिक, लेफ्टनंट जनरल तलत मसूद, रुस्तुमशाह मोहम्मद, ब्रिगेडिअर

अयाझ, रझा रुमी आणि अशा अनेकांची मी आभारी आहे, शिवाय ज्यांची इथं नाव देण्याची इच्छा नाही त्या सगळ्यांचेही मी आभार मानते. नवी दिल्लीतील पाकिस्तान दूतावासाचे अधिकारी आणि इस्लामाबादमधले सरकारी अधिकारी व मंत्री यांचं वागणं अतिशय आदबशीर आणि मैत्रिपूर्ण होतं. भारतीय दूतावासातील सगळे अधिकारी आणि त्यांची कुटुंबं यांनी दाखवलेल्या आतिथ्याबद्दल आणि आमची काळजी घेतल्याबद्दल मी त्यांना धन्यवाद देऊ इच्छिते. मी मुंबईच्या एशियाटिक लायब्ररीची आभारी आहे, त्यांनी इतरत्र न मिळणारी काही पुस्तकं मला उपलब्ध करून दिली. हे पुस्तक प्रकाशित करणारे पेंग्विन रँडम हाउसचे संपादक आणि कामिनी महादेवन् यांचीही मी आभारी आहे. मला परत पाठवल्यानंतर मुंबई प्रेस क्लबनं मला पाठिंबा दिला आणि इतर संघटनाही पाठीशी उभ्या राहिल्या. त्यात 'कमिटी टू प्रोटेक्ट जर्नालिस्ट्स'चाही समावेश आहे. या सगळ्यांचे आभार. मुंबई प्रेस क्लब आणि कराची प्रेस क्लब यांचा एक देवाण-घेवाण कार्यक्रम आहे. त्या अंतर्गत पत्रकारांच्या शिष्टमंडळांना एकमेकांच्या देशांना भेटी देता येतात. मी पहिल्यांदा पाकिस्तानला याच माध्यमातून गेले होते. ही देवाण-घेवाण योजना अत्यंत चांगली होती आणि एकमेकांना समजून घेण्याचा तो एक महत्त्वाचा मार्ग होता.

मे २०१४ मध्ये मला परत पाठवल्यानंतर मी 'द हिंदू'मध्ये लिहिलं होतं त्याप्रमाणे पाकिस्तानात दोन मन:स्थिती आहेत, एकाच देशात दोन राष्ट्रं आहेत आणि ती दोघं एकमेकांबरोबर जुळतीलच असं सांगता येणार नाही. हे केवळ माझे व्यक्तिगत अनुभव आहेत आणि ते सार्वत्रिक नाहीत, हे मी आवर्जून नमूद करू इच्छिते. मी पाकिस्तान या विषयावरची तज्ज्ञ नाही; तसे तज्ज्ञ आजूबाजूला भरपूर आहेत.

प्रस्तावना

अनेक पाकिस्तान आणि अनेक सीमा

सीमा ही एक भयावह गोष्ट आहे, देवा!
– थॉमस एडवर्ड ब्राऊन यांची माफी मागून

'सीमे'च्या एका बाजूला ओबडधोबड अवस्थेतल्या शाकारलेल्या झोपड्या होत्या आणि दुसऱ्या बाजूला एका टेकाडावर बकाल अवस्थेतल्या, मोडकळीला आलेल्या, विखुरलेल्या झोपड्या. डोळ्यांना गॉगल लावलेला एक शिवसैनिक आवाजात शक्य तितकं मार्दव आणून त्या टेकाडाकडं अंगुलीनिर्देश करत मला तिथं न जाण्याबद्दल बजावत होता. 'ते पाकिस्तान आहे, बॉम्ब आणि बंदुका यांनी भरलेल्या मशिदी असणारं पाकिस्तान,' तो म्हणाला. वाघा बॉर्डर ओलांडण्याआधीच मी तिथं पोचलेदेखील होते! फाळणीमुळे विभक्त झालेल्या त्या देशापासून शेकडो मैल लांब असलेल्या मुंबईत सामावलेल्या अनेक पाकिस्तानांपैकी एका पाकिस्तानचा मला त्या वेळी लागलेला तो पहिला शोध होता. ही गोष्ट ६ डिसेंबर १९९२ रोजी बाबरी मस्जिद पाडली, त्या आधी काही वर्षं घडलेली. मी पहिल्यांदाच 'बॉर्डर'वर गेले होते तेव्हाची. मुंबईचं एक उपनगर असलेल्या जोगेश्वरीच्या पूर्व भागात तेव्हा धर्माच्या नावावर दंगली उसळल्या होत्या. त्या भागाचा तो पूर्वापार चालत आलेला इतिहास होता. तो माणूस काही तरी विनोद करतोय असंच मला वाटलं, कारण मी 'सीमे'च्या दुसऱ्या बाजूला जाऊन आले होते. आपल्या कुटुंबातील मृत किंवा जखमी व्यक्तीसाठी शोकात बुडालेली कुटुंबं मी पाहिली होती. मी त्याला प्रश्न विचारला तेव्हा तो अचंबित झाला. त्यानं केवळ माझ्या सुरक्षिततेच्या दृष्टीनं मला सावध करण्याचं काम केलं होतं. मुस्लीमबहुल वस्तीसाठी पाकिस्तान हा समानार्थी शब्द होता. आणि बॉम्बेत (१९९५ साली 'बॉम्बे'चं 'मुंबई' असं नामकरण झालं.) डिसेंबर १९९२-९३ मध्ये झालेल्या दंगलींमधला सर्वांत भयकारी हिंसाचार अनुभवलेल्या जोगेश्वरीनं तर ती 'सीमा' कधीच आखून घेतली होती. हिंदूंना आणि मुस्लिमांना

आपापल्या भौगोलिक सीमारेषा माहीत होत्या आणि ते त्या सीमा पाळत होते. दंगलींनंतर या सीमारेषा जास्त गडद झाल्या, कारण ज्या काही थोड्याफार 'मिश्र' वस्त्या होत्या त्या रिकाम्या झाल्या. सगळं काही उद्ध्वस्त करणाऱ्या सन २००५च्या महापुरानं या दोन समाजांना शहरात एकत्र आणलं आणि आता पुन्हा हिंदू आणि मुस्लीम भूतकाळ पुसून टाकत एकमेकांना समजून घेत एकत्र काम करत आहेत.

मुंबईच्या बांद्रा स्टेशनबाहेर असलेल्या बेहरामपाडा झोपडपट्टीची ख्याती काही चांगली नव्हती. सन १९९२-९३ च्या दंगलीच्या वेळी जखमी लोकांची मदत करण्यासाठीसुद्धा कुणी त्या वस्तीकडं फिरकलं नाही. एरवी तिथं जाण्याची तर बातच सोडा! या बहुसंख्य मुस्लीम लोकवस्ती असलेल्या मोठ्या वस्तीत जिथं आजदेखील हिंदू कुटुंबं राहतात, जेव्हा एक बिगर-सरकारी संस्था (NGO) मदतीसाठी म्हणून गेली आणि त्यांनी वैद्यकीय मदत न मिळालेले लोक पाहिले, जमीनदोस्त झालेली घरं पाहिली, तेव्हा या वस्तीचं खरं स्वरूप जगासमोर आलं. सन १९९२-९३ च्या धार्मिक दंगलींनंतर अनेक दंगलग्रस्त कुटुंबांनी ठाणे जिल्ह्यातल्या मीरा रोड या मुंबईच्या परिघावर असलेल्या ठिकाणी आपलं बस्तान हलवलं. या उपनगरी रेल्वे स्टेशनच्या बाहेर पडल्या पडल्या ती 'सीमा' सुरू झालेली जाणवते. त्या उपनगराच्या हिंदू आणि मुस्लीम विभागांची विभागणी एक मोठा रस्ता करतो. तिथं अशा इमारती आहेत ज्यात केवळ हिंदू किंवा मुस्लीम आणि त्यांच्या उपजाती-जमातीच राहू शकतात. एका इस्टेट एजंटनं मला सांगितलं, की मुस्लीमांचं सगळीकडेच स्वागत होतं असं नाही. अशा धार्मिक गटांची सोय तिथले बांधकाम व्यावसायिक बघतात. इथं आणि मुंबईत ब्रोकर त्यांच्या मुस्लीम-विरोधी भावना उघडपणे बोलून दाखवताना दिसतात. मध्य रेल्वेवरच्या आणखी एका उपनगरात, कुर्ल्यात, मोठ्या प्रमाणात मुस्लीम वस्ती आहे. एकदा एका समारंभासाठी तिथं वाट बघत असताना काही खायला मिळेल का, याची मी एका विक्रेत्याकडं चौकशी केली. "पुढं जाऊ नका" त्यानं बजावलं, "ते पाकिस्तान आहे." माझ्या चेहऱ्यावरचे गोंधळलेले भाव बघून तो म्हणाला, "तो सगळा भाग मुस्लीम वस्तीचा आहे. तुम्हाला आवडेल असं काहीच खायला मिळणार नाही तिथं."

नालासोपारा येथे (मूळ नाव 'तांडा पाडा,' जिल्हा पालघर) एका भागात वीजबिल पाठवलं गेलं, भागाचं नाव होतं 'छोटा पाकिस्तान.' नावावरून अर्थातच हे स्पष्ट होत होतं, की तिथं बहुसंख्य मुस्लीम वस्ती होती.[१] (स्थानिक वीज बिल केंद्रात या भागाचा उल्लेख नेहमीच 'छोटा पाकिस्तान' असा केला जायचा. परंतु वीज बिलात दिलेल्या पत्त्यातही वैधपणे तसा उल्लेख कसा काय केला गेला हे एक गौडबंगालच आहे.) सन २०१३ च्या एप्रिल महिन्यात उत्तर महाराष्ट्रातल्या मालेगाव या यंत्रमागांच्या माहेरघरी मला मुस्लीम आणि प्रसारमाध्यमं या विषयावर

बोलण्यासाठी आमंत्रित करण्यात आलं होतं. 'साचेबंद प्रतिमा' या विषयावर चर्चा करताना एका पत्रकारानं हलक्या दर्जाच्या वार्तांकनाचं उदाहरण दिलं, ज्यामध्ये पाकिस्तानचा संदर्भ होता. सप्टेंबर २००६ मध्ये मालेगावात झालेल्या बॉम्बस्फोटांमध्ये जे तीसच्या वर लोक मारले गेले, त्यात एक पाकिस्तानी मुलगीही होती अशी बातमी दिली गेली होती. ही बातमी देणाऱ्या वार्ताहराला खरं तर हे समजलं होतं, की 'इस्लामाबाद' हा मालेगावातलाच एक मोहल्ला आहे आणि ती मुलगी त्या मोहल्ल्यात राहत होती. हे सत्य समजूनही त्या बातमीत चुकीची दुरुस्ती केली गेली नाही. देशाची फाळणी झाली तेव्हा या मोहल्ल्यातले लोक अभिमानानं हे सांगायचे की त्या वेळी मालेगावातून एकही माणूस पाकिस्तानात गेला नाही. मालेगावला स्वातंत्र्यलढ्यात सर्वस्व पणाला लावून लढण्याचा इतिहास असूनसुद्धा आणि तिथं अनेक शैक्षणिक संस्था उदयाला येऊनसुद्धा मालेगाव या शहरावर दहशतवादी असण्याचा शिक्का बसला आहे. शिवाय या शहराची बदनामी इथंच संपत नाही. सन २००६मध्ये मालेगावातल्या मशिदीजवळ बॉम्बस्फोट केल्याच्या आरोपाखाली अटक झालेल्या नऊ माणसांची जवळजवळ एक दशकानंतर, म्हणजे २०१६ साली निर्दोष मुक्तता करण्यात आली. दहशतवाद केवळ मुस्लीमच पसरवतात हा ठाम विश्वास सार्वत्रिक असल्याने स्फोटांमागे बहुसंख्येनं असलेल्या समाजातल्या लोकांचा हात होता हे समोर आलेलं सत्य पचवायला काही काळ जावा लागला. 'सगळे दहशतवादी हे मुस्लीम असतात, पण सगळे मुस्लीम हे दहशतवादी असतीलंच असं नाही,' हे भारतीय जनता पक्षाचं लाडकं पालुपद होतं. मी इस्लामाबादला चालले आहे हे ऐकल्यावर माझा मालेगावमधला एक मित्र विनोदानं म्हणाला, की मी सीमेपलीकडल्या पाकिस्तानमधल्या इस्लामाबादला चालले असेन अशी मी अपेक्षा करतो.

***

सर सिरील रॅडक्लिफ यांच्या अध्यक्षतेखालच्या 'सीमा आयोगा'नं (Boundary Commissions) दोन्ही नव्यानं जन्माला येणाऱ्या देशांदरम्यान सीमारेषा आखण्यापूर्वीच भारतीय द्वीपकल्प द्वेषपूर्ण हिंसाचारानं आणि अविश्वासानं पेटला होता. नवीन सीमारेषेच्या अणकुचीदार तारांचं जाळं लोकांच्या हृदयाला आणि मनाला भेदून आरपार गेलं होतं आणि तिथंच रुतून बसलं होतं. ही सीमारेषा म्हणजे दुसऱ्याला आपल्यापासून अलग करणारी विलगरेषा होती, जी आपली आपणच आपल्या मनात आखून घेतली होती. एका क्षणात 'पाकिस्तान' हा शब्द 'भयानक' आणि 'नकोसा' या शब्दांचा समानार्थी शब्द झाला. सन २००२ मध्ये झालेल्या गोध्रा रेल्वे कांडानंतर लगेचच गुजरातमध्ये प्रवास करत असताना मला माझ्या मुस्लीम ड्रायव्हरनं विचारलं, की सगळ्या मुस्लिमांना सीमेवर एकत्र करून पाकिस्तानात

जायला सांगणार आहेत, हे खरं आहे का? असं काहीही होणार नाही, या माझ्या दिलाशावर तो विश्वास ठेवायला तयार नव्हता. एखादा भारतीय जेव्हा अगदी दुरान्वयाने मुस्लिमांच्या बाजूने किंवा भारतीय अथवा 'देशद्रोही' असण्याच्या तथाकथित देशभक्तिपर किंवा राष्ट्रवादी कल्पनांच्या विरुद्ध बोलतो, तेव्हा 'पाकिस्तानात चालते व्हा,' 'त्याला किंवा तिला पाकिस्तानात धाडून द्या' अशा सामुदायिक घोषणा सुरू होतात. पाकिस्तानात त्वरित धाडून देण्याच्या मागण्या ज्या लोकांबाबत केल्या जातात अशा 'देशद्रोह्यांची आणि गद्दारांची' संख्या सतत वाढत आहे. भारताशी राष्ट्रद्रोह करणाऱ्या लोकांचं पाकिस्तान हे भांडार बनलेलं आहे आणि शत्रू ठळकपणे अधोरेखित झाला आहे.

'लेगो'तल्या एखाद्या ठोकळ्याचं स्वरूप सीमारेषेला प्राप्त झालं आहे – तुम्ही तो ठोकळा उचलून कोठेही ठेवू शकता आणि विभाजक रेषा तयार करू शकता. आपण ती सहजपणे पार करत नाही आणि खरं तर त्यासाठी आपल्याला व्हिसाही लागत नाही; पण आपण ते कुंपण ओलांडून जायला घाबरतो. कारण आपण समोर येणाऱ्या सत्याकडं बघायला घाबरतो. म्हणूनच, मला बॉम्ब असण्याविषयी सावध करणारा शिवसैनिक प्रत्यक्षात तिकडं कधीही गेला नव्हता किंवा मला पुढं जाण्यापासून परावृत्त करणाऱ्या विक्रेत्यालाही स्वत:च्या शंकेची खात्री नव्हती. परंतु दोघांच्याही मनात पाकिस्तानविषयी एक कल्पना होती. अनेक लोकांच्या मनात ही दृढ भावना आहे की, पाकिस्तान ही एक कुजकट जागा असली पाहिजे. भारत-विरोधी, जिवंत बॉम्ब असलेली दाढीधारी माणसं आणि मशिदींमध्ये असलेले दारूगोळा आणि बंदुकांचे साठे, बुरखा घातलेल्या बायका आणि भारतावर चालून येण्यासाठी उतावीळ झालेले लोक. भारतामध्ये पाकिस्तानची प्रतिमा त्या देशाच्या नावाच्या - पवित्र भूमी - पूर्णपणे उलट आहे.

आपल्याकडे असलेली छोटी 'पाकिस्तान' राष्ट्रं या आपल्या मनातल्या भीतीचं प्रतीक ठरली आहेत. काश्मीर प्रश्नावरून झालेली युद्धं आणि छुप्या लढाया आणि दहशतवाद यांनी तर परिस्थिती आणखी बिघडवून टाकली आहे. दहशतवाद आणि पाकिस्तान यांचं समीकरण इतकं पक्कं जुळवून टाकलं गेलं आहे, की शांततेसाठी होणारे सगळे प्रयत्न त्यामुळं झाकोळून जातात. दि. १२ मार्च १९९३ रोजी झालेल्या बारा बॉम्बस्फोटांची मालिका हा 'सूड' होता, ज्याचं कारण होतं १९९२-९३मध्ये झालेल्या मुंबईतल्या धार्मिक दंगली. दीर्घकाळ चाललेल्या हिंसाचाराच्या नंग्या-नाचानं उद्ध्वस्त झालेल्या त्या शहरामध्ये प्रथमच दहशतवादाचा शिरकाव झाला. दि. ६ डिसेंबर १९९२ रोजी बाबरी मशीद पाडल्यानंतर त्या संध्याकाळी मुंबईत दंगली सुरू झाल्या आणि तो हिंसाचार पुढं इतका वाढत गेला, की पुढच्या दोन महिन्यांत जवळजवळ एक हजार लोक मृत्युमुखी पडले आणि कित्येक

जखमी झाले. हे जे रक्ताचे पाट वाहिले, त्याची परिणती मुंबईवरच्या पहिल्या दहशतवादी हल्ल्यात झाली. त्या दिवशीच्या बारा बॉम्बस्फोट हल्ल्यांचे गुन्हेगार – दाऊद इब्राहिम आणि त्याचे हस्तक, टायगर मेमन, त्याचे कुटुंबीय व अन्य लोक – हे सगळे पाकिस्तानात होते. या गोष्टीला मेमनचा भाऊ याकूब यानं १९९४ मध्ये भारतात परत आल्यावर दुजोरा दिला. याकूब आणि इतर शंभर जणांना दोषी ठरवलं गेलं. बॉम्बहल्ल्यांच्या योजनेला आर्थिक मदत केल्याच्या आरोपाखाली ज्या ११ जणांना मृत्युदंडाची शिक्षा ठोठावण्यात आली, त्यात त्याचाही समावेश होता. आर्थिक मदत म्हणजे उदाहरणार्थ हत्यारं चालवण्याचं प्रशिक्षण देण्यासाठी माणसांना पाकिस्तानात जाता यावं म्हणून त्यांच्या तिकिटांचा खर्च करणं इत्यादी.[२] बॉम्बहल्ल्यांमागे पाकिस्तानचा हात असल्याचा संशय भारताच्या तत्कालीन गृहमंत्र्यांनी – शंकरराव चव्हाण यांनी – संसदेत १९९३च्या एप्रिलमध्ये बोलून दाखवला होता;[३] त्याला याकूबच्या साक्षीमुळे पुष्टीच मिळाली. या खटल्यासाठी नोव्हेंबर १९९३ मध्ये जे आरोपपत्र दाखल करण्यात आलं, त्यात आरोपींपैकी काही जण प्रशिक्षणासाठी पाकिस्तानात गेले असल्याचा उल्लेख केला गेला होता.

***

सन १९७५ मध्ये मी जेव्हा या शहरात आले तेव्हा त्याला 'बॉम्बे' म्हणत असत. १९९२ मध्ये बाबरी मशीद पाडल्यानंतरच्या आनंदातिरेकामुळे हिंदुत्वाची जी लाट आली त्यावर आरूढ होऊन प्रथमच शिवसेना आणि भारतीय जनता पक्ष यांच्या युतीनं निवडणूक जिंकली आणि मी या शहरात आल्यानंतर तब्बल वीस वर्षांनंतर या शहराचं नाव बदलून 'मुंबई' असं झालं. तोपर्यंत मुंबईचा वरकरणी दिसणारा 'कॉस्मॉपॉलिटन' बुरखा टरकवणाऱ्या दोन मोठ्या घटनांचं वार्तांकन मी केलं होतं – १९९२-९३ मध्ये झालेल्या धार्मिक दंगली आणि १२ मार्च १९९३ रोजी झालेल्या बॉम्बस्फोटांची मालिका.[४] १९९३ नंतर मुंबईवर कोणत्या ना कोणत्या स्वरूपाचे हल्ले वारंवार होतच होते. त्याची परिणती अखेरीस २६ नोव्हेंबर २००८ रोजी घातल्या गेलेल्या घावात झाली. प्रत्येक बॉम्बस्फोटागणिक मुस्लीम आणि पाकिस्तान यांच्याबद्दलचा लोकांच्या मनातला वैरभाव अधिकाधिक दृढ होत गेला; परंतु फार थोडे लोक हे मान्य करतील, की या जमातवादी विभाजनाची व अलगतावादाची पायाभरणी त्यापूर्वीच विभाजनवादी आणि सांप्रदायिक राजकारणानं करून ठेवली होती. हे 'मिनी पाकिस्तान' विभाग किंवा मुस्लीम अल्पसंख्याक वस्त्या अनेक लोकांसाठी 'प्रतिबंधित क्षेत्रं' बनून राहिल्या आहेत आणि निर्माण झालेलं साचेबद्ध शारीरिक व मानसिक अंतर संशयामुळं अधिकच बळकट होत गेलं आहे.

दि. २६ नोव्हेंबर २००८ रोजी झालेला अखेरचा दहशतवादी हल्ला हा मुंबईचे डोळे खाडकन् उघडणारा ठरला. दक्षिण मुंबईच्या लखलखत्या, पॉश

भागात दहा प्रशिक्षित हत्यारबंद दहशतवाद्यांनी घातलेल्या हैदोसानंतर कधीही न झोपणारं हे शहर स्तंभित झालं, गलितगात्र झालं. पोलिसांच्या हाती लागलेल्या अजमल कसाब या एकमेव जिवंत बंदूकधारी दहशतवाद्याच्या नरडीचा घोट घेण्यासाठी प्रत्येक जण उत्सुक होता आणि त्याला भर चौकात मृत्युदंडाची शिक्षा देण्याची मागणी करत होता. पाकिस्तानविरोधी भावनांनी आता कळस गाठला होता. या हल्ल्यानंतर तीन वर्षांनी जेव्हा मी कराची प्रेस क्लबला भेट दिली तेव्हा तिथं झालेला २६/११चा तीव्र निषेध ऐकून मी नि:श्वास टाकला. मला हायसं वाटलं. २६/११चा धिक्कार व भारताबद्दलची सहानुभूती बघून मला खूप मोठा दिलासा मिळाला.

पाकिस्तानशी झालेलं युद्ध आणि काश्मीर प्रश्नावरून होत असलेला युद्धसदृश संघर्ष हे ज्या राजकारणाच्या संदर्भात घडलं किंवा घडत आहे, तो संदर्भ लक्षात न घेता वेगळ्याच दृष्टीनं त्याकडे पाहण्याचा बऱ्याच लोकांचा कल असतो. स्वत:चा निर्णय स्वत: काश्मिरी जनतेनं घेणं हा कळीचा मुद्दा आहे. तो नेहमीच मागे ढकलून दिला जातो आणि अतिरेकी देशाभिमानाच्या कर्णकटू गोंगाटात, प्रत्येक देश काश्मीरवर आपला हक्क कंठशोष करत सांगत असताना तिथल्या जनतेचा मात्र सगळ्यांनाच विसर पडतो. असं असताना, पाकिस्तानकडून सतत होणाऱ्या प्रक्षोभक कारवायांवर 'नियंत्रण' ठेवणं कसं अवघड आहे, हे सहजपणे सांगू शकणारे राजकारणी प्रत्यक्षात हा प्रश्न धसाला लावण्यासाठी काहीही प्रयत्न करताना दिसत नाहीत.

दहशतवादी हल्ल्याचं समर्थन न करणारे दुसऱ्या देशातले सामान्य लोक आणि भीषण हल्ले करणारे दहशतवादी यांना वेगळं करण्याऐवजी, त्यांना एकत्रितपणे 'शत्रू' मानून दोषी ठरवणं नेहमीच सोपं असतं. आपल्या पोटच्या लेकरांना दहशतवाद आणि युद्धाच्या खाईत बळी जाताना पाहणाऱ्या हताश कुटुंबांना दोन्ही देश एकमेकांना घालत असलेली मैत्रीची साद समजू शकणार नाही. २६/११ च्या हल्ल्यानंतर कसाबला जाहीर मृत्युदंड देण्याची मागणी करणारा लोकक्षोभाचा जो कल्लोळ उठला, त्यात असहमतीचे सूर फार कमी होते. एकीकडे युद्ध व दहशतवाद आणि दुसरीकडे मैत्रीचा हात पुढं करण्याचे व शांततेची साद घालण्याचे प्रयत्न यांच्यामध्ये कधीही भरून न येणारं एक अंतर आहे, दरी आहे. एके काळी आपण एकच राष्ट्र होतो, ही भावना सततच्या बॉम्बस्फोटांनंतर आणि दहशतवादी हल्ल्यांनंतर सूडात बदलते. राजकीय आणि बिगर-राजकीय घटकांविषयी चाललेल्या दमवणाऱ्या चर्चा शेवटी दोषारोपांच्या धूसर सीमारेषेपर्यंत येऊन ठेपतात.

मुस्लीम हा विश्वासघातकी किंवा पाठीत खंजीर खुपसणारा असतो हा ठाम समज खरं तर गैरसमज मुस्लीम राष्ट्राच्या बाबतही करून घेतला जातो. सन १९९९ मध्ये कारगिलची घुसखोरी उघडकीला आल्यावर तत्कालीन पंतप्रधान

अटलबिहारी वाजपेयी यांनी जनरल परवेझ मुशर्रफ यांना असं सुनावल्याचं सांगतात, की तुम्ही आमच्या पाठीत खंजीर खुपसला आहे![५] सन २०१३च्या फेब्रुवारी महिन्यात नवाज शरीफ यांनी त्यांच्या सौदी अरेबियातील विजनवासादरम्यान पत्रकार आणि संपादक राज चेंगप्पा यांना दिलेल्या मुलाखतीत हेच वाक्य वापरून त्यांच्या स्वत:च्या सैन्यदलप्रमुखांनी त्यांना कशी वागणूक दिली याचं वर्णन केलं.[६] वाजपेयींच्या ऐतिहासिक बसयात्रेच्या पाठोपाठ पाकिस्तानी सैन्यदलानं केलेली ही फार मोठी फसवणूक होती. त्यामुळेच आपल्या मनातील पाकिस्तानची प्रतिमा ही एखाद्या मित्रराष्ट्राची नसून, रक्ताळलेल्या डागाची आहे. खोल व्रणाची आहे.

इस्लामाबादमधली 'द हिंदू'ची वार्ताहर म्हणून मला फक्त पाकिस्तानी व्यवस्थेलाच तोंड द्यावं लागलं असं नाही, तर मायभूमीतल्या माझ्या वाचकांनाही सामोरं जावं लागलं. त्यातल्या बऱ्याच जणांच्या मनात पाकिस्तानबद्दल, आणि मी काय लिहावं याबाबत काही ठाम कल्पना होत्या. परंतु आश्चर्याची बाब म्हणजे माझ्या बहुतेक कहाण्यांना, अगदी माझ्या अखेरच्या लिखाणालासुद्धा फार चांगला प्रतिसाद मिळाला. मात्र, माझ्या कहाण्यांचा एक कडवा समीक्षक होता. मला हाकलून देण्यात आलं याबद्दल त्यानं आनंद व्यक्त केला आणि हा मला मिळालेला काव्यगत न्याय होता अशी पुस्ती जोडायलाही तो विसरला नाही; कारण त्याच्या मते माझ्या कहाण्या पाकिस्तानची भलामण करणाऱ्या होत्या. तो एकमेव असा माणूस होता ज्याला मी उत्तर दिलं – बरेच महिने लोटल्यावर. तो विकृत मनाचा आहे, असं मी त्याला लिहिलं. पाकिस्तानात झालेल्या हिंदूंच्या छळाबाबत मी विशेष काही लिहिलं नाही म्हणून इतर अनेक लोक नाराज झाले. असे काही असंतुष्ट आत्मे असले, तरीसुद्धा या देशाला भेट देणाऱ्यांना सुखद धक्का बसतो. भारतीय व्यावसायिकांचं एक शिष्टमंडळ इस्लामाबादला गेलं होतं तेव्हा तिथं 'डन्किन डोनट्स' बघून त्यांना हायसं वाटलं होतं. त्याशिवाय, लाहोर आणि राजधानीदरम्यानचा जलदगती महामार्ग पाहिल्यावर आणि बुरखा पांघरून घरात खालमानेनं वावरण्याऐवजी जीन्स घालणाऱ्या, गाडी चालवणाऱ्या महिला पाहिल्यावर त्यांचा स्वत:च्या डोळ्यांवर विश्वास बसेना. अगदी तिथले आय. टी. पार्क बघूनही ते अचंबित झाले.

मतदारसंघ कितीही छोटा असो वा मोठा, सीमेवर आणि बर्फाच्छादित शिखरांवर संघर्षाचा वणवा जरी पेटलेला असला, तरी आपण आपली शांतता व मैत्री प्रस्थापित करण्याची इच्छा कायम असल्याचं ठासून सांगत राहतो. दोन्ही देशांसाठी काश्मीर हे एखाद्या पारितोषिकासारखं आहे आणि आपण एकमेकांचे शत्रू आहोत यात तिळमात्रही संदेह नाही. परंतु २०१५ मध्ये ख्रिस्तोफर जेफरलॉट्स यांनी पाकिस्तानवर लिहिलेल्या नवीन पुस्तकावर – 'द पाकिस्तान पॅराडॉक्स'वर – मुंबईत सुरू असलेल्या एका चर्चासत्राचं सूत्रसंचालन करीत असताना आलेल्या

प्रतिक्रियांमुळे मी चकित झाले.[७] प्रश्नोत्तरांच्या वेळेत एका भारतीय सद्गृहस्थानं प्रश्न विचारला, की भारतानं पाकिस्तानशी वैरभाव राखण्याऐवजी त्याला मदत केली असती, तर ते जास्त योग्य ठरलं नसतं का? कितीही प्रचार केला, तरी व्यक्ती-व्यक्तींमध्ये चांगल्याच भावना असल्याचं दिसतं आणि लोक व प्रशासन यांचे मनोव्यापार, आचार-विचार वेगळ्या स्तरांवर चालतात.

मी मायदेशी परतताना हाती-पायी धड परतले, यावर बहुतेक लोकांनी आश्चर्य व्यक्त केलं. त्यांनी कुजबुजत्या स्वरात मला विचारलं, 'तिथं राहण्याचा अनुभव कसा होता?' 'पाकिस्तानात प्रत्येक जण काही बंदुका घेऊन फिरत नाही,' असं मी म्हणाले. 'आणि हो, ती माणसं मला अगदी सर्वसामान्य वाटली; अगदी तुमच्या-आमच्यासारखीच,' असंही मी सांगितलं. अर्थात, सहसा सुरक्षित असलेल्या राजधानीनं काही धक्के अनुभवले आणि दहशतवाद अधूनमधून डोकं वर काढत होताच. मी राहत असलेल्या घराजवळच्या जिल्हा न्यायालयाच्या आवारात आत्मघातकी बॉम्बस्फोट झाले आणि भर बाजारात एक स्फोट झाला. अशा काही घटना सोडल्या, तर धर्माधारित कत्तलींची वारंवारता आणि तीव्रता यांची झळ राजधानीला लागली नाही.

देशभक्ती म्हणजे बदमाशांचं शेवटचं आश्रयस्थान आणि आपण भारत-पाकिस्तानातले नागरिक या भावनेला भडकावत स्वत:चं नुकसानच करून घेतो. या भावनेचा चुकीच्या पद्धतीनं वापर होत असल्याची उदाहरणं म्हणजे भारताच्या अंतर्गत वसलेले अनेक 'पाकिस्तान' आणि त्यांच्याभोवती आखलेल्या 'सीमा.' दिल्लीच्या जवाहरलाल नेहरू युनिव्हर्सिटीमधल्या (जेएनयू) विद्यार्थी नेत्यांवर देशद्रोहाचे आरोप केले गेले. कारण तिथं काश्मीर व अफझल गुरूची फाशी या विषयांवर सभा झाली; आणि त्या सभेत काही लोकांनी भारत-विरोधी घोषणा दिल्या असा ठपका ठेवण्यात आला. गेल्या काही दशकांपासून, एकमेकांवर दोषारोप न करता, शांतपणे, तर्कशुद्ध विचारांच्या आधारे तोडगे काढू शकणारे दोन्ही देशांतले मोजके आवाज, चिरडले गेले आहेत.

मी स्वत: पाकिस्तान या विषयावरची तज्ज्ञ असल्याचा दावा करत नाही. हे पुस्तक म्हणजे एक पत्रकार म्हणून मला इस्लामाबादमध्ये आलेल्या अनुभवांचं कथन आहे. मला या देशाबद्दल जाणून घेण्याचं कुतूहल होतं आणि तिथलं जनजीवन न्याहाळण्याची उत्सुकता होती; कारण बऱ्याचदा या दोन्ही देशांमधले संबंध हे वस्तुस्थितीवर आधारलेले नसून एकमेकांबद्दलचे ग्रह व समज यांवर आधारलेले असतात. प्रख्यात शिक्षणतज्ज्ञ प्रोफेसर कृष्णकुमार यांनी यावर भाष्य करताना म्हटलं आहे, की दोन्ही देशांना जेव्हा एकमेकांविषयी माहिती हवी असते, तेव्हा ते त्यासाठी आपल्या देशातल्या परराष्ट्र खात्यातील निवृत्त, मुत्सद्दी तज्ज्ञांवर आणि पत्रकारांवर विसंबून असतात. बहुतेक वेळा यामागे खरं 'ज्ञान मिळवणं' हा

उद्देश नसतोच. त्यांची मतं 'ताण-तणावांची फॅक्टरी' अव्याहतपणे चालू ठेवण्यासाठी पुरेशी असतात.[८] एकमेकांच्या देशांविषयी पुरेसं ज्ञान किंवा माहिती आपल्याकडे नसतेच. अर्थात ही कमतरता भरून काढण्याचा प्रयत्न हे पुस्तक करणार आहे, असा समज करून घेऊ नका. भारत आणि पाकिस्तान यांच्यात अनेक बाबतींत साम्य असलं, तरी तुलना होणं अटळ आहे आणि अशा तुलना तापदायक असतात, हेही आपण जाणतो. भयावह कट-कारस्थानं, हेरगिरी आणि दहशतवादी हल्ले हे वरवर दिसणाऱ्या गोड-गोड वागण्याच्या बुरख्याआडून सुरूच असले, तरी या पुस्तकातल्या कहाण्या सर्वसामान्य पाकिस्तानी माणसांच्या आयुष्याभोवती फिरतात. या कहाण्यांचे विषय सीमेवरील आणि तालिबान्यांवरील गोळीबार, हल्ले, अस्थिरता आणि दोन्ही देशांमध्ये अतिशय लोकप्रिय ठरलेला राष्ट्रीय खेळ – म्हणजेच चिखलफेक – हेच असले पाहिजेत असा नियम नाही. एक भारतीय म्हणून जेव्हा तुम्ही पाकिस्तानबद्दल काहीही लिहिता, त्या क्षणी पाकिस्तानात (आणि भारतातही) असं गृहीत धरलं जातं, की तुम्ही नक्कीच कुठला तरी शिक्का मारताय किंवा या लिखाणामागे तुमचा काही तरी अंत:स्थ हेतू आहे. अर्थात, याला काही अपवाद नक्कीच आहेत. (हे पुस्तक वाचल्यावर) 'एक भारतीय हे असं का लिहीत आहे?'च्या धर्तीवरची विधानं केली जातील किंवा असंही म्हटलं जाईल, की भारतातही असंच असतं की, म्हणजे फिट्टम्फाट झाली. (आपणही भारतात यापेक्षा अधिक नाही तरी इतपत टोचून बोलूच शकतो). सतत साम्यस्थळं शोधण्याच्या नादात गतस्मृतींना उजाळा देण्याच्या, त्यातच रमून जाण्याच्या चक्रव्यूहात अडकण्याचा धोका असतो. पाकिस्तानमधल्या परिस्थितीचं वार्तांकन करणं याचा अर्थ केवळ शांतता प्रस्थापित करण्याच्या प्रयत्नांचं वर्णन करणं किंवा त्या देशाला क्षुद्र लेखणं असा होत नाही. पदोपदी तुम्ही भारतीय असल्याची वेदनादायी जाणीव तुम्हाला तिथं होत राहते. आपण अंड्यांच्या नाजूक टरफलांवर पाय देऊन चालत आहोत याचं सतत भान ठेवावं लागतं आणि कोणत्याही क्षणी आपण अदृश्य मर्यादांचं उल्लंघन करू की काय याची धास्ती वाटत राहते. आपण पाकिस्तानविरोधी निंदाजनक भाषण ठोकत आहोत किंवा आर.ए.डब्ल्यू. 'रॉ'च्या (रिसर्च अॅण्ड अॅनालिसिस विंग) एखाद्या मोहिमेवर आलो आहोत, असा गैरसमज होऊ न देता पाकिस्तानवर टीका करणं खरंच शक्य आहे का? मला आश्चर्याचे धक्के बसले, पदरी निराशा आली आणि धोक्याचे लाल दिवेही चमकले. एक पत्रकार म्हणून महत्त्वाचं हे होतं, की माझ्यासारख्या एका भारतीयाला इस्लामाबादमध्ये राहण्याची दुर्मीळ संधी मिळत होती. त्या संधीच्या अनुषंगानं येणारे सुखद क्षण होते आणि काही गैरसोयीही होत्या; पण सगळ्यांत महत्त्वाची गोष्ट म्हणजे तिथं घडणाऱ्या घटनांची साक्षीदार म्हणून वार्तांकन करण्याची संधी मला मिळत होती.

अनुक्रमणिका

१

व्हिसासाठी सारं काही

नव्वदच्या दशकाच्या सुरुवातीपर्यंत पाकिस्तानात 'द हिंदू,' 'द टाइम्स ऑफ इंडिया,' 'हिंदुस्थान टाइम्स,' 'ऑल इंडिया रेडिओ' आणि 'द प्रेस ट्रस्ट ऑफ इंडिया' यांचे वार्ताहर असायचे. त्यानंतर 'टाइम्स ऑफ इंडिया' आणि 'हिंदुस्थान टाइम्स'च्या दोन वार्ताहरांना भारतात परत पाठवण्यात आलं आणि त्यांचा संपूर्ण देशासाठी असलेला 'मल्टिपल एंट्री' व्हिसा केवळ तीन शहरांपुरता मर्यादित करण्यात आला. अखेरीस, फक्त 'प्रेस ट्रस्ट ऑफ इंडिया' आणि 'द हिंदू' यांनाच पाकिस्तानात वार्ताहर नेमण्याची परवानगी देण्यात आली. 'द प्रेस ट्रस्ट ऑफ इंडिया'चे स्नेहेश अलेक्स फिलिप यांची आणि माझी नेमणूक २०१४ मध्ये रद्द करण्यात आली. परंतु 'द प्रेस ट्रस्ट ऑफ इंडिया'कडील वार्तांकनाचं काम तसंच ठेवण्यात आलं. कारण पाकिस्तानातील बहुतेक शहरांमध्ये त्यांचे अंशकालिक काम करणारे वार्ताहर (stringers) आहेत.

व्हिसासाठी अनेक महिने वाट बघितल्यावर, एके दिवशी अचानक तो मिळाला. माझ्या पतीलाही व्हिसा मिळाला. नवी दिल्लीतल्या पाकिस्तानी दूतावासाला एकदाच भेट देऊनही लगेचच. तिथं जाऊन कोणत्याही प्रकारची पत्रकारिता आपण करणार नाही, अशी लेखी हमी त्यांना द्यावी लागली. माझ्या पतीसाठी मला व्हिसा हवा आहे का, अशी विचारणा करणारा फोन मला दूतावासातल्या अधिकाऱ्यांकडून आला, तेव्हा मी दिल्लीतून बाहेर पडले होते. त्यांनी पासपोर्ट व इतर कागदपत्रं घेऊन जाण्यासाठी आणि माझ्या पतीकडे देण्यासाठी माझी जवळची मैत्रीण प्रीती मेहरा हिला अनुमती दिली. या सगळ्या घडामोडींमुळे मी कमालीची सुखावले होते. त्यांची इच्छा असेल, तर कोणतेही नियम वाकवले जाऊ शकतात असा याचा अर्थ होता. मी जेव्हा त्या अधिकाऱ्यांना पहिल्यांदा भेटले, तेव्हा त्यांचं वागणं अतिशय सौहार्दपूर्ण होतं आणि दूतावासाचं बाह्यरूप सुंदर रीतीनं

सजवलं होतं; मिनार आणि छोटे टाइल्सचे तुकडे यामुळं तो खुलून दिसत होता. नुकत्याच पार पाडलेल्या २०१३ च्या पाकिस्तानातील सार्वत्रिक निवडणुकांबद्दल माझी काय मतं आहेत हे मला विचारण्यात आलं. मी त्यांचा ट्विटरवर आणि बातम्यांमधून वेध घेत होते. मी जरी लांबून त्यांच्याबद्दल माहिती घेत होते, तरी त्या निवडणुका अतिशय उत्कंठावर्धक झाल्या होत्या. मी लिहिलेल्या पुस्तकांविषयीही त्या अधिकाऱ्यांना जाणून घ्यायचं होतं. एकंदर संभाषण खेळीमेळीच्या वातावरणात सुरू असलं, तरी त्याला गांभीर्याची एक किनार होती.

पाकिस्तानात नियुक्ती होणं ही सगळ्या वार्ताहरांसाठी एक हवीहवीशी असणारी गोष्ट आहे असं म्हणणं धाडसाचं ठरेल. तो देश वास्तव्यासाठी निश्चितच आव्हानात्मक आहे; त्यावर लिहिणं आणि वार्तांकन करणं तर त्याहूनही अवघड. भारतीयांसाठी तर फाळणीचं दडपण तिथं कायम तुमची सोबत करत राहतं आणि अनेक वर्षं लोटली, तरी वैर आणि संशयाची भुतं तुमची पाठ सोडत नाहीत. मी इस्लामाबादला पोचले त्याच सुमारास दाखल झालेली अमेरिकी परराष्ट्र वार्ताहर तिला तीनच शहरांसाठीचा व्हिसा मिळाला म्हणून कुरकुर करत होती. मी चकित होऊन तिच्याकडे बघतच राहिले – इथं मी एकाच शहरात बंदिस्त होऊन राहणार होते आणि ती तीन शहरांबद्दल तक्रार करत होती! नंतर तिनं मला सांगितलं, की काही प्रतिबंधित भाग सोडला, तर तिच्या व्हिसाची व्याप्ती संपूर्ण देशासाठी वाढवली गेली होती. अर्थात्, आता दिवसेंदिवस अमेरिकनांना देण्यात येणारं झुकतं माप विविध कारणांमुळे आखडतं घ्यायला सुरुवात झाली आहे. विशेषत: त्यांनी दहशतवादाविरुद्ध युद्ध छेडल्यानंतर. 'द न्यू यॉर्क टाइम्स'च्या इस्लामाबादच्या कार्यालयाचा प्रमुख डेक्लन वॉल्श याला २०१३ सालच्या मे महिन्यातील एका मध्यरात्री, देश सोडून निघून जाण्यासाठी फक्त बहात्तर तासांची आगाऊ सूचना देण्यात आली होती. उच्चपदस्थांनी हस्तक्षेप करूनसुद्धा त्याला परत बोलावलं गेलं नाही.

इस्लामाबाद सोडून इतरत्र भटकंती करण्यासाठी परवानगी मिळण्याची धूसरसुद्धा शक्यता नव्हती. तरीही, काही ठिकाणांना भेट देण्याची अनुमती मिळावी म्हणून मी अर्ज करण्याचा धडाका लावला. काही महिन्यांनी, आमच्या व्हिसासंबंधीची जबाबदारी सांभाळणाऱ्या आणि पाकिस्तानातील आमचा संपर्क अधिकारी असलेल्या बाह्य-प्रसिद्धी व्यवस्थापकानं मला त्यावरून फटकारलं. 'तुमच्या व्हिसाचंच मुळात नूतनीकरण होण्याची जिथं शक्यता नाहीये, तिथं तुम्ही इतके ढिगानं अर्ज का करताय?' माझं तिथलं वास्तव्य फार काळ टिकणार नसल्याचीच ती चाहूल होती. सुरुवातीच्या तीन महिन्यांच्या कालखंडानंतर व्हिसाचं नूतनीकरण झालंच नव्हतं. नवी दिल्लीतल्या पाकिस्तानी दूतावासातल्या मृदुभाषी आणि मदत करायला

तत्पर असलेल्या अधिकाऱ्यांनी मला सांगितलं होतं, की माझा हा तीन महिन्यांचा केवळ भेट देण्यासाठी मंजूर झालेला व्हिसा, तिथं गेल्यानंतर पत्रकारांसाठीच्या व्हिसामध्ये रूपांतरित होईल. असं काहीच झालं नाही. जी कहाणी व्हिसाची, तीच तीन महिन्यांपुरत्या दिल्या गेलेल्या ओळखपत्रांची. व्हिसाची मुदत संपल्यानंतर तीन महिन्यांनी त्या व्हिसाला पहिली मुदतवाढ मिळाली आणि दुसऱ्या वेळी तर त्याचं पुन्हा नूतनीकरणच झालं नाही. सन २०१४ मध्ये इस्लामाबाद सोडण्यासाठी म्हणून आम्हाला काही दिवसांचा व्हिसा प्रदान करण्यात आला. त्यात सवलत अशी होती, की मी परतीच्या प्रवासात कराचीमार्गे मुंबईला प्रस्थान ठेवू शकणार होते.

माझ्या आधी तिथं नियुक्त असलेल्या 'द हिंदू'मधल्या माझ्या सहकाऱ्यांनी सांगितल्याप्रमाणे तसा अलिखित नियमच होता जणू; किमान भारतीयांसाठी तरी. ते महिनोन्‌महिने वैध व्हिसाशिवाय आणि मुदत संपलेली ओळखपत्रं घेऊन तिथं राहिले होते. मंजूर केलेल्या मुदतीपेक्षा जास्त काळ राहिल्यामुळे लागू झालेलं अतिरिक्त शुल्क माफ केलं जात होतं हाच फक्त त्यांचा दयाळूपणा होता. ते नाममात्र होतं, पण काही वार्ताहरांना मात्र शुल्क भरावं लागत होतं. आम्ही घातपाती कारवायांमध्ये सहभागी होत असल्याचा संशय सतत मनात बाळगून आमच्यावर कडक नजर ठेवण्याचं काम तिथले अधिकारी करत असताना आमचे व्हिसा आणि ओळखपत्र मंजूर करण्यात खोळंबा करणं हा छळाचा आणखी एक प्रकार होता. शिवाय, व्हिसाशिवाय तिथं राहणं किंवा फक्त देशात प्रवेश करण्यासाठीचाच व्हिसा मंजूर होणं, याचा अर्थ आणीबाणीच्या परिस्थितीत तुम्ही मायदेशी धाव घेऊ शकत नाही, असाही होतो. व्हिसा कार्यालयात अगणित खेटे घालणं आणि असंख्य फॉर्म भरणं ही एक डोकेदुखी होऊन बसली होती. 'आहे हे असं आहे, घ्यायचं तर घ्या नाहीतर जा' अशी ही वृत्ती होती. आम्ही ही परिस्थिती स्वीकारायचं ठरवलं. आमची हकालपट्टी करण्यात आली तेव्हा याबाबत तोंड बंद ठेवण्याची तंबी आम्हाला अधिकाऱ्यांनी आणि काही पाकिस्तानी पत्रकारांनी दिली होती; जेणेकरून भविष्यात येणाऱ्या वार्ताहरांवर या नकारात्मक प्रसिद्धीचा वाईट परिणाम होऊ नये. माझ्या जागी दुसऱ्या कोणाची नियुक्ती मंजूर होईल की नाही याबाबत लोकांना, अगदी माझ्या सहकाऱ्यांना आणि माझ्या वृत्तपत्राला काळजी लागून राहिली होती.

छोट्या सहलींपेक्षा एखाद्या देशात काही काळ वास्तव्य करणं, मग ते नऊ महिन्यांसाठी का होईना, हे जास्त महत्त्वाचं असतं. (पाकिस्तानला समजून घेण्यासाठी नऊ महिने हा फारच कमी कालावधी आहे असं मला नेहमी ठामपणे सांगितलं जातं.) दोन्ही देश लालफितीचा कारभार, बाबूगिरी आणि कागदपत्रं - फायलींची

चळत यात अडकलेले असतात. दोघांमधल्या समान गोष्टींमध्ये अनेक प्रकारचे फॉर्म भरणं आणि प्रत्येक गोष्ट - अगदी त्यावर लावायची मोहोरसुद्धा (सील) अधिकृत असणं यांचा समावेश आहे. ती सील (मोहोर) गोल आकाराचीच असणं आवश्यक होतं. तिथल्या टेलिफोन कंपनीनं आणि इतरांनी त्यांना देण्याच्या प्रत्येक अर्जावर आणि पत्रावर माझ्या संस्थेचं सील असणं गरजेचं आहे असं सांगितल्यावर मी बुचकळ्यात पडले. चेन्नईच्या माझ्या ऑफिसकडे मला लेटरहेडच्या गठ्ठ्याची मागणी करावी लागली आणि त्यांनी ती मान्यही केली, पण सील बरोबर घेऊन जावं हे काही माझ्या डोक्यात आलं नाही. शेवटी माझ्या ऑफिसचा पत्ता व नाव असलेलं सील मी बनवून घेतलं आणि मी लिहिलेल्या प्रत्येक पत्रावर आणि अर्जावर मोठ्या दिमाखात ती मोहोर मी उमटवत राहिले. लेटरहेड्स आणि सील यांचं वेड काहीच नाही, असं एक वर्णन मी वाचलं आणि चकित झाले. मी असं वाचलं की, अध्यक्ष झुल्फिकार अली भुत्तो आणि पंतप्रधान इंदिरा गांधी यांच्या सह्या असलेल्या १९७२ सालच्या सिमला करारावर दोन्ही सरकारांची अधिकृत मोहोर नव्हती, कारण तो करार जवळजवळ फिसकटण्याच्या बेतात होता आणि हा करार होईल अशी कुणालाच आशा नव्हती. परिणामी, कुणाहीजवळ कोणत्याही प्रकारची स्टेशनरी किंवा टाइपरायटरसुद्धा नव्हता. पाकिस्तानची मोहोर इतर सामानाबरोबर चंडीगढला पाठवून देण्यात आली होती.[१]

इस्लामाबादच्या आसपास इतरत्र काही ठिकाणांना भेट देण्यासाठी परवानगी मागणारे माझे शिक्के मारलेले आणि सील केलेले सगळे अर्ज पालथ्या घड्यावरचं पाणी ठरले. माजी पंतप्रधान डॉ. मनमोहन सिंग यांचं जन्मगाव असलेल्या गाह इथं जाण्याची आणि त्यावर एक स्टोरी करण्याची माझी इच्छा होती; तसंच भगतसिंग यांचं घर असलेल्या बंगे या ठिकाणीही मला जायचं होतं. प्राचीन शहर तक्सीलाला (तक्षशिला) भेट देता यावी म्हणून केलेल्या अर्जावर काहीच उत्तर आलं नाही - त्याच्या जवळ लष्करी साहित्याचं, दारूगोळ्याचं कोठार आहे म्हणे. माझ्या अर्जाबद्दल ज्या गुप्तहेरांना (हेर किंवा पाकिस्तानी व्यवस्थेच्या इशाऱ्यावरून सतत माझ्या हालचालींवर नजर ठेवून असणारी माणसं) माहीत होतं, त्यांनी माझ्यासोबत दुपारचं जेवण घेत असलेल्या एका अधिकाऱ्याला विचारलं, की त्यानं मला तक्सीलाला जाण्याची परवानगी दिली आहे का. जणूकाही त्यासाठी अर्ज करून मी एखादा गुन्हाच केला आहे. रावळपिंडीला जायला मिळणं ही तर अशक्यप्राय गोष्ट होती, कारण पाकिस्तान आर्मीचं मुख्यालय तिथं होतं आणि मी तर अर्जदेखील केला नव्हता. त्यामुळं, ऐतिहासिक 'मरी ब्रुअरी' या रावळपिंडीतल्या (ज्याला 'शिबंदीचं शहर' असं म्हटलं जातं) प्रसिद्ध ठिकाणाला भेट देण्याचा प्रश्नच नव्हता, परंतु त्या विस्मयकारक ब्रुअरीवर एक

स्टोरी मात्र मला करता आली.

***

एका पार्टीमध्ये मी एका पाकिस्तानी पत्रकाराला भेटले. त्याची पूर्वी भारतात नियुक्ती झाली होती आणि त्या वास्तव्याच्या त्याच्या स्मृती सुखद होत्या. त्यानं आवर्जून मला तसं सांगितलं. मला भेटलेल्या काही पाकिस्तानी पत्रकारांच्या भारताबाबत तक्रारी होत्या. त्यातल्या एकाचा पासपोर्ट काढून घेण्यात आला होता आणि त्याला त्यानंतर भारतात पाय ठेवायचीही इच्छा उरली नव्हती. त्रास देण्याचे प्रकार अत्यंत फालतू आणि कल्पनाशक्तीच्या पलीकडले होते. दोन्ही देशांनी सगळ्यांत खालची पातळी गाठली होती. नवी दिल्लीतल्या पाकिस्तानी दूतावासातल्या अधिकाऱ्यांना आग्र्याला ताजमहाल बघायला किंवा अलिगढ मुस्लीम विद्यापीठाला भेट द्यायलाही परवानगी नाकारण्यात आली म्हणून ते वैतागले होते. असं घडणं दुर्दैवी होतं. परंतु भारत सरकार पाकिस्तानी प्रसारमाध्यमांच्या प्रतिनिधी मंडळांना देश दाखवण्यासाठी म्हणून सगळीकडे घेऊन जातं. अशाच एका प्रसंगी त्यांची दिल्लीचे मुख्यमंत्री अरविंद केजरीवाल यांच्याशी जी भेट झाली ती फारच मजेदार होती. (अरविंद केजरीवाल यांच्याकडे पाकिस्तानी लोक प्रेरणास्थान म्हणून बघतात.) केजरीवाल त्यांच्या मफलरमध्ये खोकले आणि पत्रकारांनी त्यांना प्रश्न विचारले तेव्हा पाकिस्तानबद्दल त्यांना फारशी माहिती नसल्याचं दिसलं.

पाकिस्तानसुद्धा काही लोकांचा व्हिसा वरचेवर मंजूर करतं. अनेक लेखक साहित्य संमेलनांसाठी जातात. पत्रकार जतीन देसाई हेसुद्धा वारंवार भेट देणाऱ्यांपैकी होते. भारतातून आलेल्या पत्रकारांच्या गटांना मी तिथं भेटले. (मी तिथं असताना दोन गट आले होते - एक मुंबई प्रेस क्लबकडून आणि एक कोलकात्याहून), शिवाय संसद-सदस्य, सामाजिक कार्यकर्ते आणि पाकिस्तान-भारत मैत्री गटातील इतर लोकही भेटले. त्याव्यतिरिक्त ए. जी. नूरानी, शोभा डे आणि रितु मेनन यांच्यासारखे लेखक आणि सुशोभा बर्वे यांच्यासारखे कार्यकर्तेही भेटले. व्हिसाच्या बाबतीत पाकिस्तान आढेवेढे घेत असताना आणि काही प्रदेशात प्रवेशावर निर्बंध लादत असताना भारतही अशाच प्रकारच्या प्रवृत्तींचं दर्शन घडवतो आणि मानवी हक्कांची पाठराखण करणाऱ्या काही गटांसाठी काश्मीरसारख्या प्रदेशांमध्ये जाणं कठीण होऊन बसतं. अगदी अलीकडच्या काळात, सरकारच्या विरोधात भूमिका घेणाऱ्या बिगर-शासकीय स्वयंसेवी संस्थांना सरकारची नाराजी झेलावी लागली आहे. ही नाराजी कोर्टातले खटले, गोठवलेली बँक खाती आणि विदेशांतून येणाऱ्या आर्थिक मदतीला रोखणं किंवा परवानगी नाकारणं या स्वरूपात दिसून आली आहे. हक्कांची पायमल्ली करणं आणि अशांत प्रदेशात जाण्यापासून

रोखणं याबाबतीत भारत आणि पाकिस्तान या दोन्ही देशांचे विचार प्रतिगामी असल्याचं दिसून येतं.

पाकिस्तानी संसदेचं कामकाज पाहण्याची आणि परराष्ट्र मंत्रालयात नियमितपणे जाण्याची मुभा मला मिळाली असली, तरी भारतात अशी मोकळीक पाकिस्तानी पत्रकारांना नेहमीच मिळते असं नाही, असं तिथल्या अधिकाऱ्यांकडून मला कळलं. नवी दिल्लीत नियुक्त झालेली एक पाकिस्तानी महिला अधिकारी तिच्या वास्तव्याच्या कटू आठवणी घेऊन परत आली आणि भारतीय प्रसारमाध्यमांच्या कृपेनं भारतद्वेष्टी बनली. तिला राहण्यासाठी भाड्यानं जागा मिळणं अवघड झालं होतं. तरीही या दयाळू महिला अधिकाऱ्यानं व्हिसा नाकारला गेलेल्या एका भारतीय पत्रकाराची बाजू मांडली आणि ती पत्रकार 'ट्रॅक-टू' मीटिंगसाठी येऊ शकेल अशी व्यवस्था केली. त्याशिवाय, २०१३ सालच्या निवडणुकीचं वार्तांकन करणाऱ्या एका भारतीय पत्रकारावर कराचीत हल्ला झाला तेव्हा या महिला अधिकाऱ्यानंच हस्तक्षेप केला.

भारत आणि पाकिस्तान यांचे संबंध फार सौहार्दपूर्ण नसले, तरी भारतीय पत्रकारांना पाकिस्ताननं बऱ्याच प्रमाणात स्वीकारलं आहे. ते तिथं आरामात राहू शकतात आणि त्यांचं वार्तांकनाचं काम करू शकतात. 'द हिंदू'ला वार्ताहरांची मोठी परंपरा आहे. त्यांपैकी सगळेच त्यांचा कार्यकाळ संपल्यानंतरही तिथल्या लोकांच्या स्मरणात राहतात. तिथल्या सरकारवर टीका करूनसुद्धा. अगदी मुशर्रफ यांच्या लष्करी राजवटीदरम्यान विविध प्रश्नांचा पाठपुरावा करूनही आणि ते छापून आणल्यावरही तिथले लोक त्यांची आठवण ठेवतात हे विशेष! अमित बारुआ या 'द हिंदू'च्या वार्ताहराला १९९९ मध्ये विमान अपहरणाचं वार्तांकन करायला कंदाहारला जाण्याची परवानगी नाकारली गेली होती. १९९७ ते २०००च्या दरम्यान पाकिस्तानात त्याची नियुक्ती झाली होती तेव्हा जनरल मुशर्रफ यांनी लष्करी उठाव केला त्या विषयीच्या सगळ्या घटनांबद्दल त्यानं लिहिलं आणि कारगिल युद्धाच्या वेळीही तो शत्रू राष्ट्रात, इस्लामाबादमध्ये राहत होता. सन २००६ आणि २०१०च्या दरम्यान 'द हिंदू'ची वार्ताहर म्हणून निरुपमा सुब्रमण्यम पाकिस्तानात नियुक्त होती. तेव्हा २००७ मध्ये मुशर्रफ यांच्याविरुद्ध वकिलांनी केलेल्या आंदोलनाचं वार्तांकन तिनं केलं होतं. तिनं बलुच नेता अकबर बुगती यांची मुलाखत घेतली होती आणि इतर काही महत्त्वाच्या राजकीय घटनांवर लिहिलं होतं. बेनझीर भुत्तो यांची ज्या मेळाव्यात हत्या झाली त्या ऐतिहासिक मेळाव्याचं वार्तांकन करण्यासाठी रावळपिंडीला जाण्याची परवानगी तिला शेवटच्या क्षणी देण्यात आली होती. आणि हे सगळं अशा पार्श्वभूमीवर घडलं जिथं भारतीयांवर, विशेषतः भारतीय महिलांवर, त्या 'रॉ'च्या एजंट असून, त्यांना

पाकिस्तानी पुरुषांना भुरळ घालण्याच्या कामी पाठवण्यात येतं, अशा प्रकारचे विकृत आरोप केले जातात. (तिथं नियुक्त झालेली मी तिसरी महिला पत्रकार होते हे इथं खास नमूद केलं पाहिजे.) ग्यारी सेक्टरमध्ये झालेल्या हिमस्खलनाचं ठिकाण दाखवण्यासाठी पाकिस्तानी लष्करानं माझ्या आधी तिथं नियुक्त असलेल्या पत्रकार अनिता जोशुआ हिला आमंत्रित केलं होतं. त्या हिमस्खलनात १४० लोक दगावले होते. त्यात सामान्य नागरिकांबरोबर बऱ्याच मोठ्या संख्येनं सैनिकही होते.

तिथं ठायी ठायी उपजत सौजन्याची प्रचिती येत होती आणि काही निडर अधिकाऱ्यांची परिस्थिती बदलण्याची इच्छाही दिसून येत होती. भारतीय पत्रकारांबाबत असलेल्या संशयाचा धागा सोडून विश्वासाची कास धरण्याची त्यांची धडपड होती. मात्र हा संशय उगाचच मनात आलेला नव्हता, ही गोष्टही तितकीच खरी! अंतर्गत व्यवहार मंत्रालयाने इतर पत्रकारांना मुक्तहस्ते सवलतींचं वाटप केलं होतं आणि वझिरीस्तानला जाण्यासाठी मोठ्या प्रेमानं त्यांच्यासोबत सशस्त्र अंगरक्षक देण्याची तजवीज केली होती. (अर्थात् 'द हिंदू'च्या वार्ताहरांना मुझफ्फराबादमध्ये प्रवेश करण्याची मुभा देण्यात आली होती - बी. मुरलीधर रेड्डी यांनी पाकव्याप्त काश्मीरमधल्या चाकोथी इथं जाऊन 'ऑल पार्टीज् हुरियत कॉन्फरन्स'च्या शिष्टमंडळानं दिलेल्या ऐतिहासिक भेटीचं वार्तांकन केलं आणि नंतर मुझफ्फराबाद - श्रीनगर बससेवेचा आरंभ आणि त्याचे राजकीय परिणाम याबाबतही वार्तांकन केलं होतं. ही गोष्ट होती २००५ सालातली. सन २०१० मध्ये बजौर आदिवासी संस्थेला भेट देण्यासाठी जो आठ भारतीय पत्रकारांचा गट गेला होता, त्यात संदीप दीक्षितचाही समावेश होता. या गटासोबत फक्त पाकिस्तानी सैन्याचा एक कॅप्टन होता. त्या वेळी पाकिस्तानी सैन्य 'तेहरिक-ए-तालिबान'ची त्या प्रदेशातून हकालपट्टी करण्याच्या कामी लागलं होतं आणि प्रचंड मोठ्या संख्येनं लोकांना जखमी वा मृत होण्यापासून वाचवण्याचे त्यांचे प्रयत्न होते. त्या वेळी एरवी क्वचितच दिसणारा दिलखुलास मोकळेपणा भारतीय पत्रकारांना अनुभवता आला.) मी तिथं पोचल्या-पोचल्याच पाकिस्तानी हवाई दलाच्या महिला फायटर पायलट्सची बातमी एका ब्रिटिश वृत्तपत्रात झळकली. तिचा मागोवा घेण्याची माझ्या संपादकांची इच्छा होती. मी पाकिस्तानी सशस्त्र दलाच्या जनसंपर्क विभागाकडे - 'इंटर सर्व्हिसेस पब्लिक रिलेशन्स' (ISPR) - तशी विनंती करणारा अर्ज केला. त्यावर मी तिथून निघेपर्यंत उत्तर आलं नाही. यात आश्चर्य वाटण्यासारखं काहीच नव्हतं. महिला पायलट्सबद्दल छापून आलेल्या त्या बातमीत त्या भारतावर बॉंब टाकण्याची शक्यता वर्तवली होती.

मी तिथं होते तेव्हा पाकिस्तानात लोकशाही मार्गानं सलग दुसऱ्यांदा निवडून

आलेलं सरकार होतं, तेही लष्करी राजवटीचा मोठा इतिहास पाठिशी असताना. परंतु जनता आणि सरकारच्या समोर एक अशी निर्णायक, बलशाली शक्ती उभी होती, की जी भारताच्या बाबतीत कोणतीही दयामाया न दाखवता तिला हवं तेच करून दाखवण्याच्या बाबतीत ठाम होती. मागावर असलेले गुप्तचर भारतीय 'हेरां'शी संवाद साधणाऱ्या आपल्या स्वत:च्याच देशबांधवांनाही सोडत नसत. एकदा एका सरकारी अधिकाऱ्यासोबत मी दुपारचं जेवण घेत असताना माझ्या मागावर असलेल्या कठोर आणि उग्र चेहऱ्याच्या दुकलीनं त्या अधिकाऱ्याचं नाव-गाव विचारायला वेटरला पाठवलं. ही दुक्कल आमच्यासमोर बसून आमच्याकडे नापसंतीचे कटाक्ष टाकत होती. त्यांनी त्या सरकारी अधिकाऱ्याला ओळखलं नाही, ही गोष्ट हास्यास्पद होती. नंतर आम्ही जेव्हा जायला निघालो तेव्हा त्यांनी त्याची कार अडवली आणि ओळख पटवणाऱ्या कागदपत्रांची मागणी केली.

सन २०११ नंतर नवी दिल्लीत एकही पाकिस्तानी वार्ताहर नाही आणि उभयपक्षी असा करार होण्याचे संकेत आहेत, की प्रत्येक देशाचे दोन पत्रकार दुसऱ्या देशात ठेवता येतील. असा करार आहे का याचा मी तपास केला, पण माझ्या हाती काहीच ठोस माहिती लागली नाही. असं दिसतं, की संबंध टिकून राहावेत यासाठी अनौपचारिक स्तरावर हा करार केला गेला असावा. सुरुवातीला तीन शहरांसाठी मंजूर केला गेलेला व्हिसा अनिता जोशुआच्या (२०१० ते २०१३) हातात पडेपर्यंत फक्त इस्लामबादपुरताच मर्यादित केला गेला आणि तोही फक्त पाकिस्तानात प्रवेश करण्यापुरताच, म्हणजे 'सिंगल एण्ट्री' व्हिसा. क्वेट्टा आणि ग्यारी इथं दिलेल्या दोन अधिकृत भेटी सोडल्या, तर तिला पाकिस्तानातल्या अन्य कोणत्याही शहराला भेट देता आली नाही. माझा तर फक्त भेट देण्यापुरता तीन महिन्यांचा व्हिसा होता आणि तोही 'सिंगल एण्ट्री.' कुजबुज अशी होती, की नवी दिल्लीत जर या देशाचा एकही पत्रकार नाही, तर भारतीय पत्रकारांना तरी पाकिस्तानचा व्हिसा का म्हणून द्यायचा, असा विचार पाकिस्तानी व्यवस्था करत होती. काही पत्रकार आणि पाकिस्तानी मुत्सद्दी यांच्या अथक प्रयत्नांनंतर थोडा समंजसपणा दिसून आला, पण हा 'चांगुलपणाचा झटका' साहजिकच फार काळ टिकला नाही. भारताहून इस्लामाबादच्या भेटीवर आलेला एक पत्रकार माझ्या कानात कुजबुजला, 'तुला व्हिसा देण्याची कोणाची इच्छा नाहीये हे कळलंय का तुला?... लष्कराला तू इथं आलेली नको आहेस, तुला दिसतंय का?' इतर काही लोक मला सांगत होते, की लष्कराला भारतीय पत्रकार तिथं गेलेले हवे आहेत. भारतीय पत्रकार कोणाला हवे आहेत आणि कोणाला नको आहेत याबाबतीत प्रत्येकच जण तज्ज्ञ होता, असं दिसत होतं. पण त्यांच्या मतांना काहीच किंमत नव्हती. एखाद्या रहस्यकथेत शोभेल अशा गुप्त संदेशांच्या

देवाण-घेवाणीनंतरही ISPRने मला त्यांच्या प्रसारमाध्यमांच्या यादीत समाविष्ट केलं आणि नियमितपणे मला ई-मेल आणि SMS द्वारे माहिती पाठवायला सुरुवात केली. बहुतांश कार्यालयांच्या मेलिंग लिस्टमध्ये माझ्या नावाचा समावेश होता. त्यात पंतप्रधानांचं कार्यालयही होतं. ISPRच्या माध्यमप्रमुखांनी मी परतीची तयारी करत असताना त्यांना पाठवलेल्या संदेशाला उत्तर म्हणून एक छानसा संदेशही पाठवला. मी एकदा त्यांना काही शब्दांचं स्पष्टीकरण विचारलं असता माझ्या भयानक उर्दूवर पोट धरून हसत त्यांनी मला फोनही केला होता. अनेक वर्षांपासून एकापाठोपाठ एक नियुक्त होणाऱ्या पत्रकारांनी पाकिस्तानातल्या निर्बंधांना आपल्या व्यवसायाचाच एक भाग असल्याच्या थाटात विनातक्रार स्वीकारलेलं आहे. माझा पाठलाग होईल आणि माझ्या घराबाहेर गुप्तचरांचा पहारा असेल, असा इशारा मला आधीच देण्यात आला होता. फोनही टॅप होतील असं सांगितलं गेलं. 'तू काहीही केलंस, तरी तू 'रॉ'ची हस्तक आहेस असंच समजलं जाईल,' एका सहकाऱ्याने मला बजावलं होतं.

भारत-पाकिस्तानातील माध्यमांमध्ये थोडा जरी परस्पर संवाद वा देवाणघेवाण चालू राहिली तरी या राष्ट्रांमधली ही भीती आणि संशयाची दरी कधीच बुजणार नाही. सामान्यत: एका पत्रकाराचा नियुक्तीकाळ तीन वर्षांचा असतो, पण मला नऊ महिन्यांनंतरच परतायला सांगण्यात आलं आणि तेही काही कारण न देता. माझी हकालपट्टी करण्यासारखं मी काय केलं आहे असं इस्लामाबादमधल्या माझ्या मित्रमंडळींनी विचारलं असता, माझ्याकडे काहीच उत्तर नव्हतं; कारण मला खरंच काही माहीत नव्हतं. संपादकीयाच्या शेजारील पानावर (Op-ed) छापण्यासाठी मी मामा कादीर बलुच यांची मुलाखत घेतली. त्यानंतर एका वरिष्ठ अधिकाऱ्यानं माझी कसून चौकशी केली. मामा कादीर बलुच यांनी बलुचिस्तानातल्या हरवलेल्या तरुणांच्या शोधार्थ क्वेट्टा ते इस्लामाबाद अशी ३३०० किमीची पदयात्रा काढली होती. महात्मा गांधींनी दांडीपर्यंत काढलेल्या पदयात्रेपेक्षा हे अंतर जास्त होतं. त्या अधिकाऱ्याचं म्हणणं होतं, की मी राजकीय चळवळींऐवजी कला आणि संस्कृती या विषयांवर लिहायला पाहिजे. मी काश्मीरवर का लिहिलं? असं त्यानं मला गुरकावून विचारलं.

काही सरकारी अधिकाऱ्यांनी त्यांच्या परिघाबाहेर जाऊन मदत करण्याचा प्रयत्न केला, पण अडथळ्यांची भिंत ते पार करू शकले नाहीत. एका ज्येष्ठ पत्रकार व लेखकानं मला सांगितलं, की माझा व्हिसा रद्द होण्यापासून रोखण्याची शक्ती त्याच्याकडे असायला हवी होती, परंतु तो काहीही करू शकला नाही. अधिकाऱ्यांचं माझ्याशीच काही तरी वाकडं होतं असं दिसत होतं. मी असं ऐकलं की, प्रेस ट्रस्ट ऑफ इंडियाच्या वार्ताहराला तिथं ठेवून घेण्यासाठी त्यांना राजी

करण्याचे प्रयत्न सुरू होते. स्नेहेश अलेक्स फिलिप या वार्ताहराच्या व्हिसाचं नूतनीकरणही झालं नव्हतं. त्याची पत्नी एका विवाह समारंभासाठी भारतात गेली ती परत येऊ शकली नाही, कारण पुन्हा पाकिस्तानात येण्यासाठी तिला व्हिसा मिळाला नाही. अखेरीस स्नेहेशला आणि मला १८ मे २०१४ पर्यंत पाकिस्तान सोडून जायला सांगण्यात आलं आणि त्यासाठी कोणतंही कारण दिलं गेलं नाही. सन २०११ पासून पाकिस्ताननं आपला एकही पत्रकार भारतात नियुक्त केलेला नाही. त्याआधी त्यांनी रेडिओ पाकिस्तानचा एक आणि द असोसिएटेड प्रेस ऑफ पाकिस्तानचा (APP) एक असे दोन प्रतिनिधी भारतात नियुक्त केले होते. सन २००८ पासून रेडिओ पाकिस्तानसाठी जावेद जदून भारतात राहत होता आणि तो २०११ मध्ये परत गेला, तर सादिक तूर हा एपीपीचा शेवटचा वार्ताहर होता जो त्याआधी काही वर्षांपूर्वी परत गेला होता. मी त्या दोघांना इस्लामाबादला भेटले होते आणि त्यांच्या वास्तव्यासंबंधी त्यांच्याकडे सांगण्यासारख्या बऱ्याच चांगल्या गोष्टी होत्या. आता भारत किंवा पाकिस्तानचे एकमेकांच्या देशात कोणीही वार्ताहर नाहीत आणि त्यांची क्षुद्रपणाची गुणसंख्या एकसारखी झाली आहे; ही चढाओढ बरोबरीत संपली आहे. हे कितीही असंतुलितपणाचं लक्षण असलं, तरी क्षुद्र मनोवृत्तीचं संतुलन साधलं गेलं आहे. पारडी एका पातळीवर आली आहेत.

मला पाकिस्तानातून जायला सांगण्यात आलं, तेव्हा ट्विटरवर निषेधाचे सूर उमटले. त्याला प्रतिसाद देताना, माझ्या आठवणीप्रमाणे एका पाकिस्तानी नागरिकानं ट्विट केलं, की व्हिसा मंजूर करणं हा एखाद्या देशाचा सार्वभौम अधिकार असतो आणि मी त्याचा आदर करायला हवा होता. जणूकाही मला अशी निवड करण्याची संधीच होती. दोन्ही देशांनी व्हिसाचा उपयोग प्रतिबंध करण्याचं एक साधन म्हणूनच केला आहे. सर्वसामान्य लोकांना सहज समजू शकणारं हे वास्तव आहे. इस्लामाबादच्या मार्गल्ला हिल्स ट्रेल ६ या पर्वतराजीत आम्ही बऱ्याचदा गिर्यारोहणाला जायचो. अशाच एका चढाईदरम्यान मी आणि माझे पती जवळजवळ वरपर्यंत पोचलो होतो आणि विश्रांतीसाठी थांबलो होतो (या वेळी गुप्तचर आमच्या मागावर नव्हते) आणि आम्हाला एक तरुण धापा टाकत येताना दिसला, तो दमलेला दिसत होता. त्यानं आम्हाला पाहिलं आणि खोटा अमेरिकी हेल काढून 'हॅलो, कसे आहात तुम्ही?' असं विचारलं. आम्ही पारंपरिक उर्दू पद्धतीनं त्याला अभिवादन केलं. "तुम्ही पाकिस्तानी दिसत नाही," तो आश्चर्यानं म्हणाला. "आम्ही भारतीय आहोत," आम्ही उत्तरलो आणि त्याच्या प्रतिक्रियेची वाट पाहू लागलो. त्याची प्रतिक्रिया अनपेक्षित नव्हती. त्याला हर्षवायू झाला. त्यानं त्याच्या साथीदारांना हाक मारली आणि अगदी जुने- हरवलेले- मित्र नव्यानं भेटावेत इतक्या आनंदानं त्यांनी आम्हाला अभिवादन केलं. त्यांच्यापैकी प्रत्येकानं भारतीय

व्हिसा मिळावा म्हणून एजंट्सना भरपूर पैसे दिले होते. त्या देशाला भेट देण्याची त्यांची तीव्र इच्छा होती. ते सगळे पाकिस्तानातल्या पंजाब प्रांताच्या गुजरनवाला भागातले होते आणि इस्लामाबादच्या गोलरा शरीफ इथं एका सूफी-संताच्या उरूसासाठी आले होते. त्यातल्या एकानं विचारलं, की पाकिस्तान हे भारतासारखंच आहे का? त्यावर त्याचा मित्र चिडला, वैतागला. माझ्या उत्तराची वाट न बघता तो म्हणाला की हो, दोघांमध्ये साम्य नक्कीच आहे. व्हिसा नाकारणं ही दोन्ही देशांतील लोकांना एकत्र येऊ न देण्यासाठी खेळली गेलेली एक खेळी आहे. एकमेकांबाबतचं सत्य दोघांनाही समजू नये म्हणून!

व्यक्तिगत पातळीवर लोकांमध्ये उत्साह, कुतूहल दिसून येतं. राष्ट्रं म्हणून मात्र दोन्ही देश कायम तलवारी उपसून तयार असतात. एकमेकांच्या देशातली मासिकं किंवा वर्तमानपत्रंही आपल्याला मिळू शकत नाहीत. मी एका निवृत्त ब्रिगेडिअरला भेटले. त्यांना 'इंडिया टुडे' वाचण्याची खूप इच्छा होती. 'जिंदगी' नावाचं पाकिस्तानी टीव्ही चॅनेल भारतात खूप लोकप्रिय होतं. त्याचप्रमाणे भारतातल्या टीव्ही मालिका पाकिस्तानात आवडीनं बघितल्या जायच्या. अभिनेता फवाद खाननं तमाम भारतीयांवर पसरवलेल्या मोहजालानं खरं तर सगळ्या संघर्षांना आणि मुत्सद्देगिरीला मागे टाकलं होतं, परंतु फवादची भूमिका असलेल्या करण जोहरच्या 'ए दिल है मुश्किल' या चित्रपटावर 'देशविरोधी' असल्याचा ठपका ठेवण्यात आला तेव्हा त्याची ही लोकप्रियता त्याच्या मदतीला आली नाही. दि. १६ सप्टेंबर २०१६ रोजी जम्मू आणि काश्मीरमधल्या उरी येथील लष्करी छावणीवर झालेल्या हल्ल्यानंतर महाराष्ट्र नवनिर्माण सेनेनं चित्रपटाचे खेळ बंद पाडण्याची धमकी दिली. ऑक्टोबर २०१६ मध्ये करण जोहरनं अखेरीस आपलं मौन सोडलं आणि भविष्यात आपण पाकिस्तानी सिनेतारकांना आपल्या चित्रपटात घेणार नाही अशी हमी दिली.[२] अशा प्रकारे, थोड्याफार प्रमाणातली मैत्री किंवा मैत्रीचा देखावासुद्धा केलेला दिसत नाही. छोट्याशा धक्क्यानंसुद्धा सौजन्याच्या ठिकऱ्या उडतात. आमची हकालपट्टी झाल्यावर उठलेल्या गदारोळानंतर आणि निषेधाच्या घोषणांनंतरही काहीच निष्पन्न झालं नाही. दोन्ही देशांमधले पत्रकार बातम्या देतात तेव्हा त्यांच्याभोवती संशयाचं धुकं असतं या गोष्टीचं कोणाला काहीच वाटल्याचं दिसलं नाही. प्रसारमाध्यमं निष्कलंक असल्याची ग्वाही देणारी तीच नेहमीची नीरस विधानं करून भारत आणि पाकिस्तानच्या नेत्यांनी पाठराखण केली, तरी मूळ मुद्दा असा होता, की माध्यमांमध्ये मुक्तपणे देवाण-घेवाण झाली नाही किंवा वार्तांकनाचं स्वातंत्र्यही त्यांना मिळालं नाही. यातून खुलेपणाचा आणि प्रगल्भतेचा अभावच दिसून येतो आणि दोन्ही देशांमध्ये वृत्तपत्र-स्वातंत्र्याचा जो उदोउदो केला जातो त्यातला पोकळपणा, फोलपणाही दिसून येतो. तीव्र प्रतिकार

करण्याऐवजी आम्ही हेर असून, घातपाती कारवाया करत असल्याच्या कथाच जास्त चघळल्या गेल्या.

माध्यमांच्या देवाणघेवाणीच्या अभावाबद्दल अगदी थोडे वाद-विवाद झडले आणि लोकांच्या स्मरणातून ही बाब तर कधीच नाहीशी झाली आहे असं दिसतं. कराची आणि मुंबई प्रेस क्लबमधली देवाणघेवाणही अनिश्चिततेच्या भोवऱ्यात सापडली आहे.

व्हिसा देताना हात आखडता घेतल्यामुळे इस्लामाबादमध्ये भारतीय राजनैतिक अधिकारी सोडले, तर अगदी थोडे भारतीय आहेत. बरेचदा, एखाद्या मीटिंगमध्ये तुम्ही एकटेच भारतीय असता, उदाहरणार्थ – 'भारताची आण्विक दहशत' या पुस्तकाच्या प्रकाशन समारंभप्रसंगी लेखक वारंवार हे सांगत राहिला, की भारताला खरं तर चीनपासून कोणताही धोका नव्हता; भारतानं शस्त्रास्त्रांची इतकी जमवाजमव केली, ती केवळ पाकिस्तानवर निशाणा साधण्यासाठी. अशा प्रकारचे समारंभ अगदी एकांगी असायचे आणि प्रश्नाचं गांभीर्य किंवा परिस्थितीची योग्य जाण तिथं जमलेल्या लोकांना नसायची. ही गोष्ट मला खूप खटकायची, ते वातावरण रोगट वाटायचं. इस्लामाबादमध्ये संसद सदस्यांच्या एका सभेला मी उपस्थित राहिले होते; ते सगळे भारताशी मैत्री करायला अगदी उत्सुक होते आणि त्यातल्या प्रत्येकाला भारताबद्दल आणि इथल्या राजकारणाबद्दल बारीकसारीक माहिती होती. भारताच्या बाजूनं बोलणारी एक महिला संसदपटू अचानक उद्वेगानं म्हणाली, भारतीय तुमच्या पाठीत नेहमीच खंजीर का खुपसतात? त्यावर, नुकतीच भारताशी संबंध सुधारण्याच्या बाजूनं सकारात्मक भाषण करणारी व्यक्ती त्या पहिल्या महिलेशी सहमत झाली आणि म्हणाली, हो! भारतीय फार कोत्या मनाचे, क्षुद्र मनोवृत्तीचे आहेत (उनके छोटे दिल और दिमाग हैं) त्यांनी मन थोडं मोठं केलं पाहिजे, उदारपणा दाखवायला पाहिजे. माझा संताप मी मनातच दाबून ठेवण्याचा प्रयत्न केला, पण नंतर मी तार्किक विचार केला आणि अशी साचेबद्ध विधानं सर्वसाधारणपणे लोक करतातच, अशी स्वत:ची समजूत घातली. याला दोन्ही देशांदरम्यानचा संवादाचा अभाव आणि एकमेकांना वरचेवर भेटून गैरसमजाचे ढग दूर सारायची संधी न मिळणं या गोष्टी कारणीभूत आहेत असा निष्कर्ष काढला. पाकिस्तानी अधिकारी मला म्हणाले, की तुम्ही जर भारतीयांना एखादं सुंदर पेंटिंग दाखवलं, तर एखाद्या कोपऱ्यात असलेली बारीकशी चूक किंवा डाग ते शोधून काढतील! असे 'स्टीरिओटाइप्स' तयार झाले आहेत. पाकिस्तानी लोकांबद्दल भारतीयांच्या मनात जसे पूर्वग्रह आहेत, जे भारतात पाकिस्तान्यांवर केल्या जाणाऱ्या लोकप्रिय विखारी विनोदांवरून लक्षात येतं, तसंच भारतीयांबद्दल काही तरी वाईट बोललंच पाहिजे अशी सवय पाकिस्तान्यांच्या अंगी भिनली आहे

की काय असं मला कधीकधी वाटायचं.

भारतात दहशतवादी हल्ला झाला, की भारत आणि पाकिस्तानमधली बहुतांश जनता शांतता प्रस्थापित करण्याच्या प्रयत्नांचा उपहास करायला लागते आणि बहुतेक वेळा या वैरभावाच्या झळा भारतातही अतिशय लोकप्रिय असलेल्या पाकिस्तानी कलाकारांना, गायकांना आणि अगदी क्रिकेटपटूंनाही बसतात. फाळणीनंतरच्या काळात, भारतीय भूमीत झालेल्या दहशतवादी हल्ल्यांमध्ये पाकिस्तानचा हात असल्याच्या संशयामध्ये या प्रक्षोभाचं मूळ आहे आणि पाकिस्तानात अस्थिरता माजवण्याच्या हेतूनं 'रॉ' कारवाया करत असतो, असा पाकिस्तानचा आरोप आहे. 'रॉ'चा हस्तक असल्याच्या संशयावरून २०१६ मध्ये पाकिस्तानी अधिकाऱ्यांनी कुलभूषण जाधव याला केलेली अटक आणि १० एप्रिल २०१७ रोजी शीघ्र सुनावणी दरम्यान त्याला ठोठावलेली मृत्युदंडाची शिक्षा यामुळे दोन्ही देशांचे संबंध पुन्हा एकदा ताणले गेले आहेत.

अगदी फाळणी होण्यापूर्वीसुद्धा द्विराष्ट्रवादाच्या सिद्धान्ताकडे झुकलेले आणि वैतागलेले जिना काँग्रेसला हिंदू पक्ष आणि गांधींना हिंदूंचा नेता म्हणाले होते. अध्यक्ष मोहम्मद अयूब खान म्हणाले होते, "आमच्यासाठी स्वातंत्र्य म्हणजे, ब्रिटिश आणि हिंदू या दोघांपासून मुक्ती.[३]" हिंदू लबाड असतात आणि त्यांच्यात लढण्याची क्षमता नसते असं चित्र नेहमी निर्माण केलं जातं. अर्थात माझ्याबद्दल असे उद्‌गार कोणी काढल्याचा अनुभव मला आला नाही. मात्र, असा सार्वत्रिक समज आहे, की भारतीय लोक फार घासाघीस करतात. किंमत कमी करायला लावतात आणि त्यांच्यात औदार्याचा अभाव आहे.

दोन्ही देशांमध्ये शांतता प्रस्थापित करण्याची प्रक्रिया वेगवेगळ्या पातळ्यांवर चालते आणि अनेक अडथळे आले, तरी ती सुरूच असते. वाघा सीमेवर सैनिकांच्या पाठिंब्यासाठी आणि त्यांना भावनिक आधार देण्यासाठी रात्रीच्या वेळी मेणबत्त्या पेटवण्याचा उपक्रम अव्याहतपणे सुरू असतो आणि रोज अमृतसरहून सीमेपर्यंत जाणाऱ्या भावनातिरेकानं ओथंबलेल्या प्रवाशांचा ओघही कधी थांबत नाही. राजनैतिक मुत्सद्दीपणाच्या पातळीवर पडद्याआड बरेच प्रयत्न सुरू असतात आणि बरेचदा दोन नेत्यांनी केलेल्या हस्तांदोलनामागे किंवा प्रसारित केलेल्या संयुक्त संदेशामागे अथक परिश्रम असतात. त्या विषयी सविस्तरपणे लिहिलं जात नाही किंवा त्याचे फोटोही काढले जात नाहीत. पडद्यामागे चालणाऱ्या वाटाघाटींचा शांतता प्रक्रियेत सिंहाचा वाटा राहिला आहे. मुत्सद्दी व्यक्तींविषयीचा माझा दृष्टिकोन किंवा मत मी इस्लामाबादला अशा अनेक मुत्सद्दी लोकांना भेटल्यानंतर बदललं आहे. ते मला प्रामाणिक वाटले आणि त्यातले सगळेच काही त्यांच्या देशांसाठी खोटं बोलत नव्हते. दोन्ही निष्कर्षांबाबत माझं निरीक्षण चुकीचंही असू

शकेल! भारतातले पाकिस्तानचे माजी राजदूत सलमान बशीर यांच्याशी माझी अचानक गाठ पडली तेव्हा ते म्हणाले की, मी त्यांच्या देशात आलेली एक फार महत्त्वाची व्यक्ती होते. ते केवळ सभ्यपणानं बोलायचं म्हणून हे बोलले का, ते मला माहीत नाही. चांगल्या हेतूनं प्रेरित असे ट्रॅक टू स्तरावरचे प्रयत्न सुरू असतात – जिना इन्स्टिट्यूट, पगवाश, द सस्टेनेबल डेव्हलपमेंट पॉलिसी इन्स्टिट्यूट (SDPI) आणि द इन्स्टिट्यूट ऑफ स्ट्रॅटेजिक स्टडीज इस्लामाबाद (ISSI) यांसारख्या संस्था असे प्रयत्न नियमितपणे करत असतात. त्यातून भारतीय व पाकिस्तानी लोकांना गैरसमज दूर करण्याची संधी मिळते आणि द्विपक्षीय प्रश्नांवर मुक्तपणे चर्चा करता येते. दोन्ही देशांदरम्यान निर्माण झालेली कोंडी फोडण्याबाबत या बैठकांमध्ये ठाम प्रतिपादन करण्यात येतं. प्रक्षुब्ध वातावरण असतानाही व्यक्ती-व्यक्तींमधील देवाण-घेवाण/आदान-प्रदान वाढत आहे, परंतु शांतता प्रस्थापित करण्याच्या प्रयत्नांमध्ये दहशतवाद, दोन्ही देशांच्या लष्करांमध्ये होणाऱ्या युद्धसदृश चकमकी, मूलतत्त्ववाद्यांची वाढती पकड आणि राजकीय स्वार्थ यांचा मोठा अडथळा होतो.

एखाद्या सी-सॉसारखे आपले संबंधही मागे-पुढे, वर-खाली होतात. पाकिस्तानचे माजी परराष्ट्रमंत्री खुर्शीद महमूद कसूरी यांच्या 'नीदर अ हॉक नॉर अ डव्ह' (Neither a Hawk, Nor a Dove)[४] या पुस्तकाचं वादग्रस्त प्रकाशन २०१५ च्या ऑक्टोबरमध्ये मुंबईत झालं. या समारंभाला विरोध करण्यासाठी म्हणून शिवसेनेनं ऑब्झर्व्हर रीसर्च फाउंडेशनचे संयोजक सुधीन्द्र कुलकर्णी यांच्या चेहऱ्याला काळं फासलं. त्याआधी, गुलाम अलींची मुंबईत होऊ घातलेली मैफल शिवसेनेनं केलेल्या निदर्शनांमुळे आणि कार्यक्रम उधळून लावण्याच्या धमक्यांमुळे रद्द करावी लागली. परस्परांचे संबंध बिघडल्यामुळे दोन्ही देशांमधले क्रिकेटचे सामनेही वरचेवर रद्द करावे लागतात. मात्र, १९ मार्च २०१६ रोजी कोलकात्याच्या ईडन गार्डन्सवर दोघांमध्ये टी-२०चा सामना झाला होता, त्याला इम्रान खान आणि अन्य ताऱ्यांची उपस्थिती लाभली होती.

नरेंद्र मोदींची पंतप्रधानपदी निवड होण्याआधीच केंद्रातल्या भाजप सरकारकडून बऱ्याच आशा बाळगण्यात आल्या होत्या. वाजपेयींनी मांडलेले प्रस्ताव आणि १९९९ मध्ये त्यांनी लाहोरपर्यंत केलेला सुप्रसिद्ध बसप्रवास पाकिस्तानी लोकांच्या चांगलाच स्मरणात आहे. काँग्रेसकडून नव्हे, तर भाजपकडून पाकिस्तानला आशा आहेत असं दिसतं. वाजपेयींच्या काळापासून भाजपला तिकडे मोठ्या प्रमाणावर पाठिंबा दिला जातो असं मला जाणवलं आणि बिघडलेले संबंध सुधारण्यासाठी किंवा काश्मीरप्रकरणी तोडगा काढण्यासाठी हा पक्ष काही तरी करेल अशी भावना तिथल्या लोकांमध्ये आहे; जरी या गोष्टी बरोबरच असतील असं नसलं

किंवा खरंच प्रत्यक्षात असं घडेलच याची खात्री नसली तरीही...

दोन्ही देशांतली बोलणी पुन्हा सुरू होतील ही आशा प्रत्येकानं सोडली तेव्हा आणि भीतिदायक अस्थिरतेनं संयमाचा तळ गाठला, तेव्हा मोदींनी एक चांगली गोष्ट केली आणि ती म्हणजे २०१५ मध्ये काबूलहून परत येताना लाहोरला थांबून शरीफ यांची त्यांच्या वाढदिवसानिमित्त भेट घेतली. सौजन्यशीलतेवरची धूळ जराशी झटकली गेली आणि २०१५च्या डिसेंबरमध्ये सर्वसमावेशक बोलणी करण्याचा प्रस्ताव मंजूर करण्यात आला. त्यानंतर लगेचच पठाणकोटचा दहशतवादी हल्ला झाला आणि आरोप-प्रत्यारोपांचं आणखी एक वादळ उठलं. या वेळी 'संयुक्तपणे तपास' करण्याचा निर्णय घेण्यात आला. परंतु जानेवारी २०१६ मध्ये झालेल्या पठाणकोट हवाईअड्ड्यावरच्या हल्ल्यामुळे (ज्याचा ठपका भारतानं 'जैश-ए-मोहम्मद' या दहशतवादी गटावर ठेवला) आणि त्यानंतर उरी येथील लष्करी छावणीवर झालेल्या दहशतवादी हल्ल्यामुळे शांतता प्रस्थापित करण्याची जी एक छोटीशी संधी निर्माण झाली होती ती धुळीला मिळाली. सप्टेंबर २०१६ मध्ये सीमेवर सर्जिकल स्ट्राईक करून भारतानं याला प्रत्युत्तर दिलं. यासंबंधीचा तपशील २८ सप्टेंबर २०१६ रोजी सकाळी डायरेक्टर जनरल ऑफ मिलिटरी ऑपरेशन्स (DGMO) ले. ज. रणबीर सिंग यांनी पत्रकार परिषद घेऊन जाहीर करेपर्यंत लोकांपर्यंत पोचला नव्हता. त्याही आधी, २०१६च्या मार्चमध्ये पाकिस्तान्यांच्या गळाला एक मोठा मासा लागला होता. 'रॉ'चा एक हाडामासाचा तथाकथित हस्तक आणि बलुचिस्तानमध्ये अस्वस्थता निर्माण करण्याचा आरोप असलेला हेर.

मनापासून न मांडलेले प्रस्ताव हे आपल्या परस्परसंबंधांचं खास वैशिष्ट्य आहे आणि द्विपक्षीय संबंध काहीसे ताणलेले आहेत. त्यामुळेच व्हिसावरील निर्बंध दूर होण्यासाठी पुन्हा एकदा काही काळ विंगेतच वाट पहावी लागणार अशी चिन्हं आहेत.

२

इस्लामाबाद – एक स्वप्नवत शहर

मध्यरात्रीचं स्वागत

आम्ही पाकिस्तानात पोचलो आहोत, लाहोरला उतरलो आहोत हे वास्तव पचवायला आमच्याकडे वेळ नव्हता. या शहराला मी भेट देऊ शकले नाही हा भाग वेगळा! व्हिसाबाबत असलेल्या निर्बंधांविषयी अनभिज्ञ असलेले लोक मला आश्चर्यानं विचारत – तुम्ही लाहोरला गेला नाहीत? जणूकाही तिथं पटकन् जाऊन येणं माझ्यासाठी अगदी सोपंच होतं. हो, हो, मला हे माहीत आहे की तुम्ही लाहोर बघितलं नाही, तर तुमचं जगणं व्यर्थ आहे वगैरे. आणि मोठ्या विनम्र भावानं मला हे पुन: पुन्हा सांगितलं जायचं. मी एकदा दिल्लीला गेले असताना JNU मध्ये (जवाहरलाल नेहरू युनिव्हर्सिटी) असगर वजाहत यांचं नाटक – 'जिस लाहोर नैं देखा ओ जम्या नैं'- पाहिलं होतं, त्यावरूनच मला समाधान मानावं लागलं.

इस्लामाबादला जाणारं विमान पकडण्यासाठी माझा नवरा वेंकट आणि माझ्याकडे जेमतेम वेळ होता. दोन इंजिनं असलेलं ते विमान हवेत तरी झेप घेऊ शकेल का, अशी शंका यावी अशी त्याची तोळामासा प्रकृती दिसत होती. परंतु त्यातली छोटी केबिन आरामदायक होती आणि आम्ही फार उंचावरून उडत नसल्यामुळे शहराबाहेरचे, ग्रामीण भागातले दिवे अधूनमधून चमकताना दिसत होते. एक तासापेक्षा कमी वेळातच राजधानीच्या भूमीला आम्ही स्पर्श केला – इतकं सोपं होतं सगळं. नवी दिल्लीहून ज्या विमानानं आम्ही आलो त्यात पत्रकार, लेखिका आणि कार्यकर्ती बीना सरवर होती. तिला मी खूप दिवसांनी भेटत होते. आम्हा दोघींनाही या भेटीमुळे फार आनंद झाला. द प्रेस ट्रस्ट ऑफ इंडियाचा वार्ताहर स्नेहेश अलेक्स फिलिप आणि त्याची पत्रकार पत्नी रुचिरा हून हेही आमच्याच

सोबत प्रवास करीत होते. आम्ही इस्लामाबादला पोचलो तेव्हा जवळजवळ मध्यरात्र झाली होती आणि आम्ही राहणार असलेल्या घराच्या जवळ असलेल्या मेडिकल शॉपमध्ये आम्ही पाणी विकत घ्यायला थांबलो. गोल चित्राली टोपी घातलेला आमचा ड्रायव्हर औरंगजेब – ज्याचं टोपणनाव 'एम्परर' ठेवलं होतं – म्हणजे एक वल्लीच होता. आम्हाला घेऊन जाण्यासाठी तो वाट बघत थांबला होता. 'द हिंदू'ची माझ्या आधी इस्लामाबादला काम करत असलेली वार्ताहर अनिता जोशुआ हिनं बऱ्याच कटकटीनंतर दोन वर्षांसाठी भाड्यानं घर मिळवलं होतं, त्यामुळं घर शोधण्याच्या त्रासदायक ठरू शकणाऱ्या कामातून माझी सुटका झाली होती; कारण ही प्रक्रिया काही सोपी नव्हती.

तिथं दुकानं उशिरापर्यंत उघडी असतात. आमच्याकडे बघून विक्रेत्याला आम्ही कोठून आलो आहोत हे जाणून घेण्याची उत्सुकता होती. आम्ही भारतीय आहोत हे समजल्यावर तो आश्वासक हसला आणि म्हणाला, "पाकिस्तानात तुमचं स्वागत आहे." शेवटी मी खरीखुरी सीमा पार केली होती तर! इस्लामाबादमधल्या फक्त दोन लोकांना मी ओळखत होते. काठमांडूला एका पर्यावरणासंबंधी कार्यक्रमात सहभागी होण्यासाठी माझ्याबरोबर ते दोघं पत्रकारही आले होते. त्या वेळी, आमची पुन्हा कधी भेट होईल, असं आम्हाला वाटलं नव्हतं. मी एका अनोळखी देशात आले आहे असं मला क्षणभरही वाटलं नाही. आम्ही घरी पोहोचल्यावर माझ्या सहकाऱ्यांचा मित्र असलेल्या शेजाऱ्यानं आम्हाला तेवढ्या मध्यरात्रीसुद्धा चहा प्यायला बोलावलं. पण मुंबईपासूनचा प्रवास करून आम्ही दमलो होतो. त्यामुळं ते आग्रहाचं आमंत्रण आम्हाला नाकारावं लागलं.

आमचं घर म्हणजे चार बेडरूमचा एक मजली बंगला होता; समोरच्या बाजूला छोटीशी लॉन होती आणि गाडी ठेवण्यासाठी पोर्च. पोर्चमध्ये १९९७ सालच्या ऑगस्टमध्ये अमित बरुआनं विकत घेतलेली जुनी-पुराणी सुझुकी सेडान गाडी, मार्गल्ला (Margalla) होती. त्यानं 'नॉर्मल' नोंदणी क्रमांक असलेली ती कार विकत घेतल्यावर वाहन नोंदणी विभागानं गुपचूप ती नंबर प्लेट बदलून भारतीयांना ओळखण्याची खूण असलेली २७ क्रमांकाची पिवळी नंबर प्लेट त्या जागी बसवली. जणूकाही आमची ओळख सर्वत्र मिरवणारा तो एक इशारा किंवा धोक्याची सूचना होती. ही नंबर प्लेट एक दिवस मला अडचणीत आणणार होती हे मला माहीत नव्हतं. परंतु तिनं तसं आणलं, माझ्या योगा कम पिलाटिस शिक्षिकेच्या संदर्भात. मी जेव्हा सकाळी तिच्याकडे क्लासला जायचे तेव्हा माझी कार तिच्या घराबाहेर उभी करायचे. एक दिवस एका पोलिसानं, माझ्याकडे नेहमी आठ्या घालून पाहणाऱ्या तिच्या उंच सिक्युरिटी गार्डला त्या गाडीबद्दल विचारलं आणि ती तिथं उभी का असते याची चौकशी केली. त्या शिक्षिकेनं शक्य

तितक्या सौजन्यपूर्ण शब्दांत मला माझी गाडी अन्यत्र पार्क करायला सांगितलं. पण एका महिन्यानंतर मला जाणवलं, की मी तिच्याकडे जाण्याविषयी ती फारशी उत्सुक नाही. माझा वेळ तिथं फार चांगला जायचा आणि शहरातल्या काही प्रसन्न व्यक्तिमत्त्वाच्या स्त्रियांशी भेट व्हायची. त्यात काही परदेशी महिलाही होत्या. तिच्या टेरेसवर भरपूर सूर्यप्रकाश यायचा. त्याचा काही भाग काचा लावून बंदिस्त केला होता. तो आमच्या क्लाससाठी गरम ठेवला जायचा आणि तिथं एक तास घाम गाळल्यानंतर थंडगार ज्यूसचा ग्लास आमच्या हातात ठेवला जायचा. तिच्या करड्या आणि पांढऱ्या रंगाच्या केसाळ मांजरी अधूनमधून तिथं डोकवायच्या. तो अनुभव फारच छान होता आणि म्हणूनच तो फार काळ टिकला नाही.

मी जेव्हा ती गाडी विकली तेव्हा विकत घेणाऱ्यानं त्याच दिवशी ती भीतिदायक नंबर प्लेट बदलण्याची घाई चालवली होती. पूर्वी तिथं नियुक्त असलेले माझे सहकारी बी. मुरलीधर रेड्डी यांना तो ओळखत होता असं त्याचं म्हणणं होतं. मी माझ्या संपादकांना नवीन गाडी देण्याविषयी विचारलं आणि ती विकत घेण्यासाठी कराव्या लागणाऱ्या सोपस्कारांपासून माझी सुटका झाली म्हणून मनोमन आभारही मानले. त्याआधी, कार चोरण्याच्या राजकारणाविषयी माहिती असलेल्या एका मित्रानं मला नवीन गाडी न घेण्याचा सल्ला दिला होता. तो म्हणाला होता, की ही जुनी मार्गल्ला घेऊन तू 'अ' ठिकाणाहून 'ब' ठिकाणापर्यंत जाऊ शकत असशील तर ती बदलू नकोस. शहरात सर्रासपणे गाड्या चोरीला जायच्या. संघटित माफियांना गाड्या चोरण्यात तालिबानी मदत करायचे आणि त्यांच्या साहाय्यानं त्या अफगाणिस्तानला नेऊन दोन्ही देशांत त्या विकण्याचा धंदा करायचे.[१] मी त्या मित्राच्या घरी दुपारी जेवायला गेले होते तेव्हा मुख्य रस्त्यापासून त्याच्या घराकडे थेट जाणारा रस्ता मोठ्या कॉंक्रीटच्या विटांचे अडसर लावून बंद केलेला होता. त्या विटाही अशा होत्या, की तुम्ही सहजासहजी त्या हलवू शकणार नाही. मला लांबून वळसा घालून त्याच्या घरी जावं लागलं. या सगळ्याचं स्पष्टीकरण मोठं तर्कसंगत होतं. गाड्या चोरणाऱ्यांना प्रतिबंध करता यावा म्हणून ही उपाययोजना केली गेली होती. त्यानं मला एक फार विनोदी किस्सा सांगितला. एका माणसानं आपली ऐटबाज कार एका इमारतीच्या बाहेर उभी केली होती. आपलं काम संपवून तो बाहेर आला तेव्हा त्याला कार कुठं दिसेना. तिथं आसपास घुटमळणाऱ्या एकाला त्यानं 'काळ्या रंगाची गाडी बघितली का' अशी विचारणा केली आणि तो माणूस 'नाही' म्हणाला. वैतागलेला कारमालक पोलिसांकडे तक्रार नोंदवायला गेला. दरम्यान, कारमालकाच्या डोळ्यांत धूर्तपणानं धूळफेक करणाऱ्या त्या रस्त्यावरच्या माणसानं त्या नव्या-कोऱ्या कारवर टाकलेलं

कव्हर काढलं आणि कार घेऊन तो पसार झाला. गाडीवर कव्हर टाकून ती कोणी पाहू शकणार नाही याची बेमालूम व्यवस्था त्यानं केली होती! किती सोपी, तरी प्रभावी युक्ती होती! आणि कल्पकता तर अतुलनीय!

पाकिस्तानचं कडेकोट बंदोबस्तातलं गुपित

इस्लामाबादमधल्या काही काळाच्या वास्तव्यासाठी तुम्ही आधी कितीही तयारी केली असली, तरी ती कमीच पडते. जगातल्या सर्वाधिक लोकप्रिय अशा दहा पर्यटन ठिकाणांमध्ये इस्लामाबादचा क्रमांक लागत नाही याची तुम्हाला जाणीव असते. मी इंटरनेटवर या शहराबद्दलची वरवरची वर्णनं वाचली होती, तरी इस्लामाबादमध्ये नियुक्त झालेल्या माझ्या सहकाऱ्यांवरच मला विसंबून राहावं लागलं होतं. त्यांनी मला या सुंदर राजधानीबद्दल, तिच्या आजूबाजूला असलेल्या टेकड्यांबद्दल आणि तिथल्या आदरातिथ्याबद्दल सांगितलं होतं. तरीसुद्धा, प्रत्येक गोष्ट म्हणजे आश्चर्याचा मोठा धक्काच होता. शेवटी हे पाकिस्ताननं कडेकोट बंदोबस्तात जपलेलं गुपित होतं! त्या टेकड्या, प्रशस्त बंगले, रस्त्याच्या कडेला असलेल्या झाडांच्या रांगा, दिमाखदार बाजारपेठा या सगळ्यांमुळे भारतीय उपखंडातल्या बहुतेक सगळ्या शहरांपेक्षा याचा क्रमांक बराच वरती लागतो. हे शहर तसं नवं आहे, तरुण आहे आणि ब्रिटिशकालीन स्थापत्यशास्त्र नावालाही नसल्यामुळे कराची किंवा लाहोरपेक्षा ते वेगळं उठून दिसतं. सगळ्या इमारती काँक्रीटच्या आहेत आणि पसरट, बैठ्या आहेत. सौंदर्यशास्त्राच्या दृष्टीनं कदाचित कमी प्रतीच्या, वास्तुकलेचा नमुना नाही म्हणता येणार, परंतु आधुनिक आणि प्रशस्त आहेत. कुत्र्यांच्या छत्र्यांसारखी अस्ताव्यस्त उगवलेली उपनगरं मुख्य शहरापासून लांब आहेत. वस्त्याही पटकन् नजरेला पडत नाहीत आणि कराचीला दिसतात तसे गरीब लोकही दिसत नाहीत. लेखिका शोभा डे म्हणाल्या, की या राजधानीनं त्यांना युरोपातल्या छोट्याशा शहराची किंवा अगदी बॉनची आठवण करून दिली. इस्लामाबाद हे बागकामाचं वेड असलेल्यांचंही शहर आहे. माझ्या शेजाऱ्यांनी त्यांच्या कुंपणालगत असलेल्या झुडपांना वेगवेगळ्या फुलांचे आणि प्राण्यांचे आकार देऊन आपल्या कर्तनकलेचा आविष्कार घडवला होता. लांबलचक हिरव्यागार गवताच्या पट्ट्यांवर दिवसभर सलवार-कमीज घातलेले पुरुष पानं कापत, गवत छाटत, फुलांच्या ताटव्यांची मशागत करत असलेले दिसायचे. मला पण एक माळी मिळणार असल्याचं समजल्यावर मला गंमत वाटली. आपल्या मोकळ्या वेळात येऊन काम करणारा माणूस आमच्या छोट्या लॉनची देखभाल करायचा, झाडांची काळजी घ्यायचा, मोठ्या प्रेमानं त्यांना पाणी घालायचा आणि मी जे सांगेन ते आणून लावायचा. उत्तम प्रकारे निगा राखलेल्या झाडांच्या सावलीत

विसावलेल्या इस्लामाबादच्या गल्ल्यांकडे बघून सगळं काही सुरळीत असल्याची सुखद भावना तुमचं मन व्यापून टाकते आणि थोड्याच अंतरावर तरुण मुलांना आत्मघातकी बॉम्बर बनण्याचं प्रशिक्षण देण्यात येतं यावर तुमचा विश्वास बसणं कठीण होऊन जातं. बॉम्बस्फोटांनी आणि धर्माच्या आधारे होणाऱ्या कत्तलींनी हा देश रक्तलांच्छित होत असेल, याची कल्पनाही करवत नाही. देखणे दिवाणखाने आणि हिरवाईनं नटलेल्या या राजधानीला विसंगतीची ही काळी किनार गालबोट लावते. मला टी. एस. इलियट यांच्या ओळींची आठवण झाली: 'त्या खोलीत स्त्रिया येतात आणि जातात/त्या मायकेल अँजेलोबद्दल बोलतात.'

म्हणूनच जेव्हा अधूनमधून येणाऱ्या बंदुकांच्या आवाजांनी आणि कानठळ्या बसवणाऱ्या दोन स्फोटांनी ती रम्य शांतता एका हिवाळ्यातल्या सकाळी भंग पावली, तेव्हा खरं तर मला आश्चर्य वाटायला नको होतं. मोठी काचेची तावदानं भीतिदायक पद्धतीनं थडथडली आणि घर कोसळतं की काय अशी शंका माझ्या मनाला चाटून गेली. सकाळचे नऊ वाजून गेले होते आणि नेहमीप्रमाणे टीव्ही सुरू होता. मी माझ्या 'ऑफिस'मध्ये बसून इंटरनेटवर बातम्यांचा शोध घेत होते. तिथं विशेष काही नव्हतं. 'बातमी नाही' असं ट्विट मी केलं. लगेचच भयचकित करणारी बातमी आली. माझ्या घराच्या मागे असलेल्या जिल्हा न्यायालय संकुलात बॉम्बस्फोट झाले होते. जसं चित्र उभं केलं होतं तसं सुरक्षित वातावरण राजधानीत नव्हतंच तर... सुंदर इस्लामाबाद हल्ल्याचं लक्ष्य बनलं होतं. अशी वेळ या शहरावर काही पहिल्यांदाच आली नव्हती आणि शेवटची तर नाहीच नाही. क्षणभरासाठी सगळं जीवन जणूकाही स्तब्ध झालं होतं. मी आणखी आवाज येतात का याचा वेध घेत राहिले आणि ते येतच राहिले. खिडक्यांच्या काचा थरथरतच होत्या. मी लवकरच रस्त्यावर जाऊन आत्मघातकी बॉम्बहल्ल्याची रक्तरंजित दृश्यं बघणार होते – कोणत्याही परवानगीशिवाय आणि अर्ज-विनंत्यांशिवाय. पण त्याबद्दल पुढं लिहीन.

पठारावर वसलेली राजधानी

राजधानीच्या या शहराची रचना मोठी काळजीपूर्वक केली आहे. त्याची विभागणी आखीव-रेखीव सेक्टरमध्ये असून, प्रत्येक सेक्टरला त्याची स्वतंत्र बाजारपेठ आहे आणि प्रत्येक झाड त्याच्यासाठी खास निवडलेल्या जागी लावलेलं आहे. कधी काळी ही जागा म्हणजे 'नैसर्गिक टेरेसेस आणि कुरणं' आणि काही झाडं असलेलं एक पठार होतं यावर आता विश्वास ठेवणं कठीण जातं.[२] उंच उंच कांचनवृक्षांना हिवाळ्यात बहर येतो आणि त्याच्या बुटक्या व जाडगेल्या फुलांपासून एक स्वादिष्ट पदार्थही बनवता येतो. जसजसा वसंत ऋतू जवळ येतो तसतशी

निळ्या-जांभळ्या फुलांचे घोस अंगाखांद्यावर मिरवणारी नीलमोहराची झाडं बहरतात. हिवाळ्यात या झाडांचे रंग बदलून ती लालसर करड्या रंगाची दिसू लागतात. लांबलचक रस्त्यांच्या दोन्ही कडांना रंगीबेरंगी फुलांच्या झाडांच्या रांगांच्या रांगा आहेत. कराचीमधल्या धावपळीशी आणि तिथं नांदत असलेल्या अठरापगड संस्कृतींशी तुलना करता राजधानीचं हे शहर थोडं निर्जीव आणि शांत वाटू शकतं. तिथं वास करून असलेल्या नोकरशाहीशी सुसंगत असं! कोलाहलापासून मुक्त असं राजधानीचं शहर अध्यक्ष मोहम्मद अयूब खान यांना अपेक्षित होतं. आणि तसंच ते आहे. हिमालयाच्या परिघावर असलेल्या कमी उंचीच्या मार्गल्ला टेकड्यांमुळे आजूबाजूच्या भौतिक जगापासून हे शहर लांब, अस्पर्श असल्यासारखं वाटतं.

एखाद्या निरभ्र दिवशी, मार्गल्ला हिल्समधल्या सर्वांत उंच ठिकाणी कड्याजवळ असलेल्या मोनाल या अतिशय लोकप्रिय रेस्टॉरंटमधून पाहिलं असता इस्लामाबाद दिव्यांच्या लखलखाटात न्हाऊन निघाल्यासारखं दिसतं. अबोटाबादकडे जाणाऱ्या एका खिंडीच्या थोडं अलीकडे हे रेस्टॉरंट आहे. खाली पाहिलं असता वेडीवाकडी वळणं घेत सरपटत जाणारे रस्ते आणि त्या पलीकडे राजधानीचं हे शहर दिसतं. या रेस्टॉरंटकडे जाताना वाटेत एक स्मारक आहे. दि. २८ जुलै २०१० रोजी एअरबस २०२ हे विमान या ठिकाणी डोंगरावर कोसळलं होतं आणि त्यात १५२ प्रवाशांचा मृत्यू झाला होता. त्या घटनेचं हे स्मारक आहे. पहिल्यांदाच ज्या संध्याकाळी आम्ही मोनालला गेलो होतो तेव्हा अचानक वादळी पाऊस आला आणि भिजू नये म्हणून आम्हाला धावतपळत आतल्या बाजूचं टेबल गाठावं लागलं होतं. काळ्याकुट्ट रात्रीच्या पटावर विजांचे लोळ उभ्या-आडव्या रेघोट्या उमटवत होते. आम्ही जेवणासाठी कॉंटिनेंटल पदार्थांची निवड केली आणि समोर आलेल्या सुग्रास भोजनानं आमची रसना तृप्त झाली. बऱ्याचदा रविवारच्या दिवशी आम्ही डोंगरातल्या अनेक पायवाटांपैकी एखादी वाट पकडायचो आणि मजल-दरमजल करत मोनालला न्याहारीसाठी येऊन पोचायचो. त्या स्वादिष्ट न्याहारीनं सगळा थकवा चुटकीसरशी पळून जायचा. हिवाळ्यात शहरावर तलम धुक्याची चादर पसरलेली असायची आणि त्यात ते शहर लुप्त होऊन जायचं.

पर्यटनस्थळ म्हणून नावारूपाला आलेल्या पुरातन सैदपूरमध्ये एका जुन्या रिकाम्या मंदिराशेजारी आणि एका गुरुद्वाराच्या पुढे एक हॉल आहे; त्यात इस्लामाबादचा पाकिस्तानची राजधानी घडेपर्यंतचा प्रवास काळ्या-पांढऱ्या छायाचित्रांमध्ये बंदिस्त करून मांडला आहे. तिथं भेट देणाऱ्यांसाठी रोज संध्याकाळी एक माणूस येऊन रेबाब हे वाद्य वाजवतो. त्याचं वादन ऐकताना मनात एक दु:खी भाव दाटून आला, पण ते वादन हृदयाला स्पर्श करून गेलं. आम्ही व्हरांड्यात बसून थोडा वेळ ते कानात साठवून घेतलं. काही वर्षांपूर्वी सैदपूर गावाचा कायापालट करण्यात

आला. आता तिथं खूप रेस्टॉरंट आहेत आणि त्यातल्या एका भारतीय जेवण देणाऱ्या रेस्टॉरंटची आम्हाला शिफारस करण्यात आली होती. परंतु, खेदाची गोष्ट अशी, की ते आमची अपेक्षा पूर्ण करण्यात कमी पडलं. छायाचित्र पाहताना सुरुवातीचा विस्तीर्ण माळरानासारखा प्रदेश पाहून मला आश्चर्य वाटलं, कारण त्यानंतर त्यावर सर्व सुखसोईंनी युक्त अशा शहराची उभारणी करण्यात आली. इस्लामाबादची रचना ग्रीक वास्तुरचनाकार सी. ए. डोक्सियाडिस याने केली आहे आणि त्या छायाचित्रांमध्ये अध्यक्ष अयूब खान शहररचनेचा आराखडा अनेक नेत्यांना दाखवत असल्याचं एक छायाचित्र आहे. त्या नेत्यांमध्ये भारताचे तत्कालीन पंतप्रधान जवाहरलाल नेहरू आहेत आणि चीनचे राष्ट्रप्रमुख जोएन लाय हे एक झाड लावताना दिसत आहेत. पाकिस्तानची राजधानी निरोगी वातावरण असलेल्या प्रदेशात निर्माण व्हावी अशी अध्यक्ष अयूब खान यांची कल्पना होती. प्रशासनाला थकवणारं रोगट हवामान आणि अस्वच्छ परिसर असलेल्या कराचीपेक्षा त्यांना ही जागा अधिक पसंत होती. कराचीचं उग्र राजकीय स्वरूप आणि व्यवसायांचा भ्रष्टाचारी प्रभाव याबाबत त्यांच्या मनात चिंतेची भावना होती.[३] मार्गल्ला डोंगररांगांनी वेढलेल्या पोतवार पठाराची जागा राजधानीसाठी योग्य वाटल्यानं तिची निवड जनरल याह्याखान यांच्या अध्यक्षतेखालील समितीनं केली. राजधानीला अयूब खान यांचं नाव देण्याचा प्रस्ताव थोडक्यात बारगळला. इस्लामाबाद हे नाव सुचवण्याचं थोडं फार श्रेय झुल्फिकार अली भुत्तो यांचे मुंबईतले वर्गमित्र पिलू मोदी यांच्याकडे जातं -

> 'त्या संध्याकाळी मी पाकिस्तानच्या इतिहासासंबंधी एक छोटंसं टिपण लिहिलं. मी अध्यक्ष अयूब खान यांच्याशी बोलत होतो आणि त्या सगळ्यांनी पाकिस्तानसाठी नवीन राजधानी उभारण्याचा निर्णय घेतला आहे म्हणून मला झालेला आनंद मी त्यांच्यापाशी व्यक्त केला. परंतु, अशा प्रकारचं शहर हे सजीव भासलं पाहिजे यासाठी त्याचं नाव प्रेरणादायी असणं आवश्यक आहे, असं मला वाटलं. कारण त्यामुळं जनतेच्या भावनांना हात घालता येतो. 'पाकिस्तानी संघराज्याची राजधानी' एवढाच त्याचा उल्लेख करणं पुरेसं नव्हतं. मला हे लख्ख आठवतं. ती रविवारची रात्र होती. सोमवारी मी मुंबईला परत आलो आणि बुधवारी सकाळी मी मुंबईच्या वृत्तपत्रांमध्ये बातमी वाचली, की पाकिस्ताननं आपल्या नव्या राजधानीचं नाव इस्लामाबाद असं ठेवलं आहे. हा एक विलक्षण योगायोग आहे असं समजून मी त्याकडे फारसं लक्ष दिलं नाही. परंतु नंतर मला समजलं, की अयूबना माझी कल्पना पसंत

> पडली होती. सोमवारी सगळं मंत्रिमंडळ रावळपिंडीला गेलं. सोमवारी दुपारी एक सर्क्युलर निघालं, की मंगळवारी सकाळी मंत्रिमंडळाची बैठक होईल. त्यात कोणते विषय चर्चेला येतील या विषयी काहीच सांगितलं गेलं नव्हतं; किंबहुना ही बैठक कोणत्याही विशेष कारणासाठी होणार नव्हती. जेव्हा मंगळवारी मंत्रिमंडळातले सदस्य एकत्र जमले तेव्हा अयूब यांनी माझ्याशी त्यांची भेट झाली होती, असं सांगितलं आणि राजधानीला तातडीनं नाव देण्यात यावं अशी मी सूचना केली असल्याचंही सांगितलं. अनेक नावं सुचवण्यात आली; त्यात 'अयूबाबाद' हे नावही होतं. मग कुणी तरी इस्लामाबाद असं नाव घेतलं आणि अयूब यांनी या नावावर पसंतीची मोहोर उमटवली. अशा रितीनं पाकिस्तानच्या राजधानीचं नामकरण झालं. मी असं ऐकतोय की, ही कहाणी अयूब यांनी अनेक लोकांना सार्वजनिक कार्यक्रमांदरम्यान, सभांदरम्यान पुढचे कित्येक आठवडे सांगितली.'[४]

अयूबखान यांच्या मंत्रिमंडळात तेव्हा मंत्री असलेल्या झुल्फिकार अली भुत्तो यांचे वर्गमित्र असलेले मोदी हे त्या काळी बऱ्याच गोष्टींमध्ये सहभागी असायचे.

स्थिरावताना

हिवाळ्यात रोज सकाळी धुक्यात हरवलेल्या फांद्यांवरून टकाचोर (treepie) पक्षी इकडून तिकडे बागडत असायचे. सकाळी वाफाळत्या कॉफीचा मग हातात घेऊन उंच काचेच्या खिडक्यांमधून मी दयाळ पक्ष्यांचा किलबिलाट ऐकत असायचे किंवा हुपो पक्ष्यांचं मऊशार लॉनवर हुंदडणं बघत बसायचे. जान मोहम्मद मोठ्या प्रेमानं या लॉनची मशागत करायचा. गर्द पांढऱ्या बोगनवेलींनी आणि उंच पाइन वृक्षांनी बाहेरचा रस्ता झाकून टाकला होता. ते घर बाजारपेठेपासून जवळच असलेल्या एका शांत, गर्द राईनं वेढलेल्या सेक्टरच्या एका कोपऱ्यावर होतं. सकाळी सूर्योदयाच्या सुमाराचा तो काळ मोठा बहुमोल असायचा. कारण दिवसभरातला शांत असा तेवढाच कालावधी होता.

त्या प्रशस्त आणि अभिरुचीसंपन्न दिवाणखान्यात माझा मुंबईचा आख्खा फ्लॅट मावला असता! जेवणघराकडे जाण्यासाठी काचेची दारं उघडून जावं लागायचं आणि एका झुलत्या दारापलीकडे स्वयंपाकघर होतं. आम्ही इस्लामाबादला पोचल्यानंतर दुसऱ्या दिवशी रविवार होता आणि त्या दिवशी औरंगजेबची सुटी होती, तरी तो आम्हाला गरजेच्या वस्तूंच्या खरेदीसाठी आठवडे बाजाराला म्हणजेच रविवारच्या 'इतवार' बाजाराला घेऊन जाण्यासाठी आनंदानं तयार झाला. झटपट न्याहारी

झाल्यावर स्वयंपाकी आणि मदतनीस म्हणून आलेल्या साजिदानं ब्रेड आणि अंडी फ्रिजमध्ये ठेवून दिली आणि आम्ही गरजेच्या वस्तू खरेदी करण्यासाठी पेशावर मार्गाजवळच्या बाजाराकडे कूच केलं. हा बाजार खूपच मोठा आणि अस्ताव्यस्त पसरलेला होता. सेकंडहॅण्ड वस्तू आणि सर्व प्रकारच्या जीवनावश्यक वस्तूंनी तो खचाखच भरला होता. त्यात ताज्या भाज्या, खाद्यतेलं आणि इतर किराणा माल होता. बाजारात रांगेनं खूप सारे स्टॉल होते आणि त्यात भाज्यांचे, खाद्यपदार्थांचे, लोणच्यांचे, ड्रायफ्रूट्सचे, ताज्या फळांचे, कपड्यांचे, फर्निचरचे आणि काही ठिकाणी चादरी, उशा, पडदे इत्यादी वस्तूंचे नीट विभाग पाडलेले होते. तुम्ही घरून येताना तुमची पिशवी आणायला विसरला असाल, तर तिथं लोक मोठ्या निळ्या रंगाच्या प्लॅस्टिकच्या पिशव्याही विकायला बसले होते. मोठी खरेदी करणाऱ्यांसाठी ट्रॉली ठेवल्या होत्या आणि त्या घेऊन फिरण्यासाठी मदतीला तत्पर माणसंही होती. पण आम्ही आमच्या पिशव्या सोबत घेऊन गेलो होतो. भाजीविक्रेते आम्ही भाजी निवडून घेण्याबद्दल नाखूश होते; आम्ही तसं करायचा प्रयत्न केला, की ते आमच्यावर खेकसायचे. पण, लवकरच आम्ही त्यांच्या रागाकडे दुर्लक्ष करण्याची कला शिकलो आणि आम्हाला काही चांगल्या स्टॉलचा शोध लागला. घाण्यातून काढलेल्या तेलांची, विशेषत: खोबरेल तेलाची मजा काही औरच होती. हिवाळ्यात काही चांगली जाकिटं आम्हाला अगदी स्वस्तात मिळाली. तयार बेडशीटऐवजी ताग्यातून कापड निवडण्याची सोय होती आणि तिथं बसलेले शिंपी तुम्हाला हव्या त्या मापात चादरी शिवून देत होते. वेगवेगळ्या सेक्टरमध्ये असलेल्या महाग दुकानांपेक्षा हा बाजार सर्वसामान्य लोकांना परवडेल असा होता आणि यायलाही सोईचा होता. ही जागा रंगीबेरंगी होती आणि तिला गावाकडच्या मातीचा सुगंध होता, कारण जवळपासच्या गावांतले, खेड्यांतले लोकही तिथं खरेदी करायला यायचे. गाड्या पार्क करण्याची जागा भरलेली असायची आणि तुम्ही जर लवकर गेला नाहीत, तर पोलीस तुम्हाला जरा दूरवर गाडी लावायला सांगायचे. मुख्य रस्त्याच्या कडेला असलेल्या नर्सरींमध्ये अतिशय सुंदर, मनमोहक फुलझाडं विकायला होती. मी हिवाळ्यात घराबाहेरच्या पदपथाच्या कडेनं आणि लॉनच्या भोवती लावायला पुष्कळ फुलझाडं खरेदी केली. मी जेव्हा घर सोडून परत यायला निघाले तेव्हा ती अत्यंत टवटवीत आणि रंगीबेरंगी दिसत होती. मोठ्या प्रेमानं त्यांची निगा राखणाऱ्या माळ्याचे त्यासाठी आभार मानायला हवेत.

मी इस्लामाबादला पोचल्यावर बाह्य प्रसिद्धी कार्यालयात माझ्या नियमित चकरा दुसऱ्याच दिवशीपासून सुरू झाल्या आणि संध्याकाळी पंतप्रधानांचं देशाला उद्‌देशून पहिलंच भाषण होणार होतं. त्यावर वृत्तपत्रासाठी बातमी तयार करावी

अशी माझी इच्छा होती. अर्थात मला जरा दमानं घेण्याचं सांगण्यात आलं होतं आणि बातमी बनवण्याची घाई न करण्याचा सल्ला देण्यात आला होता. माझं उर्दू कधीच चांगलं नव्हतं आणि शरीफ यांचं भाषण त्यामुळं माझ्यासाठी अंमळ जडच होतं. ते समजून घेण्यासाठी आणि त्याचं भाषांतर करण्यासाठी एका ओळखीच्या व्यक्तीनं मला मदत केली आणि हुर्रे... माझी पहिली बातमी प्रसिद्ध झाली! प्रसिद्ध करण्याजोग्या बातम्यांना मरण नव्हतं, आराम करायला वेळ नव्हता. अगदी रविवारी पण नाही – नेमकं त्याच दिवशी काही तरी घडायचं. मी जर घरी असेन, तर मध्यरात्र उलटून जाईपर्यंत टीव्ही सुरूच असायचा. त्या दिवसाची बातम्या पाठवण्याची डेडलाइन संपेपर्यंत. सकाळी उठल्यावर पहिलं काम टीव्ही पाहणं, सुरू करणं हे असायचं. त्याचबरोबर ट्विटरवर काही नवीन ट्विट आहेत का? वृत्तपत्राच्या वेबसाइट तपासणं ही कामं सुरू असायची. दररोज सकाळी वर्तमानपत्रांचा गठ्ठा येऊन पडायचा. सोबतीला बरीच मासिकही असायची आणि मला ते सगळं नजरेखालून घालावं लागायचं. मला 'फ्रायडे टाइम्स' आवडायचा आणि काही मासिकंदेखील, पण रविवारी मात्र जाडजूड ग्लॅमरस पुरवण्यांनी भरलेली वृत्तपत्रं असायची. त्यातल्या बायकांचे फोटो बघितले, की भडक आणि तोकडे कपडे घालण्याची त्यांच्यात अहमहमिका लागली आहे की काय, असा प्रश्न पडायचा. वाईटात वाईट कपडे कोण घालतंय याची स्पर्धाच असायची जणू! खांदे उघडे टाकणारे, झिरझिरीत, दिव्य आणि वापरण्यास अयोग्य असे कपडे. कुठल्या ना कुठल्या पार्टीत फोटोसाठी पोझ देणाऱ्या उच्चभ्रूंनी पानं भरलेली असायची. मासिकांची आणि गुळगुळीत पुरवण्यांची मुखपृष्ठंही झगमगते कपडे घातलेल्या, भरमसाट मेकअप केलेल्या, काजळ आणि आय लायनरचा सढळ वापर करून रंगवलेल्या तांबूस डोळ्यांच्या, चित्रविचित्र कपडे घातलेल्या बायकांनी भरलेली असायची. सकाळी सकाळी ते बघून मी पोट धरून हसायचे. ते गुळगुळीत कागद मी जपून ठेवायला हवे होते असं आता वाटतं. राजधानीच्या त्या शहरासारखेच ते आभासी, या पृथ्वीतलावरचे नसल्यासारखे वाटायचे.

या सगळ्यांत एक गोष्ट बरी होती, की माझ्या घराबाहेर गुप्तहेर ठेवलेले नव्हते आणि तीन महिने माझा पाठलागही कोणी केला नाही. निदान मला तरी तसं वाटलं. मुंबईहून आमचं जास्तीचं सामान यायला एक आठवडा लागला आणि मला विमानतळावरच्या कस्टम ऑफिसमध्ये जावं लागलं. तिथल्या अधिकाऱ्यांना सामान ठीकठाक असल्याचं प्रशस्तिपत्र द्यायचं होतं आणि 'माझा चेहरा बघायचा होता.' लवकरच आमचं घर म्हणजे कार्डबोर्डच्या खोक्यांचा महासागर बनलं आणि जरी माझा नवरा आणि साजिदा ती उघडण्यासाठी मदत करत असले, तरी रोज संध्याकाळी वस्तू खोक्यांमधून काढून त्या नीट लावण्याशिवाय मला गत्यंतर

नव्हतं. घरात खरं तर भरपूर जागा होती, पण जागा जास्त असली, की वस्तूही आपला आकार वाढवत असाव्यात; कारण लवकरच खोल्यांमधली सगळी कपाटं आणि स्वयंपाकघरातले कोनाडे, फळ्या सामानानं भरून गेले. माझे चांदीचे आणि बाकीचे खोटे दागिनेही अगदी सुखरूप आले होते. परत येताना मात्र असं झालं नाही. मी घाईघाईनं सामान खोक्यांमध्ये भरलं आणि नंतर काही मौल्यवान वस्तू गहाळ झाल्या असल्याचं माझ्या लक्षात आलं. एक जाडजूड चांदीचा नेकलेस आणि एक सुंदर चांदी आणि मार्केसाइट (वालुकाश्म) यांपासून बनवलेली फुलपाखराच्या आकाराची अंगठी गहाळ झाली होती. एक स्नेही आणि मी दुकानात गेलो होतो तेव्हा ती अंगठी पाहताक्षणीच मला आवडली; पण माझ्याकडे पुरेसे पैसे नव्हते. स्वातमधल्या (Swat) सेल्समननं, मी ती अंगठी घेऊन जाऊ शकते आणि पैसे नंतर दिले तरी चालतील असं सांगितलं. मी ती दुकानातच ठेवली तर ती तशीच राहील, कोणी विकत घेऊन जाणार नाही, याची हमी तो देऊ शकत नव्हता. मला फार आनंद झाला. मी ती घेतली आणि त्याला काही दिवसांनी पैसे दिले. पण, दागिन्यांच्या बाबतीत माझं नशीब साथ देत नाही असं दिसतं. एक दिवस इस्लामाबादच्या एका टॅक्सीत माझी सोन्याची अंगठी पडली, पण नंतर ती मिळाली.

एके काळच्या बेटांच्या समूहापासून बनलेल्या शहरातून मी आले असल्यामुळे मला ज्या हिवाळ्याची भीती वाटत होती, तो आला. मला एक जाडजूड रजई खरेदी करावी लागली; जी मला नंतर दिल्लीत वापरण्यासाठी एक वरदानच ठरली. घराच्या तळघरात काही हीटर होते. ते ठीकठाक आहेत ना, याची मला खात्री करून घ्यावी लागली. ते सगळे गॅस हीटर होते आणि मोठमोठ्या खोल्याही काही मिनिटांतच उबदार व्हायच्या. गॅस वापरण्याच्या कल्पनेनं माझा थरकाप उडाला होता; कारण मी अशा लोकांच्या कहाण्या ऐकल्या होत्या, जे खिडक्या बंद करून झोपले आणि त्या हीटरमधून निघालेल्या विषारी वायूमुळे झोपेतच त्यांचा मृत्यू झाला. मी रात्री हीटर कधीच चालू ठेवत नव्हते. एकदा बेडरूम तापत असताना काही तरी झालं आणि आग लागली. सुदैवानं ती वेळीच माझ्या नजरेला पडली आणि मला विझवता आली. पण त्यामुळं भिंती काळवंडल्या आणि पुढं कित्येक दिवस घरात धुराचा वास कोंडून राहिला होता. संगमरवरी फरशा इतक्या गार पडायच्या, की एका खोलीतून दुसऱ्या खोलीत जाणं हे एक आव्हान असायचं. साजिदासाठी स्वयंपाकघरात मला एक छोटा हीटर बसवून घ्यावा लागला, नाहीतर इतक्या गारठ्यात तिथं काम करणं अशक्यच होतं.

परवाना विरुद्ध बँक खातं

इस्लामाबादविषयी विनोदानं असंही बोललं जातं, की तो खरं तर पाकिस्तानचा भागच नाही. माझ्या एका मित्रानं स्पष्ट केलं, की देशासाठी हे शहर म्हणजे एखादा खोटा मुखवटा धारण करण्यासारखं आहे. माझ्या निरोपाच्या लेखाला प्रतिसाद म्हणून कराचीहून आलेल्या एका ई-मेलमध्ये म्हटलं होतं, की इस्लामाबाद हे देशापासून पंधरा किलोमीटर अंतरावर आहे! तुम्ही मुस्लिमेतर असाल तर इथं मद्यासाठीचा परवाना मिळवणं हे बँक खातं उघडण्यापेक्षा जास्त सोपं आहे. आणि काही वेळा हेच शहर त्याच्या सौजन्यपूर्ण वागण्यानं आणि तत्पर सेवा पुरवून तुम्हाला आश्चर्याचे धक्के देऊ शकतं. मी काहीही तक्रार न करता एका रविवारी त्यांनी जुना वायरलेस राऊटर बदलून त्या जागी नवा बसवून दिला आणि माझा फोनही फुकटात दुरुस्त करून दिला. शुक्रवारी तिकडं सुटी असते हा सार्वत्रिक समजही चुकीचा आहे. शुक्रवारी फक्त अर्धा दिवस सुटी असते किंवा दुपारी एक वाजता प्रार्थनेसाठी (नमाजासाठी) थोडा वेळ कामातून सूट दिली जाते. अधिकृतपणे रविवार हाच आठवड्याचा सुटीचा वार आहे (अर्थात्, दुकानं किंवा व्यापारी काही वेळा शुक्रवारी काम बंद ठेवतात आणि रविवारी काम करतात). बँकांनी घालून दिलेले नियम थोडे शिथिल करावे, अशी मागणी भारतीय आणि पाकिस्तानी व्यावसायिक संघटना बऱ्याच दिवसांपासून करत आहेत. या गोष्टीला वेळ लागत असल्यामुळे सहज परीक्षा घेण्यासाठी म्हणून मी मद्याचा परवाना मागायला गेले आणि तो सहजपणे खरंच मिळू शकतो, याचा मला साक्षात्कार झाला. भारतानं पाकला एमएफएन (Most Favoured Nation) हा किताब द्यावा यासाठी अभियान चालवणाऱ्या आणि त्यासाठी बँकांचे नियम सुधारण्याच्या दिशेने प्रयत्न करणाऱ्या एका पाकिस्तानी मंत्र्याच्या लक्षात हा विरोधाभास लगेचच आला. मी त्यांना परवाना मिळवणं किती सोपं आहे, हे सांगितलं तेव्हा ही आज वृत्तपत्रातली ठळक मथळ्याची बातमी असली पाहिजे, असा विनोद त्यांनी केला! अबकारी कर विभागाचं कार्यालय माझ्या घराजवळच होतं आणि तिथं जाऊन फक्त एक फॉर्म भरावा लागणार होता. तीन दिवसांनी त्यांनी मला माझा पासपोर्ट घेऊन यायला सांगितलं आणि दर महिन्याला सहा युनिट अल्कोहोल बाळगण्याचा सहा महिन्यांसाठीचा परवाना मला मिळाला. त्यानंतर त्या परवान्याचं नूतनीकरण करावं लागणार होतं, इतकं सोपं होतं ते. एकही प्रश्न विचारला गेला नाही. त्या कागदावर सही करण्यापूर्वी त्या अधिकाऱ्यानं माझ्याकडे फक्त निरखून पाहिलं. मी एक स्त्री आहे हे पाहून त्याला जरी आश्चर्य वाटलं असलं तरी त्यानं ते दाखवलं नाही. पाकिस्तानात कायदेशीररीत्या उपलब्ध असलेली 'मरी' ही अल्कोहोलिक

उत्पादनं विकणारी दोन किंवा तीन फाइव्ह स्टार हॉटेल इस्लामाबादमध्ये होती. पण ही बीअर होती मात्र उत्तम. व्होडकाच्या हर प्रकारच्या चवी तिथं उपलब्ध होत्या आणि व्हिस्कीसुद्धा होती. वाईट गोष्ट एवढीच होती, की 'आयरिश क्रीम'चं उत्पादन त्यांनी बंद केलं होतं; कारण 'हार्ड लीकर' हेच खरं मद्य मानणाऱ्या त्या देशात आयरिश क्रीमला मागणी कमी होती. मला मोठ्या खेदानं बीअरची बरीच खोकी येताना तिथंच सोडून यावी लागली. बहुतेक वेळा बीअरचा साठा उपलब्ध नसायचा आणि मग काळ्या बाजाराला ऊत यायचा. अवैध रीतीनं मद्यविक्री करणारे पैसे घेऊन तुमच्या दाराशी तुम्हाला हवा तो ब्रॅण्ड पोचवायला तयार असायचे, अर्थात् मला त्यांची कधी गरज पडली नाही. गंमत म्हणजे पाकिस्तानात इतकी उत्तम प्रतीची बीअर बनत असतानाही पाकिस्तानी लोक कार्ल्सबर्ग (Carlsberg) किंवा हाइनेकन (Heineken) अशा परदेशातून आयात केलेल्या ब्रॅण्डला पसंती द्यायचे, असं माझ्या लक्षात आलं.

मद्याला 'हराम' म्हणून किंवा त्यावर निर्बंध लावूनही त्याची लोकप्रियता काही कमी झाली नव्हती. सहज लक्षात येणार नाहीत, अशा छुप्या जागी असलेली दुकानं माणसांनी ओसंडून वाहत असायची. बाहेरही लोक गर्दी कमी होण्याची वाट बघत उभे असायचे. हॉटेलमध्ये कपडे धुण्याच्या खोलीजवळ, हॉटेलच्या मागच्या बाजूला मद्यविक्री होत असायची. तिथले सुरक्षारक्षक माझ्याकडे विचित्र, संशयी नजरेनं बघत राहायचे. कारण मी कुठं जात आहे, याचा त्यांना अंदाज आलेला असायचा. त्यातल्या एकानं माझ्याकडे पैसे मागितले, पण मी काही कळलंच नाही असं भासवून पुढं निघून गेले. तिथले विक्रेते चांगले वागायचे; मी माझ्याव्यतिरिक्त फक्त एकदाच दुसरी स्त्री तिथं बघितली. ती गौरवर्णीय होती. नाहीतर एरवी ती छोटीशी खोली नेहमी पोलीस, सुरक्षारक्षक किंवा अवैध विक्री करणाऱ्या लोकांनी भरलेली असायची.

बँकेत खातं उघडायला मात्र एक महिन्यापेक्षाही जास्त काळ लागला आणि माझे पैसे जवळपास संपत आले. एकही बँक एका भारतीयाला आपल्या बँकेत खातं उघडू द्यायला तयार नव्हती. एका विदेशी बँकेनं उघडपणे सांगितलं, की एका भारतीय पत्रकाराला खातं उघडू देण्याचा प्रश्नच नव्हता. फक्त एकाच ठिकाणी आम्ही (मी आणि स्नेहेश) खातं उघडू शकलो. तिथल्या माणसानं गोड गोड बोलून आमचं खातं उघडून दिलं; पण आम्ही फक्त पाकिस्तानी रुपयातच पैसे काढू शकतो, हे मात्र सांगितलं नाही. आम्ही त्याच्या गोड बोलण्याला आणि बॉलीवूड संबंधी गप्पांना भुललो. असं सगळं घडल्यामुळे माझा पगार मला परत पाठवावा लागला आणि खातं बंद करावं लागलं. शेवटी आम्ही भारतीय राजदूतांना हस्तक्षेप करण्याची विनंती केली, की आम्हाला 'राजनैतिक अंतःक्षेत्रात' (diplomatic enclave) खातं उघडता यावं आणि बाहेरून त्या संबंधीचे व्यवहार करता यावेत. कारण अंत:क्षेत्रात प्रवेश करण्यासाठी सुरक्षेसंबंधी सगळ्या अटी-शर्ती दोन तास आधी पूर्ण कराव्या लागतात. शेवटी, एक महिना अनिश्चिततेत घालवल्यावर मला माझं बँक खातं एकदाचं उघडता आलं. त्या बँकेची एक शाखा माझ्या घराजवळच होती ही एक चांगली गोष्ट होती आणि तिथले कर्मचारीही फारच सौजन्यानं वागणारे होते.

स्वप्नवत शहर – विजेचा लपंडाव

तो धीमा, गडगडाटासारखा आवाज ऐकून मी सुरुवातीला बुचकळ्यात पडले. घरात इन्व्हर्टर होता. त्यामुळं मी जेव्हा २०१३च्या ऑगस्ट महिन्यात तिथं पोचले तेव्हा तासा-तासाला वीज गायब होते, हे माझ्या लक्षात आलं नाही. गडगडाटासारखा तो आवाज नेहमीच यायला लागला आणि मग मला दोन गोष्टींमधला संबंध लक्षात आला. अनेक खोल्या असलेल्या बंगल्यांमध्ये शक्तिशाली डिझेल जनरेटर होते. त्यातल्या प्रत्येक खोलीत एअर कंडिशनर असणं ही अनिवार्य बाब होती आणि सतत वीज जात राहिल्यामुळे ते जनरेटर सुरू होताना असा आवाज यायचा. भल्यामोठ्या दिवाणखान्यात तीन किंवा चार एअर कंडिशनर असणं ही तर इथं सर्वसामान्य गोष्ट आहे. इस्लामाबादमधली प्रत्येक गोष्ट ही प्रचंड मोठी आणि भव्य-दिव्य वाटायची. हे एक स्वप्नवत शहर आहे. प्रासादतुल्य भव्य घरांनी व्यापलेलं आणि लॉन्स व बगीचे यांची जरा जास्तच रेलचेल असलेलं. नियमितपणे होणारा विजेचा खेळखंडोबा मात्र खराखुरा असायचा.

डिझेल जनरेटरवर प्रतिबंध होते, तरीही फारच थोड्या घरांमध्ये इन्व्हर्टर होते. एका सर्वसाधारण घरासाठी दिवसाला सहा हजार पाकिस्तानी रुपये खर्च येऊ शकतो असं मला सांगण्यात आलं. माझ्या घराच्या एका बाजूला कोणी राहत असल्याचं मला दिसलं नाही; पण दुसऱ्या बाजूला एका प्रशस्त घरात काही पुरुष राहत होते आणि ते सतत मोठमोठ्यानं बोलायचे. जेव्हा वीज असायची, तेव्हा मला अनेक एअर कंडिशनर सुरू असल्याचे आवाज यायचे. रिकाम्या घरात ते सगळेच्या सगळे चालू ठेवण्यामागे काय हेतू असावा असा मला प्रश्न पडायचा. यामागे काही कटकारस्थान आहे की काय, असा विचारही माझ्या मनाला चाटून गेला. मायदेशातल्या माझ्या मित्रांचा पाकिस्तानात विजेची इतकी टंचाई आहे, यावर विश्वास बसत नव्हता. मला असंही कळलं, की एके काळी सीमेजवळ विद्युतनिर्मिती केंद्र सुरू करण्याची टाटांची इच्छा होती; परंतु लष्करानं हस्तक्षेप करून या योजनेला विरोध केला.

एका मोठ्या हॉटेलच्या बाहेर असलेल्या मऊ, हिरव्यागार लॉनवर मी स्त्रिया

आणि मुलांना काटक्या, छोट्या फांद्या गोळा करून त्यांची मोळी बांधून घेऊन जाताना पाहिलं. ते सगळे जवळपासच्या खेड्यांतून आले होते. लोक लाकडाच्या किंवा काटक्यांच्या मोळ्या आपल्या डोक्यावर घेऊन जातायत किंवा इंधनासाठी मोठमोठी झाडं असलेल्या बागांमध्ये फांद्या तोडतायत, ही दृश्यं इस्लामाबादमध्ये सर्रास दिसतात. सापाच्या शेपटीसारख्या पसरलेल्या वाहनांच्या लांबलचक रांगांनी वाहतुकीला अडथळा होतो. सतत खो देणाऱ्या सीएनजीसाठी (CNG) वाट बघण्याला अंत नसतो. हे सगळं खूप वैताग आणणारं असतं. स्वयंपाक आणि वाहनांसाठी गॅस लागतो आणि त्याचा खूपच तुटवडा असतो. देशाच्या गेल्या पासष्ट वर्षांच्या इतिहासात एकूण फक्त १७ हजार मेगावॅट वीजनिर्मिती करण्याची क्षमता प्राप्त केली गेली. सुमारे एक दशक कुंठित झालेली वीजनिर्मिती आणि स्वतंत्र वीज निर्मात्यांवर मोठ्या प्रमाणावर अवलंबून राहिल्यामुळे २०१३ च्या राष्ट्रीय ऊर्जा धोरणानुसार पाकिस्तानला मोठ्या प्रमाणावर मागणी आणि पुरवठ्यामध्ये असलेल्या तफावतीचा सामना करावा लागला. ही तफावत सुमारे ४५०० ते ५५०० मेगावॅट इतकी आहे. उन्हाळ्यामध्ये देशभरात बारा-बारा तास लोडशेडिंग करण्याची वेळ येते. श्रीमंत लोकांकडे इन्व्हर्टर किंवा डिझेल जनरेटर असले, तरी गरिबांना कडक हिवाळ्यात शेकोट्यांचा आसरा घेत कुडकुडत बसावं लागतं. गॅसचा मोठा तुटवडा याचा अर्थ गॅस फक्त स्वयंपाकासाठी उपलब्ध असतो आणि गोठवणाऱ्या थंडीत घरं गरम करण्यासाठी नसतो. सन २०१३ मध्ये तीन महिने वाहनांसाठी सीएनजी उपलब्ध नव्हता. २०१६च्या जून महिन्यात देशानं १७,३५० मेगावॅटचा उच्चांक गाठला; परंतु त्यानं वीजकपात काही टळली नाही.

सन २०१३ मध्ये नवाज शरीफ यांच्या नेतृत्वाखाली नवीन सरकारने सत्ता ग्रहण केल्यावर दहशतवाद मुळापासून नष्ट करण्याबरोबरच वीजनिर्मितीत वाढ करण्याचं लक्ष्य ठेवलं. इंधन आयात करण्यासाठी २०१३ मध्ये देशाला तब्बल १५ अब्ज डॉलर मोजावे लागले. सरकारच्या धोरणात असंही नमूद केलं होतं, की या अकार्यक्षमतेमुळे करदात्यांना वीजनिर्मितीसाठी एका युनिटमागे लागणाऱ्या १२ पाकिस्तानी रुपयांव्यतिरिक्त आणखी २.७० पाकिस्तानी रुपये मोजावे लागत होते. पाणी व वीज मंत्रालयानं विजेचं एक युनिट वापरकर्त्यांपर्यंत पोचवण्यासाठीचा खर्च १५.६० पाकिस्तानी रुपयांपेक्षाही जास्त असल्याचा अंदाज काढला होता. पाकिस्तानच्या २०११-१२ च्या आर्थिक सर्वेक्षणात असं नमूद केलं होतं, की ४.८ अब्ज डॉलर किंवा GDPच्या दोन टक्के रक्कम ही ऊर्जा विभागाच्या अपयशामुळे वाया गेली होती. त्यामुळं कापड उद्योगाचं मोठ्या प्रमाणावर नुकसान झालं आणि काही कारखाने देशाबाहेर गेले.

त्या वेळी मोठा प्रश्न होता तो इराण-पाकिस्तान पाइपलाइन पूर्णत्वाला

जाण्याचा. त्या पाइपलाइनमधला आपला हिस्सा पूर्ण न केल्याबद्दल इराण पाकिस्तानला दंड करण्याच्या मन:स्थितीत होता. मी एका SDPI रिपोर्टबद्दल लिहिलं,[५] ज्यात म्हटलं होतं, की त्या गॅस खरेदी कराराबाबत आणि त्याच्या दराबाबत पुन्हा एकदा वाटाघाटी झाल्या पाहिजेत नाही तर हा प्रकल्प म्हणजे देशाच्या अर्थव्यवस्थेची मृत्युघंटा ठरेल. या अहवालात असंही म्हटलं होतं, की इराण-पाकिस्तान पाइपलाइन प्रकल्पातील गॅसची किंमत ही कच्च्या तेलाच्या किमतींशी जोडलेली आहे. हा करार करताना देशानं ऊर्जा क्षेत्राचं एकूण चलन-वलन आणि इंधनाचे दर याकडे खुशाल दुर्लक्ष केलं, ही दुर्दैवाची गोष्ट होती. या SDPI अहवालामुळे गॅसच्या किमतीबाबत आणि अशी पाइपलाइन टाकणं कितपत योग्य व परवडण्याजोगं आहे, याबाबत वाद सुरू झाले. मी पेट्रोलिअम मंत्री शहीद खकन अब्बासी यांची मुलाखत घेतली होती. त्यात त्यांनी सांगितलं, की जोपर्यंत इराणवरचे अमेरिकेचे निर्बंध उठत नाहीत तोपर्यंत पाकिस्तानचा पाइपलाइनमधला हिस्सा उभारणं आर्थिकदृष्ट्या कठीण जाईल. अत्यंत महत्त्वाच्या अशा या पाइपलाइनवर मी काही लेख लिहिले आणि भारताकडून गॅस आयात करण्याबद्दलही विचार सुरू असल्याचं ऐकिवात आलं. पाकिस्तानी अधिकारी बोलणी करण्यासाठी भारतात गेलेही होते; पण गॅसच्या किमती खूपच चढ्या होत्या. अमेरिकेचे निर्बंध उठल्यामुळे इराणच्या त्या पाइपलाइनबद्दलच्या आशा आता पल्लवित झाल्या आहेत आणि त्या पाइपलाइनच्या पाकिस्तानच्या हिश्शाचा भाग उभारण्यासाठी चीननं मदतीचा हात देऊ केला आहे. त्या प्रकल्पाचं मूळ नाव 'शांतता पाइपलाइन' असं होतं, कारण भारतही त्याचा एक भाग होता.

चक्राकार कर्जाचा भरणा करण्यासाठी अंतरिम देयके देण्याव्यतिरिक्त सरकारने अत्यंत आवश्यक असलेला क्षमतावर्धन कार्यक्रम (Capacity Expansion Programme) हाती घेतला. द पाकिस्तान मुस्लीम लीग- नवाज (PMLN) पंचवीस वर्षं जुन्या ऊर्जा योजनेवर काम करत आहे; जेणेकरून पुढच्या आठ वर्षांत देशाला २१ हजार मेगावॉटचा अतिरिक्त वीजपुरवठा करता येईल. भारताप्रमाणेच पाकिस्तानही अणुऊर्जेकडे वळला आहे आणि त्यांची 'अणुऊर्जा योजना २०५०' ही २०५० सालापर्यंत ४० हजार मेगावॉटची वीजनिर्मिती करण्याचं लक्ष्य ठेवत आहे. नवाज शरीफ यांच्या यापूर्वीच्या कार्यकालादरम्यान चशमा इथं पहिला अणुऊर्जा प्रकल्प सुरू करण्याच्या करारावर स्वाक्षरी झाली होती. हा प्रकल्प मूळचा चिनी होता. दोन प्रचंड मोठे अणुऊर्जा प्रकल्प कराचीला सुरू करण्यात येणार होते; पण मी ज्या एका पत्रकाराशी बोलले त्याच्या म्हणण्यानुसार त्या हिंस्र शहरातल्या लोकांच्या मनात त्यापेक्षाही जास्त चिंतेचे विषय घोळत होते.

मुंबईतल्या ओसंडून वाहणाऱ्या रस्त्यांवरून चालल्यानंतर इथं खऱ्याखुऱ्या पदपथांवरून चालताना आणि तेही कोणाच्या अंगावर न धडकता किंवा खाली बसलेल्या विक्रेत्यांच्या वस्तूंवर पाय न देता चालताना – अवर्णनीय आनंद होत होता. (अर्थात फेरीवाल्यांविषयी माझ्या मनात अनुकंपा आहे आणि मी नेहमीच त्यांची बाजू घेत आले आहे.) या शहराविषयी ही आणखीनच एक वेगळी गोष्ट होती. ते इतकं योजनाबद्ध रीतीनं आखलेलं आहे, की चालता-चालता रस्त्याच्या कडेला असलेल्या कोणत्याही दुकानातून-मुंबईत असतं तसं- तुम्ही सहज खरेदी करू शकत नाही. इथं प्रत्येक ठिकाणाला, वस्तूला आपली अशी एक ठरलेली जागा होती. व्यायामाचं वेड असलेले लोक मोकळ्या जागा पसंत करायचे, मार्गल्ला डोंगररांगा पाठीशी घेऊन पसरलेल्या मोठ्या, गोल क्रिकेटच्या मैदानावर अनेक लोक चालायला जायचे. त्या मैदानाशेजारून गाडीनं जाताना एक दिवस औरंगजेबनं मला विचारलं, की त्याच-त्याच जागेवरून लोक सारखे गोल-गोल का फिरत असतात. त्याचा तो गोंधळलेला चेहरा बघून आम्ही पोट धरून हसलो होतो. F-9 सेक्टरमध्ये असलेलं फातिमा जिना पार्क ही अशीच प्रशस्त, रपेट मारायला अगदी योग्य अशी मोकळी जागा होती. त्यावरून संध्याकाळी लोक काही वेळा गाड्या किंवा बाईक घेऊन फिरायचे, जे अत्यंत दुर्दैवी होतं. तरीही, चारी बाजूंनी उंच, डौलदार प्रवेशद्वारं असलेल्या त्या मैदानात खूप सारी झाडं, शोभेची फुलझाडं होती आणि त्यांची लागवड विचारपूर्वक व काळजीपूर्वक करून त्याला मनमोहक रूप प्रदान केलं गेलं होतं.

शहर तसं एकंदरीत शांत असायचं; अर्थात बाजारपेठेत लोकांची मोठी गर्दी असायची. उच्चभ्रू वस्ती नसलेल्या ठिकाणी अगदी कमी संख्येनं महिला दिसायच्या. शहरातली हवा थंड आणि प्रदूषणमुक्त होती. कधी तरी धुळीची वादळं येत असत आणि वाहतूक मात्र बहुतेक वेळी सुरळीत सुरू असायची. कोणत्याही ठिकाणी पोचायला तुम्हाला साधारणपणे पंधरा मिनिटं लागायची आणि ही गोष्ट पचनी पडायला मला जरा वेळ लागला. काही तास हातात ठेवून आधी निघण्याची गरज नव्हती आणि विमानतळ हे सगळ्यात लांबचं ठिकाण होतं. चकलाला एअर बेस हा विमानतळ गाठायला शहरापासून सुमारे चाळीस मिनिटं लागायची.

माझ्या देशापेक्षा इथं मला वेगळेपणा जाणवला तो पुरुषांच्या पेहरावात. भुत्तोंनी लोकप्रिय केलेला सैलसर सलवार-कमीज हा पेहराव बहुतेक पुरुषांच्या अंगावर दिसायचा. भुत्तोंनी कामगार वर्गाशी जवळीक दर्शवण्यासाठी हा पोषाख वापरायला सुरुवात केली आणि नंतर इस्लामीकरणाच्या ध्येयापोटी जनरल झिया-

उल्-हक यांनी ती परंपरा पुढं सुरू ठेवली, कारण त्यामुळं पाकिस्तानी पुरुष भारतीयांपेक्षा वेगळे उठून दिसत होते. साडी नेसलेल्या महिलाही संख्येने खूप कमी होत्या. मी तिथं होते तेव्हा सिगारेट पँट किंवा सैलसर प्लाझोवर लांब घोळदार कुर्ता असा पेहराव स्त्रिया करायच्या. फार थोड्या स्त्रिया बुरखा घालायच्या; बाकी बहुतेक स्त्रिया डोक्यावरून ओढणी, दुपट्टा किंवा शाल गुंडाळायच्या. एकदा मी शहरभर पोस्टर लावलेली पाहिली, त्यावर लिहिलं होतं : 'अंगभर सभ्य कपडे घातलेली स्त्री म्हणजे जणू शिंपल्यातला मोती, मला हिजाब अतिशय आवडतो.' ती पोस्टर कोणी लावली होती हे गाडीत असल्यामुळे मला दिसू शकलं नाही.

इथं बऱ्याच गोष्टी वेगळ्या भासायच्या. घरासाठी आम्हाला जास्तीच्या किल्ल्या बनवून हव्या होत्या, तेव्हा जवळच असलेल्या पेट्रोलपंपानजीक एक किल्ली बनवणारा होता त्याच्याकडे वेंकट गेला. त्या माणसाने घराचा पत्ता विचारला आणि वेंकटच्या पासपोर्टची कॉपीही मागितली. भारतात अशा कटकटींशिवाय तुम्हाला जास्तीच्या किल्ल्या सहजपणे बनवून मिळू शकतात. दुसऱ्या एका वेळी तो हातोडी आणि स्क्रू आणण्यासाठी एका हार्डवेअरच्या दुकानात गेला तेव्हा त्यानं सामानासाठी प्लॅस्टिकची पिशवी घ्यायला नकार दिला; कारण आम्ही नेहमी जवळ बाळगतो तशी कापडी पिशवी त्याच्याकडे होती. दुकानदार म्हणाला, की तुम्ही इथले दिसत नाही. कारण अगदी छोटा स्क्रू विकत घेतला, तरी इथल्या लोकांना प्लॅस्टिकची पिशवी हवी असते. वेंकट म्हणाला, की तो भारतातून आला आहे, त्यावर त्या दुकानदाराची प्रतिक्रिया होती – 'मग यात काही नवल नाही!'

इस्लामाबाद हे कराची आणि हैदराबादपेक्षा खूपच वेगळं होतं. त्या दोन्ही शहरांना मी २०११ मध्ये भेट दिली होती. (मुंबई आणि कराची प्रेस क्लबच्या देवाण-घेवाण (Exchange Programme) कार्यक्रमांतर्गत दिलेली ही भेट होती.) कराचीचे मित्र राजधानीला एक थंड आणि निर्जीव शहर म्हणायचे. सगळ्यांत लक्षवेधी वेगळेपण होतं ते म्हणजे ट्रकवर रंगवलेली चित्रं. हा पाकिस्तानमध्ये लोकप्रिय झालेला कलाप्रकार आहे. हैदराबादला जाताना दिसलं, की आपल्या प्रचंड मोठ्या आणि अनेक रंगांत रंगवलेल्या वाहनांसमोर उभं राहून ट्रक ड्रायव्हर मोठ्या ऐटीत फोटो काढून घ्यायचे. ट्रकला 'दृष्ट' लागू नये म्हणून काळ्या लोकरीचे गुंडे करून ट्रकला बांधलेले असायचे. माझं विशेष आवडतं चित्र म्हणजे एक मोठा तितर पक्ष्यासारखा पक्षी – बहुधा मोनाल असावा – अत्यंत सौम्य, फिक्या रंगात रंगवलेला होता. (पुस्तकाच्या कव्हरवर हा फोटो आहे) मी इस्लामाबादला या सुरेख चित्रं काढणाऱ्या कलाकाराला भेटले. तो लाहोरचा होता

आणि धातूवर तो अशी महागडी, पण देखणी, सुबक चित्रं काढायचा; ज्यांना 'ट्रक आर्ट' म्हणून ओळखलं जातं. परंतु भडक रंग हे काचलेपनावर (Enamel) जास्त उठून दिसतात, जे सगळीकडे उपलब्ध असतं. इस्लामाबादच्या सीमेवर असलेल्या 'लोक विरसा' इथं मी बटबटीत ट्रक आर्ट वाटेल त्या वस्तूंवर रंगवलेलं पाहिलं – कंदील, किटल्या, थाळ्या, मग. फक्त त्याला पाणी लागता कामा नये, असं त्या वस्तू विकणाऱ्या रावळपिंडीच्या एका म्हाताऱ्यानं सांगितलं.

इस्लामाबादचे रुंद रस्ते आणि मार्गल्ला डोंगररांगांनी वेढलेल्या हिरव्यागार बागा बघितल्यावर आणि एकूणच शहराची संथ गती अनुभवल्यानंतर कराची यापेक्षा कशामुळे वेगळं ठरतं याची मला जाणीव झाली. कराची वेगळं ठरतं ते तिथल्या अनिश्चिततेच्या भावनेनं आणि घाई-गडबडीच्या एकूण वातावरणानं. रात्रभर उघड्या असलेल्या खाऊगल्ल्यांमुळे, सतत घडणाऱ्या कलाविष्कारानं आणि मुक्त पत्रकारिता आणि विद्यार्थ्यांच्या अभिव्यक्त होण्यानं. गुन्हेगारी टोळ्या आणि कोणत्या ना कोणत्या प्रकारचे गुन्हे मोठ्या प्रमाणावर घडणाऱ्या मुंबईसारख्या शहरातून आले असले, तरी दिवसाढवळ्या कराचीत होणाऱ्या दरोडे व रक्तपात अशासारख्या घटनांनी माझ्या काळजाचा थरकाप उडायचा. आणि मला असं सांगण्यात आलं, की क्लिफ्टन किंवा डिफेन्स कॉलनी यांसारख्या श्रीमंत वस्तीतले लोकही स्वस्त मोबाइल फोन वापरतात. बंदुका रोखून लोकांना लुटलं जातं आणि जर तुमची गाडी अडवली गेली, तर त्यांना गाडीची किल्ली देऊन आपण स्वत: तिथून निघून जाण्यातच शहाणपण असतं. आत्मघातकी बॉम्बपथकानं कराचीचे रक्षक संत मानल्या गेलेल्या अब्दुल्ला शाह गाझी यांच्या दर्ग्यावर हल्ला केला होता त्या वेळी आम्ही तिथं होतो – समुद्रकिनाऱ्यावरच्या एका लोकप्रिय रेस्टॉरंटजवळ असलेल्या खुल्या मैदानापर्यंत पोलिसांनी त्यांचा पाठलाग केला तेव्हा त्यांनी तिथं स्वत:लाच उडवलं. आदल्याच रात्री आम्ही त्या रेस्टॉरंटमध्ये जेवायला गेलो होतो! माझ्या वाचनात आलं, की त्या दर्ग्याभोवती आता भिंतींचा कोट बांधून त्याला बंदिस्त करण्यात आलं आहे आणि कराचीच्या उच्चभ्रू लोकांसाठी एक अत्यंत आधुनिक इमारत बांधण्याच्या योजनेत ता दर्गा दुर्लक्षित कोपऱ्यात गेला आहे.

कराची सुरक्षित शहर नव्हतं आणि आम्हाला 'एकटं फिरू नका किंवा महागडे मोबाइल अथवा पैसे जवळ बाळगू नका' असे सल्ले देण्यात आले होते. आमच्यावर असलेली सततची पाळत टाळून आमचे आम्हीच एकदा काही पुस्तकं घ्यायला आणि सटरफटर खरेदी करायला गेलो होतो. आम्ही पीआयएलईआरमध्ये – द पाकिस्तान इन्स्टिट्यूट ऑफ लेबर एज्युकेशन अँड रिसर्च मध्ये– उतरलो होतो. (हे ठिकाण कराचीच्या बाहेर असलेल्या गुलशन-ए-मायमार या एका शांत

वस्तीत आहे.) या संस्थेचं नेतृत्व डाव्या विचारसरणीचे करामत अली आणि आमचे मल्याळी बंधू, पाकिस्तानला स्थलांतर केलेले सन्माननीय बी. एम. कट्टी हे करतात. माझ्या सकाळच्या फिरण्यामुळे सुरक्षेचा प्रश्न निर्माण झाला. आमच्यासोबत आमची पाठराखण करणारा मित्र आणि पत्रकार जतीन देसाई होता आणि एका दुचाकीवर माझ्या बाजूला एक पोलीस होता. मी त्या वेळी बेकरीत कामाला जाणाऱ्या एका तरुण मुलाशी सहज गप्पा मारत चालले होते. त्यावरून मला पुन्हा कधीही एकटीनं चालत न जाण्याबद्दल तंबी देण्यात आली. कडक शब्दांत माझी कानउघाडणी करण्यात आली. फिस्कारलेल्या मिशांचा तो जाडजूड पोलीस मला म्हणाला, की त्याला माझ्यावर नजर ठेवण्यासाठी नेमलं गेलं आहे आणि त्यामुळं मी त्याच्या नजरेच्या टप्प्यात म्हणजे त्याच्यापासून पन्नास मीटरच्या परिघातच चाललं पाहिजे. स्त्रियांनी अशा प्रकारे रस्त्यांवरून फिरण्याबद्दल त्याच्या चेहऱ्यावर नापसंतीची भावना स्पष्ट दिसत होती.

आमच्या तिथल्या मुक्कामाच्या शेवटच्या दिवशी मी चालायला गेले नाही. मी जेव्हा खाली कॉफी पिण्यासाठी आले तेव्हा तो पोलीस मला तिथं उभा असलेला दिसला. थोड्याशा नाराजीनं तो मला म्हणाला, "आज मैं आपके लिये जल्दी आया था और आप आये ही नहीं." मला हे ऐकून फारच गंमत वाटली आणि मी त्याला सांगितलं, की सदासर्वकाळ माझ्याशी मग्रुरीनं वागल्यामुळेच ही शिक्षा त्याच्या वाट्याला आली होती. 'मुंबई मिरर'चा वार्ताहर योगेश नाईक म्हणाला, "चला, या निमित्तानं तुमचा एक फोटो घेऊ या." परंतु त्या पोलिसानं ही कल्पना ताबडतोब झटकून टाकली आणि म्हणाला, "मी बायकांबरोबर फोटो काढत नाही."

एका सकाळी खांद्याभोवती शाल लपेटून मी रस्त्यानं चालले असताना मला लांबलचक बुरखा घातलेल्या दोन स्त्रिया भेटल्या. मी जसजशी त्यांच्या जवळ जात होते तसतसं त्यांच्या चेहऱ्यावरचं आश्चर्य वाढत होतं. "माशाल्लाह!" त्या म्हणाल्या, "तुम्ही एक स्त्री आहात" आणि गदगदून हसायला लागल्या. अनवधानाने का होईना पण मीच निमित्त ठरलेल्या त्या हास्याच्या धबधब्यात मीही सामील झाले. मी कराचीत जो एक आठवडा घालवला त्या आठवड्यात यापेक्षा जास्त सनसनाटी घटना मी चालायला जात असताना घडली नाही. शहरात खून आणि दरोडे पडत असल्याच्या बातम्या मात्र नियमितपणे आणि तेवढ्याच तीव्रतेनं कानांवर पडत होत्या.

एका तरुण स्त्रीनं तिच्या गाडीची किल्ली द्यायला नकार दिल्यामुळे दिवसाढवळ्या तिला मारून टाकल्याची धक्कादायक घटनाही घडली. त्यानंतर बऱ्याच दिवसांनी त्याच वस्तीत एका सूफी दर्ग्यावर हल्ला झाल्याची बातमी मी दिली होती.

कराचीत असताना आपल्या देशापेक्षा इथं काही वेगळं दिसतं का, या शोधात माझी नजर भिरभिरत असायची. कारण, शेवटी इथं येण्यासाठी आम्हाला व्हिसा लागला होता आणि त्यासाठी आम्हाला बराच काळ वाटही बघावी लागली होती. मी तिथं जे जे काही पाहिलं त्यावरून मला मायदेशाचीच आठवण आली. आम्ही प्रवास करत असलेल्या बसमधून मी चिक्कार फोटो घेतले - लोक, रस्ते, बंद दुकानाबाहेर बसलेल्या बायका, स्कूटरवरून चाललेले पुरुष, एक जुनी फियाट गाडी आणि इब्राहिम हैदरीमध्ये गाढवं ओढत असलेल्या गाड्या, मुलं आणि प्रचंड आकाराच्या बोटी, जाळं दुरुस्त करत असलेले मच्छिमार. इथं इस्लामाबादप्रमाणे पुरुष सतत सलवार-कमीज वापरायचे नाहीत आणि बायकांचेही कपडे साधे, आरामदायी असायचे. कराचीतले काही भाग पाहताना मला जुन्या मुंबई शहराची आठवण आली. तिथलं वातावरण आणि त्या शहराचं रूपडं एखाद्या स्थलांतरितांच्या शहरासारखं वाटलं. सर्व प्रकारच्या वस्त्या आणि विविध संस्कृती घेऊन आलेले समुदाय यांचं ते एक मिश्रण होतं आणि तरीही प्रत्येक समुदाय आपापलं वैशिष्ट्य टिकवून होता. आखीव-रेखीव आणि नियोजनबद्ध अशा राजधानीच्या तुलनेत कराची हे पूर्वनियोजनाचा अभाव असल्यासारखं आणि तरीही जिज्ञासा उत्पन्न करणारं शहर वाटलं. आम्ही वेळात वेळ काढून होली ट्रिनिटी चर्चला धावती भेट दिली. सन १८५५ मध्ये बांधलेल्या या चर्चला तिहेरी तावदानं असलेल्या रंगीत काचांच्या खिडक्या होत्या आणि आतमध्ये लाकडी बाक होते. पहिल्या महायुद्धात मारल्या गेलेल्या सैनिकांचं स्मारक तिथं उभारलं होतं आणि जिना तिथं एकदा प्रार्थना करायला गेले होते. फाळणीनंतर दोन दिवसांनी 'ब्रिटिश पाद्र्यानं कराचीतील अँग्लिकन कॅथेड्रल म्हणजेच होली ट्रिनिटी चर्चमध्ये एका विशेष प्रार्थनासभेचं आणि थँक्सगिव्हिंग समारंभाचं आयोजन केलं होतं. आर्चबिशपनं त्यासाठी एक खास प्रार्थना लिहिली होती, ज्यात 'काइद' (जिना -'काइद-ए-आझम') यांचा उल्लेख केला होता. ही खबर जिनांच्या कानावर गेली असता आपण संपूर्ण शासकीय इतमामात प्रार्थनासभेला हजर राहू शकतो का, अशी विचारणा त्यांनी केली होती.[६] आमची ही धावती भेट असल्याकारणानं खरं तर आम्ही खूप काही पाहू शकलो नाही, परंतु स्मृतिचिन्हं खरेदी करण्यासाठी एका कुटिरोद्योगाद्वारे बनवल्या गेलेल्या वस्तूंच्या दुकानात मात्र गेलो. ती जागा अत्यंत निमुळती, अंधारी आणि कुबट होती आणि प्रत्येक वस्तूवर धूळ बसली होती. तिथल्या विक्रेत्यांना वस्तू दाखवायची विशेष अनास्था होती. आम्ही भारतीय होतो म्हणून नव्हे – त्यांना ते माहीत नव्हतं – पण ते सगळे एकंदरीत सुस्तच होते. जणूकाही तसं असण्याची त्यांच्यावर कोणी सक्तीच केली असावी. त्यामुळं आम्हाला ज्या वस्तू खरेदी कराव्याशा वाटल्या त्या आम्ही उचलल्या. म्हणजे

हडाप्पाकालीन मोहोरा (सील), टेराकोटाच्या मूर्ती, टाइल्स आणि सिंध प्रांतात बनलेले मातीचे सुरेख सट (bowls) (त्यांच्या थोड्या कपच्या उडाल्या होत्या, तरी आम्ही ते खरेदी केले.) तिथं खरेदी करण्यासाठी फारशा वस्तू नव्हत्या आणि आम्ही उरलेल्या २-४ वस्तूही घेतल्या. आम्हाला अजरखच्या शालींसोबतच गोमेद दगडापासून बनवलेला बुद्धिबळाचा संच एका सुंदर मखमली पेटीत घालून भेटीदाखल देण्यात आला. त्या पेटीचं वजन फारच जास्त होतं. परतीच्या प्रवासात जास्त सामानासाठी पैसे मोजावे लागणाऱ्यांपैकी मीपण एक होते. अर्थात पीआयएच्या काउंटरवरच्या दयाळू महिलेनं मला त्यात सूट देण्यात आली असल्याचं सांगितलं. पाकिस्तानमधल्या ऑक्सफर्ड युनिव्हर्सिटी प्रेसकडे खूप पुस्तकं होती. त्यावर त्यांनी मला सूट दिली होती. त्यामुळं सामानात त्या पुस्तकांचीही भर पडली होती.

फाळणीनंतर लोकांचे लोंढेच्या लोंढे येण्यापूर्वीचं कराची वेगळं होतं. पिलू मोदींनी लिहून ठेवलं आहे : 'मी १९५९ आणि १९६० साली कराचीला भेट दिली तेव्हा युरोपातल्या एखाद्या शहरासारखं ते स्वच्छ आणि नीटनेटकं होतं. आता मात्र सर्वच बाबतींत गेल्या दशकभरात ते फारच विस्कळीतपणे विस्तारलं आहे आणि आवर घालण्यापलीकडे गेलं आहे.'[७]

हजारो स्थलांतरित मुहाजिरांमुळे आणि १५०हून अधिक मंदिरांमुळे (त्यातली काही विकासकामांमुळे लुप्त होण्याच्या मार्गावर आहेत) आणि चर्चमुळे कराचीला एक बहुसांस्कृतिक चेहरा लाभलेला आहे. लोक आम्हाला अभिमानानं सांगायचे, की तिथं स्त्रिया गाडी चालवायच्या आणि कलाक्षेत्रावरही स्त्रियांचंच वर्चस्व होतं. शहरातील सहा मोठी कलादालनं स्त्रियाच चालवायच्या. लेखक हुसेन नक्वी यांना मी अगदी थोड्या वेळासाठी भेटले; त्यासाठी मला लेखक आणि पत्रकार नरेश फर्नांडिस याचे आभार मानले पाहिजेत. (तो मुंबई प्रेस क्लबच्या एका प्रतिनिधीमंडळाचा सभासद होता.) तो मला त्याच्याबरोबर नक्वी यांच्या घरी घेऊन गेला आणि नंतर एका कला-प्रदर्शनाला घेऊन गेला. प्रदर्शनात मांडलेली शिल्पं आणि रचना धाडसी आणि त्या काळाच्या मानानं उत्तेजक, भावना चेतावणाऱ्या होत्या. बंदुकीच्या गोळ्या आणि एकूणच आयुष्याची अनिश्चिता असा त्या प्रदर्शनाचा विषय होता. कराचीसारख्या शहरासाठी हा विषय अगदी शोभणारा होता.

एकेकाळी मुक्त आणि बहुविध संस्कृतींचं वसतिस्थान असलेलं कराची शहर काही वर्षांपासून कट्टरपंथी विचारसरणीच्या लोकांचं लक्ष्य बनलं आहे. हे कट्टरपंथी मुला-मुलींच्या सहशिक्षणाला आणि सूफी मशिदींना धमकावून विरोध करत आहेत आणि भीतीचं व दहशतीचं वातावरण तयार करत आहेत. बंदुकीचा धाक दाखवून लोकांच्या गाड्या आणि मोबाइल फोन हस्तगत करणं ही सामान्य

बाब झाली आहे. आम्ही आमच्या भेटीदरम्यान ज्येष्ठ पत्रकार गाझी सलाहुद्दीन यांना भेटलो होतो. त्यांनी 'न्यूज'मध्ये लिहिलं, 'पाकिस्तानी जनता एका अशा समाजानं ओलीस धरली आहे जो एका बाजूनं धर्मांध कट्टरपंथी आणि दुसऱ्या बाजूनं हिंसक गुन्हेगारी यांच्या कात्रीत सापडला आहे. आम्हाला सगळ्यांना अगदी शक्तिहीन, दुर्बल झाल्यासारखं वाटत आहे. कोणत्याही राजकीय कट-कारस्थानापेक्षा कायदा आणि सुव्यवस्थेची झालेली गळचेपी आमच्या अस्तित्वासाठी फार मोठा धोका ठरली आहे.'

इस्लामाबादला असलेल्या पदपथांसारखे इथले पदपथ रिकामे नव्हते. ते सदैव लोकांच्या वर्दळीनं आणि कडेला असलेल्या छोट्या दुकानांनी गजबजलेले असायचे. भारतापेक्षा इथं प्रत्येक गोष्ट स्वस्त मिळायची. खरं तर आम्ही भारतीय आहोत असं कळल्यावर दुकानदार आम्हाला सूट द्यायचे. सगळीकडे स्कार्फ बांधलेल्या स्त्रिया दिसायच्या; फार थोड्या जणी बुरख्यात होत्या. आम्ही जेव्हा गाडी घेऊन क्लिफ्टन आणि डिफेन्स कॉलनी या उच्चभ्रू वस्त्यांमधून गेलो तेव्हा भारतीय द्विपकल्पात इतरत्रही दिसत असलेली सामान्य जनता आणि सुरक्षित, संरक्षित अशा उच्चभ्रू वस्तीतील लोक यांच्या आयुष्यातील प्रचंड मोठी तफावत मला जाणवली. आम्ही ७०, क्लिफ्टन असा पत्ता असलेल्या भुत्तोंच्या सुप्रसिद्ध घरावरून गेलो आणि आपल्याला आत जायला मिळेल का, असा विचार आमच्यापैकी काही जणांच्या मनाला चाटून गेला. फातिमा भुत्तो लेखिका म्हणून नावारूपाला येण्याआधी मी त्यांना मुंबईत भेटले होते. पण त्या भेटीच्या जोरावर माझी त्यांच्याशी ओळख आहे असं म्हणण्याचं धाडस मी करू शकत नव्हते.

मूर्तझा रझवी हा आमचा मित्र आणि स्वयंघोषित वाटाड्या बनला होता. आवारी हॉटेलला आम्ही भेट दिली तेव्हा तो आम्हाला भेटला होता. आमच्या देखभालीची किंवा आम्हाला शहर फिरवण्याची जबाबदारी त्यानं आपणहून आपल्या अंगावर घेतली होती आणि आमच्या अधिकृत कार्यक्रमांच्या आणि समारंभांच्या मध्ये फट मिळेल तेव्हा तो ती इमानेइतबारे पार पाडत होता. आमच्यापैकी काही जणांना तो स्वत:च्या घरीही घेऊन जात होता. मूर्तझा 'डॉन' या वृत्तपत्राचा ज्येष्ठ पत्रकार होता. देशातला वाढता दहशतवाद आणि असहिष्णुता यावर तो खुलेआम भाष्य करायचा. वृत्तपत्रात त्याचा म्हणून एक खास कॉलम होता आणि त्यात इम्रान खानचा उल्लेख 'तालिबानींचा पोस्टर बॉय' असा करून त्यानं जनतेचा रोष ओढवून घेतला होता. तो नेहमी विनोदानं म्हणायचा, की प्रत्येक देशाला सैन्याची गरज असते, पण पाकिस्तानात मात्र सैन्याला या देशाची गरज आहे. तिथं सुरू असलेल्या अनुचित प्रकारांचा त्यानं ज्या उघडपणे धिक्कार केला त्यामुळं आम्ही चकित झालो. त्यानं आम्हाला सांगितलं, की गाडीवर गोल निळं आणि पिवळ्या

रंगाचं स्टिकर असल्याशिवाय त्याला त्याच्या मुलींच्या शाळेत प्रवेश करता यायचा नाही. शाळेला मोठ्या प्रमाणावर संरक्षण पुरवण्यात आलं होतं आणि तिच्याभोवती काटेरी तारांचं कुंपण होतं. पालकांनासुद्धा शाळेत प्रवेश करण्यासाठी ओळखपत्रं अनिवार्य होतं. मुला-मुलींचं सहशिक्षण असलेल्या शाळा सूफी मशिदींप्रमाणेच त्या शहरात दहशतीखाली होत्या. रझवी हा अत्यंत उत्साही, खेळकर, पटकन् कोणाशीही मैत्री करू शकणारा आणि स्पष्टवक्ता होता. मी त्याला भेटल्यानंतर दोनेक वर्षांनी विचित्र परिस्थितीत त्याचा मृत्यू झाल्याची खबर समजली तेव्हा त्याच्या शेरजादे या सुंदर पत्नीचा आणि त्यांच्या तीन गोंडस मुलींचा विचार माझ्या मनात आला. त्याच्याशिवाय त्यांनी काय केलं असेल, हा प्रश्न माझं काळीज कुरतडत राहिला. माझ्या त्या कराची भेटीत आणखी एका व्यक्तीला भेटण्याची संधी मिळाली, तो म्हणजे 'डॉन' वृत्तपत्राचाच मसूद हमीद. तो वरचेवर भारतात यायचा. सन २०१५ मध्ये एका विचित्र परिस्थितीत तोही मरण पावला.

आवारी हॉटेल म्हणजे कराचीतील एक संस्थाच आहे. एक सर्वपरिचित जागा. त्या वेळी ते एकच असं ठिकाण होतं जिथं आम्हाला जरा चांगली कॉफी मिळाली होती. हॉटेलचे मालक दिनशॉ आवारी शहराचं विहंगम दृश्य दाखवायला आम्हाला अगदी वरच्या सातव्या मजल्यावर घेऊन गेले होते. एका वापरात नसलेल्या रेसकोर्सच्या आणि रिकाम्या स्विमिंग पुलाच्या पलीकडे दुपारच्या झाकोळलेल्या सूर्यप्रकाशात कराची शहराचा विस्तार दिसत होता. लांबवर पसरलेल्या टेकड्यांपर्यंत आणि त्याही पलीकडे असलेल्या नीटनेटक्या ओरांगी झोपडपट्टीपर्यंत. दिनशॉच्या पालकांनी १९८२च्या एशियन गेम्समध्ये एंटरप्राईज विभागात पाकिस्तानसाठी नौकानयनाचं सुवर्णपदक जिंकलं होतं. त्यांचा भाऊ झरक्सेस (Xerxes) याने नौकानयनात देशाचं प्रतिनिधित्त्व केलं होतं. कराचीतल्या लहानशा पारशी समाजाचे आवारी हे एक भाग आहेत. अनेक वर्षांपासून इथं राहून या समाजाचा बहुसांस्कृतिक चेहरा आता बराचसा पुसट झाला आहे. गोवेकरांप्रमाणे त्यातल्या अनेकांनी कॅनडा आणि अन्य देशांत स्थलांतर केलं आहे. नरेश फर्नांडिसला फेणीच्या (काजूपासून बनवलेलं मद्य, गोव्याची एक खासियत) दोन बाटल्या त्याच्या कराचीतल्या नातेवाइकांसाठी घेऊन येता आल्या नाहीत हे केवढं मोठं दुर्दैव! त्या त्याला भारतात सोडून यावं लागलं म्हणून त्यांचं हृदय विदीर्ण झालं होतं आणि का होऊ नये? आपल्या अत्यंत आवडत्या आणि बंदी असलेल्या त्या पेयाची चव घेण्याची ती त्यांची बहुधा एकमेव संधी होती.

मुत्ताहिदा कौमी मूव्हमेंटचा (MQM) संस्थापक अल्ताफ हुसैन याच्या 'नाइन झीरो' या घराला भेट दिल्याशिवाय कराचीची भेट पूर्ण होत नाही. आम्ही एका

गजबजलेल्या भागातल्या त्या चिंचोळ्या घरात शिरलो तेव्हा आमच्याभोवती माणसांची गर्दी होती. सगळे समर्थक घोषणा देत होते. त्याआधी एका मोठ्या तंबूत आम्हाला फराळाचे काही पदार्थ देण्यात आले, कारण विजनवासात असलेल्या त्या नेत्याचं भाषण लंडनहून थेट प्रक्षेपित केलं जाणार होतं. त्याच्या कामाबद्दल प्रसिद्ध झालेल्या साहित्यानं, कागदपत्रांनी खच्चून भरलेली एक पिशवी आम्हाला देण्यात आली आणि आम्हा सगळ्यांना पुन्हा सिंधी टोप्या घालाव्या लागल्या आणि सिंधी शाली पांघराव्या लागल्या. एमक्यूएम स्वत:ला धर्मनिरपेक्ष पक्ष म्हणवतो आणि त्याला मध्यमवर्गाचा मोठा पाठिंबा आहे. 'नाइन झीरो' या घरात आम्ही अरुंद जिने चढून गेलो आणि प्रसारमाध्यमांसाठी राखून ठेवलेली एक फारच चांगली खोली आम्हाला बघायला मिळाली. त्या खोलीत अनेक टी.व्ही. संच ठेवलेले होते आणि त्यावर वेगवेगळी चॅनेल दिसत होती. पक्षाचे कार्यक्षम माध्यम व्यवस्थापक चोवीस तास तिथं बातम्यांवर लक्ष ठेवून असायचे. एमक्यूएमला 'रॉ'चा पाठिंबा असल्याचा आरोप नेहमी केला जातो आणि असं म्हणतात, की ल्यारी मधल्या (Lyari) त्यांच्या एका कार्यालयात पोलिसांनी टाकलेल्या छाप्यात भारतीय बनावटीची काही शस्त्रास्त्रं सापडली होती. खरं तर जानेवारी १९७१ ला झालेल्या गंगानामक भारतीय फॉकर (Fokker) विमानाच्या अपहरणापासून ते बांग्लादेश युद्धापर्यंत, बलुचिस्तानातील अस्वस्थतेपर्यंत आणि कराचीतील हिंसाचारापर्यंत किंवा तालिबान्यांनी केलेल्या बॉम्बहल्ल्यापर्यंत सगळ्यांत 'रॉ'चा हात असल्याची पाकिस्तानमध्ये धारणा आहे. 'रॉ'चा संबंध नाही अशा फारच थोड्या गोष्टी आहेत, अशी तिथल्या लोकांची भावना आहे.

एक दिवसाची हैदराबाद भेट

कराचीपासून काही तासांच्या अंतरावर असलेल्या हैदराबाद शहराजवळ आम्ही येत असता इंडस नदी पार केली तेव्हा भारतातल्या कोणत्याही शहरात दिसतात तसे प्लॅस्टिकच्या कचऱ्याचे लांबवर पसरलेले ढीग आमच्या नजरेला पडले. लोकांच्या वर्दळीनं गजबजलेले रस्तेही मायदेशाशी साधर्म्य दाखवणारे होते. सौम्यपणे हसणाऱ्या बेनझीर भुत्तोंची पोस्टर सर्वत्र झळकत होती आणि एका शीतपेयाच्या जाहिरातीत कतरिना कैफ दात दाखवून हसत होती. हैदराबाद प्रेस क्लबच्या प्रवेशद्वाराशी एका फलकावर १९१८ मध्ये भारतातील वृत्तपत्रांच्या स्थितीवर जिनांनी केलेल्या भाषणातील एक वाक्य झळकत होतं. वृत्तपत्र स्वातंत्र्यावरची बंधनं आवळली जाण्याच्या पार्श्वभूमीवर ते वक्तव्य आजच्या काळाला अनुरूप असंच होतं. आम्ही नेहमीप्रमाणे प्रेमानं सगळ्यांची चौकशी करण्याचा शिष्टाचार पार पाडला. त्या व्यावसायिक चर्चेत दोन्ही देशांदरम्यान व्यापार सुरू करण्यावर

विशेष भर देण्यात आला. तिथं आदरातिथ्यामध्ये तसूभरही कसर ठेवलेली नव्हती. सगळ्या स्त्रियांना शाली आणि बांगड्या असलेले बॉक्स भेट म्हणून देण्यात आले. सुप्रीम कोर्टाचे एक निवृत्त वकील आमचे यजमान होते आणि एका गायिकेनं संध्याकाळभर आपल्या गायनानं आमचं मनोरंजन केलं. तिनं शेवटी 'दमा दम मस्त कलंदर' हे गीत रूना लैलापेक्षाही चांगलं गायलं. त्या गायिकेचं नाव आता माझ्या लक्षात नाही, पण तिचा मधुर आवाज मात्र चांगलाच स्मरणात राहिला आहे. त्या संध्याकाळी खूप नाच-गाणी झाली, परंतु परत येताना कराचीत झालेल्या बॉम्बस्फोटाची बातमी कानी आली आणि त्या संध्याकाळच्या आनंदावर थोडं विरजण पडलं. सगळीकडे सांप्रदायिकतेचा प्रभाव वाढत असताना, त्या वेळी सिंध प्रांताच्या विधानसभेचे सदस्य असलेल्या फरहीम मोगल यांनी आम्हाला सिंधच्या उदारमतवादी सूफी परंपरेबाबत सांगितलं आणि एका दंगलीत तीन हिंदूंना मारल्याच्या विरोधात तिथं निषेधाचे मोर्चे कसे निघाले त्याबद्दलही सांगितलं.

दिवसभराच्या हैदराबाद सहलीचा एक भाग म्हणून इंडस नदीत नौकाविहाराचा कार्यक्रम आखण्यात आला होता आणि आमच्यातल्या अनेकांनी त्या वेळी प्रथमच नदीकडे लक्षपूर्वक पाहिलं. मावळत्या सूर्याच्या किरणांनी त्या संथ, शांत पाण्यावर आणि बंधाऱ्यावर सोनेरी मुलामा चढवला होता आणि त्या पार्श्वभूमीवर रंगीबेरंगी नावांमध्ये बसून पाण्यात जाळं फेकणारे मच्छिमार उठून दिसत होते. तिथून परत निघताना आम्ही एक बस पाहिली. तिच्या टपावर लोक बसले होते. दोन स्त्रियाही होत्या. त्यांनी दुधी रंगाचे स्कर्ट घातले होते. ते वाऱ्यावर फडकत होते. त्या बसमधून उतरल्या आणि चालू लागल्या. हळूहळू ते स्कर्ट, शर्ट आणि दुपट्टे सूर्यास्तात विलीन झाले.

त्या शहरात हसरत मोहानी नावाची एक छान लायब्ररी आहे. हिरव्यागार लॉनवर विटांमध्ये बांधलेली ही देखणी इमारत उभी आहे. तिची अंतर्गत सजावट अत्यंत रुचिपूर्ण आहे आणि उंच छत असलेल्या मोठमोठ्या खोल्यांमध्ये पुस्तकांचा प्रचंड मोठा साठा आहे. पूर्वी होमस्टेड हॉल नावानं ओळखल्या जाणाऱ्या या इमारतीचं २००८ मध्ये २६ दशलक्ष पाकिस्तानी रुपये खर्चून नूतनीकरण करण्यात आलं. भारताचे माजी उपपंतप्रधान आणि भाजपा नेते एल. के. अडवाणी यांचं जन्मस्थान असलेलं गजबजलेल्या लोकवस्तीतील घर हा हैदराबादमधला आमचा पुढचा थांबा होता. त्या भागात काही जुन्या ब्रिटिशकालीन इमारतींच्या खांद्याला खांदा लावून काही विद्रूप आधुनिक इमारती उभ्या होत्या.

सामाजिक जीवन, भूमिगत रेस्टॉरंटस आणि काबूल

मध्यरात्रीनंतर झोपूनही मी सहसा लवकरच उठायचे आणि नंतर चालायला जायचे

किंवा खूप थंडी असेल, तर सगळी वर्तमानपत्रं आणि मासिकं वाचून काढायचे. कॉफी पिण्याआधी मी पहिल्यांदा काय करायचे, तर टी.व्ही. आणि कॉम्प्युटर सुरू करायचे. काही ब्रेकिंग न्यूज आहे का यावर एक धावती नजर टाकायचे. फिरायला जाणं किंवा व्यायाम करणं हे मी कटाक्षानं करायचेच आणि थोड्या वेळासाठी योगा-कम-पिलाटेस (Pilates) क्लास करायचे. (माझी शिक्षिका त्याला 'योगिलाटेज्' म्हणायची!) त्यानंतर दिवसभर मी कामात गढून जायचे. संध्याकाळपर्यंत तीन किंवा चार लेख पूर्ण करायचे आणि त्यानंतर बाहेर जायचं नसेल, तर वाचन करायचे किंवा चित्रपट पाहायचे. दिवसभर कामाची गडबड असायची आणि हायकिंगला जाणं किंवा चित्रपट पाहणं या गोष्टी सोडल्या, तर इतर वेळी निवांतपणा फार क्वचित मिळायचा. आम्ही ज्याला विशेष लेख किंवा Op-ed (Opposite to the editorial page) म्हणजे संपादकीय लिहिलेल्या पानाच्या विरुद्ध बाजूचं पान म्हणतो, ते लिहिण्याचाही मी प्रयत्न करायचे; त्यात बराच वेळ जायचा.

माझ्या शेजारणीला मी एका जुन्या लाल रंगाच्या टोयोटा गाडीतून जाताना बघायचे. ती मला अभिवादन करायची. तिचं वागणं मैत्रीपूर्ण होतं, पण आम्ही एकमेकींच्या घरी कधी गेलो नाही. मी कोणीतरी राजकीय मुत्सद्दी आहे असं बहुधा तिला वाटायचं, कारण मी अधूनमधून टी.व्ही.वर दिसायचे. घराच्या दुसऱ्या बाजूला मला लोक फारसे दिसायचे नाहीत. घराच्या मागच्या बाजूला काही तरुण पुरुष रहायचे. ते क्रिकेट खेळायचे आणि बऱ्याच वेळा त्यांनी मारलेला बॉल माझ्या कंपाउंडच्या आत यायचा. तो मिळवण्यासाठी मग ते साजिदाला लाडीगोडी लावायचे. मी चालायला जायचे तेव्हा प्रचंड मोठ्या बंगल्यांचं रक्षण करण्याकरता ठेवलेले रखवालदार मला बहुतेकदा दिसायचे. त्यांचं सगळं आयुष्य गेटच्या बाहेर बांधलेल्या कॉंक्रिटच्या छोट्याशा खोपट्यात ते घालवायचे.

इस्लामाबाद हे मैत्रीचा हात पुढं करणारं शहर आहे आणि तिथं एखादा लेख लिहिणं किंवा 'स्टोरी' तयार करणं तितकंसं अवघड नव्हतं, कारण बहुतेक लोक मदतीला तत्पर असायचे. भारतात माझ्या मित्रांनी मला एकूणच तिथं कसा पेहराव असावा याबद्दल दक्ष राहण्याचा सल्ला दिला होता. कपडे तर महत्त्वाचे होतेच आणि मेकअपसुद्धा. एका स्नेह्यानं मला 'छान आणि व्यवस्थित' कपडे घालण्याचा सल्ला दिला होता; नाहीतर मी रुबाबदार पाकिस्तानी लोकांच्या तुलनेत गबाळी दिसले असते. मी कपड्यांच्या बाबतीत तिथल्या लोकांना निराश करू नये म्हणून मला दुपट्टे आणि कुर्ते भेट म्हणून देण्यात आले होते. सगळ्यांच्या सूचनांचं पालन करून मी ठीकठाक दिसत होते असं मला वाटत असतानाच माझ्या भ्रमाचा भोपळा फुटला. एका टी.व्ही. स्टेशनमधल्या मेकअपमननं माझ्या

साधेपणाबद्दल माझी खरडपट्टी काढली! मुंबईमध्ये अनौपचारिक पेहराव ही जणू पत्रकारांना ओळखण्याची खूण होती आणि माझा पेशा मला आवडण्यामागे हेही एक कारण होतं; परंतु इथं मात्र प्रचलित प्रघातांशी माझी राहणी व पेहराव अगदीच फटकून असल्याचं मला जाणवलं. टी.व्ही.वरच्या टॉक-शोसाठी 'तयार' होण्याचं मी नाकारलं आणि मी साधी लिपस्टिकही लावत नाही हे पाहून तिथला मेकअपमन आश्चर्यानं थक्क झाला. मी थोडीशी पावडर लावून घ्यावी याबाबत तो फार आग्रही होता. मी स्वत:ला कसं सादर करायला हवं यावर त्यानं एक छोटेखानी भाषणही ठोकलं. इतक्या साध्या राहणीनं माझं काहीही भलं होणार नाही आणि मी माझ्या ग्लॅमरचा निर्देशांक उंचावला नाही, तर लोक माझं म्हणणं गांभीर्यानं घेणार नाहीत असं त्याचं ठाम मत होतं! तोपर्यंत मला माझ्यातल्या कमतरतांची पुरेशी कल्पना आली होती. पण त्यापेक्षा आणखी वाईट घडायचं बाकी होतं. मी मेकअप करत नाही याचं इस्लामाबादमधल्या स्नेह्यांना फार आश्चर्य वाटायचं. तुम्ही पत्रकार असलात, तरी तुमच्या दिसण्यानं नक्कीच फरक पडत होता, दिसणं ही तिथं फारच महत्त्वाची गोष्ट होती.

सण-समारंभ साजरे न करण्याचा सल्ला मला देण्यात आला होता. मी मायदेशीही तसं काहीच करत नसल्यामुळे हा सल्ला पाळणं माझ्यासाठी कठीण नव्हतं. भारतात जसे धुमधडाक्यात सण साजरे करण्याची आपल्याला सवय झाली आहे, तसं इथं नव्हतं. दिवाळीच्या काळात मी फटाक्यांचे आवाज ऐकले ते फक्त भारतीय दूतावासाच्या उंच-उंच भिंतींच्या आड. भारतीय समारंभ शांतपणे, मूकपणे साजरे झाल्याबद्दल वर्तमानपत्रात बातम्या होत्या. जेव्हा बकरी ईद जवळ आली, तेव्हा पुन्हा मला मित्रमंडळींनी घराबाहेर न पडण्याचा सल्ला दिला. रस्त्यावर रक्ताचे सडे पडलेले असतील असं त्यांनी सांगितलं. माझ्या घराच्या अवतीभवती असलेल्या घरांमधून मला बकऱ्यांच्या केकाटण्याचे आवाज येत होते आणि टी.व्ही.वर 'कुर्बानी'वर आधारित कार्यक्रमांची रेलचेल होती. एका एपिसोडमध्ये एक टी.व्ही. अँकर सांगत होता, की त्यांनी एका उंटाला मारायचा प्रयत्न केला आणि तो पळून जाऊ लागला; म्हणून त्यांना त्याला सुरा किंवा तत्सम हत्यार फेकून मारावं लागलं वगैरे, वगैरे. मला असलं काही तरी भयानक दिसलं नाही, तरी माझ्या घराबाहेरचा रस्ता पाण्यानं धुतल्यामुळे ओला दिसत होता. ते पाणी रक्त धुऊन काढण्यासाठी वापरलं असावं, असा माझा कयास होता. ईदच्या दिवशी सकाळी मी उठले तेव्हा लाकूड फोडताना येतो तसा ठक्ठक् आवाज माझ्या कानावर पडला. मी बाहेर बघितलं आणि झुडपांमधून मला माझ्या शेजाऱ्यांच्या बागेतलं दृश्य दिसलं. तिथं पाय ताणून पडलेल्या एका बकऱ्याचं मृत शरीर कापलं जात होतं. मी त्यानंतर पुन्हा बाहेर पाहिलं नाही.

काही दिवसांसाठी सगळं बंद होतं आणि लोक त्यांच्या गेटच्या बाहेर मांस मिळवण्यासाठी गलका करत होते.

मला कोणत्याही प्रकारची अत्यंत गोपनीय माहिती मिळाली नसली (मला गुप्तहेर मानण्यात आलं होतं आणि माझ्या त्या प्रतिमेला ही बाब मुळीच शोभनीय नव्हती), तरी मी इकडे-तिकडे फिरू शकत होते, मला हव्या असलेल्या वस्तू विकत घेऊ शकत होते. थेट शेतातून आलेला ताजा माल खरेदी करू शकत होते आणि चांगल्या लोकांना भेटू शकत होते. इस्लामाबादमधलं सामाजिक जीवन हे नेहमीच राजनैतिक अधिकाऱ्यांच्या मेजवान्या, भोजन समारंभ आणि भेटी-गाठी यांच्याभोवती फिरत असतं आणि असे भोजन समारंभ सर्वसाधारणपणे रात्री लवकर म्हणजे ९.३० वाजता संपतात. याला एकदा अपवाद घडला होता. पाक भेटीवर आलेल्या एका मान्यवर व्यक्तीने इतक्या लवकर पार्टी संपवायला नकार दिला होता. पार्ट्या होणं हा तिथला अलिखित नियम आहे आणि पहिल्या दिवसापासूनच आम्हाला तशी आमंत्रणं मिळत होती. एका मित्रानं मला एका पार्टीला बोलावलं तेव्हा मी तिथं कोणाला ओळखत नाही असं सांगितल्यावर तो म्हणाला, की एकदा का तू तिथं गेलीस, की तुझी ओळख होईल. एका ज्येष्ठ राजकारणी व्यक्तीच्या वाढदिवसानिमित्त तो समारंभ होता. तो राजकारणी मला त्याच्या खूप वर्षांनी भेटलेल्या मुलीसारखं वागवत होता. माझा मित्र म्हणाला, की तो मला न्यायला रात्री नऊच्या सुमारास येईल आणि मी अगदी लगेच निघण्याच्या तयारीत असलं पाहिजे. घरातून निघणं इतकं सोपं नव्हतं; मला खूप सारी दारं बंद करावी लागायची. शिवाय गेट बंद करावं लागायचं आणि सगळं बंद करून बाहेर वाट बघत उभं राहण्याची सोय नव्हती, कारण बाहेर प्रचंड थंडी होती. त्यामुळं त्याचा फोन आला तेव्हा माझी जरा तारांबळ उडाली होती. मी घाईगडबडीनं बाहेर गेले तेव्हा मला दिसलं, की माझ्या दाराकडे येणारी छोटीशी गल्ली जीप आणि भल्या मोठ्या कार यांनी भरून गेली होती. त्यांच्या चमचमणाऱ्या हेडलाइटसनं माझे डोळे दिपून गेले. एका काळ्या, लांबलचक वाहनाच्या मागे गाड्या भरून बंदूकधारी सुरक्षारक्षकांचा ताफा होता आणि मी गेटला कुलूप लावत असताना तीक्ष्ण आवाजात मला पटकन् गाडीत बसण्याचा आदेश देण्यात आला. अंधारात मला घ्यायला आलेल्या त्या महनीय व्यक्तीचा चेहरा मला दिसू शकला नाही आणि पार्टीत जाईपर्यंत ते कळण्यासाठी मला वाट बघावी लागली. त्या संध्याकाळभर पंजाबी कविता आणि गाणी यांची रेलचेल होती, स्कॉच आणि स्वादिष्ट भोजन यांचा सुगंध दरवळत होता आणि सगळीकडे पुरुषच पुरुष दिसत होते. बराच वेळ तिथं मी एकमेव महिला होते. मला त्या पार्टीत आमंत्रित करणारा तो मित्र मला चक्क विसरला आणि पार्टीतून निघूनही गेला. रात्र खूप

झाली होती आणि मी हरवल्यासारखी बाहेर का उभी आहे याचा विचार करत माझ्या माहितीतल्या एका राजकारण्याने सुदैवाने मला घरी सोडलं.

एक पत्रकार असलेला आणि आता टी.व्ही. अँकर बनलेला अमीर मतीन माझा सगळ्यांत जवळ राहणारा शेजारी होता आणि तो बरेच वेळा त्याच्या काही मित्रांना भेटवण्यासाठी मला त्याच्या घरी बोलवायचा. त्याचे हे मित्र वर्तमानपत्रांचे संपादक, मानवी हक्क चळवळीतील कार्यकर्ते आणि राजकारणी होते. त्यांचं वागणं मैत्रीपूर्ण होतं आणि ते मनावर कोणतंही दडपण न ठेवता, हातचं न राखता बोलायचे. त्यातल्या बहुतेकांना माझ्या वर्तमानपत्राविषयी आणि माझ्या देशाविषयी बरीच माहिती होती. रात्री उशिरापर्यंत आमच्या गप्पा चालायच्या आणि जर मूड असेल किंवा तसंच काही कारण असेल, तर गाणी-बजावणी पण व्हायची. अमीरचा जरासा बुजरा, पण तरुण, देखणा नोकर अदनान आमच्यासाठी खाण्याचे पदार्थ करायचा आणि वाढायचा. आम्ही असू तेवढा संपूर्ण वेळ त्याचा कुत्रा सतत भुंकत राहायचा, कारण त्याला अंगणात एका छोट्याशा जागेत बांधून ठेवलेलं असायचं. आपली पंजाबी संस्कृती दाखवण्यासाठी अमीरनं आवर्जून मला त्याच्या एका नातेवाइकाच्या विवाह-सोहळ्यासाठी आमंत्रित केलं होतं. त्या समारंभाचं आयोजन त्यानं स्वत: केलं होतं. रात्रभर तिथं गाणी म्हणण्याचा कार्यक्रम चालला होता.

नॅशनल असेंब्लीमध्ये मला घेऊन जाण्यासाठी आमीर गाइड बनला होता. माझा ड्रायव्हर नसेल तेव्हा बऱ्याचदा तो मला घेऊन जायचा आणि परत आणून सोडायचा. सगळ्या राजकारण्यांविषयी तो मला माहिती द्यायचा आणि दुसऱ्या दिवशी 'द न्यूज'मध्ये मी त्यानं लिहिलेला कॉलम वाचायचे. त्याची शैली अतिशय ओघवती होती, तो समोर बसून जणूकाही आपल्याशी बोलतोय असं वाटायचं. त्याचं लिखाण गुंगवून टाकणारं आणि काही वेळा अगदी गमतीदार असायचं. पहिल्यांदा आम्ही लांबलचक प्रेस गॅलरीत बसलो होतो आणि नंतर नेहमी त्याच जागी बसायचो तेव्हा त्यानं नक्षीदार छताकडे बोट दाखवलं आणि गमतीने म्हणाला, की ती जी अक्षरं आहेत, त्या कुराणातल्या ओळी आहेत. नाही तर तुम्हाला वाटेल की ती भित्तिचित्रं आहेत!' त्यावर मी लटक्या रागानं पुटपुटले की, इतकं तर मला नक्कीच माहीत आहे. त्यावर तो गडगडाटी हसला. पार्लमेंट आणि सिनेट या दोन्हीकडच्या बातम्या एकत्रित करताना आणि कुठला राजकारणी कोणत्या पार्टीचा आहे किंवा एकूणच तिथं चालणारं कामकाज समजून घेण्यासाठी आमीरची मला खूपच मदत झाली. कामकाज सुरू होण्याची वाट बघत आम्ही कँटीनमध्ये तासन्तास घालवले आणि तिथंच आम्हाला आणखी राजकारणी व पत्रकार भेटले. ओसामा बिन लादेनची मुलाखत घेणारा जिओ (Geo) टीव्हीचा

सुप्रसिद्ध अँकर आणि पत्रकार हमीद मीर जर आमच्यासोबत तिथं बसला असेल, तर त्याच्याबरोबर फोटो काढण्यासाठी उत्सुक असलेल्या लोकांची गर्दी तिथं जमायची. त्याची लोकप्रियता मोठी होती असं दिसतं. आम्ही काही जण एकत्र चित्रपट बघायला जायचो किंवा दुपारच्या जेवणाला किंवा लहान पार्ट्यांमध्ये भेटायचो. मी राहत होते त्या ठिकाणापासून सेंटॉरस मॉल अगदी चालत जाण्याच्या अंतरावर होता. मुंबईच्या खान मार्केटसारख्याच असलेल्या कोव्हसर मार्केट या इस्लामाबादच्या मार्केटमध्ये कॉफी प्यायला जाणं हा आमचा नित्याचा परिपाठ झाला होता, पण काही वेळा लेख आणि बातम्या देण्याची घाई असल्यामुळे आम्हाला तिथून लवकर निघणं भाग पडायचं. पाकिस्तान टीव्हीचा (इंग्लिशमध्ये असलेलं राष्ट्रीय चॅनेल) अस्मतुल्ला नियाझी हा हरप्रकारे मदत करायला नेहमी तत्पर असायचा. त्या शहरातले बरेच इतर मित्र माझ्या आयुष्याचा एक भागच बनले होते. अधूनमधून आम्ही एकत्र जमायचो. शहरात उपलब्ध असलेल्या वाहतूक व्यवस्थेची एकंदर अवस्था पाहता कार आणि ड्रायव्हर हाताशी असणं आणि प्रवासाचं अंतर अगदीच कमी असणं फारच सोईचं झालं होतं.

काही लोकांशी माझी चांगली ओळख झाली होती आणि ते मला त्यांच्या घरीही बोलवायचे. तुम्ही जेव्हा ब्रिगेडिअर मोहम्मद अयाझ खान यांच्या फ्लॅटवर जाता तेव्हा सर्वप्रथम तुमची नजर एका रुबाबदार, निळ्या डोळ्यांच्या तरुणाच्या फोटोवर पडते; हा त्यांचा पोलीस अधिकारी मुलगा सलमान. काही वर्षांपूर्वी अपहरणकर्त्यांना पकडताना झालेल्या झटापटीत त्याचा मृत्यू झाला होता. कुटुंबावर कोसळलेला हा दुःखाचा डोंगर ते सगळे मिळून मोठ्या हिंमतीनं पेलत आहेत. वरवर सगळं काही ठीक असल्याचं दाखवत असले, तरी त्यांच्या डोळ्यांत त्यांचं संपूर्ण आयुष्य झाकोळून टाकणारी दुःखाची गडद छाया तुम्हाला दिसते. स्वाबीमधल्या त्यांच्या गढीतून 'कुछ खास'मधल्या शेतकऱ्यांच्या आठवडे बाजारात ताज्या भाज्या घेऊन ब्रिगेडिअर अयाझ गाडी चालवत आले होते. 'कुछ खास' हा इस्लामाबादमधल्या परदेशी नागरिकांचा एक आवडता कॅफे आहे. तिथं एक कलादालनही आहे. त्याच्या समोर एक प्रशस्त लॉन आहे, तिथं हा आठवडे बाजार भरतो. त्यांची आणि माझी भेट तिथंच झाली होती. ब्रिगेडिअर उंच आणि अंगानं धष्टपुष्ट होते. त्यांच्या गोड कुटुंबीयांसारखेच ते प्रसन्न आणि प्रेमळ होते. विशेषकरून त्यांची दोन नातवंडं – सुलेमान आणि मोमीना – फारच लोभस होती. दर आठवड्याला बाजारात एका छोट्या टेबलवर ताज्या भाज्या ठेवून ती दोघं टेबलमागे त्या विकायला उभी असायची. मी अगदी नेमानं मोठी सोनेरी लिस्बन लिंबं, मध, संत्री आणि ताज्या भाज्या खरेदी करायचे. मी ब्रिगेडिअर अयाझना दर आठवड्याला ते इस्लामाबादला यायला निघायच्या आधी फोन

करायचे आणि मला काय काय हवं त्याची यादी द्यायचे. ते सगळं सामान त्यांच्या फ्लॅटवर घेऊन यायचे. आमच्या दोन्ही देशांमधल्या धुसफुसत्या संबंधांबद्दल त्यांना फार खेद वाटायचा आणि भारतीय मासिकं वाचता येत नाहीत म्हणून वाईटही वाटायचं. त्यांना खास करून 'इंडिया टुडे' फार आवडायचं. एकदा माझ्या आयपॅडवर ते ऑनलाइन कसं वाचायचं हे मी त्यांना दाखवलं, पण तरीही त्यांना प्रत्यक्ष मासिक हातात घेऊन वाचायची इच्छा असायची.

सुलेमान इम्रान खानचा फार मोठा चाहता होता आणि त्यानं मला आता राजकारणात उतरलेल्या पूर्वाश्रमीच्या या क्रिकेटपटूची स्वाक्षरी आणण्याची विनंती केली होती. खूप गर्दी असलेल्या एका प्रेस कॉन्फरन्सनंतर इम्रान खानने माझ्या विनंतीला मान देऊन एका कागदावर स्वाक्षरी करून दिली. सुलेमान म्हणाला, की तो त्या कागदाला फ्रेम करून भिंतीवर टांगणार आहे! विचार-मंथन बैठकांमध्ये मी ब्रिगेडिअर अयाझना भेटत असायची आणि भारत व पाकिस्तान यांच्यातले संबंध सुधारत नाहीत याबद्दल ते नेहमी उद्वेग व्यक्त करायचे. त्यांनी मला स्वाबीला येण्याबद्दल खूप वेळा आमंत्रित केलं; परंतु त्यांची ती प्रशस्त गढी बघण्याची परवानगी मला मिळेल याची यत्किंचितही शक्यता नव्हती - पण किमान मी त्याचे फोटो तरी बघू शकले.

त्यांच्या इस्लामाबादमधल्या फ्लॅटमध्ये प्रशस्त दिवाणखान्याच्या मध्यभागी असलेल्या टेबलवर सुक्या मेव्यानं भरलेला एक मोठा ट्रे नेहमी ठेवलेला असायचा. माझ्या असं लक्षात आलं, की मी ज्या ज्या घरांना भेटी दिल्या, त्या सगळ्या घरात ती पद्धतच होती. माझ्या घरी कोणी मित्रमंडळी आली, तर ती येताना खूप सारे पाइन नट घेऊन यायची. ते स्वस्तही मिळायचे आणि शिवाय आणखी काही छान छान भेटी आणायचे. येता-जाता सुका मेवा तोंडात टाकायची मला सवयच लागली होती आणि त्यानंतर माझ्या डायनिंग टेबलवर एक वाडगा भरून सुका मेवा नेहमीच ठेवलेला असायचा. आम्ही तिथल्या स्थानिक अबपारा मार्केटमध्ये सुका मेवा आणायला नेहमी जायचो. तिथं तो स्वस्त तर होताच, पण अत्यंत उत्कृष्ट दर्जाचाही होता.

सगळ्यांना एकत्र जमण्यासाठी नेहमीच काही तरी निमित्त मिळायचं. व्हिसाची प्रक्रिया नियंत्रित करणाऱ्या एका भारतीय राजनीतिज्ञाला निरोप देण्यासाठी निरोप समारंभ झाला. तो खूप लोकप्रिय असल्यामुळे अनेक निरोप समारंभ झाले. काही भारतीय राजनीतिज्ञांना अनेक वेळा निरोप देऊन झाले आणि तरीही ते तिथंच राहिले. अशा लोकांसाठी, 'आता या माणसासाठी आणखी निरोप समारंभ नाही करायचे' अशा प्रकारची विधानं केली जाऊ लागली, परंतु तरीही त्यानंतर आणखी काही पार्ट्या झाल्याच.

आधीच्या वार्ताहराच्या एका मित्राने तो अमेरिकेहून सर्जरी करून परत आल्याच्या निमित्ताने तो देत असलेल्या एका शाही 'ब्रंच'साठी मला आमंत्रित केलं. अशा प्रकारच्या जलशामध्ये नेहमीच वर्तमानपत्राचे संपादक, सैन्यदलातले किंवा सरकारातले प्रशासकीय निवृत्त अधिकारी यांना आमंत्रण असायचं. काही वेळा यजमान त्यांना महत्त्वाच्या आणि उपयुक्त वाटणाऱ्या लोकांची काळजीपूर्वक निवड करायचे. पत्रकार आणि काही वेळा राजकारणी मंडळीसुद्धा आम्हाला घरी बोलवायची. एकदा मी एका स्नेह्याच्या घरी गेले होते. तिथं टेबलावर वेगवेगळ्या खाद्यपदार्थांची नुसती रेलचेल होती. मात्र, सुरुवातीला असं वाटत होतं, की खायला विशेष काहीच नसणार! त्या रात्री जेवण हाच मुख्य विषय होता आणि ते अतिशय स्वादिष्ट होतं. दुसऱ्या एका मित्रानं मला एका रेस्टॉरंटबद्दल सांगितलं, तिथं रमझानच्या काळात 'ऑल यू कॅन ईट इफ्तार' होता आणि लोकांनी खरोखरच तिथलं सगळं अन्न फस्त केलं. त्यामुळं रेस्टॉरंट लवकर बंद करण्याची वेळ आली.

मुंबई आणि कराचीला असतं तसं 'नाइटलाइफ' इस्लामाबादला नव्हतं. नवीन वर्ष सुरू होण्याच्या आदल्या रात्री आम्ही ज्या रेस्टॉरंटमध्ये जेवायला गेलो होतो तिथं एक खासगी पार्टी चाललेली होती आणि तिथली पद्धत अशीच दिसत होती. भारतीय दूतावासातल्या अधिकाऱ्यांनी दिलेल्या काही पार्ट्या मद्यविरहित (ड्राय) असल्या, तरी युरोपीय युनियन (EU) आणि यूएसए यांच्या दूतावासाच्या पार्ट्या साग्रसंगीत असायच्या. युरोपीय युनियनचा राष्ट्रीय दिवस एका फाइव्ह स्टार हॉटेलच्या लॉनवर साजरा झाला होता. त्यात मद्य, संगीत आणि नृत्य आणि अर्थातच चविष्ट खाद्यपदार्थ असा बेत होता. बऱ्याच पार्ट्या भारतीय राजदूतांच्या घरी आणि त्याला लागून असलेल्या आवारात दिल्या जायच्या. मला एकदाच अमेरिकी राजदूतावासात आमंत्रित करण्यात आलं होतं. त्या वेळी रिचर्ड ओल्सन हे राजदूत होते. हा दूतावास अगदी निर्जन जागी, उंच भिंतींच्या आड होता. त्या वेळी 'कमिटी टू प्रोटेक्ट जर्नालिस्ट्स' (CPJ) यांचं शिष्टमंडळ आणि त्याचे विश्वस्त काटी मार्टन (Kati Marton) भेटीवर आले होते. त्या वेळी उच्चतम सुरक्षा आणि दक्षता अगदीच गरजेची होती; कारण तेहरानमध्ये एका इराणी गटाने अमेरिकी दूतावासातील सगळ्या लोकांना ओलीस धरल्याच्या घटनेच्या पार्श्वभूमीवर १९७९च्या नोव्हेंबर महिन्यात जुन्या दूतावासावर हल्ला झाला होता. तेहरानमधील घटनेच्या कडवट स्मृती अजूनही नक्कीच रेंगाळत असणार.

अनितानं आमच्यासाठी घरी मागवण्याच्या पदार्थांच्या मेन्यू कार्डची (टेक अवे मेन्यूज्) चळतच्या चळत ठेवली होती आणि इस्लामाबादला गेल्यावर स्थिरस्थावर

होण्याच्या पहिल्या आठवड्यात आम्ही रोज वेगवेगळ्या ठिकाणांहून जेवण मागवत होतो. पाकिस्तानी खाद्यपदार्थ म्हणजे मांस, मांस आणि आणखी मांस! चिकनला सुद्धा तिकडे शाकाहार मानतात. एका स्नेह्याने मला रात्रीच्या जेवणात काय आहे असं विचारलं असता, मी 'कोबी' असं उत्तर दिलं तेव्हा त्यानं वाकडं तोंड केलं होतं. त्याच्यासाठी साहजिकच ते जनावरांचं खाणं होतं! एकदा एका रेस्टॉरंटमध्ये रुचिराने शाकाहारी डिश मागवली तेव्हा त्यात चिकन होतं. जेव्हा तिनं वेटरला बोलावून त्याच्या ते निदर्शनाला आणून दिलं तेव्हा त्याला आश्चर्याचा धक्काच बसला. 'हे तर फक्त चिकन आहे,' तो म्हणाला, जणूकाही ती शाकाहारी भोजनात नेहमी वापरली जाणारी एखादी भाजी होती!

कबाब आणि नान फारच चविष्ट होते, पण चायनीज पदार्थांनी आमची खूपच निराशा केली. नूडल्स जाड आणि तेलकट होत्या आणि ग्रेव्ही पंजाबी स्टाइलची आणि लालभडक होती. एकंदर इस्लामाबादमध्ये रेस्टॉरंट मर्यादित आहेत. अर्थात् तिथं जपानी आणि चायनीज जेवणही मिळायचं आणि मी काही फारशी मांसप्रेमी नसल्यामुळे फार माहीत नसलेल्या पण चविष्ट जेवण मिळणाऱ्या ठिकाणांकडे आम्ही फिरकलो नाही. एका ठिकाणची बिर्याणी आणि कबाब फार लोकप्रिय होते आणि तिथं खीरही छान मिळायची. एका रेस्टॉरंटचं नाव 'बॉम्बे' होतं, पण बॉम्बेत मिळणाऱ्या पदार्थांसारखे पदार्थ तिथं फार कमी होते. त्याच्या मालकाला आम्ही एकदा भेटलो. त्याला डोसे कसे बनवतात हे जाणून घेण्याची फार इच्छा होती. नंतर आम्हाला असा शोध लागला, की काही उद्योगी चिनी मंडळींनी 'छुप्या' पद्धतीने स्वादिष्ट चवीची रेस्टॉरंट उघडली होती आणि तिथं 'गुप्त' मद्यालयं (Bars) पण होती. तिथल्या लांब, हिरव्या, तीळ घातलेल्या शेंगा आमच्या आवडत्या होत्या. पाकिस्तानात माझा आणखी एक संस्मरणीय वाढदिवस साजरा झाला. या वेळी एका चायनीज रेस्टॉरंटमध्ये स्नेहेश आणि रुचिरासोबत आम्ही रात्री जेवायला गेलो होतो. रूचिरानं मोठ्या हौसेनं माझ्यासाठी संत्र्याच्या चवीचा केक बनवून आणला होता.

वर उल्लेख केलेल्या त्या उघड गुपित असलेल्या रेस्टॉरंटपैकी एका रेस्टॉरंटवरून मोठी खळबळ माजली होती. 'ला मैसन' (La Maison) या फ्रेंच माणसानं सुरू केलेल्या रेस्टॉरंटमध्ये पाकिस्तानी लोकांना यायला मज्जाव केला होता आणि तसा फलक बाहेर लावला होता. त्या फ्रेंच मालकाने त्यावर असं स्पष्टीकरण दिलं की, त्याचा हेतू तसा नव्हता; आणि तो पदार्थांमध्ये पोर्क (डुकराचं मांस) आणि वाइन यांचा वापर करत असल्यामुळे त्यानं तो फलक लिहिला होता. प्रक्षुब्ध झालेल्या पाकिस्तानी लोकांनी काही काळासाठी त्याचं रेस्टॉरंट बंद पाडलं होतं, पण मला वाटतं, की ते पुन्हा उघडलं. त्यानं अशा प्रकारचा फलक लावणं

हे जरा असभ्यपणाचंच होतं, मग तिथलं जेवण कितीही चांगलं का असेना! चायनीज रेस्टॉरंट अशा बाबतीत शांत होती आणि त्यांनी असे कोणतेही फलक लावले नव्हते. आम्हाला त्यातलं जे एक आवडलं होतं ते एक घर होतं. त्यातल्या दोन खोल्यांमध्ये टेबलं लावली होती. त्या मालकाचं छोटं मूल काही वेळा त्या खोल्यांमधून फिरत असायचं. आपण आपल्याच घरात जेवत असल्यासारखं वातावरण तिथं होतं. बऱ्याचदा त्या संपूर्ण खोलीत फक्त आम्हीच असायचो.

आमची भटकंतीची लाडकी जागा म्हणजे 'कुछ खास' (मी तिचा या आधीही उल्लेख केला आहे. तिथं शेतकऱ्यांचा आठवडे बाजार भरायचा.) मुख्य मार्गल्ला रोडवर जरा एका बाजूला 'लाइम ट्री' कॅफे होता. पॉपी अफझलखान त्याचा मालक होता. दुर्दैवानं नंतर त्याचं निधन झालं. अनेक कलाप्रकारांचं ते केंद्र होतं. तिथं काही सादरीकरणं पण व्हायची. बरेच कार्यक्रम होत असत. शिवाय, लोकांना भेटण्यासाठी ते एक चांगलं ठिकाण होतं. लॉन्सच्या चहूबाजूंनी दाट झुडपं होती आणि त्यापलीकडं झाडांची रांग होती. चारही बाजूंनी झाडांनी वेढलेला तो कॅफे अगदी सुखकर होता. पदार्थांची चव छान होती आणि विशेषत: कॉफी अगदी उत्कृष्ट होती. थंडीच्या दिवसांत संध्याकाळी इलेक्ट्रिकच्या शेगड्यांनी वातावरण उबदार बनायचं आणि तशात बार्बेक्यूवर भाजलेल्या खमंग, चटकदार मांसाहारी पदार्थांनी रसना तृप्त व्हायची. त्या कॅफेचं व्यवस्थापन खालिदा नून या धडाडीच्या स्त्रीकडं होतं. ती सतत पदार्थांचा आणि सेवेचा दर्जा उत्तम राखला जावा यासाठी धडपडत असायची.

मला एक अशी शेजारीण सापडली जी फार सुंदर जॅम, ब्रेड, कुसकुस (दलिया) आणि हम्मस बनवायची. मोठ्या प्रमाणावर शेती करणारे काही शेतकरी होते, त्यांतले काही निवृत्त सैनिक होते. इस्लामाबाद शहराला लागून त्यांची शेती होती. ते चीज, दूध, फळं आणि ताज्या भाज्या विकायचे. शेती करणाऱ्या अशाच एका जोडप्याच्या मुलीचा विवाह जनरल मुशर्रफ यांच्या मुलाशी झाला होता. मला हे माहीत असल्याचा उल्लेख मी त्या दाम्पत्यापाशी केला नाही. त्यांचं वागणं अतिशय मैत्रीपूर्ण होतं. ते उत्तम भाज्या आणि दुग्धजन्य पदार्थ विकायचे. माझ्या घरी रोज बाटलीतून दूध यायचं. दूध आणणाऱ्या टेम्पो ड्रायव्हरला जेव्हा हे कळलं, की आम्ही भारतातून आलो आहोत तेव्हा त्यानं माझ्या नवऱ्याला त्याच्यासाठी केसांना लावायचं एक विशिष्ट तेल आणायला सांगितलं. त्यानं त्या तेलाबद्दल वाचलं होतं आणि त्यात केस पुन्हा उगवण्याचे गुणधर्म आहेत, असा त्याचा विश्वास होता. मला भेटला, की दर वेळी तो विचारायचा. तुमचे यजमान परत आले का, तेल कुठं आहे? मी भारतात परत जाणार याचं सगळ्यात जास्त दुःख जर कोणा पाकिस्तानी माणसाला झालं असेल, तर ते त्या ड्रायव्हरला झालं

इस्लामाबाद शहराच्या बाहेर असलेल्या अफगाण निर्वासित छावणीतील मुलं.

धर्मनिंदेसंबंधी कायद्याला विरोध केला म्हणून पंजाबचे राज्यपाल सलमान तसीर यांची हत्या करणाऱ्या मलिक मुमताज कादरी याची प्रशंसा करणारं भित्तीचित्र (ग्राफिटी), कराची प्रेस क्लबच्या बाहेर, सन २०११.

राय बरेलीत एका कार्यक्रमाची पुन्हा सुरुवात करताना राहुल गांधींबरोबर काढलेल्या स्वत:च्या छायाचित्राकडे कौतुकानं बघत असलेले शोएब सुलतान खान.

सन २०११ मध्ये हैदराबादहून कराचीला जाताना दोन ट्रकचालकांनी त्यांचं मी छायाचित्र काढावं म्हणून आग्रह धरला होता.

इस्लामाबादच्या 'कच्ची आबादी' भागातल्या मुलांसाठी पाणी भरणं हे एक धोकादायक आणि जोखमीचं काम असू शकतं.

हिरवाईनं नटलेल्या स्वच्छ सुंदर राजधानीशी अगदी विसंगत असलेल्या तंबू वसाहतीत मेहेराबादहून पळून आलेले ख्रिश्चन लोक राहतात. (२०१३)

सरपण गोळा करणारे लोक हे इस्लामाबादमधलं नित्याचंच दृश्य.

हैदराबादजवळ इंडस नदीमधला नौकाविहार.

इस्लामाबादमधल्या बारी इमाम मशिदीबाहेर प्लॅस्टिकच्या पिशव्या विकणारी लहान मुलं.

आवारी हॉटेलच्या छतावरून दिसणारं कराची शहराचं विहंगम दृश्य.
लांबवर दिसते ती जिनांची कबर.

कराची युनिव्हर्सिटी परिसरातील भित्तीचित्र / पोस्टर (२०११).

कराचीत अडकलेले मल्याळी लोक.

सुग्रा (उजवीकडे) आणि तिची आई नशिबाला बोल लावताना. मच्छिमार असलेल्या सुग्राच्या वडिलांना भारताच्या सागरी हद्दीत शिरकाव केला म्हणून अटक झाली होती. अजूनही त्यांचा ठावठिकाणा समजला नाही.

इस्लामाबादच्या नॅशनल असेंब्लीच्या समोर असलेल्या डी-चौकात सन २०१३मध्ये हफीज सईदची मिरवणूक निघाली तेव्हा.

सलमान तसीर यांच्या पुण्यतिथीनिमित्त कोहसर मार्केटमध्ये त्यांना श्रद्धांजली अर्पण करताना.

मार्च २०१४ मध्ये इस्लामाबादच्या जिल्हा न्यायालय संकुलात आत्मघातकी बॉम्बहल्ला झाल्यानंतर साफसफाई करताना एक पोलीस.

पाकिस्तान मॉन्युमेंट जवळून इस्लामाबाद शहराचा देखावा.

राजधानीच्या फळ बाजारात स्फोट झाल्यानंतरचं दृश्य.

जिओ टीव्हीचा निवेदक हमीद मिर याच्यावर झालेल्या हल्ल्याचा निषेध करताना इस्लामाबाद प्रेस क्लब बाहेर जमलेले पत्रकार.

इस्लामाबादच्या माझ्या घराच्या बाहेर, मी विकलेलं सामान भरून घेऊन चाललेल्या टेम्पोविषयी नोंदी करताना माझा गुप्तहेर, 'दाढी'.

मार्गल्ला हिल्समधल्या ट्रेल ६ वरून चालत निघालेला वेंकट.

ट्रेल ६ च्या कडेजवळ असलेल्या उतारावरून दिसणारं इस्लामाबाद शहर आणि रावल लेक यांचं विहंगम दृश्य.

बलुचिस्तानमधल्या हरवलेल्या लोकांची छायाचित्रं ढकलगाडीवर ठेवून पदयात्रा करताना मामा कादिर बलुच आणि त्यांच्यासोबत तरुणांचं छोटं पथक.

फैझल मशीद, मागे मार्गल्ला हिल्स / मार्गल्ला हिल्सच्या पार्श्वभूमीवर फैझल मशीद.

असेल. माझ्यासोबतच त्याचं भरघोस केस उगवण्याचं स्वप्न विरून गेलं.

'कुछ खास'मध्ये मला 'बागरा बैंगन' (भरली वांगी) असल्याचा शोध लागला आणि खूप आनंद झाला. त्याशिवाय तिथं दक्षिण भारतीय 'मुरुक्कू' पण मिळायचं. खूप पूर्वी मद्रासला (चेन्नई) राहत असलेल्या एका महिलेनं ते शिकून घेतलं आणि बनवायला सुरुवात केली होती. काही गोष्टींच्या किमती खूप वाढवून सांगितल्या जायच्या. एकदा पेशावरच्या एका शेतकऱ्याने मला लिंबाचं रोप ५०० रुपयांना विकायचा प्रयत्न केला होता. त्यामुळं तिथं स्टॉल असलेल्या 'चेनस्मोकर' आर्मी ऑफिसरच्या पत्नीचा रोष ओढवून घेतला होता. मित्रत्वानं वागणारी तिथली एक महिला गुलाबी काश्मिरी चहा बनवायची. एकदा तिनं मला चक्क एक बाटली फुकट दिली होती. त्यातील द्रव दुधात मिसळून उकळायचा आणि त्यात बदाम आणि बिस्किटांचे तुकडे घालायचे – ते एका पूर्ण जेवणाच्या बरोबरीचं व्हायचं. गारठलेल्या अनेक संध्याकाळी मी बऱ्याचदा त्याच्या संगतीत काढल्या आहेत. स्तंभलेखिका झारा नसीर तिची खासियत असलेली सन हॅट आणि असंख्य मण्यांनी बनलेल्या माळा घालून तिच्या 'ला ला लँड' नावाच्या शेतावरून दर आठवड्याला यायची. ती अनेक चविष्ट पदार्थांबरोबरच अत्यंत चवदार जॅम बनवायची. गुलाबाची जेलीही बनवायची. हे सगळं ती तिच्या थंड हवेच्या ठिकाणी असलेल्या निवासस्थानाहून इतक्या लांबून घेऊन यायची. थंडीत या निवासस्थानाकडे जाणारा रस्ता बंद व्हायचा. तिनं मला दिलेली ॲपल मिंट, पुदिन्याची रोपं मी लावली होती आणि ती थंडीत चांगलीच फोफावली. साधा पुदिना माझ्या घराच्या मागच्या अंगणात बराच वाढला होता. मी इस्लामाबादला आल्यावर बाजारातून साध्या पुदिन्याची मोठी जुडी विकत आणली तेव्हा साजिदानं मला मागच्या अंगणात वाढलेला पुदिना दाखवला आणि मला थोडं लाजल्यासारखं झालं.

काही वेळा रुचिरा अत्यंत लज्जतदार जेवण बनवून सगळ्यांना खिलवायची. आठवडे बाजारात मिळणारे जिन्नस वापरून ती स्वयंपाक करायची. तिचे नावीन्यपूर्ण प्रयोग लवकरच फार लोकप्रिय झाले. रुचिरानं माझी आणखी एका खाद्यपदार्थाशी ओळख करून दिली. तो एक मेडिटरेनियन पदार्थ होता – शकशुका (shakshuka) नावाचा. पालक, इतर भाज्या आणि उकडलेली अंडी यांपासून तो बनतो. माझा तो अत्यंत आवडता झाला कारण रविवारी साजिदाला सुटी असली, की तो बनवणं अत्यंत सोपं जायचं. एक शेजारीण माझ्यासाठी अत्यंत रुचकर दलिया बनवायची. एकदा मी तिला थोडं डोशाचं पीठ दिलं होतं. कधी तरी ती दिल्लीला राहिली असल्यामुळे तिला ते आवडलं. आता 'कुछ खास' आणि तो कॅफे बंद झाला असल्याचं मी ऐकलं आणि खूप उदास वाटलं.

मी ‘कुछ खास’मध्ये पहिल्यांदा इंदू मिथा यांना पाहिलं. त्या लॉनवर नृत्य शिकवत होत्या. पांढऱ्या होत चाललेल्या केसांची, आपल्या शरीराची चपळ हालचाल करणारी ही प्रौढा कोण असावी या विचारात मी पडले. त्या गवतावर त्यांच्या हालचाली कमालीच्या डौलदार दिसत होत्या. त्यांनी कॉटनची साडी आणि तिच्या आतून पांढरा चुडीदार परिधान केला होता. मी त्यांना भेटले तेव्हा त्यांनी लटक्या तक्रारीचा सूर काढला आणि म्हणाल्या, की तुम्ही माझी आता पुन्हा मुलाखत घेणार की काय! कारण त्यापूर्वी निरूपमानं त्यांच्यावर एक छानशी स्टोरी लिहिली होती. त्या एका घरात गुप्तपणे नृत्याचे वर्ग घेत होत्या आणि त्याची त्यांनी कधीही जाहिरात केली नाही. त्यांच्याशी आणि त्यांच्या विद्यार्थ्यांशी मी थोड्या गप्पा मारल्या. विद्यार्थ्यांनी केलेलं एक सादरीकरण पाहण्यासाठी त्यांनी मला नंतर आमंत्रितही केलं, पण दुर्दैवाने मी हजर राहू शकले नाही. त्यांच्याकडून भरतनाट्यम्चे धडे गिरवणारे थोडेबहुत विद्यार्थी होते आणि कौतुक या गोष्टीचं होतं, की अतिरेकी बंधनं असलेल्या समाजातही एका प्राचीन भारतीय नृत्यप्रकारानं – अगदी ‘पाय रोवले’ किंवा ‘लोकप्रियता मिळवली’ असं म्हणू नाही शकलो तरी – आपलं अस्तित्व टिकवून ठेवलं आणि तो ज्यांच्यापर्यंत पोचला, त्यांचा अतिशय लाडका झाला. (‘कुछ खास’मध्ये भारतीय शास्त्रीय संगीताचेही वर्ग चालायचे, पण ते ऐकण्यासाठी मला वेळ मिळाला नाही.) इंदू मिथा या ‘लाहोरमधल्या प्रसिद्ध ख्रिश्चन कुटुंबातील’ होत्या आणि त्या नेहमी त्यांना आवडणाऱ्या कॉटनच्या साड्या नेसायच्या. फाळणी होण्याआधी त्यांचे वडील प्रोफेसर चॅटर्जी लाहोरच्या प्रख्यात सरकारी कॉलेजमध्ये शिकवायचे, पण नंतर ते भारतात राहिले. मुंबईच्या ‘लँड्स एण्ड’ भागात पूर्वी राहणाऱ्या धनिक मेमन कुटुंबातल्या स्वर्गीय मेजर जनरल ए. ओ. मिथा यांच्याशी इंदू यांचा विवाह झाला होता. त्या आजही उत्साही पाकिस्तानी लोकांना भरतनाट्यम् शिकवतात. ‘अनलाइकली बिगिनिंग्ज’[८] हे मेजर जनरल मिथा यांचे पुस्तक त्यांच्या पाकिस्तान या नव्या देशातल्या आयुष्याचं चित्तवेधक चित्रण आहे. त्यांचे पालक भारतात राहिले; परंतु त्यांनी १९४७ मध्ये राहण्यासाठी पाकिस्तानची निवड केली.

सेंटॉरस मॉल ही मित्रमंडळींना भेटण्याची जागा होती आणि तो नेहमी माणसांनी फुललेला असायचा. लोक तिथं बर्गर आणि पिझ्झा खात बसलेले असायचे. सगळ्या कुटुंबांचा हा आवडता उपक्रम होता. अगदी भारताप्रमाणेच, इथंही सगळे फास्ट-फूडचे शौकीन होते. मी एकदा कराचीला मॉलमध्ये डोसा खाल्ला होता आणि तो खाल्ल्याचा मला पश्चात्ताप झाला होता; पण मला फास्ट फूड अजिबात आवडत नसल्यामुळे दुसरा कुठला पर्यायही नव्हता. मीच माझ्या हातानं पायावर धोंडा पाडून घेतला होता म्हणा ना! एकदा एक मित्र मला

दर आठवड्याला होणाऱ्या फक्त पुरुषांच्या दुपारच्या जेवणासाठी आग्रहानं ओढून घेऊन गेला होता. मी तिथं अनाहूत पाहुणी होते. परंतु, तिथं खाल्लेला नल्ली निहारी हा पदार्थ (रश्श्यामध्ये मंद आचेवर शिजवलेलं कोकराचं मांस) आणि बिर्याणी अत्यंत उत्कृष्ट होती. मला ते खाऊन आनंदच झाला, पण बिचाऱ्या यजमानाला काय वाटलं ते मी सांगू नाही शकत. सगळे पदार्थ लाजबाब होते आणि शेवटी आलेली खीर तर रसना तृप्त करून गेली. तिथं मी पहिल्यांदा मोठमोठे अफगाणी नान खाल्ले आणि ते वारंवार खात राहण्यावर कटाक्ष ठेवला. चपाली कबाब (chapali kebab) मला फार आवडायचे. 'खिवा' रेस्टॉरंटमध्ये तुम्ही उघड्यावर बसू शकत होता. वरून हीटर लावलेले असायचे आणि रेस्टॉरंटचे वेटर डिशमध्ये कबाब आणि दालचिनी घातलेला चहा आणून द्यायचे. वेगवेगळ्या प्रकारचे ब्रेड, त्यातले काही बेदाणे घातलेले, माझे आवडते होते. तिथं पिंजऱ्यात पक्षी पाळलेले होते. मी तिकडं दुर्लक्ष करण्याचा खूप प्रयत्न करायचे. तेवढं सोडलं तर ते ठिकाण भेट द्यायला छान होतं. 'हॉटस्पॉट' नावाचं आइस्क्रीम मिळण्याचं ठिकाण होतं तिथं वेगवेगळ्या फळांच्या चवींची आइस्क्रीम मिळायची. बेनझीर भुत्तोंचं पण ते लाडकं ठिकाण होतं असं मला सांगण्यात आलं होतं.

करम लेबनॉनमध्ये उत्कृष्ट मेडिटेरियन पदार्थ मिळायचे. आम्ही तिथं बऱ्याचदा जायचो. ते एक घर होतं. लाकूड आणि लाल रंग यांचा वापर केल्यामुळे तिथं उबदार वाटायचं आणि मी राहत होते तिथून ते अगदी जवळ होतं. उच्चभ्रू कॅफेज आणि बाहेर मोकळ्या हवेत बसण्याची व्यवस्था असलेलं कोहसर मार्केट ही वेळ घालवण्याची आणखी एक जागा होती. तिथं हॅलोवीनसाठी भयकारी दिसणारे भोपळेसुद्धा होते! ते अगदीच कृत्रिम दिसत होते. हस्तकलेच्या वस्तू विक्रीसाठी असलेल्या बेहबूद कॅफेत चांगले पदार्थ मिळायचे आणि ते चालवणाऱ्या माणसांचं आलेल्या ग्राहकांना हवं तेच मिळत आहे ना याकडे बारीक लक्ष असायचं. एक महिला गट ते चालवत होता आणि तिथं डायनिंग टेबलसाठीच्या क्रोशाचं विणकाम आणि भरतकाम असलेल्या वस्तू आणि कपडे मिळायचे. ते अत्यंत आकर्षक होते. इथंच मी पत्रकार मारियाना बाबर हिच्या सुप्रसिद्ध चपाली कबाब पार्ट्यांपैकी पहिल्या पार्टीत सहभागी झाले होते. एका लोकप्रिय भारतीय राजनैतिक अधिकाऱ्याला निरोप देण्यासाठी ती पार्टी आयोजण्यात आली होती. तिनं ते मोठे, चपटे, खुसखुशीत आणि मसालेदार कबाब खास पेशावरहून मागवले होते आणि त्या पार्टीसाठी काही कडक नियम होते. तुम्ही फक्त त्यासोबत सॅलड आणि ब्रेड खाऊ शकत होता, दुसरं काहीही नाही. नाहीतर चपाली कबाब कोणालाही मिळणार नाहीत असं तिचं म्हणणं होतं. ही अशी पार्टी जेव्हा दुसऱ्या एका मित्राच्या घरी झाली तेव्हा त्यानं सरसों का साग आणि मकई दी रोटी खायला

ठेवण्याचं धारिष्ट्य केलं होतं आणि मग चकमक उडाली होती. मारियानानं स्वत: हे रंगाचा भंग करणारे पदार्थ खाल्ले नाहीत, पण रात्रीच्या जेवणासाठी तिनं ते पॅक करून नेले. मित्रांबरोबर मी जे एकमेव औपचारिक जेवण घेतलं तेही चपाली कबाबचंच होतं आणि मारियानानं मला फक्त नान आणि सॅलड घेण्याबाबत बजावलं होतं. हे करणं सोपं होतं. ती तिच्या पद्धतीनं कबाब गरम करायची, कारण तिचा इतर कोणावर विश्वास नव्हता. कबाब पार्ट्यांचा सीझन संपतानाचं ते शेवटचं जेवण होतं, कारण उन्हाळ्यात पेशावरहून ते मागवणं कठीण होतं. 'मिलिटरी इंक'ची[१] (Military Inc) लेखिका आयेशा सिद्दिकाप्रमाणेच जिद्दी लेखक आणि कवी किश्वर नहीद यालादेखील अशा अनौपचारिक पार्ट्या देण्याची हौस होती. यात तुमचं अगदी प्रेमानं स्वागत होत असे. पूर्णपणे अनोळखी असलेले लोकही मला ब्रंचसाठी आणि रात्रीच्या जेवणासाठी बोलावत असायचे. पंजाबी आणि पश्तून लोक त्यांच्या आदरातिथ्यासाठी ओळखले जातात ते काही उगीच नाही. अगदी जुना मित्र खूप वर्षांनी भेटल्यावर आपण त्याच्याशी जसं वागू तसंच ते तुमच्याशी वागतात आणि तुमच्याकडं खास लक्ष पुरवतात. किश्वरच्या घरी बऱ्याचदा बाकीचे अनेक जण घरून काही तरी पदार्थ करून आणायचे. माझी मैत्रीण शंदाना काही वेळा मला रविवारी इस्लामाबाद क्लबला पोहण्यासाठी आणि ब्रंचसाठी घेऊन जायची- आणि मी राजधानीतला माझा शेवटचा दिवस असाच घालवला होता. क्लबची रचना छान होती आणि सगळीकडं हिरवाई होती. तिथं दोन तरण-तलाव होते, एक विस्तीर्ण असून, बाहेरच्या बाजूला उघड्यावर होता (त्याच्या बाहेर लावलेल्या फलकावर स्त्रियांसाठीची वेळ नमूद केली होती) आणि दुसरा आतल्या बाजूला फक्त महिलांसाठी होता. सगळी व्यवस्था फारच उत्तम होती आणि त्या शेवटच्या दिवशी आम्ही पोहत असताना पाऊस पडला. ब्रंचमध्ये जे जे पदार्थ बनू शकतील ते ते सगळे मांडलेले होते आणि लोक सुरेख कपडे घालून त्यांचा आस्वाद घ्यायला येत होते. आम्ही कोणतीही भीड न बाळगता सगळ्याचा चवीचवीनं फन्ना उडवला. पोहल्यानंतर तुम्हाला कडकडून भूक लागतेच, यात काही नवल नाही!

इस्लामाबादमधली सगळी मार्केट भव्य आणि झगमगती आहेत, पुढच्या बाजूनं काचांनी मढवलेल्या इमारती आणि आतमध्ये मोठमोठी दुकानं. सेंटॉरस मॉलशिवाय आणखी एक बीभत्स दिसणारा मॉल मी इस्लामाबादहून निघण्याच्या सुमाराला सुरू होणार होता. त्याचं नावही उगीचंच फार वाढवून-चढवून 'सफा गोल्ड मॉल' असं ठेवण्यात आलं होतं. इस्लामाबादच्या मध्यवर्ती 'ब्लू एरिया'त ऑक्सफर्ड युनिव्हर्सिटी प्रेसच्या (OUP) पाकिस्तानमधल्या आऊटलेटजवळ एक छान मिठाईचं दुकान होतं; तिथं गरमागरम गुलाबजाम आणि गाजराचा हलवा

मिळायचा. माझ्या नवऱ्याला तो फार आवडायचा. मी पुस्तकं खरेदी करत असले, की तो थेट त्या दुकानात जायचा. मला छोटी ठिकाणं आवडायची. बंगाली मार्केटमधले समोसे आणि विशेषत: अफगाणी लोकांनी चालवलेलं काबूल रेस्टॉरंट. त्यात एक खूप मस्त बेकरी होती. तिथं काउंटरवरचा माणूस मला तोंडाला पाणी आणणारा बकलावा घेण्यापासून परावृत्त करायचा. त्याच्या एका घासात २५०० कॅलरी असतात असं त्याचं म्हणणं असायचं. इतर रुचकर पदार्थांबरोबरच तिथं जगातला सर्वोत्कृष्ट दालचिनी घातलेला ब्रेड मिळायचा. इतर पदार्थांमध्ये भलामोठा 'स्केटबोर्ड' अफगाणी नान होता. माझी मैत्रीण अनिला तो बनवायला काबूलमध्ये शिकली होती. 'स्केटबोर्ड' हे तिनं दिलेलं नाव आहे. हा नान आणि जाड लोखंडी सळईवर चरबीचे गोळे लावून भाजून अतिशय चविष्ट चिकन कबाबबरोबर ते खाणं हे जिव्हा आणि मन तृप्त करणारं जेवण होतं. त्यानंतर सोनेरी कहवा चहा आणि तिळापासून बनवलेली छोटी गोल मिठाई म्हणजे तर सोने पे सुहागाच. खरं तर, इस्लामाबादमध्ये मिळणारा गहू हा अगदीच खाण्याच्या लायकीचा न वाटल्यामुळे मी बऱ्याचदा मोठे नान विकत घेत असे. मला वाटलं होतं, की हा पंजाब आहे. गव्हाची विस्तीर्ण शेतं असलेला, पण पीठ म्हणजे निव्वळ कोंडा किंवा भुसकट! साजिदा कणीक मळायची आणि फ्रिजमध्ये ठेवायची. त्या कणकेच्या कागदाच्या पुठ्ठ्यासारख्या पोळ्या व्हायच्या. तरी तिच्या पोळ्या बऱ्या लागायच्या कारण ती त्या जाड करायची. मी तो गहू खाऊन थकून गेले आणि शेवटी ब्राऊन राईस किंवा ब्रेडवर समाधान मानायला लागले. त्या गव्हापैकी काही गहू आयात केला जायचा अशी मला शंका आहे. शिवाय, भारताप्रमाणे आपण कुठंही गहू विकत घेऊन तो दळून घेऊ शकत नाही. माझ्या घराजवळ असलेल्या एका मार्केटमध्ये एक पिठाची गिरणी होती, पण त्या माणसाकडे एकाच प्रकारचा गहू होता. निवडीला पर्याय नव्हता. आणि तयार गव्हाचं पीठ म्हणजे भयानक प्रकार होता.

दुसरी अडचण होती नारळ शोधण्याची. मला काही नारळ घालून केलेल्या ग्रेव्हीचं फारसं कौतुक नाही, पण इस्लामाबादला काही महिने घालवल्यावर घरच्या जेवणाची आठवण यायला लागली. तेव्हा मग मी अवियल (भाज्या आणि खोवलेला नारळ घालून केलेला एक दक्षिण भारतीय पदार्थ) करायला शिकले. पण नारळ विकत आणणं अजिबात सोपं नव्हतं. मला स्वयंपाक करायला अजिबात आवडत नाही, पण काही तरी ओळखीचं खाण्यासाठी जीव आसुसला होता. लवकरच मी डोसे केले आणि सांबारही केलं. माझ्या सासूबाईंनी माझ्याबरोबर घरी केलेल्या सगळ्या प्रकारच्या मसाल्यांची पाकिटं दिली होती. इस्लामाबादमधल्या बहुतेक भारतीय राजनैतिक अधिकाऱ्यांच्या पत्नी सुगरणी होत्या आणि त्यातल्या काही दक्षिण भारतीय होत्या. त्यामुळं माझ्या काही आवडत्या पदार्थांची चव मला

नियमितपणे घेता आली. त्याबद्दल मी त्यांची ऋणी होते. माझ्या घराजवळचा काश्मिरी व्यापारी मला नारळ आणून देण्याचं आश्वासन द्यायचा आणि ते पूर्ण करायला खूप दिवस लावायचा. पण मी लवकरच नारळ मिळू शकणाऱ्या सुपरमार्केटचा शोध लावला. मी रेडीमेड भेळसुद्धा आणली. भेळ मला कधीच आवडली नव्हती; पण तीसुद्धा मी मोठ्या चवीनं खाल्ली आणि पापडही.

मला ताजी दळलेली कॉफी किंवा ताजं दूध कोणत्याही दुकानात मिळालं नाही, कारण सगळं काही टेट्रा पॅकमध्ये होतं. जवळच्या मार्केटमध्ये ऑस्ट्रिया किंवा ऑस्ट्रेलियाहून आयात केलेलं दूध मिळायचं आणि आम्हाला कोणत्या तरी दूरच्या देशातून येणाऱ्या गाईच्या दुधाची वाट बघत संध्याकाळपर्यंत थांबावं लागायचं. सिमली फार्मवरून येणाऱ्या ताज्या मालामुळे आम्ही तरून गेलो. कोहसर मार्केटमध्ये महागड्या परदेशी वस्तूंनी खचाखच भरलेली काही दुकानं होती. मी मुख्यत: तिथं तिळाचं तेल मिळायचं म्हणून जायचे. एरवी ते देखील मिळणं मुश्किल होतं. ऑलिव्ह ऑईल मात्र मुबलक प्रमाणात मिळायचं. तिथं स्थानिक लोक जास्त करून मोहरीचं तेल वापरायचे. मला ते मुळीच आवडायचं नाही. भरपूर प्रमाणात ब्राऊन राईस आणि नूडल्स मी बऱ्याच वेळा विकत आणायचे आणि ऑरगॅनिक गव्हाचं पीठही. स्थानिक पिठापेक्षा ते थोडं बरं असायचं. बटर तिथल्या स्थानिक ब्रँडचं होतं, पण त्याची चव काही फार चांगली नव्हती. त्यामुळं खूप वेळा आम्हाला बटर आणि चीजसाठी परदेशी ब्रँडवर अवलंबून राहावं लागायचं. त्याचे भरपूर प्रकार उपलब्ध होते. ज्या लोकांना महागड्या परदेशी वस्तू परवडायच्या त्यांच्यासाठी त्या वस्तू दुकानात खचाखच भरलेल्या असायच्या.

दुकानातल्या फळ्यांवर मांडलेल्या वस्तू कोणालाही मोहात पाडू शकणाऱ्या होत्या. रंगीबेरंगी आणि माझ्यासाठी काहीही उपयोग नसणाऱ्या पदार्थांनी खोकीच्या खोकी भरलेली असायची. जसं वेगवेगळ्या प्रकारचे ज्यूस, चिप्स आणि आणखी काय काय. मी तसलं काही खायचे किंवा प्यायचे नाही. अमेरिकी कॉफीबद्दल मला मित्रांनी आधीच सावध करून ठेवलं होतं. तिला बिल्कूल हात लावू नकोस, ते म्हणाले होते. त्यामुळं मी लवाझा (Lavazza) पिण्याचं ठरवलं होतं. इथल्या लोकांना चहा जास्त आवडायचा, विशेषत: टी-बॅग्जमधला. त्यामागची कारणं मला कधीच समजू शकली नाहीत आणि प्रत्येक जेवणानंतर ग्रीन टी पिणं – मग अगदी मध्यरात्र झाली असली तरीही – हा जणू इथला नियमच होता.

पाणीपुरवठा अपुरा होता आणि तो बोअरवेलमधून होत असे. मला ते पाणी न पिण्याचा सल्ला देण्यात आला होता, त्यामुळं वीस-वीस लिटरचे बिसलरी कॅन विकत आणून ते स्वयंपाकघरात ओट्यावर मला रचून ठेवावे लागायचे. घरी

उकळून गार केलेलं पाणी पिण्याची इतकी सवय होती, की बाटलीबंद पाणी पिण्याची सवय करून घेण्यासाठी मला जरा वेळच लागला. पाणी, वीज आणि वाहतूक व्यवस्था या बाबतीत हे शहर खूप मागासलेलं होतं, पण आता तिथं नवीन सार्वजनिक वाहतूक व्यवस्था सुरू झाली आहे आणि वीजपुरवठ्यातही सुधारणा झाली आहे, असं मी ऐकलंय.

सुदैवानं तिथं घराच्या परसदारी कढीपत्ता होता (याचा वापर तिथं कोणी करत नसे) आणि मी कोथिंबीर लावण्याचाही प्रयत्न केला होता. परंतु, मोहरीचा शोध घेणं हे एक आव्हान होतं – जो मोहरीचा प्रकार मिळायचा तो अगदी सूक्ष्म लाल रंगाचा होता. तिला काही चव नव्हती आणि ती तेलात तडतडायचीही नाही. शेवटी मला तिलाच शरण जावं लागलं आणि अनेक बाजारपेठांत शोध घेऊनही माझं नशीब काही फळफळलं नाही. कच्ची केळीही तिथं दिसायची नाहीत. कांदे आणि कच्च्या केळांची भाजी माझ्या आवडत्या भाज्यांपैकी होती. मायदेशी वापरत असलेल्या काही काही भाज्या तिथं कधी दिसल्याच नाहीत – जसे शेंगावर्गीय भाज्या आणि भोपळ्यांचे प्रकार. त्यांची कमतरता भरून काढण्यासाठी फळं मात्र मुबलक प्रमाणात मिळायची. 'बानी गाला'इथल्या शेतांमध्ये हिवाळ्यात ताज्या ताज्या स्ट्रॉबेरी यायच्या. सुंदर फळांनी लादलेल्या छोट्या हातगाड्या रस्त्यांच्या कडेला हारीनं उभ्या असायच्या; आणि कोणत्याही स्वरूपातली स्ट्रॉबेरी रोज खाणं, हा जणू नियमच झाला होता. मी जेव्हा इस्लामाबादला पोचले तेव्हा स्वातजवळ पिकणारं, आकारानं मोठं आणि रसाळ पीच फळ ऐन भरात होतं. लवकरच तो बहर संपला आणि मी हळहळले. मायदेशात मिळणाऱ्या पीचेसशी तुलना करता या फळांच्या सोनेरी पिवळ्या रंगावर थोडी गुलाबीसर झाक असायची आणि ती आकारानंही खूप मोठी होती. एक फळ खाल्लं, तरी पोट भरल्यासारखं वाटायचं.

काबूल बेकरीच्या बाहेर एक म्हातारा फुलं विकायचा. ती 'नर्गिस'ची फुलं असायची. हिवाळ्यात येणारी पिवळी आणि पांढरी, सुगंधी लहान फुलं. नंतर त्याच्याकडे केशरी आणि लाल गुलाब असायचे. मी त्याची नेहमीची गिऱ्हाईक होते पण तरीही तो मला जास्त किंमत सांगायचा, असा मला संशय आहे. परंतु, इतक्या सुंदर फुलांकडे दुर्लक्ष करून निघून जाणं मला तरी शक्य झालं नाही. त्यांचा मंद सुगंध दिल्लीच्या खान मार्केटमध्ये पुन्हा माझ्याकडे परतून आला. तिथं फूटपाथवर त्यांचे असेच गुच्छ करून ठेवले होते. त्या बेकरीला बाहेरच्या बाजूनं एक शोकेस होती, त्यात खऱ्या बंदुका ठेवलेल्या असायच्या – १९१७ची वेब्ली (Webley) रिव्हॉल्व्हर - मार्क ६ ची किंमत एक हजार डॉलर होती, तर १९१३ च्या संगिनीसकट असलेल्या एनफील्ड रायफलची किंमत १३०० डॉलर

होती. तिच्या खाली आणखी एक महागडी रायफल होती. त्या बंदुका कोणी विकत घेत असेल असं वाटत नाही, कारण मी किती तरी दिवस त्या तिथंच पाहत होते. एफ-८ मार्केटमध्ये बंदुका आणि दारूगोळा विकणारं दुकान होतं.

मेहरान्स (सुझुकी मेहरान गाड्या), दरोडे आणि 'कच्ची आबादी'

इतक्या आखीव-रेखीव शहरात नाव घेण्याजोगी सार्वजनिक वाहतूक व्यवस्था नव्हती. जेव्हा माझ्या ड्रायव्हरला सुटी असायची तेव्हा मला महागड्या खासगी टॅक्सी किंवा रेडिओ कॅबवर अवलंबून राहावं लागायचं. मात्र त्यांची सेवा तत्पर होती. भटकण्याचा त्याहून स्वस्त मार्ग म्हणजे सुझुकी मेहरान गाड्या. इस्लामाबादच्या टॅक्सींना मीटर पद्धत नव्हती आणि मनाला येईल ते भाडं आकारलं जायचं. मोडकळीला आलेल्या मेहरान गाड्या निव्वळ इच्छाशक्तीच्या जोरावर चालायच्या, असं म्हटलं तर ती अतिशयोक्ती ठरू नये! त्यांचा प्रत्येक भाग खिळखिळा झालेला असायचा. कधी ब्रेक धड नसायचे आणि चाकं एकमेकांशी फटकून वागायची. त्यांच्यातून प्रवास करणं म्हणजे एक जोखीमच असायची. अर्थात् थोडी कळ सोसायची तयारी असेल तर तो एक स्वस्त पर्याय होता.

औरंगजेब म्हणजे माहिती आणि गॉसिप यांचा झरा होता. त्याला सगळं काही माहीत असायचं. त्यानं मला एकदा सुटीवर गेलेल्या भारतीय दूतावासातल्या एका अधिकाऱ्याच्या घरी कशी चोरी झाली याचा किस्सा सांगितला होता. त्याचा अल्कोहोलचा मोठा साठा आणि चांदीची भांडी-कुंडी चोरीला गेली होती. नंतर औरंगजेब ज्या घरात राहायचा आणि त्याची बायको ज्या घरी घरकाम करायची त्या घरीही चोरी झाली होती. ते घरही एका भारतीय राजनैतिक अधिकाऱ्याचं होतं. चोरटे गच्चीतून घरात शिरले होते. गच्चीचं दार नीट बंद केलं नव्हतं; म्हणून त्यांचं फावलं. त्यांनी सगळे सोन्याचे दागिने आणि पासपोर्टसुद्धा चोरून नेले. या घटनेनंतर आम्हाला दूतावासात बोलावून घेतलं गेलं आणि घर सुरक्षित ठेवण्याबाबत एक छोटं लेक्चर देण्यात आलं. दारांना कुलूप लावण्याचा आणि रात्री बेडरूमच्याही दाराला कुलूप लावण्याचा सल्ला दिला गेला. आमच्या घरांबाहेर सुरक्षारक्षक तैनात करायला सांगण्याचंच फक्त बाकी राहिलं होतं. त्यावर माझ्या ड्रायव्हरचं मत असं होतं, की त्यामुळं लोकांचं उगीचंच लक्ष वेधलं जाईल आणि त्याच्या म्हणण्याप्रमाणे तसंही हे सुरक्षारक्षक हल्लेखोरांशी लढण्याच्या भानगडीत कधी पडतच नाहीत. विरोधाभास म्हणजे, ती अपेक्षित असलेली चोरी झाली, पण इस्लामाबादला नाही, तर मी परत आल्यावर माझ्या मुंबईच्या फ्लॅटमध्ये झाली. मी लांब असताना काही झालं नाही, पण माझी नियुक्ती झाली होती म्हणून मी दिल्लीला जाण्याच्या दोन दिवस अगोदर (जून २०१४ मध्ये) मी

डॉक्टरकडे जाऊन घरी आले तेव्हा माझं कपाट उपसून सगळं सामान बाहेर काढलेलं मला दिसलं आणि माझे सगळे दागिने – बहुतेक सगळे आई आणि सासूबाईंनी दिलेले – चोरीला गेले होते. कोणी तरी कुलूप तोडलं होतं आणि माझ्या नवऱ्याचा फोनही लंपास केला होता. पण दयाळू बुद्धीनं त्यांनी आमचे पासपोर्ट, पैसे आणि माझं आयपॅड तिथंच टाकलं होतं. आमच्या घरभर पाहणी करत फिरणाऱ्या एका पोलिसानं शेखी मिरवत सांगितलं, की त्यानं काही दिवसांपूर्वी अभिनेत्री हेमा मालिनीच्या घरी झालेल्या चोरीचं गूढ उकललं होतं. मला तेव्हाच लक्षात आलं होतं की इथं तसं काही होणार नाही आणि मी काही कोणी सेलिब्रिटी नसल्यामुळे पोलिसांना मोबाइल फोनचा साधा मागही काढणं शक्य झालं नाही.

इस्लामाबादच्या घराला लोखंडी गज किंवा जाळी असं कोणतंही संरक्षण नव्हतं. त्यामुळं मला लाकडी दारांवरच समाधान मानावं लागलं आणि कोणीही ते तोडून आत येणार नाही अशी आशा करण्याशिवाय माझ्या हाती काहीच नव्हतं. पहिल्या मजल्यावर गच्चीत उघडणारं दार काचेचं होतं आणि त्याला तारांची जाळी बसवलेली होती, पण ते दोन्हीही तकलादूच होते. ही घरं सुरक्षिततेच्या दृष्टीनं बांधली गेलीच नव्हती आणि एका अर्थी ती प्रेमळ होती, आपलंसं करून घेणारी होती. किल्ल्यासारखी किंवा गढीसारखी नव्हती. गावच्या मातीचा सुगंध तिथं होता, आणि लॉन्स, झाडं यांमुळे उबदार घरट्यात विसावल्याची भावना होती. फक्त एक गोष्ट वाईट होती, ती म्हणजे अशा सुंदर शहरात कचरा आणि पालापाचोळा रस्त्यांवर किंवा माझ्या शेजारच्या कंपाउंडमध्ये जाळला जायचा आणि त्याचं कोणालाच काही वाटायचं नाही. रस्त्याच्या खालच्या बाजूला वाहत असलेल्या सुंदर झऱ्यामधून कचरा वाहत असायचा आणि छोट्या छोट्या उतारांवर कचऱ्याचे ढीग जळत असायचे. कचरा टाकण्यासाठी एखादं ठिकाण निश्चित करण्याच्या काही हालचाली झाल्या होत्या, परंतु एकंदरीतच कचऱ्याची विल्हेवाट लावण्यासाठी कोणतीही प्रशासकीय व्यवस्था अस्तित्वात नव्हती. हे म्हणजे दिल्लीसारखंच होतं. तिथंही शहराबाहेर कचऱ्याचे छोटे डोंगर उभे राहिलेले दिसतात.

माझ्या सुरक्षित असण्याबद्दल मायदेशातले माझे मित्र-मैत्रिणी काळजी करत असायचे आणि माझ्या मागे असलेले गुप्तहेर मला कसे वागवतात हे जाणून घेण्याची त्यांना उत्सुकता असायची. 'द हिंदू'मधले माझे जुने-जाणते सहकारी मला गुप्तहेरांबाबत बजावत होते, कारण ते माझ्या रोजच्या आयुष्याचा भागच होणार होते. काहींच्या घराबाहेरही असे हेर ठेवण्यात आले होते. आयएसआयबद्दल (इंटर सर्व्हिसेस इंटेलिजन्स) अनेक विनोदही प्रचलित होते. माझा एक मित्र

ट्विटरवर त्यांना 'थेट मेसेज' करून नेहमी 'हाय' म्हणायचा आणि ते त्याचा हा मेसेज वाचत आहेत हे त्याला माहीत असल्याची पुस्तीही पुढे जोडायचा! मला हे मान्य केलंच पाहिजे, की कराचीपेक्षा इस्लामाबाद जास्त सुरक्षित आहे. फार लोक पायी चालत नसले, तरी तिथं तुम्ही बिनघोर पायी चालू शकता. हे शहर श्रीमंत लोकांचं आहे. पुढे मोठमोठे लॉन्स असलेले प्रशस्त बंगले इथं आहेत. इथल्या शांत, हिरवाईनं नटलेल्या गल्ल्यांमध्ये अगदी थोडे लोक दिसतात. फक्त काही ड्रायव्हर इकडे-तिकडे वेळ घालवत असतात. व्हॅनमध्ये कोंबून बसवलेल्या, लांबून येणाऱ्या मोलकरणी दिसतात. राजधानीत जेवढी श्रीमंत आणि गरीब लोकांमध्ये तफावत दिसते तेवढी अन्यत्र कोठेच दिसत नाही. अगदी दिल्लीप्रमाणेच झोपडपट्ट्यांमध्ये गरीब लोकांच्या झुंडीच्या झुंडी राहतात. अगदी थोड्या अंतरासाठीही लोक गाड्यांचा वापर करताना दिसतात. पाऊस अत्यंत कमी पडतो. मला सवयीचा असलेला मुंबईचा मुसळधार पाऊस इथं नाही. आणि थंडी मात्र चांगलीच पडते. मी माझ्या मित्र-मैत्रिणींना जेव्हा पावसाळी बूट आणि छत्री घेऊन जाण्याबद्दल विचारलं तेव्हा ते मला हसले होते. इथं कोणीच ते वापरत नाही.

रूंद रस्ते असलेली राजधानी प्रसन्न आहे, पण सार्वजनिक वाहतूक व्यवस्था अगदीच मोडकळीला आलेली असल्यामुळे ज्यांच्याकडे गाड्या नाहीत त्यांना शेअर व्हॅनसाठी ताटकळत राहावं लागायचं, आणि त्या कधी मिळतील याचा काही नेम नसायचा.

बारी इमामजवळ राहणारी साजिदा घरी उशिरा पोचायची आणि काही वेळा शेअर्ड व्हॅनसाठी तिला दूरपर्यंत चालत जावं लागायचं. गरीब लोक राहायचे तो लाल विटांनी बांधलेला 'कच्ची आबादी' हा भाग मुंबईतल्या झोपडपट्टीच्या छोट्या खोल्यांपेक्षा मोठ्या खोल्या असलेला आणि जरा प्रशस्त घरांचा भाग आहे; पण गलिच्छपणाच्या बाबतीत मात्र त्याच तोडीचा. मूलभूत सोई-सुविधांचा अभाव, स्वच्छता नाही आणि भरून वाहणारी गटारं. इस्लामाबादमध्ये गरिबी जितकी झाकलेली होती, तितकीच ती तीव्र होती. लोकांना इंधन म्हणून लाकूडफाटा गोळा करावा लागायचा. अन्न सुरक्षा निकृष्ट प्रतीची आणि विजेचा खेळखंडोबा ठरलेला. मी तिथून परत यायच्या वेळी माझा मोठा फ्रिज साजिदाला भेट म्हणून देऊ केला होता. तिनं तो घ्यायला नकार दिला. तिचा मुलगा म्हणाला, की वीज सारखी जात-येत असल्यामुळे त्याचा वापर शेवटी सामान ठेवण्याचं कपाट म्हणून करावा लागेल. वीज असेल तेव्हा तिनं तो वापरावा असा मी आग्रह धरला पण ती काही बधली नाही. मी शेवटच्या दिवशी तो विकला तेव्हा मात्र तिला वाईट वाटलेलं दिसलं. माझं ऐकलं असतं तर बरं झालं असतं, असं ती म्हणाली, पण खरंच तो फ्रिज ठेवून घेणं तिला कठीणच गेलं असतं. या

सगळ्या प्रकरणात साजिदाचा प्रामाणिकपणा अगदी उठून दिसला –तिच्या जागी दुसरी कोणी असती तर तो फ्रिज तिनं घेतला असता आणि नंतर विकून टाकला असता, कारण सेकंड हँण्ड वस्तूंना तिथं मागणी असावी असं दिसतं.

त्या देशाची आर्थिक परिस्थिती फारशी बरी नसली आणि पैसा काही ठरावीक कुटुंबांकडेच साठलेला असला, तरी पंतप्रधान नवाज शरीफ यांनी निवडून आलेला सर्वांत श्रीमंत प्रतिनिधी म्हणून बरीच माया गाठीशी बांधलेली दिसत होती. डिसेंबर २०१३ मध्ये इलेक्शन कमिशन ऑफ पाकिस्ताननं (ECP) जाहीर केलेल्या त्यांच्या निवडणूक प्रतिज्ञापत्रात दिसून येतं, की त्यांच्या मालकीची प्रचंड मोठी शेतजमीन आहे आणि मालमत्ता एकूण एक अब्ज पाकिस्तानी रुपयांपेक्षा जास्त किमतीची आहे. त्यातली काही वडिलोपार्जित तर काही भेटस्वरूपात मिळाली आहे. ती लाहोर आणि शेखूपुरा इथं आहे; तर त्यांची पत्नी कुलसुम नवाज यांच्या मरी इथं दोन मालमत्ता आहेत. त्यांची साखर कारखान्यांत, कापड गिरण्यांमध्ये आणि इंजिनिअरिंग कंपन्यांमध्ये गुंतवणूक आहे आणि त्यांच्या मालकीच्या चार गाड्या आहेत- २०१० सालची टोयोटा लँड क्रूझर, १९९१ आणि १९७३ सालच्या दोन जुन्या मॉडेल असलेल्या मर्सिडिज बेंझ गाड्या आणि एक ट्रॅक्टर. त्यांचा मुलगाही त्यांना लंडनहून पैसे पाठवतो. दुसरे एक अब्जाधीश म्हणजे पेट्रोलिअम आणि नैसर्गिक संसाधन मंत्री शाहीद खाकन अब्बासी. पाकिस्तान तहरिक-ए-इन्साफचा अध्यक्ष असलेल्या इम्रान खानची मालमत्ता २९ दशलक्ष पाकिस्तानी रुपयांपेक्षा जास्त आहे; तर पंजाबचे मुख्यमंत्री शहबाज शरीफ यांची ४२५ दशलक्ष पाकिस्तानी रुपये. ते पाकिस्तानमधले सगळ्यांत श्रीमंत मुख्यमंत्री आहेत. फक्त नॅशनल असेम्ब्लीचे एक स्वतंत्र सदस्य जमशेद दस्ती यांनी लोकांचा प्रतिनिधी म्हणून त्यांना जे वेतन मिळतं, त्याव्यतिरिक्त कोणतीही स्थावर-जंगम मालमत्ता नसल्याचं जाहीर केलं.

दगडावर कोरीव काम करणारे शिल्पकार, ट्रक आर्ट आणि पुस्तकं

मला तक्सीलाला भेट देण्याची परवानगी नव्हती, पण 'लोक विरसा' या इस्लामाबाद शहराच्या बाहेर असलेल्या लोककला आणि इतिहास केंद्रात भरलेल्या हस्तकला प्रदर्शनात मला शिक्षण आणि कलेच्या त्या महान विद्यापीठातून आलेला एक शिल्पकार भेटला. अशा प्रदर्शनात सामान्यत: बटबटीत मूर्ती दिसून येतात, पण माझं नशीब चांगलं होतं. त्या शिल्पकाराने गंधर्व शैलीत बुद्धाच्या सुबक मूर्ती बनवल्या होत्या. त्यानं मला त्याचं कार्डही दिलं आणि आणखी अशा मूर्ती हव्या असतील, तर फोन करायला सांगितलं. तो तरुण होता. त्यानं लहान वयातच शिल्पं घडवायला सुरुवात केली होती. मी विकत घेतलेल्या दोन छोट्या मूर्ती

दगडाच्या होत्या आणि अत्यंत नाजूकपणे त्या घडवल्या होता. इस्लामाबादला माझ्या आधी राहत असलेल्या अनितानं एका सेकंड हँड फर्निचर आणि जुन्या वस्तू विकणाऱ्या दुकानातून एक अतिशय सुंदर सोफा विकत घेतला होता. तो दुकानदार मूळ किमतीत थोडी काटछाट करून तो सोफा परत घ्यायला तयार होता. मी तो माझ्याबरोबर भारतात आणू शकत नव्हते कारण तो माझ्या लहानशा घरात मावला नसता. म्हणून मी तो विकला. शहरातल्या त्या दुकानाला एक मोठं अंगण होतं. तिथं फर्निचरला नवीन झळाळी देण्याचं काम चालायचं आणि काही अनोख्या वस्तूही तिथं विक्रीला होत्या. जसे निळ्या रंगाचे मातीचे जग, बीअरचे मग, गालिचे, लाखेची पोस्टर आणि सिंधी शैलीतल्या खिडक्यांच्या चौकटी.

हरिपूरजवळच्या बेल गावातल्या मोहम्मद इलियास या पाटीच्या दगडाचं कोरीव काम करणाऱ्या एकमेव कारागिराची मी मुलाखत घेतली होती. पाटीचा दगड दारांसाठी आणि खिडक्यांच्या चौकटीसाठी वापरला जायचा, तसंच थडग्यांवर ठेवण्यासाठीही त्याचा वापर व्हायचा आणि त्यावर नाजूक कोरीव काम केलं जायचं. जर त्या थडग्यात एखादी स्त्री असेल तर ते दर्शवण्यासाठी त्या दगडावर गळ्यातला हार किंवा तत्सम दागिना कोरला जायचा. थडग्यांवर बसवण्यासाठी पाटीच्या दगडाऐवजी संगमरवराचा वापर होऊ लागला, तेव्हा इलियाससारख्या लोकांना स्वत:च्या बुद्धीवर आणि व्यवहारज्ञानावर अवलंबून राहावं लागलं. पाटीचा दगड सहजासहजी मिळत नाही आणि ही कला फार थोड्या लोकांना माहीत आहे. पण इलियास सतत नावीन्याच्या शोधात असतो, नवीन काही तरी शोधून काढण्याची खटपट करत असतो. त्यानं आता पाटीच्या दगडावर अक्षरलेखन करायला सुरुवात केली आहे. तो घरांवर पाटीचे दगड लावून त्यावर कुराणातल्या रचना कोरतो. पन्नाशीत असलेला हा विनम्र माणूस मी त्याला सतरंग आर्ट गॅलरीत भेटले तेव्हा कामात गढून गेला होता. उदार अंत:करणाच्या अस्मा खान ही आर्ट गॅलरी चालवतात. गॅलरीत ठेवलेल्या वस्तूंकडे बोट करून इलियास म्हणाला, की हे सगळं करायला त्याला दोन वर्षं लागली. 'हा वेडेपणाच आहे, नाही का?' तो विचारतो. पाटीच्या दगडावरच्या कलेचं रूपांतर त्यानं दैनंदिन वापराच्या वस्तूंसाठी केलं आहे – जसं ट्रे, भिंतीवर लावण्याच्या शोभेच्या वस्तू, घड्याळं आणि कोस्टर्स – पण अगदी छोटी छिन्नी घेऊन केलेलं कोरीव काम मात्र लाजवाब. एखाद्या लोखंडी हातोडीइतकी ताकद या छिन्नीत असते. कोरीव काम करण्याआधी तो दगडावर लोखंडी पेन्सिलीनं चित्र रेखाटतो.

या अत्यंत सुरेख मांडणी केलेल्या देखण्या आर्ट गॅलरीत त्यानं केलेलं भरपूर काम ठेवलेलं होतं. त्यामध्ये काही भलीमोठी कपाटं आणि टेबलंही होती.

(ड्रेसिंग टेबल, साइड टेबल) घडवल्याळं होती. काळपट राखाडी रंगाच्या पाटीच्या दगडानं त्या सगळ्या वस्तूंचा दर्जा उंचावला होता. आपण शाळेत असताना ज्या पाटीवर अक्षरं गिरवत होतो त्या दगडावर इतकं सुंदर कोरीव काम केलेलं मी कधी पाहिलं नव्हतं. आता तर किती तरी लोकांना पाटी म्हणजे काय हेच माहीत नसेल. रुक्ष छतं आणि थडग्यांच्या दगडांपासून सुरुवात करून त्यानं या कंटाळवाण्या दिसू शकणाऱ्या राखाडी दगडाला जिवंतपणा प्रदान केला आहे. मी या स्लेट आर्टचे काही नमुने स्मृतिचिन्ह म्हणून विकत घेतले. काही छोटे ट्रेज आणि काही पट्ट्या; त्यातल्या एकावर गुलाबाचं फूल कोरलेलं होतं. मी विचारलेल्या काही प्रश्नांनी त्याची करमणूक झाली असावी, पण त्यानं मोठ्या गंभीरपणे आणि संयमानं उत्तरं दिली. त्याच्या व्हिजिटिंग कार्डवर 'चित्रकार' असं लिहिलेलं होतं; चष्म्याच्यावरून त्यानं रोखून माझ्याकडं पाहिलं आणि सांगितलं, की तुमच्या देशात चित्रं काढणाऱ्याला हिंदीत हेच म्हणतात, हो ना?

मला आणखी एका ठिकाणी जायला आवडायचं ते म्हणजे 'सईद बुक बँक.' ही जवळजवळ एक संस्थाच होती. तिथं पाकिस्तान, भारत आणि अफगाणिस्तानवरच्या कथाबाह्य (non fiction) पुस्तकांचा प्रचंड मोठा, स्तिमित करणारा संग्रह होता. तिथले विक्रेते अशी पुस्तकं मला दाखवायचे जी मला आवडतील असं त्यांना वाटायचं आणि पुस्तकं शोधण्यातही ते तरबेज होते. तिथं मिळणाऱ्या डिस्काउंट कुपनमुळे तुम्हाला आणखी पुस्तकं घेण्याचा मोह नक्कीच व्हायचा. एकदा त्यांनी त्यांचा नेहमीचा शिरस्ता मोडून कोठेही मिळत नसलेलं मेजर जनरल ए. ओ. मिथांचं 'अनलाइकली बिगिनिंग्ज'[१०] हे पुस्तक शोधून आणून दिलं. ऑक्सफर्ड युनिव्हर्सिटी प्रेसचंही पुस्तकांचा मोठा साठा असलेलं दुकान होतं, तिथं छान छान पुस्तकं असायची आणि त्यावर सूटही मिळायची. त्यामुळं मी तिथली नेहमीची गिऱ्हाईक होते. त्याच मार्केटमध्ये सेकंड हँड पुस्तकांचीही दुकानं होती आणि तिथं काही दुर्मीळ पुस्तकं उपलब्ध असायची, पण धुळीनं भरलेल्या शेल्फमध्ये ती शोधताना शिंका येऊन येऊन तुम्ही बेजार होण्याचीच शक्यता जास्त असायची.

हे आहे पाकिस्तान

मी परत येण्याच्या काही दिवस आधी माझं आणखी एक आवडतं दुकान– 'खादी'ने मला लॉयल्टी पॉइंट देऊ केले होते. मला त्याला सांगावंसं वाटलं, 'अरे, मी तर तुझी पहिल्या क्रमांकाची शत्रू असायला पाहिजे, नाही का?' मला ते पॉइंट खेदानं नाकारावे लागले आणि हे सांगावं लागलं, की मला भारतात परत पाठवलं जात आहे आणि या दुकानात मिळणाऱ्या लॉयल्टी पॉइंटना आता

काहीही अर्थ उरलेला नाही. तिथल्या विक्रेत्याच्या चेहऱ्यावर गोंधळल्याचे भाव होते आणि मीही काही समजावून सांगण्याच्या भानगडीत पडले नाही.

उन्हाळा सुरू होण्यापूर्वी लॉन सेल लागायचा. तो म्हणजे एक मोठा समारंभच असायचा आणि तुम्ही जर त्याला सरावलेले नसाल, तर गर्दीत चेंगरण्याचीच भीती जास्त. लोकांच्या लोंढ्यानं मला जवळजवळ ढकलूनच दिलं आणि मी बाहेर येऊन उभी राहिले. लोक ज्यासाठी धडपडत होते, खेचाखेची करत होते, त्या पातळ कापडाच्या मी कधीच प्रेमात नव्हते.

इस्लामाबादला शहराचं स्वत:चं फेसबुक पेज होतं, त्याचं नावही 'इस्लामाबाद स्नॉब' असं अनुरूप होतं. तिथं तुम्ही शहरात होणाऱ्या कार्यक्रमासंबंधी लिहू शकायचा. मी एकदा एका पारशी व्यापाऱ्याबद्दल लिहिलं होतं. तो नेहमी मुंबईहून पाकिस्तानच्या या राजधानीत साड्या आणि दागिने अशा भारतीय वस्तू विक्रीसाठी घेऊन यायचा. मी त्याला एकदा एका गेस्ट हाऊसवर भेटले होते. त्यानं आपल्याबरोबर आईला आणलं होतं. ती एका कोपऱ्यात एका रुबाबदार खुर्चीत बसून होती. लोक येऊन त्यानं आणलेले झगमगते भारतीय कपडे आणि दागिने बघत होते.

ही राजधानी स्वप्नवत आणि अलिप्त वाटत असली, तरी या शहराने वकिलांनी दीर्घकाळ चालवलेली त्वेषयुक्त प्रतिकार मोहीम अनुभवली होती. सन २००७ मध्ये जनरल मुशर्रफ यांनी त्या वेळचे सुप्रीम कोर्टाचे प्रमुख न्यायाधीश इफ्तिकार चौधरी आणि इतर न्यायाधीश यांना तडकाफडकी पदच्युत केलं होतं. त्याचा निषेध म्हणून ही मोहीम होती. इथं कराचीसारखी धामधूम किंवा मोर्चे आणि गर्दीची संस्कृती नसेलही, पण लोक बऱ्याचदा रस्त्यावर उतरलेले आहेत. चर्चमध्ये बॉंबस्फोट झाल्यावर, शियांनी हल्ला केल्यावर आणि पत्रकार व प्रसारमाध्यमांच्या कार्यालयांवर हल्ल्याचा प्रयत्न झाल्यावर. वकिलांनी केलेला प्रतिकार ही एक प्रकारे मोठीच चळवळ होती. खूप वर्षांच्या दडपशाहीनंतर झालेला तो उद्रेक होता आणि पाकिस्तानच्या इतिहासातील या टप्प्याचा लोकांना अजूनही खूप अभिमान आहे. लोकांच्या मनावर त्याचा किती खोलवर ठसा उमटला आहे याची जाणीव मला तेव्हा झाली जेव्हा न्यायमूर्ती चौधरींच्या कारकिर्दीच्या शेवटच्या दिवशी निघालेली मिरवणूक मी पाहिली. मी त्या दिवशी एका मुलाखतीसाठी पीटीव्हीच्या स्टुडिओत होते आणि बाहेरचं गेट बंद असल्यामुळे मला जाता आलं नव्हतं. बाहेरच्या बाजूला न्यायमूर्ती चौधरींना मिरवणुकीनं नेण्यात येत होतं. खूप घोषणा आणि नारेबाजी सुरू होती. आम्ही पार्लमेंटच्या समोर असलेल्या पीटीव्ही मुख्यालयाच्या भोवती असलेल्या भिंतीकडे मिरवणूक पाहण्यासाठी धाव घेतली. अंधारात मला फक्त हळूहळू जाणाऱ्या गाड्या आणि पांढऱ्या शर्टमधले वकील घोषणा देताना दिसले. पीटीव्हीचे पत्रकार ते सगळं पाहून फारच प्रभावित झालेले

दिसले; त्यांनी मला सांगितलं, 'हे आहे पाकिस्तान – हे असं दुसरीकडं कुठं घडणार नाही.'

'बॉलीवूड फिल्म हैं, टिकट मिलेगा?

शहरातला पहिला मॉल 'सेंटॉरस' मी तिथं पोचण्याच्या काहीच दिवस आधी सुरू झाला होता आणि तिथं मल्टिप्लेक्स सिनेमाही होता. हे म्हणजे 'सोने पे सुहागा' असल्यासारखंच होतं. (याव्यतिरिक्त तिथं एकही चित्रपटगृह नव्हतं. तुम्ही कदाचित विचारात पडला असाल म्हणून सांगितलं) मला चित्रपट खूप आवडतात आणि जरी डीव्हीडी पाहण्याचा पर्याय असला, तरी मोठ्या पडद्यावर चित्रपट पाहण्यासारखं सुख नाही. खरं तर, माझ्या तिथल्या मित्रमंडळींमुळे मी काही खूप वाईट हिंदी चित्रपट पाहिले जे मी एरवी कधीच पाहिले नसते. (मला मुंबईत असताना एकटीनेच चित्रपट बघायला आवडतं, कारण बहुतेक सगळे लोक संपूर्ण वेळ बडबडच करत असतात.) त्या भरगच्च भरलेल्या सिनेमा हॉलमध्ये बसलेली असताना मला बॉलीवूडबद्दल प्रशंसोद्गार ऐकू येत होते. चित्रपट कितीही भयंकर असले, तरी ते हाऊसफुल होत होते आणि लोक प्रत्येक क्षणाचा आनंद लुटत होते. मीच अल्पसंख्याक असल्यासारखं वाटत होतं. चित्रपट पाहण्यापूर्वी त्या विषयी काही जाणून घेण्याची लोकांना आजिबात इच्छा नव्हती. मी एकदा तिकिटं खरेदी करायला गेले तेव्हा एक बाई विचारत होती, 'बॉलिवूड फिल्म हैं, टिकट मिलेगा?' 'मैं तेरा हीरो' हा अत्यंत वाईट चित्रपटांपैकी एक आहे असं माझं मत होतं आणि त्याचं कौतुक होताना पाहून मी आश्चर्यानं थक्क झाले. माझ्या ज्या मित्राला तो चित्रपट बघायचाच होता, तो म्हणाला की चित्रपट काही अगदीच वाईट नाही! चित्रपटांचं शूटिंग ज्या ठिकाणांवर होतं ती ठिकाणं लोकांना आवडायची, विशेषतः मुंबई असेल तर जास्तच. पडद्यावरची मुंबई छानच दिसायची, प्रत्यक्षात दिसते त्या पेक्षा किती तरी जास्त चांगली. समुद्र आणि मरिन ड्राइव्ह बघताना लोकांचे डोळे विस्फारायचे आणि माझी मान अभिमानानं ताठ व्हायची कारण मी त्या स्वप्ननगरीत, मायानगरीत राहते. त्या वेळी आम्ही नियमितपणे चित्रपट बघायला जायचो. मी एकदा एकटी 'वार' (Waar) नावाचा पाकिस्तानी चित्रपट बघायला गेले होते. त्या चित्रपटाच्या उच्च निर्मितिमूल्यांची बरीच प्रशंसा मी ऐकली होती. मी बसले होते त्याच्या चहूबाजूंनी पाकिस्तानी प्रेक्षक टाळ्या वाजवत होते आणि पडद्यावर दिसणाऱ्या साचेबद्ध प्रतिमा बघून मी मात्र बसल्या जागी चुळबुळ करत होते – लक्ष्मी नावाच्या एका भारतीय एजंटने एका पाकिस्तानी बिझनेसमनसाठी सापळा लावला होता. त्याला आपल्या जाळ्यात ओढण्याचा ती प्रयत्न करत होती (म्हणजे काय ते शेंबडं पोरही सांगू शकेल). तिच्या भूमिकेबद्दल

प्रशंसोद्गार निघत होते; कारण गरीब बिचाऱ्या पाकिस्तान्याचं शोषण करणाऱ्या भारतीय हेराच्या साचेबद्ध भूमिकेमध्ये ती चपखल बसत होती. तालिबानमध्येही भारतीय एजंटचा सुळसुळाट होता वगैरे वगैरे. चित्रपट फार बटबटीत होता, ठोकळेबाजही होता आणि त्यातले इंग्लिश संवाद तर कधी कधी हास्यास्पद वाटत होते. मी त्या चित्रपटाची खरी समीक्षा आणि परखड टीका वाचली आणि तो न आवडणारी मी एकटीच नव्हते याचा मला आनंद झाला. मी असा निष्कर्ष काढला, की माझ्या शेजारी बसलेल्या तरुण मंडळींमध्ये तारतम्याचा अभाव होता. मध्यांतर येईपर्यंत तर चित्रपटानं त्यांच्यावर गारुड केलं होतं – काय भन्नाट चित्रपट आहे असं म्हणताना मी त्यांना ऐकलं. असा चित्रपट निर्माण झाला म्हणून त्यांना अत्यानंद झाला होता. पाकिस्तानने यापूर्वी असं काही पाहिलंच नाही असं त्यांचं मत होतं. आम्ही सगळे तोच चित्रपट बघत आहोत यावर माझा विश्वासच बसेना. तो चालू असताना खूप टाळ्या पडत होत्या आणि हुर्योही उडवली जात होती. विशेषत: भारतीय उघडे पडत असताना. पण मला चित्रपटातलं काहीच न आवडण्यामागे हे कारण नव्हतं. पाकिस्तानी चित्रपटप्रेमींनी 'सरफरोश'लाही असाच प्रतिसाद दिला का ते मला माहीत नाही, त्यामध्येही असेच साचेबद्ध एजंट होते, पण किमान तो चित्रपट अधिक सफाईदार होता आणि अभिनयही दर्जेदार होता. मी काही वाईट हॉलीवूड सिनेमेही पाहिले. 'ग्रॅव्हिटी' चित्रपट पाहताना निळ्या त्रिमितीय अंतरिक्षात सँड्रा बुलक जे कर्णकटू आवाज काढत असते ते ऐकणं आणि पाहणं हा एक वैताग आणणारा अनुभव होता आणि जॉर्ज क्लुनीमुळेसुद्धा तो वैताग कणभरही कमी झाला नाही. जवळच्याच बहरिया गावात आणखी एक चित्रपटगृह होतं, पण ते मला परवानगी असलेल्या क्षेत्राच्या बाहेर असल्यामुळे मला नसिरुद्दीन शहाचा 'जिंदा भाग' चित्रपट बघण्यासाठी वाट पाहावी लागली आणि शेवटी दिल्लीत त्याची एक खराब कॉपी बघावी लागली. त्याचा साउंडट्रॅक मात्र 'कुछ खास'मध्ये उपलब्ध होता आणि विशेष उल्लेखनीय होती ती राहत फतेह अली खानची कव्वाली!

वास्तविक पाहता, पाकिस्तानी लोकांच्या नसानसांत बॉलीवूड इतकं भिनलं आहे, की चित्रपटांमध्ये दाखवतात त्याप्रमाणेच प्रत्यक्ष आयुष्यात होळी खेळली जाते असा त्यांचा ठाम समज आहे – पिचकाऱ्या आणि रंग आणि लांबलचक, पायघोळ कपडे यांच्यासकट. मी लोकांना हे सांगण्याचा प्रयत्न केला, की भारताच्या काही भागात लोकांना होळी खेळण्याची भीती वाटते आणि होळी म्हणजे पाण्याचे फुगे फेकून मारणं, लोक त्यामुळं आंधळे होणं आणि बायकांची छेड काढण्याचा परवाना असं समीकरण बऱ्याच ठिकाणी आढळतं. मी हा सण नेहमीच टाळत आलेली आहे. मुंबईत असताना तर मी काही दिवसांसाठी शहराबाहेर जाणं पसंत

करायचे, जेणेकरून कामावर जाता-येताना पाण्याच्या फुग्यांचा सामना करावा लागू नये. या फुग्यांचा निशाणा नेहमीच उपनगरी रेल्वे आणि विशेषत: महिलांचे डबे हा असायचा – होळीनं असं गुन्हेगारी वळण घेतलेलं होतं. असे फुगे फेकून मारल्यामुळे स्त्रियांना आपली दृष्टी गमवावी लागल्याच्या घटना घडल्या होत्या. शिवाय, त्या फुग्यांमध्ये नेहमी पाणीच असेल याची शाश्वती नसायची. होळीत वापरले जाणारे रंग काही वेळा विषारी असायचे आणि त्यामुळं ॲलर्जी होण्याचा धोका असायचा. हा दिवस घरात बसून राहण्याचा असायचा. पण हे माझ्या पाकिस्तानी मित्रमंडळींना सांगण्यात मी माझा वेळ उगीचच वाया दवडला – त्यांना वाटलं, की मी गोष्टी फारच वाढवून सांगत होते. दुसरीकडे दर वर्षी मार्च महिन्यात साजऱ्या होणाऱ्या 'बसंत' या पतंग उत्सवावर लाहोरमध्ये बंदी घातली गेली. त्यामागे जी अनेक कारणं होती त्यांपैकी एक होतं मांज्याचा वापर – मांज्यामुळे बरेच अपघात होतात, रस्त्याने जाणाऱ्या-येणाऱ्यांचे गळे कापले जातात. एकदा मला एक निरोप मिळाला, की इस्लामाबादमध्ये एका गुप्त ठिकाणी होळी साजरी केली जाणार आहे, पण तो निरोप अनोळखी स्रोताकडून आला होता आणि तो बनावट असावा, असा संशय आल्यामुळे मी त्याला उत्तर दिलं नाही.

बॉलीवूड : एक अनभिषिक्त सत्ताधारी!

सन २०११ मध्ये नोव्हेंबर महिन्यात माझ्या पाकिस्तान भेटीदरम्यान आम्ही हैदराबाद शहरात असताना बॉलीवूडची अभिनेत्री व मॉडेल ऐश्वर्या राय हिनं नुकताच मुलीला जन्म दिला होता. काही व्यावसायिक धुरिणांसोबत त्या दिवशी आमची गाठभेट ठरली होती आणि दुपारच्या जेवणाच्या सुटीत आम्ही मुलाखती घेण्याच्या प्रयत्नात असताना टी.व्ही.चे वार्ताहर आम्हाला गराडा घालायला आले. आमच्या पथकातल्या महिलांना त्यांनी या घटनेबाबत काय मत आहे असं विचारलं, कारण त्यांच्या दृष्टीनं ही ब्रेकिंग न्यूज होती आणि त्या क्षणी सगळ्यांत महत्त्वाची होती. मी त्यांना प्रश्न केला, की फक्त स्त्रियांनाच हे का विचारलं जात आहे तेव्हा श्वास रोखून धरलेल्या, चमकत्या डोळ्यांच्या आणि छोटीशी पोनीटेल बांधलेल्या (या गोष्टींबाबत मात्र दोन्ही देशांमध्ये साधर्म्य आहे!) टी.व्ही. वार्ताहरांनी सांगितलं की, मुलगी झाल्यामुळे आम्ही नाराज झालो आहोत का आणि आम्ही ते कॅमेऱ्यासमोर सांगू शकू का याचा ते विचार करत होते! त्यावर संतापाने आमच्या अंगाची लाहीलाही झाली आणि आमच्या तोंडातून शब्द फुटेना! यातून आम्हाला काहीच 'ब्राऊनी पॉइंट' मिळाले नाहीत आणि शिवाय काही काळासाठी भारत-पाक संबंध टकमक टोकाच्या तोंडावर येऊन उभे राहिले!

मला पाकिस्तानात एक गोष्ट प्रकर्षानं जाणवली, की अगदी खूप गंभीर

पत्रकारसुद्धा (असे बरेच आहेत,) स्वत:हून यायचे आणि आपली ओळख करून द्यायचे आणि राजकीय घडामोडींवर तुमचं मत घाईघाईनं एकदाचं विचारून झालं, की लगेच जाणीवपूर्वक त्यांच्या लाडक्या विषयाकडे वळायचे. मी बॉलीवूडची फार मोठी चाहती नसल्यामुळे आणि फिल्मी गॉसिपपासून नेहमीच चार हात लांब राहिल्यामुळे अशा प्रकारच्या गप्पांची मला नेहमीच भीती वाटत आली आहे. म्हणून मी त्यावर मला पाकिस्तानातल्या भावलेल्या गोष्टींकडे मोर्चा वळवून युक्तीने त्यांना काढता पाय घ्यायला लावायचे. त्यानंतर दोन वर्षांनी कराची प्रेस क्लबचं एक पथक मुंबई भेटीवर आलं होतं तेव्हा अभिनेता आमिर खानसोबत त्यांची एक भेट ठरवली गेली होती. त्या भेटीनंतर त्यांच्यातला एक पत्रकार म्हणाला, की आता आयुष्यात कोणतीच इच्छा शिल्लक राहिली नाही! ('बस अब कोई ख्वाहिश नहीं रही') हे ऐकून मला फार गंमत वाटली, कारण खेळावर गांभीर्यानं लिहिणाऱ्या या पत्रकाराकडून मी अशा प्रकारच्या कमजोरीची अपेक्षा केली नव्हती.

भारतीय टीव्ही मालिका पाकिस्तानात भलत्याच लोकप्रिय आहेत. त्यात स्त्रिया घालत असलेल्या पोषाखांवर बरीच चर्चा होत असते आणि तशा पोषाखांच्या शोधात लोक असतात. इस्लामाबादमध्ये, मालिकांमधल्या स्त्रिया लावतात तशा टिकल्यांसाठी एक पत्रकार तळमळत होती आणि मी माझ्याकडे असलेलं एकमेव टिकल्यांचं पाकीट तिला दिलं. माझा नवरा भारतात परतताना लाहोरमार्गे गेला तेव्हा त्याला तिथल्या सुरक्षा अधिकाऱ्याचा जो अनुभव आला, त्यानंतर परत त्या मार्गाने न जाण्याची त्यानं शपथ घेतली. पुढे दिल्लीला जाणाऱ्या विमानाची वाट पाहत असताना त्याला ट्रांझिट रूममध्ये बंद करून ठेवलं होतं. तेव्हा त्या अधिकाऱ्यानं बडबड करून त्याचं डोकं खाल्लं होतं. दोन उड्डाणांच्या दरम्यान विश्रांती घेण्यासाठी तिथं असलेल्या खोल्या फार काही चांगल्या नव्हत्या. माझा नवरा भारतीय आहे हे कळल्यावर त्या अधिकाऱ्यानं आपल्याला भारतीय दैनंदिन मालिकांचं कसं व्यसन आहे हे सांगायला सुरुवात केली आणि कोणत्या तरी मालिकेचा पुढचा भाग बघण्यासाठी त्याला घरी जाण्याची कशी घाई होती हेही सांगितलं. वेंकटनं तर ती मालिका कधी पाहिलीही नव्हती. खरं तर, त्या मालिकेचा एकही भाग चुकू नये अशा बेतानं त्या अधिकाऱ्यानं त्याच्या कामाच्या वेळा 'ॲडजस्ट' केल्या होत्या! आता त्या मालिकेत पुढं काय होणार याबाबत तो फारच उत्सुक होता. जेव्हा वेंकट त्याबद्दल काहीच मत प्रदर्शित करेना आणि त्याला वाटणारी अरुची तो उघडपणे दाखवू लागला तेव्हा त्या अधिकाऱ्यानं त्याला प्रथम हे विचारलं, की तो सलमान खानच्या घरी गेला आहे का आणि नंतर हे विचारलं, की तो आणि संपूर्ण देश सलमान आणि त्याच्या समस्त

गर्लफ्रेंड यांच्यातले ब्रेक-अप का थोपवू शकला नाही. सलमान खानचं लग्न व्हावं यासाठी भारतातलं कोणीही पुरेसे प्रयत्न करत नाही असं त्या अधिकाऱ्याला वाटत होतं, आणि त्यासाठी वेंकटनं देशातील उच्चपदस्थांना हस्तक्षेप करण्याची गळ घातली पाहिजे असंही त्याचं म्हणणं होतं. सलमान खानच्या सुखी वैवाहिक आयुष्याबद्दल वेंकटला किंचितही रुची वाटत नसल्यामुळे ते संभाषण शेवटी स्वगताकडे गेलं आणि दिल्लीला जाणाऱ्या विमानाची घोषणा झाल्यावरच थांबलं. तो सगळा काळ वेंकटला दशकानुदशकांसारखा भासला. त्या कोंदटलेल्या खोलीत त्या अधिकाऱ्याची बॉलीवूड, टीव्ही मालिका आणि चित्रपट ताऱ्यांची भंगलेली प्रेमप्रकरणं याबद्दल चाललेली एकसुरी बडबड यामुळे वेंकट इतका हैराण झाला, की पुढच्या वेळी तो जेव्हा आला तेव्हा त्यानं कराचीमार्गे येणं पसंत केलं. कारण त्यामुळं त्याला हॉटेलमध्ये राहता आलं.

सद्भावनांचे ढीग; पण खरा बदल मात्र नाही

जे सतत कुरकुर करत असतात आणि पाकिस्तानी आदरातिथ्यानं ज्यांना मनापासून आनंद होत नाही, त्यांच्यासाठी मी हे नक्कीच सांगू इच्छिते, की हा अकृत्रिम स्नेहवर्षाव आणि प्रेमळपणा यांनी भारावून जायला होतं. वानगीदाखल सांगायचं, तर पाकिस्तानच्या माझ्या पहिल्या भेटीत मी जेव्हा कराचीला गेले तेव्हा विमानतळावर लोकांचा एक गट गुलाबाच्या फुलांच्या माळा घेऊन आमची वाट पाहत होता. भारतीय पत्रकारांचं आमचं पथक अशा प्रकारच्या उत्स्फूर्त स्वागताची कल्पनाही करू शकलं नव्हतं. स्वागत समारंभांची मालिका संपतच नव्हती. सत्कार होत होते आणि पारंपरिक सिंधी काळ्या, पांढऱ्या आणि लाल रंगाच्या अजरख शाली आम्हाला भेटीदाखल दिल्या जात होत्या. त्या इतक्या झाल्या, की परत निघेपर्यंत आमच्याकडे त्यांचा प्रचंड साठा जमला.

मुंबईला होरपळून काढणाऱ्या २६-११-२००८ च्या दहशतवादी हल्ल्यानंतर तीन वर्षांनी आम्ही कराचीला आलो होतो. आमच्या पथकातले बरेच जण केवळ मुंबईहून आले नव्हते, तर त्यांनी त्या हल्ल्याचं वार्तांकन केलं होतं आणि प्रत्यक्ष अनुभव घेतला होता. त्यानंतर 'संयुक्त बोलणी' पूर्णपणे थांबली असली, तरी सीमेच्या अलीकडून आणि पलीकडून द्विपक्षीय संबंध सुधारण्यासाठी सातत्याने प्रयत्न होत राहिले. मुंबईवर झालेल्या हल्ल्याचा सर्वत्र निषेध करण्यात आला आणि असा प्रकार पुन्हा घडता कामा नये अशीच भावना सगळ्यांनी व्यक्त केली. आमचं प्रेस क्लबचं पथक भेटीवर असताना खुद्द कराचीतच दोन स्फोट झाले. मुंबईप्रमाणेच लोकांना धक्का बसलेला दिसत होता, तरीही ते शांत होते.

क्लबमध्ये अगदी प्रसन्न आणि खेळीमेळीचं वातावरण होतं. जुन्या आठवणींना

उजाळा दिला जात होता. पण क्लबमधल्या पहिल्या मीटिंगला हजर असलेल्या काही थोड्या लोकांच्या मनात 'दे जा वू'ची भावना (हीच गोष्ट पूर्वीही घडून गेली असल्याचा आभास) होती आणि ते म्हणत होते, की गोष्टी आता याच्याही पुढे सरकायला हव्यात आणि काही तरी प्रत्यक्ष तोडगा निघायला हवा. काहीही निष्पन्न न होणाऱ्या या गोड-गोड भेटीगाठींना कंटाळलेल्या लोकांकडून काही समंजस आणि शहाणपणाच्या सूचना पुढे आल्या. त्यातली एक 'हेराल्ड' मासिकाचे संपादक मुहम्मद बदर आलम यांच्याकडून आली. त्यांनी स्पष्टपणे सांगितलं, की भारत आणि पाकिस्तानमधल्या लोकांच्या परस्पर संवादात मोठा अडथळा हा असतो, की ते भावनिक होतात. आणि त्यात काही आश्चर्य नाही, कारण दोघांचाही इतिहास आणि संस्कृती एकच होती आणि नंतर त्यांचं विभाजन झालं. एकमेकांच्या देशांना भेट दिल्याने ताबडतोब सौजन्याची भावना निर्माण होते; पण प्रत्यक्षात ठोस तोडगा काही निघत नाही. त्यासाठी समाजांतर्गत शांतता गट प्रस्थापित करणं महत्त्वाचं आहे.

माध्यमांच्या मुक्त देवाण-घेवाणीचा अभाव होता याचा अर्थ २६ नोव्हेंबरच्या हल्ल्यांदरम्यान दोन वार्ताहर सोडले, तर अन्य कोणत्याही पाकिस्तानी वार्ताहराला भारतात मुंबईला भेट देता आली नाही आणि वार्तांकन करता आलं नाही. कायम आशावादी असलेले करामत अली आणि बी. एम. कुट्टी यांनी आशा व्यक्त केली, की बदलाचे वारे कायम वाहत राहतील. आम्ही काही अधिकृत संस्थाना आणि कराची विद्यापीठाला भेट दिली. विद्यापीठात मुलींची संख्या मुलांपेक्षा ७० टक्क्यांनी जास्त होती. तिथं लावलेल्या रंगीबेरंगी पोस्टरवरून मुक्त विचारांच्या आणि सनातनी विचारांच्या विद्यार्थ्यांमधला तणाव दिसून येत होता. काही पोस्टर रॉक म्युझिक पार्टीसाठी आवाहन करत होती, तर सनातनी 'इस्लामी जमियत तालिबात' (मुलींची शाखा - IJT) या 'जम्मात-ए-इस्लामी'च्या (JeI) विद्यार्थी शाखेने लावलेल्या पोस्टरवर 'विद्यार्थी जरी पूर्वेकडे राहत असले, तरी मनानं कसे ते पश्चिमेचेच झाले आहेत,' वगैरे उल्लेख होते. कराची विद्यापीठाने 'कॉन्फिडन्स बिल्डिंग मेझर्सद्वारे (CBMs) (आत्मविश्वास वाढवण्याच्या उपाययोजना) आणि व्यक्तिगत पातळीवर लोकांशी संपर्क स्थापित करून शांतता प्रयत्नांमध्ये अधिक योगदान दिलं आहे. या कार्यक्रमांनी द्विपक्षीय चर्चांची परिभाषा बदलून टाकली आहे. विद्यापीठासाठी एक अभ्यासक्रम पण चालवते. तो बराच लोकप्रिय आहे. दोन्ही देशांत शांतता प्रस्थापित झाल्यामुळे शैक्षणिक संबंध सुधारू शकतात आणि संशोधनाच्या शक्यताही वाढतात. शिवाय, राजकीय मतभेद बाजूला ठेवून विद्यापीठाने भारतीयांबरोबर अनेक प्रकारे सहयोग केला आहे. किमान शैक्षणिक क्षेत्रात तरी 'शांतता' हेच घोषवाक्य आहे.

नाटक : प्रबोधनाचा एक मार्ग

राजधानीमध्ये नाटकांचं अस्तित्व फारसं दिसत नाही आणि म्हणूनच जी काही मोजकी नाटकं रंगमंचावर आली त्यांना उदंड प्रतिसाद मिळाला. 'सवा १४ ऑगस्ट' हे अन्वर मक्सूद यांनी लिहिलेलं आणि दावर मेहमूद यांनी दिग्दर्शित केलेलं नाटक बघायला खूप मजा आली. पाकिस्तान नॅशनल सेंटर ऑफ आर्ट्सच्या विटांनी बांधलेल्या देखण्या इमारतीत हा खेळ झाला. नाटक सुरू होण्याच्या काही मिनिटं आधी तुम्हाला आत सोडलं जातं. त्यामुळं प्रत्येकजण बाहेर थंडीत कुडकुडत उभा असतो आणि रांग वाढतच असते. लोक रागाने तोंडातल्या तोंडात पुटपुटत असतात. आम्ही एकदाचे आत गेलो तेव्हा सगळ्या जागा भरून गेल्या होत्या आणि लोक पायऱ्यांवर आणि दोन्ही आसनांच्या मधल्या जागेत बसले होते. शहरात होणाऱ्या काही मोजक्या सांस्कृतिक कार्यक्रमांपैकी हा एक महत्त्वाचा कार्यक्रम होता आणि लोकांनी ही संधी सोडली नव्हती. नाटक पाकिस्तानच्या राजकीय परिस्थितीवर आणि जिना व भुत्तो यांच्या वारशावर बेतलेलं होतं. अभिनेते खऱ्याखुऱ्या सिगारेट ओढत होते असं मला वाटलं आणि त्यामुळं त्या गच्च भरलेल्या नाट्यगृहात लोक खोकत होते. पण तो जिवंत रंगमंचीय आविष्कार होता आणि मला तो पाहताना मजा आली. इतिहासाची सफर घडवून आणत असताना चुकलेल्या राजकीय नेतृत्वाचे दाखले देत सद्य परिस्थितीवर प्रश्नचिन्ह उभे करत नाटक हसायला भाग पाडत होतं .

इतर करमणुकीच्या गोष्टींमध्ये एका बॉलिंग ॲलीचा समावेश केला पाहिजे. आम्ही तिथं एकदा एका स्नेह्याचा वाढदिवस साजरा करायला गेलो होतो. ही जागा लोकांची बरीच लाडकी दिसत होती आणि आम्हाला मजा आली. अर्थात् त्याची सवय लागण्याची मी कल्पनादेखील करू शकत नाही. बॉलिंगसाठी लागणारी कौशल्यं माझ्यात छुप्या स्वरूपात होती हे मला माहीतच नव्हतं. तळ्याशेजारच्या उजाड जागेत एक मोठं ट्रँपोलीन (Trampoline) आणि एक छोटा गोल्फ कोर्सही होता. आणखी एक खेळ होता ज्यामध्ये विशेष कपडे घालून एकमेकांच्या अंगावर रंग उडवायचा होता. त्यात मला काडीचाही रस नव्हता.

वेळ घालवण्यासाठी करमणुकीची साधनं फारशी नसल्यामुळे चित्रपट पाहणे हा सगळ्यांत स्वस्त मार्ग होता. मी बरोबर येताना सीडीज किंवा डीव्हीडीज आणू नये असा सल्ला मला देण्यात आला होता. म्हणून मला इस्लामाबादमध्ये सगळं काही विकत घ्यावं लागलं. मी एक साधी म्युझिक सिस्टिम आणि एक डीव्हीडी प्लेअर विकत आणला. सुदैवानं तिथं कॉपीराइटचा अर्थ 'कॉपी करण्याचा राइट'

म्हणजे अधिकार असा होत असल्यामुळे संगीत आणि चित्रपट दोन्ही प्रकार सहजपणे उपलब्ध होते. मला कुठंही मूळ चित्रपट किंवा सीडीज दिसल्या नाहीत. इतरत्र महाग मिळणाऱ्या जुन्या हॉलीवूड चित्रपटांच्या प्रती मला मोठ्या संख्येनं घेता आल्या. रात्री विशेष काही करायचं नसेल, तर चित्रपट पाहणं हा एक नियमच होऊन गेला. संगीताच्या बाबतीतही तेच. मी येताना घरून सीडीज आणू शकेन की नाही याची खात्री नव्हती, त्यामुळं मी खूप वेगवेगळ्या प्रकारच्या संगीताचा साठा विकत घेतला. त्यात बेस्ट ऑफ पिंक फ्लॉइड, पाश्तो पॉप, अभिजात शास्त्रीय संगीत (भारतीय आणि पाश्चात्त्य दोन्ही), जॅझ व रॉक, तसंच माझ्या आवडत्या अल्बमपैकी एक असलेल्या कोक स्टुडिओचे अल्बम यांचा समावेश होता. मी घरी ऐकत असलेल्या जवळपास सगळ्या अल्बमच्या चांगल्या प्रती मला तिथं मिळाल्या. पिंक फ्लॉइड मला पूर्वीपेक्षा अधिक जास्त आवडायला लागला. त्यामध्ये नक्की काय होतं हे मला कळलं नाही, पण ते झपाटून टाकणारं संगीत आणि त्याचे शब्द यांचं तिथल्या माझ्या वास्तव्याशी काही तरी नातं नक्कीच होतं. त्या वातावरणाशी सुसंगत असं ते संगीत मला वाटलं. मी इस्लामाबादच्या माझ्या घरात प्रवेश करताक्षणीच ते संगीत लावायचे. पिंक फ्लॉइड आणि पाकिस्तान हे नेहमीच जोडीनं माझ्या मनात वास करतील. काही प्रसंगांत तग धरून राहण्यासाठी तुमच्या मनाला 'सुखकररीत्या बधिर' करणं काही वेळा गरजेचं असतं.

३

एक परदेशी पत्रकार म्हणून वावरताना...

भारताबाहेरची ही माझी पहिलीच नियुक्ती होती. फारसं मित्रत्वाचं नातं नसलेल्या देशात मी परदेशी पत्रकार म्हणून आले होते. गोष्टी एकाच वेळी सोप्याही होत्या आणि अवघडही. अगदी सुरुवातीपासूनच लोक मदतीला तत्पर होते आणि मला वाटलं होतं, त्यापेक्षा सगळं सोपं गेलं. ज्या गोष्टी तुमच्या आवाक्यातल्या असतात त्यासाठी तुम्ही कृतज्ञ असावं लागतं आणि काही गोष्टी मात्र तुमच्या आवाक्याबाहेरच राहणार ही वस्तुस्थिती तुम्हाला स्वीकारावीच लागते – ज्यामध्ये नंतर पूर्ण देशाचाच समावेश झाला ती गोष्ट वेगळी! माझ्या एका सहकाऱ्याला सांगण्यात आलं, की माझे लेख हे देशावर जरा जास्तच टीका करणारे, चिरफाड करणारे होते. इतर बऱ्याच देशांप्रमाणे इथंही एका पातळीवर 'तुम्ही जर आमच्यासोबत नसाल तर तुम्ही नक्कीच आमच्या विरोधात असणार' असा दृष्टिकोन आहे.

इस्लामाबादसाठी प्रस्थान ठेवण्याआधी अनिता आणि निरुपमा या माझ्या आधी पाकिस्तानात नियुक्त होऊन गेलेल्या दोन सहकाऱ्यांशी मी प्रदीर्घ चर्चा केली होती. घर शोधण्यासारख्या बऱ्याचशा वेळखाऊ कामांसाठी द्यावा लागणारा वेळ त्यामुळं वाचला होता आणि 'काय करावं व काय करू नये' अशा बऱ्याच गोष्टींचा खुलासाही झाला. मला सभ्य आणि सौजन्यपूर्ण पद्धतीनं बोलण्याबाबत बजावण्यात आलं होतं. मी मुंबईची होते आणि आमची 'बम्बईया हिंदी' भाषा म्हणजे औपचारिकता किंवा चपखल शब्द यांचा खडखडाट! हिंदीत ज्याप्रमाणे पुल्लिंगी, स्त्रीलिंगी आणि नपुंसकलिंगी असे कठोर व्याकरणभेद आहेत तसे आमच्या सदोष बोलीभाषेत नाहीत – आम्ही स्त्रिया 'मैं आता हूं'सारखे भाषेचे खून सहजरीत्या पाडू शकतो. शब्द आणि वाक्यं जेवढ्यास तेवढी वापरायची, मुद्दा कळल्याशी कारण. शब्दांचे फुलोरे, शिष्टाचार पाळलेच पाहिजेत असं नाही आणि प्रत्येकाला आपापल्या पद्धतीप्रमाणे उद्धटपणे बोलण्याची मुभा, असा आमच्या

बम्बईया हिंदीचा खाक्या! दर दोन शब्दांमागे एखादी शिवी हा तर रिवाजच. मला असं दिसून आलं, की पाकिस्तानी लोकांना बॉलीवूडचं व्यसन असल्यामुळे ही भाषा त्यांच्या चांगलीच परिचयाची असणार, पण तरीही मी ती वापरण्याचं धाडस केलं नाही.

बहुतेक वेळा आम्ही इंग्लिशमध्ये बोलायचो, पण जेव्हा मी हिंदी किंवा उर्दूत बोलायला सुरुवात करायचे तेव्हा आपण योग्य शब्द वापरत आहोत ना याची स्वत:ला आठवण करून द्यावी लागायची. शब्दांचं लिंग बरोबर आहे ना याची खात्री करावी लागायची. शिवाय उर्दूमध्ये अभिवादन आणि उत्तरं देण्याचंही लक्षात ठेवावं लागायचं. मला उर्दू काव्य आणि गझल आवडतात तरीसुद्धा उर्दूशी फारशी जवळीक नसल्यानं बऱ्याचदा संभाषणाचं गाडं अडू शकतं. शिवाय मी दक्षिण भारतीय असल्याने अजूनच पंचाईत. 'मद्रासीं'च्या बाबतीत एक विनोदी पूर्वग्रह आहे (भारतातही सगळ्या दक्षिण भारतीयांना असंच संबोधलं जातं, त्यामुळं हा पूर्वग्रह फक्त पाकिस्तानी लोकांपुरताच मर्यादित नाही), आणि 'मद्रासी' नामक शिक्क्यात असा एक समज समाविष्ट आहे, की आम्ही कोणीतरी असंस्कृत, काळी गावंढळ माणसं आहोत, ज्यांना उत्तरेकडच्या गोठवणाऱ्या थंडीची सवय नाही आणि थंडीपासून बचाव करण्यासाठी आम्ही उगीचच कपड्यांचे थर अंगावर चढवतो. एकदा दिल्लीला एका गारठून टाकणाऱ्या सकाळी हेरिटेज वॉकमध्ये चालत असता कोणीतरी शेरा मारला, की मी एखाद्या 'मद्राशा'सारखा पोषाख घातला आहे. मला भेटलेल्या अनेक लोकांनी आम्हाला पंजाबी समजत नसल्याबद्दल विनोद केले होते, आणि मला तसंही पंजाबी कळत नाहीच. एकदा एका पार्टीत पंजाबीत काव्यवाचन सुरू असताना मी त्याचं भाषांतर करण्याची विनंती केली तेव्हा माझा खरपूस समाचार घेतला गेला. त्यावरून मी असा निष्कर्ष काढला, की पंजाबी आदरातिथ्याप्रमाणेच पंजाबी अभिमानही फार मोठा आहे आणि मी भाषांतराबाबत विचारणा केल्यामुळे त्या महान भाषेचा एक प्रकारे अपमान झाला होता. काव्यवाचन करणाऱ्या राजकारण्यानं तसं बोलून तरी दाखवलं. काहीही असलं, तरी नुकसान माझंच झालं होतं!

त्यामुळं पाकिस्तानात काहीही बोलण्यापूर्वी मला काळजीपूर्वक विचार करावा लागत होता आणि मनात पूर्ण वाक्य रचून मग बोलावं लागत होतं. सभ्यपणे नम्र शब्दांत बोलण्यासाठी मला एरवीपेक्षा दुप्पट वेळ लागत होता. पण ते कसं करायचं हे मी शिकले. एकदा मी फेसबुकवर गालिबची काव्यरचना पोस्ट केली तेव्हा माझ्या पंजाबी स्नेह्याला (मी त्याच्याबद्दल खरंच असा विचार केला नव्हता) गालिब मला माहीत आहे हे पाहून धक्काच बसला. मी त्या स्नेह्याला म्हटलं, की जसं 'मद्रासी' लोकांकडे तिरस्कारानं पाहिलं जातं, तसं पंजाबी किंवा पंजू लोकांनाही

दिखाऊ, भडक, बटबटीत असं भारतात मानलं जातं आणि त्यांची लग्नंही पैशाची उधळपट्टी करणारी असतात. पाकिस्तानातले पंजाबी लोक मला प्रेमळ, आदरातिथ्य करणारे वाटले. त्यांच्या भाषेचा आणि संस्कृतीचा अभिमान असलेले आणि तितक्याच अभिमानी, आतिथ्यशील आणि प्रसन्न पश्तून लोकांशी झगडा करणारे. हा झगडा मित्रत्वाच्या पातळीवर गमतीदार, निरुपद्रवी वाटला, तरी एका गंभीर राजकीय मतभेदाचा तो पाया होता. एकदा एक वकील एका पश्तून मैत्रिणीशी पंजाबीत बोलला तेव्हा तिनं त्याला फटकारलं, आणि 'समजेल अशा भाषेत बोल,' असा दम दिला! आमच्या मित्रमंडळींमध्येही अशी भाडणं होत आणि काही वेळा ती विक्राळ रूप धारण करत!

माझ्या मागावर असलेले गुप्तहेर

मी स्वत: होऊन पाकिस्तानला जाण्याचा प्रस्ताव मांडला होता का, असं मला अनेक लोकांनी विचारलं. तसं काहीही नव्हतं. मी तिथली वार्ताहर असेन अशी कल्पनाही मी कधी केली नव्हती आणि माझं नामांकन झाल्याचं कळल्यावर मला आश्चर्यच वाटलं. त्या वेळी 'द हिंदू'चे संपादक सिद्धार्थ वरदराजन यांनी मला इस्लामाबादला नियुक्ती झाली तर आवडेल का, असं विचारल्यावर मी हो म्हणण्याआधी दुसऱ्यांदा विचार केला नाही. सन २०११ मध्ये कराची आणि हैदराबादला भेट दिल्यानंतर मी राजधानीत जाण्यासाठी उत्सुक होते. मग त्यापुढे मला तिथंच एका ठिकाणी राहावं लागणार होतं आणि प्रवास करता येणार नव्हता या गोष्टी दुय्यम होत्या. ही नियुक्ती हेवा वाटण्यासारखी होती याची मला जाणीव झाली आणि एका माजी पत्रकाराकडून आणि परराष्ट्र संबंधांतील तज्ज्ञ असलेल्या व्यक्तीकडून एक संस्मरणीय प्रतिक्रिया आली. ती हे ऐकून इतकी उल्हसित झाली, की तिनं मला माझे सगळे कपडे भारतातच ठेवून द्यायचा सल्ला दिला आणि तिकडं जाऊन नवीन कपडे शिवून घ्यायला सांगितलं! पाकिस्तानात केल्या जाणाऱ्या सुरेख शिवणकामाची ख्यातीच तशी होती. ही गोष्ट माझ्या मनात कधीच आली नसती हे मी मान्य करते, कारण सर्वसाधारणपणे मला शिंप्यांच्या मागे लागण्याचा मनापासून कंटाळा आहे. अर्थात् काही कपडे मी तिथं शिवून घेतलेच.

सुरुवातीला लोकांचा प्रेमळपणा आणि इस्लामाबादचं आरामदायी राहणं यामुळे माझ्या मनावर सुखाची साय पसरली होती. आम्ही पोचलो तेव्हा उन्हाळा संपत आला होता आणि लवकरच तापमान खाली जायला सुरुवात झाली आणि आम्हाला पंखेही लागेनासे झाले. मला पहिला प्रश्न लोक विचारायचे तो असा – 'तुमचा पाठलाग होतो का?' किंवा 'तुमची दोस्त मंडळी कुठं आहेत?' २०१४च्या जानेवारीत नेहमीच्या भेटीवर मी व्हिसा ऑफिसला गेले होते. मुतारीचा वास

सगळ्या कॉरिडॉरमध्ये भरून राहिला होता. तेव्हा मला जाणवलं, की माझा खरंच पाठलाग होतोय. दोन पुरुष अक्षरश: माझ्यावर येऊन आदळले. तो अपघात नक्कीच नव्हता – त्यातला एक सलवार-कमीज घातलेला दाढीवाला होता. तो सतत माझ्याकडं तिरके कटाक्ष टाकण्याचा प्रयत्न करत होता आणि त्याला ते काही जमत नव्हतं. चेहऱ्यावर मात्र गंभीर भाव राखण्याची धडपड होती. दुसरा थोडा तरुण होता. गोबऱ्या गालाचा. आणि तो पहिला माणूस जे करत होता त्यामुळं शरमलेला. मी त्यांना 'दाढी' आणि 'गोबरा' म्हणेन. त्याच संध्याकाळी मी एका कॅफेत कोणाची तरी मुलाखतीसाठी वाट बघत होते तिथंही ते आले. मी दाराजवळच्या एका ऐसपैस सोफ्यावर बसले होते तेव्हा 'दाढी' काचेचं दार उघडून आत आला आणि मला बघून एकदम थांबला. मला त्यानं 'घाबरवलंय' असं मानून त्यानं समाधानानं दार धाडकन् लावलं आणि बाहेर गेला. मला काही वेळा वाटायचं, की त्यांची हुशारी कोणत्या तरी चांगल्या कामासाठी वापरता आली असती, जसं की - सार्वजनिक ठिकाणी तरुण माणसांना स्वत:ला बॉम्ब लावून उडवून टाकण्यापासून परावृत्त करणं किंवा त्यांना चर्च, कोर्ट आणि बाजार यांचं नुकसान करण्यापासून रोखणं. मी प्रथमच एका भारतीय राजनैतिक अधिकाऱ्याच्या घरी गेले होते तेव्हा आम्ही घाईघाईनं कारमधून उतरलो आणि एक जाडजूड लाल मिशीवाला माणूस आमच्या स्वागताला पुढं आला. त्यानं समाधानानं माझं नाव पुकारलं. त्याला माझं नावही माहीत आहे हे पाहून मी प्रभावित झाले आणि तो इतका स्वागतशील होता हे पाहून मला बरं वाटलं. पण तो अधिकारी मोठ्याने हसला आणि म्हणाला, की ते त्याचे 'दोस्त' आहेत. काही हितचिंतकांची मजल तर मला हे सांगण्यापर्यंत गेली, की ती माणसं माझ्या सुरक्षेसाठी नेमली आहेत आणि ती मला मदत करतील. एका ब्रिटिश माणसाने सांगितलं, की त्याचे आई-वडील भाषा येत नसल्यामुळे लाहोरला रिक्षासाठी थांबले असता त्या लोकांनी त्यांना मदत केली होती. इतर देशांच्या लोकांच्या मागावरसुद्धा गुप्तहेर सोडले जातात हे समजल्यावर मला जरा बरं वाटलं. पाकिस्तानी लोकांना याचं श्रेय दिलं पाहिजे, की माझ्याबरोबर हे लटांबर आहे हे माहीत असूनसुद्धा त्यांनी क्वचितच मला भेटायला किंवा त्यांच्या घरी बोलवायला नकार दिला. आणि तो नेहमीच हसण्याचा आणि विनोदाचा विषय राहिला. माझ्या ड्रायव्हरकडे सुद्धा सतत माहिती काढण्यासाठी विचारणा केली जायची आणि राजधानीत घडणाऱ्या घडामोडींबाबत त्याला बऱ्यापैकी माहिती असायची. ते साहजिकच माझा सगळ्याच ठिकाणी पाठलाग करायचे नाहीत, पण तरीही मी कुठं जाते हे त्यांना बरोबर कळायचं. ते तिथं पोचायचे आणि सतत लोकांना प्रश्न विचारून भंडावून सोडायचे, की मी त्यांना भेटायला का आले होते, मला काय जाणून घ्यायचं होतं आणि मी कोणते

'संवेदनशील' प्रश्न विचारले वगैरे वगैरे.

इकडं तिकडं कुठंही न जाता मी लेख कसे लिहू शकणार होते किंवा स्टोरीज कशा बनवू शकणार होते? मी एका एनजीओमध्ये मीटिंगला गेले होते. तिथं फक्त त्यांना त्या लोकांनी आत येऊ दिलं नाही– नाहीतर एरवी ते सगळीकडे असायचे. ते माझ्या मित्रमंडळींना धरायचे आणि त्यांना माहिती विचारायचे – मी सुरक्षाविषयक काही चर्चा केली का? (किती हास्यास्पद!) मला काही गुप्त माहिती हवी होती का? एकदा एक मैत्रीण काही सांगत नव्हती म्हणून तिला देशाची शपथ घालून सांगण्यात आलं, की तिनं 'पाकिस्तानसाठी तरी' त्यांना माहिती दिलीच पाहिजे. मग मात्र तिचा संयम सुटला. तिनं त्यांना फाडून खाल्लं आणि तिचं राष्ट्राप्रति काय कर्तव्य आहे यावर लेक्चर झोडल्याबद्दल चांगलंच फटकारलं. त्यांना भिंतींच्या बाहेर उभं राहून फोटो काढायलाही काही वाटायचं नाही आणि घरात घुसून प्रश्नांचा भडिमार करायलाही. मनाला येईल तसं वागण्याची जणूकाही त्यांना मुभाच होती आणि कोणीही त्यांना थांबवू शकत नव्हतं.

हे गुप्तहेर गोंधळलेले आणि हास्यास्पद वाटतात, पण त्यामुळं तुम्हाला चीड येऊ शकते. तुमच्या डोक्याभोवती जर सतत माशा घोंघावत असतील तर कसा वैताग येईल तसंच हे असतं. फक्त तुम्ही त्यांना फटकावू शकत नाही एवढंच. ते अस्तित्वातच नाहीत असं समजून चालण्याचा सल्ला मला देण्यात आला होता. असं करणं कठीण होतं, पण शक्यही होतं आणि अगदी मजेदारसुद्धा. मी आणि माझा नवरा हायकिंगला जायचो तेव्हा ते घरून निघाल्यापासून आमच्या मागे असायचे आणि अगदीच 'येडे' दिसायचे. हायकिंग ट्रेल अगदी चालत जाण्याच्या अंतरावर आहे आणि ते त्यांच्या बाइकवरून फैझल मशिदीच्या थोडं अलीकडं उतरायचे. मी जेव्हा जेव्हा फोटो काढायला थांबायचे तेव्हा 'दाढी' माझ्या समोर उभा राहून मोठमोठ्यानं फोनवर बोलायचा. तोपर्यंत माझ्या रागाचं रूपांतर करमणुकीत झालेलं असायचं आणि मी फुटणारं हसू कसंबसं दाबत माझ्या फ्रेमवर लक्ष केंद्रित करायचे (ऑटो फोकस माझ्या मदतीला यायचा). हाईक जसजसा पुढे जात रहायचा तशी त्यांना याची नक्कीच जाणीव होत राहिली असणार, की पाठलाग करण्यात काही अर्थ नाही आणि इथं आपण कोणतंही कटकारस्थान शोधू शकत नाही. मार्गल्ला टेकड्यांवर सहा मुख्य ट्रेल आहेत. सहा क्रमांकाचा ट्रेल फैझल मशिदीच्या मागच्या बाजूला आहे. आम्ही रविवारच्या गर्दीतून वाट काढत काढत जायचो. लहान मुलं गुलाबी रंगाचे 'बुड्ढी के बाल' आणि तळलेले पापड विकत असायची. मी फोटो काढत असताना 'दाढी' माझ्या इतक्या जवळ उभा रहायचा, की माझ्या हालचालींवर त्याची चाललेली 'रनिंग कॉमेंटरी' मला स्पष्ट ऐकू यायची. मी त्या दिवशी मुद्दाम लेन्स

बदलायला थांबले. मला मशिदीच्या रॉकेटसारख्या दिसणाऱ्या मिनारांना आणि त्यांच्या टोकावर असलेल्या चकचकीत, गुळगुळीत चंद्रकोरीला कॅमेऱ्यात टिपायचं होतं. या सगळ्या प्रकाराकडे एक पापड विकणारा लहान मुलगा गोंधळलेल्या नजरेनं पाहत होता. मी फोटो काढत होते, माझा नवरा माझ्याशेजारी उभा होता आणि 'दाढी' फोनमध्ये बडबडत होता. हा सगळा नजारा इतका हास्यास्पद दिसत होता म्हणून सांगू! आम्ही बरेच दिवसांपासून डोंगरांवर ट्रेकिंग करत होतो. या ट्रेलवर येण्याची ही आमची तिसरी वेळ होती आणि पहिल्यांदाच आमचा इतका जवळून पाठलाग होत होता. मला हाइकिंग करण्यापासून रोखण्यात आलं नाही याबद्दल मी आभारच मानायला पाहिजेत. अर्थात् अशा प्रकारे घाबरवणाऱ्या पाठलागाचा आणि फोनवर मोठमोठ्याने बोलण्यामागचा साधारण हेतू तोच असावा. अमित बरुआची जेव्हा इथं नियुक्ती झाली होती तेव्हा मार्गल्ला हिल्स त्याच्या कक्षेबाहेर होत्या, पण नशिबानं आम्हाला कोणी रोखलं नाही (निरुपमानं पण या डोंगरावर खूप ट्रेकिंग केलं आणि मला योगायोगानं तिचा एक मित्र तिथं भेटला. तो ट्रेल पाच वर हाइकिंग करत होता). ट्रेकिंग मला आणि माझ्या नवऱ्याला प्रचंड आवडायचं आणि आम्ही महाराष्ट्रात सह्याद्री पर्वतरांगांमध्ये खूप भटकायचो. तिथं टेकड्या आणि किल्ले यांची विपुलता आहे. आम्ही हिमालयातसुद्धा भटकंती करायचो. मार्गल्ला हिल्सबाबत आम्ही सुदैवी ठरलो यावर आमचा विश्वास बसेना आणि आम्ही विनोदानं म्हणायचो, की आमच्या मागच्या अंगणात सह्याद्री आहे. अबोटाबाद या नवीन शहराशी जोडण्यासाठी मार्गल्ला हिल्समधून एक बोगदा खणण्यात येणार आहे असं मी वाचत असायचे आणि त्या विरोधात पर्यावरणवादी अधूनमधून निषेधही व्यक्त करायचे. ही जैवविविधतेनं नटलेली राजधानीतील अतिशय बहुमोल अशी परिसंस्था आहे आणि तिची हानी झाली तर ते फार दुर्दैवी ठरेल.

तो २६ जानेवारी २०१४ चा दिवस होता. आपला प्रजासत्ताक दिन. निळी गारठलेली सकाळ होती आणि आम्ही मोठ्या ट्रेकसाठी सर्व साधनांनिशी सज्ज होऊन निघालो होतो. पण 'दाढी' आणि 'गोबरा' तसे नव्हते. त्यांनी घट्ट बसणारे गैरसोईचे कपडे घातले होते आणि टोकदार लेदरचे शूज. बरोबर खाणं-पाणी न घेता ते धापा टाकत डोंगर चढत होते आणि ट्रेलवर दिसणाऱ्या कोणाला तरी मधूनच खाली जायला दुसरा एखादा रस्ता आहे का ते विचारत होते. हिरव्या झाडाझुडपांनी नटलेल्या त्या ट्रेलच्या सुरुवातीला मी जेव्हा जेव्हा थांबून मागे बघायचे तेव्हा ते धडपडत बाजूच्या झुडपांमध्ये लपण्याचा प्रयत्न करायचे. खडकांच्या मधून वाहणाऱ्या आणि पाम वृक्षांनी वेढलेल्या एका झऱ्यापाशी आम्ही विश्रांतीसाठी थांबलो तेव्हा 'दाढी' आणि 'गोबरा' आम्हाला सफरचंद खाताना आणि पाणी

पिताना पाहत होते. आम्ही फोटो काढण्यासाठी खडकांवर चढलो तेव्हा तेही हलले. एका अगदी चिंचोळ्या रस्त्यावर मी 'दाढीच्या' टोकदार लेदर शूजवर जवळजवळ पायच दिला होता. पण तरीही तो डगमगला नाही आणि एखाद्या खडकासारखा तिथंच बसून राहिला. हे म्हणजे जरा अतीच झालं होतं. संयमाचा कडेलोट होण्याची शक्यता होती, पण त्यांच्या मूर्खपणाच्या क्लृप्त्यांना भीक न घालण्याच्या माझ्या निश्चयावर मी ठाम राहिले. एकदा तर मला 'गोबऱ्या'ला माझ्या फ्रेममधून बाजूला सरकायला सांगावं लागलं, कारण मफलर गुंडाळलेल्या एका हेरामुळे मला माझा फोटो खराब करून घ्यायचा नव्हता. तो हसला आणि बाजूला सरकला. तसाही या आधीच्या फोटोत 'दाढी' झळकलाच होता. दूरवर उदास नजरेनं बघत होता. एका क्षणी मी त्याला कोणाशी तरी मोठ्यानं बोलताना आणि 'काहीच घडत नाहीये', असं सांगताना ऐकलं. परिस्थिती त्यांच्यावरच उलटली होती! डोंगराच्या माथ्यावर, झाडी नसलेल्या भागावर शेवटची चढाई बाकी होती. त्याआधीच त्यांनी बसकन् मारली आणि आम्ही वर जाऊन पुन्हा खाली येण्याची ते वाट बघत बसले. अगदी टोकावर झाडांनी मस्त सावली धरली होती. जणू एक मोठी छत्रीच उघडली होती आणि एकच घर होतं. इतर काही ट्रेकर चक्क जमिनीवर आडवे झाले होते. वर दिसणाऱ्या निरभ्र आभाळाकडे बघत पहुडले होते. सगळं वातावरण इतकं प्रसन्न होतं – झाडं, आकाश, पानांमधून सळसळणारा वारा. त्या आमच्या सुखात कोणीही बाधा आणणं शक्य नव्हतं. ज्या कोणी त्या बिचाऱ्या हेरांना पाठवलं होतं त्यांना हे सांगणं गरजेचं होतं, की हाइकिंग ही एक आनंददायक गोष्ट आहे. हेरगिरीपेक्षा अगदी वेगळी. त्या हेरांना हे माहीत नव्हतं, की आम्ही भारतीय शॉर्टकट शोधण्यातही तरबेज आहोत! माथ्यावर पोचल्यानंतर आम्हाला डोंगराच्या दुसऱ्या बाजूला एक घळ दिसली. आम्ही हळूहळू चालत दोन तासांनी टेकड्यांच्या कडेकडेने जाणाऱ्या रस्त्यावरून रावल धरणाचं आणि तलावाचं विहंगम दृश्य डोळ्यांत साठवत खाली उतरलो. असं करताना आम्हाला दुप्पट आनंद झाला आणि आम्ही चालत-चालत 'कुछ खास'मधल्या रेस्टॉरंटमध्ये जेवायला गेलो, ज्याची आम्हाला नितांत गरज होती. आम्हाला झालेला आनंद फार उच्च कोटीचा नव्हता. त्यामुळं तो फार काळ टिकला नाही. (हेरगिरी इतकी असंवेदनशील आणि बिनडोक असते हे मला त्या देशातल्या माझ्या शेवटच्या दिवशी समजलं.) दुसऱ्या दिवशी सकाळी मी भारतीय दूतावासानं एका पंचतारांकित हॉटेलमध्ये आयोजित केलेल्या बिझनेस व्हिसा मीटिंगसाठी गेले आणि लॉबीतून जात असताना मला 'दाढी' दिसला आणि न राहवून मी त्याला 'गुड मॉर्निंग' असं उत्फुल्ल आवाजात अभिवादन केलं! आदल्या दिवशी डोंगरमाथ्यावर आमची वाट बघत बसले असताना त्यांचं

काय झालं असावं याचा मी मनातल्या मनात विचार करत होते. माझ्या अभिवादनानं 'दाढी'च्या चेहऱ्यावर काही हसू उमटलं नाही. त्यानं गंभीरपणे 'ओके' असं उत्तर दिलं. आमच्यात झालेलं ते एकमेव संभाषण होतं.

गोल्फ कोर्सच्या मागे एक ट्रेल होता तो डोंगरात जाणं अपेक्षित होतं. एक दिवस आम्ही त्याचा शोध घेत होतो, पण आम्हाला तो काही सापडला नाही. शोधता-शोधता आम्ही एका जुन्या खेड्यापाशी आलो. त्यात एक जुनाट आणि वापरात नसलेली हवेली होती. तिथल्या बायकांचे गाल वेगळ्याच गुलाबी रंगाचे होते आणि भल्या सकाळी आम्ही एका ट्रेलच्या शोधात तिथं आल्याचं पाहून त्यांना गंमत वाटली. खेडं संपल्यावर मोकळी जागा होती आणि त्यामागे डोंगर होते. वर जाणारा ट्रेल शोधण्याची ताकत आमच्यात उरली नव्हती. शेवटी आम्ही वळसा घातला आणि एका संरक्षित सैनिकी क्षेत्राच्या जवळ असलेल्या रस्त्याला लागलो. आम्ही माना खाली घालून जलद गतीनं चालत होतो कारण आम्ही टेहळणी करत आहोत म्हणून आम्हाला अटक होऊ शकली असती.

मार्गल्ला हिल्सच्या माथ्यावर कडेकडेने उंच उंच झाडं होती. काही ठिकाणी तर पाइन वृक्षही होते आणि पावसाळ्यात मोठ्या वेगानं धबधबे कोसळतात असं आम्हाला सांगण्यात आलं होतं. सहज चालत जाण्यासारख्या रस्त्यांवर खडकांमधून वाहणारे छोटे छोटे झरे होते आणि खडकाळ घळी होत्या. त्यातून जाताना तुमच्या शारीरिक क्षमतेचा फार काही कस लागत नसे. पाच क्रमांकाच्या ट्रेलमध्ये एक रस्ता होता. त्यावर एका लाकडी फलकावर खाली तोंड केलेल्या बाणाचं चिन्ह काढून 'धोकादायक ट्रेल' असं लिहिलं होतं. आम्ही एकदा त्या रस्त्यानं गेलो तेव्हा दिसलं, की तो रस्ता उंच चढणीचा होता आणि तो अशा ठिकाणी पोचत होता जिथून डोंगरमाथ्यावर दिसणाऱ्या खडकांच्या अलीकडे असणाऱ्या मुख्य ट्रेलपर्यंत तुम्ही जाऊ शकाल. ती चढण चढताना खूपच मजा आली. चालताना डोंगरांचं मनोहारी दर्शन होत होतं. फक्त विश्रांतीसाठी थांबायला जागा नव्हती. दुसऱ्या एका ट्रेलनं आम्हाला 'दमण-ई-कोह'ला नेलं. तिथं शहराचं विहंगम दृश्य पाहण्यासाठी एक टेरेस तयार केलं आहे. सुटीच्या दिवशी तिथं खूप गर्दी असते. कुटुंबं फिरायला आलेली असतात, आइस्क्रीम खात असतात. शहराचं दृश्य मोनालहून किंवा ट्रेल्सवर असणाऱ्या कोणत्याही एका घळीतून अधिक चांगलं दिसतं. अनेक सामाजिक कार्यक्रमांऐवजी आम्ही हाइकिंगला जाणं पसंत करायचो, पण अशा कार्यक्रमांमध्ये लोक भेटायचे आणि काही बाबतींत तिथं मजाही यायची हेही तितकंच खरं! माझ्या आधी इस्लामाबादला येऊन गेलेल्या माझ्या सहकाऱ्यांचं अनुकरण मी केलं नाही. ते खूप पार्ट्या द्यायचे आणि हा फरक मला बऱ्याचदा अतिशय दुःखानं दाखवून दिला जायचा. मी

कंजूस असून माझ्यात औदार्याचा अभाव असल्याचा ठपकाही ठेवला जायचा. माझ्या वर्तमानपत्रातल्या इथं येऊन गेलेल्या सहकाऱ्यांची मित्रमंडळी त्यांनी हजेरी लावलेल्या पार्ट्यांबद्दल भरभरून बोलायची, पण मी मात्र अशा पार्ट्यांची यजमान म्हणून स्वत:ला पाहू शकत नव्हते.

'दाढी' आणि 'गोबरा' ही वर्णपटाची त्रासदायक टोकं होती आणि त्यांचे मालक ही भीतिदायक बाजू होती. स्नेहपूर्वक वागणं हा मला वाटतं, पाकिस्तानात अलिखित नियम होता, अपवाद नाही. वेगवेगळ्या फॉर्मसाठी आणि ओळखपत्रांसाठी लागणारे पासपोर्ट आकाराचे फोटो संपत आले होते म्हणून मी माझ्या घराजवळ असलेल्या दुकानात गेले. नॅशनल असेम्ब्ली किंवा सिनेटमध्ये वार्तांकनासाठी जायला म्हणून मी दर वेळी पाससाठी अर्ज केला, की मला नवीन फोटो द्यायला लागायचे. मी भारतीय आहे हे कळल्यावर त्या फोटो स्टुडिओच्या मालकाला आश्चर्य वाटलं. त्यानं लाजत लाजत सांगितलं, की एखाद्या भारतीयाला तो प्रथमच भेटत होता आणि त्याला माझं खूप कौतुक वाटत होतं. मी हेर असल्याचा संशय त्याच्या मनात आला नाही आणि त्यानं आनंदानं मला पैशांत सूट दिली; शिवाय दोन वर्षं पुरतील एवढे फोटोही दिले. त्या सकाळी मुंबई प्रेस क्लबचं शिष्टमंडळ परराष्ट्र सचिव जलिल अब्बास जिलानी यांना भेटणार होतं, पण आम्ही तिथं जाऊ शकणार नाही असं मला सांगण्यात आलं. परराष्ट्र प्रसिद्धी अधिकाऱ्याने कठोर शब्दांत आम्हाला परवानगी नाकारली. त्यानं स्पष्टपणे मला सांगितलं, की मी त्या शिष्टमंडळासोबत जाऊ शकत नाही, तशी परवानगी मला मिळणार नाही. ही वेगळी गोष्ट होती, की माझ्या माजी संपादकांना जिलानी यांनी मोठ्या आपुलकीनं मेल पाठवला होता आणि मला माझ्या वास्तव्यात अगदी आरामात राहायला सांगितलं होतं, जे मी राहत होते. भेटीवर आलेल्या शिष्टमंडळाला राष्ट्रपती आणि अन्य महत्त्वाच्या लोकांना भेटता आलं, तर इस्लामाबादमध्ये वास्तव्याला असलेल्या दोन भारतीयांना मात्र अशा प्रकारच्या भेटी विनंती करूनही नाकारण्यात आल्या.

आपल्या दोन्ही देशांमधलं अंतर काही फार जास्त नव्हतं. भारतातल्या काही शहरांमधल्या अंतरापेक्षाही ते कमीच होतं, पण मनामनांमध्ये जी दरी होती ती मात्र खोल होती. सुदैवानं जीव तोडून केलेल्या प्रचाराच्या पार्श्वभूमीवरही माणसांची एकमेकांवर विश्वास ठेवण्याची अंत:प्रेरणा मारली गेली नव्हती. एका डीव्हीडीच्या दुकानात खरेदी करत असताना आम्ही मुंबईहून – त्याच्या स्वप्नातल्या शहरातून – आलो आहोत हे कळल्यावर तो दुकानदार इतका आनंदीत झाला, की त्यानं एक डीव्हीडी मला फुकट दिली. तो फारच सौजन्यानं वागत होता आणि त्यानं त्याच्या यादीत नसलेला, पण मला हवा असलेला चित्रपट रेकॉर्ड करून देण्याचं

आश्वासन दिलं. एकदा टीव्हीवर व्यवसायासंबंधी आणि एमएमएन (Most favoured nation)[१] संबंधी चर्चा झाल्यावर कॅमेरे बंद झाल्यानंतर देखणी सूत्रसंचालिका हसत हसत मला म्हणाली, की मी जर करिना कपूरला आणि इतर बॉलीवूड तारे-तारकांना सीमेवर आणू शकले, तर दोन्ही देशांमधला हा धुमसता द्वेष आणि संशय चुटकीसरशी उडून जाईल. एरवी अगदी प्रसन्न, मनमिळाऊ असलेले आणि त्या दिवशीच्या शोमध्ये सहभागी झालेले निवृत्त जनरल त्यावर रोमांचित होऊन म्हणाले, 'पाकिस्तानात तू (म्हणजे ती अँकर) आणि बाकीच्याही कितीतरी सुंदर स्त्रिया आहेत.'

मी एकदा माझा फोन स्वच्छतागृहात पाडला. त्यावरून माझं बरंच हसं झालं. मला तो सापडेपर्यंत चांगलाच भिजला होता. सॅमसंग सर्व्हिस सेंटरनं जास्तच कष्ट घेऊन तो लवकर दुरुस्त करून दिला. मला त्यातले लोकांचे नंबर परत मिळतील याची मुळीच आशा नव्हती. त्यातले बरेचसे नंबर नवीन होते, पण त्यांनी तो फोन दुरुस्त केला हा एक चमत्कारच होता. शिवाय मी भारतीय असल्यामुळे त्यांनी त्याचे पैसेही घेतले नाहीत; वर मला कपभर चहाही पाजला. अर्थातच, यावर माझे शंकासुर मित्र म्हणाले, की त्या लोकांनी माझी सगळी माहिती डाऊनलोड करून घेतली असेल आणि मी तो फोन त्यांच्याकडे ठेवायला नको होता. वास्तविक इथं भेट देऊन गेलेल्या भारतीय मित्रांनी कुरकुर केली, की त्यांच्याकडून नेहमीच जास्त पैसे उकळले गेले आणि सुटे पैसे परत देताना त्यांना नेहमीच कमी पैसे परत दिले गेले.

मी एक स्त्री असल्यामुळे मला काही अडचणींचा सामना करावा लागला का आणि सुरक्षेसंबंधी काही प्रश्न उभे राहिले का, असं मला अनेकांनी विचारलं. 'परदेशी वार्ताहर कसं बनावं' हे समजावून सांगण्याबद्दलही मला काही लोकांनी विनंती केली. 'द हिंदू'ने नियुक्त केलेली पाकिस्तानातली मी तिसरी महिला होते आणि आता तरी 'एकटी महिला सगळं कसं पार पाडत असेल?' या प्रश्नाचं समाधानकारक उत्तर लोकांना मिळालं असेल. फक्त एक महिला सगळं कसं पार पाडत असेल याबद्दल हे कुतूहल नव्हतं, तर एका 'शत्रूराष्ट्रा'त एक महिला हे कसं करत असेल, हे ते कुतूहल होतं. 'अशा ठिकाणी तुम्ही कशा राहू शकता?' ही लोकांकडून सामान्यत: येणारी प्रतिक्रिया होती. पाकिस्तानात नियुक्ती होण्यासाठी महिला योग्य नाहीत असं काही पुरुष सहकाऱ्यांचं मत होतं. अर्थात निरुपमानं ते यापूर्वीच खोटं ठरवलं होतं. एक देश म्हणून आपल्या मनात पाकिस्तानची जी छबी ठसली आहे त्यामुळं असं होतं. कारण मोठ्या संख्येनं भारतीय तिथं जात नाहीत. अर्थात् भेट देणाऱ्यांची संख्या आता वाढते आहे. अशीच काळजी अमेरिकेसारख्या किंवा लंडनसारख्या दुसऱ्या देशांमधून आलेल्या लोकांबद्दल वाटत

नसणार, जरी धोके असले तरी! पाकिस्तानशी निगडित अनेक भीतिदायक समज आहेत आणि जो कोणी तिथं जाऊन राहतो आणि वार्तांकन करतो त्याला अत्यंत धाडसी किंवा मूर्ख अशी लेबलं तत्काळ लावली जातात. शत्रूशी मुकाबला करणाऱ्या सैनिकांमध्ये आणि अशा वार्ताहरांमध्ये लोक लगेच साधर्म्य शोधायला लागतात. मी एका राजकारणी व्यक्तीला नवी दिल्लीत भेटले तेव्हा तिनं विनोदानं मला विचारलं, "तुम्ही पाकिस्तानात का गेलात? युद्ध करायला?" मी नऊ महिने तिथं जिवंत राहू शकले यासाठी काही लोकांना माझ्याशी हस्तांदोलन करायचं होतं. पाकिस्तानात अशा बऱ्याच शक्ती कार्यरत आहेत ज्या आजही सरंजामशाही भूतकाळाला, मूलतत्त्ववादाला आणि दहशतवादाला कवटाळून बसल्या आहेत आणि सगळ्यांचा परिणाम आपण पाकिस्तानकडे पाहत असल्याच्या दृष्टिकोनावर होतो. शिवाय एक मागासलेलं आणि पराभूत राष्ट्र म्हणून समाजमाध्यमं पाकिस्तानची प्रतिमा रंगवतात, त्यानं त्या दृष्टिकोनाला आणखी बळकटी येते. म्हणून जेव्हा त्या देशाच्या भेटीवर आलेल्या लोकांना त्यांच्या मनातल्या प्रतिमेपेक्षा वेगळ्या देशाचं दर्शन घडतं तेव्हा त्यांना आश्चर्यानंद होतो यात काही नवल नाही. याचा अर्थ असा नाही, की पाकिस्तानपुढे काहीच समस्या नाहीत. कारण हा देश सामाजिक असमानता, प्रचंड आर्थिक विषमता, डळमळीत अर्थव्यवस्था आणि सांप्रदायिकता व दहशतवाद यांचा शिकार आहे. वैरभावनेचा चष्मा लावून पाहिलं, तर हा देश भारताशी छुपं युद्ध खेळतो आहे आणि अनेक दहशतवादी हल्ल्यांसाठी त्याला जबाबदार धरलं जात आहे या गोष्टी विरोधाभासात भरच घालतात. आणि म्हणून, या सगळ्या गदारोळात जर कोणी तिथं राहून वार्तांकन करत असेल, तर ते एक कर्मकठीण काम होऊन बसतं! तुमची एक तर प्रशंसा होते किंवा बदनामी.

मी दिवसभर कामात गुंतलेली असायचे. संध्याकाळपर्यंत लेख लिहिणं, स्टोरी तयार करणं हेच चालायचं. वार्तांकन करणं हे तुम्हाला एकटं पाडणारं काम आहे आणि अनेक वर्षांपासून ते करत असता माझ्या हे लक्षात आलं आहे, की माझी मीच असले, की मी सगळ्यांत जास्त आनंदी असते. सौजन्यशील पाकिस्तानी बऱ्याचदा मी ठीक आहे ना हे बघायला घरी येऊन जायचे आणि काही वेळा मी कामात व्यग्र असेन तर मी त्यांच्याकडे पुरेसं लक्ष देत नाही असा समज करून घ्यायचे. संध्याकाळी सात वाजता जेवणाची वेळ असलेल्या (कामधाम संपवून) राजधानीतल्या नशीबवान लोकांना हे समजून घेणं कठीण जायचं, की ही आमची डेडलाइन गाठायची, घाईची वेळ असते आणि एखाद्या सामाजिक कार्यक्रमात बसलेली असताना मी त्या वेळी लेख पाठवत असायचे किंवा प्रश्नांची उत्तरं देत असायचे. काही वेळा इस्लामाबादच्या वेळेत असलेला अर्ध्या तासाचा फरक

माझ्या मदतीला यायचा. सन २०१३ च्या सप्टेंबरमध्ये मी 'डिफेन्स ऑफ पाकिस्तान डे'च्या मिरवणुकीचं वार्तांकन करायला गेले होते. त्याच दिवशी आयेशा सिद्दिकीनं आम्हाला संध्याकाळी जेवायला बोलावलं होतं. मिरवणूक रात्री १० वाजता संपली आणि मी फोनवरून माझी बातमी पाठवत होते. मी बानी गालामधल्या तिच्या घरी खूप उशिरा पोचले आणि काही कारणानं ती बातमी माझ्या ई-मेलमधून गायब झाली आणि पाठवलीच गेली नाही. माझी सगळी संध्याकाळ वाया गेली. आयेशा बिचारी काही मदत करता येते का म्हणून विचारत होती. तिच्या संगणकावरून मी ती बातमी पुन्हा पाठवू शकते, असंही तिनं मला सांगितलं. पण ते काही झालंच नाही. दुसऱ्या दिवशी माझे संपादक म्हणाले, की त्यांना ठरावीक साच्यातली बातमी नकोच होती आणि मला पुन्हा त्यावर काम करावं लागणार होतं. त्यामुळं या सगळ्याचा शेवट चांगलाच झाला. एकदा मी अशीच बाहेर निघाले होते तेव्हा पाक सरकार सरबजित सिंगचं (संशयित भारतीय गुप्तहेर, ज्याचा पाकिस्तानातील तुरुंगात मृत्यू झाला) सामान परत करत होतं. मला त्या वेळी काही फोन कॉल करावे लागले आणि ताबडतोब बातमी टाइप करावी लागली.

प्रत्येकजण जर येता-जाता तुमच्याशी सौजन्यानं वागायला लागला आणि काळजीनं विचारपूस करायला लागला, तर त्याची तुम्हाला काही वेळा कटकट वाटायला लागते, विशेषत: तुम्हाला एकटं राहायला आवडत असेल तर. युद्ध, दाट संशय आणि शत्रुत्व अशा वातावरणातसुद्धा मी अनेकांशी मैत्री करू शकले आणि बहुतांश वेळा मी 'शत्रू' राष्ट्रात राहत आहे असं मला वाटलं नाही. अपवाद फक्त माझ्या मागावर असणाऱ्या हेरांकडे दुर्लक्ष करणं कठीण होऊन जायचं तेव्हा आणि भारतावर कोणत्याही प्रकारचा विजय मिळवल्यावर होणारा राक्षसी आनंद साजरा केला जायचा तेव्हा.

भारतातील माझ्या एका कापूस तज्ज्ञ स्नेह्याबरोबर मी कापसाच्या इतिहासावर लिहीत असलेल्या पुस्तकावर इस्लामाबादमध्ये असताना काम करू शकेन असं मला वाटलं होतं, पण हा विचार वेडेपणाच ठरला. मला जो काही थोडा मोकळा वेळ मिळायचा त्यात मी पुस्तकावर लक्ष केंद्रित करण्याचा प्रयत्न केला, पण त्यात काही यश आलं नाही. मुंबईत राजकीय पक्षांनी आयोजित केलेल्या जेवणावळी आणि मेळावे (जिथं जाणं हा कामाचा भाग होता) यांच्याव्यतिरिक्त सामाजिक जीवनातला सहभाग अगदी नगण्य म्हणावा असाच होता, कारण आम्ही उशिरापर्यंत काम करायचो आणि घर व ऑफिस यातलं अंतरही बरंच असल्यामुळे प्रवासातही खूप वेळ जायचा. पार्ट्या कोणतंही पूर्वनियोजन न करता ठरायच्या आणि महत्त्वाच्या लोकांना घरी बोलवण्याची आणि समाजात सतत मिसळायची प्रथाही नव्हती.

बहुतेक वेळा अगदी जवळची मित्रमंडळी एकत्र जमायची. निदान माझ्याबाबतीत तरी असंच होतं. मला वाटतं, इस्लामाबादला जर पार्ट्या आणि सामाजिक संमेलनं यांचा डोस मिळाला नाही, तर गुदमरायला होईल.

एक ठिकाण होतं जिथं आमचं स्वागतच होत असे ते म्हणजे परराष्ट्र कार्यालय. दर आठवड्याला तिथं प्रवक्ता आम्हाला थोडक्यात माहिती पुरवायचा. मी हे बहुधा कधीच चुकवायचे नाही. तिथं असलेले फुलाफुलांचे गुबगुबीत गालिचे आणि उंच छताला लटकलेली भव्य झुंबरं जुन्या जमान्याची आठवण करून द्यायची आणि वातावरण उबदार आणि स्नेहशील बनवायची. तिथं थोडं लवकर गेलं तर अत्यंत चविष्ट, खमंग आणि गरमागरम समोशांनी तुमचं स्वागत व्हायचं. त्यात पालक आणि पनीर यांचं सारण भरलेलं असायचं. तुमचं लवकर जाणं सार्थकी लागायचं. नाहीतर नेहमीचं बटाट्याचं सारण भरलेले समोसेही असायचेच. तेही तेवढेच चविष्ट असायचे. आम्ही तेव्हाचे प्रवक्ते आणि नंतर परराष्ट्र सचिव बनलेले अझीझ अय्याझ चौधरी यांना भेटलो. ते खूपच अगत्यशील आणि प्रेमळ होते. ते त्या मोजक्या अधिकाऱ्यांपैकी होते जे टेक्स्ट मेसेजना उत्तरं द्यायचे आणि त्यांच्यानंतर आलेल्या तस्नीम अस्लम यांच्यासारखेच राजनैतिक दक्षतेपलीकडे जाऊन मदतीचा हात पुढे करणारे होते.

लोकांना भेटण्यासाठी आणि काही नवीन घडामोडींची स्पष्ट कल्पना येण्यासाठी ते ठिकाण चांगलं होतं. अर्थात् काही वेळानं ती ठरावीक साच्यातली मुत्सद्दी उत्तरं ऐकणं नकोसं होऊन जायचं. प्रवक्ते संयमानं बोलायचे आणि त्यांच्या अखत्यारित जेवढी चांगली उत्तरं देता यायची तेवढी द्यायचे.

मी पाकिस्तानात २०१३च्या ऑगस्ट महिन्यात दाखल झाले तेव्हा दुसऱ्यांदा लोकशाही मार्गाने सरकार निवडल्याचा जल्लोष थंडावला नव्हता. खांदेपालट विनाअडथळा होतोय की नाही याकडे लोक श्वास रोखून बघत होते. अर्थात निवडणुकीचे निकाल ठरवून लावले असल्याचा आरोप करत इम्रान खान मोठ्या जोशात आंदोलनं करत होता आणि त्याची तक्रार त्यानं थेट सुप्रीम कोर्टापर्यंत नेली होती. तिसऱ्यांदा पंतप्रधान झालेले नवाज शरीफ भारतधार्जिणे असल्याचं मानलं जात होतं आणि या वेळचा निवडणूक प्रचार भारताची मानहानी करणारा नसल्याचं पाकिस्तानी लोक पुनः पुन्हा सांगत होते. पाकिस्तानी सरकार भारताशी सलोख्याचे संबंध प्रस्थापित करू इच्छिते असा नवीन मंत्र होता. राष्ट्राला उद्देशून केलेल्या आपल्या पहिल्या भाषणात शरीफ यांनी काश्मीर किती महत्त्वाचं आहे यावर भर दिला आणि पूर्वापार चालत आलेल्या प्रथेप्रमाणे काश्मीरला पाकिस्तानच्या रक्तवाहिनीची उपमा दिली. भारतीयांनी काश्मीरला 'अटूट अंग' म्हटलं होतं. इस्लामाबादच्या प्रसारमाध्यमांमध्ये काम करणारे माझे मित्र नेहमी या हिंदी भाषेतल्या

'अटूट अंग' शब्दाबद्दल विनोद करायचे; त्यांना त्या हिंदी शब्दांचा अर्थ कळायचा नाही. वाजपेयींनी लाहोरला भेट दिल्यानंतर काही काळ या 'अटूट अंग'चा संदर्भ देणं थांबलं होतं. काश्मिरी बिचारे या 'रक्तवाहिनी' आणि 'अटूट अंग'च्या कचाट्यात मधल्यामध्ये चिमटले होते आणि एक बहुआयामी संस्कृती विखरून गेली होती. तरुण मुलं सीमा पार करून दहशतवादी किंवा स्वातंत्र्यसेनानी बनायला निघून गेली. तुम्ही कोणाच्या बाजूचे आहात यावर त्यांना लावलं जाणारं लेबल अवलंबून होतं. काश्मीरला स्वतंत्र करण्याच्या नावाखाली पाकिस्तानात प्रशिक्षण घेतलेले मुजाहिदीन हिंसाचाराचं थैमान घालत होते. धमकावले गेलेले काश्मिरी पंडित जीव वाचवण्यासाठी घाबरून पळत होते – अर्थात् जे मारले गेले नाहीत ते आणि पर्यटक काश्मीर खोऱ्याचं दुःख पायदळी तुडवत होते.

लष्कर आणि धार्मिक गटांच्या पाठिंब्यावर सत्तेत आलेले शरीफ आता गोष्टी बदलू पाहत होते. काही लोक म्हणाले, की आम्हा भारतीय पत्रकारांना व्हिसा देण्याच्या मागे शरीफ यांचा हात होता, त्यांची तशी इच्छा होती. त्यांची मुळं काश्मीरमध्ये आहेत आणि त्यांचे बरेचसे मदतनीस त्या भागातले आहेत. शरीफ हे काश्मिरी भोजनाचे किंवा एकंदरीतच भोजनाचे कसे भोक्ते आहेत याच्या बऱ्याच कहाण्या प्रचलित आहेत. लोकांनी मला सांगितलं, की शरीफ हे आसीफ झरदारींसारखे क्षमाशील नव्हते. त्यांना तडीपार व्हावं लागलं होतं आणि तो अपमान शरीफ सहजासहजी विसरणं शक्य नव्हतं. त्यामुळं जनरल मुशर्रफ यांनी त्यांच्या देशात परत जाण्याचा निर्णय घेतला हा शरीफ यांच्यासाठी नियतीचा संकेत होता.

जय आणि पराजय यांच्यामध्ये

माझ्या वास्तव्याच्या सुरुवातीच्या दिवसांत न्यूज बुलेटिनमध्ये दाखवल्या जाणाऱ्या 'विजय दिवसा'च्या (Victory day) बातम्यांनी मी गोंधळून जायचे आणि त्यासोबत विजयोत्सवही साजरे व्हायचे त्यानं मी बुचकळ्यात पडायचे. युद्धात धारातीर्थी पडलेल्या तरुणांचे फोटोही दिले जायचे. सरकारी चॅनेल पीटीव्हीवर सतत त्या दिवसांवर चर्चा आणि कार्यक्रम चालायचे आणि मग मला समजलं की पाकिस्ताननं जरी एकही युद्ध जिंकलेलं नसलं, तरी सरकार प्रत्येक शस्त्रसंधी हा विजयच असल्याप्रमाणे साजरा करायचं. त्यांनी पुकारलेल्या प्रत्येक युद्धात जणू त्यांचीच सरशी झाली अशी कोणाचीही फसवणूक होऊ शकेल अशा पद्धतीने हे चालायचं – सुरुवात १९४७ मध्ये काश्मीरमध्ये मुजाहिदीन लढवय्ये पाठवण्यानं झाली. त्यानंतर १९६५ मध्ये ऑपरेशन जिब्राल्टर, १९९९ मध्ये कारगिल ऑपरेशन आणि सगळ्यांत महत्त्वाचं १९७१चं युद्ध ज्यामध्ये त्यांना पूर्व पाकिस्तान गमवावं

लागलं. त्याचा क्लेशदायक चरा कायमस्वरूपी त्यांच्या मनावर उमटला असेल.

सहा सप्टेंबर रोजी 'यूम-इ-डिफा' (Youm-e-Difa) किंवा 'डिफेन्स डे' १९६५च्या युद्धाच्या स्मरणार्थ साजरा केला जातो. त्या दिवशी फार मोठा जल्लोष असतो. मला वाटत होतं, की संयुक्त राष्ट्रसंघाच्या हस्तक्षेपामुळे शस्त्रसंधी होऊन हे युद्ध थांबलं. त्यामुळं मी थोडीशी गोंधळले. ऑपरेशन डेझर्ट हॉक आणि नंतर ऑपरेशन जिब्राल्टरमुळे पुन्हा द्वेषाच्या ठिणग्या पडल्या, पण पाकिस्तानी प्रसारमाध्यमांकडे बघितलं, तर एखाद्याला वाटेल की भारताने अचानक हल्ला केला; पण शूरवीर पाकिस्तानी सैनिकांनी त्यापासून देशाचं रक्षण केलं. मी टीव्हीवर साजरा होणारा विजयोत्सव पाहिला, शहिदांना दिली जाणारी मानवंदना पाहिली आणि खरोखरच गोंधळात पडले. मला वाटलं, की मला इतके दिवस असलेली माहितीच चुकीची आहे. पण नंतर मला जाणवलं, की हे पाकिस्ताननं जिंकलेल्या अनेक युद्धांपैकी एक युद्ध होतं आणि ते १९४७पासून एकदाही भारताकडून युद्धात हरले नव्हते. युद्ध आणि दहशतवादाचे त्यांनाच बसलेले चटके यांची मोठी किंमत पाकिस्तानला मोजावी लागली आहे. मी अशा अनेक पाकिस्तानी लोकांना भेटले ज्यांनी देशरक्षणाच्या नावाखाली चाललेल्या प्रकारांना कधीच पाठिंबा दिला नाही. शांततेला उचलून धरणारे अनेक आवाज मला ऐकू आले. नंतर (२०१४ साली) इस्लामाबाद लिटरेचर फेस्टिव्हलमध्ये झालेल्या कारगिलवरच्या एका खुल्या, अनौपचारिक चर्चेत मी सहभागी झाले होते. पत्रकार आणि उच्चपदस्थ राजनैतिक अधिकाऱ्यांनी सांगितलं, की हे साहस, ही चढाई टाळता येण्याजोगी होती आणि लोकनियुक्त सरकार व लष्कर यांच्यात अधिक समन्वय आणण्यासाठी यावरून धडा शिकला पाहिजे.

नियंत्रण रेषा - लाइन ऑफ कंट्रोलवरचा तणाव हा नित्याचाच होता आणि दैनंदिन वार्तांकनाचा तो एक अनिवार्य भाग होता. पण ISPRच्या (इंटर सर्व्हिसेस पब्लिक रिलेशन्स) अधिकृत प्रसारणाच्या पुढे जाऊन मी अधिक काही देऊ शकले नाही. सीमेच्या दोन्ही बाजूंनी होत असलेल्या गोळीबाराच्या आणि त्यात काही वेळा जखमी झालेल्या, तर काही वेळा मारल्या गेलेल्या नागरिकांबद्दलच्या बातम्या देणं, अगदी थोडक्यात का होईना, पण भाग होतं. काही वर्षांपूर्वी मी कच्छच्या रणाला भेट दिली असता तिथल्या सीमा सुरक्षा दलाने आमचं यजमानपद स्वीकारलं होतं. त्यांनी आम्हाला सीमेवरचं कुंपण दाखवलं, ज्यामध्ये असलेल्या फटीमधून आम्ही सहजपणे थारपरकरला पलीकडे जाऊन येऊ शकलो. छोटी झुडपं असलेलं ते वाळवंट होतं. तिथल्या अधिकाऱ्याने आम्हाला एक जागा दाखवली. तिथं जमिनीवर पांढरी खूण केलेली होती. त्या ठिकाणी 'झेंडा-सभा' (Flag meetings) घेतल्या जायच्या. उंट नेहमी सीमा पार करून पलीकडे

जायचे आणि त्या वेळी आमची ज्या विषयांवर चर्चा झाली त्यातला एक विषय या हरवलेल्या प्राण्यांचा होता.

नियंत्रण रेषेवर इतकी शांतता नव्हती आणि तिथल्या चर्चांमध्ये हरवलेल्या प्राण्यांपेक्षाही जास्त गंभीर विषय घेतले जायचे.

एक स्त्री असण्याबद्दल पण बरखा दत्त नसण्याबद्दल

मला अशी जाणीव झाली, की माझ्यामध्ये एक मोठी गंभीर कमतरता होती. मी बरखा दत्त नव्हते (हाताच्या बोटांवर मोजण्याइतके अनभिज्ञ लोक असतील ज्यांना ही कोण ते माहीत नसेल. तर ही एक प्रख्यात टीव्ही पत्रकार आहे. तिनं भारतातल्या प्रमुख घटनांचं वार्तांकन केलं आहे आणि जी अगदी अलीकडच्या काळापर्यंत एका लोकप्रिय शोचं सूत्रसंचालन करीत होती.) माझी ती उणीव असू शकेल असं मला तोपर्यंत वाटलं नव्हतं जेव्हा पंतप्रधानांच्या कार्यालयातल्या एका मनमिळाऊ अधिकाऱ्यानं खेदानं मला सांगितलं, की नवाज शरीफ यांची मुलाखत मला घेता येणार नाही याचं नेमकं कारण म्हणजे मी दत्त नाही, हे आहे! शरीफ यांचं तिच्याशी पूर्वीपासून समीकरण जुळलेलं होतं आणि जे लोक त्यांना माहीत नाहीत त्यांना मुलाखती द्यायला ते फारसे उत्सुक नसतात, अशी काहीशी मल्लिनाथी त्या अधिकाऱ्याने केली. मी त्यांच्याशी पूर्ण सहमत होते आणि शरीफ यांच्या अवघडलेपणाबद्दल माझी त्यांना सहानुभूतीही होती. मी त्या अधिकाऱ्याला सांगितलं, की इतक्या ऐनवेळी आता मला पुनर्जन्म घेणं अगदीच अशक्य आहे! त्यावर आम्ही दोघं पोट धरून हसलो. पंतप्रधानांची मुलाखत मिळावी म्हणून केलेल्या लेखी विनंतीला हे अशा प्रकारे उत्तर आलं. नंतर मला समजलं, की दुसऱ्याही एका टीव्ही पत्रकाराला मुलाखत नाकारण्यात आली होती. मी अशा उच्चपदस्थांच्या यादीत जाऊन बसले म्हणून मला हायसं वाटलं.

ते नकार मिळण्याचे दिवस होते. शेवटी मला राष्ट्रपती किंवा पंतप्रधानांची मुलाखत मिळालीच नाही. राष्ट्रपतींची मुलाखत मिळावी यासाठी परराष्ट्र प्रसिद्धी कार्यालयामार्फत केलेली विनंती फेटाळली गेली, तर पंतप्रधानांना केलेली विनंती वरील परिच्छेदात नमूद केलेल्या कारणास्तव बराच काळ लटकून राहिली. परराष्ट्र व्यवहार आणि राष्ट्रीय सुरक्षा यासाठीचे पंतप्रधानांचे सल्लागार सरताज अझीझ हे एरवी मुलाखतींसाठीचे विनंती अर्ज आनंदानं स्वीकारत असत. पण ते या वेळी राजी नव्हते. माझ्या एका जवळच्या स्नेह्यानं माझी त्यांच्याशी ओळख करून दिली होती आणि मी विचारणार असलेले प्रश्न त्यांना आधी नजरेखालून घालायला दिले जातील असं आश्वासनही मी दिलं होतं. परंतु माझं आश्वासन त्यांनी बाजूला सारलं. मुलाखतीबाबत कोणत्याही प्रकारे शब्द देण्याची त्यांची तयारी

नव्हती. मी आधी उल्लेख केल्याप्रमाणे मुंबई प्रेस क्लबच्या भेटीवर आलेल्या शिष्टमंडळासोबत राष्ट्रपती आणि त्या वेळचे परराष्ट्र सचिव जलील अब्बास जिलानी यांची भेट मात्र ठरली. त्या भेटीत काय झालं हे माझ्या मित्रमंडळींकडून मला ऐकता आलं नाही. ते लाहोर, कराची आणि इस्लामाबाद या तीनही शहरांना भेट देऊन बऱ्याच लोकांना भेटले. आम्हाला मात्र अशी परवानगी मिळाली नाही. उच्चपदस्थांचा वरदहस्त काही निवडक लोकांच्याच वाट्याला येत असावा आणि त्यातून त्यांना हवा तसा परिणाम साधला जात असावा. अगदी अल्पकाळासाठीच्या व्हिसावर राजधानीत राहत असलेले आम्ही भारतीय पत्रकार फार काही महत्त्वाचे नव्हतो आणि मायबाप सरकारच्या दयेवर तिथं टिकून होतो.

मात्र, पाकिस्तानी नेत्यांनी आजपर्यंत भारतीय वर्तमानपत्रांना खूपच मोकळेपणानं वागवलं आहे. नवाज शरीफ विजनवासात असताना 'ट्रिब्यून'चे संपादक राज चेंगप्पा यांनी त्यांची मुलाखत घेतली आहे आणि ते विमानानं रावळपिंडीला जाऊन पंतप्रधान शौकत अझीझ आणि नंतर जनरल परवेझ मुशर्रफ यांनाही भेटले होते. सन १९७२ मध्ये, 'द टाइम्स ऑफ इंडिया'चे दिलीप मुखर्जी यांना राष्ट्रपती झुल्फिकार अली भुत्तो यांची मुलाखत घेण्याची परवानगी मिळाल्यावर ते पाकिस्तानला गेले होते. मुखर्जींनी लिहिलेल्या पुस्तकात मुलाखतीतले काही अंश उद्धृत केले आहेत, ज्यावरून ती मुलाखत म्हणजे १९७१ च्या बांग्लादेश युद्धानंतरच्या घडामोडींवर मारलेल्या प्रांजळ गप्पा आहेत असं वाटतं. भुत्तो यांनी त्यात अशी कबुली दिली आहे, की याह्या खान यांच्याशी त्यांचे संबंध फार सलोख्याचे नव्हते आणि त्यांच्या लष्करप्रमुखांचीही त्यांना काही मदत झाली नाही म्हणून अखेरीस त्यांना त्या प्रमुखांच्या जागी दुसऱ्या नेमणुका कराव्या लागल्या.[२] नावाजलेल्या आणि अनुभवी कुलदीप नायर यांनाही भुत्तो, शरीफ, बेनझीर आणि अन्य लोकांनी मुलाखती दिल्या. त्यांनी वारंवार पाकिस्तानच्या वाऱ्या केल्या आणि अनेक पुस्तकं लिहिली. १९७१ च्या युद्धानंतर नायर पाकिस्तानला गेले आणि त्यांनी लिहिलं, 'मी जेव्हा एक भारतीय म्हणून पाकिस्तानात प्रवेश केला तेव्हा मी जणू सिंहाच्या गुहेत प्रवेश केला आहे असं मला वाटलं. पण मला कोठेही राग, चीड दिसली नाही. मी जिथं जिथं गेलो तिथं लोकांनी कुतूहलानं, उत्सुकतेनं माझं स्वागत केलं.'[३] नायर पुढं म्हणतात, 'लोकांच्या मनात प्रामुख्याने दोन गोष्टी होत्या - पीओडब्ल्यू (Prisoners of War - बांग्लादेशच्या युद्धानंतर भारतात असलेले ९०,००० युद्धकैदी) आणि भुत्तो,' भारताप्रति सर्वसाधारण पाकिस्तानी जनतेच्या मनात संताप होता असं त्यांनी लिहिलं आहे. त्यांना सर्वत्र एकाच प्रकारचा शेरा ऐकू आला. तो म्हणजे, भारत पाकिस्तानला संपवायला निघाला आहे.[४] मात्र, इस्लामाबाद लिटरेचर फेस्टिव्हलदरम्यान एका मुलाखतीत

लेखिका शोभा डे यांनी मला सांगितलं, की तिथं शत्रुत्व नव्हतं, फक्त आदरातिथ्य होतं.

सीमेच्या अलीकडून आणि पलीकडून दीर्घकाळ टिकून राहिलेल्या मैत्रीची खूप उदाहरणं आहेत. त्यातली प्रसिद्ध मैत्री म्हणजे राजकारणी आणि वास्तुविशारद पिलू मोदी आणि झुल्फिकार अली भुत्तो यांच्यातली मैत्री. 'आमची मैत्री असंख्य भांडणांमधून, देशाच्या फाळणीमधून आणि चार युद्धांमधून तावून सुलाखून निघाली आहे आणि टिकून राहिली आहे ही गोष्ट काही प्रमाणात दर्शवते की मानवी स्वभाव हा थोड्या फार फरकानं जगात सगळीकडं सारखाच असतो. ही मैत्री सरकारं, राष्ट्रं आणि अगदी राष्ट्रवादसुद्धा किती कमी महत्त्वाच्या गोष्टी आहेत हेच अधोरेखित करते.'[५] शांततावादाचे मूठभर पुरस्कर्ते असा विश्वास बाळगतात, की मैत्री द्वेष आणि संशयानं भरलेल्या वातावरणात तग धरू शकेल. पण, बऱ्याच भारतीय नेत्यांनी पाकिस्तानी पत्रकारांना मुलाखत दिलेली नाही आणि म्हणून भारतीय पत्रकारांना मुलाखतीची परवानगी नाकारलीच पाहिजे. शेवटी हा 'जशास तसे'चा खेळ आहे आणि आपण जितकं खाली उतरता येईल तितकं उतरलंच पाहिजे. माझे संपादक आणि सहकारी यांनी मला मुलाखत नाकारली गेल्याचं फारसं मनावर न घेण्याबद्दल सांगितलं होतं कारण फार क्वचितच अशी परवानगी दिली जायची.

माझा अशा काही नमुनेदार लोकांशी संबंध आला जे तुम्हाला ओळखत असल्याचा आव आणतात आणि तुम्हाला शहर दाखवू इच्छितात. अशाच एका उपद्रवी मनुष्याविषयी मी चौकशी केली असता मला समजलं की त्याला कोणीच ओळखत नव्हतं आणि पत्रकार म्हणूनही त्याची ओळख नव्हती. काही कारणानं तो मला काइद-ए-आझम युनिव्हर्सिटीजवळ (QAU) असलेल्या खाद्यपदार्थांच्या टपऱ्यांवर घेऊन जाऊ इच्छित होता, जे मला जरा विचित्र आणि संशयास्पद वाटलं. एका वार्ताहर परिषदेतही तो माझ्या मागे मागे करत होता आणि मी ज्या लोकांबरोबर होते त्यांच्याशी ओळख करून घेण्याच्या बहाण्यानं माझ्याजवळ घुटमळत होता. मी त्याच्याकडे दुर्लक्ष केलं तेव्हा तो रागानं धुमसत माझ्याकडे बघत राहिला. तो आकाराने प्रचंड आणि चांगला जाडजूड होता आणि माझ्या स्नेह्यांना वाटत होतं, की तो हिंसक होईल. दुसरा एक त्रासदायक प्रकार म्हणजे फोन करून तुमचं नाव आणि इतर बरीच माहिती विचारणारे लोक. मी अशा लोकांचे नंबर्स Creep 1, 2 (भीतिदायक क्रमांक १, क्रमांक २) अशा नावानं सेव्ह करत असे. काही जण तर पुनः पुन्हा फोन करत राहायचे. हे इतकं वाढलं, की एका मर्यादेनंतर मला एका अधिकाऱ्याला यात लक्ष घालायला सांगावं लागलं आणि ते नंबर ब्लॉक करून घ्यावे लागले. एक विशिष्ट पुरुष सतत

मला त्रास देत होता आणि मला त्याला ई-मेल करून हे स्पष्टपणे सांगावं लागलं, की त्याच्या माझ्यावर सतत लक्ष ठेवून असण्यामध्ये मला बिलकूल रस नव्हता. माझ्या फोनमध्ये एक उपयुक्त यंत्रणा होती जी काही नंबरवरून येणारे फोन बंद करून टाकायची. पण तरीही कॉल मात्र सतत येतच राहायचे. मी तर एकदा अशा काही लोकांना सांगितलं, की हे पोलीस स्टेशन आहे, पण त्यांनी मला उलट फोन केला, की हे पोलीस स्टेशन नाही हे त्यांना माहीत आहे! मग मी घाईघाईने फोन बंद करून टाकणं किंवा फोनच न उचलणं सुरू केलं. मानसिक छळ म्हणता येईल इतक्या थराला गोष्टी गेल्या.

तरीही, तिथं राहत असताना एक स्त्री असणं ही माझ्यासाठी अगदी नगण्य अडचण ठरली. माझ्याकडे कामुक नजरेनं बघणारे किंवा चोरटे स्पर्श करणारे पुरुष मला भेटले नाहीत (अर्थात् पत्रकार किम बार्कर हिला काही भयानक अनुभव आले होते) किंवा कोणी माझ्याकडं बघून गाणी गुणगुणतंय किंवा पाठीमागे अश्लील आवाज काढतंय असं झालं नाही. शिवाय, माझं घरसुद्धा सुरक्षित ठिकाणी होतं. बॉलीवूड मसाला जरी प्रचंड लोकप्रिय असला, तरी सुदैवानं त्या लोकप्रियतेनं, बहुतांश भारतीय हिरोंनी ज्या प्रकारे या अभिजात कलेमध्ये हिंसा आणि लैंगिकतेची मोठ्या प्रमाणावर भेसळ करून त्यांचं उदात्तीकरण केलं त्याचं अनुकरण करून खालची पातळी गाठली नव्हती. मला असं मुळीच म्हणायचं नाही, की महिलांवर अत्याचार आणि त्यांचा लैंगिक छळ होतच नाही. भारताइतकीच पाकिस्तानात सरंजामशाही विचारसरणी आणि पितृसत्ताक पद्धत प्रचलित आहे आणि हिंसाचाराच्या भयानक घटना नियमितपणे घडत असतात. रोज 'द एक्सप्रेस ट्रिब्यून' या वर्तमानपत्रात एक गुन्हेगारी आलेख यायचा. त्यात शहराच्या नकाशातील ठिकाणं दर्शवली जायची आणि मी धडधडत्या अंत:करणानं त्यामध्ये दरोडे आणि बलात्काराच्या घटना आहेत का ते पाहायचे. बलात्काराच्या घटना फारशा नसल्या – किमान राजधानीत ज्या काही नोंदल्या जायच्या त्यावरून – तरी चोरी आणि दरोड्याच्या बऱ्याच घटना घडायच्या. संसदेमध्ये मला भेटलेल्या एका पत्रकारानं सांगितलं, की चोरटे चोरी केल्यानंतर घरातल्या सगळ्या खाण्याच्या वस्तू फस्त करून टाकतात.

माझं भारतीय असणं एका स्तरावर माझ्या विरोधात उभं ठाकायचं, पण तेवढ्याच प्रमाणात आणि आनंदाने लोक रीतीच्या पलीकडं जाऊन मला मदत करायचे त्यामागेही माझं भारतीय असणं हेच कारण असायचं. एक पत्रकार म्हणून आणि एक भारतीय म्हणून माझ्यामध्येच जी सीमारेषा होती ती बऱ्याचदा पुसट होऊन जायची. प्रत्येक गोष्टीकडे, ती पाकिस्तानविरोधी आहे का अशाच दृष्टिकोनातून बघितलं जायचं किंवा तिची तशी तुलना केली जायची. आणि तशी

ती होणारच कारण ती गोष्ट एका भारतीयाकडून केली गेलेली असायची. म्हणूनच, मी जर मामा कादीर बलोच यांची मुलाखत घेतली, तर मी पाकिस्तानच्या विरोधात काम करत असणार असाच समज व्हायचा. मी इस्लामाबादच्या झोपडपट्टीचे फोटो फेसबुकवर टाकले तेव्हा कोणीतरी चिडून म्हटलं, की मी पाकिस्तानसारख्याच गरीब असलेल्या भारतातून आले आहे म्हणूनच असे फोटो टाकले. खरं तर त्या स्वप्नवत् स्वच्छ असलेल्या इस्लामाबाद शहरात झोपडपट्टी हीच एक अशी गोष्ट होती, जी वास्तवाच्या जवळ जाणारी होती. सगळं काही काळं किंवा पांढरंच असणं अपेक्षित होतं. माझ्या सहकाऱ्यांनी मला जो इशारा दिला होता – की तू काहीही केलंस, तरी तुला एक 'रॉ'एजंट समजलं जाईल – त्याची मला आठवण झाली. पाकिस्तानी पत्रकार रझा रूमी यांनी नवी दिल्लीवर लिहिलेलं उद्‌बोधक पुस्तक[६] मी वाचलं आणि मला जरा हायसं वाटलं. त्यांनाही राजधानीतल्या झोपडपट्टीबद्दल आणि दलित वस्त्यांना भेट देण्याबद्दल एक 'रोगट' कुतूहल होतं.

'आम आदमी पार्टी'चा प्रभाव

मला असं आढळून आलं, की दोन राजकारण्यांनी पाकिस्तानी जनतेवर मोहिनी घातली होती. एक होते नरेंद्र मोदी. त्यांनी फार लवकर पाकिस्तानी जनमानसातील वाजपेयींच्या आठवणींची जागा काबीज केली होती आणि दुसरे त्या वेळी दिल्ली विधानसभेची निवडणूक जिंकणारे अरविंद केजरीवाल. सुरुवातीला अरस्लन-उल-मुल्क यांच्या गुजरानवाला इथल्या 'आम आदमी पार्टी'ची (AAP) नोंदणी इलेक्शन कमिशन ऑफ पाकिस्तानकडे (ECP) करण्यात आली आणि नंतर माजी परराष्ट्र सेवा अधिकारी आणि वकील असलेले चौतीस वर्षीय अदनान रंधवा यांनी ईसीपीकडे त्यांच्या 'आम आदमी ऑफ पाकिस्तान पार्टीची (AAP) नोंदणी करण्यासाठी अर्ज केला.

ते पूर्वी इम्रान खानच्या नेतृत्वाखालील पीटीआयच्या (तेहरीक-ए-इंसाफ) केंद्रीय माहिती विभागाचे उप-सचिव होते. भारतातला 'आप'सारखाच हा पक्ष मानला जातो. पक्षात चाललेल्या एकंदर घडामोडींमुळे रंधवांचा भ्रमनिरास झाला होता आणि ३ मार्च २०१४ ला त्याचा कडेलोट झाला. त्यांच्या कार्यालयातून दिसणाऱ्या जिल्हा न्यायालयावर गोळीबार झाला आणि बॉम्ब फेकण्यात आले. त्यांनी ते पाहिलं. आपला पक्ष त्यावर काही कठोर भूमिका घेईल, ठामपणे त्या घटनेचा निषेध करेल अशी त्यांची अपेक्षा होती. परंतु, असं काहीच झालं नाही. त्यांचा पक्ष दहशतवाद्यांशी झालेल्या सलोख्याचा विजयोत्सव साजरा करण्यातच मग्न असलेला त्यांना दिसला. त्या वेळी त्यांनी 'आता पुरे' असा निर्णय घेतला आणि पक्ष सोडला. दहशतवादावर त्यांच्या पक्षाने घेतलेल्या भूमिकेला पाठिंबा

देणं त्यांना जड जाऊ लागलं होतं आणि त्यावर काही तरी वेगळा तोडगा काढला पाहिजे, असं त्यांना वाटू लागलं.

राजनैतिक अधिकारी म्हणून कारकीर्दीला सुरुवात केलेल्या या माणसाचा नंतर राजकीय कार्यकर्ता म्हणून कार्यकाल सुरू झाला. पाकिस्तानात शिष्टाचार अधिकारी म्हणून नेमणूक होण्याआधी दोन वर्षं त्यांची नियुक्ती चीनमध्ये करण्यात आली होती. केजरीवाल यांच्याप्रमाणेच त्यांना सुशिक्षित मध्यमवर्गाला आवाहन करून सत्ताधारी उच्चपदस्थांचा भ्रष्टाचार संपवण्याची इच्छा आहे. भारतातल्या 'आप'ची काय काय वैशिष्ट्यं आहेत याचा त्यांनी अभ्यास केला आहे. त्यांना असं जाणवलं, की ज्यांना आवाज उठवता येत नाही त्यांना 'आप'ने आवाज दिला आहे आणि एक प्रमुख सत्ताकेंद्र असलेली दिल्लीची विधानसभा जिंकणं ही कामगिरीही लक्षणीय म्हणावी अशीच आहे. केजरीवाल यांनी प्रामाणिकपणा आणि विश्वासार्हता यांचं प्रतिनिधित्व केलं आणि त्याचंच अनुकरण पाकिस्तानात करण्याची रंधवा यांची इच्छा होती. त्यांच्या नव्या पक्षाला भारतातील 'आप' आणि 'पीटीआय' या दोघांशी साधर्म्य हवं होतं. 'पीटीआय'चे असे कार्यकर्ते आपल्या पक्षात आणण्याची त्यांना आशा होती, जे 'जैसे थे' स्थितीत राहणं पसंत करत नाहीत आणि प्रामाणिकपणे, मन लावून काम करतील. त्यांच्या या उपक्रमांचं पुढे काय झालं ते मला माहीत नाही.

रुळण्याची सुरुवात

मला काही समजण्यापूर्वीच मी माझ्या आजूबाजूला घडणाऱ्या घटनांबद्दल लिहायला लागले होते. त्या घटना माझ्या संपूर्ण वास्तव्यादरम्यान एखाद्या गीताच्या ध्रुवपदासारख्या पुनः पुन्हा घडत होत्या. त्यातली एक म्हणजे एलओसीवरचा तणाव आणि बाकीच्या म्हणजे ड्रोन हल्ले, अफगाणी दहशतवाद्यांची सुटका, तालिबान्यांशी बोलणी, भारत-पाकिस्तानमधली तणातणी आणि अल्पसंख्याकांवरचे न संपणारे बॉम्बहल्ले आणि इतर हल्ले. काही प्रश्नांचं वार्तांकनावर सावट यायचं आणि काश्मीर हा त्यातला एकमेव विषय नव्हता. लष्कर-ए-तोयबाचा संस्थापक हफीज सईद – ज्याला अटक करायला भारत नेहमीच उत्सुक असतो – अधूनमधून एखाद्या अपशकुनासारखा टपकायचा. भारत आणि पाकिस्तान यांच्यात बोलणी होणार की नाही याबाबत अनिश्चितता होती आणि लष्कर व जनता यांच्यातल्या संबंधांवर विशेष लक्ष होतं. आठ मुद्द्यांचा समावेश असलेली भारत-पाकिस्तानमधली संयुक्त बोलणी २६/११ च्या हल्ल्यानंतर ठप्प झाली होती. सैन्य दलाचा 'चेंज ऑफ गाइड्स' हीसुद्धा एक महत्त्वाची घटना होती. शरीफ यांनी सेवाज्येष्ठता हा यासाठीचा निकष असेल असं जाहीर विधान केलं होतं, तरी ज्येष्ठताक्रमानुसार

दोन अधिकाऱ्यांना डावलून त्यांनी एका कनिष्ठ अधिकाऱ्याची त्यासाठी निवड केली. असं त्यांनी पहिल्यांदाच केलं नव्हतं. आणखी एक प्रसिद्ध अपवाद त्यांनी केला होता ज्याचा त्यांना आयुष्यभरासाठी पश्चात्ताप करावा लागला. सैन्यदलाचे पदस्थ प्रमुख जनरल अशफाक कयानी यांना त्यांनी मुदतवाढ दिली नाही आणि नवीन प्रमुख जनरल राहील शरीफ हे पंतप्रधानांच्या फार निकटचे असल्याचं बोललं जात होतं. ISPRचे माजी प्रमुख मेजर जनरल अथर अब्बास यांचे ते सहाध्यायी होते आणि मी अब्बास यांच्याशी माझ्या स्टोरीसाठी बोलले होते. असीफ झरदारी यांचा कार्यकाळ संपला तेव्हा पाकिस्तानला नवे राष्ट्रपती मिळाले. त्यांना शुभेच्छा देण्यासाठी मला काही ओळी लिहाव्या लागल्या आणि अचानक ज्यांना भ्रष्टाचारी कारवायांमुळे मि. टेन पर सेंट (Mr. Ten Percent) असं तिरस्काराने संबोधलं जाई त्यांचा उल्लेख 'सलोखा घडवून आणणारा एक महान नेता' म्हणून होऊ लागला. तेहरिक-ई-तालिबान पाकिस्तानशी (TTP) होणारी बोलणी कशी निरुद्देशपणे रेंगाळत होती, भारताला एमएफएन हा दर्जा संपूर्णपणे कसा दिला गेला नाही, प्रसारमाध्यमांवरचे हल्ले, ड्रोनचे हल्ले आणि देशद्रोहाचा खटला या बातम्यांचं वर्चस्व होतं. जेव्हा देशद्रोहाचा खटला सुरू झाला तेव्हा जनरल मुशर्रफ यांनी माझा बराच वेळ घेतला. आम्हाला सकाळी ९.३० वाजता किंवा त्याहीपेक्षा लवकर कोर्टात हजर राहावं लागायचं. मी अधूनमधून बाकीच्याही काही विषयांवर स्टोरी करत होते – पोलिओवर, पाठ्यपुस्तकांवर आणि डाव्या पक्षांच्या पुन्हा एकत्र येण्यावर. काहीही झालं, तरी शरीफ यांना देशद्रोहाचा खटला चालवायचाच होता, जो लवकरच त्यांच्यावर उलटणार होता. त्या खटल्यात कायद्याच्या औचित्यभंगाचे खूप मुद्दे होते आणि एका माजी हुकूमशहाला शिक्षा ठोठावणं हा एक ऐतिहासिक निर्णय ठरणार होता असं गृहीत धरलं, तरीही काही तरी भयानक आपत्ती येत आहे अशीच सार्वत्रिक भावना होती. लवकरच सगळीकडे जनरल मुशर्रफ यांना पाठिंबा व्यक्त करण्यासाठी निवृत्त जनरलच्या बैठका होऊ लागल्या. पाकिस्तानात लष्कराशी भांडण उकरून काढणं ही काही सोपी गोष्ट नव्हती आणि शरीफ यांना लवकरच यातून चांगलाच धडा मिळणार होता. इम्रान खानच्या पीटीआयने आणि ताहीर-उल-कादरी या धर्मगुरूने केलेला प्रचंड मोठा प्रतिकार बघायला मी तिथं नव्हते. उच्चतम सुरक्षित क्षेत्र व मर्यादित प्रवेश असलेले ब्ल्यू अँड रेड झोन या शरीफ-विरोधी आंदोलनांमुळे कित्येक आठवडे लोकांच्या गर्दीनं फुलून गेले होते.

मला दाऊद इब्राहिमची मुलाखत घेण्याबाबत विचारणा झाली होती, पण पुढे काही हालचाल झाली नाही. सन १९९३ च्या मार्च महिन्यात मुंबईत झालेल्या बॉम्बस्फोटांच्या मालिकेत सहभागी असल्याचं सिद्ध झाल्यानंतर २०१५

मध्ये फाशीची शिक्षा झालेल्या याकूब मेमन याने दिलेले पुरावे दाऊद इब्राहिम आणि याकूबचा मोठा भाऊ यांच्याकडे बोट दाखवत होते. हे दोघे पाकिस्तानात राहत असून, पाकनं त्यांना आसरा दिल्याचा आरोप आहे. हा आरोप पाकनं पुन:पुन्हा नाकारला आहे. प्रसारमाध्यमांकडे त्यांच्या संभाषणांच्या टेपच्या रूपाने पुरावे पण आहेत; शिवाय दाऊदचे पाकिस्तानातले पत्तेही आहेत. आजपर्यंत त्याचा सुगावा लागलेला नाही. भारत सरकारचा ठाम विश्वास आहे, की तो पाकचा पाहुणा म्हणून तिथं राहत आहे. इस्लामाबादमध्ये एका पार्टीत मला एक माणूस भेटला. त्यानं मला विचारलं, की मला दाऊद इब्राहिमची मुलाखत हवी आहे का? हा काही तरी विनोद आहे असं समजून मी होकार दिला. नंतर या घटनेचा उल्लेख मी माझ्या मित्रांकडे केला असता ते म्हणाले की, दाऊदची मुलाखत मिळवून देण्यासाठी तयार असलेले खूप लोक इस्लामाबादेत होते.

पाकिस्तानात मिळणाऱ्या प्रमुख बातम्या या बहुतकरून दहशत, बॉम्बस्फोट आणि २६-११चा खटला यांच्याशीच निगडित असायच्या. इस्लामाबादला येण्यापूर्वी मी या खटल्याबाबतच्या नवीन घडामोडी द प्रेस ट्रस्ट ऑफ इंडियाच्या रेझाऊल हसन लस्कर जे लिहायचा, ते वाचून मिळवायचे. त्याची तिथं २००७ ते २०१३पर्यंत नियुक्ती झाली होती. इस्लामाबाद सोडून इतरत्र प्रवासाची परवानगी नसलेली एक भारतीय पत्रकार असल्यामुळे मला माझ्या वार्तांकनात नावीन्य आणणं भाग होतं आणि राजधानीतील मर्यादित घटनांच्या परिघातच राहून काम करणं अनिवार्य होतं. माझ्या संपादकांनी मला सहजपणे असं सांगून टाकलं होतं की तिथं मला ज्या ज्या लोकांशी ओळखी करून घ्यायच्या असतील त्या करण्यासाठी तीन महिन्यांचा अवधी दिला गेला आहे. मला असं दिसून आलं, की करण्यासारखं खूप काही होतं आणि त्या यादीत अगदी तळाशी लोकांना भेटण्याचा विषय होता. रोज एका तरी नवीन व्यक्तीला भेटण्याचं ध्येय मी समोर ठेवलं. रोज एका नवीन व्यक्तीला भेटा, असं माझ्या एका स्नेह्याचं लाडकं वाक्य होतं. त्याचं कटाक्षानं पालन केल्यामुळे गोष्टी सुरळीत होऊ लागल्या. माझ्या हाताशी अनेक साधनं होती; लोकही विधायक सूचना घेऊन आपण होऊन पुढे यायचे आणि माझे सहकारी पत्रकार आणि माझ्या पूर्वसूरींच्या वेळेपासून असलेले त्यांच्या संपर्कातले लोक मदतीला आणि माहिती पुरवायला तत्पर असायचे. त्यामुळं जेव्हा माझ्या ओळखीतला एक टीव्ही पत्रकार आणि आणखी एक वार्ताहर माझ्यासोबत कॉफी प्यायले आणि आयएसआय किंवा आणखी कोणीतरी त्याची चौकशी केली तेव्हा त्याकडे एक विनोदी प्रसंग म्हणून बघितलं गेलं. मी त्या टीव्ही पत्रकाराकडे संरक्षण आयुधं कशी व कोठे ठेवली आहेत किंवा सैन्यासंबंधी काही चौकशी करत होते का, अशी विचारणा त्याच्याकडे करण्यात आली. त्या

पत्रकाराने त्यांना सांगितलं, की मला जर अशी माहिती हवी असती तर ती मी त्याच्याकडे मागितली नसती. भारतीय पत्रकारांबाबत त्या लोकांच्या मनात जी धारणा आहे, त्यामध्ये कायम एक संशयाचा धागा गुंफलेला असतो. तो म्हणजे आम्ही सतत अशा गुप्त माहितीच्या मागे असतो जी आम्ही नवी दिल्लीतील आमच्या 'सूत्रधारां'कडे पाठवू शकू. भारतीय दूतावासातल्या अधिकाऱ्यांनी एकदा मला, मी रोज काय लिहून पाठवते हे त्यांना सांगावं किंवा सरळ त्यांना त्याची एक प्रत द्यावी असं सांगितलं तेव्हा तसं करण्यास मी नकार दिला होता. त्यांनी फक्त वर्तमानपत्र वाचलं असतं, तरी त्यांना सगळं कळलं असतं. माझ्या सगळ्या बातम्या अगदी आधी ऑनलाइन प्रसिद्ध व्हायच्या आणि दुसऱ्या दिवशी वर्तमानपत्रात छापून यायच्या. माझ्या हालचालींमध्ये किंवा वार्तांकनात गुप्त असं काहीच नव्हतं. माझ्या व्हिसाला मुदतवाढ मिळाली नाही म्हणून पाकिस्तानी प्रसारमाध्यमांनी संशय व्यक्त करत याच्या बरोबर उलट चित्र रंगवलं होतं. काही भारतीय अधिकारी मला स्टोरींच्या बाबतीत खूप मदत करायचे. त्यांच्या खरे-खोटेपणाबद्दल शहानिशा करायचे, विशेषत: भारतीय मच्छिमार किंवा कैदी यांच्याबाबतीतल्या बातम्या असतील तर. त्यातले सगळेच मित्रत्वानं वागणारे आणि आतिथ्यशील होते. नेहमी आम्हाला जेवायला बोलवायचे. अर्थात याचा अर्थ मी त्यांच्यासाठी हेरगिरी करत होते, असा होत नाही.

लोकांना भेटण्याव्यतिरिक्त रोजच्या राजकीय घडामोडींवरच्या वार्तांकनात नॅशनल असेम्ब्लीमध्ये किंवा सिनेटमध्ये जाणं, वार्ताहर परिषदांना हजेरी लावणं, दर आठवड्याला परराष्ट्र कार्यालयातल्या सूचना-बैठकांना उपस्थित राहणं, सुप्रीम कोर्टात किंवा मुशर्रफ यांच्यावरच्या खटल्याला सुरुवात झाल्यावर विशेष न्यायालयात जाणं या गोष्टींचा समावेश होता. राजकीय पक्षांच्याही वार्ताहर परिषदा असायच्या- जसे पीएमएलएन किंवा पीटीआय, जमात-ए-इस्लामी, द जमिरत उलेमा-ए-हिंद आणि पाकिस्तान मुस्लीम लीग (काईद) [PML(Q)]. काही बाबतींत तिथं मोकळेपणा होता. मी संसदेमध्ये झालेल्या विशेष समितीच्या बैठकीत सहभागी झाले होते. मला संसदेमधलं कँटीन आवडायला लागलं होतं आणि त्याच्या बाहेर असलेला मोकळा व्हरांडाही माझ्या आवडीच्या ठिकाणांपैकी एक झाला होता. तिथं संध्याकाळी बसून वेळ घालवताना प्रसन्न वाटायचं. तिथले पदार्थ चांगले होते. कबाब आणि मासे माझ्या खास आवडीचे होते. ते असं ठिकाण होतं जिथं मी पत्रकारांना आणि अनेक संसद-सदस्यांना भेटायचे. संसद-सदस्य संसदेत MFNला अनुमती देण्यावरून आणि इतर बाबींवरून भारत-विरोधी विधानं करत असले, तरी बाहेर अतिशय मित्रत्वानं वागायचे. संसदेच्या वाचनालयात पुस्तकांचा भरपूर साठा होता. स्वातंत्र्यानंतरच्या भारतीय संसदेच्या कामकाजाच्या नोंदींनी

कपाटंच्या कपाटं भरली होती. ती तिथल्या अगत्यशील वाचनालय प्रमुखांनी मला अभिमानानं दाखवली.

इस्लामाबाद हे विविध सेमिनारचं शहर होतं. दररोज शहरात अनेक कार्यक्रम असायचे. त्यांतले काही रोचक असायचे आणि त्यातून लेखणीसाठी खाद्य मिळायचं आणि उपयोगी पडू शकतील अशा लोकांच्या ओळखी व्हायच्या. काही कार्यक्रम फारच रटाळ असायचे. पण मी त्यांतल्या बहुतेक सगळ्या कार्यक्रमांना जायचे, कारण त्यातून लेख लिहिण्यासाठी काही नवीन कल्पना मिळतील आणि नवे लोक भेटतील अशी मला आशा वाटायची. द सस्टेनेबल डेव्हलपमेंट पॉलिसी इन्स्टिट्यूट, द जिना इन्स्टिट्यूट, द इन्स्टिट्यूट ऑफ स्ट्रॅटेजिक स्टडीज्, संयुक्त राष्ट्रांच्या संस्था आणि सरकारी विभाग यांचे कार्यक्रम वार्ताहरांसाठी खुले असायचे. मंत्री आणि त्यांच्या कार्यालयातले कर्मचारी सामान्यतः मदतीला तत्पर असायचे आणि आम्हाला भेटायला त्यांना आवडायचं; अनेक विषयांवर ते मोकळेपणानं बोलायचे. अंतर्गत कारभारविषयक मंत्रालयात टेकडीवर असलेल्या शाही पंजाब हाऊसमध्ये अनेक पत्रकार परिषदा होत असत. तिथलं एकूण वातावरण बघून मला व्हर्सायच्या शाही आऊट हाऊसेसपैकी एकाची आठवण झाली. तशाच भव्य, दिमाखदार कमानी आणि हिरव्यागार लॉन्स आणि कारंजी. भव्य देखण्या झुंबरांखाली आणि अंतर्गत सजावटीत, नाजूक कलाकुसर केलेल्या फुलाफुलांच्या पडद्यांसह आणि नक्षीदार लेस लावलेल्या खुर्च्यांवर बसून मंत्रिमहोदय अत्यंत नीरस विषयांवर बोलत असायचे. पंजाब हाऊसमधून तुम्हाला खाली संपूर्ण शहर पसरलेलं दिसायचं, संधिप्रकाशात मंद मंद तेवत असलेलं. इतर प्रांतांच्या 'हाऊसेस'शी तुलना करता हे हाऊस सगळ्यांत शाही होतं आणि त्याकडं जाणाऱ्या वळणावळणाच्या रस्त्याच्या दुतर्फा नीलमोहराची सुंदर निळी-जांभळी झाडं ऐटीत उभी असायची. अंतर्गत व्यवहार मंत्री चौधरी निसार अली खान हे मितभाषी मुळीच नव्हते आणि त्यांची प्रस्तावना तासभर तरी सहज चालायची. त्यांची बोलण्याची शैली थोडी नाट्यपूर्ण होती आणि ते नेहमीच वार्ताहर परिषदेची वेळ रविवारी संध्याकाळी सहा वाजता ठेवायचे. त्यामुळं सगळेच नाराजीनं कुरकुरत असायचे. ते जरी लांबलचक भाषणं करत असले, तरी त्यात काही तरी महत्त्वाची गोष्ट असायची जी लगेच वृत्तपत्रांना पाठवणं गरजेचं असायचं. मग सगळ्यांना घरी जाण्याची एकच घाई व्हायची. मी सामान्यतः रेकॉर्डिंग ऐकता ऐकताच माझ्या फोनवर बातमी टाईप करायला सुरुवात करायचे, जेणेकरून माझ्याकडून बातमी पाठवायला उशीर होऊ नये. TTP (तेहरीक ए तालीबान पाकिस्तान) नेते हकीमुल्ला मेहसूद मारले गेल्यानंतरची वार्ताहर परिषद विशेष संस्मरणीय झाली होती. शांतता बोलणी सुरू करण्याआधीच अमेरिकेनं ड्रोन हल्ला केला आणि

त्यात मेहसूद मारले गेले. यासाठी चौधरी निसार यांनी अमेरिकेला धारेवर धरलं होतं. आपली निराशा दर्शवण्यासाठी त्यांनी फक्त हात झटकण्याचंच बाकी ठेवलं होतं. पण तसंही शांतता प्रक्रियेला पहिल्यापासूनच सुरुंग लागला होता. एका वरिष्ठ आणि बहुश्रुत राजकारणी व्यक्तीनं त्या वेळी आमच्यापैकी काही जणांना एक कोडं घातलं होतं – शेक्सपिअरच्या कोणत्या पात्रामध्ये आणि चौधरी निसार यांच्यामध्ये साधर्म्य होतं? इंग्लिश साहित्याची विद्यार्थिनी असूनही मला उत्तराचा अंदाज आला नाही आणि आम्ही हार कबूल केली. ते पात्र लेडी मॅकबेथ होतं. ही तुलना योग्य होती की नाही मला माहीत नाही, पण त्या वेळी ती मजेदार वाटली. चौधरी निसार काही वेळा पहिला प्रश्न विचारण्यासाठी त्याच त्याच माणसाची निवड करायचे, पण पुढचे प्रश्न विचारण्याची पाळी आमच्या सगळ्यांवर यायची. मी मुलाखतीसाठी त्यांच्याकडे प्रश्नसुद्धा पाठवले होते; परंतु अपेक्षेप्रमाणे ती मुलाखत झाली नाही. पत्रकार परिषदेत तुमच्या ओळखीचे लोक असतात, नागरी सन्मान मिळाल्याचा उल्लेख व्हिजिटिंग कार्डवर असलेले पत्रकार असतात, पण त्यांचा आयएसआयशी संबंध असल्याचा संशय असतो. ते तुम्हाला उत्तेजित करणारे प्रश्न विचारतात; पण नियम म्हणून तुम्ही त्यांची उत्तरं द्यायची नसतात.

क्रिकेटच्या मैदानाशिवाय मी इम्रान खानला जवळून फक्त एकदाच पाहिलं ते डिसेंबर २००७ ला बेनझीर भुत्तो यांची हत्या झाल्यानंतर. तो मुंबईत आला होता आणि उच्चभ्रू समाजातील एक स्व. परमेश्वर गोदरेज यांच्या जुहू इथल्या समुद्रालगतच्या घरात त्यानं पत्रकार परिषदेचं आयोजन केलं होतं. आम्ही जेव्हा तिथं पोचलो तेव्हा वृत्तपत्र क्षेत्रातल्या मंडळींची मोठी गर्दी गोदरेज यांच्या बंगल्याच्या बंद गेटच्या बाहेर वाट बघत थांबली होती. अशी सुरक्षा व्यवस्था एखाद्या पत्रकार परिषदेसाठी असणं ही सामान्य बाब नव्हती. आम्हाला तिथं आमची नावं द्यावी लागली आणि एका वेळेला एकाला किंवा दोघांना आत बोलावण्याची वाट बघत बाहेर थांबावं लागलं. त्यामुळं वातावरण तापलेलं होतं आणि बाचाबाचीही होत होती. आम्हाला जेव्हा आत सोडण्यात आलं तेव्हा काचेच्या दरवाजातून आम्हाला गोदरेज दिसत होत्या, त्या वाकून इम्रान खानच्या पेहरावावरून शेवटचा हात फिरवत होत्या. सर्व काही ठीकठाक असल्याची खात्री केल्यानंतर तो आमच्याशी बोलायला बाहेर आला. परिषदेत भरगच्च गर्दी होती आणि प्रत्येकाकडे प्रश्न होते ज्यांची त्यानं शांतपणे उत्तरं दिली. तो म्हणाला, की परत पाकिस्तानला गेल्यावर तो सर्वप्रथम भुत्तोंच्या बहिणीला, सनमला जाऊन भेटेल. त्या दुर्दैवी घराण्याची ती आता एकमेव हयात सदस्य होती. एकूण घटनाचक्रामुळे बहुतांश लोकांप्रमाणेच त्यालाही मोठा धक्का बसला असल्याचं खान म्हणाला आणि ही त्याच्या देशासाठी मोठ्या राजकीय उलथापालथीची आगाऊ सूचना असल्याचंही त्यानं सांगितलं.

इस्लामाबादमध्येसुद्धा त्याच्या पत्रकार परिषदांना मोठी गर्दी असायची आणि त्या बहुतेक वेळा त्याच्या पक्ष कार्यालयाच्या लॉन्सवर व्हायच्या. त्याच्या शेजारी भारतविरोधी समजली जाणारी आक्रमक संसदपटू शिरीन मझारी असायची. तिला अणुऊर्जा आणि द्विपक्षीय प्रश्नांची चांगली जाण होती. काही वेळा तिथं पाकिस्तानचे माजी परराष्ट्रमंत्री शाह महमूद कुरेशी असायचे आणि कधी तरुण संसदपटू असद उमर असायचे. चढाच्या रस्त्यानं जाऊन एका कड्याच्या टोकावर बानी गाला इथं असलेल्या त्याच्या कार्यालयात मी फक्त एकदाच गेले होते. तिथलं दृश्य फार सुंदर होतं, 'मिलेनिअम स्विमिंग पूल' असलेला त्याचा प्रचंड बंगला बघायची संधी कधी मिळाली नाही. मी मुलाखतीसाठी विचारलं असता त्यानं होकार दिला होता. एका टीव्ही पत्रकारानं मला सांगितलं, की तो जोपर्यंत प्रत्यक्ष तुझ्यासमोर येऊन बसत नाही तोपर्यंत त्याच्यावर विश्वास ठेवू नकोस; आणि नेमकं तसंच झालं. लाखो लोकांचा आणि माझा स्वत:चाही क्रिकेटमधला हीरो असलेल्या खानला मी इस्लामाबादेत पहिल्यांदा पाहिलं ते सुप्रीम कोर्टात. सन २०१३ च्या ऑगस्ट महिन्यात अवमान केल्याप्रकरणी त्याला चौकशीसाठी उभं करण्यात आलं होतं. भारतामध्ये इतकी वर्षं ज्याचा उल्लेख फक्त 'इम्रान' असा करण्याची सवय झाली होती त्याला 'मि. खान' म्हणणं जरा विचित्रच वाटत होतं. तो एका एसयूव्हीमधून कोर्टात आला आणि पीटीआय समर्थकांच्या छोट्या समूहानं पक्षाचे झेंडे फडकावून त्याचं स्वागत केलं. सुप्रीम कोर्टानं त्याच्यावर नोटीस बजावली असली, तरी अवमानप्रकरणी त्याच्यावर आरोपपत्र दाखल केलं नाही, पण न्यायव्यवस्थेबद्दल अनुचित उद्‌गार काढले म्हणून त्यानं खेद व्यक्त न करण्याबद्दल त्याला समज दिली. जुलै २०१३ मध्ये झालेल्या एका वार्ताहर परिषदेत खान म्हणाला, की त्यानं बोगस मतदान झालेल्या चार मतदार संघांतल्या निवडणूक अधिकाऱ्यांच्या वागण्याचं वर्णन करताना 'शर्मनाक' (लाजिरवाणं) हा शब्द वापरला होता आणि याबाबतची याचिका त्यानं शिखर न्यायालयात दाखल केली होती. खाननं कोणत्याही प्रकारची माफी मागितली नाही, पण आपल्याला न्यायव्यवस्थेचा किंवा न्यायाधीशांचा अवमान करायचा नव्हता आणि आपल्या विधानाचा विपर्यास केला गेला असं तो म्हणाला. 'शर्मनाक'चा नेमका अर्थ काय यावर बरीच वादावादी झाली आणि आपण स्वतंत्र न्यायव्यवस्थेसाठी मोहीम उघडली होती या खानच्या उत्तरावर कोर्टाचं समाधान झालं नाही. एका राजकीय पक्षाच्या आघाडीच्या नेतृत्वाकडून अशा प्रकारचा शेरा मारला जावा, यामुळं कोर्ट दुखावलं गेलं होतं. कोर्ट पुढं असंही म्हणालं, की पाकिस्तान अशा एका कालखंडातून जात होता, की बहुतांश संस्था मोडकळीला आल्या होत्या – केवळ १६ न्यायाधीश १९ हजार खटल्यांची हाताळणी करीत होते. कोर्टाचं म्हणणं असं होतं, की जर इम्रानच्या

म्हणण्याचा तसा अर्थ नव्हता तर त्यानं सादर केलेल्या तपशीलवार उत्तरात त्याला खेद वाटत असल्याचा उल्लेख असायला हवा होता, जो नव्हता.

त्या वेळी प्रथमच मी सुप्रीम कोर्टात गेले होते. त्या इमारतीचं वेगळेपण असं, की ती एक आधुनिक इमारत आहे; सरळ रेषा आणि कोन असलेली. ब्रिटिशकालीन भव्य इमारती पाहण्याची सवय असल्यामुळे या इमारतीच्या सरळसोट रेषा मला कोर्टाला साजेशा वाटल्या नाहीत. त्यापेक्षा पंतप्रधानांच्या सचिवालयाला स्वत:चं असं एक व्यक्तिमत्त्व होतं. कोर्टरूम प्रशस्त होती आणि तिथं माईक होते, ही चांगली गोष्ट होती. परंतु प्रसारमाध्यमांसाठी जागा मर्यादित होती. खान त्याच्या उत्स्फूर्त शेऱ्यांसाठी ओळखला जायचा. राजकारण्यांसारखं त्याचं बोलणं ठाम आणि निर्णायक नव्हतं, पण तरीही त्याचं एकंदर व्यक्तिमत्त्व चारचौघांत उठून दिसेल असं होतं. त्याची क्रिकेटर म्हणून असलेली लोकप्रियता आणि तरुणांमध्ये असलेली क्रेझ त्याला सर्वसाधारण निवडणूक जिंकण्यासाठी पुरेशी ठरली नाही. शरीफ यांनी साफ धुलाई केली. त्याच्या पक्षाला असलेला पाठिंबा कमी होत होता आणि मी पीटीआयमधल्या ज्या लोकांशी संपर्क केला ते हा पक्ष सोडून इतर पक्षांमध्ये गेले होते. काही लोक त्याच्या तालिबानशी असलेल्या कथित जवळिकीमुळे अस्वस्थ होते.

पाकिस्तान पीपल्स पार्टीसाठी (PPP) मी सहसा फराहतुल्ला बाबर यांच्याशी बोलायचे. ते निवृत्त होईपर्यंत राष्ट्रपतींचे मदतनीस होते. त्यांचं वागणं मैत्रीपूर्ण होतं आणि त्यांना अनेक विषयांचं ज्ञानही होतं. महत्त्वाचं म्हणजे ते नेहमी फोनवर उपलब्ध असायचे. 'ऑल पाकिस्तान मुस्लीम लीग' (APML) या जनरल मुशर्रफ यांच्या पक्षाच्या प्रवक्त्या आशिरा इशाक होत्या आणि त्या जनरल साहेबांच्या सगळ्याच गोष्टींशी संबंधित होत्या. अगदी त्यांचे खटले आणि तब्येतीच्या तक्रारींशीदेखील. देशद्रोहाचा खटला सुरू झाल्यापासून त्या सतत बातम्यांमध्ये येत असायच्या. मी नॅशनल असेम्ब्लीमध्ये राजकारणी लोकांना भेटले. त्यात एमक्यूएमचे फारुख सत्तार, पीएमएलएनचे रमेश कुमार वांकवाणी (निवडून आलेले एकमेव हिंदू संसद सदस्य), (आता सिनेट सदस्य असलेले) रहमान मलिक, ऐतझाझ एहसान आणि इतर बरेच. माझ्या व्हिसाची मुदतवाढ अनिश्चिततेच्या भोवऱ्यात सापडली होती तेव्हा माहिती मंत्री परवेझ रशीद यांनी असं आश्वासन दिलं होतं, की मुदतवाढ मिळेल कारण ते निसार (अंतर्गत व्यवहार मंत्री) यांच्याशी बोलले आहेत. रशीद बहुतेक वेळा नॅशनल असेम्ब्लीच्या प्रेसरूममध्ये यायचे आणि पत्रकारांशी गप्पा मारता मारता अथकपणे धूम्रपान करायचे. त्या वेळी मी त्यांना माझ्या व्हिसाबद्दल विचारू शकले होते, परंतु त्याचा काही उपयोग झाला नाही. बऱ्याचदा पत्रकार संसदेतून बाहेर पडून वारंवार प्रसारमाध्यमांवर

होणाऱ्या हल्ल्यांच्या निषेधार्थ बाहेर मुख्य रस्त्यावर गोळा व्हायचे. माध्यमांना गंभीर स्वरूपाच्या धमक्या मिळायच्या आणि प्रत्येक पत्रकाराला प्रामाणिकपणे बातम्या देण्याची किंमत चुकवावी लागायची. रस्त्यावरची रहदारी काही काळासाठी थांबायची आणि तावातावाने भाषणं ठोकली जायची. हे हल्ले थांबवण्यासाठी सरकार काहीही करणार नाही अशीच सार्वत्रिक भावना होती. आणि पत्रकारांना संरक्षण मिळावं यासाठी रशीद यांना घेरावही घातला जायचा.

'जमात-ए-इस्लामी'चे एस. ए. शम्सी मला नेहमी फोन करायचे आणि त्यांचे प्रमुख सईद मुनावर हसन यांच्या पत्रकार परिषदांना आमंत्रित करायचे. हॉलिडे इन हॉटेलच्या समोर असलेल्या त्यांच्या छोट्याशा जागेतील कार्यालयात त्यासाठी मी जायचे. मी हसन यांनाही भेटले होते. ते मला म्हणाले, की मी भारतातून आलेली असल्यामुळे भविष्यात मला ते प्रश्न विचारण्याची मुभा देतील. बऱ्याचदा मी एकटीच महिला पत्रकार असायचे आणि प्रक्षुब्ध विधानं करणं हा तिथला अलिखित नियमच होता. हसन नंतर बातम्यांमध्ये होते कारण त्यांनी अमेरिकेच्या ड्रोन हल्ल्यात मारले गेलेले TTPचे प्रमुख हकीमुल्ला मेहसूद हे हुतात्मा होते असं विधान केलं होतं आणि त्यामुळं सैन्यातील काही अधिकारी भडकले होते. पीएमएलएनचं कार्यालय माझ्या घराच्या जवळच होतं आणि त्यांचा प्रवक्ता मला माझ्याआधी तिथं असलेल्या सहकाऱ्यांनी दिलेल्या शाही पार्ट्यांची अधूनमधून आठवण करून द्यायचा. मला तो आडून-आडून मी तशा पार्ट्या द्याव्यात असं सुचवू पाहत होता का माहीत नाही, पण मीही मला काहीच कळलं नसल्याचा आव आणायचे. तो वागायला चांगला होता आणि टीव्ही पत्रकार असलेली त्याची पत्नी मला बातम्या मिळवून द्यायला मदत करायची. काश्मीर प्रश्नावर काही योजनाशून्य, विस्कळीत पत्रकार बैठका असायच्या, त्यात मला बोलावलं जायचं. पण बाकी विशेष काही नसायचं. मी तिथं असेपर्यंत पंतप्रधानांची पत्रकार परिषद झाली नाही आणि त्यांची संयुक्त 'मोर्चेबांधणी' आणि राष्ट्राला उद्देशून केलेली भाषणं टीव्हीवर दाखवली जायची. मी एमक्यूएमच्या मेलिंग लिस्टवर होते. त्यावर सतत वृत्तपत्रांना देण्याची निवेदनं आणि प्रतिक्रिया यांची रेलचेल असायची. पीपीपीने दोन्ही भारतीय पत्रकारांना त्यांच्या कुख्यात 'जिये सिंध' समारंभाचं वार्तांकन करण्यासाठी मोहेंजोदारोला बोलावलं होतं आणि सगळी व्यवस्था केली होती. मी पुरेसा अवधी ठेवून अर्ज केला होता; पण नेहमीप्रमाणे काहीही प्रतिसाद आला नाही. त्यामुळं जेव्हा नंतर कला आणि संस्कृतीसंबंधी वार्तांकन करण्याची आम्हाला संधी होती, (ज्या विषयी मला सल्ला देण्यात आला होता) त्यासाठीही आम्हाला जाऊ देण्यात आलं नाही.

दूतावासांच्या आणि उच्चायुक्तांच्या मेलिंग लिस्टवर असणं महत्त्वाचं होतं

आणि बहुतेक लोकांनी माझ्यावर अनुग्रह करून त्यात सामील करून घेतलं होतं. अपवाद फक्त चिनी दूतावासाचा होता. बऱ्याच वेळा सतत फोन केल्यानंतर मी मि. लिऊ यांच्याशी बोलले, परंतु मला काय हवं आहे हे त्यांना समजलं नाही. शेवटी माझं म्हणणं त्यांना समजावून सांगण्यात मी यशस्वी झाले, की मला त्यांच्या मेलिंग लिस्टमध्ये समाविष्ट केलं जावं आणि पत्रकार परिषदांना बोलावण्यात यावं. तेव्हा त्यांना धक्काच बसला आणि क्षणभर थांबून ते म्हणाले, 'असं यापूर्वी कधी घडलेलं नाही.' भारतीय त्यांच्या यादीत कधीच नव्हते, परंतु आपण यावर विचार करू, असं त्यांनी सांगितलं. मात्र त्यांनी असं काही केलं नाही कारण माझं नाव त्यांच्या यादीत समाविष्ट झालेलं दिसलं नाही.

लोकांना भेटण्यात आणि नॅशनल असेम्ब्ली व सिनेट यांचं वार्तांकन करण्यासाठी लागणारी ओळखपत्रं आणि परवानग्या यासाठीचे अर्ज भरण्यात बराच वेळ जायचा. मी इस्लामाबादला पोचल्यावर लगेचच डॉ. शकील आफ्रिदी यांना झालेली ३३ वर्षांची शिक्षा फ्रंटियर क्राइम्स रेग्युलेशन कमिशननं पेशावरमध्ये रद्द केल्याची बातमी आली. सन २०११ मध्ये अबोटाबादमध्ये ओसामा बिन लादेनला शोधून काढण्याच्या कामात सीआयएला डॉ. आफ्रिदींनी मदत केल्याचा संशय होता. त्या भागात पोलिओ लसीकरणासाठी जाण्याचा बहाणा करून गेलेल्या पथकाचा ते एक भाग होते. त्यांचे वकील समीऊल्ला आफ्रिदी फोनवर फारच अगत्यानं बोलले आणि सर्वांत आधी त्यांनी माझ्या नावाचा फारसीमध्ये 'प्रेम' असा अर्थ होतो, हे आवर्जून सांगितलं. डॉ. आफ्रिदींच्या खटल्यात बरीच उलट-सुलट वळणं आली आणि मी त्या सगळ्यांचं वार्तांकन करू शकले यासाठी त्यांच्या वकिलाचे आभार मानले पाहिजेत. पण मी परत आल्यावर समीऊल्ला मारले गेले. मी तिथं असतानाच त्यांना धमक्या येत होत्या आणि त्यांनी डॉ. आफ्रिदींचं वकीलपत्र सोडण्याचा निर्णय जवळजवळ घेतलाच होता. त्यांनी देश सोडल्याच्याही बातम्या होत्या. जिवे मारण्याच्या ज्यांना धमक्या मिळायच्या आणि ज्यांना देश सोडून जाणं शक्य होतं ते बहुतांश लोक हाच मार्ग पत्करायचे असं दिसतं.

मी तिथं पोचल्यानंतर पहिल्या आठवड्यात नियंत्रण रेषेवरचा तणाव वाढत होता. कारण पाकिस्तानी सैन्यदलाचे प्रमुख जनरल अशफाक परवेज कयानी ग्राऊंड झीरोवर गेले होते. आणि ज्यांचं प्रांजळ आत्मकथन[७] वाचताना मला खूप मजा आली होती, ते दीर्घकाळ सेवेत असलेले सरताज अझीझ या पंतप्रधानांच्या राष्ट्रीय सुरक्षा व परराष्ट्र व्यवहार सल्लागाराने काही वक्तव्यं केली होती.

त्याच सुमारास न्यूयॉर्क इथं होणाऱ्या संयुक्त राष्ट्रांच्या (UN) जनरल असेम्ब्ली मीटिंगमध्ये भारत व पाकिस्तान बोलणी करण्यासंबंधीच्या योजना आखत होते. विविध प्रकारचे तर्क लढवले जात होते, ज्यावर अनेक न्यूज स्टोरी बनत

होत्या. अशा प्रकारच्या विधानांवर आणि तर्क-वितर्कांवर आधारित वार्तांकन करण्याचा मला लवकरच कंटाळा आला, पण त्या वेळी तेच प्रचलित होतं. मेहेराबादहून पलायन केलेल्या ख्रिश्चन लोकांनी वसवलेल्या इस्लामाबादमधल्या एका तंबू वसाहतीला (tent colony) मी भेट दिली. तिथं ईश्वर व धर्मविरोधी वक्तव्यं केल्याचा आरोप असलेली रिमशा मसीह राहत होती. नंतर तिला जबरदस्तीने देश सोडण्यास भाग पाडण्यात आलं. आणखी एक घडामोड म्हणजे श्रीनगरच्या बंदी घातलेल्या दुखतरन-ई-मिल्लत या संघटनेच्या सईद असिया अंद्राबी यांचा पौगंडावस्थेतला पुतण्या मोहम्मद शोएब याला अटक झाली. सतत आणि जलद गतीनं घडामोडी घडत होत्या. दि. ९ सप्टेंबर २०१३ रोजी सर्वपक्षीय परिषद (All party conference) होती. त्यात तालिबानशी बोलणी आणि अफगाण तालिबान नेता मुल्ला ओमर याचा निकटचा साथीदार मुल्ला बारादर याची होणारी सुटका हे विषय चर्चेला येणार होते.

पाकिस्तानच्या नव्या सरकारला शांतता प्रक्रियेत मदत करण्याची इच्छा होती आणि ही प्रक्रिया सुरळीत व्हावी म्हणून ते कशी सर्वतोपरी मदत करायला तयार होते हे कळकळीनं सांगितलं जात होतं. त्यावर अफगाणिस्तानच्या बाजूनं बोचरे शेरे मारले जात होते. निवडणुकांपूर्वी, अध्यक्ष सलाहुद्दीन रब्बानी यांच्या नेतृत्वाखाली अफगाणिस्तान हाय पीस कौन्सिल (AHPC) नोव्हेंबर २०१३ मध्ये पाकिस्तानच्या भेटीवर आली होती. या भेटीत त्यांनी सुटका झालेला तालिबानी कमांडर मुल्ला बारादर याची भेट घेतली, पण या भेटीला फारशी प्रसिद्धी मिळाली नाही.[८]

संसदेचं वार्तांकन करताना

संसदेत जाण्यासाठी अनुमती पत्र लागतं. त्यासाठी मी अर्ज केला होता आणि मला ते मिळालं. भारतात ज्याप्रमाणे संसदेची अधिवेशनं पूर्वनियोजित असतात तसं तिथं नव्हतं. अल्पावधीची सूचना देऊन राष्ट्रपती दोन्ही सभागृहांना अधिवेशन घेण्यास सांगू शकतात. त्यामुळं जेव्हा जेव्हा असं घडायचं तेव्हा मला अर्ज करावा लागायचा. मी बाह्य प्रसिद्धी कार्यालयामार्फत अर्ज न करण्याचा धडा शिकले होते. त्यांची आदरातिथ्याबद्दल आणि लाल फितीच्या कारभाराबद्दल ख्याती होती. माझ्या काही मित्रांनी मला योग्य व्यक्तींच्या संपर्कात आणलं, त्यामुळं मला नियमितपणे अनुमतीपत्रं मिळण्यात अडचणी आल्या नाहीत. यासाठी त्यांचे आभार मानले पाहिजेत. फक्त एकदाच मला प्रवेशद्वारापाशी रखवालदारानं अडवलं होतं; कारण तो 'पाकिस्तानी संसदेमध्ये भारतीयांना प्रवेश असतो का' या विचारात पडला होता.

मी जेव्हा प्रथमच नॅशनल असेम्ब्लीत गेले तेव्हा एका सलवार-कमीझ

परिधान केलेल्या जाडजूड सुरक्षारक्षकानं माझं ओळखपत्र पाहून मला खूप प्रश्न विचारले होते. तसं त्याचं वागणं मैत्रीपूर्ण होतं, तरीही त्याच्या डोळ्यांत एक कठोर चमक होती. परंतु त्यानंतर त्यानं कधीही माझा पास बघायला मागितला नाही. मुशर्रफ यांच्या कोर्टातल्या सुनावणीच्या वेळी मी त्याला पुन्हा एकदा भेटले. पार्किंग थोडं लांब होतं आणि आम्हाला प्रवेशद्वाराजवळ जाण्यासाठी थोडं अंतर चालत जावं लागणार होतं किंवा बेसमेंटमधून जावं लागणार होतं. महिला सुरक्षारक्षक त्यांच्या फोनवर बोलत असतानाच एकीकडे माझी बॅग तपासत होत्या, पण बोलता बोलता मध्येच थांबून त्या मला भारताबद्दल विचारायच्या. एकदा तर त्यांनी भारतीय तलम सुती कापडाबद्दल विचारलं आणि त्यांना ते किती हवंसं वाटत होतं, खास करून पांढरं कापड, हे सांगितलं!

नॅशनल असेम्ब्ली खूपच भव्य होती आणि आपल्या लोकसभेपेक्षा थोडी मोठीही होती. मी तोपर्यंत लोकसभा बघितली नव्हती. मला पाकिस्तान सोडायला सांगितल्यानंतर माझी नियुक्ती जेव्हा दिल्लीला झाली तेव्हा ती संधी मला मिळाली. दिवसभराचं वेळापत्रक छापून बाहेर ठेवलेलं असायचं. तिथंच प्रार्थनेसाठी (नमाजासाठी) एक लहानशी जागाही होती. शुक्रवार अतिशय संस्मरणीय असायचे. तुम्ही जर प्रार्थनेच्या वेळेआधी निघाला नाहीत तर तिथून बाहेर पडणं जवळपास अशक्य असायचं. एकदा मला दिलगिरी व्यक्त करत आमिरसोबत निघावं लागलं; तो मला लोकांच्या बाजूनं घाईघाईनं जायला सांगत होता आणि खाली न बघण्याविषयीची सूचना देत होता. तुम्हाला जर घाईने बाहेर पडायचं असेल तर खाली न बघता चालणं अवघड होतं. प्रार्थनेसाठी खाली वाकलेल्या लोकांच्या रांगेतून धडपडत जावं लागत होतं. मी तिथं एकटीच महिला होते याची मला जाणीव झाली आणि मला रागारागानं तोंडातल्या तोंडात केलेली बडबड ऐकू येत होती. त्यानंतर जर शुक्रवारी नॅशनल असेम्ब्लीत जायचं असेल, तर तिथून लवकर बाहेर पडायचं अशी खूणगाठ मी मनाशी बांधली. एकदा मी अंतर्गत व्यवहार मंत्रालयातल्या अधिकाऱ्याला भेटायला गेले होते आणि पुन्हा प्रार्थनेची वेळ झाली. त्याच्या कार्यालयाच्या बाहेरच लोक प्रार्थनेसाठी वाकले होते आणि आता काय करावं ते मला काही सुचेना. मी अस्वस्थपणे चुळबुळ करत तिथंच उभी राहिले, तेव्हा एका माणसानं तीव्र शब्दांत मला प्रार्थना करणाऱ्या लोकांपासून दूर, कॉरिडॉरमध्ये उभं राहायला सांगितलं. मी तिथं अतिक्रमण करत होते हे उघडच दिसत होतं.

आपल्या संसदेपेक्षा नॅशनल असेम्ब्लीची सत्रं अधिक अनौपचारिक असायची. लोक गप्पा मारायचे, कधी कधी गट करून बोलायचे, कधी तर चक्क सभापतींकडे पाठ करून बसायचे आणि एकमेकांना अभिवादन करत फिरायचे. जणूकाही तो एखादा सामाजिक समारंभच आहे. सभापती सरदार अयाझ सादिक वागायला

अतिशय सौम्य होते, एकदा त्यांनी सगळ्यांना खडसावलं, की जर प्रत्येक जण थोडं हळू आवाजात बोलला, तर सगळ्यांना जे चाललं आहे ते ऐकू येईल. महिला बहुतकरून पारंपरिक पेहरावात असायच्या. त्यांची डोकी झाकलेली असायची. अपवाद फक्त पीटीआयच्या शिरीन मझारी यांचा होता. त्यांचे कापलेले लहान केस वेगवेगळ्या गडद रंगांत रंगवलेले असायचे – मी स्वत: पांढऱ्याशिवाय लाल आणि हिरवा रंग नक्कीच पाहिला होता. त्यांना प्रेस गॅलरीत बसून सहजपणे ओळखता यायचं ते त्यांच्या केशरचनेवरून. त्या आसनांच्या मधल्या मार्गिकेवरून इकडं-तिकडं चालत असायच्या किंवा आमच्याकडे पाठ करून मोठ्या जोशात बोलत असायच्या. अणुऊर्जेवरची त्यांची काही भाषणं मी ऐकली आणि त्यावरून मला समजलं, की त्या भारत व पाकिस्तानमध्ये नागरी पातळीवर अणु सहकार्य व्हावं या मताच्या होत्या. लोक जेव्हा भारत व पाकिस्तान आणि त्यांच्यातल्या उपजत एकोप्याविषयी प्रेमानं बोलतात तेव्हा मला त्यांचं एक संस्मरणीय वाक्य आठवतं. त्या ठासून असं म्हणाल्या होत्या, की फक्त पंजाब आणि काही प्रमाणात सिंध भारताला जवळ आहे, बलुचिस्तान मुळीच नाही. बलुचिस्तान एका प्रकारे इराणच्या जास्त जवळ आहे. खैबर पख्तुनख्वाही नाही कारण ते अफगाणिस्तानच्या जवळ आहे.

ही सत्रं कधीच वेळेवर सुरू होत नसत आणि बराच काळ वाट बघत थांबावं लागायचं. एकदा गरम गरम चर्चा सुरू असताना एमक्यूएमचे फारुख सत्तार यांनी प्रार्थनेच्या सुटीतही ही चर्चा पुढे सुरू ठेवण्यात यावी अशी मागणी केली. ती सभापतींनी फेटाळली. मला आठवतं, टाचणी पडली तरी ऐकू येईल इतकी शांतता एकदाच पसरली होती जेव्हा पंतप्रधानांचं अगदी क्वचित होणारं आगमन संसदेत झालं. राजकीय घडामोडींचं वार्तांकन करणाऱ्यांसाठी जे मुख्य विषय असायचे, त्यातला एक होता – शरीफ संसदेत येणार की नाही. त्यांचे वृत्तपत्रीय सल्लागार जर गॅलरीत उपस्थित असतील तर त्यावरून त्यांच्या येण्याची स्पष्ट सूचना मिळायची. माध्यम विभागात (स्व.) राजा असगर त्यांच्या देखण्या, शुभ्र केशसंभारासह नेहमी ठरावीक ठिकाणीच बसायचे आणि समोर घडणाऱ्या कामकाजाविषयी समंजसपणे आणि अचूकपणे लिहायचे. त्यांचं लिखाण 'डॉन'मध्ये वाचणं हा एक आनंद-सोहळा असायचा. मी त्यांना पार्ट्यांमध्ये भेटले होते. त्यांच्याकडे खूप गमतीदार किस्से असायचे.

माध्यम विभागात आम्ही मांडी घालूनही बसू शकत होतो. ही गोष्ट भारतीय संसदेमध्ये करू दिली जात नाही. तिथं तुम्ही कसे बसता यावर करडी नजर ठेवली जाते आणि ते तुम्हाला सरळ, ताठ बसायला आणि पाय जुळवून बसायला सांगतात! आणि अर्थातच, पाकिस्तान असेम्ब्लीच्या मीडिया गॅलरीच्या बाहेर

असलेल्या प्रेस रूममध्ये प्रत्येक जण धूम्रपान करायचा.

संसदेमधलं हे अनौपचारिक वातावरण मला खूपच आवडलं. तिथं आम्ही गप्पा मारू शकत होतो आणि मुक्तपणे हसू-खिदळू शकत होतो. मी तिथं बातम्यांच्या शोधात नियमितपणे जात होते. त्या वेळी एमएफएन दर्जा मंजूर होण्याच्या मार्गावर होता. तो झाला नाही, परंतु सभागृहातून त्याबाबत येणाऱ्या प्रतिक्रिया ऐकण्यासारख्या असायच्या. कारण सभागृह नेहमीच भारताला एमएफएन दर्जा देण्याच्या विरोधात होतं.

संसदेच्या इतिहासात प्रथमच कामकाजावर बहिष्कार घातला गेला आणि सिनेटची सत्रं बाहेर लॉनवर पांढऱ्या तंबूंमध्ये भरवली जाऊ लागली. 'इंडस सागा'[१] या पुस्तकाचे लेखक सिनेटर चौधरी ऐतझाझ एहसान यांनी या बहिष्काराचं नेतृत्व केलं होतं. सरकारच्या जिवावर त्यांनी थोडी मजा करून घेतली. दहशतवादामुळे किती लोक मृत्युमुखी पडले याबाबत दि. ३० ऑक्टोबर २०१३ ला अंतर्गत व्यवहार मंत्र्यांनी केलेल्या विधानामुळे हा बहिष्कार टाकला गेला होता.

दोन्ही सभागृहांत कधीच संपूर्ण उपस्थिती नसायची, पण नऊ दिवस चाललेल्या बहिष्कार-नाट्यादरम्यान नॅशनल असेम्ब्लीच्याच कॉरिडॉरमध्ये दुसऱ्या टोकाला असलेला सिनेट हॉल जवळजवळ पूर्ण रिकामा होता. तात्पुरत्या उभारलेल्या तंबूंमध्ये त्वरित 'मॉक सेशन्स' सुरू झाली. काही सदस्य खाली जमिनीवर बसले होते, तर काहींना खुर्च्या होत्या. अचानक येणाऱ्या अभ्यागतांसाठी वेगळ्या कक्षाची व्यवस्था होती आणि अध्यक्षही होते. अंतर्गत व्यवहार मंत्री चौधरी निसार अली खान सतत हेच सांगत राहिले, की ड्रोन हल्ले आणि दहशतवादासंबंधीचे मृत्यूचे त्यांनी सांगितलेले आकडेच बरोबर होते.

पीपीपीचे सिनेटर एहसान यांनी चुकीच्या आकड्यांबद्दल मंत्र्यांनी माफी मागावी अशी मागणी केली. चौधरी निसार म्हणाले, की खैबर पख्तुनख्वा इथून जून ते ऑक्टोबर २०१३ च्या दरम्यान दहशतवादासंबंधी १३६ घटना घडल्याच्या बातम्या आल्या आणि त्यात १२० लोक मारले गेले. मात्र, एहसान आणि बाकीचे लोक सांगत होते, की तो आकडा १८७ होता. दि. ३० ऑक्टोबर रोजी अंतर्गत व्यवहार मंत्र्यांनी आधीच एका वादाला तोंड फोडलं होतं. त्यांनी सिनेटला सांगितलं, की २००८ पासून ३१७ ड्रोन हल्ल्यांमध्ये फक्त ६७ नागरिक आणि २१६० दहशतवादी मृत्युमुखी पडले होते. त्यातले चौदा २०१३ मध्ये मरण पावले होते. विरोधी पक्षांकडून जोरदार निषेध झाला आणि संसदेत खडाजंगी झाली, तरी मंत्री त्यांच्या वक्तव्यावर अडून बसले होते. त्यांनी ठामपणे सांगितलं, की त्यांनी सांगितलेले आकडे बरोबर होते आणि नंतर असं स्पष्टीकरण दिलं, की त्यांच्या उत्तरातल्या एका लहान भागाविषयी विरोधी पक्षांना हरकत होती. तो भाग

म्हणजे खैबर पख्तुनख्वा इथं मरण पावलेल्या लोकांची संख्या. सिनेटर म्हणाले, की हकीमुल्ला मेहसूद हा कोणी तरी शांतिदूत असल्याच्या थाटात अंतर्गत व्यवहार मंत्री त्याच्या हत्येबद्दल ड्रोन हल्ल्याला दोष देत होते. पण, संसदेत एकोप्याचा अभाव दिसत होता. सिनेटचं कामकाज एका 'किरकोळ' विषयामुळे रोखून धरण्यात आलं होतं, याबद्दल विरोधी पक्षनेते सईद खुर्शीद शाह यांनी खेद व्यक्त केला. तिथं अचानक माझी भेट माजी अंतर्गत व्यवहार मंत्री रेहमान मलिक यांच्याशी झाली. माझी आणि त्यांची त्याआधी भेट झाली होती असं ते पुन:पुन्हा ठासून म्हणतच राहिले आणि सरकार स्पष्टीकरण देईपर्यंत बहिष्कार आणि निषेध सुरूच राहील, यावर तेदेखील ठाम होते.

धाडसी आणि निडर

अनेक प्रकारच्या धमक्या अनेक बाजूंनी येत असल्या, तरीही पाकिस्तानातली पत्रकारिता धाडसी आणि निडर राहिली आहे. बऱ्याच व्यावसायिकांसाठी सिक्युरिटी एजन्सीज् आणि दहशतवादी गट यांच्यामध्ये त्यांचं आयुष्य एका धाग्याच्या आधारे तग धरून राहिलं आहे. मी तिथं पोचल्यावर एका महिन्याच्या आत मी 'फ्रायडे टाइम्स'च्या अली चिश्ती या पत्रकाराविषयी लिहिलं. त्याला त्याचं कराचीतलं घर जबरदस्तीनं सोडावं लागलं होतं. तो इस्लामाबादला आला तेव्हा मी फोनवर त्याची मुलाखत घेतली. त्या भयंकर अग्निपरीक्षेतून पार पडल्यावरसुद्धा त्याची विनोदबुद्धी शाबूत होती. त्यानं मला सांगितलं, की जेव्हा त्याच्या अपहरणकर्त्यांनी त्याच्या डोळ्यांवर पट्टी बांधली तेव्हा त्याला काहीसं हायसं वाटलं. ''मला समजलं, की ते आता मला मारणार नाहीत,'' तो म्हणाला. पण त्याला सोडण्यापूर्वी बरेच तास त्याचा शारीरिक छळ केला गेला. तो राष्ट्रीय प्रश्नांवर आणि संरक्षणविषयक बाबींवर, तसंच 'एमक्यूएम'वर का लिहीत होता, असं छळकर्ते विचारत राहिले.

हिंसा आणि दहशत यांनी बरबटलेल्या कराची शहरात ज्या अनेक अनुचित घटना घडतात त्यामध्ये ही घटना उठून दिसली. कराचीच्या ल्यारी भागात राहणाऱ्या बलुची पत्रकार अब्दुल रझाक याच्याबाबतीत जे झालं त्याच्याशी तुलना करता चिश्ती फार स्वस्तात सुटला असंच म्हणायला हवं. रझाक मार्च २०१३ पासून बेपत्ता होता आणि त्या वर्षी ऑगस्ट महिन्यात त्याचा मृतदेह सापडला. त्याचे इतके हाल झाले होते, की त्याच्या कुटुंबीयांनी ते पार्थिव शरीर पहिल्यांदा पाहिलं तेव्हा त्यांना ते त्याचंच आहे हे ओळखूसुद्धा आलं नाही. 'ह्यूमन राइट्स कमिशन ऑफ पाकिस्तान'च्या (HRCP) म्हणण्यानुसार फक्त त्याचे हात आणि पाय पुरेसे शाबूत होते, ज्यावरून ओळख पटवणं शक्य होतं. पाकिस्तानविषयी लिहिणाऱ्या अनेक पत्रकारांना मी भेटले – जसे कॅथी गॅनन, भुत्तोंच्या खटल्यावर लिहिलेलं

ज्यांचं पुस्तक[१०] मला खूप आवडलं होतं त्या व्हिक्टोरिया स्कोफील्ड आणि 'वॉशिंग्टन पोस्ट'च्या पामेला कॉन्स्टेबल ज्यांनी राजधानीत त्यांच्या पुस्तकाचं[११] पुन्हा प्रकाशन केलं. पाकिस्तान हा अति-विश्लेषण केला गेलेला देश आहे याबद्दल त्यांनी पुस्तकात जवळजवळ दिलगिरी व्यक्त केली होती. अफगाणिस्तानातल्या निवडणुकांचं वार्तांकन करत असता गॅनन यांना गोळ्या घालण्यात आल्या, तर फोटोग्राफर अँजा निड्रिंगहॉस (Anja Niedringhaus) मारल्या गेल्या. हे फारच धक्कादायक होतं. त्या प्रदेशांमध्ये वार्तांकन करताना कधी कधी तुमच्या जिवावर बेतण्याची शक्यता होती. पाकिस्तानी लेखक आणि पत्रकार यांच्याशी संपर्क करणं सोपं असायचं. ते नेहमीच उपलब्ध असायचे. त्यांनी बरीच पुस्तकं लिहिली होती जी वाचून मला तो देश समजून घेणं सोपं गेलं. यात इम्तियाझ गुल, अयाझ गुल, बाबर अयाझ आणि अहमद रशीद होते. (अहमद रशीद यांनी पाकिस्तान, अफगाणिस्तान आणि मध्य आशियाबद्दल भरभरून लिखाण केलं आहे). आयेशा सिद्दिका यांनीसुद्धा 'Military Inc' हे अतिशय कौतुकास्पद पुस्तक लिहिलं आहे. याशिवाय माझी बरीच मित्रमंडळी होती ज्यांना मी वार्तांकन करत असताना रोज भेटायचे. ते नेहमीच प्रेमानं वागायचे आणि मदतीला तत्पर असायचे. मी त्यांची नावं इथं घेणार नाही कारण मी तिथं असतानाच त्यातल्या काहींना त्रास दिला गेला होता.

बहुतेक दिवशी मी फैझल मशिदीपर्यंत चालायला जायचे. लालसर तपकिरी रंगाची झाडं असलेला आणि एका बाजूला डोंगर असलेला तो रस्ता सुंदर होता. एका बंदिस्त जागेत काही हरणं ठेवलेली होती. त्यात अंगावर ठिपके असलेली हरणं आणि एक मोठी नीलगाय होती. सकाळी गवताचे भारे घेऊन एक गाडी यायची. नीलगाय आणि तिचं वासरू त्या छोट्याशा जागेत गोल-गोल पळायचे. त्यांना बहुधा तिथं कोंडल्यासारखं वाटत असावं आणि कदाचित ते दुःखी असावेत. काही लोक कौतुकानं त्यांना बघण्यासाठी थांबायचे. मला 'चालणारे' लोक फार थोडे दिसले. पण एकदा त्या रस्त्यानं एका देखण्या घोड्यावर बसून एक माणूस जाताना दिसला.

दिवसभर ताज्या घडामोडी किंवा राजकारण आणि लष्करानं कोणाला तरी धमकावल्याच्या नेहमीच्या बातम्या किंवा पत्रकार परिषदा हेच चालायचं. असं असलं, तरी मी इतर काही रोचक विषयांच्या शोधात असायचे. लोक मदत करायचे आणि त्यांच्यासाठी धोकादायक ठरू शकणाऱ्या परिस्थितीतही मोकळेपणानं बोलायचे. उदाहरणार्थ, शाहबाज भट्टी (गोळ्या घालून हत्या करण्यात आलेले माजी मंत्री) खटल्यात साक्षीदार असलेले अहमदी कुटुंबीय माझ्याशी बोलायला आपण होऊन पुढं आले होते. अशा लोकांच्या स्पष्ट बोलण्यामुळे आणि सहकार्यामुळे

मला विविध स्टोरी करणं सहजशक्य झालं. त्यामुळं सर्वप्रथम त्यांना श्रेय दिलं पाहिजे. अफगाण निर्वासित छावणीला भेट देण्याच्या बाबतीतही 'यूएनएचसीआर'नं मला संरक्षण पुरवलं होतं. त्यामुळं मी छावणीत जाऊ शकले. एरवी ते कठीण गेलं असतं.

फार दूर असल्यामुळे मी ज्या स्टोरीला न्याय देऊ शकले नाही, ती होती कराचीमधली परिस्थिती. ती सुधारण्यापलीकडं गेली होती. हे शहर नेहमीच बातम्यांमध्ये असायचं. खून आणि जाळपोळ यासाठी नसेल, तर दहशतवादी हल्ल्यांसाठी असायचंच. सन २०१४ मध्ये जानेवारीतल्या एका दुपारी एका पोलिसाच्या मृत्यूनं ते चर्चेत आलं. त्याला बातम्यांमध्ये नेहमी 'डर्टी हॅरी' या नावानं संबोधलं जायचं. हे घडलं त्या दिवशी चौधरी अस्लम खान यांच्याकडे बॉम्बरोधक वाहन नव्हतं. कराचीचे पोलीस सुपरिटेंडण्ट आणि शहरातील दहशतवादविरोधी कारवायांचं नेतृत्व करणारे खान ल्यारी एक्सप्रेस वेवर आत्मघातकी बॉम्बहल्ल्यात मारले गेले. त्यांच्याबरोबर त्यांचा बंदूकधारी सुरक्षारक्षक आणि ड्रायव्हरही मारले गेले. त्यांना लक्ष्य केलं गेल्याची ही काही पहिलीच वेळ नव्हती. सन २०११ मध्ये त्यांच्या घरावर बॉम्बहल्ला झाला होता त्यातून ते वाचले, पण त्यात आठ लोक मारले गेले होते. अशा डावपेचांना आपण घाबरणार नाही आणि खरं तर दहशतवाद्यांनी आपले हात सिंहाच्या जबड्यात घातले आहेत या त्यांच्या वक्तव्याला खूप प्रसिद्धी मिळाली होती. त्यांच्यावर झालेल्या नऊ प्राणघातक हल्ल्यांपैकी तो एक होता. पण त्या दिवशी म्हणजे १० जानेवारी २०१४ ला त्यांच्या नशिबानं त्यांची साथ सोडली. त्यांच्या मृत्यूपूर्वी त्यांनी एक मोहीम उघडली होती ज्यात मंघोपीर भागात तीन तालिबानी दहशतवाद्यांना कंठस्नान घालण्यात आलं. याबद्दल ते पत्रकार परिषदेत बोलले होते. नेहमी साधे पांढरे कपडे घालणाऱ्या आणि एक बोट सतत बंदुकीच्या चापावर असल्याची ख्याती असलेल्या माणसाला त्याच्या मृत्यूनं जास्त प्रसिद्धी आणि पुरस्कार मिळवून दिले. अपेक्षेप्रमाणे या हत्येची जबाबदारी TTPनं स्वीकारली.

ठरवून केलेल्या चकमकी, दरोडे, खून आणि जाळपोळ हे तर रोजचंच होतं. हिंसाचाराच्या भीतीनं ल्यारीमधल्या कच्छी लोकांनी घरं सोडून पलायन केलं होतं. एकट्या कराचीत ३२१८ लोक हिंसाचारात मारले गेले होते. सन २०१३च्या एचआरसीपीच्या वार्षिक अहवालानुसार हा आकडा सन २०१२ पेक्षा १४ टक्क्यांनी जास्त होता. ४० हजारांपेक्षा जास्त गुन्ह्यांच्या तक्रारी दाखल करण्यात आल्या. सहकाऱ्यांमध्ये फारसं आदराचं स्थान नसलेल्या चौधरी अस्लम यांचा मृत्यू हा जीव गमावलेल्या २०० पेक्षा जास्त पोलीस आणि सुरक्षारक्षकांमधला सगळ्यांत अलीकडचा मृत्यू होता.

४

दहशतवादाचं वार्तांकन करताना

१. भीतीच्या छायेखालचे अल्पसंख्याक

प्रार्थनेचं ठिकाण

प्रार्थना संपतच आली होती. शुक्रवारची ती एक गारठलेली दुपार होती. लांब चेहरे करून मलूल झालेल्या डोळ्यांनी लोक आपापल्या गाड्यांमध्ये बसून घाईनं निघून जात होते. आपण तिथं उपस्थित नव्हतोच असंच जणू त्यांना दाखवायचं होतं. हे दृश्य राजधानीतल्या कुठल्याही कोपऱ्यातलं असू शकत होतं. रस्ता हिरव्यागार झाडांनी नटलेला आणि शांत होता आणि हिवाळ्यातल्या सूर्यप्रकाशात झाडं चमकत होती. इथं-तिथं पिवळ्या रंगाचे रस्तारोधक (बॅरिकेड्स) उगीचच ठेवल्यासारखे दिसत होते आणि एखाद-दोन पोलीस गाड्या होत्या. मी रस्तारोधकाजवळ पोचले तोच कुठून तरी अचानक एक तरुण माणूस प्रकट झाला आणि मला काय हवं आहे असं विचारू लागला. मी माझं व्हिजिटिंग कार्ड त्याला दिलं आणि तिथल्या मुख्य धर्मोपदेशकाला मला भेटायचं आहे असं सांगितलं. तो तरुण परत आला आणि ते आता शक्य नसल्याचं आणि पुढच्या शुक्रवारी पुन्हा प्रयत्न करायला सांगितलं. मी रस्त्याच्या कडेला उभी राहून लोकांकडं बघत होते. स्त्रियांनी आपले चेहरे झाकून घेतले होते. त्यांचे फक्त डोळेच दिसत होते, तर पुरुषांची नजर सरळ समोर होती आणि ते गाड्या घेऊन झटपट निघून जात होते. एका आठवड्यानंतर माझं नशीब फळफळलं आणि मला इमारतीच्या प्रवेशद्वारापर्यंत जाण्याची मुभा मिळाली. उंच भिंतींच्या वर चहूबाजूंनी काटेरी तारा लावल्या होत्या. ती एक प्रार्थनेची जागा होती. प्रवेशद्वारावरही लोखंडी पट्ट्या ठोकल्या होत्या, रस्तारोधकही होते आणि त्याच्या शेजारी एक

छोटीशी खोली होती. गज ठोकलेल्या खिडक्यांमधून कोणीतरी माझ्या हातात रिसिव्हर दिला आणि दुसऱ्या बाजूकडून आलेल्या आवाजानं मला स्वत:ची ओळख सांगायला आणि माझा तिथं येण्याचा उद्देश सांगायला सांगितलं. मी माझी विनंती पुन्हा एकदा सांगितली. बोलत असताना मला प्रवेशद्वार किलकिलं झालेलं दिसलं. त्यातून प्रार्थना संपवून आलेले लोक बाहेर पडले आणि पुन्हा दबक्या पावलांनी तिथून लवकरात लवकर निघून जाण्याची लोकांची घाई दिसली. काटेरी तारेच्या कुंपणातून, खाली लोखंडी पट्ट्या ठोकलेल्या प्रवेशद्वारातून, गंभीर चेहऱ्याच्या परंतु सौजन्यानं वागणाऱ्या तरुणांच्या हालचालींमधून तणाव पाझरत होता. माझ्याशी बोलणारा पलीकडचा माणूस म्हणाला, की त्यांना कोणाशीही बोलण्याची परवानगी नाही आणि काही झालं तरी मी आत प्रवेश करू शकणार नव्हते. निराश मनानं मी त्याचे आभार मानले आणि चालू लागले. मागं वळून पाहिलं तेव्हा जवळच असलेला पार्किंग लॉट रिकामा होत आलेला दिसला. कायद्यानं त्यांच्या अस्तित्वावरच पडदा टाकला होता. आता ती माणसं उरली नव्हती, तर केवळ सावल्याच उरल्या होत्या. संविधानानं त्या अहमदींना किंवा अहमदिया किंवा कदियानींना मुस्लीम म्हणवून घेण्याचा अधिकार दिला नव्हता. इतर मुस्लीम जे करतील ते करण्याचा हक्क त्यांना नव्हता. कायद्यानुसार ते अश्रद्ध, पाखंडी होते आणि केवळ 'प्रार्थनास्थळा'तच प्रार्थना करू शकत होते. पण त्या स्थळाला मशीद म्हणता येणार नव्हतं. भारतातल्या पंजाबमधील गुरुदासपूर जिल्ह्यातील कादियन इथल्या मिर्झा गुलाम अहमद या स्वघोषित नेत्याचे अनुयायी म्हणजे अहमदी लोक. त्यानं लावलेल्या इस्लामच्या अर्थामुळे त्यानं काहींचा रोष ओढवून घेतला. त्याला गर्विष्ठ प्रेषित मानलं गेलं. अहमदी हे इस्रायलचे एजंट किंवा पाश्चिमात्य साम्राज्यवादी आहेत असे टोमणे मारले जातात. असं मानलं जातं, की त्यांच्या नेत्यावरची त्यांची श्रद्धा ही त्यांना अधर्माकडे घेऊन गेली आहे. सन १९५३ मध्ये झालेले अहमदीविरोधी दंगे पंजाबात मार्शल लॉ लागू करण्यास कारणीभूत ठरले. या दंग्यात सहभागी झाल्याच्या आरोपाखाली जमात-ई-इस्लामीच्या मौलाना मौदुदी याला मृत्युदंडाची शिक्षा ठोठावण्यात आली होती. नंतर ती कमी करण्यात आली.

एका मित्राच्या मदतीने अशा प्रार्थनास्थळाची जागा मला सापडली. आश्चर्य म्हणजे ती मार्केटपासून जवळ होती. मला सांगितलं होतं, त्याप्रमाणे मी तिथं शुक्रवारी गेले. तिच्या अस्तित्वाच्या खुणा दर्शवणारं काहीही साहजिकच आसपास नव्हतं, त्यामुळं ती शोधणं तसं सोपं गेलं नाही. 'दाढी' आणि 'गोबरा' यांनी माझा पाठलाग करण्यापूर्वीची ही गोष्ट आहे. त्यामुळं माझ्या घरापासून जवळ असलेली ठिकाणं शोधायला आणि चालायला मी मोकळी होते. मला ही स्टोरी

खेदपूर्वक सोडून द्यावी लागली होती. पण २०१३ मध्ये डिसेंबरमधल्या एके दिवशी मला एका अनोळखी माणसाचा फोन आला. त्याला त्या प्रार्थनास्थळातून माझं कार्ड मिळालं होतं असं तो म्हणाला. मी दोन वेळा तिथं येऊन गेल्याचंही त्याला कळलं होतं. तो मला भेटायला आणि माझ्याशी बोलायला तयार होता. त्याचं खरं नाव मी इथं वापरलेलंही त्याला चालणार होतं. पण मी तसं करत नाहीये. या कहाणीपुरतं आपण त्याला 'क्ष' म्हणूया. सन २०१४ च्या जानेवारी महिन्याच्या सुरुवातीला एका लोकप्रिय कॅफेत आम्ही भेटायचं ठरवलं आणि मी तिथं एका छान सोफ्यात त्याची वाट बघत बसलेली असताना व्हिसा ऑफिसमध्ये त्या दिवशी सकाळी माझ्या मागावर असलेल्या त्या दोन हेरांनी पुन्हा मला दर्शन द्यायचं ठरवलं. 'दाढी' भीतिदायक चेहरा करायचा प्रयत्न करत होता. त्यानं काचेचं दार उघडलं आणि मला बघून लावून घेतलं. माझा पाठलाग होत आहे याची जाणीव करून देण्यासाठी फक्त त्यानं असं केलं होतं; म्हणजे माझ्या मनात कसली शंका राहायला नको. मी 'क्ष'ला फोन केला आणि तो खाली वाट बघत उभा असल्याचं मला कळलं. तो चार्टर्ड अकाउंटंट होता आणि त्यानं बराच प्रवास केलेला होता. तो चांगल्या, सुखवस्तू घरातून आल्यासारखा दिसत होता. पण याचा अर्थ तो त्याची ओळख लपवू शकत होता, असं नाही. त्या बाबतीत त्यानं कसलाही आडपडदा ठेवला नव्हता. त्यानं आपण कोण आहोत हे प्रत्येकाला सांगितलं आणि त्याच्या कामाला लागला. 'आम्ही देशाविषयी कोणतेही अनुचित उद्‌गार काढले नाहीत. संविधानात दुरुस्ती झाल्यानंतर आम्ही कोणाकडेही मदत मागितली नाही. ईश्वर आमच्यासोबत आहे. बहुतांश इस्लामी समाज आमच्या विरोधात नाही, फक्त मुल्ला सोडून,' तो म्हणाला. पाकिस्तानातल्या लाखो अहमदींना मशिदीत नमाज पढण्याची परवानगी नाही. मी त्याला भेटण्याच्या तीन महिने आधी त्याच्या एका नातेवाइकानं स्वतःच्या नव्या घरावर 'सुभानल्ला' असं लिहिलेली एक छोटी पाटी लावली होती.[१] त्याला ती ताबडतोब काढून टाकायला सांगितलं गेलं. निषेध करणाऱ्या समुदायासमोर आणि पोलिसांसमोर त्यानं ती काढली जेणेकरून नंतर त्याच्यावर कोणी दावा ठोकू नये.

'आम्हाला कोणीही कधीही मारून टाकू शकतं आणि त्यांच्या विरोधात गुन्हा दाखल होणार नाही' 'क्ष' परखडपणे म्हणाला. काही वर्षांपूर्वी लाहोरमध्ये प्रार्थनास्थळावर प्रार्थना सुरू असताना बॉम्ब टाकला गेला तेव्हा तो थोडक्यात वाचला होता. तेव्हा त्यानं मृत्यू अगदी समोर उभा ठाकलेला पाहिला आणि 'अश्रद्ध' अल्पसंख्याक म्हणजे काय याचाही अनुभव घेतला. दोन बॉम्बस्फोटांमध्ये नव्वदपेक्षा जास्त लोक मारले गेले आणि जवळजवळ रोज तो हा घटनाक्रम जगतो इतका खोल ठसा त्याच्या मनावर उमटला आहे. तो म्हणाला, की धार्मिक

छळाची सुरुवात अहमदींपासून झाली आणि हे धोरण यशस्वी ठरलं तसं सरकारनं त्यांना बिगर-मुस्लीम ठरवण्यासाठी जे जे करणं शक्य होतं ते ते सगळं केलं. अन्य समुदायांवरही निशाणा साधण्यात आला, जसे हिंदू, ख्रिश्चन आणि शीख. तो परदेशात जाऊन परत आल्यावर मला सविस्तर मुलाखत देईल असं 'क्ष'ने आश्वासन दिलं, पण हे प्रत्यक्षात घडलं नाही. काही महिन्यांनी मी निघून आले आणि नंतर संपर्कच तुटला.

पंजाबमधल्या रबवाह शहरात बहुतांश अहमदी एकत्र समूहानं राहतात. त्या शहराचं नाव बदलून चिनाबनगर झालं आहे. ते कायम धमक्यांच्या सावटाखाली असतं. त्यांना शांतता प्रिय आहे आणि प्रतिकार करण्यावर त्यांचा विश्वास नाही म्हणूनच त्यांना इतका त्रास सहन करावा लागतो, असं 'क्ष'चं म्हणणं होतं. लोकांविरुद्ध तक्रारी दाखल करून त्यांना तुरुंगात डांबण्यासाठी जसा ईश्वराची निंदा करण्याविषयीचा कायदा वापरला जातो, तसंच तुम्ही जर अहमदी असाल, तर तुमची हत्या करण्यासाठी अगदी मामुली कारणसुद्धा पुरेसं ठरतं. हा समाज तलवारीच्या धारेवर राहतो. अल्पसंख्याकांच्या हिताचं रक्षण करण्याचं आश्वासन फक्त कागदावरच राहतं.[२] सन २०१५ मध्ये नोव्हेंबर महिन्यात कराचीतलं ख्रिश्चनांसाठी असलेलं एक केबल टीव्ही स्टेशन आगीच्या भक्ष्यस्थानी पडलं. गवाही टीव्हीच्या कर्मचाऱ्यांना ही खात्री होती, की हे जाणूनबुजून केलं गेलं होतं. सन २०१५च्या मार्च महिन्यात लाहोरला दोन चर्चवर हल्ले झाले आणि अहमदींचा एक कारखाना व मशीद जाळून टाकण्यात आली, कारण झेलम इथं कामगारांनी कुराण जाळलं असा आरोप केला गेला होता. शांतता प्रस्थापित करण्यासाठी लष्कराला पाचारण करण्यात आलं. सन १९७४ मध्ये दुसरी घटनादुरुस्ती करून अहमदींना वाळीत टाकण्यात आलं. त्या आधी चार महिने नॅशनल असेम्ब्लीची विशेष संसदीय समिती गुप्तपणे या विषयावर चर्चा करत होती. इस्लामाबादच्या संसदेच्या ग्रंथालयात या गुप्त बैठकांचा लेखाजोखा उपलब्ध नाही. तिथल्या ग्रंथपालांनी सांगितलं, की तो अहवाल अजून अधिकृतपणे जाहीर झालेला नाही. मी वाचलेल्या एका पुस्तकानुसार त्याच्या प्रती ऑनलाइन उपलब्ध आहेत.[३] नॅशनल असेम्ब्लीत या विषयावर झालेल्या चर्चा आणि अहमदींना मुस्लिमेतर ठरवणारा ७ सप्टेंबर १९७४ चा ठराव या विषयीची माहिती मिळवण्यात मी यशस्वी ठरले. या समाजातल्या एका पत्रकाराला मी भेटले तेव्हा मला धक्काच बसला; कारण त्याला त्याचं घर सोडायला भाग पाडण्यात आलं होतं. मी त्यावर लिहायचं ठरवलं. हे किती कठीण काम होतं याची मला जाणीव झाली नाही आणि मी बरंच संशोधन केलं, तरीही मला त्यावर काही स्टोरी करता येईना. फार थोडे लोक त्यांचा जीव धोक्यात घालायला तयार असतात. अगदी मला मदत

करणाऱ्या मित्रमंडळींनाही त्यांचं नाव यायला नको होतं. त्यांनी मला त्यांच्या मशिदीचं नाव चारचौघांत न घेण्याबद्दल आठवण करून दिली होती आणि नेहमीच तिचा उल्लेख 'प्रार्थनास्थळ' असा करण्यासाठी बजावलं होतं. यातून पाकिस्तानचे पहिले नोबेल पारितोषिक विजेते डॉ. अब्दुस सलाम हेही सुटले नाहीत. त्यांनाही त्यांच्या अहमदी या ओळखीपासून मुक्त होता आलं नाही.

'मोहम्मदच खरा प्रेषित असल्याचं अंतिम सत्य न मानणाऱ्या व्यक्ती इस्लाममध्ये राहू शकतात का' या विषयावर चर्चा करण्यासाठी ३० जून १९७४ रोजी नॅशनल असेम्ब्लीनं एक विशेष समिती स्थापन केली. अशा समितीला विरोध होईल असं आपल्याला वाटत नसल्याचं तेव्हाचे कायदामंत्री अब्दुल हफीज पीरजादा म्हणाले. त्याच वर्षी १३ जून रोजी पंतप्रधान झुल्फिकार अली भुत्तो यांनी राष्ट्राला उद्देशून केलेल्या भाषणात सांगितलं, की प्रेषितपणाचं अंतिमत्व आणि त्याचा परिणाम म्हणून पुढं आलेले आनुषंगिक विषय ते त्यावरच्या प्रभावी, न्याय्य आणि अंतिम तोडग्यासाठी नॅशनल असेम्ब्लीसमोर मांडणार आहेत. पीरजादा यांना हाही विश्वास होता, की विरोधी पक्ष या समितीच्या विरोधात बोलणार नाही. ते म्हणाले, ''आणि याला आणखी एक बाजू आहे. वर्तमानपत्रांत या विषयाला धरून वेगवेगळे अंदाज व्यक्त केले जात आहेत. हा विषय बाजूला टाकण्यात येणार आहे, कपाटात बंद करून ठेवण्यात येणार आहे, असं बोललं जातं. हा विषय कपाटात बंद केला जाणार नाही.'[४]

आणि म्हणून, त्या दिवशी मौलाना शाह अहमद नूरानी सिद्दिकी यांना कदिरानींच्या (अहमदी) सद्यःस्थितीवरचा ठराव मांडण्याची अनुमती देण्यात आली.

> 'शेवटचा प्रेषित असलेल्या मोहम्मदानंतर कादियनचे मिर्झा गुलाम अहमद यांनी आपण प्रेषित असल्याचा दावा केला ही वस्तुस्थिती समोर असल्यामुळे आणि त्यांचा आपण प्रेषित असल्याचा खोटा दावा, कुराणातील अनेक उताऱ्यांना खोटे ठरवण्याचा आणि जिहाद नामशेष करण्याचा त्यांचा प्रयत्न यामुळं इस्लामच्या मुख्य मुद्द्यांशी त्यांनी द्रोह केला आहे. मुस्लिमांचे ऐक्य नष्ट करणाऱ्या आणि इस्लामला बदनाम करण्याच्या एकमेव हेतूने हा नेता साम्राज्यवादाने जन्माला घातला आहे. त्यांचे अनुयायी, ज्या कोणत्या नावानं ते ओळखले जात असतील, मुस्लिमांमध्ये मिसळून आणि आपण इस्लामचीच एक जमात असल्याचं ढोंग करून अंतर्गत व बाह्य अशा विध्वंसक कारवायांमध्ये गुंतले आहेत. म्हणून ही असेम्ब्ली असं जाहीर करत आहे, की मिर्झा गुलाम अहमद यांचे अनुयायी. ज्या कोणत्या नावानं ते ओळखले जात

> असतील, हे मुस्लीम नाहीत आणि या घोषणेला पुष्टी देण्यासाठी आणि इस्लामिक रिपब्लिक ऑफ पाकिस्तानचे बिगरमुस्लीम अल्पसंख्याक म्हणून त्यांच्या वैध हक्कांना आणि हिताला अबाधित राखण्यासाठी पुरेशा आवश्यक दुरुस्त्या संविधानात कराव्यात म्हणून नॅशनल असेम्ब्लीत एक अधिकृत विधेयक मांडण्यात यावं.'[५]

ज्या बावीस लोकांनी हा ठराव मांडला, त्यांतले एक सहिबजादा अहमद रझा खान कसूरी हे होते. जनरल मुशर्रफ यांच्यावरच्या देशद्रोहाच्या खटल्याचं वार्तांकन करायला मी गेले तेव्हा त्यांना भेटणार होते. ते बचाव पक्षाकडून लढत होते आणि बंदीचे कट्टर पुरस्कर्ते होते.

अहमदींसाठी तयार केलेल्या शवपेटीवरचा शेवटचा खिळा होता संसदीय समिती. दि. ७ सप्टेंबर १९७४ रोजी 'पवित्र प्रेषित मोहम्मद यांच्या प्रेषित असण्याच्या अंतिमत्वावर विश्वास न ठेवणाऱ्या व्यक्तींचे इस्लाममधील स्थान' या प्रश्नावर विचार करणाऱ्या संसदेच्या विशेष समितीने तयार केलेला अहवाल मान्य केला गेला आणि त्यानुसार संविधानाची 'स्वच्छता' केली गेली. पुन्हा एकदा सगळ्या घडामोडींच्या अग्रस्थानी असलेल्या अब्दुल हफीज पीरजादा यांनी सांगितलं, की संपूर्ण असेम्ब्लीने स्वत:ला विशेष समितीत परिवर्तित करून घेतलं व या विषयावर चर्चा केली. या विशेष समितीच्या सर्व बैठका 'इन कॅमेरा' झाल्या. पीरजादा यांनी नॅशनल असेम्ब्लीत सांगितलं, की तीन महिन्यांत झालेल्या सगळ्या बैठकांमध्ये ऐक्य आणि एकमत दिसून आलं. बिगरमुस्लीम या शब्दाची व्याख्या कलम २६० मध्ये करण्यासाठी जे नवीन कलम संमत करून द्यायचं होतं, ते करण्याआधी विशेष समितीनं साक्षीदारांनासुद्धा पाचारण केलं होतं. त्यात सद्र अंजुमन-अहमदिया, रबवाह आणि अंजुमन-ई-अहमदिया इशात-इस्लाम (लाहोर) यांच्या प्रमुखांचा समावेश होता.[६]

संसदेने अहवाल स्वीकृत केल्यानंतर बोलताना पंतप्रधान भुत्तो म्हणाले :

> हा निर्णय संपूर्ण सभागृहानं एकमतानं घेतला आहे असं मी म्हणतो तेव्हा त्यामागे कोणताही राजकीय हेतू किंवा स्वार्थ नाही. नॅशनल असेम्ब्लीतील सर्व पक्षांचे आणि सर्व प्रकारच्या मतांचे प्रतिनिधित्व करणाऱ्या सभागृहाच्या सदस्यांशी आम्ही सविस्तरपणे चर्चा केली आहे. आणि आज ज्या निर्णयाप्रत आम्ही पोचलो आहोत. तो राष्ट्राचा निर्णय आहे. हा पाकिस्तानी जनतेचा निर्णय आहे. हा निर्णय पाकिस्तानच्या मुस्लिमांच्या इच्छेचं, आकांक्षांचं आणि भावनांचं प्रतिनिधित्व करतो.

> सरकारने या निर्णयाचं श्रेय घ्यावं अशी माझी इच्छा नाही. मी असं म्हणेन, की हा कठीण निर्णय आणि माझ्या नम्र मतानुसार बऱ्याच बाबतींत सर्वांत कठीण निर्णय लोकशाही संस्थांशिवाय आणि लोकशाहीच्या अधिकाराने घेणं शक्य झालं नसतं. ही समस्या जुनीच आहे. ही ९० वर्षं जुनी समस्या आहे आणि काळाबरोबर ती अधिक गुंतागुंतीची झाली आहे. या समस्येनं खूप कडवटपणा आणि समाजात मोठी दरी निर्माण केली आहे आणि आजतागायत ती सुटलेली नाही.'[७]

सन १९७४ मध्ये झालेले अहमदीविरोधी दंगे (त्यापूर्वी १९५३ मध्येही असे दंगे झाले होते) आणि मूलतत्त्ववाद्यांचा राग शांत करण्याची गरज यांचा भुत्तोंवर दबाव पडला. अर्थात् त्यांनी ही गोष्ट मान्य केली नाही आणि संसदेत त्यांनी स्वत:च्या निर्णयाचं समर्थन अशा शब्दांत केलं, की हा निर्णय धार्मिक होता आणि धर्मनिरपेक्षही होता. ही पाकिस्तानची मोठी कामगिरी होती, असं ते म्हणाले. आणि संसदेनं गुप्तपणे बैठक घेतली कारण या समस्येची अंतिम उकल करण्याच्या दृष्टीनं त्यांना पावलं उचलायची होती. 'नॅशनल असेम्ब्लीनं गुप्तपणे बैठक घेणं महत्त्वाचं होतं. नॅशनल असेम्ब्लीची बैठक गुप्तपणे झाली नसती, तर सर, तुम्हाला असं वाटतं का, की हे सगळं सत्य बाहेर आलं असतं? गुप्त बैठक असल्यामुळे लोक मुक्तपणे आणि प्रांजळपणे जे बोलले तसे ते एरवी बोलू शकले असते का?' ते म्हणाले.[८] अहमदींना घटनात्मक अधिकार प्रदान करण्याचं आश्वासन देण्याबाबतही नेहमीप्रमाणे आवाज उठवण्यात आला, आणि नंतर जे झालं ते जर तुम्ही पाहिलं, तर असे अधिकार अहमदींसाठी अस्तित्वातच नाहीत असं दिसून येईल. दुसरी घटनादुरुस्ती १३० विरुद्ध शून्य मतांनी संमत करण्यात आली. चार महिने या सत्रांबाबत गुप्तता पाळण्याचं आवाहन सभापतींनी केलं आणि हा आदेश उठवला गेलेला नाही. खरं तर भुत्तो असं म्हणाले होते, की तेवढा काळ संपल्यावर सर्व काही उघड करण्यात येईल.[९] नोकरशाहीच्या भाषेत याचा अर्थ 'कधीच नाही' असा होतो.

लाहोर उच्च न्यायालयाने भुत्तो यांना मृत्युदंडाची शिक्षा सुनावल्यावर १९७८ मध्ये सर्वोच्च न्यायालयात त्या विरोधात याचिका दाखल करताना त्यांनी आपल्या निर्णयाचं समर्थन केलं. आपण जे जे केलं ते एक चांगला मुस्लीम म्हणून केलं असं सांगताना त्या यादीत त्यांनी अहमदींबाबतच्या निर्णयाचा समावेश केला. ते फक्त नावाचेच मुस्लीम आहेत या त्यांच्यावर होणाऱ्या टीकेचा प्रतिवाद करताना त्यांनी आपण एक सच्चे मुस्लीम असल्याचा दाखला म्हणून '९० वर्षं जुनी अहमदींविषयीची समस्या' सोडवली असल्याचं सांगितलं.[१०] ते आणि त्यांचा

छळ करणारे झिया-उल-हक त्या संप्रदायाची गांजवणूक करण्याचा वारसा ठेवून गेले. तो पुढे सुरू राहिला.

> सन १९८४ मध्ये पाकिस्तान पीनल कोडच्या (PPC) कलम २९८एच्या विभाग XV मध्ये जनरल झिया-उल-हक यांच्या लष्करी राजवटीने मार्शल लॉ अध्यादेशाद्वारे २९८बी आणि २९८सी या उप-कलमांचा समावेश केला. कायद्यात करण्यात आलेल्या दुरुस्तीनुसार अहमदींना पुढील गोष्टी करण्यास मनाई करण्यात आली : स्वत:ला मुस्लीम म्हणवून घेणं, स्वत:च्या श्रद्धांना इस्लामिक संबोधणं, आपल्या श्रद्धांची शिकवण देणं, आपल्या प्रार्थना-स्थळांचा उल्लेख 'मशीद' असा करणं, अहमदींसाठी नसलेल्या प्रार्थनास्थळांवर आणि सार्वजनिक प्रार्थनास्थळांवर प्रार्थना करणं, मुस्लिमांप्रमाणे प्रार्थनेसाठी आळवणी करणं, पवित्र कुराणातील मजकूर सार्वजनिक ठिकाणी उद्धृत करणं आणि इतर काही प्रतिबंधांबरोबरच सार्वजनिक ठिकाणी मुस्लीम वापरतात तशी अभिवादनाची भाषा वापरणं. या 'गुन्ह्यांना' तीन वर्षांपर्यंत तुरुंगवास आणि दंड अशी शिक्षा देण्यात येईल, असं नमूद केलं आहे.[११]

अहमदींच्या प्रति तिरस्काराची भावना असली, तरी जेव्हा निवडीला फारसा वाव नसलेली परिस्थिती निर्माण झाली तेव्हा भुत्तोंनी या संप्रदायाच्या एका सदस्याची हवाई दलाच्या प्रमुखपदी नियुक्ती केली. सन १९७१ च्या युद्धानंतर याह्या खान यांच्याकडून देशाची सूत्रं हाती घेतल्यावर काही महिन्यांनी भुत्तो यांनी हवाई दलप्रमुख रहीम खान यांच्या जागी एअर मार्शल जफर अहमद चौधरी यांची निवड केली. भारतीय पत्रकार दिलीप मुखर्जी लिहितात, की भुत्तोंनी मोठे खांदेपालट केले नसते, तर या उच्च पदासाठी चौधरींचं नाव मागे टाकलं गेलं असतं.[१२] नियमानुसार सैन्य दल हे कोणत्याही पूर्वग्रहांपासून मुक्त राहिलं होतं, पण मेजर जनरल ए. ओ. मिथा हे दुसऱ्या बाजूकडे लक्ष वेधतात. जनरल अयूब खान यांच्या आदेशांनुसार हळूहळू अहमदी अधिकाऱ्यांच्या जागी दुसऱ्या अधिकाऱ्यांची नेमणूक करण्यात आली.[१३]

धर्मनिरपेक्ष मूल्यांचा पुरस्कार करणाऱ्या काइद-ई-आझम मोहम्मद अली जिना यांचा याबाबत काय पवित्रा राहिला असता हे आपल्याला कधीच कळणार नाही. या बोचऱ्या सांप्रदायिकतेने मुस्लिमांसाठी स्वतंत्र राष्ट्राची कल्पना करणाऱ्या माणसालाही सोडलं नाही. जन्माने इस्माईली असलेले व नंतर इस्ना अशारी (किंवा 'इथना अशारिया') शिया (किंवा बारा शिया, बारा इमामांना अनुसरणारा

शियांचा एक पंथ)[१४] झालेल्या जिनांचा सार्वजनिक दफनविधी सुन्नी रीतिरिवाजांनुसार झाला. सन १९६७ मध्ये मरण पावलेल्या त्यांच्या भगिनी फातिमा यांचा खासगी दफनविधी शिया पद्धतीने झाला व नंतर सार्वजनिक दफनविधी सुन्नी पद्धतीने झाला.[१५]

> आधी त्या राहत असलेल्या मोहत्ता पॅलेस इथं शिया रीतीरिवाजांप्रमाणे नमाज-ए-जनाजा झाला, मग पोलो ग्राउंडवर लोकांसाठी नमाज-ए-जनाजा झाला. याचं नेतृत्व शियाने करावं की सुन्नीने यावरून वाद सुरू झाला. शेवटी बदायुनींना (शिया धर्मगुरू) प्रार्थनेचं नेतृत्व करण्यासाठी पाचारण करण्यात आलं. त्यांनी पहिलं वाक्य उच्चारताच लोकांनी मागे आरडाओरडा सुरू केला. त्यामुळं धर्मगुरू आणि बाकीचे लोक शवपेटी तिथंच टाकून पळून गेले. नंतर मोठ्या मुश्किलीनं शवपेटी वाहनावर चढवण्यात आली आणि 'काइद मजार' या कंपाउंडमध्ये नेण्यात आली, जिथं दफनविधी होणार होता.[१६]

सन १९७९चा नोबेल पुरस्कार मिळाल्यावर केलेल्या भाषणात, भौतिकशास्त्रातील संयुक्त पुरस्कार मिळालेले डॉ. अब्दुस सलाम म्हणाले, 'यासाठी पाकिस्तान तुमचा ऋणी राहील.' पण ते अहमदी असल्यामुळे या देशाने मात्र त्यांची स्मृती पुसून टाकणं पसंत केलं आहे. सलाम यांनी वैज्ञानिक सल्लागारपदाचा राजीनामा दिला तेव्हा भुत्तोंशी त्यांच्या झालेल्या प्रसिद्ध चर्चेत भुत्तोंनी सलाम यांना शांत करण्याचा प्रयत्न केला होता. ते म्हणाले होते, 'हे सगळं राजकारण आहे. मला वेळ द्या, मी हे बदलेन.' भुत्तो जे काही बोलले ते एका कागदावर लिहून देण्याची विनंती सलाम यांनी केली आणि तो कागद खासगी ठेवला जाईल असंही सांगितलं. 'मी असं करू शकत नाही,' तो मुरब्बी राजकारणी उत्तरला.[१७] नोबेल पुरस्कार मिळाल्यावर झिया-उल-हक यांनी सलाम यांना सर्वोच्च नागरी सन्मानाने-निशान-ए-इम्तियाज – सन्मानित केलं, तरी डॉ. सलाम यांची स्मृती अभिमानाने जपली गेली नाही.[१८] फ्रेझर लिहितात, की त्यांच्या अंत्यविधीसाठी जे अधिकारी हजर होते त्यात सर्वांत उच्च पद असलेला पाकिस्तानी अधिकारी हा एक पोलीस सुपरिटेंडंट होता.

त्यांच्या कबरीवर 'नोबेलविजेता प्रथम मुस्लीम' असं कोरण्यात आलं होतं. न्यायालयाच्या आदेशावरून 'मुस्लीम' हा शब्द हटवण्यात आला. एका पत्रकारानं लिहिलं होतं, झांगच्या या सुपुत्राला त्याच्याच देशात आज विशेष कोणी ओळखत नाही. पण दहशतवादी लष्कर-ए-झांगवीला जास्त लोक ओळखतात. अनेक वर्षं

या सुपुत्रानं अधिक चांगल्या गुणवत्तेच्या लष्कराचं म्हणजेच सुमारे ५०० पाकिस्तानी भौतिकशास्त्रज्ञांचं आणि गणितज्ञांचं नेतृत्व केलं. त्यांना उच्च शिक्षणासाठी शिष्यवृत्तीवर इंग्लंड, अमेरिकेला पाठवण्याची व्यवस्था केली.[१९]

शेवटी काय तर, अल्पसंख्याकांच्या हक्कांचा आदर करण्याचं वचन देऊनसुद्धा 'धर्मनिरपेक्ष' घटनादुरुस्तीनं डॉ. सलाम यांच्यासारख्या लोकांची बदनामीच केली. एक अहमदी असलेले पाकिस्तानचे परराष्ट्र मंत्री मोहम्मद झफरूल्ला खान हे टीकेचं लक्ष्य कसे ठरले आणि तरीही जिनांनी त्यांना मंत्रिमंडळातून काढून टाकण्याच्या मागण्या कशा थोपवून धरल्या या विषयी गॉर्डन फ्रेझर[२०] लिहितात – अहमदीविरोधी चळवळ नियंत्रणाबाहेर जाऊन १९५० च्या दशकात तिचं हिंसाचारात रूपांतर झालं आणि १९५१मध्ये केंब्रिजहून परत आल्यावर अब्दुस सलाम या तिरस्काराच्या वावटळीत सापडले. भुत्तोंनी जेव्हा घटनादुरुस्ती केली त्या दिवशी सलाम यांच्या दैनंदिनीत अशी नोंद होती, '(आज मी) मुस्लीम नाही असं जाहीर झालं. मी या परिस्थितीशी जुळवून घेऊ शकत नाही.'[२१]

'माझ्या मुलांना भविष्य नाही'

'माझ्या धाकट्या मुलाला एक दिवस मारहाण करण्यात आली. त्याला पोलिसांत तक्रार करायची होती. मी त्याला सगळं काही विसरून जाण्याचा सल्ला दिला. माझा मुलगा अठरा वर्षांचा आहे. ते स्नूकर खेळत होते आणि माझ्या घराच्या जवळ असलेल्या मदरशामधल्या काही मुलांनी त्याला सांगितलं, की तो एक कदियानी (अहमदी) आहे. तू इथं का खेळत आहेस, असं त्याला विचारत त्यांना आणि त्याच्या मित्रांना खूप मारहाण केली. त्याचे मित्र म्हणाले, की तुझे वडील पत्रकार आहेत, पोलिसांना बोलव. मी माझ्या मुलाला घरी जा आणि पाणी पी असं सांगितलं.'

या व्यक्तीची ओळख गुप्त ठेवावी लागत आहे. त्याची ही कहाणी त्याच्याकडून वदवून घेणं फार अवघड होतं. त्याचे डोळे अश्रूंनी डबडबले होते. मला त्याला भेटण्यासाठी बऱ्याच संधींची वाट बघावी लागली. अगदी ध्यानीमनी नसताना अचानक आम्ही दोन वेळा भेटलो आणि तो त्याची कहाणी पूर्ण करू शकला. अहमदींना बोलतं करणं सोपं नसतं. बहुतेकजण घाबरतात आणि मारले जाण्याच्या भीतीनं शक्यतो चारचौघांत मिसळायचं टाळतात. त्या घटनेनंतर हमीदने (नाव बदललं आहे) घर बदलायचं ठरवलं. त्याच्या मुलाला धमक्या मिळतच होत्या आणि तो सतत तणावाखाली असायचा. त्याला दोन मुलगे आणि एक मुलगी आहे. प्रत्येक वेळी त्याचा फोन वाजला, की त्याला वाटायचं धमकीचा फोन असेल. त्यानं त्याचं घर विकलं. ते घर त्यानं स्वत: बांधलं होतं. अनेक वर्षं ते

बांधण्यासाठी त्यानं पै-पै साठवली होती. त्याला देशच सोडून जायची इच्छा होती, त्याच्या पत्नीचीही तशी तीव्र इच्छा होती. पण त्याच्याकडे तेवढा पैसा नव्हता. तो म्हणतो, 'माझ्या मुलांनी मुक्त वातावरण असलेल्या समाजात राहावं असं मला वाटतं. माझा मुलगा खूप मेहनत घेतो. तो एमबीए करतोय.' तो स्वत: दोन नोकऱ्या करतो, त्याचा दिवस सकाळी सात वाजता सुरू होतो आणि घरी परत यायला रात्र होते. वयाच्या छप्पन्नाव्या वर्षी दोन-दोन नोकऱ्या करताना तो थकून गेला आहे. त्याच्या आणि मुलांच्या सुरक्षिततेच्या चिंतेच्या ओझ्याखाली दबून गेला आहे. 'मी आता थकलोय आणि माझ्या मुलांना काहीही भविष्य नाही. माझ्या मुलाला नोकरी मिळवणं अवघड झालं आहे कारण वास्तव हे आहे, की त्याच्या सीएनआयसी (कॉम्प्युटराइज्ड नॅशनल आयडेंटिटी कार्ड) – संगणकीकृत राष्ट्रीय ओळखपत्रावर तो अहमदी असल्याचा उल्लेख आहे.[११] तुम्हाला एका प्रतिज्ञापत्रावरही स्वाक्षरी करावी लागते ज्यावर असं लिहिलेलं असतं, की एक कदियानी असल्यामुळे तुम्हाला कुराण शिकवलं जाणार नाही. मुशर्रफ यांनी अहमदींना मतदानाचा अधिकार दिला असला, तरी आम्ही फक्त अल्पसंख्याकांनाच मत देऊ शकतो. असा भेदभाव आम्हाला मंजूर नाही. आम्ही बिगरमुस्लीम नाही. मी फारसा मिसळत नाही आणि माझ्या संपर्कात असलेल्यांचा मी माझ्या रक्षणासाठी वापर करतो.' पण तो हे जाणतो, की कोणीही त्याचं खरोखर रक्षण करू शकणार नाही.

जनरल मुशर्रफ यांच्यावर चालवल्या गेलेल्या देशद्रोहाच्या खटल्यात बचाव पक्षाचे वकील अहमद रझा कसूरी यांना मी भेटले आणि त्यांना अहमदी समस्येबाबत विचारलं. त्यांनी तिचं पूर्ण समर्थन केलं. जेव्हा अहमदींना बिगरमुस्लीम ठरवणारी घटनादुरुस्ती एकमतानं मंजूर करण्यात आली तेव्हा ते नॅशनल असेम्ब्लीचा एक भाग होते. असे खूप लोक आहेत जे याचा निषेध करतात. मी ज्या दोन लेखांचा उल्लेख केला – एक आदिक नजाम यांनी लिहिलेला आणि दुसरा (स्व.) मूर्तझा रझवी यांचा – ते दोन्ही या संप्रदायाला भोगाव्या लागणाऱ्या हालअपेष्टांबाबत जनतेत असणाऱ्या नाराजीची उदाहरणं आहेत. न्यायालयात खटले दाखल होऊनही त्यांच्या बाजूने घटनादुरुस्ती केली गेली नाही.

हिंदूंचा प्रश्न

'पूर्वग्रहदूषित दृष्टिकोनातून शालेय पुस्तकांमधून हिंदूंचं चित्रण दुष्ट प्रवृत्तीचे, राष्ट्रविरोधी आणि अविश्वासू असं केल्याचा परिणाम म्हणून सगळ्या अल्पसंख्याकामधून फक्त हिंदूंनाच कलंकाचा ठसा बाळगावा लागला आहे. सन २०१५मध्ये जबरदस्तीनं धर्मांतर करण्याच्या, बलात्काराच्या आणि प्रार्थनास्थळांवर

हल्ल्याच्या अनेक घटना हिंदू समुदायाच्या लोकांबाबत घडल्या.'[२३] अल्पसंख्याकांवरचे हल्ले काही कमी झालेले नाहीत आणि २०१२-१५ या कालावधीत जिना इन्स्टिट्यूटनं अशा ३५१ हिंसक घटनांची नोंद केली आहे. मी जेव्हा मे २०१३ मध्ये पाकिस्तानहून परत आले, तेव्हा मी लिहिलेल्या निरोपाच्या लेखावर मला काही प्रतिक्रिया दिसल्या. त्यात म्हटलं होतं, की मी हिंदूंच्या मुस्कटदाबीचा उल्लेख केला नाही. सिंध प्रांतात काय सुरू आहे आणि तिथं हिंदूंचा कसा छळ होतो आहे आणि ते कसे देश सोडून पळून जात आहेत या विषयी मला भले थोरले ई-मेल आले. ते पाकिस्तान असल्यामुळे हिंदूंवर जुलूमजबरदस्ती होतच असणार. सगळ्यांत आधी मला हे सांगायचं आहे, की मी कुठंही प्रवास करू शकले नाही. सिंधला तर नाहीच नाही. ज्या हिंदूंना मी इस्लामाबादेत भेटले, त्यांतले काही रावळपिंडीचे होते आणि त्यांनी मला असं काहीही सांगितलं नाही, की त्यांचा छळ होत होता किंवा त्यांना देश सोडून जाण्याची इच्छा होती. मात्र, सिंध आणि पंजाबमधल्या काही ठिकाणी हिंदूंच्या मानवी हक्कांची पायमल्ली होत असल्याच्या घटनांमध्ये वाढ होत असलेली दिसत होती; आणि त्यामुळं हिंदू मोठ्या संख्येनं स्थलांतर करीत होते. राजधानीत आणि आसपासच्या भागांमध्ये हिंदूंसाठी काही तातडीचे विषय होते, ज्या संबंधी त्यांना निर्णय हवा होता. इस्लामाबादमध्ये एक मंदिर असावं यासाठी ते चळवळ उभारत होते. एकमेव मंदिर सैदपूरला होतं जे एका जुन्या गुरुद्वाराचा भाग होतं आणि त्यात देवाची मूर्ती नव्हती. त्यांना इस्लामाबादमध्ये दहनविधींसाठी स्मशान हवं होतं, कारण जे एकमेव स्मशान होतं ते रावळपिंडीत होतं. त्यातले काही यशस्वी व्यावसायिक समूहाचे नेते होते आणि त्यांच्या मागण्या थेट उच्चपदस्थ राजकारण्यांसमोर मांडू शकत होते. राजस्थानातल्या दुकानदारांचा एक गट होता. ही मंडळी अनेक वर्षांपूर्वी थरहून स्थलांतर करून पाकिस्तानात स्थायिक झाली होती. अव्वल श्रेणीच्या बाजारपेठेत त्यांची ओळीनं लोकरीचे कपडे आणि हस्तकलेच्या वस्तू विकणारी दुकानं होती. एका भारतीयाच्या भेटीमुळे ते लोक आनंदून गेले होते आणि माझ्यासाठी 'शाकाहारी भोजना'ची व्यवस्था करण्याचा प्रस्तावही त्यांनी मांडला. दडपशाही आणि छळ याविषयी ते काहीही बोलले नाहीत. ते चांगल्या, सुखवस्तू स्थितीत असल्याचं दिसत होतं. त्यातल्या एकानं नवीन घर बांधलं होतं आणि त्या निमित्तानं समारंभाचं आयोजन केलं होतं.

काही भागांमध्ये हिंदू दहशतीच्या छायेत वावरत आहेत आणि त्यांचे मानवी हक्क गंभीरपणे धोक्यात आले आहेत. नॅशनल असेम्ब्लीत त्यांच्या प्रतिनिधींची संख्या अत्यंत कमी आहे. (हे सगळ्याच अल्पसंख्याकांना लागू होतं) आणि सत्ताधारी पीएमएलएन पक्षाचे रमेशकुमार वांकवानी हे एकमेव हिंदू प्रतिनिधी

आहेत. या बाबी कुणीच नाकारू शकत नाही. मंदिरांना धमकावलं जाणं, मुलींचे जबदरस्तीनं विवाह लावून दिलं जाणं, त्यांचं धर्मांतर केलं जाणं अशांसारख्या विषयांचा पाठपुरावा 'द पाकिस्तान हिंदू कौन्सिल' सातत्यानं करत असते. स्थानिक स्वराज्य संस्थांच्या निवडणुकांच्या वेळी वांकवानी यांना जिवे मारण्याच्या धमक्या मिळाल्या होत्या.

मी इस्लामाबाद आणि रावळपिंडीच्या छोट्या हिंदू समुदायांना भेटले. सप्टेंबर २०१३मध्ये पेशावरमधल्या ऑल सेंट्स चर्चवर झालेल्या आत्मघातकी बॉम्बहल्ल्यानंतर ख्रिश्चनांना पाठिंबा व्यक्त करण्यासाठी ते लोक आले होते. इस्लामाबादमध्ये सुमारे ११५ आणि रावळपिंडीत सुमारे ४०० कुटुंबं आहेत आणि ते त्या त्या भागांमधले मूळ रहिवासी आहेत; भारतातून स्थलांतरित होऊन आलेले नाहीत. सुरक्षितता हा अजून तरी त्यांच्या काळजीचा विषय झालेला नाही आणि या जुळ्या शहरांमध्ये त्यांना क्वचितच दहशतीचा सामना करावा लागला आहे. पण, त्यांच्या मागण्यांच्या यादीची सरकारकडून पूर्तता होत नाही म्हणून त्यांच्यात नाराजीचा सूर जरूर आहे.

रावळपिंडीचे पंडित छन्नालाल म्हणाले, की हिंदू समुदायाला कोणत्याही प्रकारे लक्ष्य केलं जात नसलं, तरी त्यांच्या मंदिरासाठी, सांस्कृतिक केंद्र उभारणीसाठी आणि राजधानीत स्मशानभूमीसाठी असलेल्या मागण्यांबाबत सरकारने सहमती दर्शवली नव्हती. देशातले इतर हिंदू, विशेषत: सिंध प्रांतातले, जरी दहशतीच्या छायेखाली असले आणि तिथं 'जबरी धर्मांतराच्या' घटना घडत असल्या, तरी रावळपिंडीमध्ये हा समाज खूपच एकोप्यानं राहतो, असं सदस्य म्हणाले. रावळपिंडीला कृष्णाचं मंदिर आहे, पण इस्लामाबादमध्ये सतत मागणी करूनही रावळ तलावाजवळचं मंदिर पूजापाठासाठी या समाजाच्या हवाली करण्याचा निर्णय सरकार घेत नव्हतं. प्रोफेसर ए. के. तन्वानी हे तर माजी राष्ट्राध्यक्षांना आणि पंतप्रधानांनाही भेटले होते, परंतु त्यांच्या मागण्या अजूनही अनिर्णित होत्या. 'एक दिवस हे घडेल या आशेवर आम्ही जगत आहोत,' ते म्हणाले.

वास्तविक, मी तिथं असतानाच पाकिस्तान हिंदू कौन्सिलनं हिंदू मुलींच्या अपहरणाच्या आणि जबरदस्तीचं धर्मांतर आणि विवाहाच्या वाढत्या घटनांचा प्रश्न हाती घेतला होता. रिंकल कुमारीची केस तर थेट सर्वोच्च न्यायालयाकडे गेली होती. पण शिखर न्यायालयाने आपल्या भविष्याचा निर्णय घेण्याची जबाबदारी मुलींवर सोपवली होती. काही वेळा प्रसारमाध्यमं आणि सामाजिक कार्यकर्ते मुलींना त्यांच्या कुटुंबाकडं सुखरूप पोचवण्याचं काम करतात. पेशावरच्या सपना रानीच्या बाबतीत असं झालं होतं. हिंदू मुलींच्या जबरदस्तीच्या विवाहाविषयीचा अभ्यास करण्यासाठी सिंध सरकारनं एक समिती स्थापन केली होती आणि तिचा

अहवाल असा होता, की दर महिन्याला अशा वीस घटना घडत होत्या. मी त्यावर लिहिलंही होतं. परत आल्यावर मला कौन्सिलकडून अनेक अपहृत मुलींबाबतची माहिती नियमितपणे मिळत असते आणि त्यांना त्यांच्या कुटुंबात परतणं किती कठीण जातं हेही कळत असतं. ह्यूमन राइट्स कमिशन ऑफ पाकिस्तानच्या बरोबरीने वांकवानी हिंदूंच्या विरोधात घडणारे गुन्हे उजेडात आणण्यासाठी सातत्याने सक्रिय असतात आणि आवाज उठवत असतात.

जे हिंदू पाकिस्तानातून भारतात येतात त्यांना त्यांची ओळख पार पुसून टाकणाऱ्या परिस्थितीकडे परत जाण्याची इच्छा नसते. फक्त दोन प्रसंगी मी हिंदू संस्थांविषयी लिहिलं होतं. एक, जेव्हा सिंधमधल्या लरकाना येथे धर्मशाळेवर हल्ला झाला होता. आपल्या सामंजस्यपूर्ण संबंधांचं प्रदर्शन करण्यासाठी एकत्रितपणे होळी साजरी करण्यासाठी एकत्र आलेल्या नागरिकांमध्ये प्रचंड हलकल्लोळ माजला होता. दुसरा प्रसंग पेशावरमध्ये घडला होता. एका सकाळी एका हिंदू मंदिराच्या बाहेर असलेल्या सुरक्षारक्षकाला गोळ्या घालून ठार करण्यात आलं. या बातमीची खातरजमा करण्यासाठी मी स्थानिक पोलिसांना फोन केला होता, पण ते मंदिर नेमकं कोणतं होतं याबाबत ते काही सांगू शकले नाहीत. शहरात दोन मंदिरं होती. मंदिराचं नाव सांगण्याची विनंती मी पोलिसाला केल्यावर तो फक्त ते हिंदू मंदिर असल्याचं सांगू शकला. मला जो लेख पाठवायचा होता त्यात मी एवढाच उल्लेख करू शकले.

सन २०१४ मध्ये होळीच्या आधी लरकाना इथल्या हिंदू धर्मशाळेला आग लावण्यात आली. या वेळी स्थानिक पोलिसांकडून मला तपशीलवार माहिती मिळाली. एका हिंदू माणसाच्या घराबाहेर कुराणाची जळालेली प्रत सापडली अशी बातमी आली आणि लोकांना हे कळताच त्यांनी धर्मशाळेला आग लावली. हा 'जशास तसे' प्रकारचा गुन्हा आहे असं वाटलं किंवा तसं भासवलं गेलं. धर्मशाळेच्या शेजारच्या खोलीचं नुकसान झालं आणि सरकारने त्यात हस्तक्षेप करून सांगितलं, की आम्ही ती लवकरच बांधून देऊ. पोलिसांनी तपासकार्यावर देखरेख करण्यासाठी हिंदू आणि मुस्लीम समाजातल्या दोन प्रतिनिधींची निवड केली. लारकाना आणि सिंधमधल्या इतर भागांतही या परिस्थितीची बातमी वणव्यासारखी पसरली आणि हिंसाचारात तिची परिणती झाली; लोकांनी निषेध नोंदवले आणि दुकानं बंद करण्यात आली. पोलिसांना शांतता राखण्यासाठी दोन्ही समाजातल्या लोकांना एकत्र बोलावून चर्चा घडवून आणावी लागली. अल्पसंख्याकांचं संरक्षण करणं ही सरकारची जबाबदारी आहे, असं वक्तव्य शरीफ यांनी जारी केलं.

कराचीत बरीच मंदिरं होती, त्यांतली काही प्राचीन होती आणि शहर-विकासाच्या कामांमुळे त्यातल्या काहींना धोका निर्माण झाला होता. पण त्याबाबत

न्यायालयांनी ठाम भूमिका घेतली आहे किंवा जनतेने त्यात हस्तक्षेप केले आहेत. अशीही काही उदाहरणं आहेत जेव्हा कटासराज मंदिरासारख्या प्राचीन मंदिरांचा प्रामाणिक आणि तळमळीच्या सरकारी अधिकाऱ्यांनी स्वत: पुढाकार घेऊन जीर्णोद्धार केला आहे. पण अगदी सगळीकडे आनंदी-आनंद आहे असं नाही म्हणता येणार. रावळपिंडीसारख्या ठिकाणी सण-उत्सव बेतानंच साजरे केले जातात आणि मंदिरं व हिंदू समाजाची मंडळी भपका न करण्याच्याच किंवा टाळण्याच्या मागे असतात. 'बसंत' हा काही फक्त खास हिंदूंचाच उत्सव नसला, तरी तो लाहोरमध्ये लोकप्रिय होता. पण विविध कारणांमुळे त्यावर बंदी घातली गेली. अठराव्या शतकातल्या दिल्लीत आठवडाभर चालणाऱ्या या उत्सवात हिंदू आणि मुस्लीम आनंदानं सहभागी व्हायचे. ते दिवस आता मागे पडले.

कराचीतल्या क्लिफ्टन इथं काही प्रस्तावित भुयारी मार्ग आणि उड्डाणपुलांच्या बांधकामासाठी १५० वर्षं जुन्या श्री रत्नेश्वर महादेव मंदिराला धोका निर्माण झाला होता तेव्हा एचआरपीसीनं हस्तक्षेप करून ते वाचवण्याचा प्रयत्न केला होता. हजारो हिंदू आणि शीख भक्त भेट देत असलेलं हे मंदिर एका गुहेत होतं आणि ती एका भुयारी मार्गापासून काही मीटर अंतरावर होती. एचआरसीपीनं सर्वोच्च न्यायालयाच्या मुख्य न्यायाधीशांना पत्र लिहिलं, की कराची मेट्रोपॉलिटन कॉर्पोरेशनच्या (KMC) अधिकाऱ्यांचा सहभाग असलेल्या व्यावसायिक हितसंबंधांमुळे अनेक उड्डाणपूल आणि भुयारी मार्गांचं बांधकाम कोणतीही आगाऊ सूचना न देता क्लिफ्टन इथल्या सागराभिमुख जागेवर सुरू झालं होतं. या बांधकामाचा पर्यावरणावर काही परिणाम होणार आहे का याचं विश्लेषण करणं कायद्याने बंधनकारक असलं, तरीही केलं गेलं नाही (त्याची सार्वजनिक सुनावणी झाली नाही). गेल्या काही वर्षांत सिंध प्रांतात हिंदूंच्या मानवी हक्कांची पायमल्ली वाढत्या प्रमाणात होत आहे असं प्रतिपादन एचआरसीपीनं केलं. एम. ए. जिना रस्त्यावर असलेल्या जिना ब्रिजजवळच्या 'नेटिव्ह जेट्टी' या ठिकाणी लक्ष्मी नारायण मंदिर होतं. या मंदिराकडे जाणारा रस्ता, त्याचं खासगीपण आणि तिथलं पर्यावरण यावर काही वर्षांपूर्वी तिथं जवळच बांधलेल्या दुसऱ्या एका व्यावसायिक इमारतीचा – पोर्ट ग्रँडचा – गंभीर परिणाम झाला होता.

आर्ट ऑफ लिव्हिंग

मार्च २०१४ मध्ये बानी गाला इथं असलेलं आर्ट ऑफ लिव्हिंगचं (एओएल) एक केंद्र जाळून टाकण्यात आलं, ही बातमी ऐकेपर्यंत मला हे माहीत नव्हतं की पाकिस्तानात आर्ट ऑफ लिव्हिंग लोकप्रिय आहे. रावळ तलावाच्या काठावर सुंदर घर असलेल्या – पण नंतर ज्याची नासधूस करण्यात आली – शहनाझ

मिनाल्ला हिच्याबरोबर मी गेले. ती पाकिस्तानातल्या एओएल फाउंडेशनची सह-अध्यक्ष होती आणि ती नानकाना इथं प्रगत प्रशिक्षण अभ्यासक्रमासाठी गेली होती म्हणून केवळ बचावली. बानी गाला म्हणजे धनिकांचे प्रचंड मोठे बंगले असलेला भाग. इम्रान खानचं राजेशाही निवासस्थानही तिथंच आहे आणि त्यानं तिथला कड्याजवळचा संपूर्ण भाग व्यापला आहे. इस्लामाबादच्या एओएलच्या मुख्यालयाला अत्यंत तकलादू असं बांबूचं संरक्षक कुंपण होतं. तिथल्या दोन सुरक्षारक्षकांना बांधून ठेवण्यात आलं. त्यातल्या एकाच्या डोक्याला केंद्र जाळायला आलेल्या लोकांच्या गटाने बंदूक लावली. आणि मग त्यांनी कार्यालय, पाहुण्यांसाठीच्या खोल्या आणि मिनाल्लाचं घर यावर पेट्रोल टाकून आग लावली.

एका भारतीय शिक्षकाच्या मार्गदर्शनाखाली तिथं एका प्रगत अभ्यासक्रमाचं आयोजन करण्यात येणार होतं, म्हणून पाहुण्यांच्या खोल्या पांढऱ्या शुभ्र चादरी वगैरे घालून सुसज्ज करण्यात आल्या होत्या. मिनाल्ला ही एओएलची उत्साही पुरस्कर्ती होती. सन २००४ मध्ये श्री श्री रविशंकर यांनी पाकिस्तानला भेट दिली तेव्हा तिनं त्यांचं शिष्यत्त्व पत्करलं. तिनं स्वत:च्या मालकीच्या जमिनीवर संकुल उभारण्यासाठी तिचा सगळा पैसा ओतला होता. या केंद्राचं औपचारिक उद्घाटन २०१२ मध्ये श्री श्री रविशंकर यांच्या हस्ते झालं. "२००४ मध्ये अगदी योगायोगानं गुरुजी आम्हाला भेटले आणि कसं कोण जाणे, पण त्यांची अनुयायी बनण्याची प्रेरणा मला मिळाली. आम्ही मुख्यत: तीन शहरांमध्ये हे अभ्यासक्रम चालवतो. सुरुवातीला वीसेक लोक यात सहभागी झाले असतील, पण आता एका सत्रात ऐंशीपेक्षा जास्त लोक सहभागी होतात," ती म्हणाली.

कोणत्याही प्रकारची जाहिरातबाजी न करता किंवा प्रसिद्धी न देता लोक प्रशिक्षण सत्रांना हजेरी लावायचे. त्या छोट्या संकुलात ध्यानधारणेसाठी एक सभागृह होतं. शिवाय एक ॲम्फी थिएटर आणि पाहुण्यांसाठी खोल्या होत्या. मिनाल्लाचं घरही होतं. या केंद्राला लक्ष्य का केलं असेल याचं कारण तिलाही कळत नव्हतं. ती म्हणाली, की लोकांना इथं अतिशय असामान्य अनुभव येत असायचे.

मिनाल्लानं ती जमीन विकत घेतली तेव्हा तिथं दलदल होती. आत्ताचं शांत ध्यानधारणा केंद्राचं स्वरूप प्राप्त करून देण्यासाठी तिनं खूप कष्ट उपसले होते. आगीमध्ये तिचं घर आणि तिच्या सगळ्या वस्तू, सामान-सुमान खाक झालं. त्यात सगळी कागदपत्रं आणि फोटोही होते. अग्निज्वालांमुळे काळवंडलेल्या पुढच्या खोलीत उभी राहून जुन्या फोटोंच्या अवशेषांकडे बघत उभी राहिलेली मिनाल्ला माझ्या स्मृतीत कोरली गेली आहे. काही दिवसांपूर्वी एका टीव्हीवरच्या कार्यक्रमात तिच्या सहअध्यक्षाला-नईमला-मुलाखतीसाठी बोलावण्यात आलं होतं

आणि त्याला केंद्राला मिळणाऱ्या निधीबद्दल प्रश्न विचारण्यात आले होते. "हा कार्यक्रम आर्ट ऑफ लिव्हिंगविषयी आहे असं ते म्हणाले होते, पण त्याऐवजी त्यांच्या प्रश्नांचा रोख सरळ सरळ आम्हाला मिळणाऱ्या निधीवर होता आणि ते आम्ही दिलेली उत्तरं ऐकायला तयारच नव्हते," ती म्हणाली. एओएल केंद्रावर खूप सारे हेत्वारोप केले गेले. जाळपोळ त्यानंतर झाली. "माझ्याकडं लपवण्यासारखं काहीही नाही, मी एका उघड्या पुस्तकासारखी आहे – कुणीही येऊ शकतं आणि आम्ही काय करतो ते पाहू शकतं," ती म्हणाली. माझी स्टोरी वर्तमानपत्रात प्रसिद्ध झाल्यावर अचानक आमची गाठ पडली आणि ती म्हणाली, तिची मित्रमंडळी तिला तिनं एका भारतीयाला तिथं का नेलं असं किंवा तत्सम काही तरी विचारत होती.

एक शिया म्हणून राहताना

मी जेव्हा एका शिया पत्रकाराला भेटले तेव्हा तो थोडा अस्वस्थ दिसला. एका राजनैतिक अधिकाऱ्याकडं आम्ही पाहुणे म्हणून गेलो होते. तो म्हणाला, की काही गडबड झालीच तर 'एक भारतीय आणि एक हिंदू म्हणून तुला मारलं जाणार नाही, तर आधी मला ठार केलं जाईल.' शियांचा इतका टोकाचा द्वेष केला जातो. शिया यात्रेकरूंवर आणि इमामबारांवर नियमितपणे हल्ले होत असायचे. मी नंतर आणखी एका शिया पत्रकाराला भेटले. तो गमतीनं म्हणाला, की तो नेहमीच त्याच्या पाठीकडं लक्ष ठेवून असतो, की कोणी पाठीत काही भोसकलं तर नाही ना! मला जाणवलं, की ही काही गमतीनं बोलण्याची गोष्ट नव्हती, या संप्रदायासाठी सगळ्या गोष्टींपासून केवळ भीती आणि भीतीच होती आणि कोणीही मदतीला येणार नाही हेही माहीत होतं. तरीही त्यांच्या परिस्थितीवर प्रकाश टाकण्याचा धाडसी प्रयत्न एचआरसीपीने केला आहे आणि त्यांना दिल्या जाणाऱ्या वागणुकीचा तीव्र निषेधही केला आहे. निषेधाचे सार्वजनिक कार्यक्रमही घेतले आहेत. इराण आणि पाकिस्तान दरम्यान झालेल्या 'प्रॉक्सी वॉर'मध्ये ५० हजारहून अधिक शिया मारले गेले आहेत. इराणमधल्या तीर्थयात्रेहून परतणाऱ्या शियांवर नेहमीच बॉम्बहल्ले होत असायचे. रस्त्यावर असलेल्या शवपेट्या शिया हाजरांसाठी आज्ञाभंगाचं प्रतीक बनल्या होत्या. सन २०१३ च्या जानेवारी महिन्यात १०० लोक मारले गेले आणि त्या हल्ल्याचा निषेध म्हणून त्यांच्या शवपेट्यांबरोबर त्या संप्रदायातले लोक बाहेर बसून राहिले. त्यांचं दफन करायला त्यांनी नकार दिला. एका वर्षानंतर आणखी एका बॉम्बहल्ल्यानंतर निषेध म्हणून आणखी एकदा शवपेट्या रस्त्यावर आणल्या गेल्या. इस्लामाबाद प्रेस क्लबच्या बाहेर चाललेल्या निषेध सभेला मी गेले होते. तिथं मूठभर निर्भीड लोक त्यांचा आवाज उठवत होते.

सन २०१४ या नवीन वर्षाची सुरुवातच अनेक शिया हाजरांना 'देजा वू'ची अनुभूती देणारी ठरली. इराणहून परतणाऱ्या यात्रेकरूंची बस बलुचिस्तानातल्या मस्तंग इथं उडवून देण्यात आली. त्यात २० पेक्षा जास्त यात्रेकरू मारले गेले. क्वेट्टाच्या आलमदार रोडवर गोठवणाऱ्या थंडीत होत असलेल्या निषेधाला देशभरातून एकमुखानं पाठिंबा व्यक्त केला गेला. इस्लामाबादमध्ये निषेधकर्ते रात्रभर जागे होते. एकदा एका जुन्या-जाणत्या पत्रकारानं मला विचारलं, की मुंबईमध्ये याच वीस लोकांनी सगळ्यांचा निषेध केला असता तर? आणि हे इस्लामाबादच्या बाबतीत खेदजनक सत्य होतं. रात्रभर रागानं आणि दु:खानं धुमसत बसलेल्या लोकांमध्ये सिस्टर्स ट्रस्ट पाकिस्तानची कार्यकर्ती रेहाना हाश्मी आणि ताहिरा अब्दुल्ला या दोघीही होत्या. सन २०१३ मध्ये सुद्धा क्वेट्टाला १०० लोक मारले गेल्यावर त्यांच्या शवपेट्यांची राखण करत सलग चार रात्री बसलेल्या लोकांमध्ये अब्दुल्ला होती. कोणत्याही प्रकारच्या निषेधानं न विझणाऱ्या हल्ल्यांच्या विरोधात हा असहाय संताप होता. क्वेट्टा सोडून पळून आलेल्या आणि राजधानीत आश्रय घेणाऱ्या काही हाजरा शियांना मी भेटले. बाजारात जाऊन सामान आणणं किंवा मुलांना शाळेत पाठवणं अशा रोजच्या जगण्यातल्या साध्या-साध्या गोष्टी करतानाही मनात भीती बसलेली होती, असं क्वेट्टामधल्या फैझल (नाव बदललं आहे) या दुकानदारानं सांगितलं आणि या रोजच्या मृत्यूछायेखाली जगणं किती कठीण होतं याचीही जाणीव करून दिली. त्यानं त्याचं दुकान विकलं आणि रोजगाराच्या शोधात राजधानीत आला. क्वेट्टाहून आलेला लोकांचा समुदाय हाजरा टाऊन आणि आलमदार रोड या विभागात वसलेला आहे. गेल्या अकरा वर्षांत या हाजरा समुदायाची स्थिती दयनीय झाली आहे, असं सांगून एक निषेधकर्ता म्हणाला, 'ते मानसिकदृष्ट्या आजारी आहेत. समाजानं त्यांना वाळीत टाकलं आहे आणि आर्थिकदृष्ट्या ते कफल्लक झाले आहेत.' त्यांना कोणत्याही प्रकारचं संरक्षण दिलं गेलं नाही. सन २०१३मध्ये क्वेट्टाच्या किरानी रोडवर झालेल्या प्रचंड स्फोटात स्फोटकांनी भरलेला एक टँकर सहा तपासणी नाक्यांना न जुमानता धडधडत आला होता. सार्वजनिक ठिकाणी लोक चेहरे झाकून किंवा काळे चष्मे लावून वावरत होते, तरी त्यांना लक्ष्य केलं गेलं.

क्वेट्टाला एका विद्यापीठाच्या बसमध्ये झालेल्या बॉम्बस्फोटात जखमी झालेल्या एका तरुण विद्यार्थ्याला त्याचं शिक्षण पूर्ण करण्यासाठी शहर सोडून जावं लागलं. 'तुम्ही जर हाजरा असाल तर लोक तुम्हाला लक्ष्य करतात,' तो म्हणाला. त्यांची मंगोलॉइड वैशिष्ट्यं चारचौघांत उठून दिसतात आणि मग त्यांना ओळखणं सोपं जातं. अफगाणिस्तानातल्या बामियान इथली एक वेट्रेस मला भेटली. तिच्या कुटुंबानं 'यूएनएचसीआर'कडं निर्वासित असल्याचा दाखला मिळण्यासाठी अर्ज

केला होता. तो मंजूर झाल्यावर परदेशी जायची ती वाट बघत होती. तालिबान्यांनी उद्ध्वस्त केलेल्या तिच्या सुंदर घराकडं ती परत जाऊ शकेल, ही शक्यताच नव्हती.

कधीही झोपता न येणं म्हणजे मरणं

एकीकडं त्याचे शब्द होते तर त्यांना आव्हान देणारे दुसऱ्याचे शब्द होते आणि न्यायालयाने ही बाब नजरेआड केली, की तो एक संभ्रमावस्थेतील छिन्नमनस्क (पॅरानॉईड स्किझोफ्रेनिक) रुग्ण होता. धर्मनिंदेसंबंधीचे कायदे अल्पसंख्याकांच्या आणि मुस्लिमांच्याही बाबतीत हवे तसे वाकवता येतात. त्यांना बेदखल करण्यासाठी किंवा त्यांच्यावर सूड उगवण्यासाठी. आणि त्यात मोहम्मद असगर या मानसिक रुग्णाचा बळी गेला. धर्मनिंदेच्या आरोपाखाली देहदंडाची शिक्षा झालेल्या एकोणसत्तर वर्षीय ब्रिटिश-पाकिस्तानी असगरला स्किझोफ्रेनिया होता. याचा उल्लेख सुरुवातीला कुठल्याच बातमीत नव्हता. या खटल्याचे सरकारी वकील जावेद गुल मला म्हणाले, की असगर २०१० मध्ये पाकिस्तानात आला होता आणि त्याच्यावर मोहम्मद पैगंबरांच्या नावाने व्हिजिटिंग कार्ड्स छापण्याचा आरोप केला गेला. पोलिसांनी त्याच्याकडून त्यानं लिहिलेली काही पत्रं जप्त केली होती ज्यात त्यानं आपण प्रेषित असल्याचं लिहिलं होतं. हस्ताक्षर तज्ज्ञांनी ती पत्रं असगरनंच लिहिली असल्याचं परीक्षणाअंती सिद्ध केलं होतं. स्वत:च्या बचावासाठी असगरला काही सांगण्यास फर्मावलं गेलं तेव्हा त्यानं आपण खरोखर पवित्र प्रेषित असल्याचं सांगितलं, असं गुल म्हणाले.

खरी कहाणी थोडी वेगळी आहे. एडिंबराला आपल्या कुटुंबासमवेत राहत असलेला असगर २०१० मध्ये रावळपिंडीला आला तेव्हा त्याच्या मालकीच्या दोन मालमत्तांपैकी एकीवर एका कुप्रसिद्ध जमीनचोरानं कब्जा केल्याचं त्याला दिसलं आणि त्याला मोठा धक्का बसला. हज यात्रेला निघण्याआधी त्यानं त्या गुंडाविरुद्ध तक्रारही नोंदवली होती, पण परत आल्यावर अटक झाली ती असगरला. असा अंदाज आहे की, त्या पत्रांसकट सगळा पुरावा ज्याच्या विरोधात तक्रार नोंदवली होती त्यानंच पोलिसांना नेऊन दिला. त्याच्याविरुद्ध भ्रष्टाचाराचे अनेक गुन्हे दाखल झाले होते. पीपीसीच्या विभाग २९५सी मध्ये म्हटलं आहे – 'जो कोणी शब्दांनी बोलून वा लिहून किंवा प्रत्यक्ष प्रतिनिधित्व करून किंवा दूषणं देऊन, वक्रोक्तीद्वारे किंवा खोचकपणे, प्रत्यक्ष वा अप्रत्यक्षपणे पवित्र प्रेषित मोहम्मदाच्या नावाला बट्टा लावेल (त्याला शांती मिळो) त्याला मृत्युदंडाची किंवा जन्मठेपेची शिक्षा सुनावली जाईल आणि तो दंडास पात्र ठरेल.' पीपीसीच्या विभाग २९५ ते २९५सी यांना सर्वसाधारणपणे 'धर्मनिंदेचा नियम' असं संबोधलं

जातं. या तरतुदीखाली केल्या जाणाऱ्या गुन्ह्यांना दिल्या जाणाऱ्या शिक्षांमध्ये मृत्युदंड (विभाग २९५सी अंतर्गत), जन्मठेप, विविध काळांसाठी शिक्षा आणि दंड यांचा समावेश आहे.

ऑक्टोबर २०१३ पासून असगरबरोबर काम करणाऱ्या त्याच्या वकील प्रतिनिधींची सुनावणी न्यायालयाने हकालपट्टी केली आणि राज्य सल्लागाराची नेमणूक केली. असगरला खूप पूर्वीपासून व्यवस्थित निदान झालेला छिन्न-मनस्कता हा मानसिक आजार आहे, त्याची सुरुवात १९९३मध्ये झाली होती. स्ट्रोकमळे तो चालताना लंगडत चालू लागला. एडिंबराला असतानासुद्धा त्याला फेब्रुवारी २०१० ला मेंटल हेल्थ अॅक्टखाली स्थानबद्ध करण्यात आलं होतं, कारण त्याला संभ्रमावस्थेतील भास होत होते. त्याला नंतर रॉयल व्हिक्टोरिया हॉस्पिटलमध्ये दाखल करण्यात आलं होतं. तिथं त्याला संभ्रमावस्थेतील स्किझोफ्रेनिया असल्याचं निदान झालं. त्याच्या बचावासाठी असलेल्या वकिलांनी मार्च २०११ मध्ये त्याचे वैद्यकीय अहवाल यूकेच्या नॅशनल हेल्थ सर्व्हिसकडून मिळवले आणि एडिंबराच्या रॉयल व्हिक्टोरिया हॉस्पिटलमध्ये सल्लागार मानसोपचारतज्ज्ञ म्हणून काम करणाऱ्या डॉ. जेन मॅकलेनन यांच्याकडून प्रतिज्ञापत्रही मागवलं. या सर्व कागदपत्रांची छाननी करून त्या आधारावर न्यायाधीशांनी असगर याची वैद्यकीय तपासणी करण्याचा आदेश दिला.

न्यायालयाला सादर केलेल्या प्रतिज्ञापत्रात डॉ. मॅकलेनन यांनी इशारा दिला होता, की असगर स्वत:च्या जिवाचं काही बरं-वाईट करू शकतो आणि त्याला तुरुंगात ठेवलं तर ही शक्यता वाढू शकते. त्याला सर्वसमावेशक उपचाराची आणि पुनर्वसनाची गरज असल्याची शिफारसही त्यांनी केली होती. त्यांचे शब्द खरे करण्यासाठीच जणूकाही ८ जानेवारी २०१२ रोजी असगरनं आत्महत्या करण्याचा प्रयत्न केला आणि त्याला हॉस्पिटलमध्ये दाखल करावं लागलं. तो बरा होत असताना घाईत स्थापन करण्यात आलेला एक मेडिकल बोर्ड (यात एक मानसोपचारतज्ज्ञही होता) त्याच्या तपासणीसाठी हॉस्पिटलमध्ये धाडण्यात आला. डॉक्टरांना धमक्यांचे फोन आले आणि हॉस्पिटलनं असगरला पुन्हा तुरुंगात पाठवण्याची इच्छा व्यक्त केली. वैद्यकीय अहवालात म्हटलं होतं, की त्याला 'अवयवांवर परिणाम करणाऱ्या नैराश्याचा' त्रास होता. कायद्यानुसार, मानसिकदृष्ट्या आजारी असलेल्या रुग्णाला शिक्षा होऊ शकत नाही.

तोपर्यंत न्यायाधीश बदलून गेले होते आणि नवीन आलेल्या व्यक्तीने पुरावे काय होते हे ऐकून घेतलं नाही. शेवटच्या निकालाच्या वेळी, असगरच्या वकिलांना साधं कळवण्यातही आलं नाही. वकिलांना त्याचा खून होईल की काय अशी भीती वाटली आणि ऑक्टोबर २०१४मध्ये तशी घटना घडली. एका पोलिसानं

असगरच्या पाठीत गोळी मारून त्याला जखमी केलं. त्याच्या मुलीनं अनेक वेळा याचिका दाखल केल्या आणि असगरच्या सुटकेसाठी स्वाक्षरी-मोहिमाही राबवण्यात आल्या. दि. २३ जानेवारी २०१४ रोजी मृत्युदंडाची शिक्षा सुनावताना रावळपिंडीतल्या अदिला तुरुंगात खटला चालवलेल्या सत्र न्यायालयाने स्कॉटलंडहून आलेल्या त्याच्या वैद्यकीय अहवालांकडे चक्क कानाडोळा केला.

एखाद्या मनोरुग्णाला धर्मनिंदेच्या आरोपाखाली दोषी ठरवलं जाण्याची ही काही पहिलीच घटना नव्हती. तरुण रिमशा मसीहला धर्मनिंदेबद्दल देहदंडाची शिक्षा ठोठावण्यात आली होती, पण २०१२मध्ये अखेरीस न्यायालयाने ती रद्द केली आणि कॅनडातल्या मनोरुग्णांसाठी असलेल्या हॉस्पिटलमध्ये तिची रवानगी केली. मी तिच्या ख्रिश्चन शेजाऱ्यांना भेटले. त्यांना जबरदस्तीनं मेहेराबाद इथल्या त्यांच्या घरातून पळून जायला भाग पाडण्यात आलं. ते आता इस्लामाबादमध्ये अधांतरी अवस्थेत दिवस कंठत आहेत. रिमशा मसीहला छळणारा कारकून २०१३मध्ये सुटला. त्याच्यावर खोटी आरोपपत्रं लावण्याचा गुन्हा दाखल करण्यात आला होता.

धर्मनिंदेसाठी मृत्युदंडाची शिक्षा सुनावण्यात येऊ नये यासाठी विधेयक आणण्याचा प्रस्ताव मांडणाऱ्या अमेरिकेच्या माजी राजदूत शेरी रेहमान यांना धमक्या देण्यात आल्या. प्रसारमाध्यमांच्या अहवालानुसार सन १९८६ पासून २०१० पर्यंत धर्मनिंदेच्या आरोपाखाली सुमारे १२०० लोकांना अटक झाली होती. ह्यूमन राइट्स वॉचचा (HRW) जागतिक अहवाल म्हणतो, की देशाच्या धर्मनिंदेच्या कायद्यांतर्गत सर्वत्र छळाचे प्रकार होत असतात. हा कायदा बऱ्याच वेळा वैयक्तिक वाद मिटवण्यासाठी धार्मिक अल्पसंख्याकांच्या विरोधात वापरला जातो. सन २०१३ मध्ये या गुन्ह्यासाठी डझनभर लोकांवर ठपका ठेवण्यात आला. किमान सोळा लोक देहदंडाच्या शिक्षेची अंमलबजावणी होण्याच्या प्रतीक्षेत होते, तर बाकी वीस लोक जन्मठेपेची शिक्षा भोगत होते.

मानवी हक्कांच्या सद्य:स्थितीवर एचआरसीपीने सादर केलेल्या २०१२च्या अहवालात म्हटलं आहे, की पाकिस्ताननं जरी विभाग २९५सीच्या अंतर्गत कोणालाही शिक्षा दिली नव्हती, तरी आरोप असलेले अनेक लोक न्यायालयांच्या बाहेर किंवा तुरुंगात अतिरेक्यांकडून मारले गेले. एचआरडब्ल्यू वर्ल्ड रिपोर्टनं २०१५ मध्ये असा अंदाज व्यक्त केला, की १९९०पासून धर्मनिंदेचा आरोप असलेले किमान साठ लोक अशा प्रकारे मारले गेले आहेत.

असगरनंतर काही काळानं सावन मसीह हा निसर्ग संवर्धन कार्यकर्ता दोषी ठरवला गेला आणि त्याला मृत्युदंडाची शिक्षा झाली. त्याचा शेजाऱ्याबरोबर वाद झाला आणि त्या दरम्यान त्यानं प्रेषितांबद्दल बदनामीकारक उद्गार काढले असा

त्याच्यावर आरोप ठेवला गेला. तो राहत असलेल्या जोसेफ कॉलनीवर मार्च २०१३ मध्ये एका जमावानं हल्ला केला आणि जवळजवळ १०० घरं आणि काही चर्चना आग लावण्यात आली. त्याच्या वकिलाच्या म्हणण्यानुसार मसीहनं असं सांगितलं, की त्या भागातून रहिवाशांना हाकलून लावण्यासाठी कॉलनीवरच्या हल्ल्याची ही चाल खेळली गेली होती. जाळपोळ करणाऱ्या १०० पेक्षाही जास्त जणांविरुद्ध दहशतवादविरोधी न्यायालयात जो खटला दाखल करण्यात आला त्याचं पुढं काही होताना दिसत नाही आणि त्याच्या तक्रारीवर लवकर काही हालचाली होतील अशी चिन्हंही दिसत नाहीत. मसीहनंतर मृत्युदंडाची शिक्षा सुनावण्यात आली, ती टोबा टेक सिंग इथल्या एका दाम्पत्याला. हा एक आणखी विचित्र खटला. पक्षाघातामुळे कंबरेखाली पांगळा असलेल्या शफकत मसीह याला त्याच्या व्हीलचेअरवरून उचलून फेकून देण्यात आलं आणि त्यानं प्रेषिताच्या नावाचा गैरवापर केला अशी कबुली त्याच्याकडून घेण्यात आली. तो आणि त्याची पत्नी शगुफ्ता यांच्यावर पवित्र प्रेषितांच्या विरोधात टेक्स्ट मेसेजेस पाठवल्याची तक्रार दाखल करण्यात आली आणि त्यांच्यावर एका वकिलानं आणि एका कारकुनानं खटला भरला. त्यात त्यांना मृत्युदंडाची शिक्षा फर्मावण्यात आली. त्यांचा बचाव करणारे वर्ल्ड व्हीजन इन प्रोग्रेसचे कार्यकारी संचालक फारुख एच. सैफ म्हणाले, की ही संस्था त्यांच्या सहा ते बारा या वयोगटातील तीन मुलांचा आणि एका मुलीचा सांभाळ करत आहे. ही मुलं आधी न्यायालयाच्या ताब्यात होती. शफकत यांच्याशी काही वाद असलेल्या एका स्थानिक केबल ऑपरेटरनं ही तक्रार दाखल केली होती. नंतर शफकत यांचा छळ करून त्यांच्याकडून गुन्ह्याची कबुली घेतली गेली. हे दाम्पत्य आधी गोजरा इथं रहायचं. त्या कथित धर्मनिंदेच्या घटनेनंतर त्यांना तीव्र निषेधाचा सामना करावा लागला आणि आपलं बस्तान टोबा टेक सिंग इथं हलवावं लागलं.

धर्मनिंदेच्या कायद्यांना विरोध करणं घातक ठरू शकतं. द्वेष करण्याच्या गुन्ह्यांबद्दल किंचितसुद्धा खेद न वाटणाऱ्या लोकांचा विषय निघतो तेव्हा मलिक मुमताज कादरी याचा हसणारा, खेदाचा लवलेशही नसणारा चेहरा समोर येतो. जानेवारी २०११ मध्ये त्यानं शरण येण्यापूर्वी कोहसर मार्केटमध्ये सलमान तासीरवर वीसपेक्षा जास्त गोळ्या झाडल्या होत्या. सन २०१५ मध्ये सर्वोच्च न्यायालयाने त्याला दिलेल्या फाशीच्या शिक्षेवर शिक्कामोर्तब केलं आणि त्याला फाशी देण्यात आली. तासीरच्या मारेकऱ्याला सन्मान प्रदान करण्यासाठी ही शिक्षा देण्यात आली, अशा दृष्टीनंही तिच्याकडं बघितलं गेलं असेल, कारण ही शिक्षा नसून त्याचा गौरवच केला आहे अशा भावनेतून त्याला पाठिंबा व्यक्त करण्यासाठी अलोट गर्दी झाली होती, अशा बातम्या येत होत्या. धर्मनिंदेच्या

विरोधात केलेल्या कायद्याच्या विरोधात तासीर बोलला होता आणि २०१०मध्ये या कायद्याखाली शिक्षा झालेल्या पहिल्या महिलेच्या – आसिया बीबीच्या – समर्थनार्थ त्यानं काही वक्तव्य केलं होतं. माझ्या मित्रमंडळींनी सांगितलं, की तासीरच्या अंत्यविधीप्रसंगी कोणीही प्रार्थना म्हणायला तयार नव्हतं. त्याच्या पक्षाच्या सदस्यांनी संसदेत मांडल्या गेलेल्या सांत्वनपर ठरावाला पाठिंबा न देता पाहुण्यांसाठी असलेल्या कक्षात जाऊन बसणं पसंत केलं. आसिया बीबीला कायदेशीर मदत मिळवणं कठीण जात असताना कादरीला गुलाबांचे हार घालून आणि रस्त्यावर मिरवणुका काढून गौरवण्यात येत होतं. (अर्थात् तिला शेवटी वकील मिळाला. जेव्हा तिला दिल्या गेलेल्या फाशीच्या शिक्षेविरोधात सर्वोच्च न्यायालयात याचिका दाखल केली गेली तेव्हा न्यायमूर्ती इक्बाल हमीद-उर-रेहमान यांना न्यायासनावरून निष्कासित करण्यात आलं. कारण देण्यात आलं, की 'हितसंबंधांच्या बाबतीत संघर्ष होत आहे.') इस्लामाबादेत कादरीचं नाव एका मशिदीला देण्यात आलं; २०१४ मध्ये एक ट्विट करण्यात आल्यानंतर ही बातमी लोकांमध्ये पसरली. अगदी अलीकडे, म्हणजे फेब्रुवारी २०१७ ला अमेरिकेतल्या मेरिलँड इथल्या मशिदीनं त्याच्या पुण्यतिथीला कादरीच्या प्रशंसापर स्मरण केलं. तेव्हा मोठ्या प्रमाणावर निषेधाचे सूर उमटले.[२४] असं असलं, तरी लाल मस्जिद इथल्या ग्रंथालयाला ओसामा बिन लादेनचं नाव कधीच देण्यात आलं आहे.

संख्येनं अगदी कमी असलेले काही पत्रकार, मानवी हक्क कार्यकर्ते आणि इतर काही लोक अतिरेकी कारवायांविरुद्ध, दहशतवादाच्या विरोधात, अल्पसंख्याकांच्या दयनीय अवस्थेबाबत, स्वातंत्र्याची गळचेपी होत असल्याच्या निषेधार्थ आणि वाढत्या गुन्हेगारीच्या विरोधात आवाज उठवून देशाचं डोकं ठिकाणावर ठेवण्यासाठी संघर्ष करत असतात. पण हा लढा असंतुलित आहे, एकाकी आहे. २०१४मध्ये मी तासीरसाठी आयोजलेल्या एका छोट्या स्मृतिसभेत सहभागी झाले होते. तिथं त्याचे कुटुंबीयही उपस्थित होते. तो जिथं मारला गेला त्या कोहसर मार्केटमधल्या एका विशाल वृक्षाखाली ही सभा झाली. कादरीची सुनावणी घेणाऱ्या न्यायाधीशांना देश सोडून जावं लागलं आणि मी असं वाचलं, की कादरीनं तासीरला मारलं त्या दिवसाची आठवण म्हणून त्याच्या समर्थनार्थ मोर्चे काढले गेले. त्या वेळी न्याय मिळेल ही आशा जवळजवळ नष्ट झाली होती.

सन २०११ मध्ये तासीर सोडला, तर धर्मनिंदेविरुद्धच्या कायद्याला विरोध करताना माजी संघराज्य मंत्री आणि रोमन कॅथलिक असलेले शाहबाझ भट्टी मारले गेले. भट्टींच्या खुनाचे दोन साक्षीदार न्यायालयात हजर झाल्यानंतर काही दहशतवादी गटांकडून त्यांना ठार मारण्याच्या धमक्या यायला लागल्या. 'ऑल पाकिस्तान मायनॉरिटीज अलायन्स'ची (APMA) स्थापना करणाऱ्या भट्टी यांना

मार्च २०११ मध्ये इस्लामाबादच्या I-8 सेक्टरमध्ये ठार मारण्यात आलं. त्यांची गाडी थांबवण्यात आली आणि त्यांना गोळ्या घालण्यात आल्या. ख्रिश्चन समुदायाच्या बचावासाठी भट्टी उभे ठाकले होते आणि धर्मनिंदेच्या कायद्याविरोधात आणि आसिया बीबीच्या फाशीच्या शिक्षेविरोधात त्यांनी आवाज उठवला होता.

सप्टेंबर २०१३ मध्ये हम्माद आदिल आणि उमर अब्दुल्ला या दोन संशयितांना बारा काहू भागात अटक करण्यात आली आणि नंतर त्यांच्यावर भट्टी यांच्या खुनाचा आरोप ठेवण्यात आला. आदिलच्या घरी स्फोटकांनी भरलेली गाडी सापडल्यावर त्याला अटक करण्यात आली. भट्टींना मारण्यात आपला हात असल्याची कबुली त्यानं नंतर दिली. दि. २२ जानेवारी २०१४ रोजी आदियाला तुरुंगात झालेल्या सुनावणीत दोघा प्रत्यक्षदर्शी साक्षीदारांनी दावा केला, की त्या दोन आरोपींना त्यांनी घटनास्थळी बघितलं. त्यातला एक गाडी चालवत होता आणि दुसरा भट्टींना गोळ्या घातल्यानंतर रस्त्यावर पत्रकं फेकत होता.

त्या घटनेला एक आठवडा उलटून गेल्यानंतर दोन प्रत्यक्षदर्शी साक्षीदारांपैकी एक त्याच्या ऑफिसमध्ये गेला असता तिथं त्याला लष्कर-ए-झांगवी या अतिरेकी सांप्रदायिक गटाचं आणि TTPची स्वाक्षरी असलेलं एक छापील पत्र मिळालं. त्यात त्या दोघा साक्षीदारांनी साक्षीपुरावे सादर करणं सुरूच ठेवलं, तर त्यांना आणि त्यांच्या कुटुंबियांना जिवे मारण्याची धमकी देण्यात आली होती. गुन्हेगारी स्वरूपाची दमदाटी करण्यात आल्याची तक्रार दाखल करण्यात आली आणि त्यांना थोडं संरक्षण पुरवण्यात आलं, परंतु ते जिवाच्या भीतीनं एका सुनावणीला गैरहजर राहिले.

यापेक्षा आणखी वाईट अजून घडायचं होतं. जुनैद हफीज या धर्मनिंदेचा आरोप असलेल्या व्यक्तीचा बचाव करणारे वकील रेहमान रशीद यांची एप्रिल २०१४मध्ये त्यांच्याच कार्यालयात गोळ्या घालून हत्या करण्यात आली. त्यांच्या मृत्यूपूर्वी रशीद आणि आणखी एक वकील अल्लाह दाद यांना मुलतान मध्यवर्ती कारागृहात असलेल्या हफीजचा बचाव करण्याच्या कारणावरून धमकावण्यात आलं होतं. रशीद यांना खुल्या न्यायालयात तीन माणसांनी धमकावलं तेव्हा ती माणसं म्हणाली, 'तू पुढच्या वेळी कोर्टात येणार नाहीस कारण तू तेव्हा जिवंतच नसशील.' एचआरसीपीच्या मुलतान टास्क फोर्सचे समन्वयक रशीद यांनी न्यायाधीशांचं लक्ष त्या धमकीकडे वेधलं, पण एचआरसीपीने दिलेल्या बातमीनुसार असं सांगतात की, न्यायाधीश त्यावर काहीच बोलले नाहीत. या हत्येचा सगळीकडून, विशेषत: एचआरसीपीकडून तीव्र निषेध करण्यात आला आणि देशभरातल्या वकिलांनी आंदोलन केलं. रशीद हे एक समर्पित मानवी हक्क कार्यकर्ते आणि वकील होते. शिवाय ते वीस वर्षांपासून एचआरसीपीशी संबंधित होते.

तंबूतील वास्तव्य

राजधानीतल्या तंबू वस्तीबद्दल मला काही ख्रिश्चन कार्यकर्त्यांनी सांगितलं. त्यांनी मला तिथं घेऊन जायला नकार दिला. मी स्वत:च एकटी तिथं गेले. अशा प्रकारची जागा राजधानीत होती यावर माझा विश्वास बसेना. एका दूरवरच्या कोपऱ्यात ती वसली होती. समाजाच्या नजरेपासून दूर आणि अस्वच्छ. कुप्रसिद्ध रिमशा मसीह खटल्यानंतर सुमारे ४०० ख्रिश्चन कुटुंबांना मेहेराबाद सोडून पळून जाणं भाग पडलं होतं. त्यांची ही वसाहत होती. त्यांच्या स्वत:च्याच देशात ते निर्वासित म्हणून राहत होते. ती मनोरुग्ण मुलगी नोव्हेंबर २०१२मध्ये सगळ्या आरोपांमधून मुक्त केली गेली, कारण तिच्याविरुद्ध तक्रार दाखल करणाऱ्या कारकुनानं खोटे पुरावे उभे केले होते असं तपासाअंती दिसून आलं. पण तरी तिच्या आधीच्या घराशेजारी राहणाऱ्या लोकांना दहशत घालून ते शहर सोडायला भाग पाडण्यात आलं.

तिला आणि तिच्या कुटुंबीयांना परदेशात मनोरुग्णांसाठीच्या हॉस्पिटलमध्ये आश्रय मिळाला, तर त्या कारकुनाला त्याच्यावरच्या सगळ्या आरोपांमधून मुक्त केलं गेलं. सरकारनं याचिका दाखल करणं शक्यच नव्हतं असं मसीहचे वकील ताहीर नवीद चौधरी म्हणाले. समाजाच्या मुख्य प्रवाहापासून दूर असलेली तंबूंची वसाहत अनेक प्रकारे द्वेष आणि भेदभावाच्या कहाण्या सांगत होती. तिथले लोक घाबरेघुबरे होत कसं तरी जीवन जगत होते. तिथला गलिच्छपणा सहन करत अनामिकपणे जगण्यास तयार होते. तिथं आडोशासाठी भिंती नव्हत्या. खासगीपणा जपण्यासाठी फक्त चादरी आणि जुन्या कपड्यांचे आडोसे उभारले होते. सगळीकडं डासांचं साम्राज्य होतं आणि तिथल्या अनेकांना मलेरिया झाला होता. साठलेल्या घाण पाण्याची डबकी आणि चिखल सर्वत्र दिसत होता. पाण्यासाठी एक लहान बोअरवेल होती आणि एका चौकात एक मोठा लाल क्रॉस होता जिथं लोक चर्च बांधण्याची स्वप्नं बघत होते. सगळीकडे घरं झाकण्याकरता भडक रंगाचं कापड वापरलं होतं.

बिल्किस बीबी तिच्या तंबूच्या घरासमोर एका गढूळ पाण्यानं भरलेल्या डबक्याबाहेर उभी होती. मी तिच्याजवळ गेले तेव्हा तिनं मला आत बोलावलं आणि तिच्या आयुष्याच्या दयनीय अवस्थेचं कोणताही आडपडदा न ठेवता दर्शन घडवलं. कुराणाची पानं जाळल्याचा खोटा आरोप रिमशा मसीहवर ठेवल्यानंतर एका वर्षापूर्वी चाळिशीतली बिल्किस बीबी इथं राहायला आली होती. ती म्हणाली, की तिला धमकावण्यात आलं आणि तिच्या घरातल्या पुरुषांना मारहाण करण्यात आली. घरमालकानं अचानक घरभाडं ५ हजार पाकिस्तानी रुपये महिना इतकं

वाढवलं आणि वीज बिलसुद्धा वाढवलं. त्यांना ते घर सोडण्याशिवाय पर्याय उरला नाही. तिच्या मुलीचं नाव शाळेतून काढून घ्यावं लागलं आणि जगण्यासाठी तिचा नवरा भाजीपाला विकायला लागला. तिच्या मोठ्या मुलीच्या नवऱ्यानं तिला टाकून दिल्यामुळं ती मुलगी आणि तिची मुलं बिल्किसबरोबर राहायला आली. इथं वीज नव्हती किंवा स्वयंपाकाचा गॅस नव्हता आणि प्रातर्विधीसाठी जवळच्या जंगलात जावं लागायचं. सतत होणाऱ्या छळामुळं मेहेराबादमध्ये राहणं अशक्य झालं होतं. दुकानदार त्यांच्या अंगावर वस्तू फेकायचा. एकदा घरमालकानं त्यांचं सगळं सामान रस्त्यावर फेकून दिलं आणि त्यांना घर सोडायला सांगितलं. रहिवाशांनी पोलिसांत तक्रार केली, पण त्यांनी काहीही केलं नाही. कॅपिटल डेव्हलपमेंट अॅथॉरिटीनं (CDA) त्यांचं दुसऱ्या सेक्टरमध्ये पुनर्वसन करण्याचं आश्वासन दिलं, पण स्थानिक लोकांनी तसं करू दिलं नाही. हा स्पष्ट इशारा होता – ते तिथं कोणालाच नको होते.

तिच्या नव्या घरी बिल्किस रोज रडायची. ती मेहेराबादमध्ये पंधरा वर्षं राहिली होती आणि मोलकरीण म्हणून काम करत होती. तिला हेपिटायटिस सी असल्यामुळे ती अशक्त झाली होती. तिच्या तंबूत कमी उंचीचा एकच पलंग होता आणि त्याच्यामागं पावसानं ओल्या झालेल्या गाद्या आणि चादरी यांचा ढीग होता. गढूळ दिसणाऱ्या पाण्यात तिची मुलगी भांडी धूत होती. मी त्या वस्तीत लोकांशी बोलत बोलत चक्कर मारली. तंबूंच्या एका बाजूला तात्पुरत्या उभारलेल्या घरांची एक रांग होती. त्यातल्या एकाच्या बाहेर चिखलात बसून दुसरी एक रहिवासी मारिया लाकडं पेटवून केलेल्या चुलीवर भात शिजवत होती. तीसुद्धा मेहेराबादहून पळून आली होती आणि तिचा नवरा वारल्यावर निवृत्तिवेतनावर दिवस कंठत होती. तिला पाच मुली होत्या आणि त्यांपैकी तिच्या शेजारी बसलेल्या रुबिनाला कॅन्सर झाला होता. तिच्या उपचारासाठी पैसेच नव्हते, ती म्हणाली.

एका खासगी कंपनीत नदीम स्वच्छता कर्मचारी म्हणून कामाला होता. रिमशा घटनेनंतर त्याला कामावरून कमी करण्यात आलं. त्याच्या हातात नोकरी नव्हती. त्याच्या मुलाला शाळेतून काढून टाकावं लागलं. कॉलनीचं उच्चाटन करण्याची धमकी सीडीएनं दिली. जे लोक इथं राहायला आले त्यांना काम मिळवणं अवघड जातं – जसा व्यवसायानं शिंपी असलेला शमीम. रिमशाचा शेजारी असल्याचा दावा करणारा आरिफ जॉन म्हणाला, की ती एक गरीब, मनोरुग्ण मुलगी होती. तिनं काहीच जाळलं नाही आणि तिच्या बाबतीत सांगितल्या जाणाऱ्या बातम्या खोट्या होत्या. मुस्लिमांना तिथून ख्रिश्चनांची हकालपट्टी करायची होती, असं आरिफचं स्पष्ट म्हणणं होतं. त्यांनी तसं एकदा मेहेराबादला प्रार्थनेदरम्यान

जाहीरही केलं होतं. त्याआधी त्यांनी एका ख्रिश्चन सभेवर हल्ला केला होता आणि माइक तोडून टाकले होते. आरिफ आणि इतरांनी दुसरीकडं भाड्यानं घरं मिळतात का याची चौकशी केली होती, पण त्यांना सगळीकडं नकार देण्यात आला. या मोडक्या-तोडक्या वसाहतीत त्यांना निदान सुरक्षितपणे प्रार्थना तरी करता येत होती. मेहेराबादला त्यांना प्रार्थनेदरम्यान संगीत वाजवण्याची मुभा नव्हती आणि एकदा काही लोकांनी चर्च पेटवून देण्याचा प्रयत्न केला होता.

सामाजिक कार्यकर्त्यांचं म्हणणं होतं, की नोकऱ्या, बढत्या आणि निवासस्थानांच्या बाबतीत ख्रिश्चनांबरोबर भेदभाव केला जात होता. इस्लामाबादमध्ये 'कच्ची आबादी' म्हणून ओळखल्या जाणाऱ्या अकरा झोपडपट्ट्यांमध्ये बहुतांश ख्रिश्चनांची वस्ती होती. तिथं वीज नव्हती, पाणी नव्हतं आणि स्वच्छतेच्या बाबतीत आनंदी-आनंदच होता. त्यातल्या हंसा कॉलनी या एका कच्ची आबादीमध्ये पाण्याचा प्रश्न गंभीर होता. रिकाम्या वेळेत शाळकरी मुलं कॅन घेऊन पाणी भरताना दिसायची. एका खोल आणि जोरात वाहणाऱ्या गटारीशेजारच्या निसरड्या उतारावर उभं राहून सायमा आणि तिचा भाऊ हारून प्लॅस्टिकच्या बाटल्यांमध्ये पाणी भरायचे. त्यांचे वडील त्यांच्यावर देखरेख करत उभे असायचे. काही मुलं त्या गटारात पडायची, यात काही आश्चर्य नाही.

प्रेषित मोहम्मदावर डॅनिश कार्टून्स प्रसिद्ध झाल्यावर फैसल झुल्फिकारच्या शाळासोबत्यांनी त्याचा छळ केला. सरकारी शाळांमध्ये ख्रिश्चन मुलांना 'चुडूस' किंवा झाडू मारणारे म्हणून हिणवलं जायचं. बरेचसे ख्रिश्चन हे दलित समाजातून धर्मांतरित झाले होते आणि काही बाबतींत त्यांना अजूनही वाळीत टाकलेलं होतं. सलामत मसीह झाडू मारण्याचं कामं करायचा, पण ज्या दिवशी मी त्याला भेटले तेव्हा तो त्याच्या घराबाहेर उभा होता आणि लाकडाचे ओंडके फोडत होता. काही वेळा सरपण गोळा करण्यासाठी तो इकडे-तिकडे फिरायचा. छळ होण्याच्या भीतीनं बरेचसे ख्रिश्चन सियालकोट, नारवाल आणि गुजरनवाला इथून स्थलांतरित झाले होते. इथं इस्लामाबादमध्ये त्यांना काही इकडची-तिकडची कामं मिळाली होती आणि ते आधीच्या मानानं सुरक्षित वातावरणात राहत होते. विचित्र अशा एका उपकरणातून अत्यंत असुरक्षित पद्धतीनं छोट्या सिलिंडरमध्ये १०० पाकिस्तानी रुपये या दरानं एलपीजी भरताना लोक दिसायचे.

काही सामाजिक कार्यकर्त्यांनी हंसा कॉलनीत परिस्थिती सुधारण्याचे काही प्रयत्न केले होते आणि स्थानिक मुस्लिमांशी थोडेफार सौजन्यपूर्ण संबंध जुळले होते. या स्थानिक मुस्लिमांनी चर्चसाठी एक वॉटर कूलर देऊ केला होता. तिथं संयुक्तपणे इफ्तार पार्टीचं आयोजनही होत होतं. पण तरीही या समाजासाठी कायमस्वरूपी शांतता किंवा न्याय ही फार लांबची गोष्ट होती. फक्त ख्रिश्चनांनाच

धर्मनिंदेच्या कायद्याचा बडगा दाखवला जायचा असं नाही, पण तो कायदा एखाद्या सोईस्कर हत्यारासारखा होता. नवीन पेंटेकोस्टल चर्चमध्ये धर्मोपदेशक बूटा मसीह हे सामूहिक प्रार्थनेचा सराव घेत होते. एक मोठा क्रॉस असलेल्या त्या छोट्या, दमट खोलीत मूठभर लोक गात होते. सन १९९१पासून धमक्यांना भीक न घालता आणि ख्रिश्चनांचे खून पडत असतानाही त्यांनी हे चर्च सुरू ठेवलं होतं.

सन २०१३मधल्या मानवी हक्कांच्या अवस्थेबद्दल एचआरसीपीचा अहवाल प्रसिद्ध करताना ज्येष्ठ कार्यकर्ते आर. ए. रेहमान म्हणाले, की अल्पसंख्याकांची स्थिती दिवसेंदिवस वाईट होत चालली आहे आणि धर्मनिंदेचा आरोप असलेल्या लोकांना पाकिस्तानात सुनावणीची संधी मिळणं हे जवळजवळ दुरापास्त झालं आहे. एचआरसीपीचे कामरान आरिफ म्हणाले, की मानवी हक्कांच्या स्थितीत सुधारणा होण्याऐवजी ते आणखी मागे जात आहेत आणि २०१३ हे वर्षही त्याला अपवाद नव्हतं. सांप्रदायिक संघर्षाचा आलेख चढता होता आणि न्यायदानाचं व्यवस्थापन अजिबात समाधानकारक नव्हतं. न्यायव्यवस्थेच्या सगळ्या स्तरांवर अनेक खटले प्रलंबित अवस्थेत होते. अहवालात नमूद केलं होतं, की एकट्या सुप्रीम कोर्टात २० हजार खटले निकालाच्या प्रतीक्षेत होते.

सन २०१३ च्या पहिल्या काही आठवड्यांमध्ये सांप्रदायिक हिंसाचारानं बलुचिस्तानात २०० पेक्षा जास्त हाजरा शियांचे बळी घेतले होते. अहवालात म्हटलं होतं, की २०० पेक्षा जास्त सांप्रदायिक हल्ल्यांमध्ये ६८७ लोक मारले गेले होते. लक्ष्य ठरवून केलेल्या हल्ल्यात सात अहमदी प्राणाला मुकले होते आणि पाकिस्तानच्या ख्रिश्चन नागरिकांवर आजपर्यंत झालेल्या हल्ल्यांपैकी सगळ्यांत मोठ्या प्राणघातक हल्ल्यांमध्ये पेशावरच्या एका चर्चमध्ये १०० पेक्षा जास्त लोक मृत्युमुखी पडले होते. धर्मनिंदेसाठी एका ख्रिश्चन माणसाला दोषी ठरवल्यावर ख्रिश्चनांचं बाहुल्य असलेल्या लाहोरमधील एका भागात मुस्लीम जमावाने जाळपोळ केली. त्यात १०० घरं खाक झाली, तर रहिवासी पळून गेले. धर्माशी संबंधित गुन्ह्यांसाठी आरोप ठेवल्या गेलेल्या व्यक्तींमध्ये सतरा अहमदींचा, तेरा ख्रिश्चनांचा आणि नऊ मुस्लिमांचा समावेश होता.

अल्पसंख्याक धार्मिक संप्रदायांच्या राजकीय हक्कांबाबत, विशेषत: मतदार आणि उमेदवार म्हणून त्यांच्या सहभागाच्या संदर्भात, आदराच्या पातळीत काही सुधारणा झाली आहे का, याचं विश्लेषण करणारा अहवाल[२५] नोव्हेंबर २०१३ मध्ये एचआरसीपीने प्रदर्शित केला. दि २५ मे २०१३मध्ये झालेल्या सर्वसाधारण निवडणुका या २००२ मध्ये वेगळ्या मतदारसंघांची तरतूद रद्द केल्यानंतरच्या तिसऱ्या निवडणुका होत्या. आणि अहमदिया संप्रदायाचा अपवाद सोडला, तर

इतर सगळ्यांना मतदानाचा किंवा सर्वसाधारण जागांसाठी निवडणूक लढण्याचा समान हक्क होता. एचआरसीपीने निरीक्षणासाठी अल्पसंख्याकांचं आधिक्य असलेले सिंध प्रांतातले सहा मतदारसंघ निवडले होते. हे मतदारसंघ मिरपूर खास - उमरकोट, थारपरकार आणि लाहोर इथं आहेत. शेवटच्या प्रांतात ख्रिश्चनांची संख्या बऱ्यापैकी आहे. या क्षेत्रातला निरीक्षणाखाली असलेला अल्पसंख्याक गट हिंदूंचा होता आणि या कारणामुळे मतदारांना आणि उमेदवारांना भेदभावाचा सामना करावा लागत होता. सरंजामशाही वृत्ती असलेल्या जमीनमालकांच्या शेतांवर मोठ्या संख्येने हिंदू रोजंदारीवर काम करायचे आणि आपल्या मालकांच्या जाचक अटी पाळायचे. या अहवालातून काही सकारात्मक बाबी समोर आल्या. नॅशनल असेम्ब्लीत सर्वसाधारण जागा मिळवण्यात मागच्या निवडणुकीत अपयश आलं असलं, तरी धार्मिक अल्पसंख्याक गटातल्या सदस्यांनी निवडणुकीला उभं राहणं सोडलं नाही. सिंधमधल्या पाच मतदारसंघांमध्ये २००८ मध्ये पाचच अल्पसंख्याक उमेदवार उभे होते. २०१३ मध्ये ती संख्या वाढून अकरा झाली. ज्या बहुसंख्याक गटातल्या उमेदवारांनी पूर्वी याच लोकांकडं दुर्लक्ष केलं होतं त्यांनी अल्पसंख्याकांची मतं मिळवण्यासाठी प्रयत्न केले आणि काही प्रसंगी त्यांना आपल्या प्रचारांचं व्यवस्थापन करण्यासाठी बोलावून घेतलं.

मात्र सुरक्षेचे गंभीर प्रश्न होतेच. मिरपूर खास – उमरकोट इथल्या अल्पसंख्याक समुदायाच्या उमेदवाराला धार्मिक दबाव गटांकडून धमकावण्यात आलं. त्यांची नावं सांगायलाही तो तयार होईना इतकी त्याला त्यांची दहशत वाटत होती. अहवालात असंही लिहिलं होतं, की जवळजवळ सगळ्या अल्पसंख्याक गटातल्या उमेदवारांच्या उमेदवारी अर्जांची छाननी करताना निवडणूक अधिकाऱ्यांनी त्यांच्या श्रद्धांबद्दल मानहानीकारक प्रश्न विचारले, अशी तक्रार बहुतेकांनी केली. अल्पसंख्याक समुदायातल्या मतदारांना जाणूनबुजून दूरच्या प्रदेशातील मतदार म्हणून स्वत:ची नोंदणी करायला सांगून किंवा एकाच कुटुंबातल्या सदस्यांना वेगवेगळ्या मतदान केंद्रांवर नावनोंदणी करायला भाग पाडून नाउमेद केलं गेलं.

अल्पसंख्याक समुदायांच्या महिला मतदार सिंधमध्ये मोठ्या संख्येनं मतदान करायला आल्या होत्या. त्यांची संख्या मुस्लीम महिलांपेक्षाही जास्त होती, तरीही बऱ्याच ठिकाणी समस्या होत्या. मिरपूर खास -उमरकोट मतदारसंघात एकमेव मुस्लिमेतर उमेदवार असलेल्या संतोष कुमार यांना फक्त ६५ मतं मिळाली आणि तिथं ८५ हजार मतदार मुस्लिमेतर होते. कुमार यांनी एचआरसीपीला सांगितलं, की प्रचारादरम्यान त्यांना धार्मिक गटांकडून हल्ले होण्याची भीती वाटत होती, पण कोणाचं नाव घेण्याची त्यांची हिंमत झाली नाही.

मे २०१३मध्ये झालेल्या सर्वसाधारण निवडणुकांदरम्यान थारपरकार इथल्या

नॅशनल असेम्ब्लीच्या मतदारसंघात एक पत्रक सगळ्यांना दिलं गेलं. त्यात ‘बेवफा’ किंवा धार्मिक अल्पसंख्याक उमेदवाराला मत देऊ नये असा इशारा मुस्लिमांना देण्यात आला होता. नॅशनल असेम्ब्लीमधल्या ३४२ जागांपैकी दहा जागा या बिगर-मुस्लीम उमेदवारांसाठी राखीव असल्या, तरी २७२ सर्वसाधारण जागांमधून फक्त एक बिगर-मुस्लीम उमेदवार निवडून आला. निवडणुकीदरम्यान अल्पसंख्याकांना संरक्षण पुरवण्यात आलं नाही आणि त्यांच्या तक्रारींची दखल गंभीरपणे घेतली गेली नाही. त्यांच्या मूलभूत हक्कांपासून त्यांना वंचित ठेवण्यात आलंच आणि शिवाय लोकशाही प्रक्रियेतही त्यांना पराभवाचा सामना करावा लागला.

फाळणीच्या वेळी अल्पसंख्याकांची संख्या एकूण लोकसंख्येच्या २५ टक्के होती. हा आकडा आता पाच टक्क्यांपर्यंत किंवा त्यापेक्षाही खाली घसरला आहे. जिनांनी कल्पना केलेले हक्क आणि धर्मनिरपेक्षतेचे आदर्श हिंसक सांप्रदायिकतेनं कधीच गिळंकृत करून टाकले आहेत. जिनांनी त्यांच्या मंत्रिमंडळातल्या एकमेव अहमदी सदस्याची पाठराखण केली होती, पण खुद्द संविधानानेच या संप्रदायाला बहिष्कृत केलं आहे. धार्मिक अल्पसंख्याकांना असलेला धोका स्पष्टपणे दिसत आहे. यात हिंदूंचाही समावेश आहे. धर्मांतराच्या भीतीनं ते भारतात आश्रय घेत आहेत. धर्मांतराच्या भीतीबरोबरच त्यांच्या मुलींचं अपहरण करून त्यांचे जबरदस्तीनं विवाह लावून देण्याची भीतीही त्यांना पळ काढायला भाग पाडते आहे आणि न्याय देण्यासाठी कायदा त्याला हवा तेवढा वेळ घेत आहे. जरी तिथं निषेधाचे आणि प्रतिकाराचे तर्कशुद्ध आवाज उठत असले, तरी द्वेषाची ताकद कैक पटींनी जास्त आहे. ज्यांना परवडतं त्यांच्यासाठी देश सोडून जाण्याशिवाय दुसरा पर्याय उरत नाही.

२. बॉम्बस्फोटाचं वार्तांकन करताना, २६/११ चा खटला, ड्रोन हल्ले...

दहशत आणि तालिबान

सोव्हिएत रशियाशी युद्ध करण्यासाठी आणि नंतर काश्मीरमध्ये घुसखोरी करण्यासाठी दहशतवादी गटांना प्रशिक्षण देण्याच्या आणि त्यांना मदत करण्याच्या धोरणाचे उलट परिणाम सामान्य पाकिस्तानी नागरिकांना आणि संरक्षण दलांना भोगावे लागले आहेत. काही मूलतत्त्ववादी टोळ्यांचं रूपांतर २००७मध्ये TTPमध्ये झालं, त्यांनी पाकिस्तान हे इस्लामी राष्ट्र बनवण्यासाठी आणि शरिया कायदा

लागू करण्यासाठी कंबर कसली होती. त्यापूर्वी एक दशक सांप्रदायिक दहशतवादी गट, ज्यामध्ये लष्कर-ए-झांगवी आणि 'सिपाह-ए-साहबा' यांचा समावेश होता, पंजाबात सक्रिय होते आणि त्यांना तालिबानचा पाठिंबा होता; त्यातल्या एका गटाने तर नवाज शरीफ यांच्या हत्येचाही प्रयत्न केला होता. सन१९९८मध्ये पंतप्रधान म्हणून त्यांचा पहिलाच कार्यकाळ सुरू होता. सांप्रदायिक हल्ल्यांचं लक्ष्य शिया, ख्रिश्चन आणि अहमदी होते. आणि हे हल्ले बाजारपेठांमध्ये आणि चित्रपटगृहांमध्ये होणार हे जणू ठरल्यासारखंच झालं होतं. सन २००० पासून पुढे एक दशकभरात जे बॉम्बहल्ले झाले, त्यांत जवळजवळ ६० हजार लोकांचे बळी गेले. त्यात सशस्त्र दलातल्या अनेक कर्मचाऱ्यांचाही समावेश होता.[२६] '१९९८ हे वर्ष उजाडेपर्यंत पाकिस्तानी तालिबान गटांनी पश्तून पट्ट्यात असलेल्या शहरांमध्ये टीव्ही आणि व्हिडिओंवर बंदी घालायला सुरुवात केली होती. कायद्याचा अवमान केला म्हणून दगडांनी ठेचून मारणं आणि हात-पाय तोडणं अशा शरिया शिक्षा देणं सुरू होतं. शियांना मारून टाकणं आणि लोकांना, विशेषत: पाकिस्तानी महिलांना जबरदस्तीने तालिबानने ठरवलेला पेहराव घालायला लावणं, तालिबानी जीवनशैली त्यांच्यावर लादणं असे प्रकार सुरू होते. पाकिस्ताननं तालिबानला दिलेला पाठिंबा अशा प्रकारे त्या देशाच्याच बोकांडी येऊन बसला आहे. या उभ्या ठाकलेल्या आव्हानाबाबत पाकिस्तानी नेतेसुद्धा अनभिज्ञ असल्याचं दिसून येतं आणि अजूनही ते तालिबानला पाठिंबा देत आहेत,' अब्दुल रशीद लिहितात.[२७] न्यू यॉर्कवर झालेल्या ११ सप्टेंबरच्या हल्ल्यानंतर अमेरिकेने दहशतवादाविरोधात पुकारलेल्या युद्धाला आणि दहशतवाद्यांवर केलेल्या ड्रोन हल्ल्यांना जनरल मुशर्रफ यांनी पाठिंबा दिल्यावर बॉम्बहल्ल्यांची तीव्रता वाढली.

दहशतवादाने पाकिस्तानात अनेक रूपं धारण केली आहेत. आत्मघातकी बॉम्बहल्ल्यांना तर अंतच नाही. एक सुरक्षित राजधानी म्हणून ओळखल्या जाणाऱ्या इस्लामाबादवर मी तिथं असताना दोनदा हल्ले झाले. त्यातला एक हल्ला तर मी राहत असलेल्या ठिकाणापासून अगदी जवळच झाला. सन २००२मध्येही हल्ले झाले होते. राजनैतिक संकुलात असलेल्या प्रोटेस्टंट इंटरनॅशनल चर्चवर हल्ला झाला होता. मरी इथं ख्रिश्चनांनी चालवलेली शाळा आणि तक्सीला इथल्या एका हॉस्पिटलशी संलग्न असलेलं चर्च अतिरेक्यांच्या हल्ल्याचं लक्ष्य बनलं होतं. सन २०१६मध्ये ईस्टरच्या दिवशी लाहोरमधल्या सार्वजनिक बागेवर झालेला धक्कादायक हल्ला हे आणखी एक दुष्कृत्य होतं, जे TTPमधल्या एका गटानं केलं होतं. दि. १ नोव्हेंबर २०१३ रोजी त्यांचा नेता हकीमुल्ला मेहसूद मारला गेल्यानंतर हा गट फुटून निघाला.

पंजाबात झालेल्या सांप्रदायिक हल्ल्यांचं लोण सगळ्या देशभर पसरलं आहे

आणि या संघर्षाची झळ पोचली नाही असे फार कमी लोक आहेत. नागरिक, अल्पसंख्याक, सैन्यदलातले कर्मचारी, सरकारी अधिकारी, राजकारणी आणि माध्यमकर्मी अशा सगळ्यांचेच यात बळी गेले आहेत. पुढे येणाऱ्या प्रकरणांमध्ये मी केलेल्या काही घटनांच्या वार्तांकनात या संदर्भात चर्चा केलेली दिसून येईल. TTP बरोबरची बोलणी निष्फळ ठरली, तशी ती ठरणारच होती. लष्करानं २०१३ च्या वर्षअखेरीला दहशतवाद्यांवर बॉम्बहल्ले करण्यासाठी वझिरीस्तानमध्ये 'ऑपरेशन झर्ब-ए-अझ्ब' (प्रेषिताची तलवार) ही मोहीम सुरू केली. त्यामुळं मोठ्या प्रमाणावर नागरिकांनी स्थलांतर केलं. दहशतवाद आणि सुरक्षित आसरा हे आजही अमेरिका, अफगाणिस्तान आणि पाकिस्तान यांच्यातल्या चर्चेचे विषय आहेत आणि पाकिस्ताननं अफगाणिस्तानातलं त्याचं 'स्ट्रॅटेजिक डेप्थ' (strategic depth) हे लाडकं धोरण सोडून दिल्याचं दिसत नाही.[२८] उदाहरणार्थ, अमेरिकेनं पाकिस्तानला हक्कानींना पाठिंबा न देण्याबाबत वारंवार विनवण्या करूनही हक्कानी नेटवर्कच्या कारवाया निर्विघ्न सुरू असल्याचं दिसतं. TTP विस्कळीत झाली असली आणि तालिबानचा दीर्घकाळ प्रमुख असलेला मुल्ला ओमर याचं २०१३ मध्ये निधन झाल्यावर अफगाण तालिबान संघटना दुबळी झाली असली आणि पुढे २०१६ मध्ये अमेरिकेनं केलेल्या ड्रोन हल्ल्यात त्याचा वारसदार मुल्ला अख्तर मन्सूर मारला गेला तरीही अफगाणिस्तानातील परिस्थिती 'जैसे थे'च आहे. सिराजुद्दीन हक्कानी हा अफगाण तालिबानचा दुसऱ्या क्रमांकाचा प्रमुख नेता आहे. एकेकाळी CIA (सेंट्रल इंटेलिजन्स एजन्सी)चे लाडके असलेले हक्कानी आता अफगाणिस्तानातल्या अमेरिकी सशस्त्र सैनिकांना लक्ष्य केल्याबद्दल अमेरिकेच्या रागाचं कारण बनले आहेत. पाकिस्ताननं त्याचं अस्तित्व कितीही नाकारलं, तरी 'इस्लामिक राष्ट्र' म्हणवून घेण्याची टांगती तलवार आहेच. एप्रिल २०१६ मध्ये तालिबानने त्यांच्या 'हल्ला बोल'ची (Spring offensive) सुरुवात काबूलवर बॉम्बवर्षाव करून केली. आणि आत्मघातकी हल्ले २०१७ मध्येही नियमितपणे सुरू आहेत, जे अत्यंत निराशाजनक आहे. वाढत्या संख्येनं अफगाणिस्तानातले प्रदेश तालिबान्यांच्या नियंत्रणाखाली येत आहेत.

सरकारनं शांतता प्रस्थापित करण्यासाठी TTPला मैत्रीचा हात देऊ केला तरी बॉम्बवर्षावात खंड पडला नाही. त्याची सुरुवात सप्टेंबर २०१३ मध्ये पेशावरला एका चर्चवर झालेल्या बॉम्बहल्ल्यानं झाली. यावरून हेच दिसलं, की दहशतवाद्यांच्या मनात सलोखा करण्याचे विचार अजिबात नाहीत. मार्च आणि एप्रिलमध्ये झालेल्या दोन बॉम्बस्फोटांनी राजधानी हादरली आणि देशभरातही अशा घटना घडल्या. एका आत्मघातकी बॉम्बरशी दोन हात करताना एक कुमारवयीन मुलगा मरण पावला आणि खैबर पख्तूनख्वा इथला एक तरुण राजकारणी बकरी

ईदच्या दिवशी त्याच्या 'हुजरा'मध्ये (घराच्या बाहेर पुरुष मंडळी भेटतात ती जागा) मारला गेला. दहशतवादी एक तर मारले जातात किंवा शिक्षेशिवाय सुटतात असं बऱ्याचदा घडतं; पण २६/११ च्या मुंबई हल्ल्याशी संबंधित गुन्हेगारांवर पाकिस्ताननं खटला भरला आहे आणि या खटल्याकडे भारत बारकाईनं बघत आहे.

स्मृतिचिन्ह म्हणून तोफगोळ्याचा तुकडा

पेशावरच्या चर्चमध्ये झालेल्या आत्मघातकी बॉम्बहल्ल्यात लक्ष्य ठरलेल्या काही कुटुंबांना मी भेटले. त्यातल्या एका कुटुंबाने मला एका छोट्या प्लॅस्टिकच्या डबीत ठेवलेला धातूचा एक तुकडा दाखवला. त्यावर वाळलेल्या रक्ताचे डाग होते. तो तुकडा आर्सलनच्या मानेतून काढला होता, असं त्याच्या आईनं सांगितलं. तिनं एखाद्या ठेवणीतल्या दागिन्यासारखा तो तुकडा मुठीत बंद केला. आपल्या मुलाची ही एवढीच निशाणी तिच्याजवळ शिल्लक राहिली होती. दि. २२ सप्टेंबर २०१३ची ती एक लख्ख रविवार सकाळ होती आणि माझ्या सुटीत खोडा घालणारं काहीही घडणार नाही अशी मला आशा होती. तेवढ्यात पावणेबारानंतर थोड्याच वेळात टीव्हीवर काही तरी बातमी चमकली. पेशावरच्या ऑल सेंट्स चर्चविषयी ती बातमी होती. पुढे आठवडाभर सुरू असणाऱ्या हिंसाचाराच्या थैमानाची सुरुवात दोन आत्मघातकी बॉम्बरच्या दुकलीनं केली होती. हे थैमान पुढच्या रविवारी तिसरा स्फोट होईपर्यंत चाललं. तो हल्ला हादरवून टाकणारा होता. चर्चमध्ये जमलेले लोक प्रार्थनेनंतर खाद्यपदार्थांचा आस्वाद घ्यायला बाहेर आले तेव्हा हा हल्ला झाला. त्या घटनेचा धक्का आणि भय क्षणभर बाजूला ठेवलं, तर व्यावसायिक पातळीवर मी या अगतिकतेमुळे निराश झाले, की मला स्फोटाच्या ठिकाणाच्या जवळपासही जाता येत नव्हतं आणि तिथं जाऊन प्रत्यक्ष वार्तांकन करता येत नव्हतं. त्यामुळं मला बातमी तयार करण्यासाठी इंटरनेट, टीव्हीवरच्या मुलाखती आणि काही तातडीचे फोन कॉल यांवरच विसंबून राहावं लागलं. पाकिस्तानहून वार्तांकन करताना मला नेहमीच अशा परिस्थितीला तोंड द्यावं लागायचं. दोन आठवड्यांनी त्या हल्ल्यातून बचावलेल्या लोकांच्या कुटुंबांना मी राजधानीतल्या पाकिस्तान इन्स्टिट्यूट ऑफ मेडिकल सायन्सेस (PIMS) इथं जाऊन भेटले.

हा काही पाकिस्तानातला चर्चवर झालेला पहिला हल्ला नव्हता आणि शेवटचाही असणार नव्हता. पण त्याची तीव्रता आणि बेधडकपणा अंगावर शहारे आणणारा होता. सप्टेंबर २०१२ मध्ये पेशावरपासून साठ किलोमीटरवर असलेल्या मार्दनमध्ये एका 'धर्मनिंदक' चित्रपटाचा निषेध हिंसाचारात परावर्तित झाला.

बातम्यांमध्ये असं सांगितलं गेलं, की अमेरिकेत बनवला गेलेला तो चित्रपट इस्लामविरोधी होता. त्याचा परिणाम म्हणून सेंट पॉल्स चर्च आणि शाळा, ग्रंथालय, धर्मोपदेशकाचं निवासस्थान आणि त्या परिसरातील दोन इतर घरं यांची जाळपोळ आणि नासधूस करण्यात आली. ऑल सेंट्स चर्च हे पेशावर शहराच्या आतल्या भागात कोहाटी गेट इथं आहे. तिथं झालेल्या हल्ल्यात किमान ८१ लोक मारले गेले आणि १०० पेक्षा जास्त जखमी झाले (१३७ हा अधिकृत आकडा होता. त्यातल्या दहा जणांची प्रकृती चिंताजनक होती). त्यात बऱ्याचशा महिला आणि लहान मुलं होती. एका आत्मघातकी बॉम्बरने सहा किलोग्रॅम स्फोटकं घेऊन चर्चमध्ये प्रवेश केला, तर दुसऱ्याने कुंपणाच्या बाहेर स्वत:ला उडवलं. तिथं त्या वेळी ६०० लोक होते.

या हल्ल्याचा निषेध म्हणून मिशनरी शाळा तीन दिवस बंद ठेवण्यात आल्या. मी जेव्हा इस्लामाबादमधल्या इतर चर्चमध्ये गेले तेव्हा लोकांच्या मनात असलेली भीती आणि असुरक्षिततेची भावना मला जवळून जाणवली. मला एका ठिकाणाला भेट देण्याची इच्छा होती ते म्हणजे पेशावरचं लेडी रीडिंग हॉस्पिटल. तिथली परिस्थिती कायमच आणीबाणीची असायची. न संपणाऱ्या बॉम्बहल्ल्यांमुळे जखमी झालेल्यांवर उपचार करताना मर्यादित साधनं हाताशी असूनही त्या हॉस्पिटलने स्पृहणीय कामगिरी बजावली होती. नंतर अत्यंत गंभीररीत्या जखमी झालेल्या रुग्णांना इस्लामाबादच्या पीआयएमएसमध्ये आणि पेशावरच्या कम्बाईण्ड मिलिटरी हॉस्पिटलमध्ये हलवण्यात आलं. जवळच राहणाऱ्या एका प्रत्यक्षदर्शी साक्षीदारानं सकाळी ११ च्या सुमाराला दोनपैकी एका बॉम्बरनं स्वत:ला उडवून घेताना पाहिलं आणि दोन्ही स्फोटांचे हादरवणारे परिणाम अनुभवले. ऑल सेंट्स मेमोरिअल चर्चची स्थापत्यशैली ब्रिटिशांना आवडणारी इंडो-सारासेनिक प्रकारची आहे आणि हे चर्च १८८३ मध्ये प्रार्थनेसाठी खुलं करण्यात आलं होतं. एका ऑनलाइन वक्तव्यात पेशावरच्या राईट रेव्हरंड हंफ्रे एस. पीटर्स यांनी हल्ल्याचा निषेध केला. त्यांनी हे वक्तव्य केलं यासाठी मी त्यांची आभारी होते. ते म्हणाले, की या हल्ल्यात खैबर पख्तूनख्वा (KPK) इथल्या पाकिस्तान तेहरिक-ए-इन्साफच्या नव्या सरकारच्या अपयशाचं प्रतिबिंब दिसतं. त्या प्रांतातल्या अल्पसंख्याकांच्या हिताचं रक्षण करण्यात हे सरकार कमी पडलं. बॉम्बहल्ल्यात आपली आत्या आणि पुतण्या गमावलेल्या चर्चच्या एका सभासदाशी ते बोलले होते. मृतांमध्ये संडे स्कूलमध्ये जाणारी बरीच मुलं आणि चर्चमध्ये प्रार्थना-गीत गाणाऱ्या समूहाचे सदस्य होते.

पेशावरमध्ये खऱ्या बातम्या देण्यासाठी ज्यांच्यावर मी विश्वास ठेवू शकत होते, त्यात काही पत्रकार सोडले, तर इतरांपैकी शिराज पराचा हा माजी पत्रकार

आणि तेव्हाचा खैबर पख्तूनख्वाच्या मुख्यमंत्र्यांचा प्रवक्ता होता. नेहमीच काही तरी वादळी घटना घडत असलेल्या पेशावरसाठीही या प्रकारचा हल्ला अभूतपूर्व म्हणावा असाच होता, असं पराचा म्हणाला. देशभरात निषेधाची लाट उसळली आणि चर्चसारख्या संस्थांचं संरक्षण करण्यात कमी पडल्याचा ठपका पीटीआयवर ठेवला गेला. चहुबाजूंनी टीकेचा भडिमार झाला. संपूर्ण देशात शोक आणि निषेधाचं वातावरण होतं.

पेशावरला बिशपच्या अधिकाराखालचा प्रदेश १९८०मध्ये निर्माण केला गेला. तो देशातल्या सर्वांत मोठ्या प्रदेशांपैकी एक आहे. केपीके प्रांतात राहत असलेल्या ख्रिश्चनांची एकूण संख्या सुमारे एक लाख आहे, तर प्रांताची एकूण लोकसंख्या १७ दशलक्ष एवढी आहे. ही माहिती बिशपच्या अधिपत्याखालील प्रदेशाच्या वेबसाइटवर दिली आहे. ही घटना पंतप्रधान युनायटेड नेशन्सच्या सर्वसाधारण सभेसाठी न्यू यॉर्कला निघालेले असताना घडावी, ही त्यांच्यासाठी दुर्दैवाची बाब होती. हा एक विचित्र योगायोग होता, की प्रत्येक वेळी ते परदेश दौऱ्यावर जायला निघाले, की अशी 'परिस्थिती' निर्माण व्हायची. चर्चना जास्त संरक्षण पुरवण्याची मागणी करण्यात आली आणि अल्पसंख्याकांनाही मोठ्या प्रमाणात संरक्षण देण्याची मागणी झाली, पण राजधानीतल्या दोन प्रमुख चर्चना भेट दिल्यानंतर दुसऱ्या दिवशी मला हे जाणवलं, की त्यांच्याकडे असलेली संरक्षण व्यवस्था किती कुचकामी होती.

इस्लामाबादच्या दोन मोठ्या चर्चपैकी एक असलेल्या सेंट थॉमस चर्चच्या बाहेर सब-मशीनगन घेतलेला एकटा पोलीस होता. झोपडपट्ट्यांमध्ये अनेक छोटी चर्च होती. बऱ्याचदा लहान खोल्यांमध्ये तात्पुरते क्रॉस ठेवून लोकांचे अगदी छोटे गट प्रार्थना करत असायचे. इथं, उंच फर वृक्षाच्या फांद्यांनी लाल विटांचं चर्च जवळपास झाकून टाकलेलं होतं. मरुन रंगाच्या सोनेरी क्रॉस रंगवलेल्या बंद फाटकांच्या आत भीतीचं वातावरण असायचं. सन १९९२ मध्ये बांधलेल्या या चर्चमध्ये काही महिन्यांपूर्वी सुरक्षेसाठी सीसीटीव्ही बसवले होते. अधूनमधून पोलीस मोटरसायकलवर बसून रस्त्यांवर गस्त घालत असायचे.

मला आत जाण्याची परवानगी मिळाली नाही. पोलिसाशिवाय तिथं आणखी एक माणूस मला बाहेर उभा असलेला दिसला. तो ऑल सेंट्स चर्चशी अगदी जवळून संबंध असलेला निघाला. हा चर्चचा सदस्य आणि निवृत्त सरकारी कर्मचारी अश्रू ढाळत होता. १९७८ मध्ये त्याचा 'निकाह' समारंभ तिथं झाला होता. बॉम्बहल्ला झाल्यानंतर तो पेशावरला असलेल्या त्याच्या बायबल अभ्यासादरम्यान असलेल्या समन्वयकाच्या संपर्कात आला. त्यानं त्याची पत्नी आणि मुलगी हल्ल्यात गमावली होती. त्याचे सगळे नातेवाईक गंभीर जखमी होऊन हॉस्पिटलमध्ये

होते. या मुलाखतीचा शेवट अश्रूंच्या महापुरात झाला. चर्चनं यापूर्वी वाढीव संरक्षणाची मागणी केली होती. रविवारी बहुतेकदा दोन किंवा तीन पोलीस तिथं असायचे. त्यानं वर आकाशाकडं पाहिलं आणि म्हणाला, "आम्ही आमची सुरक्षितता ईश्वरावर सोपवली आहे."

सन १९७९ मध्ये बांधलेल्या रोमन कॅथलिक अवर लेडी ऑफ फातिमा चर्चमध्ये माझ्या पासपोर्टची तपासणी झाल्यावर मला आत जाण्याची परवानगी मिळाली तेव्हा फादर रहमत मायकेल हकीम सुरक्षेबाबत एका वरिष्ठ अधिकाऱ्याशी चर्चा करत होते. चर्चना फार काळजीपूर्वक वागावं लागत होतं. फादर रहमत यांनी पोलिसाला मृदू भाषेत आठवण करून दिली, की रविवारची सामुदायिक प्रार्थना सकाळी सातला सुरू होते. बाहेर, कलाशनिकोव्ह रायफल घेतलेला पोलीस खुर्चीत आरामात बसला होता. इस्लामाबाद राजधानी क्षेत्रात ४ हजार कॅथालिक कुटुंबं आहेत. इस्लामाबाद आणि रावळपिंडी इथल्या बिशपच्या अधिकाराखाली असलेल्या प्रदेशांमध्ये सुमारे दोन लाख ख्रिश्चन राहतात. सीसीटीव्ही बसवण्याची चर्चची योजना आहे, पण सध्या काटेरी कुंपणानेच काम भागवावं लागेल असं फादर रहमत म्हणाले. मशिदीनंतर हल्लेखोरांसाठी सगळ्यांत सोपं लक्ष्य म्हणजे चर्च असं समीकरण झालं आहे. ज्या शक्तींच्या मनात इतका द्वेष भरला आहे, की त्यासाठी हे लोक स्वत:ला मारून घ्यायलाही तयार होतात, अशांना विरोध करताना फादर रहमत आणि इतर लोक हतबल होऊन जातात.

TTPने या हल्ल्यांची जबाबदारी उचलली आणि सर्वपक्षीय संमेलनात दहशतवादी संघटनांशी बोलणी केल्यानंतर हे हल्ले झाल्यामुळे सलोख्याची आशा पार धुळीला मिळाली. कारण TTPने आत्मघातकी बॉम्बस्फोट आणि दहशतवादी हल्ले करणं थांबवलं नाही. राष्ट्रीय ध्वज अर्ध्यावर उतरवण्यात आला आणि संतापलेले निषेधकर्ते पाकिस्तानच्या अनेक भागांत रस्त्यावर उतरले. इस्लामाबादमध्ये सुद्धा सुमारे दोन हजार लोकांनी रस्त्यांवरून मोर्चे काढले. त्यात ते तालिबानविरोधी घोषणा देत होते आणि न्यायाची मागणी करत होते. फलकांवर लिहिलं होतं, 'अल्पसंख्याकांच्या हक्कांचं रक्षण करा, सच्चे पाकिस्तानी बना.'

संसदेच्या समोर असलेल्या डी-चौकात निषेध व्यक्त करण्यात आला, तिथं मेणबत्त्या पेटवण्यात आल्या आणि धार्मिक आणि राजकीय नेत्यांनी सांगितलं, की हा निषेध नसून 'शोक' आहे. जे बॉम्बहल्ल्यात 'शहीद' झाले त्यांच्यासाठी. नुकत्याच झालेल्या आत्मघातकी हल्ल्यांमुळे संतापलेल्या सर्वसामान्य जनतेने उत्स्फूर्तपणे कृती केली. नर्स म्हणून काम करणारी फरिदा चौधरी आणि हातात फलक घेतलेला तिचा तरुण मुलगा म्हणाले, की कोणत्याही प्रकारचा धार्मिक भेदभाव असता कामा नये आणि दहशतवादाचा अंत झालाच पाहिजे. ख्रिश्चन

बहुसंख्येनं राहत असलेल्या झोपडपट्ट्यांमधून आलेल्या अनेक महिला निषेध मोर्चात सामील झाल्या होत्या आणि दु:खानं छाती पिटत होत्या. नगीन हयात या 'वीमेन्स ॲक्शन फोरम'च्या महिलेला वाटलं, की ही फक्त अल्पसंख्याकांशी संबंधित समस्या नाही. पुढारलेल्या विचारांच्या सगळ्याच लोकांच्या डोक्यावर ही दहशतीची टांगती तलवार आहे. हाजरा आणि चित्रालचे कलाश असे अल्पसंख्यांक समुदाय लांबून आपलं समर्थन द्यायला आले होते. पाकिस्तानात अनेक बहुआयामी कार्यकर्ते आहेत : जसे प्रख्यात वकील अस्मा जहांगीर, कार्यकर्ती ताहिरा अब्दुल्ला, नॅशनल ह्यूमन राइट्स कमिशनचे प्रमुख आदरणीय आय. ए. रेहमान. मी मानवी हक्क चळवळीतील कार्यकर्ती फरझाना बारी हिला भेटले. ती म्हणाली, की देश अनागोंदीच्या दिशेनं वाटचाल करत आहे. कारण सरकार, प्रशासन संरक्षण देण्यात कमी पडत आहे. 'नॅशनल कमिशन ऑन द स्टेट ऑफ वीमेन'च्या अध्यक्ष खावर मुमताज म्हणाल्या, की हा दहशतवादी धोरणाचाच एक भाग आहे आणि चर्चला लक्ष्य केलं जात आहे कारण ते 'सॉफ्ट टार्गेट' आहे. पूर्वी अशी सॉफ्ट टार्गेट्स गर्दीची ठिकाणं आणि बाजार ही असायची. प्रगत विचारांच्या छोट्या वर्तुळातल्या कार्यकर्त्यांना मी नेहमी भेटायचे. ते नेहमी शांत असायचे. तर्कशुद्ध विचार करणाऱ्या लोकांप्रमाणं प्रतिक्रिया द्यायचे. पण भयानक हिंसाचारासमोर तेही अगतिक होते. त्यातल्या काहींनी निधड्या छातीनं सरकारच्या धोरणांविरुद्धच्या किंवा अल्पसंख्याकांवर होणाऱ्या हल्ल्यांविरुद्धच्या निदर्शनांमध्ये भाग घेतला होता आणि संकटाला आमंत्रण दिलं होतं.

चर्चमध्ये झालेल्या स्फोटानंतर लगेचच मी पीआयएमएसमध्ये दाखल केलेल्या पेशावरच्या बचावलेल्या लोकांबद्दल वाचलं आणि तिथं जायचं ठरवलं. किमान या सार्वजनिक हॉस्पिटलमध्ये जाता तरी येत होतं; हे हॉस्पिटल बैठ्या इमारती असलेलं, खूप मोठ्या जागेवर पसरलेलं आणि मधे मधे खूप सारे अडथळे उभारलेलं असं होतं. एक रुंद रस्ता अपघात विभागाकडे जातो, तर जिथं त्या तीन मुलांना ठेवलं होतं त्या जळित विभागाची इमारत त्यापासून मागं काही अंतरावर आहे. त्या मुलांमधला सगळ्यांत मोठा, आठ वर्षांचा आर्सलन घरी परत आला नाही. मी त्या विभागात जाऊन त्याची आई रझियाबीबी आणि काका अक्रम यांना भेटले. कॉरिडॉरमध्ये एक चादर अंथरलेली होती. त्यावर काही सामान ठेवलं होतं. त्या दोघांनी मोठ्या उत्साहाने मला पट्टी लावलेली एक छोटी प्लॅस्टिकची डबी दाखवली. त्यात एक रक्ताळलेला गोळा होता. बहुधा मांस आणि रक्त लागलेल्या त्या बॉल बेअरिंग होत्या ज्या आर्सलनच्या गळ्याच्या बाजूनं काढल्या होत्या.

आर्सलन प्रत्येक रविवारी त्याच्या वडिलांबरोबर चर्चला जायचा. वडिलांचं

हाड मोडलं होतं आणि ते पेशावरला हॉस्पिटलमध्ये होते. "त्या दिवशी प्रत्येक घरामध्ये किमान चार अंत्यसंस्कार झाले," रझिया म्हणाली. त्या वेळी तिला हे माहीत नव्हतं, की तिच्या पाच मुलांपैकी सगळ्यांत लहान मुलाला ती गमावणार होती.

कॉलेजच्या पहिल्या वर्षाला असलेला आरिश त्याच्या बहिणीसोबत, सिमरनसोबत आला होता. तिला बऱ्याच जखमा होत्या. तिचं शरीर बाँबमधल्या धातूच्या तुकड्यांमुळे छिन्नभिन्न झालं होतं. फक्त चेहरा वाचला होता. तिच्यावर दोन शस्त्रक्रिया करून झाल्या होत्या. आरिशची सहा वर्षांची लहान बहीण पेशावरच्या हॉस्पिटलमध्ये होती. त्या सगळ्यांना चर्च खूप आवडायचं आणि संडे स्कूलला ते मोठ्या उत्साहानं जायचे.

अस्मा आणि तिच्या कुटुंबासाठी हा बॉम्बस्फोट मनावर कायमस्वरूपी कटू आठवणी कोरून जाणार होता. स्फोटाच्या आदल्याच रात्री तिनं तिचा पंचविसावा वाढदिवस साजरा केला होता. त्या तरुण शाळाशिक्षिकेनं तिचे वडील आणि भाऊ इम्तियाझ यांना स्फोटात गमावलं. "मी त्याबद्दल बोलू शकत नाही आणि मी ते दृश्य विसरू शकत नाही. मी त्यांच्यासाठी काही करू शकले नाही," आपलं दु:ख लपवण्याचा आटोकाट प्रयत्न करत अस्मा म्हणाली. मी भारतातून आले आहे याचं तिला आश्चर्य वाटलं, पण तिची परिस्थिती इतकी गंभीर असतानाही तिनं प्रेमानं माझं स्वागत केलं. तिच्या तीन वर्षांच्या भाचीच्या – मेहेकच्या – डोक्याला जखम झाली होती आणि ती गंभीर अवस्थेत जळित विभागात होती. अस्माचा धाकटा भाऊही त्या वेळी हॉस्पिटलमध्ये होता.

तिला त्या वेळी इस्लामाबादला यावं लागलं कारण मेहेकची आई आपल्या पतीच्या मृत्यूच्या धक्क्यातून सावरत होती. अस्मा म्हणाली, की तिचा भाऊ अलीकडेच पोलिसांत रुजू झाला होता आणि हल्ल्यात मारला गेला. तिचे वडील चर्चमधून बाहेर येऊन जिथं खाद्यपदार्थ दिले जात होते तिथं कुंपणाजवळ गेले होते. त्याच वेळी बॉम्बचा स्फोट झाला. अस्मा अजून आतमध्येच होती आणि सगळ्या चेंगराचेंगरीतून आणि धुराच्या लोटांमधून तिला वडिलांपर्यंत पोचणं कठीण झालं होतं.

त्या आठवड्यातला पेशावरमधला तो फक्त पहिला बॉम्बस्फोट होता आणि दोन आठवड्यांपेक्षाही कमी काळात हा आकडा पाचवर जाऊन पोचला. ऑल सेंट्स चर्चनंतर त्या शुक्रवारी सरकारी कर्मचाऱ्यांना घेऊन जाणाऱ्या बसमध्ये बॉम्ब फुटला. त्यात १९ जण मारले गेले आणि ४०पेक्षा जास्त जखमी झाले. आणि मग त्या आठवड्यात तिसऱ्यांदा पेशावरला गुडघे टेकावे लागले. या वेळी २२५ किलोग्रॅमचा शक्तिशाली बॉम्ब ऐतिहासिक किस्सा खवानी बझारजवळ

असलेल्या पोलीस स्टेशनजवळ पार्क केलेल्या एका कारमध्ये फुटला. रविवारच्या त्या दिवशी ३०पेक्षा जास्त लोक त्या स्फोटात मरण पावले आणि १०० पेक्षा जास्त जखमी झाले. सकाळी ११ वाजण्याच्या सुमाराला दुकानं नुकतीच उघडत होती. तेव्हा तिथं असलेली लोकांची गर्दी – त्यात महिला आणि मुलांची संख्या जास्त होती – जागच्या जागी थिजली कारण बॉम्ब फुटला आणि त्यामुळं जवळच्या दुसऱ्या एका कारमधल्या सिलिंडरचाही स्फोट झाला. सगळा बाजार दाट काळ्या धुरानं वेढला गेला. गाड्या आणि दुकानांनी पेट घेतला आणि सर्वत्र भीतीची लाट पसरत गेली.

एक पांढऱ्या रंगाची टोयोटा गाडीच बॉम्ब म्हणून वापरण्यात आली होती आणि स्फोटाच्या ठिकाणी एक भलं मोठं विवर तयार झालं होतं. अग्निशामक दलाच्या कर्मचाऱ्यांना रस्त्याच्या कडेला असलेल्या दुकानांवर चढून आग विझवावी लागली. सगळा परिसर उद्ध्वस्त झाला होता. तालिबानला चर्चेसाठी देशात कार्यालय उघडू द्यावं, अशी सूचना पीटीआयचा अध्यक्ष इम्रान खान यानं केली होती. त्याच्यावर सर्व स्तरांतून टीका झाली. हा स्फोट इम्रान खानच्या वक्तव्यानंतरच झाला आणि त्याचा आघात हातगाडीवर विक्री करणाऱ्या अनेक फेरीवाल्यांना झेलावा लागला. किस्सा खवानी बझार हा इतिहासात खुदाई खिदमतगारांच्या कत्तलीसाठी प्रसिद्ध आहे. खुदाई खिदमतगार हे सरहद्द गांधी खान अब्दुल गफार खान यांच्या नेतृत्वाखाली लढणारे प्रसिद्ध स्वातंत्र्यसैनिक. एप्रिल १९३०मध्ये एका अहिंसक प्रतिकारादरम्यान खुदाई खिदमतगारांवर ब्रिटिश सैन्याने गोळीबार केला. ही तीच जागा होती जिथं गढवाल रेजिमेंटच्या सैनिकांनी नि:शस्त्र लोकांवर गोळ्या झाडायला नकार दिला होता, आणि आज निष्पाप जीवांना लक्ष्य केलं जात होतं.[२१] हे एक लोकप्रिय ठिकाण होतं, गोष्ट सांगणाऱ्यांचं मार्केट म्हणून किपलिंगनं त्याला प्रसिद्धीचं वलय प्राप्त करून दिलं होतं. एके काळी लांबून प्रवास करून येणाऱ्या काफिल्यांचं ते विश्रांतीस्थान होतं. भारतीय सुपरस्टार दिलीपकुमार म्हणजेच पूर्वाश्रमीचा मोहम्मद युसूफ खान याचंही हे जन्मस्थान आहे. किस्सा खवानी बझारकडे आता सांगण्यासाठी अधिक भयकारी कहाण्या आहेत आणि त्या दूरवरून आलेल्या काफिल्यांच्या किंवा सरहद्द गांधींच्या नक्कीच नसतील.

उर्वरित पाकिस्तानात घटनांचा वेग बराच जास्त होता. काहीसं संथ वातावरण असलेल्या राजधानीसारखा नव्हता. राजधानी आपल्या स्वत:च्याच धुंदीत वैचारिक चर्चा आणि औपचारिक सामाजिक संमेलनं यांच्या साथीनं पुढं जात होती. पेशावर एका बॉम्बहल्ल्याकडून दुसऱ्या बॉम्बहल्ल्याकडे ठेचकाळत, धडपडत जात होतं. या सीमावर्ती शहरानं मला मुंबईची आणि एके काळी मुंबईत सातत्यानं होणाऱ्या

बॉम्बहल्ल्याची आठवण करून दिली. मी पेशावरच्या जिद्दीच्या कहाण्याही वाचल्या होत्या. त्या मला ओळखीच्या वाटल्या. आपण मुंबईचा जसा मोडून न पडणारं शहर म्हणून गौरव करतो तसंच हे वाटलं. लेडी रीडिंग हॉस्पिटल हे किंग एडवर्ड मेमोरिअल हॉस्पिटलसारखंच भव्य असेल का किंवा जेजे हॉस्पिटलसारखं असेल का, असा विचार उगीचंच माझ्या मनात येऊन गेला. आणीबाणीच्या परिस्थितीत मुंबईच्या या दोन्ही हॉस्पिटलनी अत्यंत प्रशंसनीय काम केलं होतं.

मी ज्या लोकांना भेटले त्या लोकांच्या डोळ्यांत मला जिद्द तर दूरच, फक्त वेदना दिसली. आर्सलनची आई विचार करत राहिली, की चर्चवर बॉम्ब का टाकण्यात आला. तिनं मला सांगितलं, की तिच्या मुलाची प्रकृती सुधारते आहे. दहशतवादाशी संबंधित आणखीही कहाण्या होत्या आणि मी जरी त्या ठिकाणांना भेट देऊ शकले नाही तरी मला जेवढं शक्य होतं तेवढ्या उत्तम प्रकारे मी त्या घटनांचं वार्तांकन केलं. एक कहाणी होती एका कुमारवयीन मुलाची, ज्यानं त्याची शाळा वाचवली. सन २०१४ मध्ये पेशावरच्या आर्मी पब्लिक स्कूलवर क्रूर बॉम्बहल्ला झाला. त्याच्या सुमारे अकरा महिने आधी एका गोबऱ्या कुमारवयीन मुलानं त्याच्या हांगूमधल्या (खैबर पख्तुनख्वा इथल्या) सरकारी शाळेच्या फाटकाशी एका आत्मघातकी बॉम्बरला थांबवलं आणि जगाचं लक्ष वेधून घेतलं. नवव्या इयत्तेत असलेला ऐतिझाझ हुसेन ६ जानेवारी २०१४ च्या सकाळी एका वजनदार अनोळखी माणसाला भिडला आणि बॉंबरनं स्वत:ला उडवलं तेव्हा तो मुलगाही त्यात मारला गेला. त्यानं त्या माणसाला आहे तिथंच थांबायला सांगितलं होतं आणि त्याला दगडही फेकून मारला होता. हिंसाचारात मृत्यू पावलेल्या लोकांच्या बातम्या ऐकण्याची सवय झालेल्या त्या देशाच्या काळजाला या कहाणीनं मात्र हात घातला. तो मुलगा हुतात्मा म्हणून गौरवला गेला आणि सगळ्यांचा हीरो झाला. त्या तरुण मुलाला सर्वोच्च नागरी सन्मान प्रदान करण्यात आला. दहशतवादाचा बळी ठरलेली सेलिब्रिटी मलाला युसफझाई हिनं त्याची प्रशंसा केली. ऐतिझाझनं त्याच्या शेकडो शाळासोबतींना मरण्यापासून वाचवलं आणि त्याबद्दल पंतप्रधानांच्या कार्यालयातून एक वक्तव्य जारी करण्यात आलं. त्याची शाळा शियांचं वर्चस्व असलेल्या इब्राहिमझाई या भागात आहे आणि विनाशापासून वाचवणाऱ्या त्या मुलाचं नाव त्या शाळेला देण्याचा निर्णय सरकारनं घेतला.

मृत्यू जेव्हा हसत समोर आला

वरवर पाहता तो आणखी एक आत्मघातकी बॉम्बहल्ला होता, पण या वेळी त्यानं एका तरुण राजकारण्याचा आणि त्याच्याजवळ बसलेल्या बऱ्याच लोकांचा बळी घेतला. जेव्हा खैबर पख्तुनख्वाचे कायदा मंत्री इसरारुल्ला खान गंडापूर

त्यांना भेटायला आलेल्या अनेकांपैकी एकाला अभिवादन करण्यासाठी बकरी ईदच्या दिवशी कोलाची इथल्या त्यांच्या हुजऱ्यात आले तेव्हा आपण करत असलेली ही कृती शेवटचीच ठरणार आहे, असा विचारही त्यांच्या मनात आला नसेल. मी लिहिलेल्या काही विक्षिप्त, विचित्र घटनांपैकी ही एक होती. त्या कुटुंबाला ओळखणारी एक व्यक्ती योगायोगानं मला भेटली आणि मला ही माहिती मिळाली. त्याबद्दल त्यांचे आभार. केपीकेच्या डेरा इस्माईल खान जिल्ह्यातलं गंडापूर हे राजकीय पार्श्वभूमी असलेलं कुटुंब होतं. त्या उमद्या, देखण्या तरुण मंत्र्याला मारण्यामागं खरं कारण काय होतं हे कोणालाही माहीत नाही. इसरारुल्ला खान यांनी त्यांना भेटायला आलेल्या आणि नवे कपडे घातलेल्या तरुणाला अभिवादन केलं. त्याचं अभिवादन स्वीकारलं. त्यानं त्यांना मिठी मारली आणि मग त्याच्या शरीराला बांधलेल्या बॉम्बचा स्फोट केला. बकरी ईदचा तो पहिला दिवस होता आणि ते सगळे डेरा इस्माईल खानमधल्या कोलाची इथल्या मंत्र्यांच्या निवासस्थानाबाहेर असलेल्या हुजऱ्यात जमले होते. मंत्रिमहोदय जागच्या जागीच मारले गेले. त्यांच्यासोबत सात लोकही मरण पावले. त्यांचा मोठा भाऊ इक्रामुल्ला वाचला. नंतर आम्हाला कळलं, की आत्मघातकी बॉम्बर वीस ते बावीस वर्षांचा होता आणि मंत्र्यांशी स्थानिक भाषेत बोलत होता. केपीकेमध्ये झालेल्या अनेक आत्मघातकी बॉम्बहल्ल्यांनंतर झालेल्या या हल्ल्यामुळे असुरक्षिततेत आणखी भर पडली आणि माध्यमांच्या विश्लेषणातून असं सुचवण्यात आलं, की डेरा इस्माईल खान इथल्या तुरुंगावर झालेल्या खळबळजनक हल्ल्यांशी संबंधित आणि फारशा माहीत नसलेल्या दहशतवादी गटानंच त्यांना मारलं असावं. अर्थात हा अनेक अंदाजांपैकी एक अंदाज होता.

डेरा इस्माईल खानमधील पीपीपी पक्षाचे राजकारणी आणि नॅशनल असेम्ब्लीचे माजी उपसभापती फैझल करीम कुंडी हे त्यांना मृत्यूआधी भेटणाऱ्या काही लोकांपैकी एक होते. 'ईदच्या दिवशी तुम्हाला भेटायला येणाऱ्या लोकांना अभिवादन करायला जाणं हा एक नेहमीचाच रिवाज होता. इसरारुल्ला त्याला भेटायला आलेल्या व्यक्तीचं स्वागत करायला आठ ते दहा फूट चालत गेला आणि सगळं संपलं.' २००६ मध्ये विवाह झालेल्या इसरारुल्ला यांच्या पश्चात पत्नी, एक लहान मुलगी आणि मुलगा आहेत.

एकोणचाळीस वर्षांच्या इसरारुल्लांकडे राज्यशास्त्राची पदव्युत्तर पदवी होती. त्यांनी प्राथमिक शिक्षण कुलाची इथं घेतलं. नंतर पेशावरला उच्च शिक्षण पूर्ण केलं. स्वतंत्रपणे निवडणूक लढवताना प्रांतीय विधानसभेत त्यांची ही निवडून येण्याची तिसरी खेप होती. नंतर ते पीटीआय पक्षात दाखल झाले. त्यांचे वडील सरदार इनायतुल्ला खान गंडापूर हे एक प्रभावी व्यक्तिमत्त्व होतं आणि ते उत्तर-

पश्चिम सीमावर्ती प्रांताचे माजी मुख्यमंत्री होते. त्यांच्या निधनानंतर त्यांच्या या मुलानं सक्रिय राजकारणात प्रवेश केला. या कुटुंबाचे जमिअत उलेमा-ए-इस्लामच्या (JUI-फझ्ल उर्- रेहमान गट) मौलाना फझ्ल-उर्-रेहमान यांच्याशी घनिष्ठ संबंध आहेत. त्यांनी निवडणुकांमध्ये एकमेकांना पाठिंबा दिला होता. नॅशनल असेम्ब्लीसाठी डेरा इस्माईल खान आणि टांक प्रदेशांसाठी झालेल्या पोटनिवडणुकांमध्ये जरी पाकिस्तान तेहरिक-ए-इन्साफ आणि इतरांनी मौलानांच्या पक्षाविरुद्ध फळी उभारली होती, तरी इसरारुल्ला यांनी मौलानांचा मुलगा असद मेहमूद याला पाठिंबा दिला होता. पण तो हरला.

सन २०१२ पासून इसरारुल्ला यांना काही धमक्या मिळाल्या होत्या आणि एप्रिल २०१३ मध्ये त्यांना जिवे मारण्याचाही प्रयत्न झाला होता. त्यांच्या मृत्यूपूर्वी काही तास त्यांनी एका मित्राला टेक्स्ट मेसेज पाठवला होता. त्यात फार उशीर होण्याआधीच त्यांना त्या दिवशी संध्याकाळी भेटायला येण्याचा निरोप होता असं शिराझ पराचा यांनी सांगितलं. त्यांच्यावर मला पुन्हा एकदा विसंबून राहावं लागलं. प्रत्येकजण याच मेसेजची चर्चा करत होता आणि ती एक प्रकारची पूर्वसूचनाच होती की काय, याबाबतच्या तर्कवितर्कांना उधाण आलं होतं. परंतु, असं काही नसावं असं इसरारुल्ला मारले जाण्याआधीच्या त्यांच्या फोटोवरून वाटतं. त्या फोटोत लोकांना भेटतानाचा हसरा, निवांत राजकारणी दिसतो.

पराचा त्यांना काही महिन्यांपासून ओळखत होते. ते म्हणाले, की इसरारुल्ला यांचं घटनात्मक बाबींविषयीचं प्रगाढ ज्ञान आणि एकूण राजकारणाविषयीची समज बघता ते प्रांतीय मंत्रिमंडळाच्या अभ्यासू सदस्यांपैकी एक होते यात शंकाच नाही. प्रशासकीय प्रश्नांबाबत त्यांना चांगली जाण होती, विषयांवर पकड होती आणि थोड्याच अवधीत ते पीटीआय सरकारमधल्या काही चमकत्या ताऱ्यांपैकी एक बनले होते. पराचा यांनी त्यांचं वर्णन 'अंतर्बाह्य सभ्य गृहस्थ' असं केलं. ते म्हणाले, की ते कोणत्याही सभेसाठी, चर्चेसाठी पूर्ण तयारीनिशी यायचे आणि नोकरशहांची भंबेरी उडवायचे. केपीके मध्ये दुर्दैवानं असा समज होता, की राजकारणी अपेक्षेनुसार कामगिरी करत नाहीत, पण हा तरुण माणूस त्याला खणखणीत अपवाद होता.

इसरारुल्ला यांची जीवनशैली त्यांच्या वडिलांपेक्षा भिन्न होती. अतिशय साधी होती. ते लोकांमध्ये मिसळायचे आणि सहजपणे भेटायचे. त्यांना सहजपणे कोणीही भेटू शकत होतं आणि तेच कदाचित त्यांच्या मृत्यूचं कारण ठरलं याबाबत पराचा यांनी हळहळ व्यक्त केली.

अशा प्रकारच्या अनेक घटना घडत होत्या आणि मन सुन्न करणाऱ्या एका

शोकांतिकेपासून दुसऱ्या शोकांतिकेकडे देश बधिर अवस्थेत चालत होता. तरी अशा बेगुमान पद्धतीने मारल्या गेलेल्या माणसाचं चित्र मन:चक्षूंपुढे उभं करण्याचा मी प्रयत्न करत होते. मी तर त्या माणसाला ओळखतदेखील नव्हते आणि त्याच्या घराला भेटही देऊ शकले नव्हते. पण ईददरम्यान घरी येणाऱ्या लोकांना भेटणं आणि सहजपणे लोकांमध्ये वावरणं या नित्यक्रमानं भयकारी आणि अंगावर शहारे आणणारं वळण घेतलं होतं. एखाद्या अडकून बसलेल्या रेकॉर्डप्रमाणे ती घटना माझ्या मनात पुन:पुन्हा घोळत राहिली.

एक सुरक्षित राजधानी

F-8 मर्कझमधल्या इस्लामाबाद जिल्हा न्यायालय संकुलात विभागीय परिवहन कार्यालय (Regional Transport Office) आणि अबकारी कर विभाग (Excise department) यांचीसुद्धा कार्यालयं होती. मी पाहिलेल्या जिल्हा न्यायालयांपेक्षा हे न्यायालय खूपच वेगळं होतं. खोल्या अगदी कमी उंचीच्या, कोंदट आणि लोकांची गर्दी असलेल्या होत्या. छोट्या छोट्या गल्लीबोळांतून भटकायची आवड असलेला माझा नवरा एकदा कोर्ट सुरू असताना आत गेला. त्याला बघून न्यायाधीशांसकट सगळे चमकले. त्यांनी त्याला तो तिथं काय करतोय असं विचारलंसुद्धा. आपण अनोळखी ठिकाणी आलो आहोत याची प्रथमच जाणीव झालेला वेंकट उत्तरला, की तो सहजच इकडं तिकडं फिरत होता आणि हे न्यायालय आहे हे त्याच्या लक्षात आलं नाही. न्यायाधीशांनी त्याला खरमरीत शब्दांत समज दिली. अशा अवकळा आलेल्या संकुलात न्यायालयं असतील यावर विश्वास ठेवणं कठीण होतं. मी राहत असलेल्या घरासमोरचा रस्ता पार केल्यावर या इमारती होत्या. तिथं दहशतवादविरोधी न्यायालयही होतं (Anti-Terrorism Court) तिथं २६/११चा खटला सुरू होता. एका सकाळी मी तिथं विशेष सरकारी वकिलांना भेटायला गेले होते. त्या न्यायालयाचं कोणतंच वैशिष्ट्य डोळ्यांत भरण्याजोगं नव्हतं आणि ते लक्ष्य करायला खूपच सोपं होतं, कारण तिथं ना सीसीटीव्ही कॅमेरे होते, ना गेटवर कोणी सुरक्षारक्षक होता.

अंतर्गत व्यवहार मंत्र्यांनी इस्लामाबादला सुरक्षित घोषित केल्यावर एका आठवड्यानं न्यायालय संकुलावर भीषण हल्ला (३ मार्च २०१४) झाला. माझ्या मनावर कोरल्या गेलेल्या प्रतिमांमध्ये आत्मघातकी बॉम्बरचे व्यवस्थित जुळवलेले पाय किंवा रक्ताचा सडा, अरुंद गल्ल्या नव्हत्या, तर शांतपणे, जणू नित्याचंच झाल्यासारखं हातमोजे घालून मांसाचे तुकडे गोळा करून प्लॅस्टिकच्या पिशव्यांमध्ये भरणारे पोलीस होते. पहिल्या स्फोटानं माझ्या घराच्या काचेच्या खिडक्या हादरल्या आणि सगळं घरच कोसळतं की काय असं मला वाटलं. मी असहायपणे ट्विट

केलं. टीव्हीवरही काही नव्हतं. पण लगेचच ती बातमी आली आणि मी आणखी एक कानठळ्या बसवणारा स्फोटाचा आवाज ऐकला. नंतर लागोपाठ स्फोटांचे आवाज येतच राहिले. हा असा आवाज मी पूर्वी ऐकला होता. सन १९९२-९३ ला मायदेशात झालेल्या दंगलीदरम्यान. असेच थांबून थांबून स्फोटांचे आवाज २६/११च्या दहशतवादी हल्ल्याच्या वेळीही येत होते. सीएसटी स्टेशनच्या बाहेर अंधारात उभं राहून मी ते ऐकले होते. तेव्हा कसाब आणि त्याचा साथीदार त्या स्टेशनात प्रवाशांवर अंदाधुंद गोळीबार करत होते. हा आवाज मी कधीच विसरणं शक्य नव्हतं.

माझ्या मनातील पहिले विचार हायसं वाटण्याचे होते. कारण माझा नवरा भारतात परत गेला होता आणि तो त्या हतभागी अरुंद गल्ल्यांमध्ये फेरफटका मारायला गेला नव्हता. त्याला तिथल्या बऱ्याच लोकांची नावं माहीत होती. मी जेव्हा त्याला फोन करून स्फोटांची बातमी सांगितली, तेव्हा समोसे विकणारा माणूस त्यातून वाचला का, असं त्यानं मला विचारलं. वातावरण शांत होण्याची मी वाट पाहिली आणि मग रस्ता ओलांडून पलीकडं जाण्याचं धाडस केलं. मला वाटलं होतं, की तो भाग कडेकोट बंदोबस्तात असेल, पण अगदी भारताप्रमाणेच तिथंही दुर्दैवी घटना घडली त्या जागेचं पावित्र्य न राखता लोक बिनदिक्कत इकडंतिकडं फिरत होते. मुख्य रस्त्यावर एक पिवळ्या रंगाची पट्टी बांधली होती. त्यावर एक पोलीस नजर ठेवून होता. मी काय करावं हे न कळून तिथं उभी होते तेवढ्यात मी एका टीव्ही पत्रकाराला त्या पट्टीखालून वाकून पुढं जाताना पाहिलं. मी त्याच्या मागे मागे गेले. सगळी दुकानं बंद होती आणि सर्वत्र शांतता होती. मी एटीसीच्या बाजूनं पुढं गेले आणि पुढे असलेल्या अरुंद गल्लीत रक्ताचा सडा आणि फुटलेल्या काचांचा जाड थर पसरलेला मला दिसला. त्या अरुंद गल्लीत दाटीवाटीनं न्यायालयं, न्यायाधीशांच्या खोल्या, वकिलांची कार्यालयं, झेरॉक्सची दुकानं वसलेली होती. आता तिथं नेहमीची गर्दी नव्हती. एकही दुकान किंवा कोर्टरूम अशी नव्हती, की ज्यावर रक्त उडालेलं नव्हतं. मोठ्या आणि छोट्या थारोळ्यांमध्ये रक्त होतं आणि मांसाचे तुकडे होते. लवकरच मी न्यायालयात पोचले, जिथं एका आत्मघातकी बॉम्बरनं स्वत:ला उडवलं होतं. मुंबईची वार्ताहर असल्यामुळे मी १९९२-९३ पासून खूप हिंसाचार आणि रक्त पाहिलं होतं. आम्हाला नियमितपणे शवागारांना भेट द्यावी लागायची आणि धर्माच्या नावाखाली होणाऱ्या सांप्रदायिक कत्तली आणि स्फोट यांचंही साक्षीदार व्हायला लागायचं. काही दृश्यं मी बघितली नसती, तर बरं झालं असतं असं मला वाटायचं. सन १९९२च्या डिसेंबरमध्ये झालेल्या दंगलीनंतर आणि १२ मार्च १९९३ च्या बॉम्बस्फोटानंतर आम्हाला शवागारात जाऊन प्रत्यक्ष प्रेतं मोजावी लागली होती.

पण त्यानंतर आता इतक्या वर्षांनी मला असं वाटलं, की मी आयुष्यभर पुरतील इतकी भीषण दृश्यं पाहिली आहेत, आता पुरे! माझ्या समोर असलेली, जिवाचा थरकाप उडवणारी दृश्यं मी सेलफोनमध्ये टिपत होते, पण त्या यांत्रिक कृतीमुळं मी जे बघितलं त्याची भीषणता कमी झाली नाही.

लोकांच्या कहाण्यांना, तर्कवितर्कांना उधाण आलं होतं. त्या सकाळी पाच ते दहा सलवार कमीज घातलेल्या आणि शाल पांघरलेल्या तरुण मुलांचा गट न्यायालय संकुलात चालत आला (याची अनेक वेगवेगळी वर्णनं ऐकायला मिळाली), त्यांनी गोळीबार सुरू केला, हातबॉम्ब फेकायला सुरुवात केली. त्यातल्या दोघांनी प्राणघातक जाकिटं घातली होती. ते सगळं इतकं सोपं होतं. कोणीही त्यांना रोखलं नाही. या दहशतवादी हल्ल्यांमध्ये कमालीची सहजता होती. शांतपणे त्यांनी ते कृत्य केलं. ही गनिमी काव्याची नवीन प्रकारची खेळी होती. आश्चर्याचा धक्का देण्याच्या विरुद्ध धोरण ठेवायचं – अजिबात आश्चर्याचा धक्का द्यायचा नाही. बंदुका घेऊन चालत या आणि तुम्ही गोळीबार सुरू केलात, की मगच लोकांच्या लक्षात येईल आणि तोपर्यंत फार उशीर झालेला असेल. आम्ही हे मुंबईतही बघितलं.

पोलीस इथून-तिथून मांसाचे तुकडे गोळा करत होते आणि प्लॅस्टिकच्या पिशव्यांमध्ये भरत होते. नंतर ते तुकडे एका करड्या रंगाच्या खोक्यासारख्या दिसणाऱ्या कागदी पिशवीत ठेवले जात होते. समोर दिसणारी दृश्यं पोलीस आणि अधिकारी शांतपणे आम्हाला समजावून सांगत होते. ही गंभीर दिसणारी माणसं तितकीच हादरलेली होती, पण माझ्यासारखीच तीही त्यांचं काम करण्याचा प्रयत्न करत होती. मी त्या पिशवीत डोकावून पाहिलं तेव्हा माझ्या मनात विचार चमकून गेला, ही देखील काही वेळापूर्वी माणसंच होती. त्यानंतर मी लाल संत्री (blood oranges) खाऊ शकले नाही. मला ते फळ प्रचंड आवडायचं आणि तेव्हा ते मुबलक प्रमाणावर येत होतं. मामा कादीर यांच्या पदयात्रेदरम्यान मला दिसलेले गुप्तहेर आजूबाजूला घुटमळत होते. मी त्यांच्याकडे बघून हसले. 'दाढी' आणि 'गोबरा' कुठं दिसत नव्हते किंवा मला तरी तसं वाटलं. अर्थात् मी करत असलेली प्रत्येक गोष्ट त्यांना माहीत असायची (GPS ट्रॅकिंगद्वारे, असं मला नंतर समजलं).

एका आत्मघातकी बॉम्बरनं स्वत:ला उडवलं त्या ठिकाणी एक लहान विवर तयार झालं होतं. विजेच्या तारांवर उंच लटकत असलेला एक मांसाचा तुकडा काढण्यासाठी एक पोलीस शिडीवर चढला होता. आत्मघातकी बॉम्बरचं डोकं एका भिंतीवर आपटलं होतं आणि त्याचा ठसा तिथं उमटला होता. त्यावर एक पांढरं कापड टाकून तो झाकून टाकला होता. इतक्या उंच ते उडालं होतं.

अतिरिक्त सत्र न्यायाधीश रफाकत अवान यांच्या खोलीबाहेर जवळच एक पायांची जोडी नीट जुळवून ठेवली होती.

वकील खालिद महमूद हे त्यांच्या कार्यालयात परत चालले होते तेव्हा त्यांना विशीतले पाच दाढीधारी आणि सलवार-कमीज घातलेले तरुण AK-47 रायफली आणि हातबॉम्ब घेऊन जाताना दिसले. त्यांच्या खांद्यावर पिशव्या लटकत होत्या. वकीलसाहेबांनी जखमींना हॉस्पिटलमध्ये पोचवण्यासाठी मदत केली त्यामुळं त्यांच्या शर्टच्या पांढऱ्या बाह्यांना रक्त लागलं होतं. त्यांनी नऊ मृतदेह हलवायला मदत केली. सकाळी नऊ वाजून एकोणीस मिनिटांनी त्यांनी तेव्हाचे इस्लामाबादचे इन्स्पेक्टर जनरल सिकंदर हयात यांना फोन केला तेव्हा आपल्याला गोळीबाराबद्दल काहीच माहीत नसल्याचं ते म्हणाले. संतापलेले महमूद मला फोन केल्याची वेळ दाखवण्यासाठी वारंवार त्यांचा फोन मला दाखवत राहिले.

बंदूकधाऱ्यानं वरिष्ठ वकील राव रशीद इक्बाल खान यांच्यावर गोळ्या झाडल्या आणि तो कँटीनमधल्या गिलानी हॉलकडं वळला. दुसरे एक न्यायाधीश अदनान जमाली यांच्यावरही गोळ्या झाडल्या गेल्या. वकिलांनी एक आठवड्यापूर्वीच तक्रार केली होती, की न्यायालयात सीसीटीव्ही कॅमेरे नसल्यामुळे किंवा योग्य सुरक्षा यंत्रणा नसल्यामुळे ते असुरक्षित झालं आहे. राणा आबिद फारूख हे त्यांच्या कार्यालयात बसले होते तेव्हा बंदूकधाऱ्यानं काचेच्या खिडक्यांमधून गोळीबार केला. गोळीबारापासून बचाव करण्यासाठी अब्दुल गफार खुर्चीखाली जमिनीवर आडवे झाले. त्यांनी मला त्यांचं छोटं, अरुंद ऑफिस दाखवलं आणि मी विचारात पडले, की जरी ते खुर्चीखाली लपले होते तरी ते वाचले कसे? हल्ला करणाऱ्यांमध्ये दोन आत्मघातकी बॉम्बर होते जे मारले गेले आणि दोन बंदूकधारी पळून जाण्यात यशस्वी ठरले असं त्या ठिकाणी हजर असलेल्या अधिकाऱ्यांनी सांगितलं. पळून गेलेल्या माणसांचा शोध घेण्याचा आदेश कुजबुजत्या स्वरात देण्यात आला. एखादा बंदूकधारी किंवा दुसरा एखादा बॉम्बर आसपास लपला आहे की काय अशा शंकेनं मी आजूबाजूला पाहिलं. प्रत्येकजण काहीच न कळल्यासारखा चेहरा करून उभा होता.

इस्लामाबाद हायकोर्ट बार असोसिएशनचे अध्यक्ष मोहसीन अख्तर कयानी हे थोडक्यात बचावले, पण त्यांची सहकारी तरुण फिझा मलिक आणि दोन ऑफिस कर्मचारी मात्र मारले गेले. जवळजवळ सगळ्यांनाच अतिरिक्त सत्र न्यायाधीश अवान माहीत होते आणि प्रत्येकजण म्हणाला, की त्यांना हल्ल्यासंबंधी सांगितल्यावरसुद्धा त्यांनी पळून जायचा प्रयत्न केला नाही आणि त्याची किंमत त्यांना चुकवावी लागली. तीस ते चाळीस मिनिटं चाललेल्या हल्ल्यात बारा लोक मारले गेले आणि अठ्ठावीस जखमी झाले. एका आठवड्यानंतर सर्वोच्च न्यायालयानं

या हल्ल्याची आपण होऊनच दखल घेतली आणि मी जेव्हा सर्वोच्च न्यायालयात गेले तेव्हा चिडलेले वकील म्हणाले, की पोलिसांनी गोळीबार करायला नकार दिला. त्यासाठी त्यांनी अशी कारणं दिली, की त्यांच्या बंदुका काम करत नव्हत्या किंवा त्यांनी जर गोळीबार केला असता तर दहशतवाद्यांनी त्यांच्याकडे मोर्चा वळवला असता. असं सांगण्यात आलं, की फक्त एका शूर पोलिसानं हे ठरावीक कारण पुढं न करता एका आत्मघातकी बॉम्बरवर गोळ्या झाडल्या. तो बॉम्बर खाली पडला आणि त्यानं स्वत:ला उडवलं. तो पोलीसही मारला गेला.

पोलिसांनी केलेल्या परस्परविरोधी वक्तव्यानंतर न्यायालयानं टीका केली. 'दहशतवादाशी दोन हात कसे करायचे हे तुम्हाला कधी समजणार?' न्यायाधीश अझमत सईद शेख यांनी विचारलं. पोलिसांनी पुस्तकांच्या दुकानात जावं आणि या विषयावरची पुस्तकं वाचावीत, असाही शेरा त्यांनी मारला. तपासकार्यात काही तरी शिस्त यावी म्हणून असहाय्य झालेली न्यायव्यवस्था धडपड करत होती, हे मला दिसलं; पण त्याचा फारसा परिणाम झाला नाही. एका दशकापेक्षा जास्त काळापासून देश दहशतवादाशी दोन हात करत असला, तरी एक प्रमाणित कार्यप्रणाली अस्तित्वात असल्याचं कोणतंही चिन्ह दिसत नव्हतं. पोलीस घाबरलेले होते आणि तोंडातल्या तोंडात पुटपुटत होते. सुरक्षेचा अभाव आणि दहशतवाद्यांना दिलेला इशारा महागात पडणार होता, कारण लवकरच आणखी एक स्फोट झाला.

पेरूंनी भरलेली प्राणघातक परडी

जिल्हा न्यायालयात झालेल्या बॉम्बस्फोटानंतर एक महिन्यानं पाळी होती I-१० सेक्टरमधल्या भाजी मंडईची. राजधानीतल्या प्रशस्त फळ आणि भाजी बाजारात सकाळी आठ वाजून पाच मिनिटांनी लिलावाची वेळ असताना एका शक्तिशाली बॉम्बचा स्फोट झाला. त्यात किमान चोवीस लोक मारले गेले आणि जवळजवळ १०० लोक जखमी झाले. पेरू भरलेल्या परड्यांमध्ये पाच किलोचा बॉम्ब ठेवला होता. लिलावासाठी पहाटे पाच वाजल्यापासून हजारो लोक भाजी बाजारात गर्दी करतात. दिलावर खान या कमिशन एजंटनं सांगितलं, की लिलाव सुरू असताना त्याच्यापासून फक्त १०० फुटांवर बॉम्ब फुटला. त्यानं स्वत:ला सावरण्यासाठीही वेळ दवडला नाही. जखमी लोकांना गाड्यांमध्ये बसवायला तो धावला. आपण आश्चर्यकारकरीत्या बचावल्यामुळे तो सतत अल्लाचे आभार मानत होता.

नक्काश हा टीव्ही कॅमेरामन सकाळी आठ नंतर तिथं पोचला तेव्हा त्याला सगळीकडं विध्वंसाची दृश्यं दिसली. मृतदेह इतस्तत: पडले होते आणि खासगी गाड्या जखमींना घेऊन जात होत्या. एका पिक-अप व्हॅनमध्ये मृतदेह एकावर

एक रचून नेले जात होते. रुग्णवाहिका अजून यायच्या होत्या. पिकलेले पेरू सगळीकडं पसरले होते आणि जिथं लिलाव सुरू होता त्या ठिकाणी एक छोटं विवर तयार झालं होतं. त्या जागेभोवती पिवळ्या रंगाची टेप लावण्यात आला होती. पोलिसांची टीम घटनास्थळाभोवती कडं करून उभी होती आणि घाबरलेले कामगार आणि कमिशन एजंटस काही अंतरावर गाळ्यांमध्ये उभं राहून मूकपणे समोर दिसणारं दृश्य बघत होते. बाजाराच्या समोर असलेल्या त्याच्या घरात बसून गुल मोहम्मद हा कमिशन एजंट सकाळची न्याहारी करत होता तेव्हा त्यानं मोठ्या स्फोटाचा आवाज ऐकला. त्याच्या पत्नीला वाटलं, की भिंत कोसळली. पण त्याच्या मुलानं फोन करून सांगितलं, की तो बॉम्बस्फोट होता.

भाजी बाजार किंवा सब्जी मंडी ही पंजाब प्रांतातली मध्यवर्ती बाजारपेठ होती. तिथं सगळ्या फळांची खोकी उतरवली जातात, त्यांचा लिलाव होतो आणि ती देशाच्या इतर भागांमध्ये पाठवली जातात. सुमारे पंधरा वर्षांपूर्वी फळ बाजारात असाच बॉम्बस्फोट झाला होता आणि त्यातही बरेच लोक मारले गेले होते त्याची आठवण गुलला झाली. तो म्हणाला, की हा पेरूंचा मोसम होता म्हणून लिलावासाठी लोकांची इतकी गर्दी होती. बाजाराच्या जवळ असलेल्या अंजुमन होलसेल फ्रूट कमिशन एजंटच्या ऑफिसमध्ये (हे एजंटांचं एक संघटन होतं) 'स्कॅनर आणि अधिक सुरक्षेची गरज' यावर तावातावानं चर्चा सुरू होती. संघटनेचे सर्वसाधारण सचिव ताहीर अयूब यांनी सांगितलं, की सामान्यत: लिलाव रोज पहाटे पाच वाजता सुरू व्हायचा आणि हा त्या प्रदेशातला सर्वांत मोठा बाजार होता. सगळ्या भागांमधून तिथं फळं यायची. अगदी नियंत्रण रेषेच्या मार्गानं भारतातूनही. शिवाय चीन आणि काबूलहूनही यायची. बॉम्ब फुटला तेव्हा लिलाव जवळजवळ संपत आला होता. मी त्या लोकांशी त्यांच्या ऑफिसमध्ये बोलत असताना त्यातल्या एकानं मला मी कोणासाठी वार्तांकन करत होते असं विचारलं. ज्या क्षणी मी हे सांगितलं, की मी 'द हिंदू' आणि भारतासाठी वार्तांकन करते त्या क्षणी बॉम्बस्फोट वगैरे सगळं विसरून त्यांनी मला चहा घेण्याचा आग्रह केला आणि भारताची प्रशंसा करायला सुरुवात केली. ते मला जाऊ द्यायला तयार होईनात. मी तिथं बसू शकत नव्हते आणि गप्पा मारू शकत नव्हते, कारण मला हॉस्पिटलमध्ये जखमींची विचारपूस करायला जायचं होतं आणि बातमी तयार करायची होती. पण हे त्यांना समजावून सांगताना माझ्या नाकी नऊ आले. बराच वेळ त्यांची समजूत काढल्यावर त्यांनी मला जाऊ दिलं. जेव्हा जेव्हा दोन्ही देशांमधल्या तणावपूर्ण संबंधांचा विचार माझ्या मनात येतो तेव्हा असे प्रसंग आठवून मला गंमत वाटते.

पंचवीस एकरांपेक्षा मोठ्या जागेवर पसरलेल्या त्या बाजारपेठेची सुरक्षा हा

चांगलाच तापदायक विषय होता. त्या बाजाराभोवती संरक्षक भिंत नव्हती आणि सुरक्षारक्षकांकडे कोणतंही शस्त्र नव्हतं. येणारे ट्रक किंवा सामान स्कॅन करण्याची कुठलीही यंत्रणा नव्हती. या बाजारात आर्थिक उलाढाल मात्र प्रचंड प्रमाणावर चालायची. फळांचा व्यवसाय करणाऱ्या तीनशे संस्था होत्या आणि तेवढ्याच भाजी व्यवसायातही होत्या. इथं रोज किमान एक लाख लोक भेट देतात आणि बाजार इथं हलवल्यापासून, म्हणजे १९८३ पासून तो जवळजवळ चोवीस तास सुरूच असतो. या स्फोटात बहुतांश गरीब व्यापारी आणि रोजंदारीवर काम करणारे कामगार मारले गेले किंवा जखमी झाले.

दहशत आणि खटला

अजमल कसाब या दहशतवाद्याला पोलिसांना हुलकावणी देत असताना मुंबईच्या समुद्र किनाऱ्यासमोरच्या रस्त्यावर पकडण्यात आलं. भारतावरील दहशतवादी हल्ल्यासंदर्भात हे प्रथमच घडत होतं. मुंबई पोलिसांच्या पथकानं त्याच्या सहकाऱ्याला गोळ्या घालून ठार केलं. त्यातल्या काहींनी तर त्या आधी कधी बंदूक चालवली नव्हती. कसाबची बंदूक घट्ट पकडून ठेवणारे कॉन्स्टेबल तुकाराम ओंबाळे हुतात्मा ठरले. दादासाहेब भडकमकर मार्ग पोलीस ठाण्याचे साधेसुधे पोलीस त्या झटापटीत हीरो ठरले. त्या घटनेनंतर मी त्यातल्या काहींशी बातचीत केली होती. त्यांच्या हे गावीही नव्हतं, की नेहमीच्या 'नाकाबंदी'मुळे शहरात अंदाधुंद गोळीबार करून डझनावारी लोकांना आणि काही वरिष्ठ पोलीस अधिकाऱ्यांना मारणारा दहशतवादी प्रत्यक्ष पकडला जाईल.

चंदेरी रंगाची स्कोडा गाडी पळवून नेण्याआधी कसाब आणि त्याच्या साथीदाराचा फोटो सीएसटी स्थानकात एएफपीच्या सेबेस्टियन फर्नांडिस यानं काढला होता. नंतर कसाबची चौकशी त्या वेळचे जॉइंट कमिशनर ऑफ क्राइम, मुंबई पोलीस राकेश मारिया यांनी केली होती. काही कारणांनी त्या चौकशीचं रेकॉर्डिंग टेलिव्हिजनवर दाखवण्यात आलं आणि मला नीट आठवत असेल, तर मारियांनी चौकशी संपवताना कसाबला असं विचारलं होतं, की त्याच्या 'मित्रांना' (जे सगळे मरण पावले होते) आश्वासन दिल्याप्रमाणे स्वर्गात कुमारिका मिळाल्या होत्या का?

चौकशीत समजलं, की कसाब पंजाबमधल्या ओकरा जिल्ह्यातल्या फरिदकोटचा होता. एका बातमीनं यावर शिक्कामोर्तब केलं, की त्याचे आई-वडील तिथं राहत होते आणि पाकिस्तान जरी नाकारत असलं, तरी फर्नांडिसच्या त्या प्रसिद्ध फोटोवरून त्याच्या वडिलांनी कसाबला ओळखलंही होतं. सन १९९२ पासून दहशतवादी हल्ल्यांना पाठिंबा दिल्याबद्दल जे भारत सरकार शेजाऱ्याकडे बोट दाखवत आलं होतं, त्या सरकारला प्रथमच असं म्हणता आलं, की आमच्याकडं याचा 'सज्जड

पुरावा' आहे. त्या पुराव्यामध्ये रेकॉर्ड केलेलं बोलणंही होतं ज्याचा वापर बीबीसीच्या चॅनेल ४नं दहशतवादी हल्ल्यांवर बनवलेल्या चित्रपटात केला. छाबड हाऊसमधील आणि हल्ला झालेल्या इतर ठिकाणच्या बंदूकधारी माणसांना उचकवणारे आवाज या चित्रपटात ऐकू येतात. पण हा पुरावा पुरेसा नव्हता हे उघडच होतं – निदान आरोपीच्या वकिलांचं तरी तसंच म्हणणं होतं. मात्र, फोनवरच्या संभाषणांचा पुरावा पाकिस्तानला सादर करण्यात आला आणि या सूत्रधारांपैकी एक म्हणजे लष्कर-ए-तोयबाचा कमांडर झाकी-उर्-रेहमान याच्यासह सात जणांना हल्ल्यानंतर अटक करण्यात आली. लष्कर-ए-तोयबाचा संस्थापक हाफिज सईद हा २६/११ च्या हल्ल्याशी संबंधित असल्याच्या शंकेला पाकिस्तान पुन:पुन्हा ठामपणे नाकारत राहिलं. त्यामुळं भारत सरकारच्या हतबलतेत भर पडली. मी त्या हल्ल्याचं बारकाईनं वार्तांकन केलेलं असल्यामुळं आणि मायभूमीत कसाबच्या बाबतीत घडणाऱ्या घटनांकडं माझं सतत लक्ष असल्यामुळे मला या खटल्याविषयी जाणून घेण्याची उत्सुकता होती. भारतानं पुराव्यांशी संबंधित कागदपत्रं पाकिस्तानला पाठविली होती आणि या वेळी गुन्हेगारांना शिक्षा होणारच अशीच सार्वत्रिक भावना होती. मुंबईमध्ये कसाबविरुद्धचा हा अतिमहत्त्वाचा खटला तुरुंगातच चालवला जात होता आणि प्रसारमाध्यमांच्या प्रतिनिधींना तो बघण्यासाठी विशेष परवानगीची आणि बोटांचे ठसे घेऊन आत जाण्याची व्यवस्था करण्यात आली होती. न्यायालयाला जोडून कसाबसाठी खास कोठडीची उभारणी तब्बल दोन कोटी रुपये खर्चून केली गेली होती आणि सुरक्षाव्यवस्था अत्यंत कडक होती. उज्ज्वल निकम हे विशेष सरकारी वकील म्हणून काम पाहत होते आणि ते रोज प्रसारमाध्यमांना दिवसभराच्या घडामोडींची माहिती द्यायचे. खटल्यासंबंधीच्या रोजच्या घडामोडींची इत्थंभूत माहिती रोजच्या रोज लोकांपर्यंत पोचायची – पुरावे, उलट-तपासणी, आरोप, कसाब कसा दिसत होता, तो काय बोलला, तो कसा रडला किंवा रडला नाही, त्यानं काय खाल्लं वगैरे वगैरे. उज्ज्वल निकम यांची विधानं – त्यातली काही परिणाम साधण्यासाठी मुद्दाम रंगवून सांगण्यात यायची असं त्यांनी स्वत:च कबूल केलं आहे. – (उदा. कसाबला बिर्याणी खाऊ घालण्यात आली.)[३०] सगळीकडं दाखवली जायची. त्या खटल्यावर अधिकारवाणीनं ते बोलू शकत होते आणि लोक त्यांचा प्रत्येक शब्द कानात साठवून ठेवायचे.

पाकिस्तानातला खटलाही याच प्रकारे चालत असेल आणि माध्यमांसाठी तो खुला असेल अशी माझी आपली एक खुळी समजूत होती. तो कडक सुरक्षा व्यवस्थेत चालवला जात होता हे तर बरोबरच होतं, पण त्याचं कामकाज बघण्याची परवानगी कोणालाही नव्हती आणि तो नंतर एटीसीतून हलवून रावळपिंडीच्या आदियाला जेलमध्ये नेण्यात आला. शिवाय, सरकारी वकिलांना धमकावण्यात

येत होतं. जिल्हा न्यायालय संकुलात असलेल्या एटीसीला आपल्या न्यायालयासारखं संरक्षक कवच नव्हतं. मे २०१३ मध्ये फेडरल इन्व्हेस्टिगेशन एजन्सीचे (FIA) आधीचे सरकारी वकील चौधरी झुल्फिकार अली रावळपिंडीला जात असताना त्यांच्या गाडीतच त्यांना गोळ्या घालून मारण्यात आलं. वयोमानानुसार केसांना रूपेरी झालर चढलेले एफआयएचे नवीन विशेष वकील चौधरी मुहम्मद अझर फोनवर माझ्याशी अगदी मित्रत्वाच्या भावनेनं बोलले आणि पुढच्या सुनावणीच्या दिवशी मी त्यांना भेटू शकते, असं त्यांनी मला सांगितलं. त्यांना भेटण्यासाठी त्यांची वाट बघत मी सकाळी नऊच्या आधीच जिल्हा न्यायालय संकुलात जाऊन पोचले. ते अगदी साध्या दिसणाऱ्या निळ्या गणवेशातल्या सुरक्षारक्षकांबरोबर रमतगमत आत आले. मी त्यांना भेटण्यासाठी पुढं सरसावले तेव्हा त्या सुरक्षारक्षकांनी मला अडवलंसुद्धा नाही. आम्ही थोडंसं बोललो आणि ते म्हणाले, की प्रसारमाध्यमांना सुनावणीला हजर राहण्याची परवानगी नसल्यामुळं मी खटला पाहू शकणार नाही. मी नंतर पायऱ्या चढून गेले आणि लाकडी फर्निचर असलेलं ते छोटं न्यायालय पाहून आले. तेव्हा ते रिकामं होतं. वकीलसाहेबांचा स्वभाव मदत करण्याचा होता आणि प्रत्येक सुनावणीनंतर मी त्यांना फोन करून घडामोडींची माहिती घ्यायचे. प्रसारमाध्यमांमध्ये त्या खटल्याचा बोलबाला नव्हता आणि आपल्या निकमसाहेबांना जसे सगळे ओळखतात तसं त्यांना न्यायालयातही कोणी ओळखत नव्हतं.

पाकिस्तान ज्युडिशिअल कमिशनच्या २०११च्या मुंबई भेटीनंतर त्यांच्या तपासातल्या निष्कर्षांना न्यायालयानं नाकारलं. त्यानंतर खटल्याला विलंब होत होता; शिवाय या कमिशनला चार साक्षीदारांची उलटतपासणी घ्यायला मनाई करण्यात आली होती. सप्टेंबर २०१३मध्ये पाकिस्तान ज्युडिशिअल कमिशननं साक्षीदारांच्या आणि अधिकाऱ्यांच्या आणखी मुलाखती घेण्यासाठी मुंबईला भेट दिली आणि ते 'अत्यंत समाधाना'नं परतले. त्यांच्या प्रवासाच्या सुरुवातीला ठरलेल्या तारखा दोन वेळा बदलण्यात आल्या आणि भारत त्यांना व्हिसा देत नसावा अशा तर्कांना प्रसारमाध्यमांवर उधाण आलं. पण तो तर्क खरा नव्हता. आम्ही या कपोलकल्पित कथेचं खंडन करण्याचा खूप प्रयत्न केला. अखेरीस कमिशन खरोखरच भारतात आलं आणि त्यांचं काम त्यांनी केलं. या वेळी कमिशनला दोन साक्षीदारांची उलटतपासणी करता आली. हल्ल्यादरम्यान मारल्या गेलेल्या नऊ दहशतवाद्यांचं शवविच्छेदन करणारे डॉक्टर आणि त्या खटल्याचा तपास करणारे अधिकारी रमेश महाले. सन २०१२मध्ये एटीसी न्यायाधीशांनी कमिशनचा अहवाल नाकारला होता, कारण त्यांना काही साक्षीदारांची उलटतपासणी करता आली नव्हती किंवा मारल्या गेलेल्या नऊ दहशतवाद्यांचं शवविच्छेदन

करणाऱ्या दोन डॉक्टर्सचीही भेट त्यांना घेता आली नव्हती.

हा खटला जलद गतीनं चालवण्यात यावा अशी मागणी भारत करत आला आहे आणि आपण सगळा संबंधित पुरावा पाकिस्तानला दिला असल्याचं सांगत आहे. या हल्ल्यानंतर दोन्ही देशांमधल्या बोलण्यांना खीळ बसली. मी तिथं होते तेव्हा खटल्यात अधिकाधिक पुरावे सादर केले जात होते; पण अचानक बचाव पक्षाचे वकील बदलले गेले आणि रिझवान अब्बासी आणि त्यांच्या टीमला एका झगमगीत पत्रकार परिषदेत प्रसारमाध्यमांसमोर सादर केलं गेलं. या पत्रकार परिषदेचं आयोजन एका इव्हेंट मॅनेजमेंट एजन्सीनं केलं होतं.

दि. २६ नोव्हेंबर २०१३ रोजी मुंबईवरच्या हल्ल्याला पाच वर्षं पूर्ण झाली तेव्हा त्या खटल्याचा आढावा घेण्यासाठी बचाव पक्षाची नवीन टीम पत्रकार परिषदेला सामोरी गेली. अब्बासी आता खटल्यातल्या सात आरोपींचं प्रतिनिधित्व करणार होते. त्यात झाकी-उर्-रेहमान लखवीचा समावेश होता. त्यांना वाटत होतं, की खटला आधीच खूप लांबला आहे आणि ते खटला वेगानं चालवला जावा, अशी विनंती उच्च न्यायालयाला करणार होते. ते म्हणाले, की भारतानं योग्य तो पुरावा न दिल्यामुळे गोष्टी इतक्या विलंबानं घडत आहेत. पत्रकार परिषदेची आमंत्रणंसुद्धा लष्कर-ए-तोयबाची (LeT) मुख्य संघटना असलेल्या जमात-उद्-दवानं पाठवली होती. ही परिषद Aye Tee या पब्लिक रिलेशन फर्मनं आयोजित केली होती. त्यांनी मोठमोठ्या बॅनरवर मुंबई हल्ल्याशी संबंधित दहा प्रश्न लिहिले होते ज्यांची उत्तरं भारतानं दिली नव्हती.

तुरुंगात असलेल्या सात आरोपींपैकी एकाच्याही विरोधात कोणताही सबळ पुरावा दिला गेला नव्हता असं अब्बासींचं म्हणणं होतं. ते म्हणाले, की भारतीय न्यायालयानं पाकिस्तान ज्युडिशिअल कमिशनला कसाबला भेटण्याची किंवा त्याची उलटतपासणी घ्यायची परवानगी दिली नाही किंवा त्यानं नंतर मागे घेतलेल्या कबुलीजबाबावर प्रश्न विचारू दिले नाहीत. त्या एकमेव कबुलीजबाबाच्या आधारे त्यांच्या अशिलांना तुरुंगात राहावं लागत होतं आणि याला कोणत्याही कायद्याचं समर्थन नव्हतं; कारण बचाव पक्षाला उलटतपासणी करण्याची संधीच दिली गेली नाही, असं अब्बासी म्हणाले. त्याशिवाय, या हल्ल्यामागे हात असलेल्या ज्या लोकांची कसाबनं नावं घेतली ते पाकिस्तानचे नव्हतेच आणि ही बाब फोन कॉलच्या नोंदींवरूनही सिद्ध झाली नाही. वरवर पाहता असं दिसतं, की भारतानं वेळीच पुरावा दिला नाही आणि फक्त कागदपत्रं पाठवली; जी कायद्यानुसार न्यायालयात सादर करता येत नाहीत. कागदपत्रं म्हणजे केवळ माहिती असते. तो पुरावा होऊ शकत नाही, अशी टिप्पणी त्यांनी केली. ते म्हणाले, की कसाबच्या फोटोंचा पुरावा किंवा त्याला आधारभूत ठरतील अशी विधानं पाकिस्तानात पाठवली

गेली नाहीत. दहा लोक सहजपणे एखाद्या शहरात चालत जातील आणि दहशतवादी हल्ला करतील हे शक्यच नाही, अशी पुस्ती त्यांनी जोडली. (आम्ही सगळ्यांनीही हा विचार केला होता, पण ते शक्य होतं हे उघडपणे दिसलंच.)

वार्तांकन करीत असताना मी जेव्हा जेव्हा फोन करायचे तेव्हा अब्बासी तत्परतेनं उत्तर द्यायचे आणि काही वेळा मदतही करायचे. अर्थात् ते तपशील सांगायचे नाहीत आणि माध्यमंही कामकाजाविषयी नेहमीच माहिती द्यायची असं नाही कारण खटला आदियाला जेलमध्ये चालायचा, जिथं लखवी आणि इतर सहा जण बंदिवासात होते.

त्या आधी २०१३च्या नोव्हेंबर महिन्याच्या मध्यावर लखवीच्या बचावाच्या वकिलानं वैयक्तिक कारणासाठी खटल्यातून माघार घेतली. रियाझ अक्रम चीमा यांनी मला सांगितलं, की १३ नोव्हेंबर २०१३ पासून आपला या खटल्याशी काहीही संबंध असणार नाही. लखवी व इतर दोन आरोपींचा बचाव करण्याची आपली इच्छा नाही असा निर्णय त्यांनी घेतला होता. त्यांनी वैयक्तिक कारणं पुढं केली होती. त्यात मुख्यत: त्यांच्या आईला ब्लड कॅन्सर झाला होता आणि तिची काळजी घेण्यासाठी त्यांना वेळ हवा होता हे कारण होतं. जेव्हा खटला दाखल झाला तेव्हापासून म्हणजे २००९ पासून चीमा बचाव पक्षाचे वकील म्हणून काम करत होते. त्यापूर्वी त्यांनी ख्वाजा सुलतान अहमद आणि नंतर ख्वाजा हारिस अहमद या बचाव पक्षाच्या वकिलांच्या हाताखाली काम केलं होतं. या दोघांनीही चार महिन्यांपूर्वीच खटल्यासाठी न्यायालयात येणं थांबवलं होतं. सप्टेंबर २०१३ मध्ये मुंबईला दुसरी भेट देऊन पाकिस्तान ज्युडिशिअल कमिशन पाकिस्तानात परतल्यावर चीमा यांचे सहायक फक्र हयात अवान यांना त्यांचं काम थांबवण्यास सांगण्यात आलं.

दुसरीकडं, चौधरी अझर यांच्या चेहऱ्यावर आत्मविश्वास नुसता झळकत होता. खटल्यासाठी पुरेसा पुरावा होता आणि काही नवीन साक्षीदार लवकरच पुढं येणार होते, असं ते म्हणाले. साक्षीदारांमध्ये खोल समुद्रात मासेमारीसाठी वापरण्यात येणाऱ्या बोटींचे परवाने मिळवून देण्याचं काम करणारे काही लोक होते. त्याच बोटींचा वापर दहा दहशतवाद्यांनी भारताच्या किनाऱ्यापर्यंत पोचण्यासाठी केला होता. व्यावसायिक मासेमारी करण्यासाठी वापरण्यात येणाऱ्या बोटींचे कंत्राटदार सैफुल्ला आणि ओमर दराज या दोन साक्षीदारांच्या मालकीची एक कंपनी होती जी बोटींना परवाने उपलब्ध करून द्यायची आणि खलाशीही पुरवायची. या हल्ल्यांसाठी कंपनीनं 'अल हुसैनी' आणि 'अल फौज' या बोटींना परवाने दिले होते. सैफुल्ला हा कंपनीचा अकाउंटंट म्हणून काम करत होता आणि दराज हा मालक होता. त्यांनी या दोन बोटींसाठी सक्षम अधिकाऱ्यांकडून कागदपत्रं तयार

करून दिली. त्या वेळी बत्तीसपेक्षा जास्त साक्षीदारांची साक्ष घेण्यात आली आणि आणखी काहींना पाचारण करण्यात आलं. फेब्रुवारी २००९मध्ये सुरू झालेल्या या खटल्यात १०० पेक्षा जास्त साक्षीदारांच्या साक्षी झाल्या आहेत.

दि. ३ मार्च २०१४ रोजी इस्लामाबादच्या जिल्हा व सत्र न्यायालयावर आत्मघातकी हल्ला झाल्यावर मुंबई हल्ल्यातल्या सात आरोपींविरुद्ध चालत असलेला खटला चार आठवड्यांसाठी प्रलंबित करण्यात आला. त्यानंतर त्याची सुनावणी रावळपिंडीच्या आदियाला जेलमध्ये सुरू झाली आणि सुरक्षेविषयी वाटणारी काळजी न्यायमूर्ती आतिक-उर्-रेहमान यांनी बोलून दाखवली. जेलमधली सुरक्षा व्यवस्था बळकट करण्यासाठी कायदा सचिवांकडे अब्बासी यांनी अर्ज केला कारण आरोपींना बाहेर घेऊन जाणं शक्य नव्हतं. एटीसी इस्लामाबादच्या सेक्टर G-11 इथं हलवण्यात आलं आणि अब्बासींनी पुन्हा एक अर्ज करून आरोपींना प्रत्यक्ष हजर राहण्यातून सूट मिळावी अशी विनंती केली. एटीसी दर आठवड्याला या खटल्याची सुनावणी घेत असे. फिर्यादी पक्षानं या आधी असं म्हटलं होतं, की अनेक साक्षीदारांची उलटतपासणी अजून बाकी होती. त्यांच्याकडं अशा काही लोकांची यादी होती ज्यांची साक्ष रेकॉर्ड करणं अजून बाकी होतं. आरोपी होते LeT प्रचालन प्रमुख झाकी-उर्-रेहमान लखवी, (जो एप्रिल २०१५ पासून जामिनावर सुटला आहे, तसेच कसाबनं त्याच्या कबुलीजबाबात त्याचा उल्लेख 'झाकी अंकल' असा केला होता), अब्दुल वाजिद, मझहर इक्बाल, हम्माद अमीन सादिक, शाहीद जमील रियाझ, जामिल अहमद आणि युनुस अंजुम.

मुंबईवर हल्ला करणाऱ्या दहा दहशतवाद्यांपैकी तिघे जण ओकरामधून आले होते असं सांगितलं जातं. कसाबही त्यातलाच एक. ओकराच्या जिल्हा निवडणूक अधिकाऱ्यानं मतदारयादीतून पुरावा सादर केला ज्यामुळं हल्ल्यात मारल्या गेलेल्या एका दहशतवाद्याचा थेट संबंध पाकिस्तानात असलेल्या त्याच्या कुटुंबाशी जोडला गेला. मी पाकिस्तानातून निघण्याच्या आधी एक फार रोचक घडामोड झाली. शिक्षक असलेल्या फिर्यादी पक्षाच्या एका साक्षीदारानं, मे २०१४ मध्ये उलट-तपासणीच्या दरम्यान सांगितलं, की कसाब ओकराच्या प्रायमरी म्युनिसिपल स्कूलचा विद्यार्थी होता. पण तो पुण्याच्या येरवडा तुरुंगात फाशी गेला तो कसाब नव्हता. उलटतपासणीच्या वेळी तो शिक्षक अचानक उलटल्यासारखा वाटला आणि परस्परविरोधी वक्तव्यं करायला लागला. या सगळ्या साक्षीबाबत एकूण गोंधळाची परिस्थिती होती आणि कुठंतरी पाणी मुरतंय की काय, अशी शंका घ्यायला जागा होती. फिर्यादी पक्ष 'साक्षीदार बिथरला आहे' असं जाहीर करू शकत होता आणि त्याच्या फेरतपासणीची मागणीही करू शकत होता, पण असं करण्याची संमती आपल्याला दिली जाईल का, याबाबत साशंक होता. या साक्षीदाराचं पुढं काय

झालं ते मला माहीत नाही.

काही बँक व्यवहारांवर प्रकाश टाकला गेला ही बाबही रोचक होती. या संबंधात 'आझाद' जम्मू आणि काश्मीरमधल्या एका बँक व्यवस्थापकाची उलटतपासणी घेण्यात आली. कराचीमध्ये एका आरोपीच्या खात्यावर काही पैसे हस्तांतरित करण्यात आले होते. ते मुंबई हल्ल्यासाठीच असावेत. इस्लामाबादच्या मुस्लीम कमर्शिअल बँकेच्या व्यवस्थापकाचीही उलटतपासणी झाली. त्यानं आधी साक्ष दिली होती, की दोन लाख पाकिस्तानी रुपये या खटल्यातील एक आरोपी हम्माद अमीन याच्या खात्यावर हस्तांतरित करण्यात आले होते. मोहम्मद अश्रफ या पोलीस निरीक्षकाचीही बचाव पक्षाकडून उलटतपासणी घेण्यात आली. सातपैकी चार जणांना अटक झाली तेव्हा अश्रफ तिथं हजर होते आणि त्यांच्याकडून त्यांनी काही सामानही ताब्यात घेतलं. मला ही सगळी माहिती मिळत असताना जानेवारी २०१४ मध्ये, मला कायम मदत करणाऱ्या चौधरी अझर यांनी मी यापुढं त्यांना फोन करणं थांबवावं असं सांगितलं तेव्हा मला धक्काच बसला. ते म्हणाले, की माझं वार्तांकन त्यांना अडचणीत आणणारं ठरत होतं. मी त्यांच्या संमतीनंच त्यांनी दिलेली माहिती लिहीत होते, पण अचानक सगळं थंडावलं. मला जाणवलं, की खटल्यासंबंधीची माहिती बाहेर जाऊ देण्याची बहुधा सरकारची इच्छा नसावी आणि एक भारतीय त्याबाबत वार्तांकन करत आहे ही गोष्टही कदाचित त्यांना रुचली नसावी. अर्थात, पाकिस्तानी पत्रकार या खटल्याशी संबंधित बातम्या अधूनमधून देत होते. मी जेव्हा खटल्याविषयी राष्ट्रीय सुरक्षा सल्लागार सरताज अझीझ यांना विचारलं तेव्हा त्यांनीही बचावात्मक पवित्रा घेतला आणि म्हणाले, की ते हफीज सईदला गुन्हेगार मानत नाहीत आणि प्रत्यक्षात न्यायालयानंही त्याला मुक्त केलं आहे. मुंबई हल्ल्यामागील 'मास्टर माइंड्स'विरुद्ध पाकिस्ताननं कारवाई करावी किंवा त्यातल्या काहींना – ज्यात हफीज सईदचाही समावेश होता – भारताच्या स्वाधीन करावं या भारताच्या मागणीबद्दल विचारलं असता अझीझ म्हणाले, की याचा काही प्रश्नच येत नाही. अलीकडं जानेवारी २०१७ पासून सईदला स्थानबद्ध करण्यात आलं आहे आणि दहशतवादीविरोधी कायद्यांतर्गत त्याच्यावर आरोप लावण्यात आले आहेत. हा खटला तर्कशुद्ध पद्धतीनं शेवटाकडं जातो का हे बघणं आता बाकी आहे.[३१] भारतानं खटल्याची पुन्हा तपासणी करण्याची आणि मुंबई हल्ल्यासंदर्भात सईदवर खटला भरण्याची मागणी केली आहे. भारतात चालवल्या गेलेल्या खटल्यातील चोवीस साक्षीदारांची साक्ष रेकॉर्ड केली जावी या पाकिस्तानच्या मागणीला भारतानं प्रतिसाद म्हणून वरील मागणी केली होती.[३२]

भारत तक्रार करतो, की पाकिस्तान गुन्हेगारांना शिक्षा करण्यात हयगय

करते, पाकिस्तान त्यावर उसळून उठतं आणि समझौता एक्सप्रेस स्फोट खटल्याचा दाखला देत म्हणतं, की भारत सगळी माहिती देत नाही. ते काहीही असलं, चौधरी अझर कितीही म्हणत असले, की पुरेसा पुरावा आहे आणि नवीन प्रत्यक्षदर्शी साक्षीदार पुढे येणार आहेत आणि त्यांच्या पारड्यात निकालाचं दान पडेल असा त्यांना विश्वास आहे, तरी या खटल्यात पारदर्शकतेचा अभाव होता, हे नक्की! एप्रिल २०१५ मध्ये इस्लामाबाद उच्च न्यायालयानं खटल्याचं कामकाज पूर्ण करण्यासाठी दोन महिन्यांची कालमर्यादा घालून दिली. तरी बातम्यांच्या आधारे पाहिलं, तर मागच्या १७ सुनावण्यांमध्ये विशेष काहीच घडलं नाही (मार्च २०१७ पर्यंत.) सतत पुढच्या तारखा घेत आणि भारत पुरेसे पुरावे देत नसल्याचं रडगाणं गात हा खटला अनंतकाळापर्यंत सुरू राहील, असं वाटतं.

३. तालिबानशी बोलणी, ड्रोन हल्ले आणि इतर कहाण्या

तालिबानशी बोलण्यांचं रुक्ष गुऱ्हाळ

नेहमीप्रमाणेच, मेजर जनरल सनाऊल्ला खान नियाझी, १७ डिव्हिजनचे (SWAT) कमांडिंग जनरल ऑफिसर यांनी मारलं जाण्यापूर्वीची रात्र पाकिस्तान-अफगाणिस्तान सीमेवर १० हजार फूट उंचीवरच्या बिन शाई सेक्टरमध्ये आपल्या तुकडीबरोबर घालवली. दुपारनंतर परतीच्या प्रवासात खैबर पख्तुनख्वामधल्या अप्पर डिर इथल्या गटकोटल गावाजवळ एका 'इम्प्रूव्हाइज्ड एक्सप्लोजिव्ह डिव्हाइस'नं (IED) त्यांचं वाहन उडवून देण्यात आलं. लेफ्टनंट कर्नल तौसिफ अहमद आणि शिपाई इरफान सत्तार हेही या स्फोटात ठार झाले. या स्फोटाची जबाबदारी उचलणाऱ्या TTPशी सप्टेंबर २०१३ मध्ये बोलणी करण्याबद्दल सर्वपक्षीय बैठकीत मान्यता देण्यात आल्यावर एका आठवड्यानंतर झालेला हा हल्ला म्हणजे येऊ घातलेल्या वादळाची पूर्वसूचना होती. त्या तीन सैनिकांचा मृत्यू म्हणजे संबंधित दहशत आणि त्याला प्रत्युत्तर म्हणून पुन्हा दहशत या दुष्टचक्राच्या अनुषंगानं होणारं नुकसान होतं. मेजर जनरल नियाझी यांचे वर्गमित्र लेफ्टनंट कर्नल शफकत सईद यांनी त्यांच्या निधनाबद्दल शोक व्यक्त केला. पण ते असंही म्हणाले, की सरकारनं चर्चेतून अंग काढून घ्यायला नको, मात्र TTPवर काही निर्बंध घालणं गरजेचं आहे. बोलणी पुढं नेण्यासाठी सरकारनं काही तरी ठोस योजना आखायला हवी होती, पण ते काही दृष्टिपथात दिसत नव्हतं. सईद यांना त्यांच्या 'मित्राच्या आणि चांगल्या सैनिकाच्या' मृत्यूनं मोठाच धक्का बसला होता, पण TTPबरोबर तहाची बोलणी सुरू करण्याची घोषणा केल्यानंतर मेजर जनरल नियाझी यांचा

मृत्यू हा सैन्यदलातील पहिलाच मृत्यू नसावा.

दहशतवादी हल्ल्यांच्या पार्श्वभूमीवर सगळ्या पक्षांनी एकत्र येऊन अडेलतट्टूपणा करणाऱ्या TTPशी बोलणी करण्यासाठी एकमुखानं मान्यता देण्याच्या इच्छेविषयी अनाठायी उत्साह दिसून येत होता. TTP ही संघटना वाटाघाटी किंवा चर्चा यावर विश्वास ठेवणाऱ्यांपैकी नव्हती. काहीही करून पाकिस्तानात शरिया राज्य स्थापन करण्याचा त्यांचा निर्धार होता. एकंदरीत काय, तर TTPबरोबर होणारी शांतता बोलणी म्हणजे नुसत्याच आरोप-प्रत्यारोपाच्या पोकळ फैरी होत्या. त्यातून निष्पन्न काहीच होणार नव्हतं. तरीही लोक TTPच्या सल्लागार मंडळाशी बोलणी करायला अज्ञातस्थळी जात होते या विषयी आणि समित्यांमधील सदस्य बदलणे, मागण्या - प्रतिमागण्या या विषयी बातम्यांमध्ये तपशीलवार चर्चा होती. पण काही ठोस प्रगती झाली की नाही या विषयी चकार शब्दही कोणी काढत नव्हतं. रक्तपात थांबावा आणि थंड रक्ताच्या खुन्यांशी सलोख्याचे संबंध प्रस्थापित करावेत हा शरीफ यांचा हेतू कितीही चांगला असला, तरी शेवटी लष्करानं ऑपरेशन झर्ब-ए-अझ्ब हाती घेतलं. त्यात वझिरीस्तानमधले अतिरेक्यांचे अड्डे उद्ध्वस्त करण्यात आले आणि लाखो लोकांना पुन्हा एकदा विस्थापित व्हावं लागलं.

चर्चेविषयी असलेला सुरुवातीचा संदेह दर आठवड्याला घडणाऱ्या घटनांबरोबर दृढ होत गेला. सैन्यातल्या तीन शिलेदारांच्या मृत्यूनंतर पेशावरच्या ऑल सेंट्स चर्चवर बॉम्बहल्ला झाला आणि त्याच आठवड्यात आणखी दोन बॉम्बहल्ले झाले. तरीही TTPशी बोलणी करण्याचे सरकारचे प्रयत्न सुरूच होते. अंतर्गत व्यवहार मंत्री चौधरी निसार यांनी दावा केला, की TTP प्रमुख हकीमुल्ला हा १ नोव्हेंबर रोजी उत्तर वझिरीस्तानात ड्रोन हल्ल्यात मारला गेला त्या वेळी मध्यस्थ एक पत्र घेऊन त्यालाच भेटायला निघाले होते. TTP प्रमुखाला औपचारिक आमंत्रणाच्या पत्राची गरज होती. हे ऐकायला जरा विचित्रच वाटलं. काहीही असो, ते पत्र वाचायला तो जिवंत राहिला नाही. अर्थात्, मारला गेला तो हकीमुल्लाच होता का, यावर सरकारकडून कोणतीच पुष्टी मिळेना आणि मला अखेरीस 'डॉन'च्या वार्ताहरावर विसंबावं लागलं. तो TTPच्या प्रवक्त्याशी- शाहीदुल्ला शाहीदशी- बोलला. बहुतेक सरकारी स्रोतांकडून तीच तीच गुळमुळीत उत्तरं ऐकणं खरंच निराशाजनक होतं आणि स्थानिक पत्रकारसुद्धा तपशीलवार माहितीसाठी TTPच्या प्रवक्त्यावर अवलंबून असल्याचं माझ्या लक्षात आलं. त्यानंतर एक आठवड्यानं, रविवारी झालेल्या एका नाट्यपूर्ण पत्रकार परिषदेत अंतर्गत व्यवहारमंत्र्यांनी अमेरिकेच्या ड्रोन हल्ल्याला दूषणं देत थयथयाट केला, पण हल्ल्याबाबतचा कोणताही तपशील दिला नाही किंवा मारले गेलेल्यांची

नावंही सांगितली नाहीत. अमेरिकेशी सगळे संबंध तोडण्याची भाषाही त्यांनी केली. हे बोलायला सोपं होतं, मात्र प्रत्यक्षात करणं महाकठीण होतं.

पाकिस्तानी गुप्तचर अधिकाऱ्यांनी त्यांच्या वरिष्ठांना सांगितलं, की ड्रोननं पाकिस्तानी तालिबानप्रमुखाच्या वाहनावर हल्ला केला तेव्हा तो उत्तर वझिरीस्तानमधल्या डंडे दारपाखेल भागातल्या एका मशिदीतून मीटिंग संपवून बाहेर पडत होता. ही बातमी 'डॉन'नं दिली होती. हकीमुल्लाचे दोन साथीदार अब्दुल्ला बहार मेहसूद आणि तारिक मेहसूद यांच्यासह पाच तालिबानी यात मारले गेले आणि इतर दोन जखमी झाले. उत्तर वझिरीस्तानच्या आदिवासी प्रदेशातल्या मिरामशाह या मुख्य शहरापासून डंडे दारपाखेल हा भाग पाच किलोमीटर अंतरावर आहे. परराष्ट्र मंत्रालयानं नेहमीसारखं सरधोपट पत्रक काढून सगळ्याचं खापर अमेरिकेनं केलेल्या हल्ल्यावर फोडलं. 'हे हल्ले म्हणजे पाकिस्तानच्या सार्वभौमत्वावर आणि प्रादेशिक एकात्मतेवर केलेलं अतिक्रमण आहे. पाकिस्तानच्या समस्त जनतेची एकमुखानं मागणी आहे, की हे ड्रोन हल्ले थांबलेच पाहिजेत.'

मेहसूदच्या मृत्यूच्या खोट्या बातम्या याआधी अधूनमधून येत असायच्या आणि या वेळी सरकार त्याच्या मृत्यूची खात्रीशीर बातमी देण्याची जोखीम घेऊ इच्छित नव्हतं. किमान एका अधिकृत सूत्रानं तरी असं सांगितलं. बैतुल्ला मेहसूदचा ड्रोन हल्ल्यात मृत्यू झाल्यानंतर ऑगस्ट २००९ मध्ये हकीमुल्लानं TTPच्या नेतृत्वाची धुरा सांभाळली होती. 'मोस्ट वाँटेड' अतिरेकी म्हणून त्याच्यावर पाच दशलक्ष डॉलरचं बक्षीस लावलं गेलं होतं. ड्रोन हल्ल्यामुळे TTPबरोबर चाललेल्या बोलण्यांना खीळ बसली होती. तसंही बऱ्याच लोकांच्या मनात या बोलण्यांबद्दल संदेह होता. माध्यमांशी उत्तम संपर्क असलेल्या दहशतवादी संघटनेनं आपल्याला सरकारशी बोलणी करण्याची किती इच्छा आहे हे जगाला दाखवणं सुरूच ठेवलं होतं आणि सर्वत्र बॉम्ब फुटत असताना 'आपण त्या गावचेच नाही' अशा थाटात त्या सगळ्या घटनांचं खापर आपल्याच गटांवर-जसा जुनदुल्ला- फोडणंही सुरूच होतं.

बीबीसीची एक मुलाखत सर्वत्र गाजत होती. त्यात हकीमुल्लानं आपण बोलणी करण्यास उत्सुक असल्याचं, पण आपल्याशी कोणीही संपर्क न साधल्याचं सांगितलं होतं. मागं वळून पाहताना असं वाटतं, की हे सगळं बेगडी होतं. सरकार वेळकाढूपणा करत होतं आणि सर्वसमावेशक व लोकशाहीवादी असल्याचा आभास निर्माण करत होतं.

हकीमुल्लाच्या मृत्यूवर पाकिस्तानी अधिकाऱ्यांकडून आणि इम्रान खानच्या पीटीआयकडून असमतोल प्रतिक्रिया उमटल्या. अंतर्गत व्यवहारमंत्री चौधरी निसार अली खान यांनी अमेरिकेवरचा राग व्यक्त केला आणि दोन्ही देशांतल्या संबंधांचा

फेरआढावा घेण्याची मागणी केली. इम्राननं २० नोव्हेंबर २०१३ पासून नॉर्थ अटलांटिक ट्रीटी ऑर्गनायझेशनद्वारा (नाटो) अफगाणिस्तानला होणारा पुरवठा बंद करण्याची प्रतिज्ञा केली. पेशावर उच्च न्यायालयात सादर केलेल्या आकड्यानुसार अशाच ड्रोन हल्ल्यामध्ये सुमारे १४५० नागरिक मारले गेले होते. उजव्या विचारसरणीच्या गटांनी हकीमुल्लाला 'हुतात्मा' म्हणून गौरवलं. TTPनं पाकिस्तानात घातलेल्या हैदोसात प्रचंड प्रमाणावर जीवितहानी झाल्याचा सरकारला विसर पडला, असं दिसलं.

लवकरच, डिसेंबर २०१३ मध्ये हेलिकॉप्टरमधून बॉम्बवर्षाव करून उत्तर वझिरीस्तानमधली अतिरेक्यांची लपण्याची ठिकाणं उद्ध्वस्त करण्यात आली, त्याचं वर्णन अंतर्गत व्यवहारमंत्र्यांनी 'सर्जिकल स्ट्राइक' असं केलं. जानेवारी २०१४ मध्ये दहशतवाद्यांनी बानू लष्करी तळावर रॉकेट हल्ला केला. त्यात वीस लोक मारले गेले आणि रावळपिंडीच्या पवित्र जीएचक्यूजवळच्या एका बाजारावरही हल्ला केला. सरकार बोलणी सुरू ठेवेल अशी अपेक्षा कोणीच केली नव्हती, पण एक चकीत करणारी चाल खेळत २९ जानेवारी २०१४ रोजी शरीफ नॅशनल असेम्ब्लीत प्रकटले आणि शांतता प्रस्थापित करण्याची आणखी एक संधी त्यांनी देऊ केली. कराचीतल्या रेंजर्स ऑफिसमध्ये आणखी एक आत्मघातकी हल्ला झाला. त्या दिवशी सगळ्यांच्या अपेक्षेनुसार लष्कराला हिरवा कंदील दाखवण्याऐवजी त्यांनी शांतता प्रक्रिया पुढं सुरू ठेवण्याकरिता चार सदस्यीय समिती नेमण्याची घोषणा केली. या वेळी या समितीत पंतप्रधानांचे खास मदतनीस आणि स्तंभलेखक इरफान सिद्दिकी, ऑपरेशन मिडनाइट जॅकलमध्ये[३३] सहभागी झालेले माजी आयएसआय प्रचालक मेजर (निवृत्त) मोहम्मद आमिर, पेशावरचे वरिष्ठ पत्रकार रहिमुल्ला युसूफझाई आणि काबूलचे माजी पाकिस्तानी राजदूत रुस्तमशाह मोहम्मद (खैबर पख्तूनख्वा सरकारने त्यांचं नामनिर्देशन केलं होतं आणि ते पहिल्या समितीचेसुध्दा सदस्य होते) यांचा समावेश होता. आधीच्या समितीतून वगळल्या गेलेल्या आयएसआयनं या वेळी जबरदस्तीनं आपलं स्थान मिळवलं. मोहम्मद यांना मी काही वेळा भेटले. ते बरेच आशावादी होते. घटनेच्या चौकटीत राहून वाटाघाटी करायला TTPची तयारी होती. शरिया लागू करण्यासाठी ते आग्रही नव्हते आणि शस्त्रसंधी करण्यासाठी तयार होते. त्याला सरकारनेसुद्धा प्रतिसाद दिला होता. या सगळ्या सकारात्मक घडामोडी होत्या आणि समितीला असं वाटलं, की सरकारला एक नवीन गट बनवायची गरज आहे; ज्यात सैन्यदलातल्या लोकांचा, अंतर्गत व्यवहार मंत्रालयाचा आणि इतर एजन्सींचा समावेश असेल, जे चर्चेची प्रक्रिया निर्णायकपणे पुढं नेतील. म्हणूनच मुत्सद्दी मंडळींना घेऊन मार्च २०१४ ला आणखी एका समितीची स्थापना करण्यात आली.

मस्तंग इथं शिया यात्रेकरूंवर बॉम्बहल्ला केल्याचं आणि केकेपीमध्ये सार्वजनिक ठिकाणीही इतर बॉम्बस्फोट केल्याचं TTPनं उघडपणे मान्य केलं. सैन्यदल, लष्कराच्या तुकड्या, पोलिओ टीम्स, शाळा, माध्यमकर्मी आणि अगदी जो दिसेल त्याच्यावर हल्ला करणं TTPनं सुरूच ठेवलं. १६ फेब्रुवारी २०१४ नंतर बोलणी अचानक थांबली, जेव्हा मोहमंद TTPच्या गटाचा प्रमुख ओमर खालीद खोरसानी यानं एक वक्तव्य जारी करून शोंगारीच्या लष्करी ठाण्यातून २०१० पासून ताब्यात घेतलेल्या तेवीस सीमा सुरक्षा दलाच्या (फ्रंटिअर कॉर्प्स) जवानांचं शिरकाण करण्यात आल्याचा दावा केला. यावर एका मंत्र्यानं अशी प्रतिक्रिया दिली, की भारतानंही १९७१ च्या युद्धानंतर युद्धकैदी म्हणून ताब्यात घेतलेल्या पाकिस्तानी सैनिकांचं कधी शिरकाण केलं नाही. कराचीत एका पोलीस बसला लक्ष्य करून बॉम्बस्फोट केल्याची जबाबदारी TTPनं स्वीकारली, त्यात तेरा पोलीस मारले गेले होते. पेशावरमधल्या एका हॉटेलमध्ये शियांवर हल्ला केल्याचा दावा पेशावरच्या TTP प्रमुखानं केला आणि हिज्बुल मुजाहिदीनचा मस्त गुल त्या हल्ल्याची सूत्रं सांभाळत होता असंही सांगितलं. सरकारनं स्थापन केलेल्या गटानं खोरसानीच्या दाव्यानंतर बोलणी करण्याची इच्छा नसल्याचं जाहीर केलं आणि TTPनं नेमलेल्या लोकांना न भेटण्याचा निर्णय घेतला. त्यानंतर काही काळानं, १ मार्च २०१४ रोजी, TTPनं सर्वप्रथम एक महिना शस्त्रसंधी करण्याची हाक दिली आणि आपल्या सगळ्या गटांना तिचं पालन करण्याची गळ घातली. दुसऱ्या दिवशी, अंतर्गत व्यवहार मंत्र्यांनी उत्तर वझिरीस्तान आणि खैबर एजन्सीवर जवळजवळ रोज जे हवाई हल्ले होत होते ते थांबवायला सांगितले. या हल्ल्यांमध्ये डझनांनी अतिरेकी मारले गेल्याचं वृत्त होतं. एप्रिल २०१४ मध्ये TTPनं नेमून दिलेल्या गटानं पुन्हा एकदा टांक इथं जाऊन दुसऱ्यांदा वझिरीस्तानात तालिबान कार्यकारी मंडळाची भेट घेतली. TTPनं न लढणाऱ्या सामान्य नागरिकांची सुटका करण्यात यावी या मागणीसाठी आपली एक यादी सादर केली, तर सरकारला काही अतिमहत्त्वाच्या बंदीवानांची सुटका करून घ्यायची होती, त्यांची नावं सरकारनं सादर केली. त्यात पंजाबचे राज्यपाल (स्व.) सलमान तासीर यांच्या मुलाचा आणि माजी पंतप्रधान युसूफ रझा गिलानी यांच्या मुलाचा समावेश होता. (२०१६ मध्ये दोघांचीही सुटका झाली.) परदेशी अतिरेक्यांशी संबंधित प्रश्न होते, नुकसानभरपाई आणि पुनर्वसनासंबंधी निर्णय घ्यायचे होते. शिवाय ज्यांना शांतता नको होती अशा TTPमधल्या गटांशी वाटाघाटी करायच्या होत्या. ही बोलणी जेव्हा विनोदाचा विषय होऊ लागली तेव्हा एका क्रिकेट सामन्यानंतर अंतर्गत व्यवहार मंत्री चौधरी निसार अली खान यांनी सुचवलं, की तालिबान्यांनी क्रिकेट खेळणं सुरू करावं आणि संघर्ष थांबवावा.

शस्त्रसंधीची जबाबदारी TTPने सरकारवर टाकली. सरकारचे हवाई हल्ले काही थांबत नव्हते आणि हा सगळा प्रकार एखादी खिळखिळी झालेली इमारत धुरळा उडवत कोसळावी, तसा धुळीला मिळाला.

त्या आधी फेब्रुवारी २०१४ मध्ये, प्रोफेसर इब्राहिम खान आणि मौलाना युसूफ शाह यांचा समावेश असलेली पहिली समिती TTP नेत्यांना भेटण्यासाठी प्रवास करून मिरामशाहला गेली होती. शांतता प्रस्थापित करण्यासाठीच्या वाटाघाटींची जबाबदारी दिलेल्या दोन समित्यांमध्येसुद्धा – एक सरकारने नेमलेली आणि दुसरी TTPनं नेमलेली – शस्त्रसंधीवरून वाद झाले होते आणि कोणत्याही प्रकारच्या शांततापूर्ण तोडग्याची शक्यता दूरदूरपर्यंत दिसत नव्हती. TTPच्या बाजूनं नेतृत्व करणारे मौलाना समीउल हक यांनी मध्यस्थाची भूमिका निभावली आणि तिढा सोडवण्याचा प्रयत्न केला. ज्या माणसाच्या अकोरा खटक इथल्या दारुल उलूम हक्कानिया मदरशात हकिमुल्ला मेहसूदसारखे पहिल्या फळीचे तालिबान नेते घडले आणि हक्कानी नेटवर्कच्या सदस्यांसारखे कडवे अतिरेकी जिथं शिकले (हक्कानी हे नावही त्या मदरशावरूनच मिळालं) तो माणूस आता शांतताप्रक्रियेची सूत्रं हलवत होता हा मोठाच विरोधाभास होता. TTPच्या अवास्तव मागण्यांना काही खीळ बसली नव्हती. त्यांना आता असं एक शांतताक्षेत्र हवं होतं, जिथं बोलणी करताना लक्ष्य केलं जाण्याची भीती नसेल. मार्च २०१४ मध्ये सरकारनं आणि TTP यांनी मिळून शस्त्रसंधीचं आवाहन केलं असलं, तरी ३ मार्च रोजी इस्लामाबादच्या जिल्हा व सत्र न्यायालयावर झालेला आत्मघातकी हल्ला ते रोखू शकले नाहीत. आपण त्याला जबाबदार नसल्याचं TTPनं सांगितलं आणि अहरार-उल्-हिंद या दुसऱ्या गटानं त्या हल्ल्याची जबाबदारी स्वीकारली. अंतर्गत व्यवहारमंत्री निसार म्हणाले, की अर्धा डझन तरी बिगर TTP गट असावेत आणि TTP अंतर्गत सुमारे सदतीस किंवा अडतीस गट असावेत, ज्यांना आपण सगळे एकत्र आहोत असं वाटून घ्यायला आवडतं. त्यातले काही शांतता बोलणी गांभीर्यानं न घेणारे असल्याचा आणि शस्त्रसंधीचा भंग करणाऱ्यांमध्ये बिगर TTP गट असल्याचाही दावा त्यांनी केला. त्यानंतर सरकारनं मेहसूद जमातीच्या अनेक न लढणाऱ्या लोकांची सुटका केली.

हे सगळं घडत असताना, इतके बॉम्बहल्ले होत असतानाही पाकिस्तान तेहरिक-ए-इन्साफ सुसंवादाची गरज प्रतिपादित करत राहिला. इम्राननं एका पत्रकार परिषदेत असा दावा केला, की दहशतवाद्यांविरुद्ध लष्करी कारवाई केली, तर सैन्याला जिंकण्याची संधी फक्त ४० टक्के असेल. सरकारनं प्रत्यक्षात बोलणी सुरू करण्यासाठी पुढाकार घेतला नाही, असंही तो म्हणाला. सतत होत असणाऱ्या हल्ल्यांच्या पार्श्वभूमीवर चर्चा करण्यासारखी परिस्थिती नव्हती, त्यासाठी कोणाचा

पाठिंबाही मिळत नव्हता आणि TTPला हाताळताना सरकार गलितगात्र झाल्याची टीका चहूबाजूंनी होत होती. शांतता प्रक्रियेच्या बाजूने असणाऱ्या इम्रानच्या टेकडीवरच्या घरी नवाज शरीफ यांनी अनपेक्षितपणे भेट दिली. TTPनं तर बोलणी करण्यासाठी आपल्या समितीवर इम्रानची निवडदेखील केली होती; परंतु त्यानं हा प्रस्ताव साभार नाकारला.

नोव्हेंबर २०१३ मध्ये हकिमुल्लाच्या मृत्यूनंतर नवीन TTP प्रमुख मौलाना फझलुल्ला यानं चर्चेची शक्यता साफ नाकारली. TTPचे गट विखुरले गेले होते आणि त्यातल्या काहींनी फुटून निघून नवीन गट बनवले होते. बोलण्यासारखं तिथं कोणी उरलंच नव्हतं. हकिमुल्लाच्या हत्येपूर्वी देखील, अंतर्गत व्यवहारमंत्री चौधरी निसार अली खान यांनी नॅशनल असेम्ब्लीत असं जाहीर केलं होतं, की TTP बरोबरची बोलणी संपुष्टात आली आहेत आणि जोपर्यंत ड्रोन हल्ले सुरू राहतील, तोपर्यंत चर्चा करण्यात काहीच अर्थ असणार नाही.

जमात-ए-इस्लामीचा प्रमुख सईद मुनावर हसन यानं हकिमुल्लाला हुतात्मा म्हणून गौरवल्यावर नवीन वादाला तोंड फुटलं. पाकिस्तानच्या सशस्त्र दलांकडून यावर तीव्र प्रतिक्रिया उमटल्या आणि त्यांनी बिनशर्त माफीची मागणी केली. मृत दहशतवाद्यांना हुतात्मा म्हणणं म्हणजे लढाईत मारल्या गेलेल्या हजारो लोकांचा अपमान करण्यासारखं आहे, अशी सैन्याची भावना होती. त्या आधी एका उजव्या विचारसरणीच्या नेत्यानं म्हटलं होतं, की हकिमुल्ला हा हुतात्मा होता कारण तो अमेरिकनांशी लढला आणि अमेरिकेकडून मारल्या गेलेल्या कुत्र्यालासुद्धा हुतात्मा समजलं जाईल.

फेब्रुवारी २०१४ च्या अखेरीस, सरकारनं आपलं बहुप्रतीक्षित राष्ट्रीय अंतर्गत सुरक्षा धोरण (नॅशनल इंटर्नल सिक्युरिटी पॉलिसी) नॅशनल असेम्ब्लीत मांडलं आणि लष्कर तालिबानींचा खातमा करणार या अपेक्षांच्या गदारोळात हे स्पष्ट केलं, की कोणत्याही मोहिमा हाती घेतल्या जाणार नाहीत, फक्त सर्जिकल स्ट्राइक होतील. तालिबानमध्ये चांगले आणि वाईट असं वर्गीकरण करत सरकारनं चर्चेच्या मृगजळाचा पाठपुरावा करण्याचा आग्रह धरला. या शांतता बोलण्यांना २००४ पासूनच कोणाची तरी जणू दृष्टच लागली होती असं म्हणायला हवं. त्या वेळी शाकाई करारानंतर नेक मोहम्मद अमेरिकेच्या ड्रोन हल्ल्यात मारला गेला होता. कितीही सर्जिकल किंवा इतर स्ट्राइक झाले, तरी TTPचं नियंत्रण काही कमी झालं नाही. पाकिस्तान इन्स्टिट्यूट ऑफ पीस स्टडीजने (PIPS) २०१३ मध्ये सादर केलेल्या द पाकिस्तान सिक्युरिटी रिपोर्टमध्ये असं म्हटलं आहे, की २०१३ मध्ये अस्थिरतेचा सर्वांत मोठा कारक TTP होता आणि त्यांचे काही प्रमुख नेते जरी मारले गेले, तरी त्या गटाच्या हल्ला करण्याच्या क्षमतांना

कोणताही धक्का बसला नाही. सन २०१३ मध्ये दहशतवादाच्या क्षितिजावर सहा नव्या गटांचा उदय झाला, असं अहवालात नमूद केलं होतं आणि पुढं असं म्हटलं होतं, की त्यातले चार हे अल्-कायदा आणि TTP यांच्या युतीचे भाग होते.

२०१३मध्ये आत्मघातकी हल्ल्यांमध्ये ३९ टक्के वाढ झाली. अतिरेकी, राष्ट्रवादी, राजकीय बंडखोर आणि हिंसक सांप्रदायिक गट यांनी एकूण १७१७ दहशतवादी हल्ले केले. त्यात २४५१ लोक मारले गेले आणि ५००० पेक्षा अधिक जखमी झाले. द नॅशनल ॲक्शन प्लॅन आणि अतिरेक्यांवर खटले भरण्यासाठीचे अधिकार लष्करी न्यायालयांना देण्यात यावेत यासाठी घटनेत दुरुस्ती करणं, हे समाज दहशतवादाशी लढण्यासाठी अधिकाधिक जुलमी उपाययोजना करत असल्याचे परिणाम होते. २०१४ चा 'द प्रोटेक्शन ऑफ पाकिस्तान (दुरुस्ती) ऑर्डिनन्स' हा वटहुकूम संरक्षण आणि कायदा अंमलबजावणी एजन्सीना व्यापक अधिकार देतो आणि दीर्घकाळासाठी स्थानबद्धता आणि अटक यासाठीचा मार्ग मोकळा करतो. याविरुद्ध ज्यांनी आवाज उठवले त्यांपैकी एचआरसीपी एक होती. एचआरसीपीने म्हटलं की यामुळे घटनात्मक अधिकारांचा भंग झाला आणि बेकायदेशीर बाबींना कायदेशीर बनवलं गेलं. एचआरसीपीच्या म्हणण्यानुसार वटहुकूमात आणखी अशा बऱ्याच गोष्टी होत्या ज्या हक्कांचा आदर करणाऱ्या लोकांना पचवणं जड जाऊ शकेल. 'यात चिंता करण्यासारख्या बाबी प्रामुख्यानं अशा होत्या – कोणत्याही स्थानबद्ध केलेल्या व्यक्तीचा ठावठिकाणा न सांगण्याचा अधिकार संबंधित अधिकारी व्यक्तींना देणं. एखाद्या व्यक्तीला सामान्य तुरुंगात न ठेवता स्थानबद्धतेत ठेवणं, संशयितांसाठी नवीन वर्गीकृत गट – जसे 'उपरे शत्रू' किंवा 'लढणारा शत्रू' – बनवणं, कोणत्याही संशयितासाठी प्रतिबंधात्मक स्थानबद्धतेचा कालावधी वाढवणं आणि बेकायदा स्थानबद्धतेला व एखाद्या व्यक्तीला गायब करण्याला पूर्वगामी प्रभावाद्वारे कायदेशीर बनवणं.' गुन्हेगाराला शिक्षा करण्यासाठी कायदा एक ठरावीक चौकट आखून देत असला, तरी दहशतवादाचं जाळं आणि त्यांची प्रशिक्षण केंद्रं उद्ध्वस्त करण्याबाबत गंभीर प्रश्न शिल्लक राहतातच.

आणखी एका दृष्टिकोनातून TTP बरोबरची बोलणी पोकळ वाटत होती. समित्यांमध्ये फेडरली ॲडमिनिस्टर्ड ट्रायबल एरियाज् (FATA) म्हणजेच संघराज्य प्रशासित आदिवासी क्षेत्रांचं प्रतिनिधित्व नव्हतं. अफगाणिस्तानातील सोव्हिएत आक्रमणानंतर या सात आदिवासी एजन्सींच्या गटामध्ये फार मोठे बदल दिसून आले. हे क्षेत्र थेट राष्ट्रपतींच्या अधिकाराखाली येतं. तीन वेळा झालेल्या युद्धांमुळे जबर हानी पोचलेल्या या भागांमध्ये लोक राहतात हेच आता सगळेजण विसरून गेले आहेत. प्रत्येक लष्करी हल्ल्यानंतर या लोकांचं विस्थापन होत असतं.

TTP बरोबर झालेल्या चर्चेच्या पहिल्या फेरीच्या आधी इन्स्टिट्यूट ऑफ स्ट्रॅटेजिक स्टडीज् यांनी आयोजित केलेल्या एका परिषदेमध्ये लेखक अहमद रशीद यांनी असं निरीक्षण नोंदवलं, की हा प्रदेश कट्टरता आणि दहशतवाद यांच्या आघातांची झळ सोसत होता. ते पुढं म्हणाले, की सध्या सुरू असलेल्या चर्चेचा मुख्य विषय सैन्य पाठवायचं की नाही हा आहे आणि हे दुर्दैवी आहे. त्याऐवजी एफएटीए राष्ट्राच्या मुख्य प्रवाहात कसं आणता येईल आणि तिथल्या लोकांना नागरिक म्हणून अधिकार कसे प्रदान करता येतील यावर खरं तर चर्चा झाली पाहिजे. पाकिस्तानच्या विषयपत्रिकेतून एफएटीएच्या सद्यःस्थितीचा प्रश्न गायब झाला होता.

अफगाणिस्तानात तालिबान पाय रोवत असताना आणि तिथं होणाऱ्या वेगवेगळ्या स्फोटांसाठी हक्कानी नेटवर्ककडं बोटं दाखवली जात असताना एफएटीए हे यापुढंही अतिरेक्यांचं नंदनवन बनून राहील अशीच चिन्हं दिसतात. तिथल्या लोकांचा विचार कधी कोणी केलाच नाही. मात्र एफएटीएला मुख्य प्रवाहात आणण्यासाठी जी पावलं उचलायला हवी आहेत त्यासाठी संघराज्यीय मंत्रिमंडळानं मार्च २०१७ मध्ये संमती दिली आहे. त्यामुळं आशेचा किरण दिसू लागला आहे. केपीके प्रांतात एफएटीएचं विलीनीकरण होण्याची ही पूर्वतयारी आहे. एफएटीएचे लोक केपीके असेम्ब्लीसाठी आपला प्रतिनिधी निवडू शकतील आणि १०० वर्षांपेक्षाही जास्त जुना असलेला फ्रंटिअर क्राइम्स रेग्युलेशन कायदा बदलला जाईल.[३४] मेहसूद जमातीच्या काही सदस्यांशी माझी गाठ पडली होती. आपल्या प्रांतासाठी सोई सुविधांच्या मागणीसाठी त्यांनी इस्लामाबाद प्रेस क्लबच्या बाहेर धरणं धरलं होतं. त्यातल्या एका वकिलाला मी भारतातून आले आहे हे समजल्यावर आनंद झाला आणि त्यानं क्लबच्या बाहेर हिरवळीवर मोठं वर्तुळ करून बसलेल्या सदस्यांना मी भेटावं असा आग्रह धरला. मी तिथं थोडा वेळ घुटमळले आणि स्वत:ची सुटका करून घेतली. मेहसूदांचा काय इरादा होता, याबाबत मला खात्री नव्हती.

हक्कानींचा गोंधळ

बऱ्याच काळापासून, अमेरिका अशी मागणी करत आहे, की पाकिस्ताननं हक्कानी नेटवर्कवर आणि त्याच्या प्रशिक्षण छावण्यांवर कृती करावी. हक्कानी हे 'चांगले' तालिबानी मानले जातात आणि त्यांना आयएसआयचा पाठिंबा आहे. पण अर्थातच ही बाब ठामपणे नाकारली जाते. नोव्हेंबर २०१३ मध्ये हकिमुल्लाच्या हत्येनंतर थोड्याच दिवसांनी एका रविवारी इस्लामाबादच्या सीमेलगत असलेल्या बाराकाहू इथल्या मशिदीतून येताना हक्कानी नेटवर्कचा अर्थपुरवठादार नसिरुद्दीन हक्कानी

याला राजधानीत गोळ्या घालून ठार करण्यात आलं. नसिरुद्दीन मारला गेला आहे या बातमीवर शिक्कामोर्तब करण्यासाठी पुन्हा एकदा घाईघाईनं TTP पुढं सरसावली. त्याचा दफनविधी उत्तर वझिरीस्तानात मिरामशाह इथं पार पडला. प्रसारमाध्यमातल्या काही लोकांना तो राजधानीत राहत होता हे माहीत होतं. ते त्याच्याशी संपर्क साधत असायचे. त्यांना काहीच आश्चर्य वाटलं नाही, दहशतवादी गटांचे नेते पाकिस्तानात राहतात हे उघड गुपित आहे. अर्थात सत्ताधाऱ्यांनी हे सत्य नेहमीच नाकारलं आहे. विशेषत: त्या सर्वांत प्रसिद्ध दहशतवाद्याबाबत जो २०११मध्ये अबोटाबादमध्ये अमेरिकेकडून मारला गेला. अनेक पाकिस्तान्यांना असं वाटतं, की तो ओसामा बिन लादेन नव्हताच आणि अमेरिका सगळा बनाव करत होती. मुल्ला ओमर हेही असंच एक उदाहरण. तो २३ एप्रिल २०१३ रोजी पाकिस्तानात मरण पावला. पण ही गोष्ट 'लष्करी' कारणांसाठी जुलै २०१५ पर्यंत गुप्त ठेवण्यात आली कारण त्या वर्षी 'नाटो'चं सैन्य माघारी जात होतं. मे २०१६ मध्ये पाकिस्तान-अफगाणिस्तानच्या सीमेजवळ बलुचिस्तान इथं एका ड्रोन हल्ल्यात तालिबानचा नवा नेता मुल्ला मन्सूर मारला गेला. त्यामुळं पुन्हा नव्यानं गहजब सुरू झाला. क्वेट्टा शूरा (निर्णयाधिकार असलेले तालिबानच्या वरच्या फळीचे नेतेमंडळ) हे सर्वशक्तिमान आहे ही गोष्ट काही लपून राहिलेली नाही. तालिबानला पाकिस्तानात मुक्त हालचाली करण्याचं जे स्वातंत्र्य आहे त्या विरोधात अफगाणी लोक आवाज उठवत आले आहेत. या दहशतवादी गटांच्या मोहिमांवर नेत्यांचं जबरदस्त नियंत्रण असतं आणि जाणीवपूर्वक काही माहिती बाहेर पसरवली जाते. अफगाण तालिबानचा डेप्युटी कमांडर सिराजुद्दीन हक्कानी आहे. त्याचे वडील आणि हक्कानी नेटवर्कचे संस्थापक जलालुद्दीन हक्कानी पक्षघातानं आजारी पडल्यावर त्यानं सगळी सूत्रं हातात घेतली. खरं तर, मौलाना हैबतुल्ला अखुंडझादा हा नवा नेता त्याच्या हातातल्या बाहुल्यासारखा वाटतो.

बहुधा तिशीत असलेला नसिरुद्दीन हक्कानी हा जलालुद्दीनचा सर्वांत मोठा मुलगा होता. अमेरिकेच्या विनंतीवरून त्याला २०१०मध्ये अटक करण्यात आली आणि चौकशीसाठी एका सुरक्षित घरात ठेवण्यात आलं. त्याला मारण्यामागे सुरक्षा एजन्सींचा हात असल्याचा आरोप TTPने केला होता. तो युनायटेड नेशन्स सिक्युरिटी कौन्सिलच्या (UNSC) आर्थिक गुन्हेगारांच्या यादीत होता. या यादीत समावेश असलेल्या लोकांच्या मालमत्ता सील केल्या गेल्या. त्यांना प्रवासाला बंदी होती आणि शस्त्रं बाळगण्यावर प्रतिबंध होता. तो संघटनेसाठी आर्थिक पाठबळ उभं करायचा आणि बऱ्याचदा त्याचं मध्यपूर्वेत जाणं-येणं असायचं.

झदरान जमातीचं अफगाण नेतृत्वाखाली असलेलं हक्कानी नेटवर्क हे उत्तर वझिरीस्तानात आहे. अमेरिकेचं असं म्हणणं आहे, की ही भीतिदायक संघटना

अफगाणिस्तानात सीआयएवर झालेल्या काही मोठ्या अतिरेकी हल्ल्यांना जबाबदार होती आणि अमेरिकी दूतावासालाही तिनंच वेढा घातला होता. हकिमुल्ला ड्रोन हल्ल्यात मारला गेल्यावर TTP सोबतच्या शांतता चर्चेला खीळ बसली म्हणून पाकिस्तान सरकारनं चिडून प्रतिक्रिया दिली असली, तरी हक्कानीच्या मृत्यूनंतर कोणत्याही नाट्यमय घडामोडी आणि उद्रेक झाला नाही. सन २०११मध्ये यूएस जॉइंट चीफ ऑफ स्टाफ कमिटीचे तेव्हाचे अध्यक्ष ॲडमिरल माइक म्युलेन यांनी यूएस सिनेट आर्म्ड सर्व्हिसेस कमिटीला सांगितलं, की हक्कानी नेटवर्क हे आयएसआयचा 'खरोखरीचा हात' म्हणून काम करायचं. आपण हक्कानी नेटवर्कला पाठिंबा देत असल्याचा पाकिस्ताननं इन्कार केला, तरी अमेरिकेनं आपला मुद्दा सोडला नाही आणि हक्कानींविरुद्ध कारवाई करण्याची मागणी केली. या मागणीचं प्रतिबिंब कन्सॉलिडेटेड ॲप्रोप्रिएशन बिलात पडलं; ज्यावर १७ जानेवारी २०१४ रोजी अध्यक्ष ओबामांनी स्वाक्षरी केली. यामध्ये दहशतवादविरोधी कारवाया करण्यासाठी पाकिस्तानला करण्यात आलेलं अर्थसाहाय्य आणि २०११ मध्ये ओसामा बिन लादेनचा माग काढण्यासाठी सीआयएला मदत केलेल्या आणि मग तुरुंगात असलेल्या डॉ. शकील आफ्रिदी यांची सुटका यांचा संबंध जोडला होता. डॉ. आफ्रिदी यांची सुटका होऊन त्यांच्यावरचे आरोप मागे घेतल्याशिवाय ३३ दशलक्ष डॉलरचं अर्थसाहाय्य रोखून धरण्याची तरतूद यामध्ये केली आहे.

डॉ. आफ्रिदी सुटून येईपर्यंत अर्थसाहाय्य रोखून धरण्याच्या अटीबाबत पाकिस्तानने निराशा व्यक्त केली. सीमेपलीकडं जाणारा दहशतवाद रोखण्याशी संबंधित मुद्देही तेवढेच महत्त्वाचे आहेत. ड्रोन हल्ल्यांचा निषेध म्हणून पीटीआयने केलेल्या एनएटीओ पुरवठा मार्गांच्या नाकाबंदीमुळे त्यांनी अमेरिकेचा रोष ओढवून घेतला आणि डिसेंबर २०१३ मध्ये पाकिस्तानला दिलेल्या भेटीदरम्यान संरक्षण सचिव चक हेगेल यांनी सरकारला 'विनंती' करून जमिनीवरून जाणारे मार्ग मोकळे आहेत याची खात्री करण्यास सांगितलं. पाकिस्तानी प्रदेशातील दहशतवादी गटांच्या कारवायांबाबत दोन्ही देशांना असलेल्या चिंतांचा त्यांनी आढावा घेतला. त्यामध्ये हक्कानी नेटवर्कचाही समावेश होता.

राजधानीतील दहशतवादाची केंद्रे

इस्लामाबादचा एक काळा चेहराही होता. तिथं दहशतवादाची केंद्रं असल्याचं उघडकीला येत होतं. उत्तर किंवा दक्षिण वझिरीस्तानसारख्या दुर्गम ठिकाणांपुरताच दहशतवाद मर्यादित नव्हता. हकिमुल्ला मेहसूद आदिवासी भागात मारला गेला, पण त्यानंतर एक आठवड्यानं म्हणजे नोव्हेंबर २०१३ मध्ये नसिरुद्दीन हक्कानी राजधानीत गोळ्या घालून मारला गेला. एक निवृत्त सेनादल अधिकारी म्हणाले,

की सरकारसाठी ही प्रचंड लाजिरवाणी गोष्ट होती. ओसामा बिन लादेन मारला गेला, त्या अबोटाबादमध्ये अमेरिकेने टाकलेल्या छाप्याशी याची तुलना केली गेली. बारा काहू आणि तारनोल हे इस्लामाबादमधले विकसनशील भाग आहेत आणि मुख्य शहरासारखे यात आखीव-रेखीव सेक्टर पाडलेले नाहीत. अस्ताव्यस्त पसरत चाललेलं शहरीकरण शहराच्या बाहेरही जाऊन पोचलं आहे आणि त्यावर जमीनमाफियाचं आणि गुन्हेगारी घटकांचं नियंत्रण आहे. ऑगस्ट २०१३ मध्ये एका शिया मशिदीवर एका आत्मघातकी बॉम्बरनं हल्ला केला होता. तो सुरक्षारक्षकाकडून मारला गेला, पण त्यानंतर इस्लामाबाद राजधानी क्षेत्रातील बारा काहू भागामध्ये एका वाहनात शस्त्रास्त्रं आणि दारूगोळा यांचा प्रचंड मोठा साठा सापडला. वाहनाच्या मालकाला अटक करण्यात आली आणि पोलिसांनी एका काश्मिरी कुटुंबाच्या घरावर छापा टाकला. ते होतं तारनोल इथलं गिलानी कुटुंब. पोलिसांनी दुखतरान-ए-मिल्लतचा संस्थापक अध्यक्ष सईद आसिया अंद्राबी याच्या कुमारवयीन पुतण्याला अटक केली.

संशयित दहशतवादी असलेलं काश्मिरी कुटुंब

मी जिल्हा न्यायालय संकुलात तरुण मोहम्मद शोएब अंद्राबी याला पाहिलं होतं. मुख्य शहरापासून बावीस किलोमीटरवर असलेल्या G-15 सेक्टरमधल्या जम्मू आणि काश्मीर सोसायटीवर टाकलेल्या छाप्यानंतर ७ सप्टेंबर २०१३ रोजी त्याला अटक करण्यात आली होती. त्या दिवशी न्यायालयात डोक्यावर स्कार्फ बांधलेल्या, बुटक्या, चष्मा लावलेल्या आणि गबाळ्या अवतारातल्या शोएबला कोर्टात सादर केलं गेलं. त्या कुमारवयीन संशयिताला आणखी पाच दिवस पोलीस कोठडी देण्यात यावी ही पोलिसांची विनंती न्यायालयानं फेटाळली. त्याच्यावर खुनाचा प्रयत्न, गुन्ह्याला मदत आणि शस्त्रास्त्रं व दारूगोळा बाळगणं असे आरोप लावण्यात आले होते.

वरवर पाहता, त्याला त्याच्या गिलानी मंझिल नावाच्या घरात लपवलेल्या शस्त्रसाठ्यासकट पकडलं गेलं होतं. त्याचे भाऊ सापडत नव्हते. ते कोणा सुरक्षा एजन्सीच्या ताब्यात असावेत, असा संशय होता. तारनोलच्या खयाबान-ए-कश्मीर जम्मू आणि काश्मीर सोसायटीतल्या २१ क्रमांकाच्या रस्त्यावर असलेल्या घर क्रमांक ५६३ मध्ये स्मशानशांतता होती. दोन सुरक्षारक्षक सोडले, तर ती जागा निर्जन होती. गिलानी मंझिल हे मोठं, फिक्या तपकिरी रंगाचं एक मजली प्रशस्त घर होतं. त्याच्या खिडक्यांना आरसे होते आणि त्यावर सुंदर निळ्या फुलाफुलांच्या नक्षीचं आच्छादन होतं. अपेक्षेप्रमाणे घर कुलूपबंद केलेलं होतं. घराच्या आजूबाजूला शेतं होती, पण तिथंही कोणी नव्हतं. तो भाग अजून विकसित होत असल्यामुळं

सगळीकडं दगडमातीचा पसारा आणि अर्धवट बांधलेली घरं होती. घराच्या एका बाजूला लॉनचा चिंचोळा पट्टा खणलेला दिसत होता आणि तिथंच पोलिसांना एका ड्रममध्ये शस्त्रं आणि दारूगोळा सापडला होता. दहशतवाद्यांशी संबंध असल्याच्या संशयावरून अंद्राबीची चौकशी सुरू होती आणि त्याचे भाऊ अल्-कायदाबरोबर असल्याची खबर होती. बाहेरच्या बाजूलासुद्धा लॉन खणलेली दिसत होती. त्यावरून पोलीस कुठलाही धोका पत्करायला तयार नव्हते, हे दिसून येत होतं.

मला शेजाऱ्यांकडून किंवा सुरक्षारक्षकांकडून फार माहिती मिळू शकली नाही आणि ७ सप्टेंबर २०१३ च्या मध्यरात्री त्यांनी जे पाहिलं किंवा ऐकलं त्याबद्दल तोंड उघडायला कोणीही तयार नव्हतं. सगळा रस्ता पोलिसांच्या गाड्यांनी व्यापला होता. पहिल्या माहिती अहवालानुसार[३५] (FIR) इन्स्पेक्टर मोहम्मद अजमल खान यांनी दारावरची बेल वाजवली आणि शोएबनं दार उघडलं. दुसऱ्या व्यक्तीनं पोलिसांवर गोळ्या झाडल्या आणि घरातून पलायन केलं. ती दुसरी व्यक्ती म्हणजे इर्तियाज-उन्-नबी गिलानी ऊर्फ सर्फी हा होता हे नंतर कळलं. शोएबनं लॉनमध्ये पुरलेला साठा दाखवला. एका प्लॅस्टिकच्या ड्रममध्ये सब-मशीनगन, पिस्तुलं, बॉम्ब आणि दारूगोळा भरलेला होता. काही स्फोटक उपकरणं बॉम्ब निकामी करणाऱ्या पथकानं निकामी केली.

शोएब हा आसिया अंद्राबीचा भाऊ झिया-उल्-हक अंद्राबीचा मोठा मुलगा होता. इर्तियाज हा एरॉनॉटिकल इंजिनिअर होता, तो आसिया अंद्राबीची बहीण रेहानाचा मुलगा होता. इर्तियाज आणि लहान मुलांचा शल्यविशारद असलेला त्याचा धाकटा भाऊ डॉ. मुजाहिद गिलानी त्या घरात राहायचे. शेजारी असलेल्या मार्केटमध्ये डॉ. मुजाहिदची प्रॅक्टिस होती. या दोघांचा मोठा भाऊ झुल्कारनैन गिलानी हा पाकिस्तानी सैन्यात कॅप्टन होता आणि अधूनमधून गिलानी मंझिलला भेट द्यायचा.

एफआयआरमध्ये म्हटल्याप्रमाणे, शोएबनं पोलिसांना घरासमोर असलेल्या लॉनमध्ये पुरलेल्या ड्रमकडं नेलं. घरात प्रवेश करत असतानाच लॉनमधल्या संशयास्पद ढिगाऱ्याकडं पोलिसांचं लक्ष गेलं होतं. शोएबला अटक झाली आणि त्याच्यावर आरोप ठेवले जात असताना इर्तियाज आणि मुजाहिद मात्र गायब झाले होते. त्यांच्या ठावठिकाण्याबद्दल कोणतीही माहिती उपलब्ध नव्हती.

एका वरिष्ठ पोलीस अधिकाऱ्याशी मी बोलले तेव्हा तो तुसडेपणानं म्हणाला, की अधिकृत नोंदीनुसार गिलानी बंधू हे अल्-कायदाचा एक भाग होते आणि ते हेरगिरी करणाऱ्या विमानांचं (Spy planes) परीक्षण करत होते. जर या दोघांमधला संबंध प्रस्थापित करण्यात यश मिळालं, तर पाकिस्तानातल्या दहशतवादी योजनेत

प्रथमच काश्मिरींचा हात असणार होता आणि कदाचित अल्-कायदाचाही. एखाद्या काश्मिरी नेत्याच्या नातेवाइकाला अटक होण्याचा हा पहिलाच प्रसंग होता. त्या वेळी श्रीनगरला असलेल्या अहमद अली फय्याज या माझ्या सहकाऱ्याकडून मला आसिया अंद्राबीची माहिती मिळाली. घडलेल्या प्रसंगामुळे तिला मोठाच धक्का बसला होता आणि ती तिच्या भाच्यांविषयीची माहिती मिळवण्याचा सतत प्रयत्न करत होती. मी त्या केसचा पुढं पाठपुरावा केला नाही कारण त्यासाठी बऱ्याच घटनांचा मागोवा घ्यावा लागला असता. त्यांनी तरुण शोएबला सोडलं असेल का हा विचार माझ्या मनात येत राहतो.

डॉ. शकील आफ्रिदी यांची कुतूहलजनक केस

मे २०११ मध्ये अबोटाबादला यूएस नेव्ही सील्सच्या कठोर आणि अपमानकारक छाप्याचा परिणाम म्हणून पाकिस्तानबद्दल नव्याने संताप उफाळून आला. यूएसएआयडीच्या प्रतिरक्षीकरण गटाचा एक भाग असलेले डॉ. शकील आफिद्री यांनी बिन लादेन याच्या घरातून डीएनए नमुने आणण्यात सीआयएला मदत केली (जेणेकरून बिन लादेन त्या घरात असल्याचं सिद्ध होईल) असा त्यांच्यावर आरोप होता. डॉ. आफ्रिदींवरून अमेरिका आणि पाकिस्तान यांच्यात गंभीर वाद आहे. डॉक्टरांना दिली गेलेली तेहतीस वर्षांची तुरुंगवासाची शिक्षा फ्रंटिअर क्राइम रेग्युलेशन (FCR) कमिशनरनं ऑगस्ट २०१३मध्येच रद्द केली असली, तरी ते अजून तुरुंगातच आहेत. सहृदय आणि मदतीला तत्पर असणारे त्यांचे वकील समीउल्ला आफ्रिदी यांच्याशी मी फोनवर बरंच बोलायचे. ते मार्च २०१५मध्ये गोळ्या घालून मारले गेले. त्यांनी त्यांच्या अशिलाचा बचाव करण्याचं थांबवावं यासाठी त्यांना सतत धमक्या दिल्या जात होत्या. TTPतून फुटून निघालेल्या आणि पुन्हा त्यांना जाऊन मिळालेल्या जम्मात-उल्-अहरार गटानं पेशावरला या वकिलाला मारल्याची जबाबदारी घेतली. एहसानुल्ला एहसान यानं ट्विट केलं, की 'आमच्या लाडक्या शेख उसामा (बिन लादेन) याला मारण्यासाठी 'क्रुसेडर्स'ना (धर्मयुद्धातले योद्धे) मदत केली म्हणून त्यांना मारण्यात आलं. आधी सूड घ्यायचा आणि मग गुन्ह्याबद्दल अभिमानाने ट्विट करायचं हा तालिबान्यांचा स्वभावधर्मच आहे. ते हत्या करतात आणि मोठ्या गर्वानं ते जाहीर करतात, पण नाव न सांगता आणि अत्यंत कोडगेपणानं.

मंगल बाघच्या नेतृत्वाखालच्या बंदी घातलेल्या लष्कर-ई-इस्लाम या अतिरेकी संघटनेशी संबंध असल्याचा आरोप असलेले डॉ. आफ्रिदी यांना २९ ऑगस्ट २०१३ रोजी काही प्रमाणात आशा निर्माण झाली होती. पेशावरच्या एफसीआर कमिशनरने त्यांचा खटला आणि तेहतीस वर्षांची शिक्षा बाजूला ठेवून दिली.

समीउल्लांनी मला हा सगळा तपशील दिला. त्यांचा नंबर देणाऱ्या स्थानिक वार्ताहराची मी आभारी आहे. एका महिन्याच्या अवधीत एफसीआरनं अधिकार दिलेल्या एका राजकीय एजंटच्या न्यायालयात हा खटला नव्यानं सुरू होणार होता. खटल्याच्या विरोधात एक याचिका दाखल झाल्यावर हा आदेश देण्यात आला. 'बारा' या उपविभागाचे सहायक राजकीय अभिकर्ता/प्रतिनिधी इक्बाल दुर्राणी ज्यांनी हा निकाल दिला, त्यांना खटला चालवण्याचा किंवा शिक्षा देण्याचा अधिकार नव्हता असा नियम होता आणि सत्र न्यायालयात एका राजकीय अभिकर्ता/प्रतिनिधीनं तो चालवायला हवा होता. तिथं त्यानं सहायक न्यायमूर्ती म्हणून काम करणं आवश्यक होतं. पण डॉ. आफ्रिदी हे पेशावरच्या कारागृहातच राहणार होते. सन २०११मध्ये अबोटाबादच्या घटनेसंदर्भात त्यांना अटक झाली असली, तरी त्यांच्यावरचे आरोप त्या विषयाशी संबंधित नव्हते; त्याऐवजी कडक तरतुदी असलेलं एफसीआर वापरण्यात आलं. त्यात मूलभूत अधिकार काढून घेण्याचीही तरतूद आहे. डॉ. आफ्रिदींना तुरुंगातच डांबून ठेवण्यासाठी असं केलं गेलं आणि त्यांच्याविरुद्ध खोटी तक्रार दाखल करण्यात आली, असं समीउल्लांचं ठाम मत होतं. सत्र न्यायाधीशांनी हा खटला चालवावा, अशी त्यांची इच्छा होती. ब्रिटिशांच्या काळापासून एफसीआर हा आदिवासी भागासाठी होता. त्याची व्यवस्था वेगळी होती. इथं राजकीय अभिकर्ता/प्रतिनिधी हा न्यायालयीन अधिकारी असतो.

डॉ. आफ्रिदींना काहीही दिलासा मिळणार नव्हता. त्यांच्यावर आणखी एक आरोप थोपला गेला – नोव्हेंबर २०१३ मध्ये वैद्यकीय मदत पुरवण्यात हयगय केल्याचा. खटला डिसेंबरमध्ये उभा राहणार होता. सन २००६-०७मधली ही केस होती. त्यांनी बारा येथील एका खासगी रुग्णालयात एका मुलावर शस्त्रक्रिया केली होती आणि तो दगावला. त्या मुलाच्या आईनं तक्रार दाखल केली. २०१५मध्ये आफ्रिदींचा वकील मारला जाण्याच्या आधी, त्यांची शिक्षा रद्द करणारे एफसीआर कमिशनर साहेबजादा अनीस-उर्-रेहमान हे ऑक्टोबर २०१३ मध्ये इस्लामाबादला एका रहस्यमय आगीत आणि स्फोटात मारले गेले. डिसेंबरमध्ये, तीन सदस्यीय न्यायासनानं सत्र न्यायाधीशांनी नव्यानं खटला सुरू करावा, अशी मागणी करणारी त्यांची याचिका निकालात काढली आणि खटला राजकीय अभिकर्ता/प्रतिनिधीनं चालवावा, की सत्र न्यायाधीशांनी याबाबत एफसीआर कमिशनरकडं स्पष्टीकरण मागितलं. त्यांना शिक्षेत पुन्हा एकदा थोडी सूट मिळाली. मार्च २०१४ मध्ये शिक्षेचा कालावधी दहा वर्षांनी कमी करून तेवीस वर्षं करण्यात आला. एफसीआर कमिशनर मुनीर आझम यांनी खैबर एजन्सीच्या राजकीय अभिकर्ता/प्रतिनिधीला निर्देश दिले, की गुप्तचर एजन्सींच्या मदतीनं पुरावा सादर करावा आणि डॉ. आफ्रिदींच्या विरोधात खटला तयार करून तो योग्य त्या

न्यायालयात दाखल करावा. समीउल्लांनी स्पष्ट केलं, की खटला पुन्हा सुरू करण्याविषयीच्या याचिकेवर निर्णय घेण्याऐवजी कमिशनरनं आरोप निश्चिती करण्यास पसंती दिली.

तोपर्यंत, आपल्या अशिलाचा बचाव केल्याबद्दल समीउल्ला यांना जिवे मारण्याच्या धमक्या यायला लागल्या होत्या. ही गोष्ट त्यांच्यासाठी नवीन नव्हती; पण या वेळी विशिष्ट कालमर्यादा आखून दिली गेली होती. मी पाकिस्तान सोडण्याआधी एक आठवडा म्हणजे १० मे २०१४ रोजी मी त्यांच्याशी बोलले तेव्हा समीमुल्ला म्हणाले, की काही अनोळखी लोक त्यांच्या ऑफिसमध्ये आले होते आणि त्यांना धमकावलं गेलं – जर त्यांनी या खटल्यातून माघार घेतली नाही तर त्यांच्या गाडीला चुंबकीय बॉम्ब जोडला जाईल. हा खटला लढवणाऱ्या काही धाडसी लोकांपैकी ते एक होते आणि धमक्या सुरुवातीपासून येत होत्या, पण आता अति झालं होतं आणि ते मागे हटू इच्छित होते. दुसरे वकील ही केस हातात घेतील, असं त्यांचं म्हणणं होतं.

परराष्ट्र खात्याच्या प्रवक्तीनं दर आठवड्याला सादर करण्याच्या अहवालात अशिष्ट वक्तव्य केल्यामुळे पाकिस्तान सरकारला बचावात्मक पवित्रा घ्यावा लागला. ८ मे २०१४ रोजी परराष्ट्र खात्याच्या प्रवक्त्या तसनीम अस्लम यांनी पाकिस्तानात पोलिओच्या वाढत्या केसेसच्या पार्श्वभूमीवर प्रवासासंदर्भात विचारल्या गेलेल्या प्रश्नाला उत्तर देताना म्हटलं – 'पाकिस्तानात लसीकरणाची खोटी मोहीम राबवण्यात आली. त्यात संयुक्त राष्ट्रसंघाच्या एजन्सींचाही वापर करण्यात आला. मी इथं डॉ. शकील आफ्रिदींच्या केसचा संदर्भ देत आहे. यामुळं पोलिओ निर्मूलन मोहिमेमागं असलेल्या उद्देशांबद्दल नकारात्मक दृष्टिकोनाला बळकटी मिळाली. आम्ही त्यावर नियंत्रण मिळवण्याचा प्रयत्न करत आहोत.' जागतिक आरोग्य संघटनेनं यात त्वरित लक्ष घातलं आणि एक स्पष्टीकरण जारी केलं, की संयुक्त राष्ट्र एजन्सी किंवा जागतिक आरोग्य संघटना डॉ. आफ्रिदींच्या कोणत्याही कृतीमध्ये सहभागी नव्हते.

डॉ. आफ्रिदींच्या तुरुंगवासामुळे अमेरिकेने ३३ दशलक्ष डॉलरची मदत रोखण्याचा प्रस्ताव ठेवल्यानंतर परराष्ट्र खात्याने एका संतप्त वक्तव्यामध्ये असं म्हटलं, की डॉ. आफ्रिदींवर पाकिस्तानी कायद्याचा भंग केल्याचा आरोप होता आणि त्यांच्या कृत्यांमुळे देशातल्या पोलिओ मोहिमेची अपरिमित हानी झाली होती. त्या वक्तव्यात पुढं असं म्हटलं होतं, की त्यांचा खटला न्यायप्रविष्ट होता आणि कायद्यानुसार योग्य ती कारवाई होण्यास ते पात्र होते. परिणामस्वरूपी, या केसमध्ये अमेरिकेनं मदत करण्याचा काही संबंध असेल, तर ते दोन्ही देशांमधील परस्पर सहकार्याच्या भावनेला मारक ठरेल. अमेरिकेच्या विनंतीवरून त्यांची सुटका होण्याची कोणतीही

शक्यता नाही, याचाही सरकारनं पुनरुच्चार केला.

डॉ. आफ्रिदींची केस आशादायक दिसत नाही – अबोटाबादच्या न्यायालयीन आयोगानेसुद्धा त्यांचा खटला देशाच्या कायद्यानुसार चालवला जाण्याची मागणी केली होती. सीआयएसाठी गुप्तपणे काम करणारा एजंट म्हणून संशयित असलेल्या डॉ. आफ्रिदींना न्याय मिळण्याची संधी अगदी कमी असल्याचं अनेकांचं मत आहे – हे विश्लेषण त्यांच्या दिवंगत वकिलानं केलं होतं.

दहशत आणि पोलिओ

डिसेंबर २०१२मध्ये अशी एक वेळ आली होती जेव्हा पाकिस्तान पोलिओमुक्त होऊ शकला असता. पण असं होणार नव्हतं. सीरियामध्ये एक उद्रेक झाला त्याचं मूळ पाकिस्तानात असल्याचं २०१३ मध्ये निदर्शनास आलं. त्यामुळं मी पोलिओच्या प्रश्नावर लिहायला उद्युक्त झाले. जागतिक आरोग्य संघटनेनं पाकिस्तानात पोलिओ निर्मूलनासाठी नेमलेले आणीबाणी समन्वयक डॉ. एलायास डरी यांची मी मुलाखत घेतली. त्यांच्या छोट्याशा आणि उत्तम सुरक्षा-व्यवस्था असलेल्या ऑफिसमध्ये बसून डॉ. डरी यांनी मला भिंतीवरचे मोठे रंगीत नकाशे दाखवले. त्यामध्ये पोलिओच्या केसेस दर्शवणारे ठिपके काढलेले होते. डॉक्टर एका अशा देशातल्या पोलिओ निर्मूलनाबाबत आशावादी होते ज्या देशात एखाद्या मुलाला लस टोचणं याचा अर्थ लस देणाऱ्याचा किंवा लसीकरण पथकाचं संरक्षण करणाऱ्या पोलिसांचा मृत्यू असा होऊ शकतो. पाकिस्तानात काही ठिकाणी भारताप्रमाणे महिला मुक्तपणे दारोदार फिरू शकत नाहीत. ते फार धोकादायक आहे. भारताला पोलिओमुक्त होणं साधलं आहे आणि इथं सेलिब्रिटी पोलिओ लसीकरण मोहिमांचं समर्थन करतात. मी पाकिस्तानात अशा प्रकारचं दृश्य पाहिलं नाही, अर्थात् सरकार या परिस्थितीबाबत फार प्रामाणिकपणे आणि काळजीनं बोलत होतं.

सन १९९४मध्ये पोलिओविरोधी मोहिमेची सुरुवात झाली असली, तरी पाकिस्ताननं तिला गांभीर्यानं घ्यायला सुरुवात केली तेव्हा २०११ उजाडलं होतं. तेव्हा पाकिस्ताननं एक नॅशनल इमर्जन्सी ॲक्शन प्लॅन बनवला, ज्यात जिल्हा उपायुक्तांना पोलिओ लसीकरण कार्यक्रमासाठी थेट जबाबदार धरण्यात आलं. सन २०११मध्ये पोलिओच्या ९८ केस होत्या. त्यानंतर विषाणूची तीव्रता कमी करण्यात यश येऊ लागलं आणि सांडपाण्याच्या नमुन्यांची पर्यावरणीय दृष्टिकोनातून चाचणी केली असता आधी दिसत असलेला विषाणूंचा प्रादुर्भाव पूर्वी नव्हता इतका कमी झालेला दिसला. कमी प्रादुर्भाव असलेला शेवटचा काळ डिसेंबर २०१२ हा होता आणि आणखी शर्थीचे प्रयत्न करण्यासाठी अगदी अनुकूल

होता, डॉ. डरी म्हणाले. आशावादाची उसळलेली लाट लसीकरण करणाऱ्या नऊ कर्मचाऱ्यांच्या पेशावर, कराची आणि चरसादा इथं दोन दिवसात झालेल्या हत्येमुळे ओसरली आणि संपूर्ण मोहीमच उद्ध्वस्त झाली.

अधिकृत सूत्रांनुसार २०१२ ते जानेवारी २०१४ या काळात ३३ पोलिओ कर्मचारी मारले गेले होते, तसंच ११ सुरक्षा कर्मचारीही. हल्ल्यांमध्ये नऊ लोक जखमी झाले. पोलिओ लसीकरणाविरोधात तालिबाननं आदेश काढला होता आणि ज्या ठिकाणी त्यांचे अड्डे होते त्याच ठिकाणी हल्ले केले गेले असं मानलं गेलं. आता मरण पावलेल्यांची संख्या आणखी वाढली आहे. कडक सुरक्षा व्यवस्था ठेवून लसीकरण केलं जातं आणि देशाच्या काही भागात, मुलांना लस दिली जात असताना आसपास अतिरेकी नाहीत यावर पोलीस लक्ष ठेवून असतात. लसीकरण सुरक्षित वातावरणात पार पडावं यासाठी लष्कराचीसुद्धा मदत घेण्यात आली.

कराचीमधल्या 'गडप' गावात पोलिओ टीमवर १७ जुलै २०१२ पासून हल्ले सुरू झाले. एका पोलिओ लसीकरण मोहिमेदरम्यान जागतिक आरोग्य संघटनेशी संबंधित एक डॉक्टर जखमी झाला कारण एका बंदूकधाऱ्याने त्याच्या वाहनावर गोळीबार केला होता. त्याचा ड्रायव्हरही जायबंदी झाला. लसीकरण कार्यक्रमाच्या दुसऱ्या दिवशी, म्हणजेच या घटनेनंतरच्या दिवशी इशाक नावाच्या एका पोलिओ कर्मचाऱ्याला त्याच भागात गोळ्या घालून मारण्यात आलं. ऑक्टोबर २०१२मध्ये क्वेट्टामध्ये, अलिझाई गावात लसीकरण मोहिमेदरम्यान एक कर्मचारी मारला गेला.

डिसेंबर २०१२ मध्ये कराचीत झालेल्या चार हल्ल्यांमध्ये (त्यातले तीन हल्ले एका दिवसात झाले.) पाच लोक मारले गेले आणि दोन जखमी झाले. मृतांमध्ये चार महिला होत्या आणि त्यातल्या दोघींकडे त्या भागातल्या कार्यक्रमाची जबाबदारी होती. मोठ्या धाडसानं आणि आशावादी दृष्टिकोन ठेवून पोलिओ कार्यक्रम पार पाडला जातो. एफएटीएमधले काही भाग आणि कराची शहरातली मचर कॉलनी, हे भाग पोलिओ टीमसाठी घातक आहेत; काही सदस्य याच भागांमध्ये मारले गेले. एफएटीए वगळता, पोलिओचा उच्च प्रादुर्भाव असलेले इतर प्रांत ५० ते १०० टक्क्यांपर्यंत पोलिओमुक्त झाले आहेत. पाकिस्तानातील स्थलांतर करणाऱ्या लोकांनाही देशातल्या महत्त्वाच्या ठिकाणी कायमस्वरूपी संक्रमण केंद्र स्थापून लस दिली जाते. या कार्यक्रमांमध्ये दोन लाख महिला सरकारी आरोग्य कर्मचारी सहभागी झाल्या आहेत. पोलिओपासून मुक्त असलेल्या अफगाणिस्तानच्या सीमावर्ती भागांना आणि शेजारी राष्ट्रांना पाकिस्तानातील पोलिओचा मोठा धोका संभवतो असं जागतिक आरोग्य संघटना म्हणते.

अफगाणिस्तान आणि पाकिस्तान ही दोन राष्ट्रं जगातील पोलिओची उगमस्थानं आहेत आणि दहशतवादाचा यात मोठा हात आहे. कारण लसीकरण कर्मचारी यातील अनेक भागांपर्यंत पोचूच शकत नाहीत. पोलिओ टीमचं संरक्षण करणाऱ्या सुरक्षा कर्मचाऱ्यांना किंवा लस देणाऱ्या कर्मचाऱ्यांना गोळ्या घालणं हा तालिबानचा आवडता खेळ आहे. जानेवारी २०१६ मध्ये पोलिओ लसीकरण टीमसोबत निघत असलेल्या सुरक्षारक्षकांच्या व्हॅनकडे एक आत्मघातकी बॉम्बर धावत गेला होता. त्या हल्ल्यात सुमारे पंधरा लोक मारले गेले. जिवाला गंभीर धोका असतानाही लसीकरण मोहीम राबवण्यासाठी या टीम कटिबद्ध आहेत. उत्तर आणि दक्षिण वझिरीस्तानात TTP प्रमुख हफीज गुल बहादूर याने जुलै २०१२ पासून पोलिओ टीमच्या प्रवेशाला बंदी घातली आहे. परिणामी, २०१३ मध्ये दहा लाखांमधली पाच वर्षांखालची तीन चतुर्थांश मुलं पोलिओच्या लसीपासून वंचित राहिली आणि त्यामुळं सीमावर्ती भागांमध्ये, तसंच कराचीमध्ये हा विषाणू फोफावत आहे. त्या वर्षी (२०१३) सीरियामध्ये जो पोलिओचा उद्रेक झाला, त्याचं उगमस्थान पाकिस्तान असल्याचं जागतिक आरोग्य संघटनेनं राबवलेल्या जनुकीय अनुक्रमणात (genetic sequencing) दिसून आलं.

मुलांना पोलिओची लस देणं ही पाकिस्तानात मोठी धाडसाची कृती मानली जाते. या अत्यंत निरुपद्रवी उपक्रमासाठी सशस्त्र सुरक्षा दलाची गरज पडावी ही कल्पनाच सुरुवातीला हास्यास्पद वाटते. तालिबानची प्रतिगामी विचारधारा पोलिओ लसीकरण ही पाश्चात्त्यांची कल्पना आहे (पाश्चात्त्य / अमेरिकी / साम्राज्यवादी या नावांनी ओळखल्या जाणाऱ्या सगळ्या कल्पनांना तालिबानचा विरोध आहे आणि पोलिओ लसीकरण ही स्त्री-शिक्षणासारखीच एक कल्पना आहे, असं मानते. त्यामुळं तिला विरोध केलाच पाहिजे या ठाम विश्वासातून हजारो मुलं लसीकरणापासून वंचित राहतात आणि पाकिस्तानकडून जगातल्या इतर भागांमध्ये पोलिओ पसरतो. ओसामा बिन लादेनला शोधून काढण्यासाठी लसीकरणाच्या बुरख्याखाली जी मोहीम राबवण्यात आली त्यात डॉ. शकील आफ्रिदी यांनी सहभाग घेतला असा त्यांच्यावर आरोप होता. त्यांच्या अटकेमुळे परिस्थिती आणखी बिकट झाली आहे.

नोव्हेंबर २०१३ मध्ये विशेष पोलीस दलाच्या एका तरुण सदस्याला – झाकीर खान आफ्रिदीला – त्याच्या विवाहाच्या थोडे दिवस आधी पोलिओ टीमचं रक्षण केलं म्हणून पेशावरला गोळ्या घालून मारण्यात आलं. पोलिओ टीमवर नेहमी हल्ले व्हायचे आणि बिचारे बंदूकधारी सुरक्षारक्षकही निश्चयी आत्मघातकी बॉम्बरच्या हल्ल्यांना बळी पडायचे. काही वेळा लोकसुद्धा लसीकरण मोहिमेत सहभागी व्हायला नकार द्यायचे कारण लसीकरण टीमच्या सदस्यांना वरचेवर

जिवे मारण्याच्या धमक्या दिल्या जायच्या.

नोव्हेंबर २०१३ मध्ये राजधानीत १००० पोलिसांनी लसीकरण मोहिमेला संरक्षण पुरवलं. पोलिसांनी एक पत्रकार परिषद बोलावली. ज्यात त्यांनी लसीकरण मोहीम सुरळीत पार पडावी यासाठी जी भूमिका बजावली त्याबद्दल अभिमानानं सांगितलं आणि ते योग्यही होतं. पोलिसांचा इतका उत्साही सहभाग असलेल्या पोलिओवरच्या पत्रकार परिषदेत सहभागी होण्याचं भाग्य जगातल्या इतर कोणत्याही देशात कोणाच्या वाट्याला येत असेल असं वाटत नाही.[३६]

याआधी जागतिक आरोग्य संघटनेच्या अहवालानुसार पाकिस्तानातला पोलिओ विषाणू इजिप्तमध्ये (२०१२) पॅलेस्टाईन आणि इस्रायलमध्ये (२०१३) सापडला होता. सन २०११मध्ये त्याचा आंतरराष्ट्रीय प्रसार होण्याला पाकिस्तान कारणीभूत होतं. या देशातला विषाणू पश्चिम चीनमध्ये (WHOच्या अहवालानुसार) उद्रेकाचं कारण ठरला.[३७] जानेवारी २०१४मध्ये जगातील पोलिओ विषाणूचा सर्वांत मोठा साठा असलेलं शहर म्हणून पेशावरचं नाव घेतलं गेलं. देशातील ९० टक्क्यांपेक्षा जास्त पोलिओ केसचा जनुकीय संबंध पेशावरशी होता. २०१२-१३ दरम्यान पासष्ट मुलांना पंगू बनवणाऱ्या एफएटीएमधल्या पोलिओ विषाणूच्या स्फोटक उद्रेकाचं मूळ पेशावरमध्ये होतं. त्या भागातले बहुतांश लोक पेशावरमार्गे स्थलांतर करत असल्यामुळे हे शहर पोलिओ विषाणूंचं प्रसार केंद्र बनलं आहे. (जागतिक आरोग्य संघटनेचं विधान २०१४).

वाइल्ड पोलिओ व्हायरसचा (WPV) आंतरराष्ट्रीय प्रसार हा 'पब्लिक हेल्थ इमर्जन्सी ऑफ इंटरनॅशनल कन्सर्न' (PHEIC आंतरराष्ट्रीय चिंतेचा विषय ठरलेली सार्वजनिक आरोग्य आणीबाणी) असल्याचं २०१४मध्ये जागतिक आरोग्य संघटनेने जाहीर केलं. संघटनेच्या सल्लागाराने पाकिस्तानहून दुसऱ्या देशात प्रवास करणाऱ्या सगळ्यांना पोलिओचे ड्रॉप घेणं अनिवार्य केलं आणि इमिग्रेशन केंद्रांवर मागितलं, तर तसं प्रमाणपत्र जवळ बाळगणं आवश्यक असल्याचं सांगितलं. इतकं वय वाढल्यावर मला पुन्हा पोलिओची लस देण्याची गरज पडेल असं माझ्या स्वप्नातही आलं नव्हतं. मात्र, बराच त्रास सहन करून आम्ही जेव्हा भारतात परतलो तेव्हा मला किंवा माझ्या नवऱ्याला कोणीही तपासलं नाही. अर्थात आमच्याकडे आवश्यक ती प्रमाणपत्रं होती.

ड्रोन हल्ले आणि इतर लढाया

ड्रोन हल्ल्यांनी केवळ हकिमुल्ला मेहसूदसारख्यांना मारलं नाही. या हल्ल्यांचा एक गंभीर मानवी पैलू होता आणि तो म्हणजे नागरिकांची हत्या. रिप्रीव्ह (Reprieve) ही पाकिस्तानच्या अनेक प्रश्नांवर काम करणारी आंतरराष्ट्रीय पातळीवरची मानवी

हक्क संघटना हल्ल्यातून वाचलेल्या कुटुंबांच्या हक्कांचं रक्षण करण्यात आघाडीवर होती. पेशावर उच्च न्यायालयात दावे दाखल केले गेले. न्यायालयाने २०१३ च्या मे महिन्यात महत्त्वपूर्ण आदेश काढला. ज्या खटल्याकडून फारशी अपेक्षा नव्हती, त्यानं ड्रोन हल्ल्यांकडे लोकांना सजगतेनं बघायला आणि त्या विरोधात आवाज उठवायला शिकवलं. सन २००९मध्ये शहजाद अकबर या वकिलांनी ड्रोन हल्ल्यांना आव्हान देण्याचं ठरवलं. याचे काय परिणाम होतील याची त्यांना खात्री नव्हती. सन २००६मध्ये एका मदरशावर हल्ला झाला होता आणि त्यात ८१ लोक मारले गेले होते, तरी तोपर्यंत या हल्ल्यांविरुद्ध कोणी फारसा आवाज उठवला नव्हता.

बऱ्याच अडचणींचा सामना कराव्या लागलेल्या फाउंडेशन फॉर फंडामेंटल राइट्सचे कायदेशीर संचालक शहजाद अकबर यांनी ड्रोन हल्ल्यात बळी गेलेल्यांचे, जखमी झालेल्यांचे प्रश्न हाती घेतले होते. हल्ल्यात वाचलेल्या लोकांना एफएटीएनं सांगितलं, की ते ड्रोन हल्ल्यांविरुद्ध दावा दाखल करू शकत नाहीत कारण एफएटीएनुसार न्यायालयांचं ते अधिकारक्षेत्र नसतं. अकबर यांच्या म्हणण्यानुसार हे दिशाभूल करणारं होतं आणि एफएटीएमधल्या न्यायालयांना जर मूलभूत हक्कांची काळजी असेल, तर त्यांनी दावे दाखल करून घेतले असते. सन २०११ मध्ये पेशावर उच्च न्यायालयात त्यांनी जनहितार्थ दोन याचिका दाखल केल्या. त्यातली एक नूर खानच्या वतीनं होती. त्याचे वडील मारले गेले होते. दुसरी फाउंडेशनच्या वतीनं होती. त्या वर्षी, एका 'जिगरा'वर किंवा आदिवासी पंचायतीवर ड्रोनमधून क्षेपणास्त्राने हल्ला केला गेला होता. मे २०१३ च्या ऐतिहासिक निकालानंतर अकबर यांनी सिद्ध केलं, की त्यांचा कागदोपत्री केलेला खटाटोप कायद्यान्वयेही बरोबर होता. परंतु पाकिस्तान सरकारनं हे प्रकरण गांभीर्यानं हाताळलं नाही म्हणून ते निराश झाले. पेशावर उच्च न्यायालयानं स्पष्टपणे सांगितलं, की ड्रोन हल्ले हा 'मूलभूत मानवी हक्कांचा' निर्लज्जपणे केलेला भंग होता आणि ते यूएन चार्टर आणि इतर ठरावांच्या विरुद्ध होते. म्हणून त्याकडं 'युद्धात केलेला गुन्हा' म्हणून बघितलं पाहिजे. हे 'इंटरनॅशनल कोर्ट ऑफ जस्टिस' किंवा 'द स्पेशल ट्रिब्यूनल फॉर वॉर क्राइम्स' यांनीही मान्य केलं आहे. अकबर यांच्या याचिकेमुळे पेशावरच्या राजकीय एजन्सींना माहिती सादर करावी लागली. या माहितीची प्रत्यक्ष छाननी केली गेली. उत्तर वझिरीस्तान एजन्सीमध्ये २००८ ते २०१२ या कालावधीत ८९६ नागरिकांचे मृत्यू झाले होते आणि २०९ लोक गंभीररीत्या जखमी झाले होते. मारले गेलेले इतर ४७ हे परदेशी नागरिक होते. दक्षिण वझिरीस्तानात ७० हल्ल्यांमध्ये मृतांचा आकडा ५५३ होता आणि १२६ लोक जखमी झाले होते.

सन २०१० मध्ये अकबर यांनी जेव्हा सुरुवात केली तेव्हा ड्रोन हल्ल्यांची झळ बसलेले फार कमी लोक पुढं येत होते. मोठ्या मुश्किलीनं त्यांना करीम खानशी संपर्क साधता आला. त्यांचा भाऊ आणि मुलगा ड्रोन हल्ल्यात मारले गेले होते. खान यांच्यानंतर इतरही लोक बोलायला पुढं आले आणि लवकरच असं उघडकीला आलं, की ड्रोनमुळं बऱ्याच नागरिकांचा मृत्यू झाला होता. अकबर यांनी या विषयात अमेरिकेला आणि सीआयएला ही सहभागी करून घेण्याचं ठरवलं आणि करीम खान यांच्या वतीनं पाकिस्तानातील सीआयए केंद्रप्रमुखांना कायदेशीर नोटीस पाठवली, त्यात त्यांच्याविरोधात आरोप का दाखल करू नयेत असं विचारलं होतं. अकबर यांना असं आठवलं, की पाकिस्तानी कायद्याखाली, सीआयए केंद्रप्रमुखांवर खटला भरला जाऊ शकतो. 'सीआयए केंद्रप्रमुखांचं नाव आम्ही प्रथमच घेतलं. मला हे दाखवून द्यायचं होतं, की इथं काही सगळ्या गरीब गाई नाहीत. आम्ही केंद्रप्रमुखांच्या विरुद्ध खुनाचे आरोपही लावले, कारण ड्रोन हल्ल्यांचे आदेश त्यांनीच दिले होते,' अकबर म्हणाले. या सगळ्यांचा त्वरित परिणाम असा झाला, की हल्ल्यानं प्रभावित झालेल्या आणखी सोळा कुटुंबांनी त्यांच्याशी संपर्क साधला आणि नॅशनल असेम्ब्लीच्या बाहेर निषेधही करण्यात आला. सीआयएच्या केंद्रप्रमुखांची बदली करण्यात आली कारण त्यांचं खरं रूप उघड झालं होतं. नोव्हेंबर २०१३ मध्ये खैबर पख्तूनख्वामध्ये हांगू इथं ड्रोन हल्ला झाल्यावर पाकिस्तान तेहरिक-ए-इन्साफनं तक्रार दाखल केली. त्यात इस्लामाबादच्या सीआयए केंद्रप्रमुखांचं आणि सीआयएच्या संचालकांचं नाव घेतलं होतं. अमेरिकी दूतावासाने त्या दोघांची नावं प्रसारमाध्यमांनी घेऊ नयेत यासाठी आटोकाट प्रयत्न केले. खरं तर त्याआधीच ताल पोलीस स्टेशनमध्ये दाखल केलेल्या तक्रारीत आणि वृत्तपत्रांना दिलेल्या माहितीत पाकिस्तान तेहरिक-ए-इन्साफनं त्या दोघांची नावं जाहीर केली होती. हांगू इथला हल्ला हक्कानी सदस्यांना लक्ष्य बनवून केला होता. त्यातला एक मारला गेला. तो हक्कानींचा वरिष्ठ अधिकारी सिराजुद्दीन याच्या अगदी जवळचा मानला जायचा. बातमी तयार करण्यासाठी मला अन्य बातम्यांचा आधार घ्यावा लागला, पण त्यांची शहानिशा मला करता आली नाही. याउलट, इम्रान खाननं पत्रकार परिषद बोलावली आणि त्यात त्यानं मदरशामध्ये विद्यार्थी आणि शिक्षक मारले गेले म्हणून संताप व्यक्त केला. अशीही बातमी होती, की तो अफगाण अतिरेक्यांचा अड्डा होता, पण इम्राननं या सगळ्या गोष्टी बाजूला सारल्या आणि नमूद केलं, की निष्पाप जिवांचा बळी गेला आहे आणि जरी ते लोक कोणत्या तरी गटाचे असले, तरी ते पाकिस्तानच्या भूमीत मारले गेले जिथं त्यांना जगण्याचा घटनात्मक हक्क होता. हक्कानी नेटवर्कनं ज्या सगळ्या लोकांना मारलं होतं त्यांना जगण्याचा हक्क

नव्हता का, असा विचार माझ्या मनात आला. त्यानं हांगू इथं मारल्या गेलेल्या लहान मुलांचे फोटो दाखवण्याचं, त्यांची नावं जाहीर करण्याचं आश्वासन दिलं होतं. आम्ही या सगळ्याची वाट बघत होतो, पण तसं काही घडलं नाही.

पेशावरची घटना होईपर्यंत कोणीही ड्रोन हल्ल्यात बळी गेलेल्यांच्या कुटुंबीयांबद्दल बोलत नव्हतं. दि. १ नोव्हेंबर २०१३ रोजी हकिमुल्लाचं निधन झालं. त्याआधी एक आठवडा, म्हणजे २६ ऑक्टोबर २०१३ रोजी राजधानीत 'द ब्रेव्ह न्यू फाउंडेशन'नं रॉबर्ट ग्रीनवाल्डच्या 'अनमॅन्ड् : अमेरिकाज् ड्रोन वॉर्स' या माहितीपटाचा प्रीमिअर केला. या माहितीपटाची सहनिर्माती होती इम्रान खानची पहिली पत्नी जेमिमा खान. चित्रपटकर्त्यांनी ड्रोन हल्ल्यांमध्ये वाचलेल्या लोकांशी संवाद साधला आणि प्रथमच तो विध्वंस पडद्यावर प्रकाशात आला. याच वेळी पाकिस्तान सरकार आंतरराष्ट्रीय पातळीवर अनुकूल मत मिळवण्याच्या प्रयत्नात होतं. ड्रोन चालवणाऱ्या एका माणसाची मुलाखत या चित्रपटात घेतली आहे. हवाई दलात काम करणाऱ्या ब्रँडन ब्रायंटच्या रूपात तो म्हणतो, 'आम्ही लोकांना मारतो आणि वस्तूंची मोडतोड करतो.' अमेरिकेत बसून त्याच्या कॉम्प्युटर स्क्रीनवर विकलांग झालेल्या लोकांकडे पाहून झालेल्या मानसिक आघाताबद्दल तो सांगतो.

तक्रार दाखल झाल्यानंतर वझिरीस्तानातल्या आदिवासी भागातील लोकांना एकत्र आणलं गेलं आणि त्यांनी इस्लामाबादला जिगरामध्ये हजेरी लावली. परंतु नंतर तिथं हजेरी लावलेल्या तारिक या कुमारवयीन मुलाचा ड्रोन हल्ल्यात मृत्यू झाला. अशा हल्ल्यांमध्ये मृत्युमुखी पडलेल्या ३०० मुलांपैकी तो एक होता. माहितीपटात तारिकच्या मित्रांच्या मुलाखती आहेत. फुटबॉलच्या सामन्यासाठी तयारी करत असताना त्याचा मृत्यू झाला. वाचलेल्या लोकांपैकी एक जण म्हणतो, की उत्तर वझिरीस्तानात आता कोणालाही सुरक्षित वाटत नाही. माहितीपटावर काम करणारा नील विल्यम्स म्हणाला, की मृत्यूपूर्वी चार दिवस तो तारिकला भेटला होता. वाचलेले लोक आणि इतर सप्टेंबर २०१२ मध्ये वझिरीस्तानात झालेल्या शांतता यात्रेत सहभागी झाले होते. या चळवळीमुळे ड्रोन हल्ल्यांचा विषय राजकीय चर्चेमध्ये आला आणि पाकिस्तान तेहरिक-ए-इन्साफसारख्या पक्षांना याचा फायदा झाला. या पक्षानं अखेरीस खैबर पख्तूनख्वा प्रांतात सरकार स्थापन करण्यात यश मिळवलं.

पेशावर उच्च न्यायालयाच्या आदेशानं सरकारला हा विषय गांभीर्यानं यूएनएससी समोर मांडण्याचे निर्देश दिले होते आणि योग्य रीतीनं तक्रार दाखल करायला सांगितलं होतं. तरीही अजून याबाबत काहीही प्रगती झालेली नाही. यूएनएससी समोर ड्रोन हल्ल्यांबाबत तक्रार दाखल करण्याचा न्यायालयाचा आदेश सरकारनं पाळला नसल्यामुळे अकबर हक्कभंग याचिका दाखल करण्याची योजना आखत

होते. झालेल्या हानीचा संपूर्ण तपशील संयुक्त राष्ट्रसंघाच्या सचिवांसमोर मांडण्यास न्यायालयानं सरकारला सांगितलं होतं. शिवाय एक स्वतंत्र 'वॉर क्राइम्स ट्रिब्यूनल' तयार करायला सांगितलं होतं, ज्याला हा युद्धातील गुन्हा आहे का याचा तपास करण्याचा आणि निर्णय घेण्याचा अधिकार असेल. परराष्ट्र व्यवहार मंत्रालयाला ड्रोन हल्ल्यांचा निषेध करण्यासाठी ठरावाचा मसुदा तयार करण्याचा आदेश देण्यात आला होता. यूएनएससीला व यूएन जनरल असेम्ब्लीला तो मंजूर करायला लावायचा अशी योजना होती.

जर अमेरिकेच्या अधिकाऱ्यांनी संयुक्त राष्ट्रसंघाच्या ठरावाला सहमती दर्शवली नाही, मग तो सिक्युरिटी कौन्सिलनं मंजूर केलेला असो किंवा जनरल असेम्ब्लीनं, तर पकिस्तान सरकार अमेरिकेशी सगळे संबंध तोडणार होतं आणि निषेध म्हणून अमेरिकेला पाकिस्तान पुरवत असलेल्या सर्व सुविधांवर – मग त्या लष्करी तळ ठोकण्याबाबत असोत वा रसद पुरवण्याबाबत असोत – बंदी घालणार होतं, असं न्यायालयानं सांगितलं.

ड्रोन हल्ले जरी काही प्रमाणात परिणामकारक असले, तरी दहशतवादाचा अंत करू शकत नाहीत. नागरी जीवनालाही फार मोठी किंमत चुकवावी लागते. ही गोष्ट सहजपणे नजरेआड करण्यासारखी नाही. अमेरिकेला पाकिस्तानशी हातमिळवणी करून अतिरेक्यांना मारण्याची खेळी खेळावी लागते यावरूनच या अतिरेकी गटांनी किती बेकायदेशीरपणे आणि बेगुमानपणे आपला कार्यभाग साधला आहे, हे दिसून येतं. त्या गटांमधल्या काहींना तर दोन्ही देशांनी शस्त्रं पुरवली आहेत आणि प्रशिक्षण दिलं आहे. हकिमुल्लाच्या मृत्यनं TTPची शकलं झाली. मुल्ला ओमरचा २०१३ मध्ये झालेला रहस्यमय मृत्यू आणि २०१६मध्ये झालेला त्याच्या वारसदाराचा मृत्यू यामुळं तालिबानमध्ये नेतृत्वाचा प्रश्न उभा राहिला. अर्थात् हक्कानी अजून तेवढेच ताकदवान राहिले आहेत. अफगाण सरकारबरोबरची बोलणी अजून पुढं सरकत नाहीत आणि अध्यक्ष घनी यांच्या वक्तव्यांवरून त्यांच्या देशात आणि पाकिस्तानात दरी वाढत असल्याचं सूचित होतं.

५

निरोप्याची हत्या

हे शब्द दगडावर कोरले आहेत – सिंधमधल्या हैदराबाद प्रेस क्लबच्या प्रवेशद्वारापाशी असलेल्या संगमरवरी फलकावर, आणि आता ते शब्द काळाला अगदी अनुरूप वाटतात. अभिव्यक्ती स्वातंत्र्यावर आणि माध्यमस्वातंत्र्यावर जिना म्हणाले होते, 'एका क्षणासाठीही मला असं वाटत नाही, की देशद्रोहाचा गुन्हा करणारा, द्वेषभावना बाळगणारा, पसरवणारा, वंशविद्वेषाला कारणीभूत ठरण्याचा गुन्हा करणारा कोणीही सुटला पाहिजे. पण त्याच वेळी मी हेही म्हणेन, की निष्पाप लोकांचं रक्षण करा, आपलं कर्तव्य बजावणाऱ्या पत्रकारांचं रक्षण करा आणि सरकारवर खुलेपणानं, स्वतंत्रपणे, प्रामाणिकपणे टीका करून – जे कोणत्याही सरकारसाठी एक प्रकारचं शिक्षणच आहे – जनतेची आणि सरकारची सेवाच करतात त्यांचं रक्षण करा.'[१]

रक्षण तर दूरच राहिलं, टीकेची परिणती बऱ्याचदा मृत्युदंडातच होण्याची शक्यता असते. झिया-उल्-हक यांच्या कार्यकाळात ज्यांनी ज्यांनी ही सीमारेषा ओलांडली त्यांना फटकेच खावे लागले. वृत्तपत्रांची मुस्कटदाबी करण्याच्या विरोधात जिनांनी नेहमीच आवाज उठवला. न्यायालयात आरोप सिद्ध झाल्याशिवाय कोणत्याही माणसाचं स्वातंत्र्य हिरावून घेतलं जाऊ नये असं ते नेहमीच ठासून सांगायचे. फाळणीच्या आधीसुद्धा ते वृत्तपत्रांच्या गळचेपीच्या विरोधात होते. सन १९१०च्या प्रेस ॲक्टवर त्यांनी सडकून टीका केली होती. वर उद्धृत केलेला त्यांच्या भाषणातला अंश हा त्या कायद्याला दिलेल्या प्रतिक्रियेचाच एक भाग होता.[२]

निषेध केला म्हणून पत्रकारांना चाबकाचे फटके दिले गेले. सन १९७८मध्ये झियांच्या राजवटीत त्यांच्यातल्या चार जणांना लष्करी न्यायालयानं फटके देण्याची शिक्षा सुनावली होती. त्यामुळं जनतेत संतापाची लाट उसळली आणि अनेक पत्रकारांनी स्वत:ला अटक करवून घेतली.[३] कायद्याची फारशी पर्वा न करणाऱ्या

जनरल मुशर्रफ यांनी भुत्तोंच्या कार्यकाळात वृत्तपत्रांवर असलेल्या निर्बंधाविषयी लिहिलं. 'झुल्फिकार अली भुत्तो यांनी आपण लोकशाहीवादी असल्याची बतावणी केली, पण एखाद्या निरंकुश सत्ताधीशाप्रमाणे राज्य केलं. त्यांच्या काळात वृत्तपत्रांची जेवढी गळचेपी झाली तेवढी त्यापूर्वी किंवा नंतरही कधी झाली नाही. वेगळं मत व्यक्त केलं म्हणून किती तरी पत्रकार आणि संपादकांना अटक करण्यात आली आणि वृत्तपत्र, मासिकं, जर्नल बंद करण्यात आली.'[४] नवाज शरीफ यांनी त्यांना 'फ्रायडे टाइम्स'चे संपादक नजम सेठी यांची केस हातात घ्यायला सांगितली आणि त्यांना आयएसआयच्या ताब्यात द्यायला सांगितलं, यावरूनही त्यांनी शरीफ यांच्यावर टीकास्त्र सोडलं होतं. असं करणं कायद्याला धरून होतं कारण तो देशद्रोहाचा गुन्हा होता असं त्यांनी मुशर्रफ यांना सांगितलं होतं. मुशर्रफ म्हणाले, की त्यांनी असं करायला नकार दिला आणि अखेरीस सेठींना सोडून देण्यात आलं.[५] सेठी यांना मे १९९९मध्ये अटक करण्यात आली होती आणि त्यांचा छळ करण्यात आला होता. ॲम्नेस्टी इंटरनॅशनलने त्यांना 'विवेकाचा कैदी' म्हटलं आणि आरोप मागं घेतले गेल्यावर एका महिन्यानं त्यांची सुटका झाली.

पाकिस्तानातल्या वृत्तपत्रांना दडपशाहीचा सामना करावा लागला, प्रकाशन संस्था बंद करण्यात आल्या आणि त्यांच्यावर मनाला येईल तशी कारवाई करण्यात आली. पण त्यांचे पत्रकार निर्भीडपणे आणि परखडपणे बोलतच राहिले. याची दुसरी बाजू म्हणजे सत्ताधाऱ्यांनी आत्तापर्यंत वृत्तपत्र माध्यमांचा प्रभावी वापर केला आहे. नियाझी दाखवून देतात, की १९५६ च्या अहमदी-विरोधी उठावांदरम्यानसुद्धा वृत्तपत्रांमध्ये भावना भडकवणारे लेख सरकारच्या छत्रछायेखाली छापले जातच होते.[६] सेन्सॉरशिपचाही मोठा इतिहास आहे आणि अगदी पंतप्रधान लियाकत अलींवर टीकास्त्र सोडणारी काइद यांची बहीण, फातिमा जिना हीदेखील यातून सुटली नाही. तिच्या भाषणातल्या टीका करणाऱ्या ओळी रेडिओवरच्या भाषणात अस्पष्ट केल्या गेल्या होत्या.[७] नंतर बेगम राणा लियाकत अलींची पाळी होती. सन १९८३मध्ये त्यांच्या पतीच्या मारेकऱ्यांबद्दलचं सत्य जाणून घेण्याच्या त्यांच्या मागणीचं राजकीय वक्तव्य वृत्तपत्रांनी दुर्लक्षित केलं. सन १९६५च्या भारतविरुद्धच्या युद्धात अस्तित्वात आलेली कुख्यात वृत्तपत्र सल्ला व्यवस्था तशीच कायम राहिली. पत्रकारांसाठी ते एक दुःस्वप्नच होतं. काय छापायचं आणि काय नाही हे सांगणाऱ्या फोनच्या भीतीच्या छायेखालीच त्यांना वावरावं लागत होतं. सन १९७१च्या युद्धादरम्यान, सरकारच्या नियंत्रणाखाली असलेली प्रसारमाध्यमं सर्व काही नियंत्रणाखाली असल्याच्या बातम्या देत होती आणि 'पूर्वेकडच्या विध्वंसक आणि असंतुष्ट शक्तीं'ना सशस्त्र दलांनी चिरडून टाकलं आहे असं सांगत होती.[८]

सन २०१४ मध्ये परत आल्यानंतर वर्षभरातच मी असं ऐकलं, की सलमान

तासीर यांनी स्थापन केलेल्या 'डेली टाइम्स'चे रशीद रहमान यांनी राजीनामा दिला. पाकिस्तानातल्या वृत्तपत्र समुदायात हे वृत्तपत्र मुक्तपणे आवाज उठवणारं म्हणून ओळखलं जात होतं. रहमान हे त्यांच्या डाव्या विचारांकडे झुकणाऱ्या मतांसाठी प्रसिद्ध होते. आणि 'द हिंदू'मधले बरेच लेख आणि स्टोरी ते 'डेली टाइम्स'मध्ये छापायचे. मुख्यत: संपादकीय पानाच्या शेजारील पानावरचे. पत्रकार आणि स्तंभलेखक अयाझ आमिर यांचे बोचरे उपहासात्मक लेखही ते छापायचे. संपादकीय पानाच्या शेजारच्या पानावरचे माझे काही लेख त्या वर्तमानपत्रात प्रसिद्ध झाले होते. शिवाय काही अन्य भारतीय लेखकांचेही लेख छापले जायचे. मी रहमान यांना एकदा इस्लामाबादच्या लिटरेचर फेस्टिव्हलमध्ये भेटले होते, पण त्यांनी मला जे कॉफी प्यायचं आमंत्रण दिलं होतं ते मात्र कधीच प्रत्यक्षात येऊ शकलं नाही. सन २०१५ संपताना दोन स्तंभलेखकांचं लिखाण थांबवण्यासाठी दबाव आणला गेला. त्यातला एक लष्कराबद्दल प्रक्षोभक लिखाण करत होता. रशीद यांनी राजीनामा दिला. पण हा राजीनामा आणि लष्कराकडून किंवा सुरक्षा एजन्सींकडून आणला गेलेला दबाव यांचा काही संबंध असल्याचा त्यांनी इन्कार केला. पाकिस्तानी प्रसारमाध्यमांना त्यांच्या निडर आणि मुक्त परंपरेचा अभिमान आहे, पण पत्रकार मात्र अंधारलेल्या व्यवस्थेचे बळी ठरत आहेत, जी चव्हाट्यावर आणण्यासाठी त्यांना स्वत:चीच किंमत मोजावी लागत आहे. ज्या लोकांना 'अंदर की बात' माहीत असते अशांपैकी सर्वाधिक प्रसिद्ध शोधपत्रकार सईद सलीम शहजाद रहस्यमय पद्धतीनं मारला गेला. त्याचे मारेकरी अजूनही मोकाट फिरत आहेत. सुरक्षाव्यवस्था आणि अतिरेकी संघटनांमधील आंतरसंबंध त्याला चांगलेच माहीत होते. यावर आणि कोळ्याच्या जाळ्याप्रमाणे सर्वदूर पसरलेल्या 'अल-कायदा'वर त्यानं लिहिलेलं पुस्तक आजही या विषयावरील सर्वोत्तम पुस्तकांपैकी एक मानलं जातं. लष्कर, आयएसआय आणि अतिरेकी संघटना यांच्यामधले संबंध कोणाला माहीत नाहीत असं नाही. माध्यमस्वातंत्र्य जपण्याच्या उद्देशानं यावर खुल्या चर्चा चालतात. जर कोणी मारलं गेलं, तर त्यामागे कोणत्या गटाचा हात असावा याबद्दल लगेचच जवळजवळ अचूक तर्क केले जातात. सन २०१४ मध्ये ॲम्नेस्टी इंटरनॅशनलला त्यांच्या अहवालात असं दिसून आलं, की पाकिस्तानातल्या पत्रकारांसाठी आयएसआय ही सर्वांत भीतिदायक संघटना आहे. या अहवालात जरी भीतिदायक परिणामांविषयी भाष्य केलं गेलं असलं, तरी प्रसारमाध्यमांनी स्वत:हूनच तो धोका पत्करला आहे.

आयएसआय अधिकाऱ्यांनी पत्रकारांना बोलावणं धाडून त्यांना त्यांनी लिहिलेल्या लेखांबद्दल आणि स्टोरींबद्दल स्पष्टीकरण मागणं ही नित्याची बाब आहे. काही वेळा त्यांना केवळ गप्पा मारण्यासाठी बोलावलं जातं. काही काही पत्रकार इस्लामाबाद

प्रेस क्लबच्या बाहेर घुटमळत असायचे. काही मदतीला तत्पर असायचे. ते तुम्हाला सोबत म्हणून पेशावर आणि क्वेट्टा किंवा अगदी मुझफ्फराबादलासुद्धा यायला तयार असायचे. माझ्या व्हिसाचं नूतनीकरण होणार नाही हे त्यांना एक महिना आधीच माहीत होतं. आश्चर्याची गोष्ट म्हणजे ते कोण होते हे प्रत्येकाला माहीत होतं. त्यात कोणतीही लपवाछपवी नव्हती. अशा लोकांपासून चार हात लांबच राहण्याचा सल्ला मला देण्यात आला होता. पण असं असूनही मी त्यांच्या काही चालींना बळी पडले होते. शेवटी त्या निरुपद्रवी असल्याचं लक्षात आलं. क्लबचे सचिव लतीफ इजाझ आपुलकीनं वागणारे होते त्यांनी माझं नाव मेलिंग लिस्टमध्ये समाविष्ट केलं होतं. अर्थात् त्यावर बहुतेक वेळा उर्दूतून देवाणघेवाण चालायची. नेहमी त्यांच्या खास 'डिअरस्टॉकर हॅट'मध्ये असलेल्या इजाझ यांनी स्वत: होऊन मला उर्दू शिकवण्याची तयारी दर्शवली होती. फार वर्षांपूर्वी मी मुंबईच्या माझ्या शेजाऱ्यांकडून खरोखरच उर्दू शिकायला सुरुवात केली होती आणि आम्ही शब्द वाचण्यापर्यंत प्रगतीही केली होते. पण मला नंतर वेळ मिळेनासा झाला आणि हे शिक्षण इथंच थांबलं. याचा परिणाम असा झाला, की मला एक ओळही वाचता येत नव्हती आणि मला 'पी'टीव्ही हे एकमेव इंग्लिश चॅनेल बघण्याशिवाय पर्याय उरला नाही.

इस्लामाबाद प्रेस क्लब हा कराची प्रेस क्लबपेक्षा खूपच वेगळा होता. दर्शनी भागात व्हिक्टोरियन स्थापत्यकलेचा आविष्कार असलेल्या त्या इमारतीत पत्रकारांशिवाय कोणालाही प्रवेश करता येत नाही. तिथं अत्यंत कडक सुरक्षाव्यवस्था असते. बऱ्याच पाकिस्तानी पत्रकारांनी मला सांगितलं, की भारताच्या वृत्तपत्रांपेक्षा त्यांची वृत्तपत्रं जास्त टीकात्मक लिखाण करतात. कराची प्रेस क्लब (ज्याला मी २०११मध्ये भेट दिली होती) पांढऱ्या खिडक्या असलेल्या एका दगडी इमारतीत आहे. आमच्या स्वागतासाठी लोकांनी प्रवेशद्वाराशी गर्दी केली होती. क्लबच्या हॉलमध्ये असलेलं हुसैन यांचं पेंटिंग आणि जिनांची काही छायाचित्रं, झालरींनी आच्छादलेल्या खुर्च्या यामुळं त्या क्लबमध्ये गेल्यावर तुम्हाला जुन्या काळातल्या सौंदर्याची अनुभूती मिळते. क्लबच्या पन्नास वर्षांच्या अभिमानास्पद इतिहासात कोणाही लष्करी अथवा पोलीस अधिकाऱ्याला आत प्रवेश करण्याची मुभा दिली गेली नाही. कराची प्रेस क्लब म्हणजे 'मतभेदांचं बेट आणि अवज्ञेचं प्रतीक' आहे असं मानलं जायचं. सन १९८५मध्ये साजऱ्या झालेल्या क्लबच्या रौप्यमहोत्सवी वर्षात सुप्रीम कोर्टाचे न्यायमूर्ती (निवृत्त) दोराब पटेल यांनी पंचवीस वर्षात दरवर्षी निवडणुकांचं आयोजन केल्याबद्दल क्लबचं अभिनंदन केलं होतं. 'तुम्ही कार्यरत पत्रकारांनी दर वर्षी निवडणुका घेऊन अभिनंदनीय कार्य केलं आहे जे राजकारणी आणि तत्सम लोकांना कधीच करता आलं नाही,' पटेल म्हणाले.[१]

पण बाहेरच्या भिंती मात्र वेगळीच कहाणी सांगतात. त्या उदारमतवादी प्रेस क्लबच्या बाहेर एका भित्तिचित्रात मुमताज कादरीच्या समर्थनार्थ संदेश कोरून निर्लज्जपणाचं प्रदर्शन घडवलं गेलं आहे : 'आम्हाला मुमताज कादरीचा अभिमान आहे (ज्यानं पंजाबचे राज्यपाल सलमान तासीर यांना गोळ्या घातल्या). आम्हाला भित्रे लोक आवडत नाहीत.' देशाच्या धर्मनिंदाविषयक कायद्यांच्या विरोधात तासीर बोलले आणि त्यांनी मृत्युदंड झालेल्या आसिया बीबीचं समर्थन केलं म्हणून त्यांच्या मारेकऱ्याचं उदात्तीकरण केलं जातं, यातून भावनाशून्यता आणि पश्चात्तापाचा अभाव दिसून येतो. याचं कमीत कमी शब्दांत 'राक्षसी' असंच वर्णन करावं लागेल. फक्त उदारमतवाद्यांनीच नव्हे, तर वृत्तपत्रांनीही सावधगिरी बाळगणं आवश्यक होऊन बसलं आहे.

'डॉन'च्या कार्यालयाला चहूबाजूंनी उंच-उंच भिंतींचं संरक्षण आहे. जड लोखंडी दरवाजे आणि सीसीटीव्ही कॅमेरे त्याचं रक्षण करतात. पाकिस्तानात पत्रकारिता करणं जिवावर बेतू शकतं याचीच ही खूण आहे. एका हल्ल्यानं एका वर्तमानपत्राच्या सुस्त कचेरीचा चेहरामोहराच बदलून टाकला. ते प्रचंड लोखंडी प्रवेशद्वार आमच्यासाठी उघडण्यात आलं होतं, जेणेकरून आम्ही तिथल्या कर्मचाऱ्यांशी अर्धा दिवस गप्पा मारू शकू. जिज्ञासू भारतीय पत्रकारांच्या जथ्यानं केलेल्या आक्रमणाची विशेष चिंता तिथल्या कर्मचाऱ्यांच्या चेहऱ्यावर दिसली नाही. नंतर, द एक्सप्रेस ग्रुपवर हल्ल्यांच्या मालिकेला सामोरं जाण्याची वेळ येणार होती, ज्यामुळं त्या वृत्तपत्राला आपल्या कर्मचाऱ्यांना आणि स्तंभलेखकांना तालिबानवर टीका करताना आखडता हात घेण्याची सूचना द्यावी लागली होती. तरीही पाकिस्तानातली वृत्तपत्रं निधड्या छातीनं वाटचाल करत आहेत, समोरून येणाऱ्या गोळ्यांना कौतुकास्पदरीत्या चुकवत आहेत. एकूण व्यवस्थेबद्दल आणि सुरक्षा एजन्सींबद्दल निकोप तिरस्कार जोपासत आहेत.

पाकिस्तानची व्यवस्था नेहमी या बाबीकडे अंगुलीनिर्देश करते, की भारतीय प्रसारमाध्यमं ही 'देशभक्त' माध्यमं आहेत आणि सरकारवर फारशी टीका करत नाहीत. भारतीय माध्यमं जरा जास्तच तीव्र प्रतिक्रिया देतात असा आरोप पाकिस्तान करतं आणि ते बऱ्याच वेळा खरं असतं असं खेदानं म्हणावंसं वाटतं. भारतीय माध्यमं ही जरा 'अति-देशभक्त' आहेतच; पण प्रतिक्रियाही तीव्र देतात असा समज आहे; परंतु असं नेहमीच घडत नाही असं मला वाटतं. उदाहरणार्थ, इस्लामाबादला एका टीव्ही शोच्या दरम्यान मला मुलाखतकर्त्यानं विचारलं, की २६ नोव्हेंबर २००८ च्या दहशतवादी हल्ल्यानंतर भारतीय प्रसारमाध्यमांनी जरा जास्तच कडक प्रतिक्रिया दिल्या नाहीत का? मी त्यांना उलट प्रश्न केला, की जर दहा सशस्त्र, सुसज्ज माणसं संपूर्ण शहराला ओलीस धरत असतील, मग ती

कोठूनही आली असली, तरी आणि अंदाधुंद गोळीबार करत असतील, मनाला येईल त्याला मारत सुटली असतील, तर हे 'तीव्र प्रतिक्रिये'मागचं कारण होऊ शकत नाही का? मला नंतर याची जाणीव झाली, की 'तीव्र प्रतिक्रिया' याचा अर्थ 'पाकिस्तानला दोष दिला गेला,' असा होत होता! अशाच प्रकारच्या 'तीव्र प्रतिक्रियां'ची अनेक उदाहरणं मी पाकिस्तानात बघितली, जेव्हा जवळजवळ प्रत्येक अतिरेकी हल्ल्याचं – बलुचिस्तानमधली बंडखोरी वगळता – खापर भारतावर किंवा 'रॉ'वर फोडलं जायचं. जेव्हा जेव्हा २६/११ चा उल्लेख व्हायचा, तेव्हा तेव्हा पाक सरकार समझौता एक्सप्रेसचा विषय काढायचं आणि स्वामी असीमानंदांनी या बॉम्बहल्ल्याच्या आखणीची जबाबदारी स्वीकारणारी वक्तव्यं करूनसुद्धा याबाबतचे तपशील कसे पुरवले गेले नाहीत हेच ध्रुवपद आळवायचं. कोणताही सुसंवाद प्रस्थापित न होण्यामागे परस्परांवर केली जाणारी चिखलफेक, समानुभूतीचा अभाव आणि अविश्वास हीच कारणं आहेत. पण याबाबत प्रगती झाली नाही यासाठी माध्यमांना सर्वस्वी दोषी धरता येणार नाही. दोन्ही सरकारांमध्ये असलेला राजकीय इच्छाशक्तीचा अभाव आणि परस्परांना दोष देणं यामुळे या प्रक्रियेला खीळ बसत आली आहे. भारतीय पत्रकारांकडे संशयानं पाहिलं जातं. मुझफ्फराबादला एक भारतीय पत्रकार लष्कराच्या बंकरमध्ये घुसण्याच्या प्रयत्नात होता अशी बातमी कानावर आली. त्यानंतर 'हे पत्रकार काहीही करू शकतात' अशी शेरेबाजी ऐकायला मिळाली. असं असल्यामुळे, दोन्ही देशांतल्या प्रसारमाध्यमांना नियंत्रण रेषेवरच्या गोळीबाराचं वार्तांकन करताना किंवा संरक्षणासंबंधी विषयांवर लिहिताना मर्यादा येतात. प्रकाशनांनी तपासणीसाठी वेळ आणि पैसा खर्च करायची तयारी दाखवली नाही, तर प्रसारमाध्यमांना सरकार देत असलेल्या बातम्यांवरच विसंबावं लागतं. या प्रकारात बहुधा नेहमीच लष्कराचा संबंध येतो आणि प्रतिबंधित क्षेत्रात जाण्याची वेळ येते. म्हणून हे विषय स्वतंत्रपणे क्वचितच हाताळले जातात. उदाहरणार्थ, मी जेव्हा इस्लामाबादला होते तेव्हा पत्रकारांच्या एका गटाला (त्यात माझा समावेश नव्हता) भारतीय सैन्याने बॉम्ब टाकलेल्या नियंत्रण रेषेवरील गावांमध्ये नेण्यात आलं. तिथं कोणीही स्वतंत्रपणे किंवा योग्य ते संरक्षण घेतल्याविना जाऊ शकलं नसतं. याचप्रमाणे, कारगिल युद्धाच्या दरम्यान बरेच भारतीय पत्रकार स्वत:च्या जबाबदारीवर तिथं गेले होते आणि अत्यंत प्रतिकूल परिस्थितीत रोजच्या रोज युद्धाचं वार्तांकन करत होते. मात्र एका टप्प्यावर त्यांना वार्तांकन थांबवावं लागलं. नंतर, लष्करानं माध्यमांच्या प्रतिनिधींना बसमध्ये बसवून ते युद्ध कसं जिंकत आहेत हे बघायला नेलं.

भारतात राहिलेल्या पाकिस्तानी राजनीतिज्ञांचं असं म्हणणं होतं, की आक्रमक आणि राष्ट्रवादी भारतीय पत्रकारितेचा सामना केल्यावर ते अधिक कडवे राष्ट्रवादी

बनून परत आले. भारतीय प्रसारमाध्यमं दिवसेंदिवस सरकारवर कमी टीका करत असताना आणि लष्कर आणि सरकार जे सांगतील ते विश्वासानं ऐकून आपले 'देशभक्ती'चे रंग दाखवत असताना – विशेषत: जेव्हा नियंत्रण रेषेवर गोळीबार होत असतो तेव्हा (असंच सीमेच्या दुसऱ्या बाजूलाही घडतं) – पाकिस्तानात आणि काही प्रमाणात भारतातसुद्धा, व्यवस्थेनं टाकलेले निर्बंध झुगारून विचार करणाऱ्या आणि लिहिणाऱ्या लोकांचे आवाज मात्र दडपले जातात. दोन्ही देशांचा संबंध असलेल्या महत्त्वाच्या मुद्द्यांवर फार थोडं लिहिलं जातं किंवा संशोधन केलं जातं. अतिरेकी संघटना आणि सुरक्षा व्यवस्था, राजकीय पक्ष आणि धार्मिक संघटना, या सगळ्यांमध्ये पाकिस्तानी माध्यमांना तारेवरची कसरत करावी लागते. तुम्ही नेहमीच कोणाला न कोणाला दुखवू शकता पण त्याची शिक्षा तुम्हाला मिळणारच नाही असं नाही. काही मोजके तर्कशुद्ध आवाज सोडले, तर सीमेच्या दोन्ही बाजूंना संतुलित वार्तांकन मला अभावानंच आढळलं. २४ तास अखंड टेलिव्हिजन सुरू असण्याचं संकट जोपर्यंत आहे तोपर्यंत राष्ट्रवादाची चलती राहणारच आणि सत्याची पीछेहाट होतच राहणार. दोन्ही देशांमधली वृत्तपत्रंही निर्दोष नाहीतच. जेव्हा समजून घेण्यापेक्षा दोषारोपांच्या फैरी झाडणं हेच उद्दिष्ट असतं, तेव्हा प्रत्यारोप हाच परिणाम असणार.

पाकिस्तानातली वृत्तपत्रं ही अक्षरश: ज्वालामुखीच्या तोंडावर बसलेली आहेत. डिसेंबर २०१३ मध्ये, त्या वर्षी ऑगस्ट महिन्यानंतर दुसऱ्यांदा कराचीत 'एक्सप्रेस न्यूज'वर हल्ला झाला. सशस्त्र लोकांनी ऑफिसवर गोळीबार केला आणि मुख्य प्रवेशद्वाराच्या बाहेर हातबॉम्ब फोडले. दहशतवादी हल्ला करणं जसं नेहमीच सोपं असतं तसाच हाही होता. दोन माणसं मोटरबाइकवरून आली आणि त्यांनी गोळीबार सुरू केला, गाड्यांच्या काचांचा चुराडा केला आणि हातबॉम्ब फेकले. त्या ऑफिसमधल्या एका मित्राला मी फोन केला तेव्हा मला कळलं, की तिथं दोन गट होते – एक गट ऑफिसच्या बाहेर असलेल्या गल्लीतून गोळीबार करत होता आणि दुसरा समोर असलेल्या फ्लायओव्हरवरून पहिल्या गटाला कव्हर करत होता. त्या सशस्त्र माणसांनी गोळ्यांचा वर्षाव केला. त्यातल्या काही ऑफिसच्या खिडक्यांच्या काचा भेदून आत आल्या. नंतर असं समजलं, की त्या दिवशी पोलिसांची मोबाइल व्हॅन फ्लायओव्हरवर हजर नव्हती. हा काही फक्त योगायोग नसावा. चार महिन्यांपूर्वी, १६ ऑगस्ट रोजी, त्याच ऑफिसमध्ये काही लोकांनी गोळीबार केला होता. त्यांची ओळख पटली नव्हती. त्या हल्ल्यात दोन व्यक्ती जखमी झाल्या होत्या. त्यात एका सुरक्षारक्षकाचा समावेश होता. सीसीटीव्ही फूटेजमध्ये गोळीबार सुरू होण्याआधी ऑफिसच्या बाहेर दोन स्फोट झाले होते असं दिसून आलं. पोलीस घटनास्थळी उशिरा पोचले. आपल्या देशांमध्ये हमखास

घडणारी ही गोष्ट आहे. त्यानंतर मोटरसायकलवर असलेल्या दोन सशस्त्र लोकांनी एका तंत्रज्ञावर, एका सुरक्षारक्षकावर आणि एका ड्रायव्हरवर गोळ्या झाडल्या. ते तिघं तिथं उभ्या असलेल्या डिजिटल सॅटेलाइट न्यूज-गॅदरिंग व्हॅनमध्ये बसले होते.

द एक्सप्रेस न्यूज ग्रुपवर झालेले जोरदार हल्ले आणि त्यातील सर्वांत भयंकर हल्ल्यात तीन कर्मचाऱ्यांचा झालेला मृत्यू या सगळ्यांचा परिणाम वृत्तपत्र स्वातंत्र्याची गळचेपी होण्यात झाला. दुसऱ्या शहरांमध्येसुद्धा कर्मचाऱ्यांना लक्ष्य केलं गेलं आणि लवकरच संपादकांनी निर्णय घेतला, की काही दिवस तरी तालिबानवर टीकास्त्र सोडणं कमी करावं लागेल. दुसरं काहीही करणं शक्य नव्हतं, लोकांचे जीव जात होते; असं एका संपादकानं प्रांजळपणे माझ्याशी बोलताना कबूल केलं. शेवटी TTP वरचं टीकात्मक लिखाण काही काळासाठी बासनात गुंडाळून ठेवावं लागलं. त्यामुळं काही स्पष्टवक्त्या स्तंभलेखकांचा हिरमोड झाला. बलुचिस्तानात परिस्थिती आणखी बिकट होती. दर वर्षी तिथं बरेच पत्रकार मारले जात होते. सुरक्षा एजन्सी कोण काय लिहितंय यावर बारीक लक्ष ठेवून असतात. कधी कधी तर कोणती स्टोरी लिहिली गेली आहे आणि ती कोणी लिहिली आहे हे त्यांना ती प्रसिद्ध होण्याआधीच माहीत असतं. मामा कादीर बलोच यांनी बलुचिस्तानातल्या हरवलेल्या तरुणांसाठी क्वेट्टा ते इस्लामाबाद अशी ऐतिहासिक पदयात्रा काढली तेव्हा त्यांना सतत इशारेवजा धमक्या देण्यात आल्या. आपली ही योजना त्यांनी पुढं नेऊ नये यासाठी त्यांना पैसे देऊ केल्याची कुणकुणही कानी आली होती. एका पत्रकारानं खात्रीपूर्वक सांगितलं, की या घटनेचं वार्तांकन करण्याची घाई न करण्याबाबत माध्यमांना सूचना देण्यात आल्या होत्या. बलुचिस्तानातून वार्तांकन करणं हे स्थानिक पत्रकारांसाठी अत्यंत धोकादायक ठरू शकतं.

ॲम्नेस्टीच्या एका अहवालात म्हटलं होतं, की पाकिस्तानातील पत्रकारांना 'लाल रेषांच्या' मालिकेला सामोरं जावं लागलं. शासकीय आणि बिगरशासकीय घटकांनी स्वीकारलेल्या, देशाच्या माध्यम क्षेत्रातील खुल्या चर्चेभोवती असणाऱ्या अदृश्य सीमारेषांचं वर्णन करण्यासाठी माध्यमातले कर्मचारी हा शब्द सर्वसाधारणपणे वापरतात. तपासादरम्यान ॲम्नेस्टीला विविध शासकीय व बिगरशासकीय घटकांनी केलेल्या दुष्कृत्यांची यादीच मिळाली. त्यांनी केलेल्या पत्रकारांच्या छळाचे, अपहरणाचे, शारीरिक छळाचे आणि हत्यांचे विश्वसनीय आरोप हाती लागले. यामध्ये इंटर-सर्व्हिसेस इंटेलिजन्सचे डिरेक्टोरेट जनरल, द मुत्ताहिदा कौमी मूव्हमेंट, लष्कर-ए-झांगवी आणि त्याला संलग्न असणारे गट, आल्हे सुन्नत वाल जमात, TTP, अल्-कायदाशी जोडले गेलेले गट आणि वांशिक बलुच सशस्त्र संघटना

– राष्ट्राभिमुख आणि राष्ट्रविरोधी दोन्ही – यांचा समावेश होता आणि ही यादी इथंच संपत नव्हती.

या अहवालात असंही म्हटलं होतं, की पत्रकारांनी कितीही नि:पक्षपातीपणे त्यांचं व्यावसायिक कर्तव्य बजावण्याचा प्रयत्न केला असला, तरी अशा प्रकारच्या छळाचा अटळपणे त्यांच्या अभिव्यक्ती स्वातंत्र्यावर परिणाम झालाच. त्यामुळं स्वत:चा बचाव करण्यासाठी त्यांना स्वत:च्याच लिखाणावर सेन्सॉरशिप लावणं भाग पडलं. परंतु आयएसआय विरुद्धचे हे आरोप फेटाळण्यात आले आणि कर्नल झुल्फिकार भट्टी यांनी ॲम्नेस्टी इंटरनॅशनलला सांगितलं, की जनतेचे प्रतिनिधी सशस्त्र दलाच्या प्रशासकीय अधिकाऱ्याला आयएसआय विषयीच्या तक्रारींबद्दल किंवा इतर लष्करी संघटनांबद्दल लिहू शकतात. यावर किती वेळा कारवाई केली गेली हे बघणं रंजक ठरू शकेल!

पत्रकारांना गोळ्या घातल्या जाऊ शकतात, त्यांचं अपहरण केलं जाऊ शकतं, त्यांना धमक्या दिल्या जाऊ शकतात आणि त्यांचा छळ केला जाऊ शकतो. यावर बहुतेक वेळा कोणतेही प्रश्न विचारले गेले नाहीत आणि कोणाला जबाबदारही धरलं गेलं नाही. मला किमान एक असा पाकिस्तानी पत्रकार माहीत होता ज्याला भारतीयांशी संवाद साधला या कारणासाठी मारहाण करण्यात आली होती आणि २४ तास लॉकअपमध्ये ठेवण्यात आलं होतं. त्यानंतर तो सौजन्यानं वागत असला, तरी आमच्या सगळ्यांपासून तो कायम चार हात लांबच राहिला. वार्तांकन करण्यासाठी पाकिस्तान हे सर्वांत धोकादायक ठिकाणांपैकी एक मानलं जातं.

कडू घोट गिळताना

लाहोरला गोळीबारात मृत्युमुखी पडण्याआधी एक दिवस रझा रुमीनं ॲम्नेस्टी इंटरनॅशनलशी संपर्क साधून त्याचं नाव तालिबानच्या हिट लिस्टमध्ये असल्याचं सांगितलं होतं. ती धमकी खरी होती, की त्याचं तोंड गप्प करण्याचा तो एक प्रयत्न होता याबद्दल त्याला खात्री नव्हती, पण तो खूपच काळजीत असल्याचं म्हणत होता. दुसऱ्याच दिवशी, म्हणजे २८ मार्च २०१४ रोजी त्याला समजून चुकलं, की ती केवळ पोकळ धमकी नव्हती. तो कसाबसा निसटला, पण त्याचा ड्रायव्हर मुस्तफा मारला गेला आणि त्याचा सुरक्षारक्षक गोळ्या लागल्यामुळे पांगळा झाला. रुमी आता परदेशात राहतो आणि 'फ्रायडे टाइम्स'चा सहयोगी संपादक म्हणून काम करतो. या घटनेनंतर काही दिवसांतच जिओ टीव्हीचा सेलिब्रिटी अँकर हमीद मीर याच्यावर हल्ला झाला आणि त्यात तो गंभीररीत्या जखमी झाला. या दोन हल्ल्यांचं वार्तांकन करताना मी मुळापासून हादरले. काही

महिन्यांपासून का होईना पण मी त्या दोघांना ओळखत होते. बातमी तयार करण्याच्या गडबडीत या घटनांचा धक्का सुरुवातीला तितकासा जाणवला नाही, पण नंतर एक सुन्नपणा मनाला व्यापून राहिला. पाकिस्तानात वार्तांकन करण्यामागची भेसूरता माझ्यासमोर उभी ठाकली. रझा हा एक चांगला सूत्रसंचालक होता आणि एक्सप्रेस टीव्हीवरच्या त्याच्या 'खबर से आगे' या कार्यक्रमात तो तालिबान, शासन आणि शासनाचा अल्पसंख्याकांबाबतचा दृष्टिकोन यांना लक्ष्य करायचा. आम्ही काही टीव्हीच्या टॉक शोमध्ये एकत्र आलो आहोत. तो नेहमीच मित्रत्वानं वागायचा. कुठल्या का कारणानं असेल पण तो दिवस येणार आहे हे त्याला माहीत होतं. राजा मार्केटमध्ये त्याच्यावर गोळीबार झाल्यावर कारच्या सीटमागे लपून त्यानं ट्विट केलं, 'मला याच दिवसाची भीती वाटत होती.'

रुमीवर गोळीबार झाल्यावर एप्रिल २०१४मध्ये 'तुमच्यासाठी एका गोळीची निवड झाली आहे' या शीर्षकाने ॲम्नेस्टी इंटरनॅशनलचा अहवाल प्रसिद्ध झाला. त्यात १०० पत्रकारांच्या मुलाखती होत्या. मार्च २००८ मध्ये पाकिस्तानात लोकशाही मार्गानं सरकारची पुनर्स्थापना झाल्यापासून ३४ पत्रकार मारले गेले असावेत. हा त्यांच्या कामाचा थेट परिणाम होता. दि. ५ जून २०१३ रोजी नवाज शरीफ यांनी सरकार स्थापन केल्यानंतर देशभरात किमान आठ पत्रकारांना त्यांच्या कामाचा थेट परिणाम म्हणून जीव गमवावा लागला. त्यात २०१४मध्ये मारल्या गेलेल्या पाच पत्रकारांचा समावेश होता. सन २००८ पासून झालेल्या ३४ हत्यांपैकी ९ उत्तर-पश्चिम पाकिस्तानात (संघराज्य प्रशासनाखालील आदिवासी, ग्रामीण प्रदेशात किंवा खैबर पख्तूनख्वा भागात) झाल्या. १३ बलुचिस्तान प्रांतात आणि त्यातल्या ६ त्या प्रांताच्या दुसऱ्या गावात खुझदार इथं झाल्या (ॲम्नेस्टी अहवाल, २०१४).

या नावाजलेल्या पत्रकारांवर झालेल्या हल्ल्यांनी प्रसारमाध्यमं मुक्त आणि प्रामाणिक राहिली असल्याचा आभास धुळीला मिळाला. हमीद बऱ्याचदा संसदेत यायचा आणि त्याच्यासोबत फोटो काढण्यासाठी लोकांचा घोळका त्याच्या मागं फिरायचा. सरकारमध्ये काय चालतं याची त्याला बित्तंबातमी असायची. इतरांपेक्षा जरा जास्तच! TTPबरोबर चाललेल्या बोलण्यांची रसभरीत वर्णनं तो करायचा. नंतर तो त्याबाबत 'न्यूज'मध्ये लिहायचा. त्याआधी हमीद 'औसफ'चा संपादक म्हणून काम करायचा. या प्रकाशनाचा कल मूलतत्त्ववादी विचारांकडे अधिक होता. त्याच्या भूतकाळातील चुकांसाठी त्याला मारलं गेलं असं लोक कुजबुजायचे.

हल्ल्यानंतर काही तासांनी एक अनपेक्षित गोष्ट घडली. हमीदच्या लेखक-पत्रकार भावाने, आमिर मीरने टीव्हीवर आरोप केला, की या हल्ल्यामागे आयएसआय प्रमुख ले. ज. झहीर-उल्-इस्लाम यांचा हात होता. मात्र, कोणत्याही पुराव्याशिवाय

आणि योग्य तपासाशिवाय अशा प्रकारचे आरोप करणं चुकीचं असल्याचं प्रसारमाध्यमातल्या अनेकांचं मत होतं. संध्याकाळी हमीद विमानतळावरून त्याच्या कराचीमधल्या ऑफिसकडे जात होता. तो कारच्या मागच्या सीटवर बसला होता. त्याच्या पोटात आणि ओटीपोटात गोळ्या मारण्यात आल्या. त्याच्या ड्रायव्हरनं प्रसंगावधान दाखवल्यामुळे हमीदचा जीव वाचला. जिओ टीव्हीनं घेतलेल्या मुलाखतीत त्याच्या ड्रायव्हरनं सांगितलं, की विमानतळापासून थोड्याच अंतरावर असलेल्या नथा खान फ्लायओव्हरवर बंदूकधारी वाटच बघत थांबले होते. गाडीचा वेग कमी करून ड्रायव्हर मुख्य रस्त्याकडे उजवं वळण घेऊन वळण्याच्या बेतात असताना हल्ला सुरू झाला. तो म्हणाला, की कारच्या मागच्या बाजूला एक माणूस गोळीबार करत असलेला त्यानं पाहिला; पण तो ते बघायला थांबला नाही आणि त्यानं वेगानं गाडी हॉस्पिटलच्या दिशेनं हाकली. हॉस्पिटलमध्ये तब्येत सुधारत असलेल्या हमीदच्या जबानीत शासकीय आणि बिगरशासकीय घटकांकडून मिळत असलेल्या धमक्यांचा उल्लेख होता. त्याच्या भावानं ते वाचून दाखवलं. गुप्तचर अधिकाऱ्यांनी हमीदला तो हिट लिस्टवर असल्याचं आणि क्वेट्टाहून निघालेल्या 'लाँग मार्च'चं त्यानं वार्तांकन केलं म्हणून आयएसआय चिडली असल्याचं सांगितलं होतं. त्याला ज्या फोन नंबरवरून धमक्यांचे फोन आले ते त्यानं पोलिसांना दिले होते, पण त्यावर कोणतीही कारवाई झाली नाही. त्याआधीही नोव्हेंबर २०१२ मध्ये एक घटना घडली होती. त्यात कोणालाही अटक झाली नाही. इस्लामाबादमध्ये त्याच्या कारला एक बॉम्ब लावलेला आढळून आला होता. तो बॉम्ब निकामी करणाऱ्या पथकानं निकामी केला. TTPने या घटनेची जबाबदारी घेतली होती. नंतर तो १९ एप्रिल २०१४रोजी झालेल्या हल्ल्याची चौकशी करण्यासाठी नेमलेल्या एका न्यायालयीन आयोगासमोर हजर झाला होता. सरकारने त्यावर कारवाई म्हणून जिओला नोटीस बजावली आणि त्यानंतर काही काळ तिचं प्रसारण बंद ठेवण्यात आलं.

हमीदनं मामा कादीर यांच्या पदयात्रेला उघडपणे समर्थन दिलं होतं. पदयात्रा इस्लामाबादला पोचण्याआधी त्यात सहभागी झालेल्यांशी संवाद साधण्याचं धाडस करणाऱ्या काही मोजक्या लोकांमध्ये शास्त्रज्ञ आणि शिक्षणतज्ज्ञ असलेल्या परवेझ हूडभॉय यांच्यासोबत तोही होता. हमीदला 'हिलाल-ए-इम्तियाझ' हा सर्वोच्च नागरी सन्मान मिळाला आहे आणि तो टीव्हीवरच्या 'कॅपिटल टॉक'; या कार्यक्रमाचा लोकप्रिय सूत्रसंचालक आहे. आमिर मीरनं सांगितलं, की गोळीबार होण्याच्या दोन दिवस आधी त्याच्या भावानं अमेरिकास्थित 'कमिटी टू प्रोटेक्ट जर्नालिस्ट्स'ला (CPJ) एका व्हिडिओ टेपद्वारे संदेश पाठवला होता. त्यात आपल्यावर जर हल्ला झाला, तर त्यासाठी आयएसआय प्रमुखांना जबाबदार धरण्यात यावं असं

सांगितलं होतं. तो म्हणाला की, शुजा पाशा आयएसआयचे प्रमुख असल्यापासून त्याच्या भावाला धमक्या मिळत होत्या.

आमिर मीरच्या कथनातून त्याचा प्रामाणिकपणा अधोरेखित होत होता. तो आणि त्याचा भाऊ ही प्रोफेसर वारिस मीर या एका 'मुहाजिरा'ची मुलं होती. (१९४७मध्ये भारतातून आलेल्या कुटुंबांसाठी 'मुहाजिर' ही संज्ञा वापरतात) त्यांनी पत्रकारितेचा व्यवसाय निवडला आणि त्यांना त्यांचं काम करण्यापासून कोणीही रोखू शकलं नाही. हमीदनं सीपीजेला पाठवलेल्या व्हिडिओत त्याच्यावर होऊ घातलेल्या हल्ल्याची जबाबदारी ले. ज. झहीर-उल्-इस्लाम यांच्यावर टाकल्याचं उघडपणे दिसत होतं आणि त्यानं तसं त्याच्या जवळच्या मित्रांना आणि सहकाऱ्यांना सांगितलंही होतं. त्यानं बलुचिस्तान प्रश्न आणि जनरल मुशर्रफ यांच्यावरील खटला याबाबत घेतलेली भूमिका, शिवाय लष्कर आणि लष्कराची भूमिका या बाबतींतली त्याची मतं यावरून आयएसआयमध्ये अस्वस्थता होती, असं आमिर म्हणाला. त्याच्या भावावरचा हल्ला हा पूर्वनियोजित होता. तो कराचीला जात होता व कोणत्या मार्गानं जात होता हे हल्लेखोरांना माहीत होतं.

मीर कुटुंबानं केलेल्या दाव्यांची छाननी करण्याच्या स्थितीत आपण नसल्याचं ॲम्नेस्टीच्या अहवालात म्हटलं होतं. मात्र, सीपीजेनं ॲम्नेस्टीला सांगितलं होतं, की गेल्या काही वर्षांपासून त्याला मारून टाकण्याच्या ज्या धमक्या येत होत्या त्याबद्दल त्यानं वारंवार संपर्क साधला होता आणि त्या धमक्या आयएसआयशी संबंधित लोकांकडून आणि गटांकडून येत होत्या अशी त्याची खात्री होती. सीपीजेचं असं म्हणणं होतं, की हमीद जर मारला गेला, तर आयएसआय किंवा विशिष्ट व्यक्तींना जबाबदार धरावं अशा आशयाचा कोणताही व्हिडिओ अथवा संदेश हमीदकडून त्यांना मिळाला नव्हता.

ॲम्नेस्टीच्या अहवालानुसार, नागरी आणि लष्करी प्रशासनांच्या शाखांकडून – उदा. पोलीस आणि सुरक्षा दलं – पाकिस्तानातल्या पत्रकारांना विविध प्रकारच्या धमक्यांचा सामना करावा लागत होता. परंतु आयएसआय इतकी कोणतीही अन्य शासकीय संस्था पत्रकारांना भीतिदायक वाटत नाही. ॲम्नेस्टीनं केलेल्या विविध प्रकारच्या केसच्या छाननीतून असं दिसून येतं, की पत्रकारांना छळाचा आणि गैरवर्तणुकीचा विशेष धोका तेव्हा जाणवतो जेव्हा ते लष्करानं संरक्षणाबाबत दाखवलेला निष्काळजीपणा उघडकीला आणतात, त्यांचे सशस्त्र अतिरेकी गटांशी असलेले कथित संबंध दाखवून देतात, बलुचिस्तानात आणि उत्तर-पश्चिम पाकिस्तानात सुरक्षा दलांनी केलेली मानवी हक्कांची पायमल्ली निदर्शनास आणून देतात; किंवा शासनाला पाकिस्तानसाठी जे शत्रू वाटतात अशा परदेशी माध्यमांसाठी काम करतात.

रुमीवर हल्ला झाला त्याच्या सुमारे तीन आठवडे आधी खैबर पख्तूनख्वामधल्या मनसेहरा इथल्या एका पत्रकारावर गोळ्या झाडल्या गेल्या. तो नंतर हॉस्पिटलमध्ये मरण पावला. अब्रार तनोली या फोटोग्राफर आणि लेखकासह कारमधून जात असताना त्याच्यावर हल्ला झाला. 'एक्सप्रेस ट्रिब्यून'ची 'इंटरनॅशनल न्यू यॉर्क टाइम्स'शी असलेली भागीदारी हेसुद्धा सततच्या धमक्यांमागचं कारण असू शकत होतं. 'इंटरनॅशनल न्यू यॉर्क टाइम्स'च्या २२-२३ मार्च २०१४ या सप्ताह अखेर आवृत्तीच्या ('एक्सप्रेस ट्रिब्यून'सह ती वितरित होत असे) पहिल्या पानावर एक मोठा भाग कोराच होता. ज्या लेखाची जागा कोरी ठेवली गेली होती तो होता पत्रकार कार्लोटा गॉलनं लिहिलेला– 'पाकिस्तानला बिन लादेनबद्दल काय माहीत होतं?' हा लेख त्या आधी इतर आवृत्त्यांच्या पहिल्या पानावर आणि ऑनलाइन प्रकाशित झाला होता. हा लेख (तिच्या पुस्तकातून घेतलेला काही अंश)[१०] दुसऱ्या पानावरही पुढं छापला होता, पण इस्लामाबादच्या आवृत्तीत मात्र पहिलं पान भरून 'एक्सप्रेस ट्रिब्यून'ची जाहिरात छापली होती जो त्या वृत्तपत्राचा भागीदार आहे. पाकिस्तानातल्या तीन शहरांमध्ये तो छापला जातो.

गॉलच्या लेखात म्हटलं होतं –

> बिन लादेनच्या निवासस्थानावर नेव्ही सीलनं छापा घातल्यावर लगेचच एका पाकिस्तानी अधिकाऱ्यानं मला सांगितलं की आयएसआयचे प्रमुख ले. ज. अहमद शुजा पाशा यांना बिन लादेन अबोटाबादमध्ये असल्याचं माहीत होतं याचा अमेरिकेकडं थेट पुरावा होता. ही माहिती एका वरिष्ठ अमेरिकी अधिकाऱ्याकडून आली होती आणि माझा असा तर्क होता, की छापा घातल्यानंतर काही दिवसांनी अमेरिकेनं पाशा यांचा फोन टॅप केला होता किंवा त्यांच्याबद्दलचं फोनवरचं संभाषण ऐकलं होतं. 'हो, त्यांना ओसामाचा ठावठिकाणा माहीत होता,' त्या पाकिस्तानी अधिकाऱ्यानं मला सांगितलं. त्या अधिकाऱ्याला हे कळल्यावर आश्चर्य वाटलं होतं आणि अमेरिकनांना तर त्याहूनही जास्त आश्चर्य वाटलं होतं. पाशा तालिबानचे कट्टर विरोधक होते आणि अमेरिकेसाठी आयएसआयमधले एक खुल्या मनाचे आणि सहकार्य करणारे समकक्ष अधिकारी होते. 'पाशा त्यांचे लाडके होते', तो अधिकारी म्हणाला. 'पण छाप्यानंतर आठवडे आणि महिने लोटले, तरी बिन लादेनच्या अबोटाबादमधल्या उपस्थितीची आपल्याला माहिती असल्याचा ठामपणे इन्कार पाशा आणि आयएसआयची वृत्तपत्र कचेरी करत राहिले.'

ISPRचे संचालक म्हणाले की गॉल यांनी केलेले आरोप बिनबुडाचे आणि हास्यास्पद होते. त्यात काहीही नवीन किंवा विश्वास ठेवण्यायोग्य नव्हतं आणि सगळे अंदाज यापूर्वीच खोटे सिद्ध झाले होते. गुप्तचर सूत्रांनी सुद्धा सांगितलं, की 'न्यू यॉर्क टाइम्स'च्या अहवालात काहीही तथ्य नव्हतं.

रुमीवर हल्ला होण्याच्या एक आठवडा आधी, सीपीजेच्या विश्वस्त केटी मार्टन पंतप्रधान नवाज शरीफ यांना भेटल्या आणि पाकिस्तानात काम करणाऱ्या पत्रकारांच्या समस्या ऐकून घेण्याची त्यांनी तयारी दाखवली म्हणून त्यांचं कौतुक केलं. विरोधाभास असा, की याच सुमारास आमचे व्हिसा रद्द झाले होते. हा प्रश्न उचलून सीपीजेनं चांगलं काम केलं. त्यांनी कडक शब्दांत प्रतिक्रियाही दिल्या. मी केटी मार्टन यांना भेटले होते, त्यांनी दिवंगत रिचर्ड होलब्रूक या पाकिस्तान आणि अफगाणिस्तानसाठीच्या अमेरिकी विशेष राजदूतांशी विवाह केला होता. तेव्हाचे अमेरिकी राजदूत रिचर्ड ओल्सन यांनी त्यांच्या निवासस्थानी आयोजित केलेल्या एका स्वागत समारंभात आमची भेट झाली. शरीफ यांच्या हेतूंविषयी त्या फारच आशावादी होत्या. सीपीजेच्या टीमनं वॉल्श यांच्या हकालपट्टीबाबत पुनर्विचार करण्याची आणि विदेशी पत्रकारांसाठी व्हिसा प्रक्रिया सुलभ करण्याची विनंती शरीफ यांना केली. त्यावर त्यांनी विचार करण्याची तयारी दाखवली. पत्रकारांसाठी देशात सुरक्षित वातावरण निर्माण करण्याची हमीदेखील त्यांनी दिली. पण आमच्या बाबतीत त्यांच्या या सकारात्मक दृष्टिकोनाचा काहीही उपयोग होणार नाही, हे मला माहीत होतं.

TTP त्यांची गुरील्ला नीती (गनिमी कावा) टीव्हीवर सुरू असलेल्या प्रसारणाबाबतही वापरते. एक दिवस त्यांनी एक्सप्रेस टीव्हीवर चालू असलेल्या कार्यक्रमात व्यत्यय आणला, त्यात त्यांच्या प्रवक्त्यानं टीव्हीच्या सूत्रसंचालकाकडून आश्वासन मिळवण्यात यश मिळवलं, की कार्यक्रम संतुलित असेल. त्या बदल्यात त्या अभागी सूत्रसंचालकानं त्याच्या सहकाऱ्यांना सुरक्षा देण्याची मागणी केली. सन २०१२मध्ये TTPने त्यांच्या 'हिट लिस्ट'वर असणाऱ्या प्रसारमाध्यमांची आणि पत्रकारांची नावं स्वतःच्या वेबसाइटवर प्रसिद्ध केली होती. रुमीवर हल्ला झाल्यानंतर त्याचं नाव त्या हिट लिस्टमध्ये होतं की नव्हतं, यावर सुरुवातीला टीव्हीवर निरर्थक चर्चा सुरू होती.

जिओ टीव्हीचा पत्रकार वली खान बाबर याच्या मारेकऱ्यांना (२०१२मध्ये कराचीतील लियाकताबाद) शिक्षा झाली असली, तरी सीपीजेनं त्यांच्या २०१३मध्ये प्रसिद्ध झालेल्या अहवालात नमूद केलं होतं, की वृत्तपत्रांच्या विरोधात हिंसाचार करणाऱ्यांवर दंडात्मक कारवाई करणाऱ्यांच्या यादीत पाकिस्तानचं नाव अगदी तळाला होतं. 'गुन्हेगारांविरुद्ध दंडात्मक कारवाई न केल्यामुळं पत्रकारांसाठी हिंसाचाराचा

धोका आणखी वाढला आहे. गेल्या पाच वर्षांत मृत्युदरात मोठी वाढ झाली आहे आणि आज पाकिस्तानचं नाव जगात वृत्तपत्रांसाठी अत्यंत धोकादायक अशा देशांच्या यादीत वरच्या क्रमांकावर आहे.' त्यात पुढं असंही म्हटलं होतं, की ठरवून केलेल्या दोन पत्रकारांच्या हत्येमुळे – वली खान बाबर याची कराचीत आणि मुकर्रम खान आतिफ याची आदिवासी प्रदेशात – लबाडी, दहशत आणि सूड यांची संस्कृती बोकाळली आहे आणि त्याची परिणती हिंसेच्या हैदोसात झाली आहे.

सन १९९२ ते २०१७ या काळात पाकिस्तानात साठ पत्रकारांची हत्या झाली. सन २०१४मध्ये पत्रकारांच्या हत्यांसाठी कुख्यात असलेल्या डेमॉक्रॅटिक रिपब्लिक ऑफ काँगो, अफगाणिस्तान, मेक्सिको आणि युक्रेन यांच्या सोबतीनं पाकिस्ताननंही जगात पहिला क्रमांक पटकाविला.[११] मात्र २०१६मध्ये १९९२पासून मारल्या गेलेल्या पत्रकारांचा विचार करता पाकिस्तानचा क्रमांक सहावा होता. इराक व सीरिया यांनी पहिला क्रमांक पटकाविला होता.[१२] सीपीजेच्या २०१६च्या दंडात्मक कारवाई निर्देशांकात पाकिस्तान आठव्या क्रमांकावर होता.[१३] त्या आधीच्या दशकात पाकिस्तानात २१ पत्रकार मारले गेले होते आणि गुन्हेगारांवर संपूर्ण दंडात्मक कारवाई झाली होती. 'मार्च २०१६ मध्ये, न्यायालयानं एका आरोपीला २०१३मध्ये गुन्ह्यांचं वार्तांकन करणाऱ्या अयूब खट्टक या वार्ताहराला गोळ्या घातल्याबद्दल जन्मठेपेची आणि दंडाची शिक्षा दिली होती. मागच्या दशकातील आणखी एक खटला म्हणजे २०११मध्ये झालेल्या टेलिव्हिजन पत्रकार वली खान बाबर याच्या हत्येचा. त्याला अंशत: न्याय मिळाला आहे. नावाजलेले पत्रकार हमीद मीर आणि वझा रुमी यांच्यावर २०१४मध्ये हल्ले झाले, परंतु ते प्राणघातक ठरले नाहीत. त्यातल्या संशयितांवर कोणतीही कारवाई झाली नाही.'[१४]

ॲम्नेस्टी अहवालासाठी ज्या ७४ खटल्यांची छाननी करण्यात आली, त्यातल्या दोन खटल्यांमधल्या गुन्हेगारांना शिक्षा ठोठावण्यात आली. त्या शिक्षा वली खान बाबर (२०११) आणि 'वॉल स्ट्रीट जर्नल'चा वार्ताहर डॅनियल पर्ल (२००२) यांच्या हत्यांबद्दल होत्या. पोलीस किंवा अन्य अधिकाऱ्यांनी ३६ खटल्यांची प्राथमिक चौकशी केली. अगदी मोजक्या प्रकरणांमध्ये बळी गेलेल्यांना किंवा त्यांच्या कुटुंबांना शासनाकडून संरक्षण, नुकसानभरपाई किंवा इतर मदत मिळाली.

जरी गुन्हेगारांना अटक झाली आणि खटला सुरू झाला, तरी अडचणी खूप आहेत. दि. १ मार्च २०१४ रोजी वली खानच्या हत्येसाठी चार लोकांना दोषी ठरवण्यात आलं आणि त्यांना जन्मठेपेची शिक्षा सुनावण्यात आली. खटला सुरू

असताना दोन साक्षीदार आणि एक वकील यांच्यासह आठ जणांची हत्या करण्यात आली. इतर दोन आरोपी फरार झाले. पर्ल यांच्या हत्येसाठी अहमद ओमर सईद शेख याला शिक्षा झाल्यानंतर एका पत्रकाराच्या हत्येसाठी आरोपींना शिक्षा होण्याची ही पहिलीच वेळ होती. एखादा पत्रकार मारला गेला किंवा त्याच्यावर हल्ला झाला तर सरकार आवाज उठवतं, पण नंतर त्याचा पाठपुरावा केला जात नाही.

पत्रकारांवर होणाऱ्या हल्ल्यांसाठी दंडात्मक कारवाई हाच मार्ग आहे. मात्र ॲम्नेस्टी इंटरनॅशनलनं केलेल्या खटल्यांच्या छाननीतून असं दिसतं, की बहुतेक खटल्यांमध्ये पाकिस्तानी अधिकारी पत्रकारांच्या मानवी हक्कांच्या पायमल्लीसाठी किंवा जबाबदार व्यक्तींना शिक्षा सुनावण्याच्या संदर्भात तत्पर, नि:पक्षपाती, स्वतंत्र आणि संपूर्ण तपास करण्यात कमी पडले आहेत. निडर आणि उत्साही प्रसारमाध्यमं असण्याबाबत पाकिस्तानची ख्याती आहे. असं असूनसुद्धा किंवा कदाचित त्यामुळेच, पत्रकारांना ज्या वेगवेगळ्या प्रकारच्या छळाला आणि गैरवर्तणुकीला सामोरं जावं लागतं ते पाहता, पाकिस्तान जगातल्या सर्वांत धोकादायक देशांमध्ये गणला जातो; असं ॲम्नेस्टीच्या २०१४च्या अहवालात म्हटलं आहे. (एचआरपीसीच्या म्हणण्यानुसार २०१३मध्ये इंटरनेटवरचे निर्बंध वाढले. यू ट्यूबवरचे निर्बंध तसेच ठेवण्यात आले आणि कोणतीही पूर्वसूचना न देता इतर वेबसाइट् ब्लॉक करण्यात आल्या.)

पत्रकारांवरच्या हल्ल्यांबाबत २०१५मध्ये प्रसिद्ध केलेल्या अहवालात सीपीजेनं जगभरातल्या पहिल्या दहा 'सेन्सॉर्ड' देशांमध्ये पाकिस्तानचं नाव समाविष्ट केलं नाही. त्याच्या आधी एरिट्रीया, उत्तर कोरिया, सौदी अरेबिया, इराण, क्यूबा आणि चीन यांनी वरचे क्रमांक पटकाविले होते. मार्च २०१६ मध्ये झालेल्या लाहोर बॉम्बहल्ल्यात ७२ लोक मारले गेल्यावर एका ट्विटमध्ये प्रसारमाध्यमांना उघड उघड धमकी देण्यात आली. तालिबानचा एक गट असलेल्या जम्मत-उर्-अहरार यांनी ईस्टर साजरा करणाऱ्या ख्रिश्चनांना लक्ष्य करणाऱ्या स्फोटाची जबाबदारी स्वीकारली आणि पाकिस्तानी प्रसारमाध्यमांना इशारा दिला, की पुढचं लक्ष्य ते असू शकतात.

'या युद्धात प्रत्येकाची पाळी येणार आहे, विशेषत: गुलाम पाकिस्तानी प्रसारमाध्यमांची,' त्या गटाच्या प्रवक्त्यानं, एहसानुल्लानं, ट्विट केलं. 'आम्ही फक्त योग्य वेळेची वाट बघत आहोत.'[१५]

आयएसआयशी संघर्ष

जरी त्यांच्याकडे बोट दाखवलं जात असलं, तरी एखाद्या हल्ल्याच्या संदर्भात आयएसआयचं नाव जाहीररित्या घेणं ही नेहमी न घडणारी गोष्ट आहे. हमीद

मीरची हत्या करण्याचा प्रयत्न झाल्यावर आयएसआय प्रमुख झहीर-उल्-इस्लामवर अनेक तास (मला वाटतं सात तास) स्वत:चा चेहरा टीव्हीवर दाखवला जाण्याची नामुष्की ओढवली, तर एकीकडं तथाकथित तज्ज्ञ तावातावानं आपली मतं मांडण्यात गुंग झाले होते. सगळीकडं खुलेआम टीका सुरू होती आणि माझ्या मनात येत होतं, की हमीदवर झालेल्या गंभीर हल्ल्यापेक्षा जाहीररीत्या आरोप केले जात असल्यामुळेच प्रत्येकाला आश्चर्य वाटत होतं (या माझ्या विचारासाठी मला माफ केलं जाऊ शकेल). अनेक राक्षसी गुन्ह्यांबद्दल लोक आयएसआयला जबाबदार धरत असले, तरी कोणीही आत्तापर्यंत इतक्या मोठ्यानं आणि स्पष्टपणे ते बोलून दाखवलं नव्हतं. ISPRचा प्रवक्ता सावधपणे म्हणाला, 'कोणत्याही आधाराशिवाय आयएसआय किंवा आयएसआयच्या प्रमुखांवर बिनबुडाचे आरोप करणं हे खेदजनक आणि दिशाभूल करणारं आहे.'

एका मोठ्या आमने-सामने संघर्षासाठी स्टेज सजून तयार झालं होतं. अनेक महिन्यांसाठी जिओचा परवाना रद्द करून सरकारनं कंबरेखाली वार केला. आधी सरकारनं चॅनेल बंद करण्याची खबरदारी घेतली आणि जंग समूहाकडून प्रकाशित होणाऱ्या सगळ्या वृत्तपत्रांचं वितरण बंद केलं. दि. १९ एप्रिल २०१४ रोजी हमीदवर हल्ला झाल्यानंतर दोन दिवसांनी 'न्यूज'च्या पहिल्या पानावर अत्यंत लाचार दिलगिरी प्रकाशित करण्यात आली. त्यात म्हटलं होतं, की त्यांनी कोणत्याही संस्थेवर किंवा तिच्या विभागावर दोषारोप केले नव्हते. 'जंग समूह सगळ्या संस्थांचा आदर करतो आणि त्या अत्यंत महत्त्वाच्या असल्याचं मानतो. गुन्हा शाबित होईपर्यंत आरोपीसह इतर सर्वांना निर्दोष समजण्यात यावं.'

हमीदवर झालेल्या हल्ल्याला एक आठवडा उलटून गेल्यावर मी 'ब्लू एरिया'तून गाडीनं जात असता ठिकठिकाणी पाकिस्तानी सैन्याबद्दल प्रेम व्यक्त करणारी पोस्टर पाहून मला आश्चर्य वाटलं. दिव्याच्या प्रत्येक खांबावर आयएसआयच्या डायरेक्टर जनरलचा फोटो आणि त्याखाली घोषवाक्य झळकत होतं – 'पाकिस्तान सैन्यावर प्रेम करतं' ('Pakistan loves Army') यातून काय व्यक्त करायचं होतं ते नि:संदिग्ध होतं. खरं तर त्यात आश्चर्य वाटण्याचं काही कारण नव्हतं, विशेषत: आयएसआयबरोबर दृढ ऐक्य दाखवण्यासाठी प्रमुख शहरांमध्ये सुन्नी इत्तेहाद कौन्सिल (SIC), मोहाजिर कौमी मूव्हमेंट – हकीकी (MQM-H), अहले सुन्नत वाल जमात (ASWJ) आणि इतरांच्या पुढाकारानं निषेध दर्शवण्यात आला. आयएसआयवर आरोपांच्या फैरी झाडल्याबद्दल जिओ टीव्हीवर चहूबाजूंनी टीकेचा भडिमार झाला आणि निषेधकर्त्यांनी माफीची मागणी केली.

पाकिस्तानी सैन्याला पाठिंबा व्यक्त करणारी पोस्टर लावण्यामागे ज्या गटांचा हात होता त्यात अपेक्षेप्रमाणे जमात-उद्-दवाचा (JuD) समावेश होता. पाकिस्तान

तेहरिक-ए-इन्साफ आणि इतर राजकीय पक्षांनी निषेधाचं आयोजन केलं आणि विरोधाभास म्हणजे तेही जागतिक वृत्तपत्र स्वातंत्र्य दिनाचं औचित्य साधून! मी अशी बातमी दिली, की पाकिस्तान तेहरिक-ए-इन्साफसारखे काही राजकीय पक्ष आणि जेयूडीसारख्या संघटना आयएसआयला पाठीशी घालत होत्या आणि जिओनं अशा प्रकारची मोहीम चालवायला नको होती असं म्हणत होत्या. मी 'न्यूज'ची राजनैतिक बातमीदार मरियाना बाबरला (तिनं झिया-उल्-हक यांच्या कार्यकाळात काम केलं होतं) फोन केला. या सगळ्या गोंधळात मला एक शहाणा आवाज ऐकण्याची गरज भासत होती. एक अनुभवी पत्रकार आणि पाकिस्तानी राजकीय घडामोडींची एक उत्सुक निरीक्षक असलेल्या मरियानाचं असं मत होतं, की आयएसआयनं माध्यमांशी दोन हात करणं ही काही नवीन गोष्ट नव्हती. झिया-उल्-हक यांच्या लष्करी राजवटीत तिनं तिच्या कारकिर्दीची सुरुवात केली तेव्हाही परिस्थिती कमी-अधिक प्रमाणात अशीच होती. आताची परिस्थिती पाहता देश जणूकाही १९८०च्या कालखंडात गेला आहे आणि इतक्या वर्षांत काहीच बदल झालेला नाही असं तिला वाटत होतं. ती असंही म्हणाली, की प्रसारमाध्यमांनी, विशेषत: इलेक्ट्रॉनिक माध्यमांनी बातम्या देताना जबाबदारीनं वागण्याची गरज आहे.

पाकिस्तानातील इतर संस्था प्रसारमाध्यमं, न्यायव्यवस्था आणि नागरी समुदाय यांच्याप्रमाणेच शक्तिशाली बनल्या आहेत असा विचार प्रत्येक जण करत असतानाच बाबर म्हणाली, की ज्या ज्या वेळी त्या लष्कराच्या शेपटावर पाय देतात, त्या त्या वेळी लष्कर हे दाखवून देतं, की आपणच अजून सर्वशक्तिमान आहोत. लष्कर अजूनही तेवढंच शक्तिशाली आहे आणि स्वत:च्या स्थानाबाबत अतिशय संवेदनशील आहे, असं ती म्हणाली.

हमीदवर हल्ला झाल्याच्या दुसऱ्या दिवशी मी सकाळी वर्तमानपत्रं वाचत होते. 'न्यूज'वगळता बहुतेक इतर इंग्लिश वर्तमानपत्रांनी त्या घटनेला आणि अमिर मीरनं केलेल्या आरोपांना अजिबात महत्त्व दिलं नव्हतं. त्याऐवजी अविश्वसनीय लाचारीचं प्रदर्शन करत त्यांनी ISPRच्या वक्तव्याला जास्त महत्त्व दिलं होतं. धाडसापेक्षा विवेकबुद्धी वापरणं अधिक चांगलं असा निर्णय त्यांनी घेतला असावा, असा विचार माझ्या मनात आला. संरक्षण मंत्रालयानं पाकिस्तान इलेक्ट्रॉनिक मीडिया रेग्युलेटरी ऑथॉरिटीला (PEMRA) एक अर्ज पाठवून जिओ वाहिनी चालवणाऱ्या इंडिपेंडंट मीडिया कॉर्पोरेशन या कंपनीचा परवाना काही काळासाठी काढून घेण्याची मागणी केली आणि काही भागात तिचं प्रसारण बंद पडलं. वृत्तपत्र वितरकांनी 'न्यूज' आणि 'जंग' ही वृत्तपत्रं वितरित करणं बंद केलं. मेमध्ये जिओचं प्रसारण बंद करण्यात आल्याच्या बातम्या आल्यानंतर, प्रत्यक्षात जून

२०१४ मध्ये पीईएमआरएनं अधिकृतपणे पंधरा दिवसांसाठी वाहिनीचा परवाना काढून घेतला आणि संरक्षण मंत्रालयाच्या तक्रारीला प्रतिसाद म्हणून तिला १० दशलक्ष पाकिस्तानी रुपयांचा दंडही केला. त्यांनी जिओला इशाराही दिला, की जर त्यांनी आणखी मर्यादा ओलांडली, तर त्यांचा परवाना कायमचा रद्द करण्यात येईल.[१६] जिओ टीव्हीचं प्रसारण २००२मध्ये सुरू झालं होतं. पाकिस्तानातली ही सर्वांत जास्त बघितली जाणारी वाहिनी आहे. या केसमध्ये न्याय त्वरित केला गेला, पण हमीदच्या हल्लेखोरांना पकडण्याच्या बाबतीत मात्र ही तत्परता दिसली नाही. मला नंतर कळलं, की जिओनं दंड भरला.

काही लोकांनी हमीदवरच्या हल्ल्याचा धिक्कार केला नाही, पण आयएसआयला मात्र जोरदार समर्थन दिलं. अगदी आयएसआयचे स्वघोषित टीकाकार सिनेटर ऐतझाझ अहसान यांनी सिनेटमध्ये सांगितलं, 'आपण मत बनवण्यात घाई करायला नको. मी अत्यंत कठोरपणे टीका करत असलेल्या संस्थेच्या प्रमुखाला आपण दोष देऊ शकत नाही. (न्यायालयीन) आयोगानं त्याची चौकशी पूर्ण करावी आणि तोपर्यंत प्रत्येकानं थोडा संयम आणि संतुलन ठेवावं.' माध्यमातल्या अनेकांनी खासगीत असं मत व्यक्त केलं, की जिओनं आपल्या मर्यादा ओलांडल्या आणि जिओ व इतर वाहिन्यांमध्ये असलेला वैरभाव लपवण्यासाठी फारसा प्रयत्न केला नाही. माध्यमांची क्रमवारी विस्कळीत झाली. तेहरिक-ए-इन्साफचा अध्यक्ष इम्रान खाननं जिओवर बहिष्कार टाकण्याचं आवाहन केलं; कारण निवडणूक घोटाळ्यात मदत केल्याचा कथित आरोप जिओवर होता. जिओला मिळालेल्या परदेशी अर्थसाहाय्याचा (इथं भारत असं वाचावं) तपशीलही त्यानं दिला आणि याबाबत तपासाची मागणी केली. यानंतर जिओविषयीच्या वैरभावनेनं वेगळं वळण घेतलं.

हमीदवर झालेल्या हल्ल्याचा धिक्कार करत ISPRनं निर्लज्जपणे सगळे आरोप आणि ओढवलेली नामुष्की धुडकावून लावली आणि तथ्यांची खातरजमा करून घेण्यासाठी स्वतंत्रपणे चौकशीची मागणी केली. मला जाणवलं, की जंगसारख्या शक्तिशाली गटालासुद्धा माफी मागण्याशिवाय पर्याय उरला नाही. मी ज्या अनेक लोकांशी बोलले त्यांनीही हेच मत व्यक्त केलं, की तथ्यनिश्चिती करण्यासाठी आधी चौकशी आणि तपास केला गेला पाहिजे आणि मग जाहीररीत्या आरोप केले पाहिजेत.

तालिबान, लष्कर, गुप्तचर विभाग आणि सुरक्षा एजन्सी यांच्यामध्ये कुचंबल्यामुळे वृत्तपत्र स्वातंत्र्याची कोणतीही हमी नव्हती, परंतु पत्रकारांमध्ये त्यांना योग्य वाटेल ते लिहिण्याचं, गरज असेल तिथं टीका करण्याचं आणि तालिबान, आयएसआय आणि या दोघांच्या अभद्र युतीच्या विरोधात बोलण्याचं धाडस नक्कीच होतं.

काही वेळा ते तालिबान किंवा आयएसआयच्या जुलूम जबरदस्तीपुढे झुकले असतीलही, पण एकंदरीत मला असं वाटतं, की ते एक कणखर, चिकित्सक शक्ती होते आणि ॲम्नेस्टीच्या अहवालात नमूद केल्याप्रमाणे त्यांच्यावर आगपाखड होण्यामागे हेही एक कारण होतं. सद्य:परिस्थितीबाबत समाजमन जागृत करणारे त्यांचे कादंबरीकारही मला आवडतात. मोहम्मद हनीफ, एच. एम. नक्वी, मोहसीन हमीद, सबा इम्तियाज, जमील अहमद, बिलाल तन्वीर आणि मोनी मोहसीन यांसारखे लेखक तुमच्यासमोर खरं चित्र उभं करतात. सत्य हे कल्पिताहून अधिक विचित्र असतं आणि पाकिस्तानात कल्पिताला सत्याशी लढा द्यावा लागतो जे बऱ्याच वेळा कटू असतं.

नियमांना अपवाद

संरक्षण आणि अणुऊर्जासंबंधी विषयांबाबत एकूणच गुप्तता पाळली जात असली, तरी भारतीय बातमीदारांसाठी काही वेळा दारं किलकिली केली जायची. मला दोन प्रसंग आठवतात. पहिला, २००८ मध्ये दोन भारतीय पत्रकारांना पाकिस्तानच्या अणुऊर्जा कार्यक्रमाचं कामकाज, देखभाल आणि संरक्षण करणाऱ्या महत्त्वाच्या स्ट्रॅटेजिक प्लॅन्स डिव्हिजननं (SPD) माहिती देण्यासाठी आमंत्रित केलं होतं. आणि दुसरा म्हणजे, ISPRनं अनिता जोशुआ या भारतीय पत्रकाराला सियाचिन हिमनदी बघायला नेलं होतं. सन २०१२ मध्ये प्रचंड मोठं भूस्खलन झाल्यानंतरचा हा प्रसंग होता. त्या वेळचे ISPR प्रमुख मे. ज. अथर अब्बास यांचा हा निर्णय होता. मला नंतर समजलं, की सियाचिनमधले काही लष्करी अधिकारी एका भारतीयासमोर सादरीकरण करण्यासाठी फारसे उत्सुक नव्हते, पण अब्बास यांनी त्यांचे आक्षेप बाजूला सारले.

दि. १८ डिसेंबर २०१३ रोजी आलेला एक दुर्बोध संदेश माझ्या लक्षातही आला नाही. त्यात एसपीडीत झालेल्या पदबदलीची घोषणा करण्यात आली होती. यामुळं डायरेक्टर जनरल ले. ज. खलीद अहमद किडवई यांची दीर्घ आणि उल्लेखनीय कारकीर्द संपुष्टात आली. अणुऊर्जा, अण्वस्त्रं आणि देशाच्या धोरण व्यवस्थापनाच्या बाबतीत त्यांचं नाव अग्रक्रमानं जोडलं गेलं होतं. किंबहुना अण्वस्त्रं आणि किडवई हे समीकरणच बनून गेलं होतं. त्यांची जागा ले. ज. झुबेर महमूद हयात यांनी घेतली. ते बहावलपूरचे कॉर्प्स कमांडर म्हणून काम करत होते. शरीफ सरकारने शांतपणे केलेल्या काही फेरबदलांपैकी हा एक बदल होता.

इस्लामाबादमधली माझी एक पूर्वसूरी आणि २००८ मध्ये एसपीडीनं माहिती देण्यासाठी आमंत्रित केलेल्या बातमीदारांपैकी एक निरुपमा सुब्रमण्यन् हिनं मला ही महत्त्वाची स्टोरी लिहिण्यासाठी उद्युक्त केलं. मग मी या उच्चभ्रू

आणि गुप्तता राखणाऱ्या संस्थेमधल्या पदबदलासंबंधी एक लेख लिहिला. भारतीयांना आमंत्रण असलेल्या त्या माहितीसत्रात प्रसारमाध्यमांशी त्यांना वाटत असलेल्या काळजीची चर्चा करण्याची एसपीडीची तयारी दिसून आली. एकंदर मतप्रवाह पाहता पत्रकार खूपच प्रभावित झालेले दिसले. किडवई यांचा कार्यकाल समाप्त झाल्यानंतर पाकिस्तानच्या अण्वस्त्र सुरक्षेबाबत अनेक शंका उपस्थित करण्यात आल्या होत्या. सन २००८ मध्ये जेव्हा अशाच प्रकारचं अविश्वासाचं वातावरण तयार झालं होतं. तेव्हा ले. ज. किडवई यांनी त्या आगळ्या वेगळ्या माहितीसत्रासाठी परदेशी वृत्तसंस्थांना आमंत्रित केलं होतं. त्या वेळी त्यांनी सगळ्यांना असा विश्वास दिला होता, की देशाची धोरणात्मक मालमत्ता सुरक्षित हातांमध्ये होती आणि ती अतिरेक्यांच्या हाती पडेल अशी कोणतीही शक्यता 'कल्पनातीत' होती.

सन १९९९ मध्ये एसपीडी अस्तित्वात आल्यापासून ले. ज. किडवई तिचं प्रमुखपद भूषवत होते. 'संस्थेच्या निर्मितीनंतर वर्षभराच्या आतच एसपीडी एका खऱ्याखुऱ्या आण्विक गुप्त मंडळात परिवर्तित झाली आहे,' असं वर्णन फिरोझ हसन खान यांनी त्यांच्या 'ईटिंग ग्रास' या पुस्तकात केलं आहे.[१७] बारा वेळा मुदतवाढ घेऊन निवृत्त झालेल्या किडवई यांच्या पदभार सोडण्याबद्दल आणि पाकिस्तानच्या अण्वस्त्र साठ्याच्या भविष्यातील सुरक्षेबद्दल अमेरिकेहून आलेल्या बातम्यांमध्ये चिंता व्यक्त केली गेली होती. त्या माहितीसत्राच्या दरम्यान अण्वस्त्र चुकीच्या हातात पडण्याची भीती व्यक्त केली होती. त्यांनी हे फेटाळून लावलं आणि म्हटलं की, 'एक दिवस एसपीडीचा डायरेक्टर जनरल म्हणून एखादा लांब दाढीधारी मनुष्य सगळं आपल्या ताब्यात घेईल अशी सुतराम शक्यता नाही.'

मी पाकिस्तानातून निघण्यापूर्वी अणुऊर्जेसंबंधी मुद्द्यांवर दिवसभराचं एक चर्चासत्र आयोजित करण्यात आलं होतं. त्यामध्ये उत्तेजित झालेल्या श्रोत्यांनी भारत आणि अमेरिकेत झालेल्या नागरी करारावर कडाडून टीका केली होती. मी एसपीडीमधल्या एका सौम्य, सभ्य अधिकाऱ्याला भेटले. त्यानं मला सांगितलं, की मी त्यांच्याशी भेटीची वेळ ठरवून भेट घेऊ शकते. ही गोष्ट एका भारतीय पत्रकाराच्या आवाक्याबाहेरची असल्याचा त्यानं ठाम शब्दांत इन्कार केला. दुर्दैवानं, हे खरं आहे की नाही ते तपासण्याची संधी मला मिळाली नाही.

न्यूक्लिअर थ्रेट इनिशिएटिव्हच्या (NTI) २०१४ च्या अहवालानुसार आण्विक संसाधन सुरक्षा निर्देशांकाच्या (Nuclear Materials Security Index) अनुषंगाने २५ देशांमध्ये पाकिस्तानचा क्रमांक बाविसावा तर भारताचा क्रमांक तेविसावा होता. त्यांचे गुण क्रमशः ४६ आणि ४१ असे होते. भारतानं या अहवालावर

टीका केली असली, तरी एनटीआय न्यूक्लिअर मटेरिअल्स सिक्युरिटी इंडेक्स ही जगभरातल्या आण्विक संसाधनांच्या सुरक्षा स्थितीचं जाहीरपणे विश्लेषण करणाऱ्या अशा प्रकारच्या पहिल्या वहिल्या निर्देशांकाची दुसरी आवृत्ती होती. इकॉनॉमिस्ट इंटेलिजन्स युनिटच्या (EIU) साथीनं विकसित झालेला एनटीआय निर्देशांक दोन कारणांसाठी तयार केला गेला होता. (अ) अस्त्रांमध्ये वापरता येणाऱ्या जगभरातील आण्विक संसाधनांच्या सुरक्षिततेचं विश्लेषण करणं, (ब) जगातील या सर्वाधिक घातक ऊर्जेच्या संसाधनांच्या सुरक्षिततेची हमी देण्यासाठी आणि कृती करण्यासाठी सरकारांना प्रोत्साहन देणं. अहवालात म्हटलं होतं, 'अण्वस्त्र-सज्ज असलेल्या देशांमध्ये पाकिस्ताननं त्यांची सुरक्षा नियमावली अद्ययावत करण्यासाठी आणि जरी त्याचा एकंदर क्रमांक २२ असला तरी यासंबंधीच्या उत्तम पद्धती कार्यान्वित करण्यासाठी सातत्यानं पावलं उचलली आहेत.' मात्र, सुरक्षा नियंत्रणासाठी उपाययोजना करण्यामध्ये जगातील पंचवीस अण्वस्त्रधारी देशांच्या यादीत भारताचा क्रमांक पाकिस्तानच्याही खाली, तळाशी आहे. धोकादायक वातावरणासंदर्भात पाकिस्तान अगदी तळाशी आहे, त्याला १०० पैकी एकोणीस गुण दिले गेले होते.

रक्तहीन क्रांती

ए. जी. नूरानी यांच्यामुळे माझी एस. इफ्तिकार मुर्शद यांची आणि समकालीन दृष्टिकोन असलेल्या 'क्रायटेरियन क्वार्टरली' या अभिजात नियतकालिकाची ओळख झाली, त्याबद्दल त्यांचे आभार! या आणि 'हेराल्ड' व 'न्यूजलाइन'सारख्या इतर नियतकालिकांनी पाकिस्तानी माध्यमांना दर्जा आणि नावीन्य प्रदान केलं आहे. मी मुर्शद आणि त्यांच्या मुलाला इस्लामाबादच्या त्यांच्या घरी भेटले आणि त्यांच्या कामानं प्रभावित होऊन परतले. या पिवळसर करड्या रंगाच्या नियतकालिकाचे आणि त्यात प्रसिद्ध होणाऱ्या विश्लेषणात्मक लेखांचे नियमित वाचक आहेत. लष्करी हस्तक्षेपांची सवय असलेल्या देशात मुर्शद यांनी आगळीवेगळी क्रांती केली आहे, असं मी गमतीनं लिहिलं. सन २००५ मध्ये सुरू झालेल्या 'क्रायटेरियन क्वार्टरली'नं आपला दर्जा उंचावत नेला आहे आणि धोरणकर्ते त्यात व्यक्त झालेल्या मतांकडे गांभीर्यानं बघतात. प्रश्न विचारण्याची माध्यमांची परंपरा कायम राखणारं हे नियतकालिक धार्मिक अतिरेकापासून आणि दहशतवादापासून लांब आहे, किंबहुना त्यांच्या विरोधात आहे. मुर्शद यांनी मॉस्कोचे पाकिस्तानी राजदूत म्हणून २००० ते २००५ या कालावधीत काम केलं होतं आणि १९९६ ते २००० या कालावधीत ते अफगाणिस्तानला विशेष दूत म्हणून गेले होते. सन २००५ मध्ये 'क्रायटेरियन' प्रकाशित करण्यासाठी त्यांनी पदाचा राजीनामा दिला.

नफ्याचा विचार न करणाऱ्या समविचारी अनिवासी पाकिस्तानी लोकांचं अर्थसाहाय्य या नियतकालिकाला लाभलं आहे. त्यांच्या मते धार्मिक अतिरेक आणि धार्मिक दहशतवाद ही पाकिस्तानची सर्वांत मोठी समस्या आहे. त्यांना असं वाटतं, की तिचा संबंध देशाच्या अर्थव्यवस्थेशी, शिक्षणाशी आणि देशाच्या इतिहासाशी आहे. जी दहशतवादी विचारधारेवर प्रभाव टाकणारी कारणं आहेत.

मुर्शद त्यांच्या नियतकालिकासारखेच परखड आणि धाडसी आहेत. आपण पंतप्रधान शौकत अझीझ यांच्यावर लिहिलं त्याबद्दल आपल्याला खेद वाटतो असं त्यांनी मला सांगितलं, पण न्यायमूर्ती खलील-उर्-रेहमान रम्दे यांना न्यायालयातून पाच तासांची सवड काढून ते दहशतवादावरच्या चर्चासत्रासाठी प्रत्यक्ष प्रसारणात आणू शकले याचा त्यांना अभिमान वाटत होता. त्या चर्चासत्रात काही 'खळबळजनक मतं' मांडली गेल्यानं सरकारची पाचावर धारण बसली होती. त्यानंतर लगेचच माजी मुख्य न्यायाधीश इफ्तिकार चौधरी यांची पुनर्नियुक्ती करण्यात आली. न्यायमूर्ती रम्दे त्या वेळी चौधरी यांच्या पुनर्नियुक्तीबाबत चाललेला युक्तिवाद ऐकण्यासाठी नेमलेल्या खंडपीठाचे अध्यक्ष होते. त्यांनी 'क्रायटेरियन'ची तुलना सत्यजित रे यांच्याशी केली. त्यांनी जसं लैंगिकता आणि हिंसाचाराच्या जाळ्यात न अडकता आणि बॉक्स ऑफिस हिटच्या मोहात न पडता जनमताची घडण करण्याचा प्रयत्न केला, तसाच प्रयत्न 'क्रायटेरियन' करत होतं, असा त्यांच्या म्हणण्याचा अर्थ होता. मी घेतलेली त्यांची मुलाखत असाधारण होती. मुर्शद यांनी बिनदिक्कतपणे स्वत:ची मतं मांडली आणि सरकारवर टीका केली. 'क्रायटेरियन'मध्ये प्रसिद्ध झालेल्या लेखांमुळे पाकिस्तान 'तेहरिक-ए-इन्साफ' केपीकेमध्ये असलेल्या फ्रंटिअर क्राइम्स रेग्युलेशनमध्ये सुधारणा करण्यास उद्युक्त झालं. अशा प्रकारचे धोरणात्मक बदल आपलं नियतकालिक घडवून आणेल अशी मुर्शद यांना आशा वाटत होती.

पोलीस, निषेध आणि माध्यमं

पोलीस कुठंही मनमानी कारभार करू शकतात. एक दिवस मुशर्रफ यांच्यावरच्या खटल्याचं वार्तांकन करत असताना न्यायालयाबाहेर जास्त नाट्यपूर्ण घडामोडी घडल्या. एका तरुण पत्रकाराला काहीच कारण नसताना तिथून बाहेर काढण्यात आलं. एका खासगी वाहिनीचा बातमीदार तय्यब बलुच हा नॅशनल लायब्ररीतून न्यायालयाकडे जात असताना त्याला इस्लामाबादच्या त्या वेळच्या इन्स्पेक्टर जनरल (सुरक्षा) जान मोहम्मद यांनी उद्धटपणे रोखलं आणि रेंजर्स अधिकाऱ्यांना त्याची झडती घ्यायचा आदेश देण्यापूर्वी तो कोण आहे असं विचारलं. बलुच नेहमीसारखा त्याच्या सेलफोनवर गाणी ऐकत होता. पोलिसांनी त्याला तो मोबाइल

घेऊन का जात आहे, अशी विचारणा केली. आपण न्यायालयाबाहेर असलेल्या संकलन केंद्रावर मोबाइल ठेवून आत जाणार होतो असं सांगण्याचा त्यानं प्रयत्न केला, पण त्याचं म्हणणं कोणीच ऐकून घेतलं नाही. मोहम्मद यांनी पोलिसांना त्याला घेऊन जायला सांगितलं. तेवढ्यात काही पत्रकार धावत आले. त्यांनी हस्तक्षेप केला तेव्हा त्याला सोडून देण्यात आलं.

रुमीवर हल्ला झाला तेव्हा त्याच्या निषेधार्थ फार मोठा जमाव जमला नव्हता. पण हमीदच्या बाबतीत असं झालं नाही. मी तेव्हा माध्यमातल्या प्रसिद्ध व्यक्तींना आणि वरिष्ठ पत्रकारांना मोठ्या संख्येनं निषेधासाठी जमलेलं पाहिलं. झालेल्या हल्ल्याचा त्यांना प्रचंड धक्का बसलेला दिसत होता. पाकिस्तानला आपण पत्रकार-स्नेही देश बनवणार आहोत असं पंतप्रधान शरीफ यांनी जाहीर केल्यावर एका आठवड्यानं रुमीवर हल्ला झाला. सीपीजेच्या शिष्टमंडळाबरोबर झालेल्या भेटीत त्यांनी पत्रकारांच्या हक्काचं रक्षण करण्यासाठी एक माध्यम आयोग नेमण्याचं आश्वासन दिलं होतं.

अभिव्यक्ती स्वातंत्र्य हे धमक्यांच्या टांगत्या तलवारीखाली होतं ही वस्तुस्थिती सबीन महमूदच्या हत्येनं ठळकपणे अधोरेखित झाली. सबीन महमूद ही एक आघाडीची मानवी हक्क कार्यकर्ती आणि 'द सेकंड फ्लोअर' (T2F) या कॅफे-रूम-गॅलरी-कम-चर्चास्थळाची संस्थापक होती. २०१५ मध्ये कराचीत तिची हत्या झाली. तिनं मामा कादीर बलुच ('व्हॉईस ऑफ बलुच मिसिंग पर्सन्स'चे प्रमुख) यांच्याबरोबर 'अनसायलेन्सिंग बलुचिस्तान' ('बलुचिस्तानला बोलतं करताना') नावाचा कार्यक्रम केला होता. त्यानंतर तिला गोळ्या घालून मारण्यात आलं. सरकारच्या आदेशावरून लाहोर युनिव्हर्सिटी ऑफ मॅनेजमेंट सायन्सेस इथं होणारं त्यांचं जाहीर भाषण रद्द करण्यात आल्यावर या कार्यक्रमाचं आयोजन केलं गेलं होतं.[१८] त्याआधी, पेशावर युनिव्हर्सिटीत मलाला युसूफझाईच्या पुस्तकावर झालेल्या चर्चेमुळे गदारोळ झाला होता – बाचा खान ट्रस्ट एज्युकेशनल फाउंडेशन, द एरिया स्टडी सेंटर (युनिव्हर्सिटीचाच एक भाग) आणि स्ट्रेन्थनिंग पार्टिसिपेटरी ऑर्गनायझेशन (SPO) यांनी आयोजित केलेला हा कार्यक्रम पाकिस्तान-तेहरिक-ए-इन्साफच्या खैबर पख्तूनख्वा सरकारनं थांबवला. विद्यापीठाचे उपकुलगुरू कार्यक्रमाचे प्रमुख पाहुणे होते. बाचा खान ट्रस्ट एज्युकेशनल फाउंडेशनचे संचालक डॉ. खादिम हुसैन यांच्याशी मी बोलले; ते म्हणाले, की पाकिस्तान तेहरिक-ए-इन्साफच्या केपीके सरकारमधल्या मंत्र्यांनी – शाह फर्मान यांनी – त्यांना फोन केला आणि कार्यक्रम रद्द करायला सांगितलं. कारण त्या पुस्तकावर बंदी होती. त्या फोननंतर पाकिस्तान तेहरिक-ए-इन्साफशी युती केलेल्या जमात-ए-इस्लामी या पक्षाच्या एका मंत्र्याचे बरेच फोन आले. ते म्हणाले, की हा कार्यक्रम होता

कामा नये.

प्रसारमाध्यमांना स्वातंत्र्य असणाऱ्या या देशात गेल्या दोन वर्षांपासून यू ट्यूबवर बंदी असणं हा एक अडथळ्यांचा मुद्दा राहिला आहे. लोकांनी 'प्रॉक्सी साइट' शोधून त्यावर व्हिडीओ बघणं केव्हाच सुरू केलं आहे आणि सरकार या साइटवरची बंदी उठवण्याचं आश्वासन पुन: पुन्हा नव्यानं देतच आहे. नॅशनल असेंब्लीत निषेधाचे बरेच सूर उमटले आणि यू ट्यूबवरची बंदी उठवण्याच्या मागणीसाठी ठरावही मंजूर करून झाले.

जागतिक पातळीवर निषेध नोंदवलेला एक वादग्रस्त चित्रपट काढून घेतला नाही म्हणून सप्टेंबर २०१२मध्ये यू ट्यूबवर बंदी घातली गेली. त्यानंतर काही काळानं queerpk.com ही वेबसाइट काढून टाकण्यात आली आणि ती कोणीही उघडू शकणार नाही अशी तजवीज केली गेली. 'तुम्ही ज्या संकेतस्थळावर जाण्याचा प्रयत्न करत आहात त्यात असलेल्या आशयावर पाकिस्तानात बंदी घालण्यात आली आहे,' असा संदेश तिथं दिला गेला होता.

वेबसाइटवर बंदी आणल्याच्या बातम्या देणाऱ्या बीबीसीच्या उर्दू वाहिनीनं सांगितलं, की ही वेबसाइट जुलै महिन्यात सुरू झाली होती आणि समलिंगी समुदायाच्या व्यक्तींसाठी असलेली ती पहिली वेबसाइट होती. यू ट्यूबवर आणलेल्या बंदीवरून सार्वत्रिक संताप व्यक्त होत असला आणि सरकारने यावर पुनर्विचार करावा अशी सातत्यानं मागणी होत असली, तरी queerpk.com बाबत अशाच प्रकारचा वादळी निषेध होईल हे संभवत नाही. एका विद्यापीठाच्या लिंगभाव अभ्यास तज्ज्ञाशी मी बोलले. ती म्हणाली, की सरकारची दडपशाही, मूलतत्त्ववादी वृत्ती दिवसेंदिवस वाढत चालली आहे. मुळातच हे ईश्वरसत्ताक राज्यपद्धती मानणारं सरकार आहे. हिंसेची अनेक रूपं होती आणि हेही त्यातलंच एक होतं – अभिव्यक्ती स्वातंत्र्याला चिरडून टाकणारं. समलैंगिकतेच्या विरोधात असणाऱ्या प्रतिगामी कायद्यांना पाकिस्तानात कोणी आव्हान दिलेलं नाही आणि ते बदलण्यासाठी कोणतीही लोकचळवळ झाली नाही. 'लोक छुपेपणानं त्यांच्या समलैंगिकता जोपासतात,' ती म्हणाली. जून २०११ मध्ये अमेरिकी दूतावासानं लेस्बियन, गे, बायसेक्शुअल आणि ट्रान्सजेंडर यांचा प्राईड सेलिब्रेशन इस्लामाबादमध्ये प्रथमच आयोजित केला होता. त्याचा ताबडतोब निषेध करण्यात आला.[११]

अनेक बाबतींत पाकिस्तानात सरकार आणि लष्करी राजवट यांचा वरचष्मा राहिला आहे. असं असलं, तरी त्यांच्या हाती सगळी सत्ता असूनही, स्वत:च्या मर्जीनं लिहिणाऱ्या आणि बातम्या देणाऱ्या लोकांच्या स्वतंत्र प्रतिभेचा गळा ते घोटू शकलेले नाहीत. अनेकांनी सत्य उघड करण्यासाठी स्वत:च्या रक्ताची

किंमत मोजली आहे आणि पुढंही असंच होत राहील. वृत्तपत्रांना संरक्षण देण्याची, माध्यमांचं स्वातंत्र्य जपण्याची आणि त्यांच्या संरक्षणाची हमी देणारी आश्वासनं विश्वासार्ह नाहीत. ती फक्त कागदावरच राहतात. माध्यमांसाठी ही परिस्थिती अत्यंत दुःखद आहे आणि व्यवस्थेशी दोन हात करणारे पत्रकार अशा शक्तींसमोर उभे ठाकतात ज्या संघटना त्यांच्या कृत्यांची जबाबदारी स्वीकारतीलच असे नाही.

६

नियंत्रण रेषांचा अभाव

ग्रामीण विकासाच्या क्षेत्रात मला पाकिस्तानचे भारताबरोबर असलेले काही जुने संबंध दिसून आले. आम आदमी पार्टीच्या दिल्ली निवडणुकीच्या सुरुवातीच्या दिवसांनी पाकिस्तानातल्या बऱ्याच लोकांना प्रेरित केलं होतं, कारण त्याभोवती डेव्हिड विरुद्ध गोलायथच्या कथेसारखं वलय होतं. सूफी गायिका अबिदा परवीननं भारताबद्दल फक्त प्रेमाची भावना व्यक्त केली असली, तरी दोन्ही देशांमधल्या शालेय अभ्यासक्रमाच्या पुस्तकांमध्ये द्वेष निर्माण करणारा निराशाजनक आशय आहे. एकमेकांविषयीची वस्तुस्थिती जाणून न घेण्यामध्ये एक विचित्र अभिमान दडलेला आहे. गंमत म्हणजे, या उपखंडातील सर्वांत उत्कृष्ट बीअर गाळण केंद्र या देशात निर्बंध असूनही भरभराटीला येत आहे. त्याची मालकी एका पारशी माणसाकडं आहे. त्याला ते भारतातही सुरू करण्याची तीव्र इच्छा आहे. मी दोन्ही देशांतल्या संसद सदस्यांना भेटले जे शांतता प्रस्थापित करण्याची भाषा बोलत होते. दिवंगत लेखक इन्तिझार हुसैन, फाळणी जवळून पाहिलेले काही लोक आणि आता विस्मरणात गेलेल्या फाळणीपूर्व इतिहासावर आधारित विषयांवर तिच्या ‘अजोका’ या उत्साही नाट्यसंस्थेद्वारे नाटकं बसवणारी मदीहा गौहर यांची मी मुलाखत घेतली.

पाकिस्तानचा तो माणूस

ते घर एंबसी रोडवर होतं आणि त्याचं प्रवेशद्वार अगदी उदास दिसत होतं. बेल वाजवल्यानंतर बराच काळ लोटला, तरी मी बाहेर वाट बघत उभी होते. तिथं वीज नसल्याचं माझ्या लक्षातच आलं नाही. मी बहुतेक चुकीच्या घरी आले आहे, असं मला वाटलं. तेवढ्यात चेहऱ्यावर दिलगिरीचे भाव असलेल्या एका माणसानं दार उघडलं आणि मला अभ्यासिकेकडे चलण्याची विनंती केली,

अभ्यासिकेचं दार एका लॉनमध्ये उघडत होतं. लॉनच्या चारही बाजूंना दाट झुडपांच्या रांगा होत्या. मी छायाचित्रांनी आणि स्मृतिचिन्हांनी भरलेल्या भिंती बघत असतानाच शोएब सुलतान खान यांनी खोलीत प्रवेश केला. एकमेकांची विचारपूस करून झाल्यावर चेहऱ्यावर मिश्किल हसू आणत त्यांनी त्यांच्या भल्या मोठ्या डेस्कच्या मागे लावलेल्या एका छायाचित्राकडे बोट केलं आणि मी त्या व्यक्तीला ओळखलं का, असा मला सवाल केला. त्यांच्याकडे पाहणारा तो चेहरा राहुल गांधींचा होता हे पाहून मला आश्चर्याचा धक्का बसला. राहुल यांनी आपल्याबद्दल ऐकलं होतं हे कळल्यावर आपण चकित झाल्याचं सुलतान खान यांनी नम्रपणे सांगितलं. भारतात स्त्रियांसाठी पुन्हा एकदा सुरू होणाऱ्या एका कार्यक्रमाचं उद्‌घाटन करायला त्यांनी आपल्याला आमंत्रित केलं होतं, हेही सांगितलं. दि. १६ जुलै २००८ रोजी रायबरेलीमधल्या बैस या गावी 'राजीव गांधी महिला विकास परियोजनें'अंतर्गत एक कार्यशाळा आयोजित करण्यात आली होती, तेव्हा ते छायाचित्र घेण्यात आलं होतं. आंध्र प्रदेशमध्ये चालणाऱ्या ग्रामीण महिलांसाठीच्या उपक्रमांची माहिती घेण्यासाठी राहुल यांनी तिथं भेट दिली होती आणि तिथं त्यांनी 'पाकिस्तानातल्या त्या माणसाबद्दल' ('man from Pakistan') ऐकलं. 'गरिबांसाठी काही तरी करण्याची तळमळ असणाऱ्या या तरुण माणसानं' सुलतान खान यांना चांगलंच प्रभावित केलं.

दारिद्र्य निर्मूलनासाठी ठोस कल्पना असलेल्या आणि त्या कल्पनांद्वारे दोन देशांना जोडणाऱ्या या 'पाकिस्तानी माणसाला' भारतातले लोक आधीपासूनच ओळखत होते. आधी पूर्व पाकिस्तानात सरकारी कर्मचारी म्हणून, नंतर दौदझाई आणि गिलगिट बाल्टिस्तानमध्ये सरकारी कर्मचारी म्हणून मिळालेला वैविध्यपूर्ण कामांचा अनुभव सोबत घेऊन ते भारतात 'संयुक्त राष्ट्र विकास कार्यक्रमा'अंतर्गत (युनायटेड नेशन्स डेव्हलपमेंट प्रोग्राम - UNDP) 'साऊथ एशिया पॉव्हर्टी ॲलिव्हिएशन प्रोग्राम' (SAPAP) चालवला जात होता, त्यासाठी सल्लागार म्हणून आले. सन १९९४ मध्ये कुर्नूल इथं प्रायोगिक तत्त्वावर सुरू होणाऱ्या एका योजनेचं ते परीक्षण करणार होते. त्याच वेळी पंतप्रधान पी. व्ही. नरसिंहराव यांचे सचिव के. आर. वेणुगोपाल हे त्या योजनेचे आवश्यक घटक बनले. 'वेणुगोपाल यांनी गोष्टी सोप्या केल्या नाहीतर मी भारतात आलोच नसतो आणि त्यांनी माझ्याकरता राजूला शोधून काढलं.' राजू म्हणजे कुर्नूलचे माजी जिल्हाधिकारी के. राजू. ते १९९६ ते २००० या काळात एसएपीएपीचे राष्ट्रीय समन्वयक होते.

'इंडिपेंडण्ट साऊथ एशियन कमिशन ऑन पॉव्हर्टी ॲलिव्हिएशन' आणि त्यांच्या अहवालामुळे ही योजना सुरू करण्यासाठी चालना मिळाली. सन १९९३

मध्ये सार्क देशांच्या प्रमुखांनी हा अहवाल स्वीकृत केला. सुलतान खान आणि वेणुगोपाल हे दोघंही सदस्य होते. मी 'नॅशनल रुरल लाईव्हलिहूड्स मिशन'चे (NRLM) प्रमुख विजयकुमार यांच्याशी बोलले. ते २०००मध्ये सुलतान खान यांना भेटले होते. ते म्हणाले, की या अहवालाचं मौलिक योगदान असं, की त्यात दारिद्र्य निर्मूलनासाठी सामाजिक एकत्रीकरणाची गरज अधोरेखित केली होती. त्यानंतर यूएनडीपीनं सार्कमधल्या प्रत्येक देशात एक प्रायोगिक प्रकल्प उभारण्याचा निर्णय घेतला आणि तेव्हा तो त्या वेळच्या आंध्र प्रदेशात तीन ठिकाणी म्हणजे कुर्नूल, अनंतपूर आणि महबूबनगर या जिल्ह्यांमधल्या वीस मंडलांमध्ये (तालुक्यांमध्ये) १९९४ पासून कार्यान्वित करण्यात आला. सुलतान खान यांचं अधिकृत पद, स्थान हे पाकिस्तानच्या 'रुरल सपोर्ट प्रोग्राम्स नेटवर्क' आणि 'नॅशनल रुरल सपोर्ट प्रोग्राम'च्या संचालक मंडळाचे अध्यक्ष असं होतं. या दोन्ही 'ना नफा' तत्त्वावर चालणाऱ्या जॉइंट स्टॉक कंपन्या होत्या. ऑक्टोबर २०१३ मध्ये मी त्यांच्यावर लिहिलेला लेख 'द हिंदू'मध्ये संपादकीय पानाच्या बाजूच्या पानावर प्रसिद्ध झाल्यावर त्यांनी भारताला भेट दिली आणि आपण आता सेलिब्रिटी झाल्याचं ते विनोदानं म्हणाले. सेलिब्रिटी तर ते तसेही होतेच. एका अर्थी दारिद्र्य निर्मूलन कार्यक्रमांमुळंच पुढं एनआरएलएमची निर्मिती झाली. आंध्र प्रदेश आणि बिहार अशा राज्यांमधली त्यांची प्रगती जाणून घ्यायला ते उत्सुक होते. राजू आणि विजय कुमार त्यांच्या येण्याची आणि त्यांच्याबरोबर प्रकल्पाच्या ठिकाणांना भेट देण्याची उत्सुकतेनं वाट बघायचे. खरं तर, आंध्र प्रदेश मॉडेल यशस्वी ठरल्यानंतर भारत सरकारनं आपलं गरिबीविरोधी धोरण बदललं. केरळात जरी कुडुंबश्री मॉडेल इतरांना प्रेरणा देणारं ठरलं, तरी कुमार यांच्या म्हणण्यानुसार ते आपलंसं वाटलं नाही, कारण त्याचा संबंध पंचायती राज संस्थांशी होता, ज्या भारतात अन्य ठिकाणी तेवढ्या बळकट नव्हत्या. मी जेव्हा माझ्या लेखासाठी राजू आणि कुमार या दोघांशी बोलले तेव्हा त्यांनी सुलतान खान यांचं वर्णन एक 'जादुई कार्यकर्ता' असं केलं. एक असा माणूस ज्यानं पाकिस्तानसारख्या अवघड ठिकाणी काम केलं होतं आणि अगदी शेवटच्या स्तरातल्या गरिबांना सेवासुविधा पुरवली होती.

आंध्र प्रदेशातल्या कार्यक्रमात, ज्याची व्याप्ती नंतर वाढवण्यात आली, आता ११ दशलक्षपेक्षा जास्त ग्रामीण महिलांचा सहभाग आहे. त्यांतल्या अनेक जणी आजही मोठ्या आपुलकीनं त्या 'पाकिस्तानी' माणसाची आठवण काढतात. कुमार यांच्या २००८च्या पाकिस्तान भेटीदरम्यान उत्तर-पश्चिम सीमा प्रांताचं सरकार भारताकडून साहाय्य मिळण्याची उत्सुकतेनं वाट बघत होतं. पाकिस्तानहून ज्या गटांनी आंध्रमधल्या प्रकल्पांना भेटी दिल्या, त्यांना हे पाहून आश्चर्य वाटलं,

की त्या प्रकल्पांवर संपूर्णपणे महिलांचं वर्चस्व होतं. आंध्र प्रदेशात महिलांनी स्व-मदत गटांची (self help groups-SHG) स्थापना केली होती. पण १९९६ मध्ये राजू यांनी जेव्हा गिलगिटला भेट दिली तेव्हा त्यांना ग्रामीण स्तरावरच्या संघटनांचं महत्त्व लक्षात आलं.

भारत आणि पाकिस्तान यांच्यातले संबंध मजबूत करण्यासाठी आणि ग्रामीण भागातल्या गरिबांना मदत व्हावी यासाठी मॉडेल निर्माण करण्यासाठी सुलतान खान यांनी वेणुगोपाल यांच्या खांद्याला खांदा लावून काम केलं. एनआरएलएम हा भारतात राष्ट्रीय कार्यक्रम असला, तरी पाकिस्तानात त्याची व्याप्ती वाढलेली नाही. अनेक भारतीय नोकरशहांशी त्यांचे घट्ट संबंध आहेत आणि वीस वर्षांहून अधिक काळापासून वेणुगोपाल यांच्याशी असलेली मैत्री सुलतान खान यांना बहुमोल वाटते. कुमार व राजू हे त्यांचे विशेष लाडके आहेत. त्या दोघांनाही त्यांनी पाकिस्तानात केलेल्या कामांपासून खूप काही शिकायला मिळालं आहे.

ऑगस्ट २०१३ मध्ये मी इस्लामाबादला सुरुवातीला ज्या थोड्या लोकांना भेटले त्यात ते होते. मी जेव्हा 'रुरल सपोर्ट प्रोग्राम नेटवर्क'च्या मुख्य कार्यकारी अधिकारी शंदाना हुमायूँ खान यांना भेटले तेव्हा त्यांनी मला 'आगा खान रुरल सपोर्ट प्रोग्राम' (AKRSP) सुरू करणाऱ्या व्यक्तीला भेटण्याचा खूप आग्रह केला. ती व्यक्ती म्हणजे शोएब सुलतान खान. मला खरं तर स्व-मदत गट चालवणाऱ्या महिलांना भेटण्याची जास्त इच्छा होती, पण मी शंदाना यांचा आग्रह मान्य केला आणि मी असं केलं याचा मला खरंच आनंद झाला. एका नोकरशहाकडून भन्नाट जीवनकथा ऐकण्याची अपेक्षा मी केली नव्हती.

मला वाटलं होतं, की मी त्यांना थोडे प्रश्न विचारेन आणि निघेन. पण मला दोन वेगवेगळ्या दिवशी त्यांची दोन वेळा मुलाखत घेण्याची संधी मिळाली, तीही जवळजवळ तीन तास! त्यांच्याबरोबर त्यांचे काही जुने मित्र होते. ते कराचीच्या ओरंगी गावाहून आले होते. तेव्हा माझी त्यांच्या एका जुन्या मित्राशी – जफर अल्ताफ यांच्याशी भेट झाली. ते एक माजी क्रिकेटपटू आणि पाकिस्तान क्रिकेट संघाचे व्यवस्थापक होते. त्यांनी सुलतान खान यांच्या खोकल्यासाठी काही होमिओपॅथीची औषधं आणली होती (वर्षातल्या त्या काळात परागकणांपासून होणारी ॲलर्जी सर्वत्र दिसायची). मी नंतर अल्ताफ यांना त्यांच्या घरी दुपारच्या जेवणासाठी भेटले. त्यांनी मला बेनझीर भुत्तो यांच्यावर त्यांनी लिहिलेल्या पुस्तकाच्या प्रती भेट दिल्या.

सीमेपलीकडून होणाऱ्या गोळीबाराच्या घटना, दहशतवादी हल्ले आणि परस्परांविषयीचा वैरभाव यांच्यावरील बातम्यांच्या रणधुमाळीत दारिद्र्य निर्मूलनावर आधारित आनंददायी साहचर्याच्या बातम्यांना अग्रभागी स्थान मिळणं अवघडच

होतं. हे संबंध दोन दशकांपासूनचे आहेत. त्यांची सुरुवात १९८२मध्ये झाली. तेव्हा सुलतान खान त्यांच्या नव्या नोकरीत रुजू होण्यासाठी – म्हणजेच एकेआरएसपीवर काम करण्यासाठी – जीप चालवत गिलगिटमध्ये दाखल झाले होते. सन १९५८ मध्ये पूर्व पाकिस्तानात एक तरुण नागरी सेवा अधिकारी म्हणून त्यांनी कारकिर्दीची सुरुवात केली होती. त्यांचे मार्गदर्शक होते अख्तर हमीद खान. त्यांनी तरुण शोएबला ग्रामीण विकास क्षेत्रात एक महनीय व्यक्ती बनवण्यात महत्त्वाची भूमिका बजावली. ग्रामीण विकास क्षेत्रात सुलतान खान एक आख्यायिका बनून राहिले. तेव्हाच्या पूर्व पाकिस्तानात असलेल्या कोमिला जिल्ह्याचे उपायुक्त असताना त्यांची 'पाकिस्तान अॅकेडमी फॉर रुरल डेव्हलपमेंट'चे तेव्हाचे प्रमुख हमीद खान यांच्याशी भेट झाली. पुढे 'कोमिला पद्धत (approach)' म्हणून ओळख प्राप्त झालेल्या पद्धतीला हमीद खान यांनी निर्दोष स्वरूप प्राप्त करून दिलं.[१]

त्यांनी पोलीस ठाण्याला विकासाचं केंद्र म्हणून ओळख प्राप्त करून दिली. ब्रिटिशांनी त्याचं स्थान निश्चित करताना, पोलीस ठाण्यात राहणारा अधिकारी घोड्यावर बसून जास्तीत जास्त किती लांब जाईल आणि त्याच दिवशी परत येईल हा निकष लावला होता. कायदा आणि सुव्यवस्थेचं ते प्रतीक विकासाचं प्रतीक बनलं होतं. लवकरच पूर्व पाकिस्तानातल्या ४१० ठाण्यांमध्ये ठाणे प्रशिक्षण व विकास केंद्राची स्थापना करण्यात आली. प्रत्येकात २५ सरकारी विभाग होते आणि ते एक भव्य संकुल होतं, अशी आठवण सुलतान खान यांनी जागवली. लोक ठाण्याला त्यांच्या गरजांसाठी भेट देऊ शकायचे. त्याच दिवशी घरी परतू शकायचे आणि सरकारला पायी चालणाऱ्या कर्मचाऱ्यांची सेना उभारणं शक्य झालं होतं. नंतर, पेशावरला 'पाकिस्तान फॉर रुरल डेव्हलपमेंट'चे संचालक म्हणून त्यांनी पूर्व पाकिस्तानमधल्या अनुभवाचा वापर दौदझाई कार्यक्रमात केला जो मैलाचा दगड म्हणून ओळखला जातो. पेशावर नजीकच्या दौदझाई ठाण्यांतर्गत सुमारे २० हजार घरं होती. तीन वर्षांत विकासाचं हे मॉडेल इतकं यशस्वी झालं, की सरकारनं ते सीमेजवळच्या सगळ्या ११० ठाण्यांमध्ये नेण्याची इच्छा दर्शवली. मात्र, काही शक्ती या कार्यक्रमाच्या विरोधात कार्य करत होत्या. सुलतान खान यांच्या विरोधात कुभांड रचून खोटे आरोप करण्यात आले, जे नंतर मागे घेण्यात आले. तेव्हा त्यांचे राजकीय गुरू नॉर्थ वेस्ट फ्रंटिअर प्रॉव्हिन्सचे (NWFP) माजी राज्यपाल आणि मंत्री हयात शेरपाओ, ज्यांना हा कार्यक्रम राबवण्यात रस होता, ते १९७५मध्ये एका स्फोटात मारले गेले. नागरी सेवेतल्या अनुभवांनी निराश होऊन भ्रमनिरास झालेल्या सुलतान खान यांनी ती नोकरी सोडली आणि संयुक्त राष्ट्रांच्या उपक्रमांसाठी काम करायला सुरुवात केली. शेवटी १९९४मध्ये

ते भारतात येऊन दाखल झाले.

युनिसेफसाठी सामाजिक विकास सल्लागार म्हणून श्रीलंकेत महावेली गंगा प्रकल्पासाठी काही काळ काम केल्यानंतर (या प्रकल्पामुळे त्यांच्यावर 'न्यूजवीक'मध्ये पानभर लेख छापून आला होता - 'अ मॅन नेम्ड खान') आगा खान फाउंडेशननं त्यांना पाकिस्तानात गिलगिट इथं एका प्रकल्पाची जबाबदारी स्वीकारण्याविषयी विचारणा केली. ज्या दिवशी ते विमानानं गिलगिटला जाणार होते, त्या दिवशी म्हणजे दि. १ डिसेंबर १९८२ रोजी त्यांच्या विमानानं आकाशात उड्डाण केलंच नाही. मग त्यांनी एक जीप मिळवली आणि ते इस्लामाबादपासून ६०० किलोमीटरवर असलेल्या गिलगिटला निघाले.

एकेआरएसपीचा फक्त गिलगिटलाच प्रकल्प सुरू आहे असं नाही, तर पाकिस्तानातल्या इतर भागांमध्येही आहे. त्यातल्या बऱ्याच प्रकल्पांची व्यवस्थित नोंद सुलतान खान यांना 'अ जर्नी थ्रू ग्रासरूट्स डेव्हलपमेंट' या पुस्तकात आढळते.[२]

या सगळ्यातून एक असाधारण व्यक्ती म्हणून ते घडत गेले. एक नोकरशहा ज्यानं आपल्या हाती असलेल्या सत्तेचा वापर गरिबांसाठी काही तरी करण्यासाठी केला, वेगवेगळ्या समाजांशी घट्ट अनुबंध जोडले आणि भारत व पाकिस्तानमधल्या नेत्यांशी कायमस्वरूपी नाती जोडली. त्यांचं चरित्र 'मॅन इन द हॅट'[३] या नावानं प्रसिद्ध आहे. पण त्यांच्या स्वत:च्या आठवणींनी अनेक खंड भरतील अशी मला खात्री आहे.

माझ्या स्टोरीसाठी त्यांची काही अवतरणं घेण्याऐवजी मी एक Op-ed लेखच लिहून टाकला आणि सुलतान खान यांच्यावर एक ब्लॉगही लिहिला. मी परत आल्यावर दिल्लीला मात्र त्यांची आणि माझी भेट होऊ शकली नाही. जंग ग्रुपनं २०१६मध्ये प्रकाशित केलेल्या एका पुस्तकात पाकिस्तानला अभिमान वाटेल, अशा २० पाकिस्तानी लोकांची यादी दिली आहे. त्यात सुलतान खान यांच्या नावाचा समावेश केला गेला आहे. वयाच्या ८५व्या वर्षी बऱ्याच लोकांपेक्षा ते जास्त समाधानानं मागं वळून आपल्या आयुष्याकडे बघू शकतात.

शालीन, तरीही निश्चयी!

महिलांच्या मुक्तपणे वावरण्यामुळे ज्या समाजात अत्यंत वाईट प्रकारचा संशय घेतला जातो, त्या समाजात शाइस्ताची कामगिरी म्हणजे तारेवरची कसरत होती. जेव्हा तिनं आणि इतर काही महिलांनी हरिपूरच्या आदिवासी भागात सुरुवातीला काम सुरू केलं तेव्हा त्या अमेरिकी दलाल असल्याचा किंवा आपल्याला लुटायला आल्याचा तिथल्या लोकांचा समज झाला होता. तिला बघितल्यावर लोक आतून

दार लावून घेत असत. पण हळूहळू तिनं त्यांचं मन वळवलं आणि पाण्यासारख्या अन्य महत्त्वाच्या प्रश्नांबाबत बाहेर पडून बोलणं आवश्यक असल्याचं त्यांना पटवून दिलं. एकत्र येऊन सभा भरवण्यातला आणि आपल्या आर्थिक नाड्या स्वत:च्या हातात घेण्यातला आनंद स्त्रियांना कळू लागला. पंधरापेक्षाही जास्त वर्षांपूर्वी, नरियन गाव हे केपीकेमधलं पहिलं असं गाव होतं, जिथं सामाजिक संघटना उभी राहिली आणि बोअरवेल खणणं हे तिथलं प्राधान्यक्रमानं करण्याचं काम झालं. त्यामुळं पाण्याची स्थिती सुधारली. या सगळ्या प्रक्रियेमध्ये, महिलांना इतर मोहल्ल्यांना भेट द्यायची जी भीती वाटायची ती वाटेनाशी झाली. त्यांच्या या मुक्त वावरामुळे त्यांना वारंवार समाजाच्या रोषाला सामोरं जावं लागलं. त्यांना 'निर्लज्ज' म्हणण्यात आलं आणि त्यांनी पहिल्यांदा संघटना सुरू केली तेव्हा मारून टाकण्याच्या धमक्याही देण्यात आल्या.

स्व-मदत गटाच्या त्या स्त्रियांनी त्यांच्या कहाण्या अगदी सहजपणे सांगितल्या. त्या ऐकून काही वेळा अंगावर शहारे येत होते आणि मला त्यांच्या खडतर आयुष्याची थोडी झलक त्यातून मिळाली. त्यांची आयुष्यं 'रुरल सपोर्ट प्रोग्राम'बरोबर काम केल्यामुळं बदलून गेली आहेत. त्यांच्यामध्ये तरुण स्त्रियाही होत्या आणि वृद्धही. लाजाळू, शालीन, तरीही निश्चयी! मी इस्लामाबाद सोडून बाहेर जाऊ शकत नसल्यामुळे त्यातल्या काही मला भेटायला हरिपूरहून आणि इतर ठिकाणांहून आल्या होत्या. बहुधा त्यांच्यातल्या झुबिनाला जिवे मारण्याच्या धमक्या मिळाल्या होत्या. सन २००५मध्ये झालेल्या प्रचंड मोठ्या भूकंपातून बचावलेल्या लोकांना प्रशिक्षण देण्याचा प्रयत्न ती करत होती. त्या भागातल्या बहुतांश मुलींपेक्षा ती जास्त शिकलेली होती. ती दहावीपर्यंत हरिपूरला (KPKमध्ये) शिकली आणि नंतर तिनं हस्तकलेमध्ये प्रावीण्य मिळवलं होतं. हस्तकलेचं उत्कृष्ट प्रशिक्षण देणारी म्हणून तिची ओळख होती. जेव्हा तरुण लोकांना जगण्यासाठी आवश्यक असलेली कौशल्यं शिकवण्यासाठी तिला कोहिस्तानला पाठवण्यात आलं तेव्हा कट्टर वैरभाव बाळगणाऱ्या मुलांनी भरलेल्या वर्गाचा तिला सामना करावा लागला. तिला मारण्यासाठी ती मुलं एका पायावर तयार होती, कारण ती एक स्त्री होती. झुबिना शांतपणे मला हे समजावून सांगत होती, की स्त्रियांना घराचा उंबरा ओलांडण्याची मुभा नव्हती किंवा दुसऱ्या मोहल्ल्यातही जाण्याची परवानगी नव्हती. असं करणं म्हणजे मृत्यूला आमंत्रण दिल्यासारखंच होतं. बेशाममध्ये एका स्त्रीला शिक्षकाच्या रूपात बघून तरुण मुलं चकित झाली. त्यांना ज्या प्रकारे शिकवलं गेलं होतं, त्यांच्यावर लहानपणापासून ज्या पद्धतीचे संस्कार झाले होते त्यानुसार त्यांची प्रतिक्रिया उमटली. हा असा प्रदेश आहे जिथं सन्मान जपण्याच्या नावाखाली, इज्जतीच्या नावाखाली, स्त्रियांना गोळ्या घातल्या जाऊ शकतात. एखाद्या पुरुषाकडं

पाहिलं म्हणून, आंघोळीला बाहेर गेली म्हणून किंवा कोणतंही कारण नसतानासुद्धा. तुम्ही एक स्त्री आहात एवढं कारणसुद्धा एखाद्या पुरुषाला तुमच्यावर गोळ्या झाडण्यासाठी पुरेसं असतं. झुबिना कणखर होती. पोकळ धमक्यांनी डगमगणारी नव्हती. तिनं तिच्या वर्गाला ठणकावून सांगितलं – बसायचं तर बसा नाहीतर चालते व्हा. 'सरहद रुरल सपोर्ट प्रोग्राम'चा (SRSP) एक भाग म्हणून (तिथं काम करणारी ती एकमेव विकास संघटना होती) तिला विशेष फायदा मिळाला आणि काही मुलांना शिवणकाम शिकवण्यात तिला यश आलं. 'रुरल सपोर्ट प्रोग्राम्स नेटवर्क' (RSPN) हे पाकिस्तानातल्या बिगरसरकारी संघटनांचं सर्वांत मोठं नेटवर्क आहे आणि एसआरएसपी हा त्याचा एक भाग आहे. त्यांची कामाची पद्धत १९८२मध्ये उत्तर पाकिस्तानात एकेआरएसपीनं पहिल्यांदा अमलात आणलेल्या पद्धतीवर आधारित आहे.

अकरा 'ग्रामीण सहायता कार्यक्रमां'चं (रुरल सपोर्ट प्रोग्राम) नेटवर्क म्हणून सन २००० मध्ये आरएसपीएनची स्थापना झाली. लघुकर्ज हा या कार्यक्रमाचा खूप मोठा भाग आहे. महिलांनी स्थापन केलेले गट छोटे व्यवसाय किंवा दुकानं चालवतात. त्यांच्या नवऱ्यांसाठी टॅक्सीसुद्धा विकत घेतात. इतर लोकांच्या घरी जाऊन मोलमजुरी करण्यापेक्षा त्या स्वयंपूर्ण बनल्या आहेत. यासाठी छोटी कर्ज त्यांना मदत करतात. निलोरच्या फौझियानं सांगितलं की सुरुवातीला स्त्रियांनी १० पाकिस्तानी रुपयांची बचत करायला सुरुवात केली. ज्या महिला पैसे आणू शकल्या नाहीत त्यांनी काही वस्तू आणल्या, काही वेळा तर अंडीही आणली. बँकांकडून कर्ज घेणं कठीण होतं, पण आरएसपीकडून उधारीवर घेतलेल्या पैशांचा फिरता निधी बनवला गेला आणि महिलांनी स्वत: ते पैसे वितरित केले. पैसे किंवा कर्ज यांच्यापेक्षा काही तरी करून दाखवण्याची प्रेरणा आणि धैर्य नाहीदसारख्या महिलांना जास्त रोमांचक वाटत होतं. नाहीद ही इस्लामाबाद राजधानी क्षेत्रातल्या एका वसाहतीतून आली होती. शगुफ्ता आणि अन्य काही महिलांनी त्यांचा स्वत:चा लोणचे उत्पादन व्यवसाय सुरू केला होता. ती तिच्या भागातली नक्कीच पहिली महिला व्यावसायिक होती. त्या संपूर्ण कार्यक्रमानं महिलांना धीटपणे बोलायला शिकवलं आणि या गटांनी राजकीय क्षेत्रातही पुढाकार घ्यायला सुरुवात केली – सुमारे ३०० महिलांनी वेगवेगळ्या स्तरांवर निवडणुका जिंकल्या आहेत. इरम फातिमानं दोनदा निवडणूक लढवली. दुसऱ्या वेळी तर ती २०१३च्या पाकिस्तानच्या सार्वत्रिक निवडणुकीत उतरली होती. ती दोन्ही वेळा हरली, पण पुन्हा निवडणूक लढवण्याचा तिचा बेत होता.

'सार्क' देशांमधल्या यूएनडीपी प्रकल्पाचे सल्लागार म्हणून शोएब सुलतान खान रुजू झाल्यावर जेव्हा पाकिस्तानचे भारताशी संबंध जुळले तेव्हा पाकिस्तानच्या

एका गटानं आंध्र प्रदेशातल्या महिला कशा पुढं येऊन काम करतात हे पाहण्यासाठी भेट दिली आणि त्या गटातल्या लोकांचे विचारच बदलून गेले. आरएसपीएनच्या मुख्य कार्यकारी अधिकारी शंदाना म्हणाल्या, की महिलांना नेतृत्व करताना पाहून पाकिस्तानी लोकांना जरा धक्काच बसला. त्यांच्या त्या भेटीनंतर सुमारे ५० टक्के पतसंस्था आणि सामाजिक संघटनांमध्ये महिलांचं काम करण्याचं प्रमाण वाढलं. अनेक वर्षांपूर्वी याच्या निम्म्यानंही महिला अशी कामं करत नव्हत्या. मात्र, ग्रामीण सहायता कार्यक्रमाचा विस्तार धीम्या गतीनं होत आहे. पाकिस्तानातल्या १३१ पैकी १११ जिल्ह्यांमध्ये आणि १३ एफएटीए पैकी दोन ठिकाणी एकंदर ५.२ दशलक्ष कुटुंबं यात सहभागी झाली आहेत. या कार्यक्रमाचं उद्दिष्ट महत्त्वाकांक्षी आहे – १७ दशलक्ष गरीब, ग्रामीण कुटुंबं. मला एका यशस्वी लघुकर्ज कार्यक्रमाला भेट देण्यासाठी बहावलपूरला येण्याचं निमंत्रण होतं, पण मी तिथं जाण्याविषयी साधं विचारलंही नाही. उत्तर काय असेल हे मला माहीत होतं.

आत्मीय आणि साधी

भारतीय दूतावासामध्ये झालेल्या एका पार्टीत माझी तिच्याशी ओळख करून देण्यात आली. ती पार्टी आटोपून निघाली होती आणि मी प्रवेश करत होते. 'खादी'मधून घेतलेली माझी नवीन जीन्स मी माझ्या मित्रमंडळींना कौतुकानं दाखवत होते आणि ती 'उत्कटतेची सम्राज्ञी' माझ्याकडं बघत होती याची मला जाणीवच झाली नाही. मला आश्चर्याचा इतका मोठा धक्का बसला, की मी चाचरत अभिवादन केलं आणि ती मात्र लवून सलाम करत राहिली. आता पुढं मी काय केलं पाहिजे ते मला काही सुचेना, कारण मी तर आधीच – मनापासून, असं मला वाटलं – अभिवादन केलं होतं. तिनं तिचा उजवा हात गुडघ्यापर्यंत खाली नेला आणि पुन: पुन्हा वर उचलला – तीन वेळा खाली-वर हलवला - तिचे कुरळे केस तिच्या खांद्यांवर रुळत होते. मी नंतर कुठंतरी वाचलं की तो जमिनीलगत केलेला सलाम (floor salaam) होता. दरबारी लोक सम्राटाला असा सलाम करताना मी – बहुधा 'मुघल-ए-आझम'मध्ये – पाहिलं होतं. मला इतका मोठा मान का दिला जात होता यावर मी विचार करत होते. जर असा सलाम करायचा होता, तर तो मी करायला हवा होता. ती गेटच्या बाहेर जाऊन पोचलीद्ध तरी मी आपली जागच्या जागी खिळूनच उभी होते. मागून मला दबक्या आवाजातलं हसणं ऐकू आलं. मीसुद्धा तितक्या वेळा इतक्याच खाली झुकून सलाम करायला हवा होता, माझ्या पाजी मित्रांनी स्पष्ट करून सांगितलं. ते हसता हसता गडाबडा लोळायचेच बाकी होते. अचानक त्यांना शिष्टाचार पालनाचा साक्षात्कार झाला होता. माझ्याकडे 'तहजीब' नव्हती, ते म्हणाले – ती अबीदा परवीन होती –

तिच्या प्रेमाला आणि विनयाला सीमा नव्हती, तिच्या गाण्यासारखीच. तिचं गाणं होतंच तसं – सीमा वितळवून टाकणारं. मला वैताग आला तो याचा, की आमची ही भेट पुढं किती तरी वेळा चघळली गेली आणि माझ्या मित्रमंडळीसाठी तो किस्सा म्हणजे कित्येक दिवस हसण्याचं कारण ठरला. पुढचे काही दिवस मी जेव्हा जेव्हा त्यांना भेटले तेव्हा जर एखादी नवीन व्यक्ती हजर असेल आणि तिनं हा किस्सा ऐकला नसेल, तर माझी मित्रमंडळी बोलायला सुरुवातच अशी करायचे 'ही अबीदा परवीनला भेटली तेव्हा हिनं काय केलं माहीत आहे?'

तो प्रसंग तसा विनोदी होता खरा. असो; पण अजिबात विचलित न होता मी तिच्या घरी एक मीटिंग ठरवली. तिच्या मुलीच्या मालकीच्या एका दिमाखदार ब्युटिकच्या शेजारीच तिचं घर होतं. तिला भेटणं सोपं असेल असं मला वाटत नव्हतं. तिचा नवीन अल्बम 'शाह जो राग' कराचीत प्रसिद्ध झाला होता आणि माझ्या लेखासाठी हे अगदी योग्य निमित्त होतं. ती आराम करत असल्यामुळे मला तासभर वाट बघत थांबावं लागलं. ती मला बहुधा भेटणारच नाही या विचारानं मला अस्वस्थ वाटायला लागलं. 'एपी गॅलरी' या तिच्या ब्युटिकमध्ये वाट बघत थांबले असताना मला पेशावरच्या काही फॅशन डिझायनर भेटल्या. त्या तिथं त्यांचे उत्तम, पण महागडे कपडे ठेवायला आल्या होत्या. वेळ घालवण्यासाठी मी तिच्या सूफी अल्बमनं भरलेल्या संपूर्ण भिंतीकडं बघत होते. त्यात छायाचित्रंही होती (त्यातली बरीच छायाचित्रं लता मंगेशकर, आर. डी. बर्मन, पंडित जसराज अशा भारतीय कलाकारांबरोबरची होती). २००८ मध्ये ताजमहाल हॉटेलमध्ये झालेल्या तिच्या कार्यक्रमाचं एक छायाचित्र होतं. एक होतं ते शौकत कैफी आझमी यांना मिठी मारतानाचं. एक तिचे गुरू उस्ताद सलामत अली खान यांच्यासोबतचं आणि एक हजरत ख्वाजा मोइनुद्दीन चिश्ती दर्गा, अजमेर शरीफ इथं २००१ मध्ये काढलेलं तिचं स्वत:चं. कपडे, दागिने आणि कलाकुसरीच्या वस्तूंचा वैचित्र्यपूर्ण संग्रह असलेल्या त्या गॅलरीच्या दुसऱ्या एका विभागात तिला मिळालेले पुरस्कार मांडून ठेवले होते.

अखेरीस मी जेव्हा तिला भेटले तेव्हा तिनं साधे, फिकट करड्या रंगाचे कपडे घातले होते. तिचा दाट केशसंभार मुक्तपणे तिच्या खांद्यांभोवती विसावला होता. मी तिची जुनी मैत्रीण असल्यासारखी ती माझ्याशी आपुलकीनं आणि मोकळेपणानं वागत होती. माझ्यात 'तहजीब' नसल्याचा तिनं उल्लेख केला नाही, त्यामुळं मी सुटकेचा नि:श्वास सोडला. भारत आणि पाकिस्तान यांच्यात 'मोहब्बत' आहे याबाबत तिच्या मनात अजिबात संदेह नव्हता. तिचं पहिलं प्रेम 'सूफीझम' आणि तिचे सूफी मास्टर हे होतं. ती खूप साधेपणानं आणि लहान मुलाच्या निरागसपणानं उत्तरं देत होती. 'रुहानियत' (soulfulness) ही त्या

संध्याकाळची थीम होती. स्वत:च्या गायनाचं फार थोडं श्रेय तिनं स्वत:ला दिलं. तिचं संगीत म्हणजे तिच्या आध्यात्मिक गुरूंप्रति म्हणजेच सूफी संतांप्रति असलेल्या तिच्या भक्तीचं, निष्ठेचं फळ होतं. कराचीमधील एका जलशात तिचा 'शाह जो राग' हा अल्बम प्रकाशित झाला होता. तिथल्या स्नेहार्द्र आठवणींनी ती भारून गेली होती. ही अशी काही उत्कटता होती, की जिच्यामुळे लोकांच्या डोळ्यांत अश्रू उभे राहिले होते. अचानक तिनं राजकारणाचा विषय काढला आणि ती बॉम्बस्फोटांबद्दल बोलायला लागली. ती म्हणाली, की या सगळ्या गलबल्याच्या काळात सूफीझमकडून प्रेमाचा आणि शांतीचा संदेश दिला गेला आणि त्या संदेशानं लोकांना एकत्र येण्यासाठी आत्मिक बळ दिलं. तो एक चमत्कारच होता, ती प्रसन्नतेनं म्हणाली. प्रेम आणि आत्मीयता भरलेल्या या जगात रक्तासाठी जागाच नाही, ती म्हणाली.

पंधरा वर्षांपूर्वी तिनं अठराव्या शतकातले सूफी कवी शाह अब्दुल लतीफ यांच्या काव्यरचना 'शाह जो राग'चा पहिला सूर रेकॉर्ड केला होता. सुमारे २५० पेक्षाही जास्त वर्षांपासून त्यांनी रचलेली गीतं सूर्योदयापासून ते सूर्यास्तापर्यंत त्यांच्या भित शाह इथल्या भव्य कबरीपाशी त्यांचे शिष्य गात आले आहेत. त्या संगीताचं काही प्रमाणात एकत्रीकरण करण्याचा पहिल्यांदाच प्रयत्न केला गेला तो 'शाह जो राग'मध्ये. ही कामगिरी शिवधनुष्य पेलण्याइतकीच अवघड होती. या अल्बममध्ये अकरा सीडी आहेत आणि त्यासोबत एक सुंदर प्रबंधही दिला जातो. वयाच्या तिसऱ्या वर्षी तिनं गाणं शिकायला सुरुवात केली. ती खळखळून हसत सांगत होती, की शाळा सगळीकडंच असायची, कारण तिचे वडील उस्ताद गुलाम हैदर हे संगीत विद्यालय चालवायचे. शास्त्रीय संगीत शिकण्याची जशी एक कडक काटेकोर पद्धत असते तशी इथं नव्हती. संगीत शिकण्याची निश्चित अशी जागा नव्हती असं ती म्हणाली. सगळं काही अनौपचारिक होतं. लवचिक आणि प्रवाही. दोघं स्वरांवरून भांडायचे, ते तिला काही तरी गायला सांगायचे, तिच्या चुका सुधारायचे आणि हे असंच पुढं चालू राहायचं. सर्वत्र संगीत भरलेलं होतं. ती सतत सगळा वेळ शिकतच होती, पण तिनं मनाशी ही खूणगाठ बांधली, की शिक्षण हे कधीही पुरेसं होत नाही किंवा संपत नाही. ती राहत होती त्या मनमोहक आणि अनौपचारिक जगात खरी शाळा कधीच अनिवार्य नव्हती. तिनं सांगितलं, की तिचं शिक्षण बारावीपर्यंत झालं होतं (बारह-चौदह).

तिचे वडील पतियाळा घराण्याचे निपुण गायक होते आणि ख्यातकीर्त गायक आमिर खान यांचे चाहते होते. त्यांचं गाणं ते ऑल इंडिया रेडिओवर ऐकत असत. भित शाह इथं गायली जाणारी गाणी ऐकत ऐकतच ती लहानाची मोठी झाली आणि ती गाणी गाण्याची तीव्र इच्छा तिच्या मनात निर्माण झाली.

अनेक वर्षांच्या कठोर परिश्रमांनंतर आणि संशोधनानंतर ती इच्छा तिनं पूर्ण केली. 'तुम्हाला एका जरी शब्दाचा अर्थ समजला, तरी तो क्षण स्वर्गीय आनंद देणारा असतो. तो तुम्हाला आयुष्य कसं जगायचं ते सांगतो आणि तुम्हाला कोणती गोष्ट मार्गदर्शक ठरेल हे दाखवतो.' त्या अल्बममधले सगळे तीस राग ती गायली आहे. त्यातले काही अशा प्रकारे कोणी गायले नव्हते. तिचा पहिला जाहीर कार्यक्रमही भित शाह इथंच झाला. पहिल्यांदाच जाहीरपणे गाताना तिला भीती वाटलीच नाही असं नाही. एखादी व्यक्ती गाताना असं सर्वस्व ओतून गात असेल, तर त्या व्यक्तीला भीती वाटत असेल यावर माझा विश्वास बसेना. सन १९७३मध्ये तिनं रेडिओ पाकिस्तानसाठी पहिली ऑडिशन दिली. नंतर तिनं बुल्ले शाह यांच्या गीतांचा आपला पहिला अल्बम प्रकाशित केला. तिच्या गाण्याचे काही कार्यक्रम मुंबईच्या ताजमहाल हॉटेलमध्ये झाले आहेत. दोन्ही देशांमध्ये आणखी देवाणघेवाण व्हावी असं तिला वाटतं. दोन्ही देशांमधल्या कुटुंबांमध्ये, कलाकारांमध्ये परस्परांविषयी गाढ प्रेमाची भावना आहे आणि तिला कोणीही थोपवू शकत नाही, ती म्हणाली. तिच्यासाठी भारत आणि पाकिस्तान हे एकच देश होते. 'तेही असाच विचार करतात. दोन्ही ठिकाणी गोडवा आणि प्रेम आहे. मी अशाच पद्धतीनं विचार करते – मी जर चुकत असेन तर माझी चूक दुरुस्त करा. प्रेम ही एक शक्ती आहे, ती एखाद्या सागरासारखी आहे, ती तुटू शकत नाही, मोडू शकत नाही.'

काही भारतीय कलाकार तिचे अत्यंत लाडके आहेत – पंडित जसराज, उस्ताद आमिर खान आणि उस्ताद झाकिर हुसैन खान. पाकिस्तानात तिचे लाडके कलाकार होते सुप्रसिद्ध तबलावादक तारी खान. जरी तिनं इतर सूफी संतांकडूनही प्रेरणा घेतली असली, तरी तिचे आध्यात्मिक गुरू होते सईद मुहम्मद नजीब सुलतान बाहू. ती तेव्हा एका प्रकल्पामध्ये व्यग्र होती. तो म्हणजे हजरत सुलतान-उल-अरिफीन (जन्म १६३१ किंवा दोनेक वर्षं आधी आणि मृत्यू १६९१) यांच्या पर्शियन भाषेत लिहिलेल्या रचनांचं सरायकी (मुलतानी) भाषेत भाषांतर. त्या रचना दोन्ही भाषांमध्ये गायचा तिचा मानस होता. सुलतान-उल्-अरिफीन असं म्हणाले होते, की जो कोणी त्यांनी लिहून ठेवलेलं वाचेल त्याला आध्यात्मिक गुरूचा शोध घेण्याची गरज भासणार नाही. अबीदानं त्यांचं एक वाक्य उद्धृत केलं. 'मी जिथं पोचलो आहे तिथं अजून कोणीही पोचलेलं नाही.' या हृदयस्पर्शी वाक्यानं तिनं मुलाखतीचा समारोप केला. मला असं वाटलं, की मला भेटलेल्या अन्य किती तरी पाकिस्तानी लोकांसारखाच तिनं आपल्या दोन्ही देशांमधल्या संबंधात शहाणपणाचा आणि आत्मीयतेचा धागा विणला आहे. इथं संशयाला किंवा तिरस्काराला जागाच उरली नव्हती. दोन्ही देशांमध्ये प्रेमभावना वसत आहे

या विषयी तिच्या मनात तिळमात्रही शंका नव्हती. हिंसाचारानं जगाचा नाश सुरू असताना अबीदा परवीनचं गाणं आणि सादरीकरण तुम्हाला अनिर्वचनीय आनंदाच्या उच्च शिखरावर नेऊन ठेवतं. आटत जाणाऱ्या शांततेच्या वस्त्राचा ती एक महत्त्वाचा भाग बनून राहिली आहे. तिनं गायलेल्या फैज अहमद फैज यांच्या रचनांचा अल्बम माझा अत्यंत आवडता आहे. मी कधी तिला भेटेन आणि तिची मुलाखत घेईन, याची कल्पनाही केली नव्हती. अनेक वर्षांपूर्वी जिद्दू कृष्णमूर्तींनी दाखवल्याप्रमाणे तीही आपल्याला आपल्या 'क्षुद्र वर्चस्ववादी मनोवृत्ती'पासून वर उठण्याचा मार्ग दाखवते.

वाळवंटाचा आवाज

ती पहिल्यांदा सिंधमधल्या सेहवान इथं लाल शाहबाझ कलंदर यांच्या दर्ग्यामध्ये गायली. तिच्यातला या उपजत कलागुणांचा तिच्या कुटुंबानं फारसा विचार कधी केला नव्हता. पण वयाच्या बाराव्या वर्षी तिनं पाकिस्तान रेडिओवर 'लाल मेरी' हे गाणं रेकॉर्ड केलं. मात्र तिचं आवडतं गाणं होतं 'बडी लंबी जुदाई.' मी जेव्हा पहिल्यांदा रेश्माचं गाणं ऐकलं तेव्हा ऐकणाऱ्याच्या मनात रुंजी घालणाऱ्या, मोकळ्या आवाजात गाणारी ही कोण गायिका आहे असा मी विचार करत होते. तिचा जन्म राजस्थानातल्या बिकानेर इथं भटक्या बंजारा जमातीत झाला होता. सन १९४७ नंतर तिचं कुटुंबं कराचीला जाऊन स्थायिक झालं.

मी इस्लामाबादमध्ये असताना घशाच्या कॅन्सरनं रेश्माचा घास घेतला. मला तिच्या श्रद्धांजलीचा लेख लिहायचा होता. मी विकत घेतलेल्या तिच्या सीडींपैकी एका सीडीमध्ये ती प्रत्येक गाण्याच्या आधी थोडं बोलली आहे. तिच्या आवाजाचं सगळं श्रेय ती कोणताही आडपडदा न ठेवता ईश्वराला देते. तिच्या गाण्याला कुटुंबीयांचा सुरुवातीला असलेला विरोध आणि नंतर त्यांनी त्याचा केलेला स्वीकार या विषयीही ती बोलते. त्या वेळी पाकिस्तान रेडिओमध्ये निर्माते असलेल्या सलीम गिलानींनी रेश्माला शोधून काढलं. पुढं ते पाकिस्तान रेडिओचे डायरेक्टर जनरल झाले. सेहवान इथं ती गात असताना त्यांनी तिचा आवाज ऐकला आणि तिला रेकॉर्डिंगसाठी कराचीला बोलावलं, असं पत्रकार मूर्तझा सोलंगी यांचं म्हणणं आहे. त्यांनी रेश्माबरोबरचा एक फोटो ट्विट केला होता. मी सोलंगी यांना फोन केला तेव्हा त्यांनी मला रेश्माच्या प्रदीर्घ आणि झगमगत्या संगीत कारकिर्दीच्या सुरुवातीबद्दल विस्तारानं सांगितलं.

रेडिओ पाकिस्तानमध्ये असताना सोलंगी यांनी वेगवेगळ्या रेडिओ स्टेशनवरून कार्यक्रमांची एक मालिका सादर केली होती. त्यात हयात असलेल्या ख्यातकीर्त गायकांना आदरांजली वाहिली होती आणि त्यातलीच एक होती रेश्मा. 'मी

रेशमाला कसा बरं विसरू शकेन? मी तरुण असताना तिचा आवाज मला नेहमीच समृद्ध करत आला आणि मला राजस्थान, चोलीस्तान आणि सिंध यांच्याशी जोडत राहिला. ती प्रेम आणि शांतीचा आवाज होती. मागच्या वर्षी मार्च महिन्यात आम्ही तिच्या सांगीतिक कारकिर्दीचा गौरव करण्यासाठी तिच्या समकालीन, तरुण कलाकारांना घेऊन एक कार्यक्रम केला होता. तिला राहवलं नाही. मी पण गाईन, ती म्हणाली. आणि ती तिथं रंगमंचावर उभी राहिली. एखाद्या सम्राज्ञीसारखी. तिचा आत्मविश्वासपूर्ण वावर श्वास रोखून धरणारा होता. संपूर्ण रंगमंच तिनं ताब्यात घेतला. संगीतकारांना सूचना देत, तालवाद्य वाजवणाऱ्यांना इशारे देत. तिनं गायला सुरुवात केल्यावर अनेकांच्या डोळ्यांमध्ये अश्रूंनी गर्दी केली. त्याचंही सोलंगींनी वर्णन केलं. 'मी जेव्हा सिंधची लोकरी शाल तिच्या खांद्यांवर पांघरली, तेव्हा तिच्या चेहऱ्यावर एक देखणं हसू फुललं. हिला घरचा वास येतोय, तिनं मला सांगितलं.'

ते पुढं म्हणाले, 'ती आता आपल्यात नाही, पण तिचा आवाज नेहमीच आपल्याबरोबर राहील. रेशमा नेहमीच माझ्या स्मरणात राहील. वाळवंटातलं एक फूल म्हणून. प्रेम, शांती आणि संगीत यांचं प्रतीक म्हणून!' तिचा आर्त, साद घालणारा स्वर तिच्या मूळ स्थानाची, वाळवंटाची आठवण करून देतो आणि मला विस्तीर्ण, मोकळ्या अवकाशाची आठवण करून देतो.

विद्यार्थ्यांची देवाण-घेवाण आणि फाळणीच्या आठवणी

दोन्ही देशांमधल्या प्रेमाच्या स्पेक्ट्रमची एक बाजू जर अबीदा परवीनसारख्या महान कलाकारांनी सांभाळली असेल, तर दोन्ही देशांना अधिक जवळ आणण्यासाठी इतरही काही प्रयत्न केले जातात. एका मैत्रिणीकडे लंच पार्टीसाठी गेले असताना 'बदलासाठी देवाण-घेवाण' कार्यक्रमाबद्दल मला योगायोगानंच समजलं. 'सिटिझन्स अर्काइव्ह ऑफ पाकिस्तान' (CAP) फाळणीच्या वेळी बचावलेल्या लोकांकडून मौखिक इतिहासाचं रेकॉर्डिंग करून घेत होतं आणि त्या प्रकल्पात सहभागी झालेल्या काही लोकांची भेट मला सुदैवानं घेता आली. सन २०१०पासून भारत आणि पाकिस्तानमधल्या शालेय विद्यार्थ्यांमध्ये पत्रांच्या देवाण-घेवाणीचा कार्यक्रम किंवा 'बदलासाठी देवाणघेवाण' कार्यक्रम राबवला जात होता. तोदेखील सीएपीनेच सुरू केला होता. एकमेकांबद्दल जाणून घेण्याचा, विचारांचं आदानप्रदान करण्याचा तो एक मार्ग होता. त्या पत्रांमध्ये खाद्यपदार्थ, कपडे, ऐतिहासिक इमारती, स्मारकं आणि एकूणच जीवनपद्धती या विषयी असलेलं स्वाभाविक कुतूहल प्रतिबिंबित होत होतं. तो कार्यक्रम संपल्यावर विद्यार्थी एकमेकांना भेटत होते. सीएपी ही सांस्कृतिक आणि ऐतिहासिक वारसा जतन करण्याला समर्पित असलेली

संस्था आहे. पत्रांच्या देवाणघेवाणीचा हा कार्यक्रम खूपच यशस्वी ठरला. याचा पुरावा म्हणजे दर वर्षी वाढणारी शाळांची आणि विद्यार्थ्यांची संख्या. प्रचार-अपप्रचार, पूर्वग्रह आणि समज यांचा कोणताही परिणाम होऊ न देता विद्यार्थ्यांना एकमेकांच्या देशांना भेट देण्याची आणि एकमेकांना समजून घेण्याची इच्छा होती. शोधून काढण्यासारख्या किती तरी गोष्टी होत्या. उदाहरणच द्यायचं झालं, तर ताजमहाल हे काही भारतातलं एकमेव ऐतिहासिक स्मारक नाही; भारतीय फक्त आंबेच खातात आणि बायका फक्त 'घागरे'च परिधान करतात. काही मुलांचे आजी-आजोबा भारतात जन्मले होते आणि ते दोन्ही देशांमध्ये ऐक्य प्रस्थापित व्हावं म्हणून प्रार्थना करत होते. एका पत्रात एका विद्यार्थ्यानं लिहिलं होतं, की भारत हा फार चांगला देश आहे आणि तिथं गांधींसारखे चांगले लोक आहेत! या उपक्रमाच्या तिसऱ्या टप्प्यात भारत व पाकिस्तानातून पाच हजार शालेय विद्यार्थी सहभागी झाले होते – दोन्ही बाजूंनी प्रत्येकी अडीच हजार.

एका परीनं, सीएपीचे दोन्ही कार्यक्रम भारत आणि पाकिस्तानच्या परस्पर संबंधांमधल्या दोन पैलूंना स्पर्श करत होते. एक कार्यक्रम भविष्यवेधी होता आणि दुसऱ्याला भूतकाळ जतन करायचा होता. दुःखद आणि सुखद स्मरणांची रेलचेल असलेला, परंतु देशाच्या रक्तरंजित आणि वेदनादायी फाळणीचा साक्षीदार असलेला भूतकाळ.

'रूट्स टू रूट्स' ('Routes 2 Roots') या भारतीय स्वयंसेवी संस्थेच्या सहयोगाने राबवलेला 'बदलासाठी देवाणघेवाण' (Exchange for Change) हा उपक्रम तरुण विद्यार्थ्यांसाठी होता, तर मौखिक दस्तावेजीकरण हा फाळणीच्या सुमारास हयात असलेल्या लोकांच्या आठवणींची नोंद करणारा उपक्रम होता. फाळणीच्या वेळी हयात असलेल्या तीन लोकांची मी मुलाखत घेतली. त्यांच्या बोलण्यातून मला खेदाची भावना जाणवली. कारण जिनांनी कल्पना केली होती त्याप्रमाणे पाकिस्तान धर्मनिरपेक्ष राष्ट्र बनू शकलं नाही. तरीही प्रो. नईम कुरेशी यांच्या मते फाळणी अटळ होती. 'फाळणी ही एक प्रक्रिया आहे, कुठून बोलायला सुरुवात करायची आणि बोलणं संपवायचं तरी कुठं? आणि अजूनही त्या बाबतीत अखेरचा शब्द बोलला गेलेलाच नाही.' इतरांसाठी ती प्रक्रिया बहुसांस्कृतिक समाजाकडे जाण्याऐवजी उलट दिशेला गेली. खालिद चिमा यांच्या दृष्टीनं फाळणीच्या वेळच्या कोणत्या गोष्टी त्यांनी पाहिल्या किंवा त्यांच्या आठवणीत राहिल्या ते फारसं महत्त्वाचं नव्हतं. या निवृत्त सरकारी कर्मचाऱ्याच्या स्मरणात रुतून बसली आहे ती नंतर निर्माण झालेली परिस्थिती, फाळणीचे दुष्परिणाम. 'आम्ही मोठं होत असतानाचा काळ असा होता, की तेव्हा धर्माचं काही महत्त्व नव्हतं. शाळेमध्ये तुम्हाला एकच चिंता भेडसावायची, की नवीन आलेला मुलगा खिलाडू वृत्तीचा

असेल ना? तो सगळ्यांशी मिळून-मिसळून वागेल ना? तुमचे स्काऊटचे ब्राह्मण शिक्षक तुमच्याबरोबर जेवायचे आणि तुमचे मित्र तुमच्याकडे रात्री राहायला यायचे. रविवारी दिवसभर मित्रांना भेटणं, शिकारीला एकत्र जाणं, भटकणं, मित्रमंडळी आणि कुटुंबीयांसोबत थंड हवेच्या ठिकाणी सगळ्यांनी एकत्र सहलीला जाणं, असे ते दिवस होते - चिमा म्हणाले. नवीन देशात येऊन सगळं आयुष्यच बदलून गेलं. सियालकोटला सरकारी नोकरीत असलेल्या त्यांच्या वडिलांनी फाळणीच्या दरम्यान भारतातल्या पूर्व पंजाब भागात जाण्याचं ठरवलं.

ते (चिमांचे वडील) ऑगस्टच्या पूर्वार्धात कुटुंबाला घेऊन जाण्यासाठी लाहोरला आले होते. त्यांना गर्दी सहन होईना आणि आपण जिथं राहणार आहोत तिथं सर्व प्रकारचे लोक असले पाहिजेत असं त्यांना वाटलं. परंतु, दंगली उसळल्यानं त्यांना त्यांच्या विचारापासून परावृत्त व्हावं लागलं. नियतीच्या फेऱ्यात अडकून ते पाकिस्तानातच राहिले. चिमा कुटुंबीयांचा भूतकाळातला हा प्रवास सुखद स्मृतींनी भरलेला होता. त्यांच्या वर्तमानाला दु:खाची किनार होती आणि गतकाळाच्या स्मरणरंजनाची जरतारी वेलबुट्टी. फाळणीच्या वेळी अनुभवाला आलेल्या राजकीय अनिवार्यतेचे इतर परिणाम आणि मुळातली फाळणीची मागणी खालिद यांच्यावर जास्त प्रभाव टाकून गेली. लोकांनी अतोनात छळ सहन केला – खून, बलात्कार, लूटमार, लोकांचं स्थलांतर (जगातील आत्तापर्यंतचं सर्वांत मोठं). पण खालिद यांच्या मते त्याहूनही मोठं नुकसान झालं ते म्हणजे ते एक विशाल दृष्टिकोन असलेला, बहुधर्मी, पुढारलेल्या मतांचा, बहुसांस्कृतिक समाज कायमचा नष्ट करण्यात आला. त्यांना ते व्यक्तिगत नुकसान वाटत होतं. 'मला वाटतं यामुळे जगाची अवस्था आणखी दयनीय झाली आहे. माझी कोणतीही गैरसोय झाली नसली, तरी मला हा त्रास नक्कीच झाला आहे.'

धर्म ही व्यक्तिगत बाब होती असं त्यांचं मत होतं. झियांचा कार्यकाळ सुरू होईपर्यंत कोणालाही इतर कोणाच्या धर्माची पर्वा नव्हती किंवा दुसऱ्याचा धर्म कोणता हे जाणून घेण्याची जिज्ञासा नव्हती. झियांच्या काळापासून लोक धर्माची पताका खांद्यावर घेऊन मिरवायला लागले. फाळणी ही काही इतिहासाच्या पुस्तकातली तळटीप नव्हती. त्यांना वाटलं, की फाळणीचा आणि फाळणीच्या सामाजिक परिणामांचा लेखाजोखा घेणं महत्त्वाचं होतं. पुढच्या पिढीला फाळणीच्या प्रक्रियेची माहिती देणं आणि त्या दिव्यातून गेलेल्या लोकांच्या भावना त्या पिढीपर्यंत पोचवणं हेही तितकंच आवश्यक होतं- कारण त्या दिव्यापासून कोणाचीच सुटका झाली नाही. 'आताच्या पिढीला हे सांगणं गरजेचं आहे, की त्यांना गोष्टी जशा सांगितल्या जातात तशा त्या घडलेल्या नव्हत्या. त्यापेक्षा परिस्थिती वेगळी होती. पण तो काळ पुन्हा कधी परतून येईल की नाही, याबाबत माझ्या मनात संदेह

आहे. कारण, दुसऱ्या कोणत्याही प्रकारच्या समाजाचं किंवा समुदायाचं अस्तित्व अजिबात दिसत नाही आणि जे काही थोडे लोक उरले आहेत ते काही फार सुखात नाहीत. मुस्लिमांच्याच बाबतीत बघितलं, तर तालिबाननं काय चालवलं आहे ते दिसतंच आहे – त्यांच्यामध्ये सखेद क्षमायाचना करणारेही आहेत आणि त्यांचे समर्थकही आहेत.'

खालिद यांची पत्नी नसरीन चिमा या माजी शिक्षिका होत्या. जुन्या आठवणींना उजाळा मिळाल्यावर त्या आनंदित झाल्या. स्मरणरंजनात गुंतलेलं त्यांचं मन त्या काळात गेलं जेव्हा त्या झेलममध्ये राहत होत्या आणि आठ-नऊ वर्षांच्या होत्या. त्या एका राजकीय कुटुंबातून आल्या होत्या. त्यांचे आजोबा संविधान सभेचे सदस्य होते. आई रशीदा ही प्रख्यात कार्यकर्ती होती आणि अभिनेत्री जोहरा सैगल त्यांची वर्गमैत्रीण आणि अगदी जिवाभावाची सखी होती.

लाहोरच्या क्वीन मेरी कॉलेजात असताना रशीदा या काँग्रेसच्या कडव्या समर्थक होत्या. त्यानंतर त्या मुस्लीम लीगमध्ये गेल्या. जेव्हा भगतसिंगांवर खटला भरला गेला आणि त्यांना शिक्षा सुनावली गेली तेव्हा रशीदा आणि त्यांच्या मैत्रिणींनी स्वतःच्या रक्तानं जाहिरातींचे फलक लिहिले होते. त्यांच्या मॅजिस्ट्रेट काकांनी वातावरण तंग असल्यामुळे त्यांना 'बाहेर जाऊ नकोस' असं सांगितलं. जाहिरातींचे फलक आपण वितरित करण्याची व्यवस्था करू, असं आश्वासन दिलं. भगतसिंगांनी सगळ्यांमध्ये असा जोश निर्माण केला होता.

नसरीन यांना आपल्या बदल्या आणि बदललेल्या शाळा आठवत होत्या. ते नेहमीचंच झालं होतं. मुस्लीम लीगमध्ये प्रवेश केल्यानंतर त्यांचे पालक राजकारणात सक्रिय झाले होते. त्यांच्या आई-वडिलांनी त्यांच्यावर कधी धर्मपालनाची सक्ती केली नाही. त्यांची आई मोर्चाचं नेतृत्व करायची आणि लहानगी नसरीन आईच्या नकळत गुपचूप आघाडीला जाऊन थांबायची. मोर्चाचं नेतृत्व केलं म्हणून आधी पुरुषांना पकडून तुरुंगात डांबलं जायचं, पण नंतर नसरीन यांच्या आईनं स्त्रियांना उंबऱ्याबाहेर पडण्याची प्रेरणा दिली. एक स्त्री शंभर पुरुषांची बरोबरी करू शकते, त्यांची आई म्हणायची. नसरीन यांना मोर्चे बघून आणि 'सरकारचा धिक्कार असो', 'आमचे गळे चिरले गेले तरी आम्ही पाकिस्तान बनवूच.' या घोषणा ऐकून मजा वाटायची. प्रतिकारातला रोमांच बघून त्यांना गंमत वाटायची. स्वातंत्र्याची पहाट होण्यापूर्वी सगळे कसे उत्तेजित झाले होते याची त्यांना आठवण झाली.

फाळणीनंतर लगेचच त्यांचं घर म्हणजे निर्वासितांची छावणी बनलं होतं. त्या म्हणाल्या, की कत्तली झाल्या नसत्या, तर हे स्थलांतर झालं नसतं. जर स्थलांतर झालं नसतं, तर पाकिस्तान हा एक वैविध्यपूर्ण, बहुसांस्कृतिक, बहुभाषिक, सर्वधर्मी आणि सहिष्णू समाज बनला असता. 'आता आम्ही तसे नाही आहोत;

आम्ही असहिष्णू, सांप्रदायवादी आहोत. आम्ही भयानक स्थितीतून जात आहोत – हे सगळं कसं थांबणार मला कळत नाही.' त्यांना त्यांच्या धर्मनिरपेक्ष आदर्शांसाठीही भीती वाटत होती.

एका अल्पसंख्याक समुदायातली नसरीन यांची मैत्रीण त्यांना एक दिवस म्हणाली, 'तू खरोखरच्या अल्पसंख्याक गटातली आहेस, आमच्यापेक्षाही जास्त अल्पसंख्याक आहेस. कारण तुझ्यासारखा विचार करणारे लोक अगदी मोजकेच आहेत.' नसरीन यांच्या मते राष्ट्र आणि धर्म वेगळे ठेवले पाहिजेत. धर्म ही खासगी बाब असली पाहिजे आणि राष्ट्र हे तटस्थ आणि निधर्मी असलं पाहिजे.

यापेक्षा अधिक मुद्देसूद आणि परखड बोलणारे आहेत ते डॉ. कुरेशी. ते काइद-इ-आझम विद्यापीठात प्रोफेसर आहेत. फाळणीच्या वेळी ते अकरा वर्षांचे होते आणि सरगोधा इथं राहायचे. त्यांचे वडील पोलिसांत होते. सनातन धर्म हायस्कूलमध्ये शिकणाऱ्या मोजक्या मुस्लीम विद्यार्थ्यांपैकी ते एक होते. एकदा ते शाळेत जिनांचा बिल्ला लावून गेले आणि क्षणार्धात त्यांना वरच्या वर्गातल्या विद्यार्थ्यांनी घेरलं. त्यांना डॉ. कुरेशींमध्ये एक भावी राजकीय बंडखोर दिसला आणि डॉक्टरांच्या भाषेत सांगायचं, तर त्या मुलांनी शिव्यांची लाखोली वाहिली. एका वरिष्ठ शिक्षकाच्या हस्तक्षेपामुळे ते मार खाण्यापासून वाचले. भावनांचा स्फोट होऊ घातला होता, पण सुदैवानं सरगोधा हिंदू-मुस्लीम दंग्यांपासून बचावलं.

ते पोलीस लाइनमध्ये राहायचे. तिथून जवळच निर्वासितांच्या छावण्या होत्या. गावातले लोक त्या छावण्यांवर छापे घालायचे तेव्हा लोकांच्या आक्रोशांचे आवाज डॉ. कुरेशींना ऐकू यायचे. 'तिथं अपहरण होत असायचं, की लोक छावण्या लुटायला यायचे, मला माहीत नाही. नंतर मला दिसायचं, की त्या छावण्यांमधून काफिले पुढं निघायचे – वृद्ध आणि दुबळे, तरुण मुलं, स्त्रिया-गाड्यांवर बसून, चालत किंवा वाहतुकीचं जे काही साधन मिळेल ते घेऊन. त्याच वेळी आम्ही विमानतळावर भारतातून येणारे लोक बघायचो. भारतातून येणाऱ्या विमानांमधून सुखवस्तू मुस्लीम यायचे. काही वेळा हैदराबादच्या निजामाच्या मालकीची विमानं यायची.

त्यांना खूप हिंदू आणि शीख मित्र होते. 'असं काही घडेल याची आम्ही कधी कल्पनाच केली नव्हती, पण हेच वास्तव आहे. त्यापासून आपण मान फिरवू शकत नाही. ते ज्याप्रकारे घडलं तसं घडायला नको होतं. त्याचा परिणाम असा झाला, की आजसुद्धा दोन्ही देशांमध्ये सलोख्याचे संबंध प्रस्थापित झालेले नाहीत. त्या वेळी (१९४७ मध्ये) अशी भावना होती, की ही काही सामान्य स्थिती नाही आणि ती पुढं जाऊन सुधारेल. ही मानवी हानी – मानसिक आणि इतरही प्रकारची – हादरवून टाकणारी होती.' त्यांना वाटत होतं, की त्या वेळचा

इतिहास वस्तुनिष्ठ, तटस्थ प्रकारे भारतात किंवा पाकिस्तानात अजूनही लिहिला गेलेला नाही आणि दोन्ही बाजूंकडच्या भावना आजही तितक्याच तीव्र आहेत. ते म्हणाले, की भविष्यातल्या इतिहासकारांनी जे काही घडलं ते नीट समजून घेतलं, तर त्याचा नक्कीच उपयोग होईल. पाकिस्तानी आणि भारतीय इतिहासकारांनी संयुक्तपणे एक उपक्रम हाती घेतला आणि त्यात भावनिक गुंतागुंत न ठेवता नंतरच्या आयुष्यात स्वत:बाबत काय काय घडलं याचा वस्तुनिष्ठ आणि खरा इतिहास लिहिला तर बरं होईल अशी सूचना त्यांनी केली. तो एक प्रचंड मोठा मानसिक आघात होता आणि असे आघात कधीच पुसले जात नसतात, असं ते म्हणाले.

सीएपीचा हा 'मौखिक इतिहास प्रकल्प' (Oral History Project) हा अशा प्रकारचा पहिलावहिला प्रकल्प होता. तो २००८मध्ये फाळणीच्या वृत्तान्ताची नोंद करू इच्छिणाऱ्या तरुण लोकांच्या गटानं सुरू केला होता. सीएपीचा कार्यकारी संचालक स्वालेहा आलम शाहजादा याला असे वृत्तान्त आणि सामान्य माणसांनी तोंडी सांगितलेला इतिहास जतन करून ठेवण्याची तीव्र इच्छा होती, नाहीतर हा इतिहास काळाच्या ओघात हरवून गेला असता. सीएपीकडे २५०० पेक्षाही जास्त तासांचं ऑडिओ रेकॉर्डिंग आहे. ५० हजारांपेक्षा पेक्षा जास्त छायाचित्रं आहेत आणि यामागे सगळ्या लोकांना हा पुरातन ठेवा एकत्रितपणे उपलब्ध व्हावा अशी कल्पना होती.

फाळणी आणि एका लेखकाची घडण

फाळणीनं काही सशक्त आणि वैशिष्ट्यपूर्ण लेखनाला जन्म दिला. सादत हसन मंटो यांच्याइतके पूज्य मानले गेले नसले, तरी इंतिझार हुसैन यांनी त्या काळच्या लेखकांच्या तारकादळात आपली स्वत:ची अशी जागा निर्माण केली. फेब्रुवारी २०१६मध्ये त्यांच्या निधनाची बातमी ऐकून मला खरंच खूप वाईट वाटलं. एप्रिल २०१४मध्ये ते इस्लामाबाद लिटरेचर फेस्टिव्हलला आले होते तेव्हा मी त्यांची मुलाखत घेतली होती. त्यानंतर दोनच वर्षांनी त्यांचं निधन झालं. ते अगदी साधे होते. त्यांची विनोदबुद्धी कोणाला न दुखावणारी होती, बोचरी नव्हती. ते खूप हसायचे आणि स्वत:च्या लिखाणाबद्दल बोलताना थोडे बुजायचे. तो त्यांचा स्वभावधर्मच होता. उर्दूमधून भाषांतरित केलेलं त्यांचं लिखाण मी वाचलं होतं. त्यांच्या लिखाणातून त्यांची माझ्याशी अशी ओळख झाली, की आपण या व्यक्तीशी बोलू शकतो असं मला वाटलं. त्यांनी हे कबूल केलं, की फाळणी झाली नसती, तर ते कदाचित लेखक झाले नसते. त्यांना साहित्य-समीक्षेची आवड होती. आणि टी. एस. इलियट यांचे ते चाहते होते. त्यांना कथा

-कादंबऱ्या फारशा आवडायच्या नाहीत आणि एक छंद म्हणून ते लेखन करायचे. शब्दांवर त्यांचं प्रभुत्व होतं. बीए करत असताना त्यांनी भाषांचा अभ्यास केला होता. त्यात इंग्लिश, उर्दू आणि पर्शियन साहित्याचा समावेश होता. त्यांनी पदव्युत्तर पदवीसाठी उर्दू भाषेची निवड केली होती. त्यांना महाभारत आणि जातककथा खूप आवडायच्या आणि त्यांच्या मते वियोगाचं दुःख सर्वप्रथम वाट्याला आलं ते पांडवांच्या - जेव्हा त्यांना वनवासात जावं लागलं. 'पहिली फाळणी महाभारतात झाली,' ते म्हणाले, 'आणि नंतर माझ्या बाबतीत, जेव्हा मी वनवासात गेलो (इथं ते हसले). आपली मायभूमी सोडून जाण्याचं दुःख फक्त पांडव आणि मीच जाणतो. महाभारत हा त्या वेदनेचा सशक्त हुंकार आहे.' त्यांच्या 'बस्ती' या कादंबरीत अनेक हिंदू कथांचा आणि मिथकांचा संदर्भ आहे.

ते एका जाड काठीच्या साहाय्यानं चालायचे. एका कार्यक्रमात त्यांच्या लेखांच्या संग्रहाचं प्रकाशन झाल्यावर ते एका कोपऱ्यात जाऊन बसले. भोवती चाहत्यांची गर्दी होती आणि ते त्यांच्या पुस्तकांवर स्वाक्षरी करत होते. जून १९४७ मध्ये जेव्हा त्यांनी एमए पूर्ण केलं तेव्हा त्यांच्या आजूबाजूला बरंच काही घडत होतं. उसळलेल्या दंगलींमुळे सर्वत्र तणाव होता आणि वस्त्या भराभर रिकाम्या होत होत्या. जवळपास रोज एखाद्या घराला टाळं लागायचं, कारण तिथले रहिवासी भीतीनं घर सोडून पळून गेलेले असायचे. त्यांच्या पहिल्या लघुकथेचा विषयच ही स्मशानशांतता आणि उजाड वस्तीतली उदासीनता हा होता.

'मला वाटलं, की मी यावर लिहिलं पाहिजे. मला वृत्तांकन हा साहित्यप्रकार आवडला. माझ्या डोळ्यांसमोर धक्कादायक घटना घडत होत्या आणि मी माझी पहिली लघुकथा लिहिली 'कयूमा की दुकान'. ते पुढं म्हणाले, 'ही गोष्ट आहे एका दुकानाची. त्यांच्या मोहल्ल्यात असलेल्या एका अड्ड्याची. लोक तिथं जमायचे, एकमेकांना भेटायचे आणि रात्री उशिरापर्यंत गप्पा मारायचे. पण दंग्यांनंतर दुकान बंद करण्यात आलं. माझ्यातल्या कथालेखकाचा जन्म पाकिस्तानसोबतच झाला. त्याआधी मला कथा-कादंबऱ्या फारशा आवडायच्या नाहीत, पण फाळणीनं मला कथालेखक बनवलं.' हुसैन यांचा जन्म २१ डिसेंबर १९२५ रोजी अलीगढजवळच्या दिबई गावात झाला. ते मोठ्यानं हसले आणि म्हणाले की लोकांना वाटतं तसा मी अजून नव्वद वर्षांचा झालो नाही. फाळणीत त्यांच्या पाच बहिणींसह त्यांच्या कुटुंबीयांची नवीन देशात जाण्याची इच्छा नव्हती, पण ते आणि त्यांचे मित्र पाकिस्तानात गेले. जे तिकडं गेले त्यांना आपण परत येऊ याची खात्री होती. आपण काही कायमसाठी जात नाही असं त्यांना वाटत होतं. लोकांनी आपलं सामानसुमान बांधलं आणि हिंदू शेजाऱ्यांकडे घराच्या किल्ल्या सोपवून निघून

गेले. अशाच प्रकारची परिस्थिती 'बस्ती' या कादंबरीत वर्णन केली गेली आहे.

हुसैन यांना शिक्षक व्हायचं होतं. त्यासाठी उर्दू साहित्यातील एमएची पदवी पुरेशी आहे असं त्यांना वाटत होतं. पण ते जेव्हा लाहोरला पोचले तेव्हा त्यांना नोकरी मिळाली नाही. फैज अहमद फैज हे नवीन वर्तमानपत्र काढत होते. तिथं ते मुलाखतीसाठी गेले. 'फैजसाब' फारसं बोलत नव्हते. त्यामुळं आपण थोडं घाबरलो होतो असं हुसैन म्हणाले. त्यांनी थोडे प्रश्न विचारले आणि मग गप्प बसले. 'त्यांनी मग मला बोलावण्याची वाट बघायला सांगितलं. मला वाटलं, की ही नोकरी काही आपल्याला मिळणार नाही. दरम्यान, मला एका साप्ताहिकात संपादकाची नोकरी मिळाली. पण काही तरी वाद झाला आणि गोष्टी बिनसल्या,' ते म्हणाले.

नंतर फैज यांच्याकडून निरोप आला आणि त्यांनी त्यांच्या 'इमरोज' या वर्तमानपत्रात कराचीला नोकरी देऊ केली. परंतु तीही फार काळ टिकली नाही. तेव्हा त्यांनी लेखनाकडं गंभीरतेनं वळण्याचा निर्णय घेतला. त्यांनी लिहिलेल्या लघुकथांच्या पहिल्या संग्रहाचं नाव होतं 'स्ट्रीट्स अँड लेन्स'[४] (रस्ते आणि गल्ल्या') ते जी संस्कृती मागं सोडून आले होते तिच्यावर आधारित या कथा होत्या- रामलीला, होळी, ईद, मुहर्रम यांची सरमिसळ असलेली संस्कृती. लोककथा आणि दंतकथा यामध्येही त्यांनी मुशाफिरी केली. 'बेताल पचिशी' 'शकुंतलेची गोष्ट,' 'पंचतंत्र' त्यातले काही घटक आपल्या लेखनात वापरल. 'मला हिंदू पुराणकथांची आणि जातककथांची चांगली ओळख होती. जेव्हा आलोक भल्ला मला भेटायला आला तेव्हा त्यानं माझी पुस्तकं भाषांतरित करण्याची आणि प्रकाशित करण्याची इच्छा व्यक्त केली. हिंदू पुराणांचा लिखाणात वापर करणाऱ्या पाकिस्तानातल्या काही मोजक्या लेखकांपैकी मी होतो,' ते म्हणाले.

त्यांच्या लघुकथांचं पहिलं इंग्लिश भाषांतर 'अ क्रॉनिकल ऑफ द पीकॉक्स : स्टोरीज् ऑफ पार्टिशन, एक्झाईल अँड लॉस्ट मेमरीज्,'[५] हे होतं. फाळणीच्या वेळच्या कहाण्यांचा भल्लानं जो शोध घेतला त्याचा हा परिपाक होता. त्या वेळी तो मला म्हणाला, की एकीकडं मंटो आहेत आणि एकीकडं तुम्ही आहात,' हुसैन हसून म्हणाले. या उल्लेखानं त्यांना आनंद झालेला दिसला. त्यांना भाषांतराची फार मोठी काळजी वाटत नव्हती. 'शेवटी ते एक भाषांतर आहे,' ते म्हणाले. आपण अलीकडं फार वेळा भाषणं द्यायला लागलो आहोत असं ते गमतीनं म्हणाले. एकदा त्यांना लेखक निर्मल वर्मा यांच्याविषयी बोलायला सांगितलं गेलं. त्यांना ते एकदाच भेटले होते आणि ते जरा मितभाषी होते, पण हुसैन यांनी वर्मांची पुस्तकं वाचली होती आणि त्यांना ती आवडलीही होती. सन २०१३ मध्ये मॅन बुकर इंटरनॅशनल प्राइझसाठी नामांकन मिळालेल्या या लेखकानं पाच कादंबऱ्या आणि लघुकथांचे सात संग्रह लिहिले. सन १९८०मध्ये

लिहिलेल्या 'आगे समंदर है' या कादंबरीनंतर त्यांनी कादंबरीलेखन केलं नाही.

भारताच्या फाळणीवर बरीच गरमागरम चर्चा झाली होती आणि आता तो प्रश्न लेखकांच्याही पलीकडं जाऊन इतिहासकारांनी हाती घेतला होता, असं त्यांना वाटत होतं. 'मी काही इतिहासकार नाही – गया है साप अब लकीर पिटा कर. आता फाळणीवर रडून भेकून काय उपयोग? दोन्ही देशांमध्ये इतकी खोल दरी निर्माण होईल अशी अपेक्षा नव्हती, पण दंग्यांमुळे परिस्थिती बदलली- विशेषत: पंजाबात,' ते म्हणाले. एक लेखक म्हणून, भूतकाळाला वर्तमानकाळाशी जोडण्यात त्यांना जास्त रस होता. त्यांचं साहित्य फाळणीचा काळ जागृत करणारं आणि दोन नव्या देशांमधल्या लोकांची द्विधा मन:स्थिती चित्रित करणारं आहे.

ओघवता संवाद

मी इस्लामाबादमध्ये बऱ्याच भारतीयांना भेटले. त्यांना मी मायभूमीत कदाचित भेटले नसते. मी २०१३ च्या ऑगस्ट महिन्यात तिथं पोचल्यानंतर काही दिवसांतच मणिशंकर अय्यर यांच्या नेतृत्वाखाली संसद सदस्यांच्या एका मोठ्या गटानं पाकिस्तानला भेट दिली होती. त्यांच्या भेटीतून सकारात्मक संकेत दिले गेले. भारतात पाकिस्तानविषयी असलेल्या वैरभावाबद्दल पाकिस्तानी प्रसारमाध्यमांनी त्यांना चांगलंच धारेवर धरलं. त्यांना प्रतिसाद देताना संसद सदस्यांनी जाहीर केलं, की शांततेचं समर्थन करणाराही खूप मोठा वर्ग तिथं आहे. 'पाकिस्तान इन्स्टिट्यूट ऑफ लेजिस्लेटिव्ह डेव्हलपमेंट अँड ट्रान्सपरन्सी'नं (PILDAT) आयोजित केलेल्या दोन दिवसीय चर्चासत्राच्या पाचव्या फेरीत पन्नासपेक्षाही जास्त पाकिस्तानी संसद सदस्य आणि तेरा भारतीय संसद सदस्य सहभागी झाले होते.

अय्यर म्हणाले, की पाकिस्तानची निर्भर्त्सना करण्याच्या बाजूनं एकही व्यक्ती नव्हती. पाकिस्तान तेहरिक-ए-इन्साफचे शाह मेहमूद कुरेशी म्हणाले, की भारतीय संसद सदस्य परत जाताना हा स्पष्ट संदेश घेऊन जातील, की पाकिस्तानच्या राजकारणात भारताची निर्भर्त्सना करण्याची पद्धत आता राहिली नाही.

भारतीय जनता पक्षाच्या कीर्ती आझाद यांनीदेखील संवादाची गरज अधोरेखित केली. पण दहशतवादाचा प्रश्न सोडवला गेला पाहिजे असं त्यांचं म्हणणं होतं. ते विनोदानं म्हणाले, "क्रिकेटच्या मैदानात पाकिस्तानला नावं ठेवताना आम्हाला मजा येते."

कुरेशी म्हणाले, की पाकिस्तानात कोणालाही युद्ध करण्याची इच्छा नाही आणि शांततेला पाठिंबा देणाऱ्यांची संख्या खूप मोठी असली, तरी दोन्ही बाजूंकडे निराशा वाढत चालली होती, कारण शांततेची बोलणी लोकांच्या इच्छांशी बरोबरी करण्यात कमी पडत होती. दोन्हीकडच्या संसद सदस्यांनी जारी केलेल्या संयुक्त

निवेदनात भारत आणि पाकिस्तान या दोन्ही देशांना अशी विनंती केली होती, की उभय देशांनी एकत्रितपणे हवामान बदल आणि त्याचे पर्यावरणावरील परिणाम, द्विपक्षीय व्यापारात सुधारणा, भारताकडून पाकिस्तानला करायच्या गॅस पुरवठ्याचं सक्रीयीकरण, ऊर्जा व्यापार या विषयांवर चर्चा करावी. भारताला एमएफएनचा दर्जा देणे, व्यापारविषयक देवाणघेवाण सुलभ व्हावी म्हणून दोन्ही देशांनी एकमेकांच्या देशात बँका सुरू करणे, व्हिसाच्या नियमांमध्ये सुधारणा करणे आणि मानवतावादी प्रश्नांची हाताळणी करण्यासंबंधीच्या सध्याच्या करारांची व्याप्ती वाढवणे याही विषयांना स्पर्श केला गेला. असदुद्दीन ओवैसी भारतीय संसद सदस्यांच्या शिष्टमंडळात होते, पण त्यांना न बोलण्याबाबत बजावून ठेवलं होतं. त्यामुळं एका टीव्हीच्या वार्ताहरानं दुपारचं जेवण कसं होतं असा प्रश्न विचारल्यावरसुद्धा उत्तरादाखल त्यांनी तोंडही उघडलं नाही! ओवैसी हसले आणि म्हणाले, ''मला न बोलण्यासाठी बजावून सांगितलं गेलं आहे कारण मी तिरस्काराची गरळ ओकतो!''

या सगळ्या सौहार्दानंतर एका व्हिडिओ प्रसारणात शशी थरुर यांनी लोकनियुक्त सरकारला पाकिस्तानवर त्यांचं संपूर्ण नियंत्रण नसल्याचा आरोप करून धारेवर धरलं. मानव संसाधन विकास खात्याचे राज्यमंत्री असलेल्या थरुर यांनी पुढं असं म्हटलं, की पाच वर्षांपूर्वी मुंबईवर झालेल्या हल्ल्यानं आणि अलीकडं नियंत्रण रेषेवर झालेल्या घटनांनी हे दाखवून दिलं आहे, की पाकिस्तानचं अधिकृत निवेदन आणि लष्कराची कृती यात तफावत होती आणि लोकनियुक्त सरकार कितीही प्रामाणिक असलं, तरी संरक्षणविषयक बाबी त्याच्या नियंत्रणात नव्हत्या.

त्या व्हिडिओ प्रसारणामुळे 'इंडो-पाक तरुण उद्योजकांच्या द्विपक्षीय परिषदे'त व्यत्यय निर्माण होण्याचा धोका निर्माण झाला. ही परिषद इस्लामाबाद चेंबर ऑफ कॉमर्स अँड इंडस्ट्री, यंग इंडियन्स आणि कॉमनवेल्थ एशिया अलायन्स ऑफ यंग आंत्रप्रिन्यूअर्स (CAAYE) यांनी संयुक्तपणे आयोजित केली होती. आयोजक या गोष्टीमुळे अस्वस्थ होते, की हे विधान बिगरराजकीय व्यासपीठावरून केलं गेलं आणि त्यामुळं परिषद लवकर आटोपती घ्यावी लागली.

तरुण भारतीय उद्योजक नुकतेच एका वेगळ्या पाकिस्तानला सरावले होते. त्यांच्या पूर्वकल्पनांपेक्षा खूप वेगळा असलेला पाकिस्तान. पाकिस्ताननं साधलेला 'विकास' पाहून त्यांना मोठाच धक्का बसला. एक तरुण मुलगी लाहोर ते इस्लामाबाद हा महामार्ग पाहून प्रभावित झाली होती, तर बाकीचे 'डंकिन डोनट्स'सारख्या (Dunkin Donuts) फूड चेन्स बघून नवल करत होते. भारतीय माध्यमांमध्ये याचा वृत्तान्त कधीच दिला जात नाही.

काही जण लाहोरचं आयटी पार्क बघून चकित झाले होते आणि पाकिस्तान भारतापेक्षा फार वेगळा वगैरे नाही असं त्यांना वाटलं होतं. मात्र, मायभूमीतल्या

भारतीय व्यावसायिकांना पाकिस्तान मागासलेला देश वाटत होता. मी ज्या एका पाकिस्तानी व्यावसायिकाशी बोलले त्याच्या म्हणण्यानुसार 'पाकिस्तानच्या तांत्रिक, बौद्धिक आणि आर्थिक क्षमतांबाबत (भारतात) नकारात्मक दृष्टिकोन बाळगला जात होता.'

'किंगफिशरपेक्षा अधिक चांगली'

अनेक प्रतिबंध असलेल्या या देशात उपखंडातलं सर्वोत्तम बीअर उत्पादन केंद्र आहे. एक स्नेही म्हणाला, की हे केंद्र 'चुकीच्या' बाजूला येतं! 'मरी ब्रुअरी' हा एक समाईक वारसा आहे आणि सर्वांत जुन्यां ब्रुअरींजपैकी एक आहे. मी तिथं जाऊ शकले नाही हे माझं दुर्भाग्य. मला माझी फसवणूक झाल्यासारखं वाटलं, एका प्रायव्हेट जॉब शेफर्ड वॉटरहाऊससारखं; ज्याला एका ब्रिटिश मोहिमेवर असताना एका शतकापूर्वी मरी बीअर नाकारण्यात आली होती.[६] इयान स्टीफन्स याने १९५२मध्ये लिहिलं, की '१९४६-४७ च्या दरम्यान मरी क्षेत्रात मारामारीच्या बऱ्याच घटना घडल्या. हिंदूंच्या, शिखांच्या आणि ब्रिटिशांच्या काही मालमत्तांवर हल्ला करण्यात आला. कट्टर मुस्लिमांनी त्या विख्यात ब्रुअरीला आग लावली. दुसऱ्या महायुद्धाच्या दरम्यान मित्र राष्ट्रांसाठी आनंद लुटण्याचं ते एक ठिकाण होतं.'[७]

आता तिथं फक्त भग्नावशेष उरले आहेत. ब्रुअरीचा मालक आणि मुख्य कार्यकारी अधिकारी इस्फानयार भंडारा हा पारशी होता. तो नॅशनल असेंब्लीच्या PMLNचा सदस्यही होता. त्याला मी एका पत्रकार परिषदेत भेटले. त्यानं मला नंतर इस्लामाबादमध्ये मुलाखत देण्याचं मान्य केलं.[८]

पुन्हा प्रायव्हेट वॉटरहाऊसकडे वळूया. दि. २८ एप्रिल १८६९ रोजी तो मरी टेकडी चढत होता. ब्रिटिश सैन्यातल्या १९व्या फूट रेजिमेंटमधल्या इतर सैनिकांप्रमाणेच तोही त्या विख्यात ब्रुअवरीत थोडी बीअर प्यायला मिळेल या आशेवर होता. पण सहा मैल चढून गेल्यावर पुढ्यात निराशाच वाढून ठेवलेली होती. त्यानं त्याच्या दैनंदिनीत लिहिलं, 'मी आज पहाटे चार वाजताच सुरुवात केली, पण तुकडी मात्र सहा वाजेपर्यंत निघाली नाही. रस्ता इतका चढाचा होता, की रुग्णवाहिकांना खूप लवकर सुरुवात करावी लागायची. आम्हाला बऱ्याचदा खाली उतरून चालत जावं लागत होतं – तेव्हा कुठं आम्ही मरीपासून सहा मैलांवर असलेल्या ब्रुअरीपर्यंत पोचलो. ही ब्रुअरी म्हणजे एक विलक्षण ठिकाण आहे. तिथून भारताच्या सगळ्या भागांमध्ये बीअर पाठवली जाते. आम्ही ब्रुअरीत होतो तेव्हा सैन्याची तुकडी कमांडिंग ऑफिसरजवळ आली. त्यानं प्रत्येकाला बीअरचा एक पिंट मिळवून देण्याचा प्रयत्न केला, पण ते त्याला जमलं नाही.'[९]

वॉटरहाऊस मरी हिल स्टेशनला त्याच्या निर्मितीनंतर नऊ वर्षांनी गेला. थेट इंग्लंडहून बीअर मागवण्याऐवजी तहानलेल्या ब्रिटिश सैनिकांना उपखंडातच बीअर उपलब्ध व्हावी या हेतूनं एडवर्ड डायर यांनी त्या ब्रुअरीची स्थापना केली. सन १८८९मध्ये भारतात एकूण २५ ब्रुअरी होत्या आणि उत्पादनातला सगळ्यांत मोठा म्हणजे ३७.९ टक्के वाटा हा मरी ब्रुअरीचा होता. त्यांची गाळण केंद्रं रावळपिंडी, उटकमंड, बंगलोर, क्वेट्टा आणि सिलोनला होती असं जॉर्ज वॉट यांच्या 'अ डिक्शनरी ऑफ द इकॉनॉमिक प्रॉडक्ट्स ऑफ इंडिया'मध्ये नमूद केलं आहे. असं असूनही, तिच्या मूळ देशात आज ही ब्रुअरी अस्तित्वात नाही.

भारतात मरी सुरू करायला भंडारा खूप उत्सुक होता. काही वर्षांपूर्वी त्यानं एका भारतीय व्यावसायिकाबरोबर करारही केला होता. अभिनेता डॅनी डेंझोंग्पा याची मालकी असलेल्या एका सिक्कीमस्थित ब्रुअरीला अधिकार दिल्यानंतर हा उपक्रम 'नोकरशाहीच्या आणि लाल फितीच्या' कारभारात सापडल्यामुळे सुरू होऊ शकला नाही. भंडारा खूप निराश झाला. तो पैशांसाठी यात उतरलाच नव्हता. मरी बीअर भारतात तयार झालेली दिसावी हे त्याचं स्वप्न आहे, कारण तिची निर्मिती मुळात तिथं झाली आणि ती भारतात विकली जावी अशी त्याची इच्छा आहे.

ही बीअर ऑस्ट्रेलियन बार्लीपासून बनवली जात असल्यामुळे ती भारतीय बीअरपेक्षा चांगली आहे याचा त्याला आनंद वाटत होता. बीअर उत्पादनासाठी लागणारी हॉप्सची फुलं त्याला जर्मनीतून मिळतात. त्याचे भारतीय व जर्मन सल्लागार आहेत. 'मी कोणताही पूर्वग्रह न बाळगता हे सांगू शकतो, की आमची बीअर ही किंगफिशरपेक्षाही चांगली आहे.' अनेक लोकांना जरी असं वाटत असलं, की या ब्रुअरीची स्थापना त्याच्या कुटुंबानं केली होती, तरी हे खरं नाही. 'माझ्या कुटुंबाकडं ती १९४७ मध्ये आली. जेव्हा मि. रॅडक्लिफ यांनी फाळणीची रेषा ओढली तेव्हा माझे आजोबा पेश्तन भंडारा हे संचालक होते. माझे आजी-आजोबा या बाजूलाच राहिले, पण त्यांच्या हिंदू भागीदारांनी सोडून जायचा निर्णय घेतला. ही सोईची खरेदी होती आणि त्यांनी ब्रिटिश आणि हिंदू समभाग विकत घेतले.'

ब्रुअरीचे पहिले व्यवस्थापक एडवर्ड डायर हे कर्नल रेजिनाल्ड डायरचे वडील होते. कर्नल डायर म्हणजे अमृतसरचा तो हत्यारा ज्यानं १९१९ मध्ये जालियनवाला बागेत हत्याकांड घडवून आणलं. कमी तपमान असलेल्या मरीच्या घोरा गलीत खरं तर बीअर उत्पादनासाठी आदर्श वातावरण होतं. पण तिथून ब्रुअरी आता आहे त्या ठिकाणी म्हणजे तटबंदीचं शहर रावळपिंडीच्या मैदानी भागात १८८९ मध्ये आणण्यात आली, कारण जागा कमी पडत होती. रावळपिंडी शहरात

वास्तव्याला आलेले बहुधा हे पहिलेच रहिवासी होते.

सन १८५० मध्ये हिल स्टेशन उभारण्यासाठी मरीची निवड करण्यात आली आणि पंजाब प्रांत खालसा करण्यात आल्यावर लगेचच ब्रिटिशांनी त्याची उभारणी केली हा इतिहास फारच रंजक आहे. सन १९७७ मध्ये प्रतिबंध घालण्यात येईपर्यंत कंपनी पाकिस्तानी सैन्याला पुरवठा करत असे.[१०] डॉ. खान लिहितात, की ही ब्रुअरी त्या प्रकारची सर्वांत मोठी ब्रुअरी होती. संपूर्ण भारताला ती बीअर पुरवायची. १८७६ मध्ये, इतक्या पूर्वीच्या काळातसुद्धा फिलाडेल्फियाला भरलेल्या प्रदर्शनात तिला उत्कृष्टतेचा पुरस्कार दिला गेला होता. सन १८८०च्या दशकात तिचा भाव डझनाला पाच रुपये इतका होता. त्या काळी ती परदेशी ब्रँड्सपेक्षाही चांगली मानली जायची.

कॅनडात असलेल्या भंडाराच्या आत्या बॅप्सी सिधवा यांना मी ई-मेल केला. 'अँड क्रो ईटर्स', 'आईस कँडी मॅन' या गाजलेल्या कादंबरीच्या लेखिका. त्यांना ब्रुअरीसंदर्भातल्या त्यांच्या आठवणींबद्दल मी विचारलं आणि त्यांनी माझ्या प्रश्नांना अगदी तपशीलवार उत्तरं दिली. त्यांना ब्रुअरी आणि तिच्यासमोर उभी असलेली भव्य हवेली चांगलीच आठवत होती.

> 'माझे वडील पी. डी. भंडारा यांनी १९४७ मध्ये मरी ब्रुअरीचा ताबा घेतला आणि मोठ्या अभिमानानं ते आम्हाला लाहोरच्या आमच्या घरून रावळपिंडीला ब्रुअरीच्या समोर असलेला ब्रुअरी लॉज दाखवायला घेऊन गेले. ती खूप भव्य हवेली होती आणि ब्रिटिश पद्धतीच्या फर्निचरनं सजवली होती. आम्ही तिच्या अनेक खोल्यांमधून फिरत होतो. तेव्हा वडिलांनी आम्हाला सांगितलं, की ते आमचं रावळपिंडीतलं घर असणार होतं. त्यानंतर काही दिवसांतच जनरल अयूब खान यांनी परराष्ट्र व्यवहार कचेरीसाठी त्या लॉजची मागणी केली. आम्ही मग तिच्या समोर असलेल्या वाईन कॉटेजमध्ये आमचं बस्तान हलवलं. त्यात पूर्वी ब्रुअरीत काम करणारा एक ब्रिटिश राहायचा. तेव्हापासून ते आमचं पिंडीतलं घर आहे. तेही खूप प्रशस्त होतं आणि माझा भाऊ मिनू भंडारा यानं ते कालानुरूप अधिकाधिक सुखसोईंनी युक्त बनवलं. त्या घरात आमच्या अनेक सुंदर आणि आनंददायी आठवणी आहेत. लॉजची केली गेलेली मागणी ही माझ्यासाठी एकमेव त्रासदायक आठवण आहे.'

लहान असताना त्यांनी ब्रुअरीला दिलेली प्रत्येक भेट म्हणजे सुखद स्मृतींचा ठेवा

होता. 'तिथले कर्मचारी माझे खूप लाड करायचे आणि मला तिथं येणारा गवताचा, बार्लीचा आणि हॉप्सच्या फुलांचा वास खूप आवडायचा. कुंपणावर सर्वत्र लावलेल्या वेलींच्या फुलांचा सुगंध सर्वत्र दरवळत असायचा. आजसुद्धा त्या आठवणी मनाला आनंद देऊन जातात,' सिधवा म्हणाल्या. त्यांच्या वडिलांचं निधन झाल्यावर त्यांचा भाऊ मिनू याला ऑक्सफर्डहून बोलावून घेण्यात आलं आणि ब्रुअरी चालवण्याची जबाबदारी वयाच्या केवळ एकविसाव्या वर्षी त्याच्यावर सोपवण्यात आली. त्यांच्या निधनानंतर त्यांचा मुलगा इस्फानयार यानं वयाच्या पस्तिसाव्या वर्षी वारसा हक्कानं आलेली हे जबाबदारी उचलली. गुजरातमध्ये असलेल्या त्याच नावाच्या गावात भंडारा कुटुंबीयांच्या वंशजांचा माग सापडतो.

पाकिस्तानातले पारशी हा कराचीतला 'हळूहळू नामशेष होण्याच्या मार्गावर' असलेला समाज आहे. त्यातल्या बऱ्याच जणांनी स्थलांतर केलं आहे, भंडारा म्हणाला. त्या देशात जी काही व्यवसाय करणारी कुटुंबं उरली आहेत, त्यांपैकी त्यांचं एक कुटुंब आहे. दुसरं एक कुटुंब आहे कराचीतलं आवारी यांचं. उपखंडातल्या सुरुवातीच्या काही ब्रूअरीजपैकी एक असण्याबरोबरच कलकत्ता स्टॉक एक्स्चेंजच्या यादीत समाविष्ट झालेल्या पहिल्या काही उद्योगांमध्ये तिचा समावेश होतो. क्वेट्टामधील तिची एक शाखा १९३५च्या भूकंपात उद्ध्वस्त झाल्यानंतर बलुचिस्तानातल्या हब इथं पुन्हा सुरू करण्यात आली. आता ती अन्य कुणी तरी चालवतं. एके काळी सर्वांत जास्त रोजगार देणारी पंजाबमधली ही कंपनी होती. पण आता तिथं सुमारे १८०० कर्मचारी काम करतात. भंडाराला त्याच्या सिंगल मॉल्ट्सचा, ब्लेंडेड व्हिस्कीचा आणि प्रीमिअम व्होडक्याचा अभिमान वाटत होता. त्यांचा एकच उपक्रम अपयशी ठरला तो म्हणजे आयरिश क्रीम. 'कारण कडक मद्य ही संकल्पना इथं कोणालाच पसंत नाही आणि म्हणून त्याचं उत्पादन बंद करण्यात आलं.' हे फारच वाईट झालं, कारण मी त्याची चव चाखून पाहिली होती आणि ते फारच छान होतं.

'कोणे एके काळी, मरी आपली उत्कृष्ट बीअर अमेरिकेला, भारताला, अफगाणिस्तानला आणि युरोपला निर्यात करत असे. तिला अनेक पदकं आणि पुरस्कार मिळाले होते. त्यानंतर झुल्फिकार अली भुत्तो यांनी स्थानिक बीअर प्राशन आणि निर्यात बंद केली. 'झिया-उल्-हक यांनीही हे पुढं चालू ठेवलं. पण माझ्या वडिलांनी त्यांच्याशी चांगले संबंध प्रस्थापित केले आणि काही काळानंतर ब्रुअरी पुन्हा सुरू करण्यासाठी त्यांना राजी केलं. मुस्लिमेतर लोकांना परवाना घेऊन मद्य घेता येतं, पण निर्यातीवर अजूनही बंदी आहे,' भंडारानं सांगितलं. कंपनी आता मोठ्या प्रमाणावर अल्कोहोल-विरहित निर्यात करते.

प्रतिबंधाबाबत बोलायचं झालं, तर त्यामुळं मद्य अधिक मुक्तपणे उपलब्ध

होऊ लागलं. परवाना मिळवण्यासाठी होणारी लोकांची गर्दी पाहता आणि बहुतेक लोक मद्यपान करतात ही वस्तुस्थिती लक्षात घेता हे धोरण हास्यास्पदच वाटतं. राजधानीतल्या काही रेस्टॉरंटमध्ये नियमभंगाच्या भीतीपोटी मद्य गुपचूप दिलं जातं काही वेळा चहाच्या किटलीमधून किंवा कपांमधून. रेस्टॉरंटचा मालक जर तुमच्या ओळखीचा असेल, तर तुम्ही तुमचं स्वत:चं अल्कोहोलसुद्धा बरोबर आणू शकता.

बंगेमध्ये 'मेरा रंग दे बसंती चोला'

दर वर्षी २३ मार्चला, भगतसिंगांना फासावर चढवलं त्या दिवशी, लाहोरच्या शादमान चौकात वार्षिक निदर्शनं केली जातात. त्या चौकाचं नामकरण भगत सिंग असं करण्याचं सरकारनं मान्य केलं होतं. (पण नंतर सरकारनं माघार घेतली). २०१३मध्ये JuD (जमात उद दावा) तिथं निदर्शनं करायला आले. लेखिका आणि अजोका थिएटर ग्रुपच्या दिग्दर्शिका मदीहा गौहर म्हणाल्या, 'आमच्या पोस्टरची JuD च्या लोकांनी नासधूस केल्याचं बघून आम्हाला मोठा धक्का बसला. भगत सिंग हे शीख होते म्हणून तू असं करत आहेस का असं मी त्या माणसाला विचारल्यावर तो म्हणाला की नाही, ते नास्तिक होते म्हणून!' दि. २८ सप्टेंबर रोजी भगत सिंग यांच्या जन्मदिनी एका छोट्या गटानं एका शांत स्मरणोत्सवात केक कापला. 'धर्मनिरपेक्षतेचा विचार पुन्हा नव्यानं प्रस्थापित करणं हा खरं तर उद्देश आहे आणि तो लोप पावत चालला आहे' गौहर म्हणाल्या.[११] धर्मनिरपेक्षता, मानवतावाद, लोकशाही आणि सहिष्णुता हे आदर्श उराशी कवटाळणाऱ्या अजोकानं गेल्या तीस वर्षांत त्यांच्या नाटकांचे प्रयोग पाकिस्तान, भारत आणि जगभरात केले आहेत. त्यांच्या कामामधून मदीहा आणि त्यांच्या ग्रुपनं शांतता आणि एकोपा टिकवून ठेवण्याचा प्रयत्न केला आहे.

बंगे या भगतसिंगांच्या जन्मगावी झालेल्या नाट्यप्रयोगावर आणि भारतीय नाट्यकर्मींच्या ग्रुपबरोबर अजोकानं संयुक्तपणे राबवलेल्या अनेक उपक्रमांवरही मी लेख लिहू शकले यासाठी त्यांचे आभार मानले पाहिजेत. शादमान चौकाचं नाव बदलण्यात आलं नाही, तरी फैसलाबादच्या जिल्हा प्रशासनानं त्यांच्या गावाला ऐतिहासिक वारसा म्हणून दर्जा देऊन पुनर्विकास करण्याची तयारी दाखवली. भगतसिंग लहान असताना ज्या प्राथमिक शाळेत शिकले त्या आता मोडकळीला आलेल्या शाळेत मदीहा यांनी त्यांच्या 'रंग दे बसंती चोला' या नाटकातली काही लोकप्रिय गाणी सादर केली. हे नाटक भगतसिंग यांच्या प्रेरणादायी जीवनावर बेतलेलं आहे. त्यांना २३ मार्च १९३१ रोजी लाहोरच्या सेंट्रल जेलमध्ये ब्रिटिशांनी फाशी दिली. मदीहांनी मला सांगितलं, की ती एका खोलीची सरकारी शाळा आजही तिथं उभी आहे. भिंती आणि छप्पर कोसळलेल्या स्थितीत आहे, पण

तिथला फळा आणि दारांच्या काही जुन्या चौकटी जशाच्या तशा आहेत. बंगेच्या त्या सुपुत्राच्या प्रति आदर व्यक्त करण्यासाठी आजही खोलीबाहेरच्या अंगणात काही वर्ग भरवले जातात. भगतसिंगांच्या धैर्यशील जीवनाचा सन्मान करण्यासाठी एक नाटक आणि भगतसिंगांच्या कहाणीचा एक भाग असलेली गीतं रंगभूमीवर सादर करण्याचा मदीहांचा विचार होता.

शाळा तिच्या मूळ स्थितीत तशीच ठेवली गेली, पण आणखी एक शाळा दुसरीकडे बांधली गेली. तिथं काही जुनी झाडं होती आणि त्यातलं एक झाड स्वत: भगतसिंगांनी लावलं होतं, मदीहा म्हणाल्या. दर वर्षी नोव्हेंबरमध्ये भगतसिंगांच्या स्मरणार्थ एक नि:शुल्क नेत्रतपासणी शिबिर त्या गावात घेतलं जाणार होतं. शाहीद नदीम यांनी लिहिलेल्या नाटकाचे प्रयोग भारतात काश्मीरपासून कन्याकुमारीपर्यंत झाले असले, तरी पाकिस्तानात फाळणीनंतर प्रथमच लाहोरपासून दोन तासांच्या अंतरावर असलेल्या बंगे गावात त्यांच्या स्मृतिप्रीत्यर्थ कार्यक्रम होत होता.

रावळपिंडीच्या भेटीसाठी नाही, तरी बंगेला जायला मिळावं म्हणून मी विनंती अर्ज केला होता आणि ते शक्य होऊ शकेल असं मला सांगण्यातही आलं होतं. त्या गावाला भेट देणं महत्त्वाचं ठरू शकलं असतं, पण अर्थातच ते घडणार नव्हतं. त्याऐवजी मला मदीहांशी बोलण्यावरच समाधान मानावं लागलं. त्यांनी त्यांच्या जिवंत वर्णनातून मला बंगेची सफर घडवली. 'हे नाटक म्हणजे आमच्या बाजूनं श्रद्धांजली वाहण्याचा एक प्रयत्न आहे, पण त्याच गावात ते रंगभूमीवर आणण्यामागे नष्ट झालेले काही ऐतिहासिक संबंध आणि भारत व पाकिस्ताननं नाकारलेलं कथन पुनरुज्जीवित करणं हे हेतू आहेत. शिवाय, शांतता चळवळीशी जोडलं जाण्याचाही हे नाटक म्हणजे एक प्रयत्न आहे,' त्या म्हणाल्या. मदीहा यांची आई गुजरातची आणि वडील पेशावरचे होते. एक कलाकार म्हणून या दोन्ही ठिकाणांमध्ये संबंध जोडले जाणं त्यांना गरजेचं वाटलं. एका अर्थी १९४७ मध्ये इतिहास एकाच जागी थांबला होता. आपली ओळख, जोडलेपणाची भावना, सातत्याची भावना या गोष्टी पाकिस्तानमध्ये १९४७पासून पूर्णपणे मोडून गेल्या होत्या. त्यांचा पुन्हा नव्यानं शोध घेणं महत्त्वाचं होतं. हे सगळे वैयक्तिक, राजकीय आणि सांस्कृतिक धागे-दोरे मदीहांना एकत्र जुळवायचे होते. त्यासाठीचं त्यांचं माध्यम होतं नाटक. मदीहांचं नाटक हे खोलवरच्या, अंत:स्थ सत्याशी नातं सांगणारं होतं.

भगतसिंग आजही आपल्याशी किती जोडले गेले आहेत याची कहाणी लोकांसमोर आणण्याची गरज त्यांना तीव्रतेनं जाणवली. ते नास्तिक होते आणि त्यांना धर्माशी काही घेणंदेणं नव्हतं; तरी समाजातल्या काही थरांमध्ये त्यांची प्रतिमा वेगळ्या तऱ्हेनं तयार केली गेली. भगतसिंगांचं महत्त्व लोकांपर्यंत पोहोचणं

महत्त्वाचं होतं, कारण अनेक तरुण लोकांना ते कोण आहेत हेसुद्धा माहीत नाही. मदीहांच्या मुलानं – निर्वाणनं – नाटकात भगतसिंगांची भूमिका केली होती. तो चित्रपटनिर्मिती शिकत होता आणि ही भूमिका त्यानं कशा प्रकारे उभी केली यावरही त्यानं एक चित्रपट केला आहे. हे करताना जेव्हा त्यानं विद्यार्थ्यांना भगतसिंग कोण होते असा प्रश्न विचारला तेव्हा त्याला मिळालेली उत्तरं वेगवेगळी होती - ते एक डाकू होते, त्यांनी मुस्लिमांना मारलं. एकानं तर बॉलीवूड अभिनेता अजय देवगण याच्याशी त्यांचा काही तरी संबंध होता असंही उत्तर दिलं! हे सगळे नॅशनल स्कूल ऑफ आर्ट्स या प्रतिष्ठित संस्थेचे विद्यार्थी होते.

भगतसिंगांचं गाव एक ऐतिहासिक वारसास्थळ म्हणून विकसित करण्याची सरकारची योजना होती. त्यांचं घर, तिथं राहणाऱ्या घरमालकाच्या संमतीनं सरकार ताब्यात घेणार होतं. त्यांची शाळा आणि घर ते हयात असताना जसं होतं तसं पुन्हा बांधण्यात येणार होतं. 'द ल्यालपूर हेरिटेज फाउंडेशन' पाच निवडक गावांमधली महत्त्वाची ठिकाणं जतन करणार होती आणि त्यांची पुनर्बांधणी करणार होती जेणेकरून लोकांना ती बघता येतील. बंगेखेरीज इंजिनिअर असलेल्या दानशूर सर गंगा राम यांचं गाव गंगापूर आणि स्वातंत्र्यसैनिक अहमद खान यांचं खराल इथलं घर यांचीही निवड करण्यात आली.

भगतसिंग यांचं महत्त्व विशद करण्यासोबतच २०१४ मध्ये मदीहा यांनी शांतीसाठी दोन वर्षांचा एक रंगभूमी प्रकल्प सुरू केला. त्यासाठी त्यांनी भारतातल्या दोन प्रसिद्ध ग्रुपबरोबर हातमिळवणी केली. केवल धारिवाल यांचा पंजाबमधला 'मंच रंगमंच' हा ग्रुप आणि कोलकत्याचा 'रंगकर्मी ग्रुप.' नाट्य महोत्सवांच्या बरोबरीनं कराची आणि नवी दिल्लीत चर्चासत्रांचंही आयोजन करण्यात आलं. जवळजवळ सहा वर्षांच्या अंतरानं भारत आणि पाकिस्तानी नाटक मंडळी एका नवीन नाटकासाठी एकत्र आली होती. या प्रस्तावित संयुक्त निर्मितीचं – 'अनी माई दा सफना' (The Blind Woman's Dream) दिग्दर्शन रंगकर्मीच्या उषा गांगुली यांनी केलं होतं. नाटक लिहिलं होतं शाहीद नदीम यानं. त्या म्हणाल्या, की नाटक शाहमुखीमध्ये लिहिलं होतं. हे थोडं वेगळं होतं कारण पंजाबीसाठी पर्शियन लिपी फार क्वचित वापरली जायची. इतरांना वाचता यावं म्हणून तिचं लिप्यंतर करावं लागलं होतं. एका स्त्रीच्या खऱ्या कहाणीवर हे नाटक आधारित आहे. ही स्त्री लाहोरजवळ राहायची आणि फाळणीच्या वेळी अमृतसरला जायला निघाली होती. सन २००८मध्ये मुंबईवर झालेल्या दहशतवादी हल्ल्यांच्या परिणामांची पार्श्वभूमी या नाटकाला आहे. जानकी नावाच्या स्त्रीची ही कथा आहे. वयाची ८० वर्षं पूर्ण केलेली ही स्त्री तिच्या घरी परत कधीच जाऊ शकली नाही आणि ते घर पुन्हा एकदा पाहण्याची तिची इच्छा आहे. दहशतवादाच्या काळातला

समकालीन विषय घेऊन हे नाटक गतकाळाच्या स्मृती जागवतं आणि त्यातल्या मुख्य पात्राची तिचं लहानपणचं घर पाहण्याची आणि सवंगड्यांना भेटण्याची तगमग प्रेक्षकांपुढे मांडतं. गौहर म्हणाल्या, की फाळणीचा आघात आणि त्या दरम्यान झालेला हिंसाचार सर्वांत जास्त भोगलेल्या, सोसलेल्या हजारो पंजाबी लोकांची हीच आकांक्षा होती. तरुण पिढीशी बोलण्याचा एक प्रयत्न म्हणूनही या नाटकाकडं पाहता येतं. अमृतसरच्या जतिंदर कौर या अभिनेत्रीनं वठवलेली जानकीची भूमिका वगळता इतर सगळी पात्रं तरुण होती आणि १९४७ च्या घटनांचा व स्थलांतराचा परिणाम न झालेली होती.

यापूर्वी म्हणजे २००४ मध्ये अजोकानं मुलांसाठी 'बॉर्डर बॉर्डर' हे अतिशय लोकप्रिय ठरलेलं नाटक केलं. त्यात अमृतसर आणि लाहोरमधल्या अभिनेत्यांनी काम केलं होतं. वाघा बॉर्डरवर चालणाऱ्या 'थिएटर ऑफ द ॲब्सर्ड'ला त्यात उघडं पाडलं होतं. अभावितपणे बॉर्डर पार करून जाणाऱ्या लहान मुलांचं हे नाटक आहे. अलीकडची निर्मिती हा जास्त गंभीरपणे केलेला आविष्कार आहे. सन २००४ ते २००८ च्या दरम्यान लाहोर आणि अमृतसरला 'पंज पानी इंडो पाक नाट्यमहोत्सव' भरवला जात होता. अजोकानं भारतात २५ वर्षं नाटकं सादर केली असली, तरी त्यांना २००३पर्यंत पंजाबला भेट देण्यास मनाई करण्यात आली होती. २००३ मध्ये सूफी कवी बुल्ले शाह यांच्यावर आधारित नाटक रंगभूमीवर आलं आणि त्याला आठ शहरांमध्ये प्रदर्शनाची संधी मिळाली. त्याची बरीच प्रशंसाही झाली. 'माझ्या इतिहासाच्या आकलनातला तो एक टर्निंग पॉइंट होता. पूर्व पंजाबशी माझा संबंधच आला नव्हता. ते सगळं खूपच अर्थपूर्ण होतं! तुमच्या शरीराचा एखादा क्रूरपणे छाटून टाकलेला भाग तुम्हाला सापडावा तसं ते वाटलं. त्याच वेळी शस्त्रसंधीची बातमी नियंत्रण रेषेवर आली. आम्ही तिथंच प्रयोग करत होतो. लोक म्हणाले, की 'चांगले दिवस आलेत; कारण तुम्ही बुल्ले शाहना इथं आणलंत,' गौहर म्हणाल्या.

आता ३० वर्षांचा झालेला अजोका हा जम्मू आणि श्रीनगरमध्ये सादरीकरण करणारा पहिला पाकिस्तानी ग्रुप होता. पंजाबमध्ये प्रवास करत असताना गौहर यांना विस्मयकारी कहाण्या ऐकायला मिळाल्या. त्यात एका लहान मुलाची आणि त्याच्या काकांची कहाणी होती, ज्यांना जबरदस्तीनं धर्मांतर करायला लावून शीख केलं गेलं होतं. थिएटर ग्रुपच्या एका सादरीकरणातच त्या कुटुंबाचं पुनर्मीलन झालं. सध्या सुरू असलेल्या नाटकातसुद्धा 'पाकिस्तानला जाण्याची आस' हाच विषय आहे. गौहर यांना असं समजलं, की ज्येष्ठ नागरिकांना दिला जाणारा 'व्हिसा ऑन अरायव्हल' फारसा उपयुक्त ठरत नव्हता आणि त्यांना पंजाबला भेट देता येत नव्हती. ही आश्चर्याची गोष्ट होती. 'शांततेसाठी रंगमंच' या प्रकल्पाचा

मूळ उद्देशच प्रेक्षक आणि कलाकार यांच्यात होणारी देवाणघेवाण हा होता, आणि त्यातून सांस्कृतिक संबंध दृढ व्हावेत हा हेतू होता. त्यांच्यासाठी हा भारतीय कलाकारांना जाणून घेण्याचा आणि 'तुमचा हरवलेला अवयव परत मिळवण्याचा' प्रवास होता. 'शतकानुशतकांचा इतिहास कापून टाकल्यामुळं पाकिस्तान ही एक अधुरी कहाणी ठरला आहे. कुठल्या तरी विचारधारेमुळे आमच्यापासून जाणूनबुजून आमच्या आठवणी हिरावून घेतल्या गेल्या आहेत. त्या संदर्भात आम्ही काम करत आहोत. इतिहासाचं कथन आणि वैयक्तिक कथन एकमेकांशी जुळत नाही,' गौहर म्हणाल्या. हा प्रकल्प नीट पार पडला की नाही, याची मला कल्पना नाही.

सगळ्याच भारत-पाक संबंधांचा शेवट गोड झाला असं नाही. बऱ्याचदा कार्यक्रम न करताच पाकिस्तानी कलाकारांना परत जावं लागलं किंवा निषेध केल्यामुळे क्रिकेटच्या सामन्यांची ठिकाणं बदलावी लागली. मला माझ्या घराजवळ असलेल्या एका वेगळ्या कला प्रदर्शनाविषयी कुणी तरी सांगितलं आणि अशा प्रकारे मी 'गॅलरी ६' चालवणाऱ्या अर्जुमंद फैजलला भेटले. व्यवसायानं डॉक्टर असलेल्या या कलाकाराला पाकिस्तानी कलाकारांच्या किमान ५० चित्रांचं प्रदर्शन भरवायला सप्टेंबर २०१२ मध्ये भारतात आमंत्रित करण्यात आलं होतं. त्यामुळं तो फारच उत्साहात होता. एकूण १७ कलाकारांची निवड करण्यात आली होती. फेब्रुवारी २०१३ मध्ये मुंबईत झालेलं हे प्रदर्शन चांगलंच यशस्वी झालं. २६ नोव्हेंबरच्या हल्ल्याला पाच वर्षं झाली होती. मुंबईकरांनी त्या हल्ल्याबाबतच्या आणि भारतीय सैनिकांना मारल्याबाबतच्या प्रश्नांचा भडिमार केला. ऑगस्टमध्ये अहमदाबादमध्ये 'अमदावाद नी गुफा' गॅलरीत भरलेलं हे प्रदर्शन बजरंग दलाच्या सदस्यांनी नियंत्रण रेषेवर भारतीय सैनिकांच्या झालेल्या हत्येचा निषेध म्हणून उधळून लावलं.[१२] इतर चित्रांबरोबरच फैजलची स्वत:ची चित्रं फाडून टाकण्यात आली. ४७ पैकी ३० चित्रं किरकोळ नुकसान होऊन बचावली. १४ खूपच खराब झाली आणि तीन हरवली. फैजलला आमंत्रित करणाऱ्या 'द इंटरनॅशनल क्रिएटिव्ह आर्ट सेंटर'नं (ICAC) त्याचे फोन उचलण्याचीही तसदी घेतली नाही आणि चित्रं परत पाठवण्याच्या त्याच्या विनंतीला वाटाण्याच्या अक्षता लावल्या. आयसीएसीनं सांगितलं, की ते चित्रं पाकिस्तानला पाठवू शकत नाहीत कारण असं करायला कुठलीही कुरिअर सेवा तयार नाही. त्यांनी ती दुबईला पाठवली आणि तिथून स्वत: मोठी पदरमोड करून त्याला ती इस्लामाबादला आणावी लागली. 'द इंडिया-पाकिस्तान फ्रेंडशिप असोसिएशन'नं यात काडीचीही मदत केली नाही. या अनुभवानं न डगमगता फैजलनं नुकसान झालेल्या चित्रांचं प्रदर्शन 'Resilient Ambassdors' या नावानं भरवलं. पार्श्वभूमीवर दाखवण्यात येणाऱ्या

व्हिडिओत तरुण मुलं कॅनव्हास फाडताना आणि फ्रेमची मोडतोड करताना दिसतात. फैजलची खराब झालेली चित्रं कापून पुन्हा त्याच कॅनव्हासवर रंगवण्यात आली, पण फाडल्याच्या खुणा दिसत राहिल्या.

हाजरा मन्सूर ही लखनऊ आर्ट कॉलेजची विद्यार्थिनी. ती आणि तिचा पती मन्सूर राही यांचा भारताशी नियमित संपर्क होता. ती दोघं त्यांची चित्रं भारतात विकायचे. त्यांनी बरेच भारतीय मित्रही जोडले होते. त्यांच्या कामाचं अशा प्रकारे नुकसान झालं म्हणून त्यांना दु:ख झालं. तरीही भारताविषयी त्यांच्या मनात असलेलं प्रेम कमी झालं नाही. कलाकारांना सगळ्यांना एकत्र आणण्याची भूमिका बजवायची आहे, असंच त्यांना वाटलं.

ही 'पाकिस्तान' नावाची संकल्पना नव्हे

शालेय अभ्यासक्रमाच्या पुस्तकांचा वापर द्वेष आणि शत्रुत्वाची भावना पसरवण्याचं साधन म्हणून करण्यामागे 'अंत:स्थ हेतू' आहे. अशी पुस्तकं कोत्या मनोवृत्तीची कारक ठरतात, संविधानाच्या विरोधात जातात, इतिहास समजून घेत नाहीत आणि वास्तवाशी फटकून असतात, हे सन २०१३ मध्ये केलेल्या एका अभ्यासात दिसून आलं होतं. मी त्याबद्दल लिहिलं होतं. मी लेखक, प्रोफेसर ए. एच. नय्यर यांना कॉफीपानासाठी भेटले होते. त्यांनी विश्लेषण केलेल्या विविध पैलूंवर आम्ही गप्पा मारल्या. एक समर्पित शिक्षणतज्ज्ञ असलेल्या नय्यर यांच्या अभ्यासात असं दिसलं, की २००६च्या राष्ट्रीय अभ्यासक्रमात जिनांचं भाषण हे केवळ श्रद्धा स्वातंत्र्यासाठी दिलेली हाक असल्याचा उल्लेख करून त्याला कमीपणा आणला गेला होता. सन २००६मध्ये तयार केल्या गेलेल्या राष्ट्रीय अभ्यासक्रमाला अनुसरून २०१३-१४ या शैक्षणिक वर्षासाठी पाकिस्तानी शाळांसाठी नेमलेल्या (पहिली ते दहावी या वर्गांच्या) २७ उर्दू आणि ३० इंग्लिश पाठ्यपुस्तकांचा अभ्यास त्यांनी केला होता.

लहान वयात इतिहास आणि राजकीय घडामोडी समजून घेण्यात आणि मनात सर्वसमावेशकतेची भावना रुजवण्यात पाठ्यपुस्तकं फार मोठी भूमिका बजावतात. दुसरे एक अभ्यासक प्रोफेसर कृष्णकुमार यांनी भारत आणि पाकिस्तानमधल्या इतिहासाच्या पुस्तकात दिलेल्या स्वातंत्र्यलढ्याबाबतच्या माहितीचं एक उत्तम विश्लेषण केलं होतं. त्यामध्ये एकमेकांच्या देशांबाबत अभ्यासाचा अभाव असल्यावर बोट ठेवलं होतं. 'सर्वसाधारणपणे पाहिलं, तर दोन्ही देशांतल्या साचेबद्ध समजांची शक्ती कोणत्याही गंभीर स्वरूपाच्या संशोधनाला आणि एकमेकांविषयी ज्ञान मिळवण्याला प्रतिबंध करते.'[१३]

कराचीतला जिनांचा पांढऱ्या रंगाचा घुमटाकार मकबरा या देशाचे ते संस्थापक

असल्याची आठवण करून देत असला, तरी त्यांच्या सारसंग्राहक वृत्तीची दखल घेतली गेल्याचं दिसत नाही. शालेय पाठ्यपुस्तकं बघितल्यावर याची जाणीव अधिक प्रखरपणे होते. या पुस्तकांचं वारंवार विश्लेषण झालं आहे आणि सूचनाही दिल्या गेल्या आहेत. पण काही सुधारणा झाल्या असल्या, तरी त्रुटी आहेतच असं २०१३ मध्ये प्रो. नय्यर यांनी केलेल्या अभ्यासात दिसतं.[१४] बिगरमुस्लीम विद्यार्थ्यांना इस्लाम धर्माबद्दल जबरदस्तीनं दिली जाणारी शिकवण म्हणजे सरळसरळ संविधानाचा अवमान आहे. प्राथमिक वर्गांसाठी असलेली इंग्लिश भाषेतील पुस्तकं, माध्यमिक वर्गांसाठीची इतिहास आणि भूगोलाची पुस्तकं आणि उच्च माध्यमिक वर्गांसाठी असलेली उर्दू पुस्तकं यांच्यात काही प्रमाणात सुधारणा असली, तरी अनेक त्रुटी तशाच आहेत.

काइद-ए-आझम विद्यापीठाचे माजी प्रोफेसर नय्यर त्यांच्या संशोधनात्मक अभ्यासाचा समारोप करताना २००६च्या राष्ट्रीय अभ्यासक्रमात असलेल्या दोन मोठ्या गंभीर समस्यांकडे लक्ष वेधतात आणि ठामपणे व तातडीनं त्या सोडवण्याची गरज प्रतिपादन करतात, जेणेकरून शिक्षणाचा उपयोग धार्मिक शिकवण मनावर बिंबवण्यासाठी करण्याच्या जुन्या पद्धतींना फाटा देता येईल. एक म्हणजे, या अभ्यासक्रमानं सगळ्या धर्मांच्या विद्यार्थ्यांसाठी बनवल्या गेलेल्या पाठ्यपुस्तकांमध्ये धार्मिक शिकवणीचा समावेश करू नये आणि दुसरी समस्या म्हणजे, पाकिस्तानच्या संकल्पनेवर कोणत्याही विचारसरणीचं आवरण चढवू नये. पण दोन्ही आघाड्यांवर पाठ्यपुस्तकं अपयशी ठरली आहेत.

नय्यर यांना असं आढळून आलं, की पाठ्यपुस्तकांचे लेखक ऐतिहासिक वस्तुस्थितीचा वापर करण्याच्या बाबतीत पक्षपाती होते. जुन्या पाठ्यपुस्तकांमध्ये केली गेलेली इतिहासाची मोडतोड तशीच राहिली. ठळकपणे जाणवणारी मोडतोड किंवा विकृतीकरण हे १९६५ आणि १९७१ च्या इतिहासाबाबत होतं. सन १९७१मध्ये घडलेल्या घटनांचं वर्णन करताना या पाठ्यपुस्तकांमध्ये पूर्व पाकिस्तानातल्या हिंदूंना सर्वस्वी दोषी धरलेलं आहे आणि पाकिस्तानी सैन्यदल व त्याच्या सहयोगी सैन्यदलांनी केलेल्या अत्याचारांचे संदर्भ पूर्णत: वगळले आहेत असं प्रोफेसर अय्यर म्हणाले. आणखी एक कायम राहिलेली जुनी सवय म्हणजे युद्धाचं आणि सैनिकांचं किंवा लष्करातल्या हीरोंचं केलेलं उदात्तीकरण. बिगरलष्करी हीरोंचा उल्लेख फक्त काही राष्ट्र संस्थापकांपुरता सीमित आहे. त्यामुळं पाठ्यपुस्तकांमध्ये राष्ट्रीय नेत्यांचा समावेश करण्याचं उद्दिष्ट पुरेसं साध्य होत नाही. ज्या हीरोंचा गौरवानं उल्लेख केला जातो ते एकतर राजकारणातले आहेत किंवा लष्करातले. याला अगदी हाताच्या बोटांवर मोजता येण्याइतके अपवाद आहेत. स्त्रियांमधले आदर्श केवळ दोन आहेत : मोहतरमा फातिमा जिना आणि बेगम राणा लियाकत

अली खान. खैबर पख्तूनख्वामधल्या एका पाठ्यपुस्तकात बेकायदापणे केलेल्या धर्मनिंदकांच्या हत्यांसाठी इल्म दिन याचा गौरव केलेला आढळतो.

प्रोफेसर कृष्णकुमार यांचं संशोधन याच्याशी साम्य सांगणारं आहे. ते लिहितात -

> 'पाकिस्तानी पाठ्यपुस्तकं भारताबरोबर झालेल्या १९६५ आणि १९७१च्या युद्धांच्या संदर्भांनी खचाखच भरलेली आहेत. भारतात या युद्धांवर आधारित ब्लॉकबस्टर चित्रपट तयार झाले, पण त्यासंबंधीच्या कथा पाठ्यपुस्तकांत क्वचितच सापडतात. याउलट, पाकिस्तानी पाठ्यपुस्तकं या युद्धांचा वापर लढाया आणि त्यांचे हीरो यांच्याबद्दलचे अनावश्यक तपशील आणि प्रतिमासृष्टी निर्माण करण्यासाठी करतात. युद्धांच्या स्मरणदिनांबाबतही हेच घडतं. पाकिस्तानी सैन्य आताच्या बांग्लादेशात शरण आलं तो १६ डिसेंबरचा दिवस भारत काही वर्षांपासून 'विजय दिवस' म्हणून साजरा करत आला आहे... तर दुसरीकडे १९६५च्या युद्धाचं स्मरण म्हणून पाकिस्तानात साजरा केला जाणारा ६ सप्टेंबर हा दिवस 'संरक्षण दिन' नावानं ओळखला जातो. त्यात एक व्यापक आवाहन आहे.[१५]

पूर्वीसुद्धा भारताबद्दल, त्याच्या इतिहासाबद्दल आणि सामाजिक भावनिष्ठेबद्दल झापडबंद समज पसरवण्यात पाठ्यपुस्तकांचा मोठा हात होता. त्यातून शत्रुत्वाची भावना मनात निर्माण करणं सोपं झालं होतं. पाकिस्तान भारताबरोबरच्या युद्धांमध्ये कधीच पराभूत झालं नाही या दंतकथेचा उगम बहुधा या पाठ्यपुस्तकांमध्येच असावा. त्यांनी सैन्यातील हीरोंना मुलांसमोर आदर्श म्हणून ठेवून त्यांच्या मनाची जडणघडण केली. या अभ्यासातून असंही निष्पन्न झालं, की पाकिस्तानातल्या काही पाठ्यपुस्तकांमध्ये ११ ऑगस्ट १९४७ रोजी पहिल्या विधानसभेत काइद-ए-आझम यांनी केलेलं भाषण मोडतोड करून छापलं आहे. जिनांनी तासन्तास खपून केलेल्या त्या भाषणाचं वर्णन बोलिथोनं 'त्यांच्या आयुष्यातलं सर्वोत्तम भाषण', असं केलं आहे. त्या संस्मरणीय भाषणात जिनांनी म्हटलं होतं :[१६]

> या पाकिस्तान नावाच्या राष्ट्रात तुम्ही स्वतंत्र आहात. तुम्ही तुमच्या मंदिरांमध्ये जायला स्वतंत्र आहात, तुम्ही तुमच्या मशिदीत जायला स्वतंत्र आहात किंवा अन्य प्रार्थनास्थळी जायलाही स्वतंत्र आहात. तुम्ही कोणत्याही धर्मांचे किंवा पंथाचे असलात, तरी आपण सगळे

एकाच देशाचे नागरिक आहोत आणि समान नागरिक आहोत या तत्त्वाला धक्का पोचत नाही... आता हाच आदर्श आपण आपल्यासमोर ठेवला पाहिजे असं मला वाटतं. तुम्हाला असं दिसून येईल, की काळाच्या ओघात हिंदू हे हिंदू राहणार नाहीत आणि मुस्लीम हे मुस्लीम राहणार नाहीत. धार्मिक अर्थानं नव्हे, कारण ही प्रत्येक माणसाची व्यक्तिगत श्रद्धा आहे, तर या देशाचे नागरिक म्हणून राजकीय अर्थाने.

२००६ साली, राष्ट्रीय अभ्यासक्रमानं या भाषणाच्या खऱ्या अर्थाचा खून करून फार गंभीर चूक केली आहे, असं बलुचिस्तानतल्या काही पाठ्यपुस्तकांचा अभ्यास केल्यावर प्रोफेसर नय्यर म्हणाले.[१७]

'असं म्हणू शकतो की, त्या अभ्यासक्रमानं जिनांच्या भाषणाला केवळ धार्मिक स्वातंत्र्याची हाक असं संबोधून त्याची उंची कमी केली आहे. त्यानुसार पाठ्यपुस्तकांच्या लेखकांनी काइद यांच्या शब्दांचा अर्थ धार्मिक अल्पसंख्याकांना बहुसंख्यांप्रमाणेच अधिकार मिळतील, असा काढला आणि तरुण विद्यार्थ्यांना हे सांगितलं नाही की, काइद यांना देशाच्या कामकाजात धर्म कधीच आणायचा नव्हता. काइद यांच्या या दृष्टिकोनामुळे एका विशिष्ट विचारसरणीचे लोक अस्वस्थ झाले आहेत हे सर्वज्ञातच आहे. त्यांच्या शब्दांमध्ये दडलेल्या खऱ्या अर्थाचा खून करण्याचा एक अतिशय चलाख पण फसवा मार्ग त्यांना आता सापडला आहे.'[१८]

२००६च्या, राष्ट्रीय अभ्यासक्रमात, तसेच आतापर्यंत छापल्या गेलेल्या पाठ्यपुस्तकांमध्ये काइद यांच्या प्रसिद्ध विधानांचा वाकडा अर्थ काढण्याचा झालेला प्रयत्न स्पष्टपणे दिसून येतो. काइद यांनी धर्म आणि राष्ट्र कायमच वेगळे ठेवले हे तर उघड आहे. परंतु, अभ्यासक्रमाला याचा असा अर्थ लावायचा आहे, की काइद यांना फक्त धार्मिक अल्पसंख्याकांच्या अधिकारांची जपणूक करायची होती. त्यांनी (अभ्यासक्रम आखणाऱ्यांनी) लावलेल्या अर्थानुसार काइद असं म्हणत होते, की कोणत्याही नागरिकाचा धर्म राष्ट्राच्या कारभाराच्या आड येणार नाही आणि राष्ट्र व धर्म अलग ठेवण्याला काइद पाठिंबा देत नव्हते. प्रोफेसर नय्यर म्हणतात, 'यावरून आपल्याला काइद यांच्या शब्दांमध्ये वैचारिक कारणांसाठी केलेल्या आणखी एका कुख्यात फेरफारीची आठवण होते : एकता, शिस्त आणि धर्म हे शब्द असे बदलले गेले - धर्म, ऐक्य आणि शिस्त.'

तीन मोठ्या गंभीर त्रुटींसाठी हा अभ्यास २००६च्या नवीन अभ्यासक्रमावर

टीका करतो : देशातल्या बिगरमुस्लीम नागरिकांना असलेल्या घटनात्मक संरक्षणाचं उल्लंघन करणाऱ्या सूचना या अभ्यासक्रमात दिल्या आहेत; हा अभ्यासक्रम या देशाच्या विचारसरणीच्या बैठकीचं आणि तिच्याभोवती गुंफलेल्या इतिहासाचं कथन करण्याची मागणी करतो; ज्यामुळे इतिहासामध्ये झालेले फेरफार, अतार्किक द्वेषभावनेची निर्मिती आणि बिगरमुस्लीम समुदायांच्या प्रति आंधळे पूर्वग्रह अशा गंभीर समस्या निर्माण होतात आणि त्यामुळं विद्यार्थ्यांची तर्कशुद्ध विश्लेषण करण्याची आणि ऐतिहासिक घटना समजून घेण्याची, वास्तवाचा शोध घेण्याची आणि त्याचा सामना करण्याची आणि कोणत्याही पूर्वग्रहांशिवाय इतर देशांशी त्यांचे संबंध कसे असावेत हे ठरवण्याची क्षमताच हिरावून घेतली जाते. शिवाय त्यामुळं शिक्षण-सामग्रीमध्ये वास्तवाच्या अगदी विरुद्ध अशी मांडणी सामावली जाते.

पाकिस्तानच्या राज्यघटनेच्या अनुच्छेद २२(१)मध्ये म्हटलं आहे : 'कोणत्याही शैक्षणिक संस्थेत शिकणाऱ्या व्यक्तीला त्याच्या धर्मापेक्षा वेगळ्या धर्माची धार्मिक शिकवण घेणं अनिवार्य नाही किंवा कोणत्याही धार्मिक कार्यक्रमात भाग घेणं गरजेचं नाही किंवा धार्मिक प्रार्थनेत सहभागी होणं सक्तीचं नाही; जर अशी शिकवण, कार्यक्रम किंवा उपासना यांचा संबंध त्या व्यक्तीचा धर्म सोडून वेगळ्या धर्माशी असेल तर.' २००६चा राष्ट्रीय कार्यक्रम या घटनात्मक तरतुदीला दोन पद्धतींनी छेद देतो, असं प्रा. नय्यर यांनी केलेला अभ्यास नमूद करतो. कारण पहिल्या व दुसऱ्या इयत्तेच्या 'सामान्य ज्ञान' या विषयात इस्लामच्या मूलभूत शिकवणींचा समावेश केला गेला आहे आणि पहिली ते आठवी इयत्तांच्या उर्दूच्या पाठ्यपुस्तकांमध्ये धार्मिक पाठ समाविष्ट करणं या अभ्यासक्रमानुसार गरजेचं आहे.

त्याशिवाय, सगळे प्रेषित हे अब्राहमिक-इस्लाम, ज्यू आणि ख्रिश्चन धर्मांचे आहेत. धड्यांमध्ये बिगरअब्राहमिक धर्मांना स्थान नाही, जसे हिंदू, शीख, बौद्ध आणि झोराष्ट्रीयन. ते धडे बिगरअब्राहमिक धर्मांच्या मुलांच्या हक्कांची पायमल्ली करतात. सर्व धर्मांचा आदर केला पाहिजे या अभ्यासक्रमातील शिफारशीचं सार फक्त एका ओळीत सांगितलं गेलं आहे : 'आपण सगळ्या धर्मांचा आदर केला पाहिजे' बस्स, इतकंच! यापेक्षा जास्त काही नाही. म्हणजे फक्त अब्राहमिक धर्मांचा आदर करणं अपेक्षित आहे. हे उघड आहे, की इयत्ता दुसरीतली बिगरमुस्लीम मुलं अभिवादन करण्याची इस्लामिक पद्धत बळजबरीने शिकतात आणि ईश्वराचा उल्लेख 'अल्ला' असा करतात.

हा अभ्यास असंही सांगतो, की २००६च्या राष्ट्रीय अभ्यासक्रमातला आणखी एक दोष म्हणजे त्यात तथाकथित 'पाकिस्तानी विचारसरणी'च्या आधारावर

पाकिस्तानची ओळख आणि इतिहास यांचं कथन करण्यावर भर दिला गेला आहे. नववी आणि दहावीच्या वर्गांसाठी असलेल्या अभ्यासक्रमातील ही काही विधानं पहा : 'काळजीपूर्वक विचारविनिमय केल्यानंतर पाकिस्तानची मागणी संपूर्ण मुस्लीम राष्ट्रानं केली.' या विधानातून विद्यार्थ्यांना ही माहिती दिली जात नाही, की १९४६पर्यंत बहुसंख्य मुस्लिमांनी या मागणीला पाठिंबा दिला नव्हता. आणि हेही सांगितलं जात नाही, जमित उलेमा-ए-हिंद ऑफ देवबंदचे नेते, अबुल कलाम आझाद, मुफ्ती महमूद, अबुल आला मौदुदी आणि मजलिस-ए-अहरार यांच्यासह अनेक इस्लामी विद्वान शेवटपर्यंत पाकिस्तानच्या मागणीच्या विरोधात होते. 'काही चुकीची विधानंही होती; उदाहरणार्थ पंजाबच्या पाठ्यपुस्तकात पान २० वर 'पाकिस्तानच्या ठरावाची पार्श्वभूमी : "... इतर धर्मांप्रमाणेच इस्लामलाही आपल्या धर्मात विलीन करण्यासाठी हिंदू धर्म सातत्यानं प्रयत्न करत होता." '

पाठ्यपुस्तकांमध्ये मनाला येतील ते संदर्भ वगळलेही आहेत. उदाहरणार्थ, फाळणीनंतर संयुक्त निधीतून पाकिस्तानला देय असलेली रक्कम देण्यास भारतीय सरकार राजी होत नव्हतं, तेव्हा महात्मा गांधींनी उपोषण करून भारत सरकारला पाकिस्तानचा वाटा द्यायला लावला याचा कोणत्याही पाठ्यपुस्तकात उल्लेख नाही. त्याप्रमाणे पाठ्यपुस्तकांमध्ये खिलाफत चळवळीचं सकारात्मक वर्णन करताना ती 'इस्लामिक उम्माह' चळवळ असल्याचं म्हटलं असलं, तरी काइद-ए-आझम कधीही या चळवळीच्या बाजूनं नव्हते आणि महात्मा गांधींनी मात्र तिला भक्कम पाठिंबा दिला होता, हा उल्लेख कुठंही आढळत नाही.

पुस्तकांमध्ये अशीही विधानं आहेत, की अकबराच्या हिंदूधार्जिण्या धोरणांमुळं हिंदू इतके निडर झाले, की त्यांनी मकबरे आणि मशिदी उद्ध्वस्त केल्या आणि त्यांच्या जागी मंदिरं उभारली. बहुसंख्य हिंदू असलेल्या प्रदेशांमध्ये मुस्लिमांना मोठ्या कष्टाचं जीवन कंठावं लागत होतं. मुस्लिमांना मुक्तपणे त्यांच्या धर्माचं पालन करता येत नव्हतं. त्यांनी धर्मपालनाचा आग्रह धरला, तर त्यांना त्यांच्या प्राणाला मुकावं लागण्याची शक्यता असायची.' हा अभ्यास असं सांगतो, की हे ऐतिहासिकदृष्ट्या चुकीचं आहे आणि त्यामागे हिंदूंविरुद्ध विद्वेष पसरवण्याचा हेतू आहे.

जुन्या पाठ्यपुस्तकांमध्ये इतिहासाची जी मोडतोड करण्यात आली होती ती नवीन पुस्तकांमध्येही तशीच ठेवण्यात आली आहे.[११] त्यामधली सगळ्यांत जास्त नजरेत भरण्यासारखी मोडतोड पंजाबच्या नवव्या इयत्तेच्या पुस्तकात पाकिस्तानच्या अलीकडच्या इतिहासाबाबत केली आहे. विशेषत: १९६५ आणि १९७१च्या घटनांबाबत. १९६५च्या युद्धाची कारणं देताना म्हटलं आहे :

'भारतानं आपला विस्तारवादी हेतू प्रत्यक्षात आणण्यासाठी पाकिस्तानच्या

विरुद्ध उघडपणे आक्रमक भूमिका घेतली आणि ६ सप्टेंबरच्या रात्री पाकिस्तानवर हल्ला केला.' 'हिंदूंच्या मर्जीविरुद्ध पाकिस्तानची स्थापना झाली म्हणून त्यांनी मनापासून पाकिस्तानला कधीच स्वीकारलं नाही. पाकिस्ताननं केलेली नेत्रदीपक प्रगती आणि पाकिस्तानचं स्थैर्य या गोष्टी त्यांच्यासाठी काळजीचं कारण ठरल्या. म्हणून त्यांनी पाकिस्तानच्या विरोधात आक्रमक कारवाया सुरू केल्या.' 'काश्मिरी लोकांना नैतिक पाठिंबा दिल्याची शिक्षा म्हणून आणि जगात काश्मीरच्या प्रश्नावर आवाज उठवला म्हणून भारतानं १९६५चं युद्ध पाकिस्तानवर लादलं.'

अभ्यास असं सांगतो, की पूर्व पाकिस्तानच्या विलगीकरणामागील कारणांमध्ये दोन महत्त्वाच्या गोष्टींचा समावेश केलेला नाही : (अ) राज्यघटनेत नमूद केल्याप्रमाणे बहुमत असलेल्या पक्षाकडे सत्ता देण्यास याह्या खान यांनी दिलेला नकार आणि (ब) नागरिकांवर लष्करानं केलेली कारवाई आणि सैन्यातील लोकांनी केलेल्या सामूहिक हत्या, बलात्कार आणि लूटमार.

त्याऐवजी पाठ्यपुस्तकात जी कारणं दिली आहेत ती अशी आहेत : 'वाईट आर्थिक स्थिती : पूर्व पाकिस्तानची आर्थिक स्थिती नेहमीच हलाखीची होती. फाळणीच्या आधीपासून या आर्थिक दुरवस्थेला पश्चिम बंगालमधले हिंदू जमीनदार आणि हिंदू उद्योगपती कारणीभूत होते आणि आतासुद्धा पूर्व पाकिस्तानच्या अर्थव्यवस्थेवर हिंदूंचच वर्चस्व आहे.'

त्यानंतर, 'हिंदू शिक्षकांची नकारात्मक भूमिका : दुर्दैवानं, बंगाली मुस्लीम शिक्षणात नेहमीच हिंदूंपेक्षा मागासलेला होता. याच कारणामुळे बहुतेक शालेय आणि महाविद्यालयीन शिक्षक हे हिंदूच होते. त्यांनी तरुण मुलांच्या मनात बंगाली राष्ट्रवादाचं विष पेरलं आणि पाकिस्तानच्या विचारसरणीच्या विरोधात बंड करण्यासाठी त्यांना भडकावलं. यामुळे पश्चिम पाकिस्तानपासून पूर्व पाकिस्तान वेगळं काढण्याचा मार्ग सुकर झाला.' पूर्व पाकिस्तानच्या विलगीकरणाचं खापर अमेरिका आणि सोव्हिएत युनियन या महासत्तांवरही फोडलं गेलं. भारताबरोबर त्यांनी करार केला होता. पाकिस्तानला १९७१मध्ये भारताकडून युद्धात पराजय पत्करावा लागला ही बाब पाठ्यपुस्तकात नमूद केलेली नाही आणि भारतानं ९० हजार युद्धकैदी आपल्या ताब्यात ठेवले ही गोष्टही सांगितली नसल्याचं, प्रोफेसर नय्यर म्हणतात.

बलुचिस्तानातल्या नवव्या व दहाव्या इयत्तांसाठी असलेल्या 'पाकिस्तान स्टडीज्' या पुस्तकात १९६५च्या इंडो-पाक युद्धाचा दोष भारताला देण्यात आला आहे :

> '१९६५च्या सुरुवातीला, काश्मीरमधली स्वातंत्र्य चळवळ इतकी तीव्र झाली, की भारतानं हल्ला करण्याच्या हेतूनं पाकिस्तानच्या सीमेवर

> सैन्याच्या तुकड्या तैनात केल्या. सुरुवातीच्या चकमकींमध्ये माघार घ्यावी लागल्यामुळे भारतीय सैन्यानं ६ सप्टेंबर १९६५च्या रात्री लाहोरवर तीनही बाजूंनी हल्ला चढवला. सकाळ होईपर्यंत लाहोरवर कब्जा करण्याचा त्यांचा मानस होता... अल्लानं मदत केल्यामुळे आणि पाकिस्तानी सैन्याच्या शौर्यामुळे भारत थोडे दिवसही युद्धात टिकू शकला नाही आणि त्याच्या प्रतिनिधींनी संयुक्त राष्ट्रांना शस्त्रसंधीसाठी मध्यस्थी करण्याची गळ घालायला सुरुवात केली. शेवटी सुरक्षा समितीनं २० सप्टेंबर रोजी एका ठरावाद्वारे दोन दिवसांत युद्धविराम करायला सांगितलं. सैन्य सुरक्षितपणे माघारी नेण्यासाठी भारतानं आणखी एक दिवसाची मुदत मागितली. २३ सप्टेंबरपासून युद्धविराम अमलात आणला गेला.'

पूर्व पाकिस्तानच्या विलगीकरणाबाबत पाठ्यपुस्तकात 'हिंदू शिक्षकांची भूमिका आणि अर्थव्यवस्थेवर हिंदूंचं नियंत्रण' यावरच भर दिला होता (पंजाबच्या पाठ्यपुस्तकांसारखंच हे कथन होतं) आणि पाकिस्तानच्या निर्मितीपासूनच त्याचं खच्चीकरण करण्यासाठी हिंदूंनी कंबर कसली होती, असं लिहिलं होतं. पूर्व पाकिस्तानातल्या भारतीय राजदूतांनी नेहमीच स्थानिक हिंदूंच्या मदतीनं पाकिस्तानच्या विरोधात कारस्थानं रचली.'

सन २०१३-१४ या शैक्षणिक वर्षासाठी असलेल्या पंजाबच्या 'पाकिस्तान स्टडीज्' या पाठ्यपुस्तकातले हे काही अंश बघा : 'पाकिस्तानात विचारसरणी आणि परराष्ट्र धोरण एकमेकांत गुंफलेले आहेत. पाकिस्तान हा विचारसरणी मानणारा देश आहे आणि त्याचा पाया इस्लामिक विचारसरणी हा आहे. विचारसरणीच्या परिसीमांचं रक्षण करणं हे पाकिस्तानच्या परराष्ट्र धोरणाचं महत्त्वाचं उद्दिष्ट आहे. पाकिस्तानच्या विचारसरणीची जपणूक करण्यातून पाकिस्तानचं स्थैर्य सूचित केलं जातं. इस्लामिक राष्ट्रांबरोबर चांगले संबंध प्रस्थापित करून पाकिस्तान त्याच्या विचारसरणीचं रक्षण करू शकतो.'

सर्व धर्मांच्या विद्यार्थ्यांसाठी अनिवार्य असलेल्या विषयांच्या पाठ्यपुस्तकांमध्ये दोन वेगवेगळ्या पद्धतींनी इस्लामची शिकवण दिली आहे : पहिली म्हणजे, पहिली आणि दुसरीच्या वर्गांसाठी असलेल्या 'सामान्य ज्ञान' या विषयात इस्लामच्या अभ्यासाचा समावेश करून आणि दुसरी म्हणजे, पहिली ते आठवी या इयत्तांसाठी असलेल्या उर्दू विषयाच्या पुस्तकांमध्ये इस्लाम धर्माचे धडे समाविष्ट करून. पंजाबातल्या पहिलीच्या सामान्य ज्ञानाच्या या पाठ्यपुस्तकात फक्त चार पवित्र ग्रंथांचा उल्लेख केला आहे - झबुर, तोरा, बायबल आणि कुराण. पाकिस्तानच्या

अल्पसंख्याकांमध्ये जरी पाच टक्के लोक हे हिंदू, ख्रिश्चन, शीख आणि बौद्ध असले, तरी त्यांच्या धर्मांचा, शिकवणींचा किंवा बिगरमुस्लीम उत्सवांचा समावेश पाठ्यपुस्तकांमध्ये केलेला नाही. खैबर पख्तूनख्वामध्ये सामान्य ज्ञान या विषयांतर्गत मुलांना धार्मिक मंत्र पाठ करावे लागतात आणि प्रश्नांनासुद्धा धार्मिक संदर्भ असतो. उदाहरणार्थ, एक मुस्लीम व्यक्ती दिवसभरात किती वेळा प्रार्थना करते? शिवाय, पहिली ते तिसरीच्या मुलांना हे कळलं पाहिजे, की सर्वशक्तिमान अल्लानं त्यांना निर्माण केलं आहे आणि जगातल्या सगळ्या गोष्टी अल्लानंच घडवल्या आहेत. हे सगळं सामान्य ज्ञान या विषयाचा भाग असल्यामुळे बिगरमुस्लीम विद्यार्थ्यांना ते शिकावं लागतं. आणि शिवाय प्रेषिताची सगळी नावंही त्यांना माहीत करून घ्यावी लागतात. त्याचं चरित्र तोंडी सांगता यावं लागतं आणि कुराणातल्या ओळी म्हणाव्या लागतात.

सन २००३मध्ये केल्या गेलेल्या अभ्यासात सापडलेले काही दोष नवीन अभ्यासक्रमात तसेच आहेत. या अभ्यासात देशातल्या तरुणांमध्ये संकुचित मनोवृत्ती आणि अतिरेकी विचार वाढीला लागतील याकडं लक्ष वेधलं होतं. 'द सट्ल सबव्हर्जन : द स्टेट ऑफ करिक्युला अ‍ॅण्ड टेक्स्ट्बुक्स इन पाकिस्तान' (The Subtle Subversion : the state of curricula and textbooks in Pakistan) या ए. एच. नय्यर आणि अहमद सलीम यांनी संपादित केलेल्या आणि सस्टेनेबल डेव्हलपमेंट पॉलिसी इन्स्टिट्यूटनं प्रकाशित केलेल्या पुस्तकात म्हटलं आहे, की पाकिस्तानच्या इतिहासात घडलेल्या घटनांचा चुकीचा अर्थ सामाजिक अभ्यासांमध्ये लावला गेला आहे. अभ्यासक्रमात ऐतिहासिक तथ्यांची मोडतोड करण्यात आली आणि काही भाग वगळण्यात आला. हा अभ्यासक्रम देशातल्या धार्मिक विविधतेची दखल घेत नाही. संपूर्ण शिक्षण हे फक्त इस्लामच्या शिकवणीनं भरलेलं आहे.

या दरम्यान, कुमार यांनी स्वातंत्र्यलढ्याच्या काळाचा उल्लेख असलेल्या दोन्ही देशांमधल्या पाठ्यपुस्तकांचा अभ्यास केला तेव्हा त्यात काही गोष्टी धक्कादायक रीतीनं वगळल्या असल्याचं दिसून आलं. 'गांधींचं पाकिस्ताननं उभं केलेलं चित्र आणि जिनांची भारतानं उभी केलेली प्रतिमा यामध्ये गंभीर स्वरूपाचं विकृतीकरण आढळून आलं, पण त्याची मुळं काही तपशील नजरेआड करण्यामध्ये आहेत असं दिसतं. काही विशेषणांच्या मदतीनं चुकीचा समज पसरवण्याचा हा प्रयत्न वाटत नाही.'[२०]

पाकिस्तानी पाठ्यपुस्तकांमध्ये असं म्हटलं आहे की, 'हिंदू धर्माचा खूप मोठा प्रभाव असला, तरी भारतीय उपखंडात राहत असलेल्या मुस्लिमांनी नेहमीच त्यांची वैशिष्ट्यपूर्ण सांस्कृतिक ओळख जपली आहे.' 'काँग्रेस हा बहुसंख्येनं हिंदू

असलेला पक्ष होता' यावर भर दिला आहे. सर सय्यद अहमद खान यांनी मुस्लिमांना काँग्रेसपासून दूर राहण्याचा सल्ला दिल्याचाही उल्लेख त्यात आहे.[२१] पाकिस्तानी पाठ्यपुस्तकांमध्ये गांधींना नायकाचा दर्जा दिलेला नाही. काही पाठ्यपुस्तकांत त्यांना काँग्रेसचा नेता म्हटलं गेलं आहे, पण 'एक हिंदू नेता' म्हणूनच त्यांचं चित्र रंगवलेलं आहे.[२२] काँग्रेस आणि काँग्रेसच्या नेत्यांची ओळख 'हिंदू' अशी केली आहे यात आश्चर्य वाटण्यासारखं काहीच नाही, कारण हिंदूंपासून मुक्तता याविषयीच हे पाठ्यपुस्तक बोलतं.[२३] 'नेहरू असं म्हणत असत की, मी हिंदू भारताचा पंतप्रधान होणार नाही',[२४] ही वस्तुस्थिती असूनसुद्धा. महात्मा गांधींची हत्या झाल्यानंतर जिनांची प्रतिक्रिया एक हिंदू नेता निधन पावला अशी होती.[२५]

एकाही राष्ट्रीय पाठ्यपुस्तकात गांधी हे असहकार चळवळीचे नेते होते अशी त्यांची ओळख नाही. कुमार म्हणतात, 'पाकिस्तानी पाठ्यपुस्तकांमध्ये गांधींच्या व्यक्तिमत्त्वाचा कुठंच उल्लेख नाही. त्यांनी उराशी बाळगलेल्या आणि प्रचार केलेल्या मूल्यांचा, त्यांच्या राजकारणाच्या नावीन्यपूर्ण स्वरूपाचाही उल्लेख नाही. बहुतांश पाठ्यपुस्तकांमध्ये एक हिंदू राजकारणी असंच त्यांचं चित्र रंगवलेलं आहे. भारतीय पाठ्यपुस्तकं जरी मुलांना गांधींची ओळख करून देण्यासाठी एखादा परिच्छेद खर्ची घालत असली, तरी तीसुद्धा त्यांच्या व्यक्तिमत्त्वाचं आणि संकल्पनांचं सादरीकरण वरवरच्या स्वरूपात करतात.'[२६]

त्याशिवाय, 'कोणतंही पाकिस्तानी पाठ्यपुस्तक तरुण वाचकाला हे जाणून घेण्याची संधी देत नाही, की काँग्रेस पक्षात वेगवेगळ्या प्रकारची सामाजिक पार्श्वभूमी आणि वैचारिक बैठक असलेले लोक होते. पाकिस्तानी पाठ्यपुस्तकांचे लेखक हिंदू राजकारण्यांबद्दल असं लिहितात, की जणू त्या सगळ्यांची मतं आणि दृष्टिकोन सारखाच होता.[२७]

सन १९४७ नंतरच्या स्वतंत्र भारताविषयी आणि फाळणीविषयी आपल्याला विशेष माहिती मिळत नाही. 'जसं (भारतीय व पाकिस्तानी) कथन १९४०च्या दशकाच्या पूर्वार्धात प्रवेश करतं तसं त्यांच्या राष्ट्रीय परिप्रेक्ष्यांमध्ये जे त्यांच्यात भिनलेलं आहे, असलेला तीव्र विरोधाभास अपेक्षांनुसार दिसायला लागतो... मात्र दोन्ही कथनं काही विशिष्ट घटनांवर ठरवून गप्प राहणं पसंत करतात. 'दुसऱ्यामध्ये फारसा रस न घेणं' हे आपण ४०च्या निर्णायक दशकाच्या मध्याकडं जलदगतीनं यायला लागतो तेव्हा वाढीला लागलेलं दिसतं. फाळणीचा अधिकृत निर्णय होण्याच्या बराच काळ आधीच, दोघांनी एकत्र अनुभवलेल्या भूतकाळाच्या स्मृती एकमेकींपासून विलग होत जाताना दिसतात.'[२८]

सन १९७२मध्ये पत्रकार कुलदीप नायर यांनी पाकिस्तानला भेट दिली. या भेटीत त्यांनी तिकडून आणलेल्या पाठ्यपुस्तकांचा अभ्यास केला आणि त्यांना

दिसलं, की त्यात युद्धांना हिंदू आणि मुस्लीम यांच्यातली युद्धं असं स्वरूप देण्यात आलं आहे आणि मुस्लीम नेहमीच विजयी ठरले असं सांगितलं आहे.[२९] आठवी आणि दहावीच्या पाठ्यपुस्तकांची त्यांनी तुलना केली तेव्हा त्यांना लक्षणीय फरक दिसून आला. आठव्या इयत्तेच्या पुस्तकात सर्वांत भयकारी फेरफार केला होता. तो म्हणजे बंगालच्या फाळणीचं खापर कालीमातेच्या पूजनांवर फोडलं होतं. 'मानवांचा बळी चढवणं हे नित्याचंच झालं होतं – म्हणजे मुस्लिमांची हत्या करायची आणि त्या देवतेच्या पायांवर तो बळी चढवायचा अशी पद्धत होती.'[३०] उपासना पद्धतींमध्ये मोठा फरक नसल्याचं उघडपणे दिसत असूनही हिंदू आणि मुस्लिमांची सर्वसमावेशक संस्कृती कुठंही अधोरेखित केलेली दिसून येत नाही. एम. मुजीब यांनी त्यांच्या 'द इंडियन मुस्लीम' या पुस्तकात पूर्णिया जिल्ह्यातल्या निम्नवर्गीय हिंदू आणि मुस्लीम यांच्या धार्मिक श्रद्धांमध्ये आणि प्रथांमध्ये पुसटसा फरक करणाऱ्या रेषा असल्याचं लिहिलं आहे. कालीमातेचा धावा मुस्लीमही करत होते या गोष्टीला फार काळ लोटला नाही, हेच दिसून येतं. 'प्रत्येक खेड्यात कालीमातेचं आस्थान (दरबार, स्थान) असायचं. कालीदेवतेला समर्पित असं ते पूजास्थान होतं. प्रत्येक मुस्लीम घराला लागून एक पवित्र स्थान असायचं ज्याला 'खुदाई घर' किंवा ईश्वराचं निवासस्थान असं म्हणायचे. तिथं जी प्रार्थना केली जायची त्यात अल्ला आणि काली दोघांचीही नावं घेतली जायची.'[३१]

एकीकडे आपण शांतता प्रस्थापित करण्याच्या दृष्टीनं आणि व्यापक संवाद साधण्याच्या दृष्टीनं प्रयत्न करत आहोत आणि तरी एकमेकांच्या देशांकडं बघण्याचा दृष्टिकोन मात्र झापडबंद आहे. 'एक अभ्यासाचा विषय म्हणून भारतीय शाळांमध्ये पाकिस्तान निषिद्ध आहे आणि भारताबाबत पाकिस्तानातही हेच लागू होतं.'[३२]

सकारात्मक संबंधांसाठी अशा प्रकारचा (अप) प्रचार हानिकारक आहे. पाठ्यपुस्तकं आणि शिक्षण यांनी शत्रुभाव निर्माण करण्याऐवजी एकमेकांना समजून घेण्यावर भर दिला पाहिजे. जर पाठ्यपुस्तकंच भारत आणि हिंदू यांचं आणि भारत-पाक दरम्यान झालेल्या युद्धाचं विकृत चित्र उभं करत असतील तर अशा खाद्यावर पोसलेल्या लोकांकडून फारशा अपेक्षा ठेवता येणार नाहीत. प्रोफेसर नय्यर आणि इतरांनी जे अचूक 'शस्त्रक्रियात्मक' विश्लेषण केलं त्याबद्दल आणि पाकिस्तानातील शिक्षणपद्धतीला दर्जा आणि सर्वसमावेशकता प्रदान करण्यासाठी त्यांनी जे सातत्यानं प्रयत्न केले त्याबद्दल त्यांची प्रशंसा करावी तितकी कमीच आहे. हा एक असा देश आहे, की जिथं एकीकडं शिक्षणाचं खासगीकरण केलं जातं आणि दुसरीकडं मदरसे धार्मिक शिक्षणावर जरा जास्तच भर देतात. त्यातून समोर धक्कादायक विसंगती उभी ठाकते.

७

नागरी विरुद्ध लष्करी

जनरलसाठी खडतर असलेला काळ

आरोपपत्र दाखल होऊ घातलेल्या एखाद्या हुकूमशहासारखे जनरल मुशर्रफ दिसत नव्हते. न्यायालयात ते जलदगतीनं चालत आले. काळ्या कमीज, कोटात आणि पांढऱ्या सलवारीत ते तडफदार दिसत होते. हृदयातील रक्तवाहिनीत तीन अवरोध असल्याचं निदान झालेला हा माणूस अगदी निकोप प्रकृतीचा दिसत होता. गाल चांगले वर आलेले होते आणि त्यांच्या ठरलेल्या पद्धतीनं केसांचा मध्यभागी भांग पाडलेला होता. तात्पुरत्या उभारलेल्या साक्षीदाराच्या पिंजऱ्याकडं आत्मविश्वासानं पावलं टाकत आणि हात उंचावून अभिवादन करत ते जेव्हा आले तेव्हा माझ्या मनात विचार आला, की लष्करी हुकूमशहा असे दिसतात तर! गंभीर स्वरूपाच्या देशद्रोहाच्या खटल्यासाठी विशेष न्यायालय म्हणून परिवर्तित केलेल्या गुहेच्या आकाराच्या नॅशनल लायब्ररीच्या प्रेक्षागृहात सकाळी नऊ वाजल्यापासून कडाक्याच्या थंडीत सगळे श्वास रोखून वाट बघत बसले होते. खटला सुरू झाल्यावर दोन महिन्यांनी, २५ सुनावण्या झाल्यानंतर आणि खूप गडबड-गोंधळ झाल्यानंतर १८ फेब्रुवारी २०१४ रोजी अखेरीस ते एकदाचे हजर झाले. त्या दिवशी सुद्धा, काही ना काही अडचणी आल्या आणि ते दुपारी एक नंतर थोड्या वेळानं आले.

त्या सकाळी प्रत्येकाच्या मनात फक्त एकच प्रश्न होता – ते खरंच येतील का? त्यांच्या वकिलांनीही आम्हाला लटकवून ठेवलं होतं. आता मागं वळून पाहता ते सगळं गमतीदार वाटतं. आम्हाला असं कळलं, की मुशर्रफ त्यांच्या गाडीत १२ वाजल्यापासून बसून होते, पण इस्लामाबाद पोलीस त्यांच्या संरक्षणाची जबाबदारी घ्यायला राजी नव्हते. रावळपिंडीतल्या द आर्म्ड फोर्सेस इन्स्टिट्यूट

ऑफ कार्डिऑलॉजीपासूनच्या (AFIC) नऊ किलोमीटर रस्त्याच्या दुतर्फा ११०० सशस्त्र वनसंरक्षक उभे होते आणि तांत्रिकदृष्ट्या त्यांना अटक झालेली नव्हती, असं फिर्यादी पक्षानं रडगाणं लावलं होतं. एएफआयसीच्या कमांडंटनं मुशर्रफ यांच्या कस्टडीची पावती मागितली, पण त्यांना अटक झालेली नसल्यामुळे पोलीस अशी पावती देऊ शकले नाहीत. शेवटी न्यायाधीशांना रजिस्ट्रारला एएफआयसी कमांडंटला फोन करण्याचे निर्देश द्यावे लागले, जेणेकरून कामकाज पुढं सरकेल. मुशर्रफ यांचा ताफा थेट नॅशनल लायब्ररीच्या प्रेक्षागृहाच्या दारापर्यंत येऊन ठेपला. त्याभोवती वनसंरक्षक आणि वरिष्ठ पोलीस अधिकारी होते आणि त्यांच्या स्वागताला उभे राहिलेले बचाव पक्षाचे लोक टाळ्या वाजवत होते. तीन न्यायाधीश प्रवेश करते झाले तेव्हा मुशर्रफ बसलेले होते. जस्टिस फैजल अरब यांनी त्यांना उभं राहायला सांगितलं. ती मुशर्रफ यांची प्रतीकात्मक हजेरी होती आणि एकंदर वीस मिनिटांपेक्षाही कमी वेळ ते तिथं होते. ते निघून गेल्यावर दारं आतून बंद करण्यात आली, पण काही पत्रकारांनी जलद हालचाली केल्यामुळे ते त्यांच्याबरोबर बाहेर जाऊ शकले आणि त्यांनी मुशर्रफ यांना 'कसं वाटतं?' असा प्रश्न विचारला. त्यावर त्यांनी 'छान' असं गूढ उत्तर दिलं. त्या उत्तराबाबत आम्हाला कुठलीही शंका नव्हती. त्या वेळी आम्ही पहिल्यांदाच न्यायालयात जॅमर्स पाहिले. तीन न्यायाधीशांच्या दोन्ही बाजूंना ते ठेवले होते. मुशर्रफ यांच्यावर त्या दिवशी आरोपपत्र ठेवलं जाणार नव्हतं. ते फक्त त्या दिवशी अर्ज दाखल करण्यासाठी आले होते. कोर्टाच्या अखत्यारित आलेल्या सगळ्या अर्जांची आणि अन्य बाबींची छाननी झाल्यावर आरोप वाचले जाणार होते.

दि. २४ डिसेंबर २०१३ रोजी जेव्हा खटला सुरू झाला तेव्हा मुशर्रफ यांनी सुरक्षेच्या कारणास्तव गैरहजर राहण्याची परवानगी मागितली. या माजी हुकूमशहानं दोन अगदी मृत्यूसमीप नेणारे अनुभव डिसेंबर २००३ मध्ये घेतले होते. त्या वेळी त्यांच्या ताफ्यावर बॉम्ब टाकण्यात आला होता. त्यांच्या सुरक्षेला असलेल्या धोक्यांचा त्यांच्या वकिलांनी न्यायालयात त्यांनी हजर न राहण्याचं कारण म्हणून वापर केला. त्या मार्गावर स्फोटकं सापडल्याच्या काही घटना घडल्या होत्या. त्यांच्याकडे बॉम्बप्रूफ वाहन नव्हतं हे ते सुरक्षितपणे प्रवास करू शकत नसण्यामागे आणखी एक कारण होतं. निदान त्यांच्या वकिलांनी तरी असं सांगितलं. दि. २ जानेवारी २०१४ रोजी जेव्हा ते न्यायालयात येणार होते, तेव्हा आम्ही खूप वाट बघितली आणि वाटच बघत राहिलो. त्या आधीच्या दिवशी बॉम्बच्या भीतीनं ते आले नाहीत. टीव्ही पत्रकार सारखे आत-बाहेर करत ते अजून आले नसल्याची ब्रेकिंग न्यूज देत होते. बचाव पक्ष आणि फिर्यादी पक्ष यांच्यात बोलाचाली होत होती. असं ऐकण्यात आलं, की मुशर्रफ यांना उशीर होणार होता. बचाव पक्षाचे

वकील अन्वर मन्सूर खान म्हणाले, की ते रात्रभर झोपले नव्हते कारण कोणी तरी त्यांचं दार जोरजोरात वाजवत होतं आणि बेलही वाजवत होतं. अक्रम शेख हे एफआयएचे (Federal Investigation Agency) विशेष सरकारी वकील आणि नवाज शरीफ यांचे जुने सहकारी म्हणाले, की त्यांना शरीफुद्दीन पीरजादा यांच्या नेतृत्वाखालच्या अठरा-सदस्यीय बचाव पक्षाच्या टीमनं धमकावलं. न्यायमूर्ती अरब हे न्यायासनावरून बघत होते. त्यांनी समोर चाललेल्या बोलाचालींबद्दल नापसंती दर्शवली आणि असे प्रकार 'शाळा व कॉलेजेस्मध्ये होतात' असा शेरा मारला. मुशर्रफ यांनी अद्याप दर्शन दिलं नव्हतं. पण याचा त्या भांडणावर काडीचाही परिणाम झाला नाही. तणावपूर्ण वातावरणामुळे न्यायालयाचं कामकाज स्थगित करण्याची विनंती पीरजादा यांनी केली. अक्रम शेख यांनी शेक्सपिअरचं वाक्य उद्धृत केलं – अ टेल फुल ऑफ साउंड अ‍ॅण्ड फ्यूरी. काही बातमी कानावर पडेपर्यंत हे असंच चालू राहिलं. अन्वर मन्सूर खान अचानक म्हणाले, की मुशर्रफ न्यायालयात यायला निघाले होते; पण त्यांना हृदयविकाराचा त्रास व्हायला लागला आणि त्यांचा ताफा एएफआयसीकडं वळवण्यात आला.

यावर स्पष्टीकरण मागण्यासाठी न्यायालयानं पोलिसांना बोलावणं धाडलं. त्यांनी सांगितलं, की मुशर्रफ चक शहझाद येथील त्यांच्या घरून न्यायालयात येण्यासाठी १२.१५ वाजता निघाले, पण रस्त्यातच त्यांची तब्येत बिघडली आणि ते एएफआयसीकडं गेले. सर्वत्र संतापाची लाट उसळली. न्यायमूर्ती अरब यांनी त्यांना आणखी एक सूट मंजूर केली. अक्रम शेख म्हणाले, की यापूर्वी एकदा सूट दिली गेली होती आणि आजारी व्यक्तीसाठी त्यांच्या मनात सहानुभूतीची भावना असली, तरी अजामीनपात्र वॉरंट जारी करण्यात यावं. मुशर्रफ आता काही येत नाहीत हे स्पष्ट झालं होतं. सलग दुसऱ्या दिवशी सगळी सकाळ वाया गेली होती. आम्ही बाहेर पडलो तेव्हा वनरक्षक ट्रकमध्ये चढून निघण्याच्या तयारीत होते. त्यांची आता काही गरज नव्हती. सुरक्षारक्षकही वैतागलेले दिसत होते.

मुशर्रफ यांना कार्डियाक केअर युनिटमध्ये दाखल करण्यात आलं होतं. ज्या न्यायालयानं त्यांना ते माजी अध्यक्ष आणि सैन्य दलाचे प्रमुख असल्यामुळं बरीच सूट दिली होती, त्या न्यायालयाचा अमर्याद संयम संपुष्टात येऊन अजामीनपात्र वॉरंट जारी करेपर्यंत हॉस्पिटल हे मुशर्रफ यांचं आश्रयस्थान असणार होतं. बचाव पक्षाचं धोरण कामकाजाला विलंब करणं हे होतं आणि त्यासाठी ते हरेक युक्ती वापरत होते. त्यांनी प्रत्येक गोष्टीला आव्हान देणारे अर्ज ढिगानं सादर करण्याचा सपाटा लावला होता – न्यायालयाच्या संरचनेपासून ते विशेष सरकारी वकिलांच्या नियुक्तीपर्यंत. वर ते म्हणत होते, की खटला पुढे चालू राहू शकत नाही कारण न्यायाधीश आणि फिर्यादी पक्ष हे पूर्वग्रहदूषित होते, या कामकाजाला 'कोड ऑफ

क्रिमिनल प्रोसिजर' लागू होत नव्हता, मुशर्रफ यांचा खटला लष्करी न्यायालयात चालवला जायला हवा आणि इतर बरंच काही. त्यातल्या प्रत्येक मुद्द्यावर वाद घालण्यात बराच वेळ गेला. मार्च २०१४ मध्ये बचाव पक्षाचे वकील अन्वर मन्सूर यांनी सतत हरकती घेतल्या आणि ते अप्रत्यक्षपणे सूचित करत राहिले, की त्यांचा न्यायालयावर विश्वास राहिला नाही. आदेश काढताना जी पद्धत न्यायालयानं अवलंबली त्यावर ते प्रश्न उपस्थित करत राहिले. त्या क्षणी न्यायमूर्ती फैजल अरब यांनी स्वत:ची सुटका करून घेतली. नंतर मात्र ते न्यायालयात परत आले. नागरी न्यायालयात मुशर्रफ यांची उपस्थिती ही अपेक्षेप्रमाणेच एक मोठी ब्रेकिंग न्यूज ठरली. (त्याआधी त्यांचं उपस्थित न राहणं हे लोकांच्या उद्रेकाचं कारण बनलं होतं). लष्कराला पूजणाऱ्या देशात असं काही घडणं हे अभूतपूर्व होतं आणि प्रत्येक जण वेगवेगळ्या कारणांमुळे रागानं बेभान झाला होता. असा निष्कर्ष काढण्यात आला की पाकिस्तानची लोकशाही प्रगल्भ झाली आहे आणि नागरी हुकूमत खरोखर लष्करावर विजय मिळवू शकते, पण हा निष्कर्ष घाईनं काढला गेला. नेहमीप्रमाणे प्रत्येकाचा अंदाज चुकीचा ठरला – लोकशाहीसाठी पाकिस्तानात लक्ष्मण रेषा ओढलेलीच होती. लवकरच, निवृत्त लष्करी अधिकाऱ्यांनी एक मीटिंग आयोजित करून मुशर्रफ यांचा बचाव करण्यासाठी प्रयत्न सुरू केले. हे सगळीकडं दिसायला लागलं, की त्यांच्यावर खटला भरण्याचा निर्णय लोकांना आवडलेला नाही. एखाद्या माजी लष्करप्रमुखावर आणि राष्ट्राध्यक्षावर असे गुन्हेगारी स्वरूपाचे आरोप केले जावेत ही कल्पनेपलीकडची गोष्ट होती. काही वार्ताहरांनी मला विचारलं, की देशद्रोहाच्या आरोपाखाली एखाद्या हुकूमशहावर भारतात कधी खटला भरला गेला होता का? मला त्यांना या गोष्टीची आठवण करून द्यावी लागली, की भारतात कधीच लष्करी राजवट नव्हती. अर्थात इंदिरा गांधी यांनी लादलेली आणीबाणी दडपशाहीचंच उदाहरण होती हे खरं! मुशर्रफ यांच्यावरचा खटला हे एक उदाहरण म्हणून कायमस्वरूपी नोंद ठेवण्याजोगं असलं, तरी त्यातून विशेष काही साध्य होण्यासारखं नव्हतं आणि याची पुनरावृत्ती होईल ही फारच दूरवरची शक्यता होती. असेही अनेक लोक होते जे म्हणत होते, की मुशर्रफ जरी दोषी सिद्ध झाले, तरी त्यांना माफ करण्यात येईल. तीन न्यायमूर्तींच्या न्यायासनाचं नेतृत्व करणारे न्यायमूर्ती फैजल अरब हे शक्य तितका संयम बाळगण्याचा प्रयत्न करत होते आणि आपल्या परीनं उत्तम काम करण्याचा प्रयत्न करत होते. ज्या भूमीमध्ये लष्कराला पवित्र गाईइतका मान होता त्या भूमीत एका लष्करशहावर खटला चालवण्याचं प्रचंड दडपण त्यांच्यावर होतं. सरकारनंसुद्धा एका विशिष्ट मर्यादेनंतर अंग काढून घेतलं आणि न्यायालयावर सगळा भार सोपवला. त्यांना शिक्षा करणं गरजेचं आहे का, यावर जनतेतही

मतभिन्नता होती. खूप साऱ्या मुलाखती देणाऱ्या मुशर्रफ यांनी लष्कराला त्यांना समर्थन देण्याची विनंती केली. ते असंही म्हणाले, की त्यांच्या माहितीनुसार लष्कर तसं करतही होतं. संरक्षण मंत्री मात्र स्वाभाविकपणे आणि वारंवार या गोष्टीचा इन्कार करत होते. मुशर्रफ एक मुहाजिर असल्यामुळे त्यांच्यावर खटला भरला गेला होता असं जाहीर करून एमक्यूएमनं त्यांना पाठिंबा देऊ केला. समाजाच्या काही गटांमधून असाही सूर निघाला, की देशाची आर्थिक वाढ खुंटलेली असताना आणि देश दहशतवादाशी व इतर आव्हानांशी सामना करत असताना हा खटला चालवण्यात काही अर्थ नव्हता.

अक्रम शेख यांचं लाडकं वाक्य होतं - 'न्यायाची चक्की अशीच चालू राहू द्या - सावकाशपणे, पण खात्रीशीरपणे.' प्रत्येक वेळी मी त्यांना खटल्याच्या भवितव्याविषयी विचारलं, की ते हसायचे आणि हेच वाक्य पुन्हा म्हणायचे. त्यांना छोट्या छोट्या गोष्टी बोलायला आवडायच्या. मुशर्रफ हॉस्पिटलला गेले तेव्हा अक्रम शेख म्हणाले, 'मुशर्रफ काही हॉस्पिटलमध्ये अंथरुणाला खिळले नव्हते. त्यांना भेटायला लोक येत होते. त्यात त्यांचे कायदेशीर सल्लागारही होते आणि त्यांना १५०० पेक्षा जास्त फुलांचे गुच्छ मिळाले.' त्यांनी २००२मध्ये स्वत: मुशर्रफ यांनी काढलेल्या आदेशाचा संदर्भही दिला. त्यात म्हटलं होतं, की हृदयाशी संबंधित सर्व प्रकारच्या आजारांवर याच देशात उपचार केले गेले पाहिजेत.

मी शरिया न्यायालयात गेले त्याला कारणीभूत हा खटलाच होता. झिया-उल्-हक यांच्या राजवटीत इस्लामिक कायद्यांतर्गत खटले शरिया न्यायालयातच चालवले गेले पाहिजेत असा नियम केला गेला होता. सुप्रीम कोर्टाच्या समोर उंच झाडांच्या मागे हे न्यायालय होतं आणि त्याच्या समोर एक सुंदर बाग होती. न्यायालयं म्हणजे लाकडाच्या छोट्या हिरव्या रंगाच्या खोल्या होत्या. त्यातल्या बऱ्याचशा वापरात नव्हत्या. मला सांगण्यात आलं, की इथं फार कमी केस दाखल होतात. संगमरवरी पायऱ्या आणि देखण्या बाह्य सजावटीच्या पडद्याआड विशेष काही घडायचं नाही. मुशर्रफ खटल्यासाठी तिथं विशेष ओळखपत्रं द्यायला सुरुवात झाल्यावर प्रसारमाध्यमांच्या प्रतिनिधींची तिथं गर्दी उसळली. एक प्रेमळ दिसणारा सिंधचा सत्र न्यायाधीश तिथं रजिस्ट्रार म्हणून काम पाहत होता. त्यानं माझ्या ओळखपत्राची छायाप्रत मागितली. ती माझ्याकडं नव्हती. त्यानं ती नंतर माझ्यासाठी उदारपणे करून आणली आणि जास्तीच्या प्रतीही आणल्या. नंतर तो पहिल्या मजल्यावर असलेल्या थंडगार कोर्टरूममधल्या एका कोर्टरूममध्ये देशद्रोहाच्या खटल्यातले अनेक आदेश वाचून दाखवत होता. उतावीळ पत्रकारांसोबत तो अत्यंत संयमानं वागत होता. त्या पत्रकारांचे फोन त्याचे आदेश रेकॉर्ड करत होते आणि त्याचं वाचन संपण्याच्या आतच ते पत्रकार ब्रेकिंग न्यूज देण्याची घाई

करत होते. आम्हा वृत्तपत्रांत काम करणाऱ्यांसाठी तो ते पुन्हा वाचून दाखवत होता, कारण आम्ही इतरांसारखे घाईत नव्हतो आणि ट्विट करण्यापलीकडं आम्ही बापडे काही विशेष करतही नव्हतो.

खटल्याचं न्यायालय म्हणजे नॅशनल लायब्ररीचं प्रेक्षागृह होतं. त्यात लाकडी व्यासपीठ आणि सभोवती लाकडी सजावट होती. हिरव्या रंगाची खोल आसनं थंडीपासून कसाबसा बचाव करत होती. बचाव पक्षाच्या वकिलांपैकी एका वकिलांनी - अहमद रझा कसुरी यांनी – न्यायालयाला शेक्सपिअरियन नाट्यगृहाची उपमा दिली आणि कुचकामी सुरक्षा व्यवस्थेमुळे एक दिवस आम्ही सगळे उडवून दिले जाऊ अशी भविष्यवाणी केली. हा फारच सुखकारक विचार होता! समोर चाललेला एकंदर कारभार शेक्सपिअरियन फार्सला साजेसाच होता. ते ठिकाण वनरक्षकांनी गजबजून गेलं होतं. संभाव्य हल्लेखोरांना अडथळा निर्माण करण्यासाठी ठिकठिकाणी मध्ये मध्ये ट्रकचे कंटेनर ठेवले होते. कंटेनरच्या ड्रायव्हरना काही काम नसल्यामुळे ते आपापल्या वाहनांजवळ बसून पत्ते खेळत होते. एरवी मोजकेच कप चहा बनवण्याची सवय असलेल्या पहिल्या मजल्यावरच्या कँटीनला अचानक चहाची वाढलेली मागणी पूर्ण करण्यास आपण सक्षम नसल्याचा शोध लागला. आचाऱ्यानं ॲल्युमिनिअमची मोठी कढई विकत आणून समोसे तळायला सुरुवात केली. अर्थात, चहासाठी कप नेहमीच कमी पडायचे, ही गोष्ट वेगळी!

इथंसुद्धा, गुप्तचर माझ्या ड्रायव्हरला प्रश्न विचारायचे, की मी तिथं काय करायला आले होते. जसं काही त्यांना काहीच माहीत नव्हतं. गुप्तचर विभागाचे लोक प्रसारमाध्यमांच्या प्रतिनिधींच्या लोंढ्यांशी जुळवून घ्यायचा प्रयत्न करत होते. (ते गुप्तचर विभागाचे लोक होते असं माझी मित्रमंडळी म्हणाली.) ज्या पत्रकारांना लपूनछपून मोबाइल फोन न्यायालयात न्यायचेच असतात त्यांना कोणत्याही प्रकारची सुरक्षाव्यवस्था अडवू शकत नाही. आम्ही आमचे फोन काउंटरवर जमा केले का हे आम्हाला पोलीस रोज विचारायचे. एकदा एक महिला पोलीस माझ्यावर विश्वास ठेवायला तयार नव्हती. माझा दुसरा फोन कुठं आहे असं विचारत होती. हा एक फसवा प्रश्न होता आणि तिचं काही समाधान होत नव्हतं. सुरक्षा कर्मचारी त्या खटल्याला कंटाळले होते. ते आम्हाला विचारत राहायचे, की मुशर्रफ न्यायालयात येणार आहेत की नाही किंवा खरंच इथं काही घडणार आहे की नाही! मलासुद्धा याची जाणीव होती, की आणीबाणी लागू करण्यावरून मुशर्रफ यांची बदनामी होऊ शकते. पण माध्यमं अजूनही त्यांच्या मागे असायची. खरं तर त्यांना बरीच लोकप्रियताही मिळाली. दोन्ही वेळा जेव्हा ते प्रत्यक्ष न्यायालयात हजर झाले तेव्हा त्यांच्याशी दोन शब्द बोलायला मिळावेत, यासाठी झुंबड उडाली होती.

नॅशनल लायब्ररी जराशी उंचावर बांधलेली आहे. तुम्हाला खाली मोकळ्या मैदानात गाडी लावून मुख्य प्रवेशद्वाराकडं चढ चढून जावं लागतं. रस्त्यावर उंच वनरक्षक आणि सलवार-कमीजमधल्या साध्या वेषातल्या पोलिसांची फौज तैनात असायची. महिलांच्या सुरक्षा तपासणीसाठी प्रवेशद्वाराशेजारी एक छोटी खोली होती. दि. ३१ मार्च २०१४ रोजी मुशर्रफ दुसऱ्यांदा जेव्हा त्यांच्या काळ्या एसयूव्हीमधून आरोपपत्राच्या सुनावणीसाठी आले, तेव्हा सकाळच्या गारव्यातही तणाव जाणवत होता. सकाळी नऊला जेव्हा मी सुप्रीम कोर्टाजवळच्या जंक्शनला पोचले. (जे पार करून तुम्ही नॅशनल लायब्ररीकडे जाता) तेव्हा मी फार लवकर आले आहे असं मला वाटत होतं. पण माझी गाडी पोलिसांनी थांबवली आणि मी पुढं जाऊ शकत नसल्याचं सांगितलं. मी चिडून वाद घातला आणि पदपथाकडं जायला लागले तेव्हा आणखी काही पोलिसांनी मला परतवून लावण्याचे प्रयत्न केले. मी माध्यमांची प्रतिनिधी असल्याचं आणि न्यायालयात जाणं मला आवश्यक असल्याचं मी सांगितलं. 'मूव्हमेंट है मॅडम, जल्दी जाईये' एक पोलीस हसून म्हणाला. मी अर्धवट पळत, अर्धवट चालत न्यायालयाकडे निघाले. थंडी असूनही घामानं डबडबत, अस्ताव्यस्त अवतारात तिथं पोचले. आता हे कुणाला माहीत होतं, की त्याच दिवशी मुशर्रफ अगदी ठरल्या वेळी तिथं पोचतील? मी नशीबवान होते म्हणून कशीबशी वेळेत तिथं पोचू शकले. माझ्या मागे असलेले लोक, त्यांत अगदी बीबीसीचा पत्रकारही होता, वैतागले होते. त्याला अडवण्यात आलं आणि तो मला आत जाऊ दिल्याबद्दल पोलिसांशी वाद घालत बसला. एक क्षुद्र भारतीय आत जाऊ शकते आणि खराखुरा पाकिस्तानी नाही? जेव्हा त्यानं पोलिसाला हे सांगितलं, की त्यानं एका भारतीयाला जाऊ दिलं आणि त्याला मात्र थांबवलं, तेव्हा पोलीस म्हणाला, की त्याला हे माहीत नव्हतं, की मी एक भारतीय आहे. मी त्या घटनेनं थोडी अस्वस्थ झाले. एखाद्या अमेरिकी किंवा ग्रीक पत्रकाराला आत जाऊ दिलं असतं, तर तो इतका चिडला असता? न्यायालयात वार्तांकन करायला येणारे बहुतेक सगळे पत्रकार मित्रत्वाच्या भावनेनं वागायचे. माझ्या शेजारी बसलेल्या काही पत्रकारांना गुप्तचर प्रश्न विचारायचे, 'तुम्ही एका भारतीयाच्या शेजारी का बसलात?', 'तुम्ही त्या भारतीय मुलीशी काय बोलता?' अशा प्रश्नांनी त्यांना काहीही फरक पडायचा नाही आणि ते सगळ्या वकिलांसारखे आणि पोलिसांसारखे नेहमीच सौजन्यानं वागायचे आणि मदतीला तत्पर असायचे.

दुसऱ्यांदा जेव्हा मुशर्रफ न्यायालयात आले तेव्हा २ हजार कडवे सुरक्षा रक्षक एएफआयसीपासून नॅशनल लायब्ररीच्या इमारतीपर्यंतच्या रस्त्यावर तैनात करण्यात आले होते. सकाळी नऊ वाजून ४० मिनिटांनी ते आले, सगळ्यांना सलाम करत. पुन्हा एकदा ताजेतवाने आणि हसतमुख, बेज रंगाच्या सलवार

कमीजवर एक स्मार्ट गडद रंगाचं ब्लेझर घालून. त्यांच्या ९४ वर्षांच्या आजारी आईला भेटायला दुबईला जाण्याची त्यांची इच्छा होती. आरोपपत्र वाचनाच्या त्या दिवशी मुशर्रफ यांची शरीफुद्दीन पीरजादा यांच्या समर्थ नेतृत्वाखाली असलेली वकिलांची टीम बदलून त्या जागी एमक्यूएमचे सिनेटर आणि वकील डॉ. फारोग नसीम आले होते. देशद्रोहाच्या खटल्यातले सगळे आरोप त्यांना वाचून दाखवल्यावर आपण त्या पाचही आरोपांसाठी दोषी नसल्याचं त्यांनी सांगितलं. मग त्यांनी बोलण्यासाठी न्यायालयाची परवानगी मागितली. 'मला न्यायालयासमोर बोलण्याची परवानगी दिली म्हणून मी तुमचा आभारी आहे' ते इंग्लिशमध्ये म्हणाले, 'मी या न्यायालयाचा आणि फिर्यादी पक्षाचा आदर करतो. कायद्याच्या श्रेष्ठत्वाबद्दल माझ्या मनात कोणतीही शंका नाही आणि कायदा सगळ्यांना समान लेखतो यावर माझा दृढ विश्वास आहे.' टीव्हीवरच्या मुलाखतींमध्येही त्यांनी आपण देशद्रोही नसल्याचं सांगितलं होतं. सन १९६५च्या युद्धात आपल्याला शौर्यपदक मिळाल्याचं आणि आपण देशासाठी रक्त सांडण्यास तयार असल्याचंही सांगितलं होतं. देशद्रोही त्याला म्हणतात, जो देश विकायला काढतो आणि जो शत्रूला शरण जातो असं त्यांनी स्पष्ट केलं. आपण 'स्पेशल सर्व्हिस ग्रुप'चा एक भाग होतो, ज्याचं घोषवाक्य 'गाझी या शहीद' (जिवंत नायक किंवा हुतात्मा) असं होतं,' ते म्हणाले. 'देशद्रोही तो असतो जो देश लुटून त्याची स्वत:ची तिजोरी भरतो आणि देशाला कफल्लक करतो,' ते पुढे म्हणाले. त्यांनी कधी एक पैही घेतली नसल्याचं आणि कोणत्याही प्रकारची लाच स्वीकारली नसल्याचं ते म्हणाले. ते अध्यक्ष असताना देशानं कर्ज, गरिबी निर्मूलन, नोकऱ्या, संरक्षण साधनं आणि परकीय चलन या बाबतींत केलेल्या प्रगतीचे तपशील त्यांनी दिले आणि अर्थव्यवस्थेच्या विविध अंगांविषयी आपण सर्व प्रकारचे तपशील सादर करू शकतो असं ते म्हणाले. न्यायालयीन नेमणुका केवळ गुणवत्तेच्या आधारावर केल्या गेल्या आणि आधीच्या सरकारांपेक्षा त्यांचा कार्यकाल निश्चितच उजवा होता असं प्रतिपादन त्यांनी केलं. पायाभूत सुविधांच्या बाबतीत पूर्वीपेक्षा बलुचिस्तानात जास्त चांगल्या प्रकारे विकास झाल्याचंही त्यांनी नमूद केलं आणि पंजाबपेक्षाही जास्त निधी त्या प्रांताला उपलब्ध करून दिल्याचं सांगितलं.

दि. ३ नोव्हेंबर २००७ रोजी आणीबाणी लादणारे ते एकटेच नव्हते. त्यात त्या वेळचे पंतप्रधान, मंत्रिमंडळ आणि इतर सत्ताधारीही सहभागी होते असं मुशर्रफ म्हणाले. अपयशाच्या खाईतून देशाला बाहेर काढून त्याला प्रत्येक क्षेत्रात प्रगतीच्या आणि समृद्धीच्या स्तरावर आपण पोचवलं असल्याचं त्यांनी सांगितलं. त्याचा परिणाम म्हणून देशाला सर्व स्तरांमधून आदराची वागणूक मिळाली आणि राष्ट्राचा गौरव वाढला. त्या बदल्यात माझ्या निष्ठेचं बक्षीस म्हणून माझ्यावर

देशद्रोहाचा आरोप लावण्यात आला, असं ते म्हणाले.

अमेरिकेला जाऊन उपचार घेण्याबाबतच्या, त्यांच्या आईची दुबईला जाऊन भेट घेण्याबाबतच्या अर्जावर न्यायालयानं मौन बाळगलं. त्यांचं नाव 'एक्झिट कंट्रोल लिस्ट'मधून (ECL) काढून टाकावं, या विनंतीवरसुद्धा न्यायालयानं गप्प राहणं पसंत केलं. दि. ३ एप्रिल २०१४ रोजी जेव्हा ते हॉस्पिटलमधून घरी जायला निघाले, तेव्हा त्यांच्या गाड्यांचा ताफा निघून गेल्यावर भल्या सकाळी पदपथावर बॉम्ब फुटला. पण तोपर्यंत ते चक शहझाद इथल्या त्यांच्या फार्महाउसवर पोचले होते. फैझाबाद जंक्शनजवळ नक्की काय झालं होतं हे बघायला मी गेले होते. तिथं पदपथावरचा थोडासा तुटलेला भागही मला नीट निरखून पाहिल्यावरच दिसला.

अजामीनपात्र वॉरंट निघाल्यावर न्यायालयात हजर राहण्याशिवाय दुसरा कोणताही पर्याय मुशर्रफ यांच्याकडे नव्हता. न्यायालयात हजर राहण्यापासून रोखणारी कोणतीही बाब मुशर्रफ यांच्या वैद्यकीय अहवालात दिसून आली नाही. त्यांना हृदयविकाराचा झटका आला नव्हता असं फिर्यादी पक्षाचं म्हणणं होतं. अक्रम शेख पुन:पुन्हा हेच पालुपद आळवत राहिले, की जनरलना काहीही झालं नव्हतं. त्यांचा रक्तदाब तरुणांना लाजवेल असा होता आणि नाडीचे ठोके एखाद्या अॅथलीटसारखे होते, असं वैद्यकीय अहवालात नमूद केलं होतं. आणखी एक फाटा फोडला गेला. बचाव पक्षानं त्यांना न्यायालयात हजर राहण्यापासून सूट मिळावी, अशी विनंती केली. कारण १० मार्च २०१४ रोजी अंतर्गत व्यवहार मंत्रालयानं इशारा दिला होता, की मुशर्रफ यांची हत्या होऊ शकते. त्यांच्याबरोबर सतत राहणाऱ्या सुरक्षा कर्मचाऱ्यांची योग्य तपासणी व्हायला ७२ तास पुरेसे नव्हते, तर सहा आठवडे गरजेचे होते आणि तोपर्यंत मुशर्रफ यांना सूट दिली जावी. अक्रम शेख त्यावर भडकले आणि म्हणाले, की सरकारने २५०० सुरक्षा कर्मचारी तैनात केले होते आणि मुशर्रफ यांच्या न्यायालयापर्यंतच्या प्रवासासाठी तीन वेगवेगळे मार्ग तयार केले होते. त्यांचे व्यक्तिगत सुरक्षारक्षक त्यांनी स्वत: निवडले होते कारण त्यांना काही अटक झालेली नव्हती. गेल्या आठ सुनावण्यांच्या वेळी तैनात केलेल्या सुरक्षा कर्मचाऱ्यांच्या खर्चापोटी २० कोटी पाकिस्तानी रुपये खर्ची पडले होते. पाकिस्तानच्या ज्ञात इतिहासात आतापर्यंत असं कधीही घडलं नव्हतं.

खटल्यापेक्षाही मुशर्रफ यांची सुरक्षा जास्त महत्त्वाची ठरली होती. अंतर्गत व्यवहार मंत्रालयाच्या 'नॅशनल क्रायसिस मॅनेजमेंट सेल'नं (NCMC) जारी केलेल्या १० मार्च २०१४च्या पत्रात नमूद केलेल्या धोक्याच्या 'अॅलर्ट २३९' या इशाऱ्यात TTP / अल कायदाद्वारे बॉम्बहल्ला होण्याची किंवा सलमान तासीर घटनेसारखी घटना (म्हणजे त्यांचे स्वत:चेच सुरक्षारक्षक त्यांच्यावर गोळ्या

झाडतील) होण्याची शक्यता वर्तवली होती. एएफआयसी ते न्यायालय या मार्गावर या घातपाताच्या संशयामुळे कडव्या लढवय्यांना तैनात करण्यात आलं होतं, इशाऱ्यामध्ये असंही म्हटलं होतं, की मुशर्रफ यांच्या सुरक्षा पथकात दहशतवाद्यांविषयी सहानुभूती बाळगणारेही लोक आहेत. त्यामुळं आणखी विलंब होऊ लागला. गुप्तचर विभागाकडून न्यायाधीशांना वेळोवेळी माहिती देण्यात येत होती. रोज उठून खटल्यात नवीनच माहिती समोर यायची. त्यामुळं बातमीदारांना नवीन खाद्य मिळायचं आणि त्यांचं मनोरंजनही व्हायचं. मी माझ्या वृत्तपत्रासाठी रोज घडणाऱ्या घटना अगदी निष्ठेनं नोंदवत होते कारण पाकिस्तानच्या एका लष्करी हुकूमशहावर भरल्या गेलेल्या या नवथर खटल्याची तपशीलवार नोंद होणं महत्त्वाचं होतं.

खटल्याचं वार्तांकन करत असताना मला असा शोध लागला, की मुशर्रफ यांच्या बचावासाठी नेमलेल्या वकिलांपैकी एक वकील अन्वर मन्सूर हे १९७१च्या बांग्लादेश युद्धात युद्धकैदी म्हणून पकडले गेले होते. न्यायमूर्तींच्या एका बोलण्यावर प्रतिक्रिया म्हणून मन्सूर यांच्या तोंडून न्यायालयात ही माहिती बाहेर आली. खटल्याऐवजी बचाव पक्ष आणि फिर्यादी पक्ष यांच्यातल्या संबंधांचीच जास्त चर्चा माध्यमांमध्ये रंगत होती. एकमेकांना उद्देशून अपशब्द वापरण्याची जणू चढाओढच न्यायालयात आणि बाहेर त्या दोघांमध्ये लागली होती. मन्सूर यांनी आपल्यावर अनेकदा हल्ले झाल्याची तक्रार केली. रात्रीही कुणी तरी सारखं व्यत्यय आणत होतं, असं त्यांचं म्हणणं होतं. एकदा तर त्यांच्याकडे चोरीही झाली होती. त्या सकाळी संतापलेल्या जस्टिस अरब यांनी दोन्ही पक्षांना जरा समजुतीनं घ्यायला सांगितलं. यातून मन्सूर यांच्याकडून अनपेक्षित प्रतिक्रिया आली. त्यांनी असं म्हटलं, की हे म्हणजे भारतीयांशी मैत्री करायला सांगण्यासारखं होतं जे शक्य नव्हतं. ते भारताशी लढले होते आणि भारतीयांशी त्यांची मैत्री होणं कधीच शक्य नव्हतं, कारण ते युद्धकैदी होते. त्यांच्या मनात ही भावना खोलवर रुजलेली असली, तरी ते माझ्याशी सौजन्यानं वागायचे आणि माझ्या सगळ्या प्रश्नांची नेहमीच उत्तरं द्यायचे. नंतर जेव्हा मी त्यांच्याशी बोलले तेव्हा ते म्हणाले, की आता ते सगळं मागे पडलं आहे, पण त्या आठवणी आणि वेदना सतत त्यांच्याबरोबर राहतील. सांगता न येण्याजोगा अनन्वित छळ त्यांना भोगावा लागला. ते शारीरिक व मानसिकदृष्ट्या पूर्णपणे खचूनच माघारी आले होते. अशा गोष्टींना कुणीही माफ करू शकत नाही, हे मला जाणवलं. तो आघात कायमसाठीच त्यांच्या मनात घर करून राहिला होता आणि अगदी छोट्याशा ठिणगीनं त्याचा भडका उडायचा. न्यायालयात घडलेले प्रसंग मला सतत या गोष्टीची आठवण देत असायचे, की जरी मैत्रीची भावना दिसून येत असली, तरी मी 'शत्रू' देशातून

वार्तांकन करत होते. आम्ही एकमेकांशी युद्धं केली होती, तरीही एका पातळीवर आम्ही एकमेकांशी सौजन्यानं वागत होतो. कल्पना करा, की १९७१च्या युद्धातील युद्धकैदी मन्सूर त्यांच्या स्वत:च्या देशात एक भारतीय पत्रकाराशी बोलत आहेत; ज्या देशानं शरणागती पत्करली होती आणि आपला पूर्वेकडचा हिस्सा गमावला होता. हे फक्त आपल्या या दोन देशांमध्येच होऊ शकतं!

खटला सुरू होण्यापूर्वी एकदा मुशर्रफ यांनी विदेशी माध्यम प्रतिनिधींना मुलाखत देण्यासाठी त्यांच्या फार्म हाऊसवर बोलावलं होतं, पण राजधानीत नियुक्त असलेल्या दोन भारतीय पत्रकारांना - म्हणजे स्नेहेश आणि मला आमंत्रण नव्हतं. सन २०१३ मध्ये अकबर बुगती आणि बेनझीर भुत्तो यांच्या हत्येच्या आरोपांसाठी जामीन मिळाल्यावर त्यांनी देश सोडून जाण्याची तयारी केली होती, पण लाल मशिदीवर कब्जा करण्याच्या कटात सहभागी झाल्याबद्दल त्यांना अटक झाली. त्यांना जे ओळखत होते त्यांनी (यात माजी आयएसआय प्रमुखांचाही समावेश होता,) मुशर्रफ यांना परत न येण्याचा सल्ला दिला होता, पण ऑनलाइन लोकप्रियतेच्या लाटेत आंधळेपणानं वाहत जाऊन त्यांना त्यांच्या शानदार पुनरागमनाची आणि निवडणुकीत दणदणीत विजय मिळवण्याची स्वप्नं पडत होती. खूप मोठ्या आशा-आकांक्षा उराशी बाळगून ते पाकिस्तानात परत आले होते, पण मार्च २०१३मध्ये त्यांचं स्वागत करायला अगदी मूठभरच लोक हजर होते. कुणीतरी या सगळ्याचा दोष फेसबुकला दिला. परिस्थितीनं अशी कलाटणी घेतली, की त्यांना निवडणूक लढण्यासाठी अपात्र तर ठरवलं गेलंच, पण वेगवेगळ्या केसमध्ये त्यांना अटकही करण्यात आली. एफआयए टीमला आणीबाणी लादण्याच्या निर्णयाची, न्यायमूर्तींच्या स्थानबद्धतेची आणि मुशर्रफ यांनी संविधानाला दिलेल्या तात्पुरत्या स्थगितीची चौकशी करण्यास सांगितल्यावर त्यांनी त्यांचा अहवाल २०१३च्या नोव्हेंबर महिन्यात सादर केला तेव्हा सरकारने या माजी लष्करशहावर देशद्रोहाचा खटला भरण्याचा निर्णय घेतला. कुणालाच असं वाटलं नव्हतं, की सरकार असा काही प्रयत्नसुद्धा करेल. पुढं घडणाऱ्या घटनांनी दाखवून दिलं, की हा लुटूपुटूचा खटला होता. बलुचिस्तानच्या न्यायमूर्ती ताहिरा सफदर यांनी त्यांच्यावरचे पाच आरोप वाचून दाखवले; 'आणीबाणीचा आदेश जारी करणे, २००७', १९७३ची राज्यघटना तात्पुरती स्थगित करणे, राज्यघटना उलथून लावणे, त्यानुसार 'हाय ट्रीझन (पनिशमेंट) ॲक्ट'च्या कलम २ अंतर्गत शिक्षायोग्य देशद्रोहाचा गुन्हा करणे. त्यांनी 'प्रोव्हिजनल कॉन्स्टिट्यूशन ऑर्डर नंबर १ ऑफ २००७' जारी केली होती. ज्यामुळे राज्यघटनेत वेळोवेळी दुरुस्ती करण्याचे सर्वाधिकार अध्यक्षांना मिळाले असते. त्यांनी मूलभूत अधिकारही स्थगित केले होते. तिसरा आरोप म्हणजे, त्यांनी 'ओथ ऑफ ऑफिस (जजेस) ऑर्डर

२००७' जारी केली, ज्यामध्ये परिशिष्टात एक शपथ समाविष्ट केली गेली, ज्यानुसार एखाद्या न्यायाधीशाला ३ नोव्हेंबर २००७ रोजी केल्या गेलेल्या 'आणीबाणीच्या घोषणे'त असलेल्या तरतुदींप्रमाणे आणि त्याच तारखेच्या 'प्रोव्हिजनल कॉन्स्टिट्यूशनल ऑर्डर'प्रमाणे वागणं बंधनकारक असणार होतं. या आदेशाचे परिणाम म्हणून वरच्या वर्गातील न्यायालयांच्या अनेक न्यायमूर्तींना काढून टाकण्यात आलं. त्यात पाकिस्तानच्या सरन्यायाधीशांचाही समावेश होता. चौथा आरोप होता, २० नोव्हेंबर २००७ रोजी अध्यक्ष म्हणून त्यांनी पुढील आदेश जारी केले – 'कॉन्स्टिट्यूशन (अमेंडमेंड) ऑर्डर, २००७', त्यानुसार अनुच्छेद १७५ (न्यायालयांची स्थापना आणि कार्यक्षेत्र या संबंधी), १८६-अ (खटले हस्तांतरित करण्याच्या सुप्रीम कोर्टाच्या अधिकारांसंबंधी), १९८ (उच्च न्यायालयाचं अधिकारक्षेत्र), २१८ (निवडणूक आयोगाची नियुक्ती), २७० ब आणि २७० क (निवडणुकांशी संबंधित) या अनुच्छेदांमध्ये दुरुस्ती केली गेली आणि राज्यघटनेत अनुच्छेद २७० अ अ अ चा समावेश केला गेला. यातून मुशर्रफ यांच्या आदेशांना आणि नियमांना पुष्टी मिळणार होती आणि त्यांना वैध ठरवलं जाणार होतं.

पाचवा आरोप होता, १४ डिसेंबर २००७ रोजी रावळपिंडी इथं अध्यक्ष म्हणून त्यांनी 'कॉन्स्टिट्यूशन (सेकंड अमेंडमेंड) ऑर्डर, २००७' जारी केली ज्यानुसार १९७३च्या राज्यघटनेत दुरुस्ती करण्यात आली.

आरोपपत्रात असं म्हटलं होतं, की राज्यघटना नष्ट करण्याची ही गुन्हेगारी कारवाई म्हणजे देशद्रोहच होता आणि मुशर्रफ यांनी 'स्वत:चं महत्त्व वाढवण्यासाठी आणि आनुषंगिक वैरभाव वाढवण्यासाठी' केलेली ती वैयक्तिक कृती होती. यासाठी कायद्यात बदल करण्याची अनुमती किंवा पाठिंबा संसदेनं कधीच दिला नव्हता.

या खटल्यात क्षणभरासाठी नागरी विजयाची झलक दिसून आली. मी तिथून निघेपर्यंत खटल्याचं वार्तांकन मी केलं, पण खटल्याची एकूण कार्यपद्धती म्हणजे सावळा गोंधळच होता आणि तो खटला निश्चित दिशेनं प्रगती करताना दिसत नव्हता. सर्वोच्च न्यायालयानंदेखील आपल्या आधीच्या आदेशावर पुनर्विचार करावा यासाठी दाखल केली गेलेली याचिका फेटाळून लावली. त्या आदेशात ३ नोव्हेंबर २००७ रोजी मुशर्रफ यांनी जाहीर केलेली आणीबाणीची घोषणा ही घटनाबाह्य आणि निरर्थक असल्याचं म्हटलं होतं आणि 'ते सत्ता बळकावणारे आहेत' असे ताशेरे ओढले होते. शिखर न्यायालयाच्या १४ सदस्यांच्या न्यायासनानं, ज्याचं नेतृत्व मुख्य न्यायाधीश तसादुक हुसैन जिलानी यांनी केलं होतं, तीन दिवस सुनावणी ऐकली आणि मुदत संपल्याच्या कारणापोटी याचिका फेटाळली. आदेश निघाल्यावर, म्हणजे ३१ जुलै २००९ नंतर तीस दिवसांच्या आत ती

दाखल करायला हवी होती. न्यायालयाला त्या केसमध्ये काही अर्थ वाटत नव्हता आणि मुशर्रफ यांचं प्रतिनिधित्व करणाऱ्या वकिलांना असंबद्ध युक्तिवाद करण्यावरून न्यायमूर्ती सतत खडसावत होते. जुलै २००९ मध्येच सर्वोच्च न्यायालयानं, मुशर्रफ यांनी आणीबाणी लादण्याचा जो निर्णय ३ नोव्हेंबर २००७ रोजी घेतला तो घटनाबाह्य आणि बेकायदा असल्याचं जाहीर केलं होतं.

वर वर पाहता मुशर्रफ यांना दोषी शाबित करण्याचा सरकारने चंग बांधला होता असं वाटत असलं, तरी खटला सुरू होण्यापूर्वीच त्यांचे वकील मुशर्रफ यांना सुरक्षितपणे यातून बाहेर पडण्याचा मार्ग दाखवला गेला असल्याचं सांगत होते. त्यानंतर अशा बातम्या आल्या, की त्यांना सरकारनं माफीनाम्यावर स्वाक्षरी करायला सांगितलं आहे, ज्यामध्ये मुशर्रफ यांना जरी देशाबाहेर जाण्याची अनुमती नसली, तरी त्यांच्या आईला पाकिस्तानात घेऊन येण्याचा प्रस्ताव दिला गेला होता. अखेरीस शिखर न्यायालयानं त्यांच्या प्रवासावरची बंदी उठवल्यानंतर मार्च २०१६ मध्ये मुशर्रफ दुबईला गेले. त्यांनी परत येऊन आपल्यावरच्या आरोपांना तोंड देण्याचं आश्वासन दिलं होतं. यात आश्चर्य वाटण्याजोगं काहीच नव्हतं. न्यायमूर्ती फैजल अरब यांची सर्वोच्च न्यायालयात बढती झाली आणि खटला हेतुशून्य पद्धतीनं पुढं सरकत राहिला. नागरी शासनाच्या मर्यादा निश्चित झाल्या होत्या.

लष्कराचे नवे प्रमुख

तेव्हाचे पंतप्रधान युसुफ रझा गिलानी यांनी २०१०मध्ये मुदतवाढ दिल्यानंतर सहा वर्षं अत्यंत नीटनेटकी राहणी असलेल्या, सतत धूम्रपान करणाऱ्या जनरल अशफाक परवेझ कयानी यांनी पाकिस्तानी लष्कराचं नेतृत्व केलं. पण त्यांना आणखी मुदतवाढ मिळणं शक्य दिसत नव्हतं. ते देशाच्या पहिल्या लोकशाही स्थित्यंतराचे साक्षीदार होते आणि लष्कराला सरकारपासून दूर ठेवण्याविषयीच्या त्यांच्या विधानांसाठी ते कायम लक्षात राहतील. निवृत्तीपश्चात ते नोकरीत कायम राहणार असल्याच्या बऱ्याच वावड्या उठल्या, पण त्या खऱ्या ठरल्या नाहीत. दि. २९ नोव्हेंबर २०१३ रोजी निवृत्त होण्याच्या आधी त्यांनी केलेल्या एका विशेष विधानात, त्यांनी त्यांच्यासाठी एक नवीन जागा निर्माण करण्यात येत असल्याच्या बातम्या उडवून लावल्या. 'म्हातारे सैनिक कधीच मरत नाहीत, ते फक्त दिसेनासे होतात' – एका जुन्या, बराकीत गायल्या जाणाऱ्या लोकगीताचं हे लोकप्रिय ध्रुवपद आहे. कयानी जरी विस्मरणात जाणार नसले, तरी ते निवृत्त नक्कीच होणार होते. सेनाप्रमुख असताना त्यांनी जे धोरण कायम अवलंबलं होतं, ते सरकारच्या कारभारात ढवळाढवळ न करण्याचं होतं. त्या धोरणाला

अनुसरूनच त्यांच्या वक्तव्यात हे स्पष्टपणे सूचित केलं गेलं होतं, की लष्कराचा लोकशाहीला आणि नागरी प्रशासन संस्थांना पाठिंबा असणार आहे. पाकिस्तानची सशस्त्र सेनादलं लोकशाहीला पूर्ण सहकार्य देऊ इच्छितात आणि ती बळकट करू इच्छितात, ते म्हणाले. TTPशी बोलणी करण्याच्या प्रश्नाबाबत सरकार आणि लष्कर यांचं एकच मत असल्याचं त्यांनी सांगितलं. ते आता बोलणी करण्याला प्राधान्य देत आहेत कारण लष्कराला दहशतवाद समूळ नष्ट करण्यात अपयश आलं आहे, या आरोपाचं त्यांनी जोरदार खंडन केलं. पाकिस्तानी सेनेच्या गणवेशातल्या माणसांनी नियंत्रण रेषेवर पाच भारतीयांचं शिरकाण केल्याच्या घटनेनंतर काही महिन्यांनी त्यांच्या निवृत्तीची वेळ आली. हा विवाद बराच काळ धुमसत राहिला आणि २६।११ नंतर ताणल्या गेलेल्या संबंधांना आणखी एक हादरा बसला. पाकिस्ताननं संयुक्तपणे तपास करण्याचा प्रस्ताव ठेवला असला, तरी भारतानं तो स्वीकारलेला नाही. आपले पाच सैनिक पाकिस्तानी सेनेनं ऑगस्टमध्ये मारले असंच भारत म्हणत आला आहे. पाकिस्ताननं वारंवार याचा इन्कार केला आहे. भारताच्या माजी राजदूतांची भेट घेताना सरताज अझीझ यांनी म्हटलं, की भारतीय प्रसारमाध्यमांच्या नियंत्रण रेषा घटनेवरच्या 'भडक प्रतिक्रियां'मुळे आगीत तेल ओतलं गेलं आहे.[१]

चव्वेचाळीस वर्षांच्या सेवेनंतर कयानी जेव्हा निवृत्त झाले तेव्हा त्यांनी भारताच्या लष्करी नेतृत्वानं केलेल्या काही विधानांचं वर्णन 'दुर्दैवी, बिनबुडाची आणि प्रक्षोभक' असं करताना खेद व्यक्त केला,[२] विशेषत: भारतीय सेनादलप्रमुखांनी पाकिस्तानी लष्कर आणि आयएसआय दशहतवादाला साहाय्य करत असल्याच्या विधानाबाबत पंतप्रधान नवाज शरीफ यांनी भारताला दिलेल्या शांतता प्रस्तावाचं त्यांनी समर्थनच केलं होतं आणि असं म्हटलं होतं, की सरकारनं पुढाकार घेऊन जी शांतता प्रक्रिया सुरू केली तिला पाकिस्तानी लष्कराचा संपूर्ण पाठिंबा असेल. ते असंही म्हणाले होते, की नियंत्रण रेषेजवळ घडलेल्या घटनांचा संयुक्तपणे किंवा त्रयस्थपणे (शक्यतो संयुक्त राष्ट्रांकडून) तपास करण्यात यावा या पाकिस्तानच्या प्रस्तावाला भारतानं सकारात्मक प्रतिसाद दिला तर बरं होईल.

सन १९९८मध्ये पंतप्रधान म्हणून नवाज शरीफ यांनी ज्येष्ठतेचं तत्त्व बाजूला सारून जनरल मुशर्रफ यांची निवड केली होती. आता तीच चूक ते पुन्हा करणार नाहीत अशी अपेक्षा होती. मात्र, लेफ्टनंट जनरल राहील शरीफ हे पुढचे प्रमुख आपल्यापेक्षा ज्येष्ठ अशा दोघांना मागे टाकूनच प्रमुखपदी विराजमान झाले. आम्हाला बातमी देताना हे स्पष्ट करावं लागलं होतं, की त्यांचं आणि पंतप्रधानाचं काही नातं नव्हतं. जनरल कयानींचे प्रमुख स्टाफ ऑफिसर म्हणून काम पाहिलेल्या जनरल राहील शरीफ यांनी नोव्हेंबर २०१३मध्ये लष्करप्रमुखपदाची सूत्रं हातात

घेतली तेव्हा त्यांना निवृत्त होण्यासाठी तीन वर्षांचा कालावधी होता. ही खूप मोठी बातमी होती आणि 'द हिंदू'नं ती पहिल्या पानावर छापली होती. नवे प्रमुख सैन्यदलाची पारंपरिक पार्श्वभूमी असलेल्या कुटुंबातून आले होते आणि 'हिलाल-ए-इम्तियाझ' पारितोषिकाचे मानकरी होते. १९७१च्या युद्धातले हीरो आणि 'निशान-ए-हैदर पुरस्काराचे मानकरी मेजर शब्बीर शरीफ यांचे ते धाकटे बंधू. जनरल शरीफ यांनी पदाची सूत्रं हाती घेतल्यावर लगेचच तारबेला इथल्या गाझी बेसच्या 'स्पेशल सर्व्हिस ग्रुप'च्या (SSG) मुख्यालयाला भेट दिली आणि निरर्थक वादाला तोंड फोडलं. मुशर्रफ हे या उच्चवर्गीय केडरचा भाग होते आणि त्यांच्यावर देशद्रोहाचा खटला सुरू होता ही बाब सगळ्यांच्या लक्षात होती. ही भेट बहुधा लष्कराचं आणि एसएसजीचं महत्त्व अधोरेखित करण्यासाठी होती. शिवाय एका लष्करशहाला शिक्षा करण्यासाठी लोकशाहीवादी शक्ती सरसावलेल्या असताना लष्कराचे अधिकार सगळ्यांच्या मनावर ठसावेत यासाठी होती. सर्वांत वरिष्ठ लष्करी अधिकारी लेफ्टनंट जनरल हरून अस्लम, ज्यांना त्यांच्या दोन कनिष्ठ सहकाऱ्यांनी मागं टाकलं होतं यांनी राजीनामा सादर केला. मुशर्रफ यांच्यासारखेच ते एक एसएसजी कमांडो होते आणि १९९९मध्ये लष्करी उठावात पंतप्रधान शरीफ यांना सत्तेवरून खाली खेचण्यात आलं तेव्हा ते लष्करी कारवाईचे डायरेक्टर जनरल होते. या उठावाचं नियोजन करणाऱ्या आणखी एका एसएसजी कमांडोविषयी शरीफ यांच्या आठवणी सुखद नक्कीच नसणार किंवा मंत्रिमंडळासह झालेली आपली अटकही त्यांच्या संस्मरणीय आठवणींपैकी एक नसणार.

एक संरक्षित राष्ट्र निर्माण करण्याबरोबरच आणि फाळणीनंतर बहुतांश काळ पाकिस्तानच्या सत्तेची सूत्रं हाती ठेवण्याबरोबरच या देशातल्या लष्कराकडे निधीचा भरपूर साठा आहे. अनेक प्रकारच्या व्यवसाय, घरबांधणी उद्योग आणि हवाई उद्योग यात त्यांची गुंतवणूक आहे, असं 'Military Inc' या आपल्या पुस्तकात आयेशा सिद्दिका यांनी नमूद केलं आहे.[३] 'Milbus' किंवा 'वैयक्तिक फायद्यासाठी लष्कराच्या निधींचा वापर' हे इथलं वास्तव आहे. लष्करी कर्मचारी जमिनीच्या मोठमोठ्या तुकड्यांचे, मोठमोठ्या घरांचे मालक आहेत. जगण्याची आणि विचार करण्याची लष्करी पद्धत, सौम्य शब्दांत सांगायचं तर, राजकारणी नेत्यांकडे तुच्छतेनं बघते. राजकीय क्षेत्रातली मंडळी ही निष्प्रभ आणि भ्रष्टाचारी आहेत असा त्यांचा दृष्टिकोन आहे. भारताविषयीच्या शत्रुत्वाच्या बाबतीत जनरल कयानी यांनी योग्य मतप्रदर्शन केलंही असेल, पण त्यांच्याकडे युद्ध धोरणाचं समर्थन करणारे म्हणूनच पाहिलं जातं आणि गोष्टी फारशा बदललेल्या नाहीत असंच दिसून येतं. दहशतवादापासून असलेला धोका आणि घरचा शत्रू यांच्याशी लष्कराला, भारताकडून वाट्याला येणाऱ्या वैरभावापेक्षा जास्त नाही तरी तेवढ्याच गांभीर्यानं दोन हात

करावे लागतात. जुलै २०१६मध्ये टर्कीत उठाव झाला होता आणि त्यात अध्यक्ष तय्यीप अर्दोगेन यांना पदावरून दूर करण्यात अपयश आलं होतं, तेव्हा इम्रान खान म्हणाला होता, की लष्करानं सत्ता काबीज केली, तर पाकिस्तानची जनता उत्सव साजरा करेल आणि मिठाई वाटेल.[४] तो नवाज शरीफ यांच्या 'एकसत्ताक' राज्यपद्धतीवर टीका करत होता, कारण त्यांनी देशाला आणखी मोठ्या कर्जाच्या खाईत लोटलं होतं. इम्रान तालिबानचं समर्थन करतो आणि शांतता चर्चेचं आवाहन करतो. तो लष्करालाही पाठिंबा देतो आणि शरीफ यांचा निषेध करतो. यामागं दुसरं काही नसलं, तरी पुढच्या निवडणुकांमध्ये शरीफ यांची जागा घेण्यासाठी इम्रान खान कदाचित त्याचा मार्ग मोकळा करण्याचा प्रयत्न करत असावा. त्यासाठी लागणारे सगळे गुण त्याच्याकडे आहेत. नेहमीप्रमाणे प्रश्न फक्त एवढाच आहे, की लष्करी धोरणाचं बोट न धरता लोकशाही यशस्वी होऊ शकेल का?

८

'लेफ्ट ऑफ सेंटर' राजकारणाचं पुनरुज्जीवन आणि इतर कथा

मी फक्त दहशत, व्यापार किंवा भारत-पाक संबंधांबद्दलच नाही, तर पाकिस्तानच्या इतर पैलूंबाबतही लिहिलं. मला सांगण्यात आलं होतं की, डावे पक्ष पुन्हा एकत्र येत होते, विशेषत: डाव्यांमधला एक विभाग. ही एक महत्त्वाची घडामोड होती. अशा प्रकारची हालचाल राजकीय पटलावर दीर्घकाळ टिकणारा प्रभाव टाळू शकेल का, हा फार मोठा प्रश्न आहे; पण ज्यांना नव-उदारमतवादाचा पुरस्कार न करणाऱ्या, उजवीकडे न झुकलेल्या पक्षाचा पर्याय शोधायचा असेल तर डावे पक्ष कोणत्या न कोणत्या रूपात उपलब्ध आहेत. एके काळी उत्तर-पश्चिम सीमावर्ती प्रांतात (आता KPK) बलशाली असलेल्या डाव्या पक्षांना तालिबाननं निष्ठुरपणे समूळ नष्ट केलं. त्यात सर्वांत जास्त नुकसान सोसावं लागलं ते अवामी राष्ट्रीय पक्षाला. काहींच्या म्हणण्यानुसार त्यांचे ५०० कार्यकर्ते मारले गेले. डाव्या पक्षांना, मग ते कोणत्याही रूपात असोत, पाकिस्तानात काही भविष्य आहे का? विद्यार्थ्यांच्या संघटनांवर बंदी घातली गेल्यामुळे महाविद्यालयांमध्ये राजकारण किंवा निवडणुका होऊ शकत नाहीत. तिथं धार्मिक समित्या किंवा गट मात्र आहेत ज्यांनी मूलतत्त्ववादाचं विखारी बीज विद्यार्थ्यांच्या मनात मुबलक प्रमाणात पेरलं आहे. महाविद्यालयांमध्ये पूर्व आणि पश्चिम यांच्यात संघर्ष होताना दिसतो. एकीकडे विद्यार्थी त्यांच्या संघटनांना मान्यता मिळावी यासाठी झगडत असतात, तर दुसरीकडं विद्यार्थ्यांना संघटना बांधण्याची मुभा दिली, तरी त्यांना आपली सत्ता किती गाजवता येईल यावर बंधनं आहेत. या प्रकरणातल्या इतर कथा अफगाण निर्वासितांशी संबंधित आहेत, पाकिस्तानच्या हृदयातली ती ठसठसणारी जखम आहे. तिच्याबरोबर ज्याला पाकिस्तान 'यजमानांना येणारा थकवा' म्हणतात तोही आला आहे. २०१६मध्ये अफगाणिस्तानात परत जाणाऱ्या लोकांच्या संख्येनं

उच्चांक गाठला. पण हे पाकिस्ताननं त्यांना परत जाण्यासाठी बाध्य केल्यामुळे घडलं, असं मानवी हक्क संघटनांना वाटतं.

महिलांची परिस्थिती शोचनीय आहे. आरोग्य आणि अन्न सुरक्षेबरोबरच निर्णय घेण्याचे अधिकार नसणं या चिंता करण्याजोग्या मुख्य बाबी आहेत. या पैलूंवर प्रकाश टाकणारे दोन अहवाल मी लिहिले होते. ते प्रसिद्ध करण्यात आले आणि त्यातल्या एका अहवालात पहिल्यांदाच घरगुती स्वरूपाची हिंसा हा एक प्रश्न म्हणून समाविष्ट करण्यात आला. या सगळ्यांत एक दिलासादायक गोष्ट म्हणजे, स्त्रियांना जर संधी दिली गेली तर त्या सर्वोच्च शिखर पादाक्रांत करू शकतात, हा संदेश या उदासवाण्या वातावरणात गिर्यारोहक समीना अली बेग हिनं जगाला दिला आहे. मलालाच्या घटनेचा परिणाम म्हणून आणि मुलींच्या शिक्षणाची एकूणच गंभीर परिस्थिती असताना एका पाकिस्तानी नागरिकानं स्त्रीशिक्षणावर एक जगावेगळी कार्टून मालिका काढली आहे. 'बुरखा ॲव्हेंजर' या नावाची. त्यात प्रभावी प्रतिमाभंजनासाठी साचेबद्ध प्रतिमा वापरल्या आहेत. मी 'बुरखा ॲव्हेंजर'चा निर्माता हारूनला एका खास लेखासाठी भेटले. मी लिंगबदल केलेल्या व्यक्तींच्या समस्येवरील एका परिषदेलाही हजर होते. तिथं मला समजलं, की भारताप्रमाणेच इथंही समाज त्यांना स्वीकारत नाही आणि ते सामाजिक परिघाच्या बाहेर राहतात. त्यांच्या बाजूनं विचार करणारा सर्वोच्च न्यायालयाचा एक आदेश येऊ घातला आहे. पर्यावरणविषयक स्टोरीज मी फारशा करू शकले नाही. पाकिस्तान हा नैसर्गिक सौंदर्यानं नटलेला देश आहे आणि जगातलं दुसऱ्या क्रमांकाचं सर्वोच्च शिखर K2, आणि श्वास रोखून धरायला लावणारी काराकोरम पर्वतरांग पाकिस्तानात आहे. पाकिस्तानची जी बाजू आपण पाहत नाही त्या बाजूची जाहिरात करण्याचा प्रयत्न द सेंट्रल काराकोरम नॅशनल पार्क करत आहे. मी त्यावरही लिहिलं. तसंच माळढोक पक्ष्यांच्या भयकारी शिकारीबद्दलही लिहिलं. धोक्यात आलेली ही पक्षी जमात पाकिस्तानच्या परराष्ट्र धोरणाचा आधारस्तंभ होती याविषयी आपल्याला फारच थोडी माहिती होती. दर वर्षी अरबी राजघराण्यातले लोक मोठ्या प्रमाणावर या पक्ष्याची शिकार करतात. त्यांना नाराज करणं पाकिस्तान सरकारला परवडत नाही, त्यामुळे मोठ्या दिलदारपणे त्यांना मारण्याची परवानगी दिली जाते.

डाव्या आघाडीचं एक प्रकारचं पुनरुज्जीवन

पाकिस्तानी लष्कराच्या एका विभागात कामगार संघटना आहे, अशी कल्पना करा. नाही करता येत ना? तरीही आबिद हसन मिंटो यांनी स्थापन केलेल्या पहिल्या कामगार संघटनांपैकी एक संघटना तिथं होती, १९४९मध्ये ते पाकिस्तानच्या

कम्युनिस्ट पक्षात गेले. मिलिटरी इंजिनिअरिंग सर्व्हिसमधली ती कामगार संघटना होती. दुसरी होती ती अटकमधल्या बहुराष्ट्रीय तेल कंपनीत. आता अशा गोष्टींचा विचारही करवत नाही, अवामी वर्कर्स पार्टीचे (AWP) अध्यक्ष मिंटो हसून सांगतात. पक्ष २०१२मध्ये तीन पक्षांच्या (लेबर, अवामी आणि वर्कर्स पार्टी) विलिनीकरणानंतर तयार झाला. त्या वेळी डाव्या पक्षांच्या या नव्या युतीबद्दल सर्वत्र कुजबुज होती. पाकिस्तानातल्या डाव्या विचारसरणीच्या लोकांना एकत्र आणण्याचा तो नव्यानं केलेला एक प्रयत्न होता असं २०१३मध्ये मी त्यांना भेटले तेव्हा उत्साहानं सळसळणारे ८० वर्षांचे मिंटो म्हणाले होते. सोव्हिएत युनियनच्या बरखास्तीनंतर आणि शीतयुद्धाच्या समाप्तीनंतर कम्युनिस्ट पक्ष इतस्तत: विखुरला होता. त्यामागं आणखी एक कारण होतं ते म्हणजे नव्या जगाच्या रूपात जागतिक भांडवलशाही व्यवस्थेचा उदय. डाव्या विचारसरणीची सगळीकडंच पीछेहाट झाली होती. पाकिस्तानात कामगार संघटना चळवळ दुर्बल झाली होती आणि तिचे अनेक तुकडे झाले होते. पक्षांचे वेगवेगळे गट हे व्यक्तींवर आधारलेले होते. मिंटोपुढचा प्रश्न हा होता, की अनेक गोष्टी 'जैसे थे' अवस्थेत असलेल्या पाकिस्तानात उभ्या राहणाऱ्या नवीन आव्हानांना तोंड देण्यासाठी डावं राजकारण काय असणार होतं.

कम्युनिस्ट विचारवंत सज्जाद झहीर यांची मुलगी नूर झहीर ही तिच्या पुस्तकांवर बोलण्यासाठी नवी दिल्लीहून आली होती. 'प्रोगेसिव्ह रायटर्स असोसिएशन'नं (PWA) तिच्याशी एक भेट आयोजित केली होती. तिथं डाव्या विचारसरणीच्या काही लोकांना भेटण्याची संधी मला मिळाली. एका लाल विटांच्या इमारतीतल्या छोट्या हॉलमध्ये तिचं भाषण होतं. मी जेव्हा तिथं पोचले तेव्हा माझे गुप्तचर, 'दाढी' आणि एक नवीन माणूस, तिथंसुद्धा हजर होते. मध्यंतरात मी त्यांना आयोजकांना प्रश्न विचारताना पाहिलं. ते चहापानापर्यंत थांबले आणि मी हॉलमधून बाहेर जाण्याचा रस्ता शोधत असताना चुकून चुकीच्या जिन्याकडं गेले तेव्हा 'दाढी'नं नाही, तर दुसऱ्या इसमानं माझा पाठलाग केला. मी जेव्हा त्याला बाहेर जाण्याचा रस्ता विचारला तेव्हा त्यानं उर्मटपणे मला प्रतिप्रश्न केला, 'भारताकडं जाण्याचा?'

पण मी तिथं गेले याचा मला आनंद झाला. मला अनेक पुरोगामी लेखक भेटले. तिथं जुन्या स्मृतींना उजाळा दिला गेला आणि नूर झहीरचं मोठ्या प्रेमानं स्वागत झालं. १९५४मध्ये बंदी येण्यापूर्वी पाकिस्तानच्या कम्युनिस्ट पक्षाचे प्रमुख असलेल्या तिच्या दिवंगत वडिलांच्या स्मृतिप्रीत्यर्थ तिला लोक 'कॉम्रेड नूर' असं संबोधत होते.

मी तिला पीडब्ल्यूए गेस्ट हाउसवर सकाळी लवकर चहासाठी भेटले. झहीर

म्हणाली, की विखुरलेल्या गटांनी एकत्र येण्याची जास्त गरज होती. फक्त पाकिस्तानातच नाही, तर संपूर्ण दक्षिण आशियात हे घडणं गरजेचं होतं, जेणेकरून धार्मिक आणि इतर उजव्या शक्तींना आव्हान देता येऊ शकेल. तिच्या वडिलांनी त्यांच्या मागे हा वारसा ठेवला होता. तो पुढं घेऊन जाणं आवश्यक होतं. अजून खूप काही करायचं शिल्लक होतं. उदारमतवादी प्रवाहापासून डाव्यांना त्यांची वेगळी ओळख हवी होती. उदारमतवादी अशा वर्गातून आलेले असतात ज्याला समाजात बदल घडवण्यात काहीही रस नसतो, असं मत पंजाबच्या एडब्ल्यूपीचे सर्वसाधारण सचिव आसीम सज्जाद अख़्तर यांचं मत होतं. त्यांचं हे स्पष्ट म्हणणं आहे, की केवळ क्रियाशीलता / कृतिवाद एखाद्या चळवळीला स्पष्ट दिशा देऊ शकत नाही किंवा तिच्यात भरही घालू शकत नाही. कृतिवादाच्या पलीकडे काही तरी घडलं पाहिजे आणि सगळ्या डाव्या गटांना एकत्र आणण्यामागे तोच हेतू होता.

पाकिस्तान कम्युनिस्ट पार्टीची स्थापना १९४८मध्ये कलकत्ता काँग्रेसनंतर सज्जाद झहीर, सिब्ते हसन आणि अशफाक बेग यांनी केली. त्या वेळी वेगळा पक्ष काढण्याचा निर्णय झाला, पण त्याच्या सुवर्णकाळातसुद्धा पक्षाचे फक्त साधारण ६५० सदस्य होते - तेही कार्डधारक. संख्या कमी होती, पण राजकारण स्पष्ट होतं : ते मार्क्सवादाला एक तत्त्व, एक शिकवण म्हणून बांधील होते.[१] कोणतंही केंद्र नसल्यामुळे पक्षावर बंदी घातली गेली आणि त्यानंतर पक्ष तुटायला सुरुवात झाली. पक्षाचा बौद्धिक पातळीवर ऱ्हास होत होता. मिंटो यांनी स्पष्ट केलं, की तो सगळा वैचारिक गोंधळ होता ज्यामुळे बांधिलकी राहिली नाही. पाकिस्तानात पक्ष अजून बाल्यावस्थेत होता. आता ती श्रद्धा, निष्ठा परत आणणं कठीण होतं असं त्यांना वाटलं.

मिंटो इस्लामाबादला राहत नव्हते. त्यांची भेट व्हावी म्हणून मी वाट बघत होते. मी पीडब्ल्यूएचे मनापासून आभार मानले कारण त्यांच्यामुळे मला अशा काही लोकांना भेटता आलं ज्यांना पाकिस्तानात असलेल्या, मग तो कोणत्याही स्वरूपात किंवा स्थितीत असेल, कम्युनिस्ट पक्षाबद्दल माहिती होती. मी मिंटो यांना इस्लामाबादला एक गेस्ट हाऊसमध्ये भेटले. ते मदतीसाठी तत्पर होते. मी इतकी सारी टिपणं का काढत होते असा प्रश्न त्यांना पडला. 'तुम्ही पीएच.डी. करत आहात का?' त्यांनी मला विचारलं. पण त्यांची कहाणी अगदी गुंगवणारी होती. मिंटो राजकीयदृष्ट्या इतर क्षेत्रांतही सक्रिय होते आणि त्यांच्याकडं सांगायला बरेच किस्से होते.

एडब्ल्यूपी पुढचं मुख्य आव्हान हे नवउदारमतवादी अर्थव्यवस्थेला पर्याय निर्माण करणं हे होतं. त्यासाठी लोकशाही समाजवादी पद्धतीचा अवलंब करणं

हाच एकमेव मार्ग आहे. युतीमधल्या तीन पक्षांसाठी डाव्या / मार्क्सवादी राजकारणाच्या मूलभूत तत्त्वांकडे परत जाण्याशिवाय पर्याय नाही आणि त्यांनी बदलत्या परिस्थितीशी जुळवून घेतलं पाहिजे असं मिंटो म्हणाले. चीन आणि सोव्हिएट्स अशी कम्युनिस्टांची विभागणी करणाऱ्या आधीच्या आंतरराष्ट्रीय राजकारणापासून विभक्त होऊन नव्या पक्षानं साम्राज्यवाद विरोधाला आणि वसाहतवाद विरोधाला काही प्रमाणात चिकटून राहण्याचा निर्णय घेतला आणि मार्क्सच्या तत्त्वांवर आधारलेल्या संयुक्त कार्यक्रमाची आखणी करण्याचा निर्णय घेतला. शेतकरी वर्ग २०व्या शतकाच्या मध्यावर संघटित झाला असला आणि त्या वेळी काही सुधारणा झाल्या असल्या, तरी १९५४ मध्ये कम्युनिस्ट पक्ष आणि त्याच्याशी संलग्न असणाऱ्या संघटनांवर घातलेल्या बंदीमुळे पुढच्या संघर्षाला पूर्णविराम मिळाला. एक राजकीय गट असण्यापेक्षा डावा पक्ष हा नुसता बोलणारा आणि वाद-चर्चा करणारा गट बनला होता, मिंटो उपरोधानं म्हणाले. डावे त्यांच्या नेहमीच्या ठरावीक पद्धतीनं नवउदारमतवादी राजकारण हाताळू शकतील का याविषयी अनिश्चितता आहे. पक्षाला नवी ओळख निर्माण करण्याची गरज आहे, जी तालिबानविरोधी आणि मूलतत्त्ववादविरोधी शक्तींशी संबंध दृढ करू शकेल याविषयी एकमत आहे. 'लेफ्ट ऑफ सेंटर' राजकारणाची गरज आहे याबाबत मिंटो यांचा दृष्टिकोन वास्तववादी आहे.

पूर्वी, डाव्या पक्षाच्या विद्यार्थी, शेतकरी आणि कामगार महासंघटना होत्या. शिवाय पीडब्ल्यूए होतं. एडब्ल्यूपीला असं वाटतं, की पाकिस्तानात डाव्यांना वाढीसाठी पूरक परिस्थिती आहे. दोन गोष्टींच्या संयुक्त परिणामामुळे – एक म्हणजे तालिबानची दहशत आणि दुसरी राजकीय प्रणालीत भागीदार म्हणून उदयाला येणारा मध्यमवर्गीयांचा लोंढा. मात्र या सगळ्या नागरी समाजाच्या जमावाबाबत मिंटो यांचा प्रश्न आहे : 'किती लोकांना नवीन राजकारण हवं आहे?'

आणखी काही आव्हानं आहेत. एडब्ल्यूपी स्वत:बरोबर पाकिस्तानातल्या इतर प्रमुख डाव्या गटांना सोबत घेऊन जाऊ शकेल का? फक्त बोलण्यापेक्षा त्यांना शेतकऱ्यांबरोबर आणि कामगारवर्गाबरोबर काम करावं लागेल. पद्धती जरी वेगळ्या असल्या, तरी कार्यक्रमाप्रति बांधिलकी असायला हवी, असं मिंटो म्हणाले. यानंतरची कल्पना अशी, की डाव्यांनी एकाच राजकीय झेंड्याखाली एकत्र यावं आणि सरंजामशाहीविरोधी, लोकशाहीवादी आणि साम्राज्यशाहीविरोधी पवित्रा घ्यावा. तो अशा हेतूनं घ्यावा, की पाकिस्तानवर आंतरराष्ट्रीय नवउदारमतवादी अर्थव्यवस्थेचा अंकुश नसेल.

पाकिस्तानातील कम्युनिस्ट शक्ती आंतरराष्ट्रीय राजकारण आणि अंतर्गत

कुरबुरी यांमुळे आणि सत्ताधाऱ्यांच्या, तसंच लष्करशहांच्या पाठिंब्यामुळे विखुरल्या गेल्या आहेत. कम्युनिस्टांची ताकत ही सध्या त्यांच्या साहित्यिक आणि कलात्मक व्यूहरचनेत होती, याकडं १९६०च्या दशकात डाव्या विचारसरणीच्या विद्यार्थी राजकारणात असलेले फय्याझ बकीर यांच्यासारखे टीकाकार लक्ष वेधतात. 'अख्तर हमीद खान रिसोर्स सेंटर'चे संचालक असलेले बकीर म्हणाले, की अगदी सुरुवातीपासून असलेली आणि आजही जाणवत असलेली त्रुटी म्हणजे त्यांना पाकिस्तानी समाज नीट समजलेलाच नाही. कम्युनिस्टांनी जनतेचे नेते तयार केले नाहीत किंवा त्यांच्यातून एखादा अपारंपरिक प्रज्ञावंत किंवा नवे, मूलभूत संशोधन निर्माण झाले नाही, ते म्हणाले. ते कायम सोव्हिएत आणि चिनी गटांमध्ये विभागले गेले आणि त्यांनी वर्गरचनेचं किंवा वर्गांच्या आकांक्षांचं कधी विश्लेषण केलं नाही. मग पाकिस्तानातील शासनप्रणालीचा किंवा राजकीय व्यवस्थेचा अभ्यास तर दूरच राहिला! त्यांनी कधी जनतेचं राजकारण समजून घेतलं नाही आणि त्यामुळं जेव्हा अनेक डाव्या घटकांना सामावून घेत पीपीपीची निर्मिती केली गेली, तेव्हा झुल्फिकार अली भुत्तो यांनी सत्ता ग्रहण केली. डाव्यांनी कधी धर्म जाणून घेतला नाही, त्यामुळं त्यांना समस्यांचं खापर फक्त धार्मिक नेत्यांवर फोडता आलं नाही.

या निराशेच्या ढगांना रुपेरी किनार आहे. तरुण कार्यकर्त्यांची कुमक समर्पित वृत्तीची आहे- अर्थात विद्यार्थ्यांना राजकारणात ओढून आणणं अवघड आहे. असीम सज्जाद अख्तर स्टडी सर्कलच्या मार्गानं डाव्या चळवळीत योगायोगानं ओढले गेले, पण त्या जुन्या 'असेम्ब्ली लाइन'नं फळं देणं बंद केलं होतं. त्यात विद्यार्थी संघटनांवर घातल्या गेलेल्या बंदीची भर पडली. मुख्य प्रवाहातील डाव्यांचं राजकारण हे इतर देशांमध्ये बलवान ठरलं असलं, तरी पाकिस्तानात ती परिस्थिती नव्हती. अंतर्गत दुबळेपण बाहेर आलं आणि सगळा डोलारा कोसळला. बहुतांश जुन्या नेत्यांनी पक्ष सोडला आणि संघटनात्मक क्षमता क्षीण झाली. जे लोक राहिले ते खूप कनिष्ठ होते. अननुभवी होते आणि त्यांना नेतेपदी ढकलण्यात आलं. पक्षात सर्जनशीलता भरपूर आहे, पण तरुण कार्यकर्त्यांची फळी निर्माण होण्यासारखी परिस्थिती नाही. जुन्या खोडांची जागा तरुण रक्तानं घेण्यासाठी अजून बराच काळ लोटावा लागेल, असं अख्तर म्हणाले.

ते म्हणाले, की तरुण कार्यकर्त्यांमध्ये बरीच प्रेरणा, चैतन्य दिसून येतं, ही एक सकारात्मक बाजू आहे. त्यांच्या मानगुटीवर शीतयुद्धाचं भूत बसलेलं नाही. काम करण्यासाठी पक्षाला नवीन जागा शोधणं आवश्यक आहे. पक्ष आधीच घुसखोरांबरोबर काम करत आहे. तो ओकारामधल्या चळवळीशी जोडला गेला आहे. तिथं लष्करानं हस्तगत केलेल्या जमिनीवर शेतकरी अजून ठाण मांडून बसले आहेत. या चळवळीनं 'टॅबू' मोडायला सुरुवात केली आहे. विशेषत:

पंजाबमध्ये, जिथं लष्कराला देव्हाऱ्यात बसवलं जातं.

एखाद्या विचारसरणीवर तुमची मालकी आहे म्हणून तुम्ही तिच्यावर दावा सांगू शकत नाही. तुम्हाला तिच्यावर काम करावं लागतं, तिच्यावर मनोरे रचावे लागतात, ती पुढं न्यावी लागते. याकडं त्यांनी लक्ष वेधलं. तुमची मुळं जपली पाहिजेत, नवीन चळवळींमध्ये सामावून घेण्याची क्षमता निर्माण केली पाहिजे. हे करताना पक्षबांधणीसाठी आवश्यक असलेला लोकसंग्रह केला पाहिजे, असं ते म्हणाले. 'तिसरा दृष्टिकोन विकसित होण्यासाठी डाव्यांची नितांत गरज आहे. विचारसरणीच्या दृष्टीनं बघितलं, तर समाज उजव्या बाजूला सरकला आहे. कोणीही समाजातल्या वर्गभेदाविषयी, लिंगभेदाविषयी, विषमतेविषयी बोलत नाही... बदल घडवायला वेळ लागेल.' मिंटोंना गुप्तचरांनी प्रश्न विचारले की नाही ते मला माहीत नाही, पण मी निघून गेल्यावर बकीर आणि अख्तर यांना 'पाहुण्यांनी' भेट मात्र दिली. बकीर यांनी त्यांना आत बोलावलं आणि शांतपणे त्यांच्या प्रश्नांची उत्तरं दिली. पण अख्तर यांनी त्यांना चांगलंच फटकारलं.

विद्यार्थी जर मोठ्या संख्येनं डाव्या पक्षात जायला हवे असतील, तर राजकीय सहभाग असला पाहिजे, महाविद्यालयात निवडणुका झाल्या पाहिजेत आणि संघटना स्वातंत्र्य दिलं गेलं पाहिजे. बलुचिस्तानातल्या तरुण विद्यार्थ्यांना याआधीच त्यांच्या स्वतंत्र विचारांमुळे झळ बसली आहे. झोपडपट्ट्यांमध्ये जाऊन काम करणं किंवा शेतकऱ्यांच्या प्रश्नांवर काम करणं ही चांगली सुरुवात होऊ शकते. पण सध्याच्या परिस्थितीत, पाकिस्तानच्या नकाशावर एक गंभीर आणि प्रभावशाली विचारप्रवाह म्हणून उदयाला येणं ही डाव्यांसाठी एक कधीही न संपणारी मोहीम ठरू शकते. जी मार्क्सवादी विचारसरणी बहुतेक लोकांना कालबाह्य आणि निरर्थक वाटते, त्या विचारसरणीचं स्फुल्लिंग पुन्हा चेतवण्याचं आव्हान नव्या दमाच्या डाव्या विचारसरणीसमोर आहे.

विद्यार्थी संघटनांवरची बंदी

एका विशाल, सूर्यप्रकाशात न्हाऊन निघालेल्या फुटबॉलच्या मैदानात तरुण मुलं 'अत्तान' (Attan) हा हळुवार लयीतला नाच करत होते. गंभीर चेहऱ्याची, सलवार कमीज घातलेली किशोरवयीन मुलं डौलदारपणे हात फैलावून मोठ्या वर्तुळात एका तालात गोल गोल फिरत होती. त्यांच्यात एकच स्त्री होती. मी विचारलं, की दुसरी कोणीच स्त्री नृत्य का करत नाही? ती हसली आणि समजावून सांगण्याच्या सुरात म्हणाली, की ती पीएचडी करत होती. जवळजवळ शहराबाहेर असलेली काइद-ए-आझम युनिव्हर्सिटी (QAU) ही पाकिस्तानातली अगदी सुरुवातीच्या विद्यापीठांपैकी एक होती. तिचा परिसर नीटपणे वेगवेगळ्या

शाखांमध्ये विभागलेला होता. एखादी नवखी व्यक्तीही सहजपणे वावरू शकेल असा. विद्यार्थी संघटनांवर घातल्या गेलेल्या बंदीवर मला एक स्टोरी करायची होती आणि तिथं कुठला तरी मेळावा भरणार होता असं वर्तमानपत्रातल्या जाहिरातीत वाचल्यामुळे मी तिथं गेले. बोलू इच्छिणाऱ्या काही विद्यार्थ्यांशी माझी भेट घडेल, अशी मला आशा होती.

सजावटीच्या छोट्या वस्तू, नकली दागिने, कपडे आणि मातीची भांडी विकणारे छोटे स्टॉल तिथं होते. मी इकडे तिकडे फिरत होते. फोन नंबरची देवाणघेवाण झाली आणि एका संध्याकाळी एका कँटीनमध्ये आमची भेट ठरली. जिथं आमच्या मीटिंगसाठी एक छोटी खोली उघडून देण्यात आली होती. चहा आणि काही खाद्यपदार्थही ठेवण्यात आले होते. विद्यापीठात गोष्टी कशा चालतात हे विद्यार्थ्यांचा एक गट मला समजावून सांगत होता. अर्थात त्यात विद्यापीठातल्या राजकारणाचा तपशील नव्हता.

ते सगळे विद्यार्थी पख्तून कौन्सिलचे होते. मी इतरांना भेटू शकले नाही कारण त्यांच्या परीक्षा होत्या. शिवाय माझे गुप्तचर माझ्या मागावर असल्यामुळं त्यांनी विद्यार्थ्यांना प्रश्न विचारले असते, तर तो अनुभव त्यांच्यासाठी निश्चितच आनंददायी ठरला नसता. सलीम (नाव बदललं आहे) म्हणाला, की विद्यापीठात सहा वेगवेगळे समुदाय होते आणि त्या सगळ्यांच्या कौन्सिल होत्या, जशी पख्तून कौन्सिल होती. 'आम्ही राजकीय पक्षांकडे दुर्लक्ष करू इच्छितो. कौन्सिलचा हेतू शांतता कायम राखणं आणि संस्कृतीचं संवर्धन करणं आणि अडचणी सोडवणं हा आहे. उदाहरणार्थ, एखाद्या ठिकाणी जर वीज नसेल तर आम्ही हस्तक्षेप करतो.

पख्तून कौन्सिलचा माजी सर्वसाधारण सचिव एनके म्हणाला, की कौन्सिलचे सुमारे आठशे ते हजार सदस्य आहेत. त्यात दोनशे महिला आहेत. झिया-उल-हक यांच्या राजवटीत राजकीय पक्षांवर बंदी आणल्यानंतर धार्मिक किंवा राजकीय आधारांवर संघटना करण्याला विरोध होता म्हणून समुदायांवर आधारित कौन्सिल अस्तित्वात आल्या. सगळ्या कौन्सिल 'क्यूएयू स्टुडण्ट्स फेडरेशन'च्या छताखाली एकत्र आल्या. प्रत्येक कौन्सिलला एक कॅबिनेट समिती होती, ज्यामध्ये कोणत्याही राजकीय पक्षांशी संबंधित नसणाऱ्या तटस्थ लोकांना सहभागी केलं जायचं.

पाकिस्तानातल्या राजकीय व्यवस्थेबद्दल विद्यार्थ्यांचं फारसं बरं मत नव्हतं; या प्रकारचं राजकारण विद्यापीठाच्या बाहेरच ठेवण्याची त्यांची इच्छा होती, तसंच कट्टर राजकीय पक्षांनाही जवळपास फिरकू न देण्याचे त्यांचे प्रयत्न होते. इतर विद्यापीठांमध्ये जसा जमात-ए-इस्लामीसारख्या (JeI) राजकीय पक्षांचा फैलाव होता. तसा क्यूएयूमध्ये नव्हता. या विद्यापीठानं अशा पक्षांना चार हात दूरच

ठेवलं होतं. पण काही खासगी महाविद्यालयांमध्ये कौन्सिललाही परवानगी नव्हती. काही विद्यापीठांमध्ये कौन्सिलचं फेडरेशन नव्हतं. विद्यार्थी म्हणाले की, प्रवेश घेण्यापूर्वी त्यांना एका हमीपत्रावर स्वाक्षरी करावी लागायची, की ते कोणत्याही राजकीय, धार्मिक किंवा वांशिक संघटनांचे सभासद होणार नाहीत. तिथले शिक्षकही कौन्सिल व्यवस्थेच्या बाजूचे होते.

कौन्सिलला कोणत्याही प्रकारची अधिकृत मान्यता नव्हती. सन २०१२च्या जुलै महिन्यात विद्यार्थ्यांनी निषेध व्यक्त केला, की कौन्सिल विद्यापीठाचा भाग बनवल्या गेल्या पाहिजेत आणि त्यांनी 'युनिव्हर्सिटी डिसिप्लिनरी कमिटी'मध्ये प्रतिनिधित्व मिळावं यासाठी हट्ट धरला. निषेधाचा एक भाग म्हणून विद्यार्थ्यांनी एका आंतरराष्ट्रीय परिषदेत गोंधळ घातला. त्यामुळं त्यांना निलंबितही करण्यात आलं. सन २००८ मध्ये निवडून आल्यावर पंतप्रधान युसूफ रझा गिलानी यांनी विद्यार्थी संघटनांवर घातलेली बंदी उठवण्याचं आश्वासन दिलं होतं, पण ते प्रत्यक्षात आलं नाही. जानेवारी २०१६मध्ये पाकिस्तान सिनेटनं बंदी घटनाबाह्य असल्याचं म्हटलं आणि एका समितीला शिफारशी सादर करायला सांगितलं. १९८४मध्ये झियांनी बंदीचा आदेश काढल्यानंतर तो आदेश बेनझीर सरकारनं १९८८मध्ये रद्द केला. त्यानंतर सुमारे तीन महिन्यांनी विद्यार्थी संघटनांना शिखर न्यायालयात आव्हान देण्यात आलं. त्यांच्यावर 'विद्यापीठाच्या परिसरात हिंसेला प्रोत्साहन देण्या'चा आरोप ठेवण्यात आला. त्यानंतर सर्वोच्च न्यायालयानं १९९३ मध्ये संघटनांवर बंदी घातली.[२]

जेईआयशी संबंधित असलेल्या आयजेटीसारख्या विद्यार्थ्यांच्या धार्मिक गटांबरोबर बराच संघर्ष झाला. या गटाचं अनेक वर्षांपासून विद्यापीठात वर्चस्व होतं, विशेषत: पंजाबमध्ये क्यूएयू स्टुडण्ट्स फेडरेशन स्वत:ला तटस्थ म्हणवत होतं, पण तेही शक्तिशाली राजकीय प्रभावाखाली होतं. संघटना पुन्हा सुरू झाल्या पाहिजेत अशीच बहुतेक विद्यार्थ्यांची भावना होती. परंतु मुख्य प्रवाहातल्या राजकारणात निवडणुकांमधला एक विषय म्हणूनही याचा उल्लेख केला गेला नाही. नॅशनल असेम्ब्लीत फेडरेशनला कायदेशीर मान्यता मिळावी यासाठी चर्चा झाली होती. पख्तून कौन्सिलचा एकमेव उद्देश सगळ्या पख्तून वक्त्यांना एकाच छताखाली एकत्र करणं हा होता, असं दिसून येतं. कौन्सिलनं क्यूएयू स्टुडण्ट्स फेडरेशनला मान्यता मिळावी यासाठी प्रयत्न केले, पण विद्यापीठानं तेही केलं नाही.

वसतिगृहाचं वाटप आणि कोटा पद्धत यांसारखे प्रश्न धसाला लावण्याचा प्रयत्न कौन्सिलनं केला. कारण लोकसंख्येला अनुसरून जागांचं वाटप होतं आणि त्यानुसार पंजाबला ५० टक्के वाटा मिळतो आणि केपीकेला १४ टक्के. कौन्सिलमध्ये महिलांचाही समावेश होतो, पण मला त्यांपैकी कोणालाच भेटता

आलं नाही, कारण विद्यार्थ्यांच्या परीक्षा सुरू होत्या. मी मेच्या मध्यावरच परत यायला निघणार होते. बरगदच्या (Bargad) अहवालात १९८४च्या आधी चैतन्यानं फुललेल्या परिसराची झलक आपल्याला बघायला मिळते आणि इस्लामी जमियत तलाबाचं वर्चस्व किती होतं हेही दिसून येतं.[३] अहवालात म्हटलं होतं, 'विद्यार्थ्यांचं राजकारण इस्लामवादी आणि डाव्या विचारसरणीचे पक्ष यांच्यातल्या तीव्र वैचारिक संघर्षामुळे विभाजित झालं होतं. त्याला शीतयुद्धाच्या वातावरणाची पार्श्वभूमी होती.' संघटनांवरची बंदी उठवण्याच्या कृतीला फारसा पाठिंबा मिळाला नाही. 'एका अभूतपूर्व खेळीत पाकिस्तानमधल्या सगळ्या सरकारी आणि खासगी विद्यापीठांच्या कुलगुरूंनी विद्यार्थ्यांच्या राजकारणासंबंधीची त्यांचीच विधानं उलट फिरवली (२००९). देशाच्या सध्याच्या गंभीर परिस्थितीत त्यांना बंदी उठवणं योग्य असल्याचं वाटत नाही. त्यापेक्षा विद्यापीठ परिसरातल्या मंडळांच्या आणि संस्थांच्या वाढीला ते पाठिंबा देणं पसंत करतील. पुढं जाऊन ते विद्यार्थी संघटनांवर हिंसेला उद्युक्त करण्याचा आणि अभ्यासात व्यत्यय आणल्याचा आरोप करतात,' असं बरगद अहवालात म्हणलं आहे.

पाकिस्तानात झुल्फिकार भुत्तोंच्या काळात विद्यार्थी चळवळींमध्ये जिवंतपणा होता. त्यांच्या बेलगाम शक्तीतून त्यांनी बरीच मजबुती मिळवली. परंतु झियांच्या राजवटीत मदरशांना जास्त महत्त्व दिलं गेलं आणि संघटनांवर घातलेल्या बंदीमुळे परिसरातील राजकीय उत्साह मावळला. 'ऐतिहासिक पुराव्यानं हे सिद्ध केलं आहे, की विद्यार्थी संघटनांवर बंदी घालण्याच्या आधी, बरीचशी लोकशक्ती आणि पाकिस्तानमधली मोठी राजकीय मंडळं ही विद्यार्थ्यांच्या राजकारणातूनच उदयाला आली आहेत. वकिलांनी केलेल्या चळवळीदरम्यान, शांततेच्या दीर्घ कालावधीनंतर विद्यार्थी पुन्हा रस्त्यावर उतरलेले दिसले. तरी राष्ट्रीय चळवळींच्या आधीच्या उदाहरणांशी तुलना करता त्यांच्या संघटना, विषयानुरूप प्रशिक्षण आणि व्याप्ती नजरेत भरण्याइतक्या मवाळ झाल्या होत्या यात शंकाच नाही.'[४]

एका अर्थी विद्यार्थ्यांचे विचार राजकीय स्वरूपाचे असले, तरी बलुचिस्तानातले विद्यार्थी गट वगळता त्यांच्या संघटना कल्याणकारी गटांप्रमाणे काम करतात. त्या कोणत्याही व्यापक राजकीय चित्राचा भाग नाहीत. सन २००७ मध्ये एक घटना घडली जेव्हा पंजाब विद्यापीठाच्या परिसरात इम्रान खानच्या प्रवेशाला आयजेटीनं विरोध केला होता. शिवाय आणीबाणीला विरोध करण्यासाठी संघटित झालेल्या युनिव्हर्सिटी स्टुडण्ट्स फेडरेशनबरोबर (USF) संघर्षाच्या ठिणग्या उडाल्या होत्या. या घटनांचा प्रभाव कणाकणानं वाढत गेला आणि जनरल मुशर्रफ यांच्या विरोधात झालेल्या वकिलांच्या आंदोलनाला विद्यार्थ्यांनी पाठिंबा दर्शवला. विद्यार्थी सामाजिक बदलाला वेग देतील ही भीती खरी आहे. त्यांच्यावरचे

निर्बंध अजून तरी पूर्णपणे उठवले जाणार नाहीत.

डाव्या विचारसरणीच्या या पारंपरिक शक्तिस्थळावर आणलेल्या बंदीची झळ डाव्यांना नक्कीच बसली. द नॅशनल स्टुडण्ट्स फेडरेशन (NSF) या अगदी सुरुवातीच्या डाव्या विचारांच्या संघटनेसमोर कठीण आव्हान आहे. पंजाबच्या NSFची सर्वसाधारण सचिव आलिया अमीरअली म्हणते, की संघटना म्हणजे काय या विषयी लोकांचं प्रबोधन करणं हे पहिलं मोठं काम आहे. विद्यापीठात परवानगी असलेल्या बिगरराजकीय संघटनेपेक्षा ती कशी वेगळी आहे हेही त्यांना समजावून सांगितलं पाहिजे. एनएसएफमध्ये सामील व्हायला विद्यार्थी घाबरतात. त्यांना तुरुंगात जाण्याची आणि खटले दाखल होण्याची भीती वाटते. पंजाबात मुख्य प्रवाहातल्या राजकारणाविषयी तिरस्कार आहे, तर त्या उलट बलुचिस्तानातल्या विद्यार्थी चळवळीनं किती तरी राजकीय गटांना, पक्षांना कुमक पुरवली आहे. उदा. खैबर पख्तूनख्वामध्ये, ती म्हणते, की नव्यानं बांधणी करण्याची संधी तर आहे, पण खरी मेख ही आहे, की शिक्षणक्षेत्रात सरकारी-खासगी अशी दरी वाढत असताना आणि पंजाब, खैबर पख्तुनख्वा व बलुचिस्तान यांच्या राजकीय जाणिवांमध्ये तफावत असताना, अशा वातावरणात हे काम तडीस नेणं कठीण आहे. 'हे राजकीयीकरण समाजात काय घडतं आहे याचं प्रतिबिंब आहे. वकिलांच्या चळवळीनं आम्हाला विश्वास दिला, की आम्ही प्रभावी ठरू शकतो आणि संख्येनं कमी असलो, तरी आम्हाला वाटलं होतं त्यापेक्षा आम्ही व्यापक प्रमाणावर प्रभाव पाडू शकतो' ती म्हणते.[५]

पण सध्याची परिस्थिती पाहता, मुक्त राजकीय वातावरणाच्या अभावामुळे एनएसएफ चाचपडते आहे आणि तरुण विद्यार्थ्यांची निष्ठावान फळी उभी करणं सध्या तरी कठीण आहे.

युद्ध आणि आश्रय

प्रोफेसर अनिला दौलतझाई यांच्याशी योगायोगानं झालेल्या भेटीमुळं मला अफगाण निर्वासितांवर लिहिण्याची प्रेरणा मिळाली. काबूलच्या युद्धामुळे विधवा झालेल्या स्त्रियांवर आधारित असलेल्या त्यांच्या संशोधनावर त्या एसडीपीआयमध्ये बोलत होत्या. त्यांचं बोलणं फारच उत्साहवर्धक होतं. त्यांची मुलाखत घेणं रंगतदार ठरेल असं मला वाटलं. अफगाणांकडे 'युद्धाचे बळी' या नेहमीच्याच दृष्टिकोनानं बघण्यापेक्षा अगदी वेगळाच दृष्टिकोन मला त्यांच्याकडून मिळाला असता. स्पष्टवक्त्या आणि तिखट अशा अनिला अमेरिकेला स्थायिक झाल्या होत्या, पण काबूलमध्ये पीएच.डी. करत होत्या. 'हिंदू'च्या Op-ed पानासाठी एक छान मुलाखत झाली. त्यांनी अमेरिकेच्या युद्धावर आणि मानवतावादी मदतीवर महत्त्वाचे प्रश्न उपस्थित

केले. आणि दोघंही सारखेच दोषी असल्याचं प्रतिपादन केलं. पाकिस्तान आणि अफगाणिस्तान यांचे संबंध हाडवैऱ्याचे आहेत. सन १९७९ मध्ये सोव्हिएत युनियननं केलेल्या आक्रमणानंतर पाकिस्तानात आश्रय घेतलेल्या निर्वासितांना त्यांच्या मातृभूमीत परत जाण्याची इच्छा नाही. पाकिस्तानला कुठंतरी वाटतं, की त्यानं खूप सोसलं आहे, पण तो हे विसरतो, की त्यानं जेव्हा आधी सोव्हिएतविरुद्धच्या युद्धात अमेरिकेशी हातमिळवणी केली आणि पुन्हा ९/११ नंतर केली तेव्हा त्यानं अस्थिरतेसाठी आणि निर्वासितांच्या लोंढ्यासाठी मार्ग मोकळा करून दिला. पाकिस्तान परदेशी देणगीदारांना आवाहन करतो, की त्यांनी निर्वासितांची व्यवस्था पाहणाऱ्या सामाजिक संस्थांसाठीच्या आर्थिक प्रकल्पांना साहाय्य करावं. अफगाणिस्तानच्या बाबतीतही त्याचा संयम सुटत चालला आहे, कारण निर्वासितांनी घरी परत यावं यासाठी अफगाणिस्ताननं वसतिस्थानं विकसित करणं अपेक्षित होतं, पण ते काम प्रत्यक्षात झालंच नाही. अफगाणिस्तानातून येणाऱ्या लोंढ्यांबद्दल मनात वैरभाव आहे आणि एक कडवट विनोदही केला जातो, की कराचीची भाषा, तिथं अफगाण लोकांची संख्या वाढल्यामुळं लवकरच पश्तो होणार आहे.

सन २०१७मध्ये अशी परिस्थिती होती, की पाकिस्तान अजूनही १.३ दशलक्ष नोंदणीकृत निर्वासितांची व्यवस्था पाहतोच आहे. या निर्वासितांकडे पाकिस्तानच्या नॅशनल डेटाबेस अँड रजिस्ट्रेशन ऑथॉरिटीनं (NADRA) दिलेल्या नोंदणी कार्डांचा पुरावा आहे, (PoR) आणि त्याला ठरावीक काळानंतर मुदतवाढ मिळत राहते. अंदाजे सहा लाख नोंदणी न केलेले अफगाण पाकिस्तानमध्ये राहत आहेत.[६]

गेल्या १२ वर्षांत कधी नव्हती इतकी परत जाणाऱ्या अफगाण निर्वासितांची संख्या २०१६मध्ये होती. तीन लाख सत्तर हजारांहून जास्त नोंदणीकृत अफगाणी नागरिक पाकिस्तानातून २०१६मध्ये मायदेशी परतले. सन २०१५च्या तुलनेत हा आकडा खूपच जास्त होता. २०१५मध्ये यूएनएचसीआरनं सुरू केलेल्या 'व्हॉलंटरी रिटर्न प्रोग्राम' अंतर्गत फक्त ५८ हजार निर्वासित अफगाणिस्तानला परत गेले होते.[७] एवढ्या मोठ्या संख्येवरून वाद निर्माण झाला होता. लोकांच्या लोंढ्याला जबरदस्तीनं परत पाठवण्यात आलं, असा आरोप मानवी हक्क संघटनांनी पाकिस्तानवर केला. परतणाऱ्यांपैकी बहुसंख्य लोक काबूल, नंगरहर, बघलन, कुंडुझ आणि लघमन प्रांतात जात आहेत.[८]

यूएनएचसीआरचं असं म्हणणं आहे, की या संख्यावाढीमागे अनेक घटक आहेत. परतणाऱ्यांच्या संख्येत होणाऱ्या वाढीच्या वेळीच योगायोगानं १ जून २०१६ रोजी तोरखम सीमेजवळ कडक सीमा व्यवस्थापन नियंत्रण लागू करण्यात आलं. आता पाकिस्तानात प्रवेश करण्यासाठी अफगाणी लोकांना वैध पासपोर्ट

आणि व्हिसाची गरज असणार आहे. त्यामुळं अनेक कुटुंबांनी आपल्या अफगाणिस्तानातल्या कुटुंबांकडे परत जाण्याचा पर्याय निवडला आहे. दुसरं कारण आहे यूएनएचसीआरनं ऐच्छिक प्रत्यार्वतन आणि पुनर्मीलन प्रक्रियेसाठी देऊ केलेल्या रोख अनुदानात झालेली वाढ. ते अनुदान दुप्पट करण्यात आलं. प्रतिव्यक्ती दोनशे डॉलर होतं ते वाढून जून २०१६मध्ये चारशे डॉलर्स झालं. याचा अर्थ सात माणसांच्या कुटुंबासाठी २८०० डॉलर. त्याशिवाय जुलै २०१६मध्ये अफगाणिस्तानच्या निर्वासित आणि प्रत्यावर्तन मंत्रालयानं पाकिस्तानमध्ये उघडलेल्या मोहिमेनं अफगाण लोकांना घरी परत जाण्यासाठी उद्युक्त केलं. शिवाय, पाकिस्तानात नोंदणी न झालेल्या परदेशी नागरिकांविरुद्ध, (ज्यात नोंदणी न झालेल्या अफगाण लोकांचाही समावेश आहे) सुरक्षा कारवायांमध्ये झालेली वाढही निर्वासितांच्या घरी परतण्याच्या निर्णयासाठी कारणीभूत ठरली. फेब्रुवारी २०१६मध्ये 'ह्यूमन राईट्स वॉच'नं दिलेला अहवाल अधिक रोखठोक होता. त्यात पाकिस्तान सरकारवर असा आरोप केला होता, की त्यांनी अफगाण निर्वासितांना बेकायदेशीररीत्या पाकिस्तानच्या बाहेर हाकललं. यूएनएचसीआरवर असा आरोप केला होता, की 'पाकिस्ताननं अफगाण लोकांना त्यांच्या इच्छेविरुद्ध परत जाण्यास भाग पाडलं, जिथं त्यांचा छळ होण्याची शक्यता होती. त्यावर यूएनएचसीआरनं गप्प राहणं पसंत केलं. त्यांनी एकदाही असं म्हटलं नाही, की परत जाणारे लोक मुळातच पोलिसांच्या छळाला घाबरून पळाले होते, तडीपार होण्याची त्यांना भीती वाटत होती. आणि पाकिस्तानची कृती बेकायदा होती.'[१]

जगातील चारपैकी एक निर्वासित हा अफगाणी आहे आणि सीरियन लोक त्यांना मागे टाकण्याच्या बेतात असले, तरी पाच दशलक्ष लोक मायदेशी परत आणण्यासाठी आणखी काही तरी करण्याची जबाबदारी अफगाणिस्तानची आहे. अफगाणिस्तानातल्या युद्धनाट्याचे परिणाम तिथल्या लोकांवर, त्या प्रदेशाच्या राजकारणावर आणि दहशतवादावर झाले आहेत. युद्धांबद्दल आणि तालिबान, अमेरिका, तसंच आयएसएएफविषयी बरंच लिहिलं गेलं आहे आणि बरंच संशोधनही झालं आहे. त्या उद्ध्वस्त झालेल्या देशातून जबरदस्तीनं बाहेर जावं लागणाऱ्या आणि अन्यत्र आसरा शोधणाऱ्या लोकांविषयी फार थोडं बोललं जातं. इस्लामाबादमध्ये अफगाणी लोकांच्याबद्दल फारशी सहानुभूती दिसत नाही आणि त्यांच्याकडे गुन्हेगारी टोळ्यांप्रमाणेच बघितलं जातं. तुम्ही त्यांना राजधानीत सर्वत्र बघू शकता. गबाळ्या कपड्यांमधले दाढीधारी लोक थोड्याशा शिध्यासाठी तुमचा कचरा उचलायला येतात. वेगवेगळ्या बाजारांमध्ये तात्पुरत्या उभारलेल्या स्टॉलवर ३० पाकिस्तानी रुपयांमध्ये एखाद्या चुरगळलेल्या कागदात ते फ्रेंच फ्राईज विकत असतात. मळक्या अवतारातली अफगाण मुलं कंपू करून रस्त्यांवर अन्नाच्या शोधार्थ भटकत असतात.

एकदा मी माझ्या नेहमीच्या फळविक्रेत्याकडून फळं विकत घेत असताना अफगाणी मुलांचा एक गट तिथं आला आणि त्यांच्यासाठी माझ्याकडं काही तरी मागू लागला. विक्रेत्यानं त्यांना एक केळांचा घड दिला, पण त्यांनी त्यावर चेहरा वाकडा केला आणि एका मोठ्या, लाल डाळिंबाकडं बोट दाखवलं. मी त्यांना ते घेऊन दिलं. आश्चर्य म्हणजे ते कापायला त्यांना सुरीची गरज भासली नाही. त्यांनी चावा घेऊन ते उघडलं आणि पदपथावर ते ठोकून रसरशीत दाणे एका बाजूला काढले आणि खाऊन टाकले. त्यांच्या गुलाबी गालांवरून लाल लाल रस ओघळत होता.

सोविएतच्या विरोधात जिहाद पुकारल्यानंतर आणि ९।११च्या घटनेनंतर दहशतवादाविरुद्धच्या संघर्षात पाकिस्तानला समस्यांच्या परिणामांना तोंड द्यावं लागलं आणि अफगाणिस्तानातून येणाऱ्या प्रचंड लोंढ्यांना सामावून घ्यावं लागलं. त्यातल्या अनेकांनी त्यांच्या दयनीय अवस्थेसाठी पाकिस्तानला आणि अमेरिकेला दोषी ठरवलं. जमीन आणि घर दिलं गेलं असलं, तरी कसंबसं जगत असलेल्या निर्वासितांना आपण आता ठेवून घेऊ शकत नाही हे पाकिस्ताननं वेळोवेळी स्पष्ट केलं आहे. कराचीत असताना अफगाण छावण्यांकडे न फिरकण्याचा सल्ला आम्हाला देण्यात आला होता.

मला अफगाण निर्वासित छावणीला भेट देण्याची इच्छा होती. यूएनएचसीआरनं सांगितलं, की इस्लामाबादच्या सीमेलगत एकच अशी छावणी होती. ती छावणी म्हणजे अफगाणिस्तानचंच छोटं रूप होतं. धुळीनं भरलेला एक रस्ता तिच्यापर्यंत जात होता. सर्वत्र डोक्याला फेटे बांधलेले पुरुष दिसत होते. कडक पडदा पद्धतीमुळे स्त्रिया कुठंही दिसत नव्हत्या. मुलं उन्हात क्रिकेट खेळत-बागडत होती किंवा तात्पुरत्या उभारलेल्या टपऱ्यांभोवती उगीचच रेंगाळत होती. जनावरांच्या चाऱ्यासाठी, गाईंच्या गोठ्यासाठी आणि गाढवांनी ओढायच्या गाड्यांसाठी एक भली मोठी शेड उभारलेली होती. तिथली एकमेव शाळा दोन वर्षांपूर्वीच बंद पडली होती. मातीच्या छोट्या झोपड्या, छोटी बोळकांडं आणि कुबट, घाण वास येणारी गटारं यांनी बजबजलेला तो भाग राजधानीच्या इतर भागासारखा अजिबातच वाटत नव्हता. माझे सुरक्षारक्षक आणि मी दुपारी तिथं पोचलो आणि आम्हाला उघड्यावरच बसावं लागलं, आमच्याभोवती पुरुष बसले आणि छावणीतल्या अडचणींविषयी सांगायला लागले. त्यांना नेहमी पोलिसांच्या ससेमिऱ्याला तोंड द्यावं लागायचं आणि पोलीस तपासात शस्त्रं आणि दारूगोळा सापडायचा. आम्हाला शस्त्रं जवळ बाळगायची सवय आहे, असं अफगाणांचं म्हणणं होतं. मला काही स्त्रियांना भेटण्याची इच्छा होती. पुरुषांशी बराच वेळ बोलल्यानंतर मी घरात जाऊ शकते का अशी विचारणा मी केली. ते लगेच तयार झाले आणि त्यांनी माझ्यासोबत

एक दुभाषाही दिला.

अफगाणी आदरातिथ्य सभोवतालच्या उदासवाण्या वातावरणाला मागे टाकेल असं होतं. गरमागरम चहा तयार होता आणि सोबतीला ब्रेड होता. दिवसातून एकदा त्यांच्या अंगणात असलेल्या मातीच्या खोल भट्टीत तो भाजत असत. त्यांच्या मायभूमीतलं त्यांचं रोजचं आयुष्य त्या इथं निर्माण करण्याच्या प्रयत्न करत होत्या. झैतुना बीबीच्या घरात एक स्टीलचा चमकता थर्मास अभिमानाची वस्तू म्हणून विराजमान झाला होता. तो काबूलहून आणला होता आणि त्याची किंमत १५०० पाकिस्तानी रुपये होती असं तिनं मोठ्या गर्वानं सांगितलं. त्याच्यात २४ तास चहा गरम राहू शकत होता. स्थानिक थर्मासबद्दल तिचं मत काही चांगलं नव्हतं कारण त्यात चहा लगेचच थंड होऊन जायचा. इस्लामाबादच्या अफगाण निर्वासितांच्या वस्त्यांमधल्या बहुतेक स्त्रियांप्रमाणेच ती दिवसातून एकदा ब्रेड भाजायची. 'स्केटबोर्ड'च्या आकाराचे पावाचे तीस तुकडे तिच्या नऊ सदस्यांच्या कुटुंबाला दिवसभरातल्या तीन जेवणांसाठी पुरायचे. डगमगतं छप्पर असलेल्या एकाच खोलीत ते सगळे राहत होते आणि झोपत होते. ते छप्पर गच्ची म्हणून आणि उन्हाळ्यात झोपण्याची जागा म्हणूनही वापरलं जायचं. दुसरी खोली ही दुभत्या जनावरांसाठी होती – एक गाय आणि शेळ्या. एक छोटं बंदिस्त अंगण म्हणजे तिचं स्वयंपाकघर होतं आणि बसण्याची खोली म्हणूनही त्याचा वापर केला जायचा. तिथं एक खोल मातीची भट्टी (तंदूर) होती. तिच्या शेजारी दोन मोठी फडताळं होती, त्यात ॲल्युमिनिअमची भांडी आणि मोठ्या किटल्या ठेवलेल्या होत्या. तिथं गॅस नव्हता आणि वीजही नव्हती. सरपणाचा खर्च एका मोळीसाठी तीन हजार पाकिस्तानी रुपये इतका होता. शिवाय ते वाहून आणण्यासाठी ५०० पाकिस्तानी रुपये मोजावे लागायचे. तिथं असलेलं एकमेव आरोग्य केंद्र बऱ्याचदा बंद असायचं. लोक जवळच्या हॉस्पिटलमध्ये जाण्यासाठी ५०० पाकिस्तानी रुपये देत असत. पण झैतुना बीबीचा आविर्भाव असा होता, की जणूकाही ती एखाद्या राजवाड्यातच राहत होती. तिच्या प्रेमळ वागण्यानं, पाहुणचारानं आणि आहे त्या परिस्थितीचा हसतमुखानं स्वीकार करण्यानं तिच्या हलाखीच्या जगण्यावर मात केली होती.

सन १९७९ मध्ये आलेल्या बऱ्याचशा निर्वासितांची त्यांच्या घरांबद्दल किंवा सांडपाण्याच्या गटारांबद्दल किंवा मूलभूत सोईसुविधांच्या अभावाबद्दल कोणतीच तक्रार नव्हती. त्यांना सगळ्यांत जास्त भीती वाटत होती ती पोलिसांची. त्या मोठ्या समुदायामध्ये तुरुंगात जाऊन आलेले अनेक पुरुष होते. बहादुर खानचा मुलगा वीस दिवस तुरुंगात होता. मूळचा बगलनचा असलेला बहादुर खान ३५ वर्षांपूर्वी इथं आला तेव्हा एक लहान मुलगा होता. इतर बहुतेक अफगाण

लोकांसारखा तोही त्याच्या घरासमोर असलेल्या बाजारात भाजी विकायचा. ही नवीन जागा मिळेपर्यंत ते सगळे या बाजाराजवळ राहायचे.

छावणीत सुमारे साडेतीन हजार लोक राहत होते. मोहम्मद इसाक त्याच्या पालकांबरोबर इथं आला तेव्हा एक वर्षाचं बाळ होता. त्याचे पालक कुंडुझ इथं आपलं सगळं काही मागं सोडून आले होते. त्याचं घर अजून तिथं आहे का हेही त्याला माहीत नव्हतं. इसाक चरितार्थासाठी पाणी किंवा भाजीपाला विकायचा. वस्तीच्या जवळ काही विजेचे खांब होते, पण त्यांना वीज मिळत नव्हती. अफगाणांची अवस्था सापळ्यात सापडल्यासारखी झाली होती. ते कठीण परिस्थितीत अडकले होते आणि परत जाण्याच्या अवस्थेतही नव्हते. पोलिसांनी त्यांना पकडलं, तर ते त्यांची PoR कार्ड फाडून टाकायचे आणि त्यांना तुरुंगात डांबायचे. तुरुंगातून सुटण्यासाठी भीक मागून किंवा उसने वीस हजार पाकिस्तानी रुपये गोळा करून त्यातल्या काहींनी पोलिसांना दिले होते.

पहाटे पाचला पुरुष भाजी बाजारात जायला निघायचे. बहुतेक वेळा त्यांना पकडण्यासाठी पोलीस वाट बघत उभे असायचे. मी जाण्याआधी तिथं शोधमोहीम राबवण्यात आली होती आणि अनेक जणांना अटक झाली होती. शस्त्रास्त्रं जप्त करण्यात आली होती.

त्यातले बहुतेकजण दिवसाला ३०० ते ५०० पाकिस्तानी रुपये कमावत होते. त्यातलाच एक होता अहमद दिन. त्याच्या भावानं, अझरुद्दीननं, तुरुंगात पाच दिवस काढले होते. अहमदला कामासाठी बाहेर पडण्याची भीती वाटायची. आपल्याला पोलीस पकडून नेतील, अशी त्याला सतत दहशत वाटायची. त्याच्या दोन लहान मुलांचं संगोपन करण्याची चिंता वाटत असल्यामुळे त्याला आणखी मुलं होऊ द्यायची नव्हती. अफगाण लोकांसाठी एसआयएम कार्ड घेणं किंवा बँकेत खातं उघडणं कठीण होतं. ते पाकिस्तानी लोकांच्या नावावर मोटरसायकली विकत घेत होते.

आपल्या बंदिस्त अंगणात बसून महिला त्यांच्या लहान मुलांना वरचेवर पाणी आणायला पाठवायच्या. तिथं फक्त एक चालू बोअरवेल होती. सरकारनं छावणीच्या मागच्या भागात शौचालयं बांधली होती. झैतुना म्हणाली, की कुंडुझमधलं तिचं घर सुंदर असेलही पण तिथं काही खायला नसायचं. ती इथं आली तेव्हा तीन वर्षांची होती. आता तिला सात मुलं होती. त्यात चार मुली होत्या. छताला आधार देणाऱ्या एकमेव बीमला तिनं बॅटरीवर चालणारा एलईडी दिवा रिबननं बांधला होता. बहुतेक घरांमध्ये प्रकाशाचा तो एकमेव स्रोत होता. तिचा नवरा गाढवाच्या गाडीतून मालवाहतूक करायचा आणि दिवसाला साधारण ३०० पाकिस्तानी रुपये कमवायचा. महिला छावणीतून फक्त वैद्यकीय तपासणीसाठी किंवा नातेवाइकांना

भेटण्यासाठीच बाहेर पडायच्या, पण नेहमीच त्यांच्यासोबत पुरुष असायचे – अफगाण संस्कृती आणि परंपरा यांची ती एक पद्धत आहे.

ती अधिकृत मान्यता नसलेली छावणी होती. त्यामुळं निर्वासितांच्या वस्त्यांसाठी ज्या मूलभूत सुविधा पुरवण्यात येतात त्यांचा इथं अभाव होता. सन २००९ मध्ये 'कॅपिटल डेव्हलपमेंट ऑथॉरिटी'नं इस्लामाबादच्या काही सेक्टरमध्ये राहणाऱ्या अफगाण लोकांना ती ठिकाणं रिकामी करायला सांगितली, जेणेकरून तिथं काही विकास प्रकल्प सुरू करता येतील. त्यांच्यासमोर यूएनएचसीआरनं दोन पर्याय ठेवले होते – त्यांनी स्वेच्छेनं अफगाणिस्तानला परत जावं किंवा दुसऱ्या पर्यायी जागी स्थलांतर करावं. त्यातल्या काहींनी परत जाण्याचा पर्याय निवडला, पण सुमारे ५०० कुटुंबांनी तिथंच (पाकिस्तानात) राहणं पसंत केलं आणि या वस्त्यांमध्ये राहण्याला प्राधान्य दिलं.

एकूण ७६ निर्वासित छावण्या होत्या, त्यातल्या बहुतेक छावण्या खैबर पख्तूनख्वामध्ये होत्या. दहा बलुचिस्तानात आणि एक पंजाबमध्ये होती. तिथं लोकांना पाणी, वीज, आरोग्यसेवा आणि शिक्षण मोफत मिळत होतं. 'फॉरेनर्स ॲक्ट'खाली बेकायदा स्थानबद्धतेला आव्हान देण्यासाठी कायदेशीर मदतही पुरवली जात होती.

बहुतेक निर्वासित १९७९ पासून यायला लागले. पण जनगणना व्हायला २००५ उजाडलं. त्यात सुमारे तीन दशलक्ष लोकांची नोंद केली गेली. मात्र त्यांपैकी ३७ टक्के किंवा १.६ दशलक्ष लोक छावण्यांमध्ये होते. त्यानंतर जेव्हा २००६-०७ मध्ये जनगणनेचा दुसरा टप्पा पार पडला. तेव्हा एनएडीआरएनं अशा अफगाण लोकांची नोंद करायला सुरुवात केली ज्यांना देशातून हाकलले जाण्याची भीती वाटत होती. पीओआर कार्ड तीन दशलक्ष लोकांपैकी २.१५ दशलक्ष लोकांना वाटण्यात आली आणि नोंदणी प्रक्रिया अजून सुरू आहे. स्वेच्छेनं परत जाणाऱ्या निर्वासितांना मदत करण्यासाठी सरकारनं एक 'अफगाण मॅनेजमेंट अँड रिपॅट्रिएशन स्ट्रॅटेजी' (AMRS) आखली आहे.[१०]

मे २०१२ मध्ये पाकिस्तान, इराण, अफगाणिस्तान आणि यूएनएचसीआर यांच्या भागधारकांची परिषद जिनिव्हा इथं झाली. त्यात 'सोल्युशन स्ट्रॅटेजी फॉर अफगाण रेफ्युजीज्' (SSAR) म्हणजे 'अफगाण निर्वासितांसाठी उपाययोजना धोरण' तयार करण्यात आलं आणि निर्वासितांना परत जाण्यासाठी अनुकूल वातावरण तयार करण्याचं ठरलं. त्या अंतर्गत ४८ अशी ठिकाणं निवडण्यात आली जिथं निर्वासित स्थायिक होऊ शकतील. त्यातल्या १९ ठिकाणी चांगल्या प्रकारे काम सुरू होतं. मात्र, दर वर्षी परतू इच्छिणाऱ्या निर्वासितांची संख्या घटत गेली. २०१३ मध्ये हा आकडा फक्त ३१ हजार होता.

इस्लामाबादमध्ये मी एसएसएआरच्या अंतर्गत सुरू होणाऱ्या 'पाकिस्तान पोर्टफोलिओ'च्या प्रकल्पांच्या उद्घाटन कार्यक्रमाला गेले होते, त्या प्रकल्पांसाठी आंतरराष्ट्रीय स्तरावर आर्थिक मदत मिळवण्याचे प्रयत्न सुरू होते. सार्वत्रिक भावना अशी होती, की निर्वासितांना परत बोलावण्यासाठी अफगाणिस्ताननं आणखी प्रयत्न करायला हवे होते. निर्वासितांची व्यवस्था करण्यासाठीचे प्रकल्प राबवण्यासाठी आणि देशातल्या बाधित क्षेत्रांसाठी ३६७ दशलक्ष डॉलरची मदत देण्याचं आवाहन पाकिस्ताननं देणगीदारांना केलं होतं. राज्य आणि सीमावर्ती क्षेत्रासाठीचे राज्यमंत्री ले. ज. अब्दुल कादिर बलुच यांनी सरकार किती काळपर्यंत स्थानिक लोकांच्या संयमाची परीक्षा पाहू शकतं आणि अफगाणिस्तानात निर्वासितांसाठी छावण्या तयार होण्यासाठी किती काळ वाट पाहू शकतं यावर भाष्य केलं. त्यांनी देणगीदारांना पुढं येण्याचं आणि नकारात्मक परिणाम कमी करण्याचंही आवाहन केलं. जर निर्वासितांनी परत जायला साफ नकार दिला, तर सरकारची त्यावर काय योजना असणार आहे, असा प्रश्न मी मंत्रिमहोदयांना विचारला. त्यांनी 'ऑफ द रेकॉर्ड' विनोद केला, की त्यातले काही निर्वासित कदाचित भारत घेऊ शकेल. वास्तविक, अफगाण छावणीत काही निर्वासितांनी मला अत्यंत गंभीरपणे विचारलं होतं, की मी त्यांना कुठल्या तरी मार्गानं भारतात जायला मदत करू शकेन का? त्यांना भारतीय चित्रपट आणि सलमान खान आवडत होता. आम्हाला भारतात जायला आवडेल आणि असं बरंच काही ते म्हणत होते. अफगाणांना भारत नेहमीच आवडत आला आहे आणि ही जवळीक पाकिस्तानला नकोशी आहे.

स्त्रिया आणि शांतता

जो प्रदेश सतत कुठल्या ना कुठल्या वादाच्या, समस्येच्या भोवऱ्यात सापडलेला असतो, त्या प्रदेशातल्या महिला मात्र शांतताविषयक चर्चेत सहभागी झालेल्या दिसत नाहीत. आशियाई देशांमधल्या महिलांसोबत मी ज्या प्रादेशिक शांतता परिषदेत सहभागी झाले होते, त्या परिषदेत या गोष्टीकडे लक्ष वेधलं गेलं, की शांतता प्रस्थापित करण्यासाठी कोणताही ठोस कार्यक्रम आखला गेलेला नाही आणि स्त्रियांना या समस्येची झळ लागत असूनही अशा कार्यक्रमात महिलांचा सहभाग दिसत नाही. 'पाकिस्तानातील महिलांची स्थिती' या विषयावरील राष्ट्रीय आयोगाच्या प्रमुख आणि एक कार्यकर्ता खवर मुमताज म्हणाल्या, की या वादात मुळात महिलांची काही भूमिकाच नव्हती, त्यांचा सहभाग नव्हता आणि त्यांच्यावर सगळ्यांत जास्त परिणाम होत असूनही त्यांना बाजूला सारण्यात येत होतं. लाहोरच्या एएसआर रिसोर्स सेंटरच्या निघत सईद खान म्हणाल्या, की महिला या नंतर गोंधळ निस्तरण्यासाठी असतात, असं मानलं जातं.

अफगाणिस्तान अलीकडंच सार्कमध्ये सहभागी झाल्यामुळं तिथले प्रश्न दक्षिण आशियाच्या वृत्तान्तात समाविष्ट करण्यात आले नव्हते. खान म्हणाल्या, की अफगाणिस्तानात लढत असलेल्या मुजाहिदीनांना लष्करानं पाठिंबा देण्याला पाकिस्तानच्या महिला संघटनांचा विरोध होता. ३५ वर्षांपेक्षाही जास्त मोठ्या कालखंडात शांततेसाठी प्रयत्न करण्यात आले, तरी त्यात महिलांचा विषय कधी ऐरणीवर घेतला गेला नाही. 'आपल्याकडे जोपर्यंत अधिकार येत नाही आणि महिलांच्या सहभागाची गरज जोपर्यंत आपण मनापासून स्वीकारत नाही, तोपर्यंत गोष्टी बदलणार नाहीत,' त्यांनी मुद्द्यावर बोट ठेवलं. काश्मीरचा संदर्भ देऊन त्या म्हणाल्या, की शांतता वाटाघाटी समितीवर महिला असण्याची गरज आहे हे त्या पुरुषांना अद्याप पटवून देऊ शकलेल्या नाहीत. यामागे पितृसत्ताक पद्धतीला आव्हान हेच एक कारण होतं जे महिलांना सहभागी होण्यापासून परावृत्त करत होतं.

ऑनर किलिंग

सन २०११ मधील कराचीच्या माझ्या पहिल्या भेटीदरम्यान एक कार्यकर्ती म्हणाली होती, की तुम्ही जितके (शहराच्या) आतल्या भागात जाल तितके तुम्ही मागच्या काळात जाल. समाजातली सरंजामशाही आणि पितृसत्ताक पद्धत वर्षानुवर्षं याची प्रचिती देत आली आहे, की विवाद सोडवण्यासाठी स्त्रीचा एखाद्या वस्तूसारखा वापर करायचा असतो आणि तिनं स्वतंत्र होण्याचा विचार जरी केला, तरी तिला मारून टाकायचं असतं. उत्तर भारतातल्या खाप पंचायतीसारखी 'जिरगा पंचायत' पाकिस्तानातल्या काही भागांत वर्चस्व गाजवते. ती स्वत:ला कायद्यापेक्षाही वरचढ समजते आणि या लोकांना कोणीही थोपवू शकत नाही. जून २०१६ मध्ये केपीकेमधल्या लांडी कोटल इथल्या एका सहायक राजकीय एजंटनं दोन माणसांना आरोपातून मुक्त केलं होतं. त्यांनी त्यांच्या काकाला आणि वहिनीला 'अनुचित संबंध' ठेवले या कारणावरून मारून टाकलं होतं. हे काम त्यांनी पाच सदस्यांच्या जिरगा पंचायतीनं हा स्थानिक रिवाज असल्याचं सांगितल्यावरून केलं होतं. मारेकऱ्यांनी कोणताही गुन्हा केला नसल्याचं जिरगा सदस्याचं म्हणणं होतं. स्थानिक नियमांपासून फटकून वागणाऱ्या कोणत्याही महिलेची हत्या करण्याचा आदेश जिरगा देऊ शकत होती. ग्रामीण भागात तर पुढं शिकू इच्छिणाऱ्या स्त्रिया आणि अनोळखी व्यक्तीशी लग्नाला नकार देणाऱ्या स्त्रिया कायम दहशतीखाली असायच्या. दरम्यान, हिंदू स्त्रियांना जबरी धर्मांतर करून इच्छेविरुद्ध लग्न करावं लागण्याचा धोका होता. या प्रकारच्या काही घटना पाकिस्तान हिंदू कौन्सिलनं उघडकीस आणल्या होत्या. स्त्रियांना शिक्षण देणं इथं धोकादायक आहे आणि

मलाला युसफझाई आणि तिच्या शालेय सहकाऱ्यांच्या बाबतीत जे झालं ते त्या मध्ययुगीन विचारसरणीचं विद्रूप असं मूर्त स्वरूप होतं. इथं शाळांवर हल्ले होत असतात. पोलिओ लसीकरण कार्यक्रम उद्ध्वस्त करण्याबरोबरच मुलींचं शालेय शिक्षण हा विषयदेखील तालिबानच्या काळ्या यादीत आहे.

दि. ८ मार्च २०१४ रोजी जागतिक महिला दिनाच्या निमित्तानं आयोजित केलेल्या एका छोटेखानी कार्यक्रमाला मी हजेरी लावली. त्याचा विषय 'पाकिस्तानातील मुलींची स्थिती' हा होता. मानवी हक्क कार्यकर्ता आणि चित्रपट निर्माता समर मिनाल्ला यानं एक अत्यंत ताकदीचा माहितीपट बनवला होता, त्याचा विषय होता विवाद मिटवण्यासाठी स्त्रियांचा सौदा करण्याची पद्धत. त्या चित्रपटात खुनाची भरपाई म्हणून फक्त चार वर्षांच्या मुली देऊ केलेल्या दाखवल्या होत्या. ही अंगावर काटा आणणारी रीत खैबर पख्तूनख्वामध्ये स्वारा या नावानं ओळखली जाते. पाकिस्तानातल्या सगळ्या प्रांतांमध्ये तिला वेगवेगळी नावं दिली आहेत. एका प्रसंगात, छोट्या अस्माचे वडील आणि भाऊ यांनी तिच्या काकांबरोबरचा वाद मिटवण्यासाठी तिला त्यांच्याकडं सोपवलं जावं या जिरगा पंचायतीच्या निर्णयाला विरोध केला होता. दोघांनाही आदेशाचा भंग केला म्हणून मारून टाकण्यात आलं. तिच्या आणखी एका भावानं हे क्रौर्य थोपवण्यासाठी लढा दिला.

मिनाल्लानं सुप्रीम कोर्टात एक पीआयएल दाखल केली त्यात अशा स्वारा किंवा वन्नी (पंजाबमध्ये दिलं गेलेलं नाव) किंवा संग चट्टीच्या (सिंध प्रांतात दिलं गेलेलं नाव) ११० केसचे तपशील होते. त्यावर एक ऐतिहासिक निर्णय देताना सर्वोच्च न्यायालयानं म्हटलं, की पोलिसांनी कारवाई करून अशा प्रकारच्या घटना थांबवायला हव्यात आणि गुन्हेगारांवर खटले दाखल करायला हवेत. कुटुंबातल्या पुरुषांनी केलेल्या गुन्ह्यांची भरपाई म्हणून लहान मुलींना देऊन टाकण्याच्या पद्धतीला मिनाल्लानं भेट दिलेल्या काही कुटुंबातल्या पुरुषांचा विरोध होता. सिंधमध्ये पोलीस आणि पत्रकारांनी यात लक्ष घातलं आणि आरोप दाखल करून खटल्यांचा पाठपुरावा केला. पाकिस्तान पीनल कोडमध्ये (PPC) नंतर दुरुस्त्या करण्यात आल्या आणि स्वारा व तत्सम प्रथांना शिक्षापात्र गुन्हा ठरवण्यात आलं. त्यासाठी कमाल दहा वर्षांच्या तुरुंगावासाची शिक्षा निश्चित करण्यात आली. पण परंपरागत कायद्यात ही पद्धत आहेच. 'द प्रीव्हेन्शन ऑफ अँटी-वीमेन प्रॅक्टिसेस अ‍ॅक्ट २०११'नं सुद्धा (गुन्हेगारी कायदा दुरुस्ती) स्वारा आणि वन्नीसारख्या प्रथांना गुन्हा ठरवलं, पण शिक्षेचा कालावधी मात्र कमी केला.

परंपरांनी स्त्रियांचा बळी घेतला आणि परंपरागत कायदा बाजूला ठेवला, तर मूळ समस्या ही होती, की महिलांना निर्णय घेण्याचं स्वातंत्र्य नव्हतं. काही

प्रांतांमध्ये पाणी आणि सांडपाण्याची व्यवस्था यांची कमतरता होती. शिवाय गरोदरपणाच्या काळातही स्त्रियांना शारीरिक कष्टांची बरीच कामं करावी लागायची. पाकिस्तान आणि भारतात खुजेपणाचं प्रमाण मोठं आहे. 'नॅशनल न्यूट्रिशन सर्व्हे २०११' नुसार (राष्ट्रीय पोषण सर्वेक्षण) (आगाखान विद्यापीठाचा महिला आणि बाल आरोग्य विभाग, पाकिस्तानचं आरोग्य मंत्रालय आणि यूएनआयसीईएफ यांनी संयुक्तपणे राबवलेला कार्यक्रम) खुजेपणा, कुपोषण आणि सूक्ष्म पोषक आहाराचं कुपोषण हे पाकिस्तानातले स्थानिक आजार आहेत. ३० टक्क्यांपेक्षा जास्त लोकसंख्या दारिद्र्यरेषेखाली राहते आणि त्यातले अत्यंत गरीब असलेले २० टक्के लोक देशाच्या एकूण कमाईच्या ६.२ टक्के कमाई करतात. बहुसंख्य कुटुंबं त्यांच्या कमाईतील जवळजवळ अर्धा हिस्सा अन्नधान्यावर खर्च करतात. SAARC देशांपैकी पाकिस्तान हे पाच वर्षांखालील मुलांमध्ये खुजेपणा असलेलं दुसऱ्या क्रमांकाचं राष्ट्र ठरलं आहे. (४३.७ टक्के) आणि हे प्रमाण ग्रामीण भागात जास्त आहे. सुमारे ३१.५ टक्के मुलं ही कमी वजनाची आहेत. भारतातसुद्धा लहान मुलांमध्ये खुजेपणाचं प्रमाण जास्त, म्हणजे ४३ टक्के आहे. पाकिस्तानातील तीव्र स्वरूपाच्या आणि दीर्घकाळापासून असलेल्या कुपोषणाचं वाढतं प्रमाण मुख्यत: गरिबी, मातांमध्ये मोठ्या प्रमाणावर असलेली निरक्षरता आणि अन्न मिळण्याची शाश्वती नसणे यामुळे आहे.

आधारगृह

पाकिस्तानातल्या काही संस्थांना अस्तित्वात नसल्याचं ढोंग करावं लागतं. वाळीत टाकलेल्या अहमदी समुदायाच्या इस्लामाबादमधल्या 'प्रार्थनास्थळाला' मी भेट दिली तेव्हा आणि कराचीतलं महिलांसाठीचं आधारगृह पाहिलं तेव्हा मला याचा अनुभव येणार होता. आतमध्ये काय आहे याची झलक तुम्हाला बाहेरून मिळत नाही. अनेक प्रवेशद्वारं आणि सुरक्षेच्या दृष्टीनं बांधलेल्या उंच भिंती अनेक दुर्बल महिलांना लपवून ठेवतात, ज्यांना समाजानं केलेल्या जुलमांचे आघात सोसण्यापासून दिलासा मिळतो. 'ऑनर किलिंग' हा फार मोठा प्रश्न आहे आणि 'पनाह' या खासगी संस्थेतर्फे चालवल्या जाणाऱ्या आधारगृहाच्या विश्वस्त असलेल्या उझ्मा नूरानी यांना त्या मुलींच्या नातेवाइकांकडून धमक्या दिल्या जातात. हे नातेवाईक बऱ्याचदा न्यायालयात सूड उगवण्यासाठी किंवा मुलींना परत मिळवण्यासाठी वाट बघत असतात. नूरानी आणि इतर स्त्रिया यांनीं त्यांचं आयुष्य आणि प्रतिष्ठा धोक्यात घालून या मुलींच्या रक्षणाची जबाबदारी धाडसाने उचलली. एखादा विवाद मिटवण्यासाठी या मुलींची मनाविरुद्ध लग्नं लावली गेली होती किंवा त्यांना हव्या त्या माणसाशी लग्न करण्याची अनुमती दिली गेली नव्हती. काही

वर्षांपूर्वी एका तरुण मुलीनं कुटुंबाच्या मर्जीविरुद्ध जाऊन लग्न केलं तेव्हा लोक तिचा माग काढत लाहोरपर्यंत गेले आणि तिला मारून टाकलं; कारण तिचा नवरा दुसऱ्या जातीचा होता. त्या गरोदर मुलीवर तिच्या आजोबांच्या आदेशानुसार गोळ्या झाडल्या गेल्या आणि तिला मारण्यासाठी सोडून देण्यात आलं. तिला हॉस्पिटलमध्ये नेण्यात आलं आणि शेवटी ती पनाहमध्ये दाखल झाली. पनाहमध्ये आली तेव्हा ती पाच महिन्यांची गरोदर होती. पण ती वाचली आणि तिनं खटला दाखल करून दोघांना अटक करवली. तिनं पुन्हा लग्न केलं आणि बचावासाठी स्वत:ची ओळख बदलली.

मी औरत फाउंडेशनच्या महनाझ रहमान या मृदुभाषी निवासी संचालिकेला भेटले. तिनं एका तरुण मुलीला मदत केली होती. तिच्या कुटुंबानं निवडलेल्या माणसाशी लग्न करायला नकार दिला म्हणून तिला मारण्यात येणार होतं. त्या मुलीला पुढं शिकायचं होतं; ती कराचीला पळून गेली, तिथं तिला तिच्या गावातलं कुणीतरी भेटलं. त्यांनी लग्न केलं, पण दोन्ही कुटुंबांना ते कळलं आणि तिचा छळ केला गेला. अखेरीस ते दांपत्य परदेशात निघून गेलं.

ऑनर किलिंगला कारणीभूत आहे तो पैसा, वैर किंवा जमीन आणि सरंजामशाही व्यवस्था. पुनर्वसनाखेरीज पनाह कायदेशीर मदत देते आणि आघाताशी सामना करण्याचं बळ देते. तिथं येणाऱ्या महिलांपैकी बहुसंख्य महिलांना घटस्फोट हवा असतो किंवा जबरदस्तीनं केलेल्या लग्नापासून सुटका हवी असते. ऑनर किलिंगच्या दहशतीखालीही बऱ्याच जणी असतात. सिंधच्या अंतर्गत भागातल्या ज्या महिलांना त्यांच्या मर्जीनं लग्न करायचं असतं त्यांना मारून टाकण्याच्या धमक्या मिळतात आणि त्यांना कुठंही जाण्यासाठी जागा नसते. कुटुंबं न्यायालयात येतात आणि मुलींना मदत करणाऱ्यांना धमकावतात. आधारगृहाला आधी पुरेशी सुरक्षा नव्हती. तेव्हा चिडलेल्या नातेवाइकांनी आधारगृहाला बऱ्याचदा आग लावली होती! नूरानी आणि इतरांच्या गाड्यांची तोडफोड करण्यात आली. नूरानींना लष्करातल्या एका मेजरनं धमक्या दिल्या आणि त्यांचा पाठलाग केला. त्याची पत्नी आधारगृहात होती. आरोपींना शिक्षा होत नसल्यामुळे महिलांसाठी आधीच अपुरी असलेली सुरक्षाव्यवस्था आणखीनच ढासळत जाते.

घरगुती हिंसा आणि एक सर्वेक्षण

घरगुती हिंसाचाराच्या केसचा समावेश २०१२-१३च्या 'पाकिस्तान डेमोग्राफिक अँड हेल्थ सर्व्हे'[११]मध्ये (PDHS) प्रथमच केला गेला. ज्यात धक्कादायक बाबी समोर आल्या. सर्वेक्षण करणाऱ्या 'नॅशनल इन्स्टिट्यूट ऑफ पॉप्युलेशन स्टडीज'ला (NIPS) आढळलं, की विवाहित महिलांपैकी एक तृतीयांश महिलांना किंवा

३२ टक्के महिलांना वयाच्या पंधराव्या वर्षापासून शारीरिक हिंसेचा अनुभव आला होता आणि गेल्या वर्षभरात पाचपैकी एका महिलेचा शारीरिक हिंसाचारात बळी गेला होता. (हा अहवाल फेब्रुवारी २०१४ मध्ये प्रसिद्ध करण्यात आला). अत्यंत गरीब कुटुंबातल्या महिलांचं बळी जाण्याचं प्रमाण जास्त होतं. (२५ टक्के) आणि बहुतेक केसेसमध्ये (७९ टक्के) हिंसाचार करणारा नवराच होता. ११ टक्के महिलांना गरोदरपणाच्या काळात हिंसाचार सोसावा लागला. जवळजवळ ४० टक्के महिलांनी आयुष्यातल्या कोणत्या न कोणत्या टप्प्यावर नवऱ्याकडून केला जाणारा छळ अनुभवला होता आणि गेल्या बारा महिन्यांत त्यातल्या एकतृतीयांश महिलांनी त्यांच्या नवऱ्याकडून कुठल्या ना कुठल्या स्वरूपाची शारीरिक किंवा मानसिक हिंसा झाल्याची तक्रार केली होती.

लैंगिक हिंसाचारावरच्या प्रश्नांचा अंतर्भाव करण्यालाही प्रचंड विरोध झाला आणि घरगुती हिंसाचार प्रश्नावलीसुद्धा मोठ्या कष्टानं समाविष्ट करता आली. एनआयपीएसचे तन्वीर कयानी म्हणाले, महिलांना निर्णय घेण्याचे अधिकार नसतात आणि एकतृतीयांशपेक्षा जास्त महिलाचं मत आरोग्याची काळजी घेताना लक्षात घेतलं जात नाही. कुटुंबीयांना किंवा नातेवाइकांना भेटायला जाताना किंवा घरासाठी मोठी खरेदी करतानाही त्यांच्या मताला काही किंमत दिली जात नाही. जर पत्नीनं पतीशी वाद घातला, मुलांकडं किंवा सासरच्या मंडळींकडं दुर्लक्ष केलं, लैंगिक संबंधांना नकार दिला, पतीला न सांगता बाहेर गेली किंवा स्वयंपाक करपला, तर नवऱ्यानं तिला मारणं योग्यच आहे, असं मत ४३ टक्के स्त्रियांनी आणि एकतृतीयांश पुरुषांनी व्यक्त केलं. पतीशी वाद घातला तर त्यांना मारलं जाणं बरोबरच आहे, असं सुमारे ३४ टक्के महिलांचं मत होतं.

एसडीपीआयच्या अहवालावर झालेल्या एका चर्चासत्राला मी हजेरी लावली होती. त्यात एनआयपीएसचे कार्यकारी संचालक डॉ. अब्दुल बसीत खान म्हणाले, की शिक्षणाचा अभाव, आर्थिक निर्बंध, युद्ध आणि धर्माचा अतिरेक यामुळे ही परिस्थिती ओढवली आहे. भारताबरोबर भांडत बसण्याऐवजी पाकिस्ताननं आरोग्याची काळजी कशी घ्यावी यांविषयी भारताकडून काही शिकावं. अशा काही मोजक्याच प्रसंगांत मी भारताचा उल्लेख कोणताही वैरभाव मनात न बाळगता केल्याचं ऐकलं.

अहवालातून आणखी धक्कादायक माहिती हाती आली. दर १४ मुलांपैकी एक पाकिस्तानी मूल वयाचं पहिलं वर्ष पूर्ण करण्याच्या आतच निधन पावलं होतं आणि दर ११ मुलांपैकी एक त्याचा पाचवा वाढदिवस पाहू शकलं नव्हतं. बालमृत्यू आणि पाच वर्षांखालील मुलांच्या मृत्यूचं प्रमाण दर हजारी जिवंत मुलांमागे अनुक्रमे ७४ आणि ८९ असं होतं, हे प्रमाण अलीकडं आलेल्या

अहवालाच्या आधीच्या पाच वर्षांतलं होतं. ते 'मिलेनिअम डेव्हलपमेंट गोल'नं ठरवलेल्या ४०।१००० या जन्मलेल्या मुलांच्या लक्ष्यापेक्षा खूप जास्त होतं. ग्रामीण भागातली मुलं वयाच्या पाच वर्षांच्या आतच दगावण्याचं प्रमाण दरहजारी १०६ तर शहरी भागात ते ७४ इतकं होतं, असा सर्वेक्षणाचा निष्कर्ष होता. नवजात बालकांच्या मृत्यूचं प्रमाण गेल्या २० वर्षांपासून दरहजारी ५५ इतकं आहे. ते बदललेलं नाही.

पाकिस्तानी घरांमध्ये सरासरी ६.८ व्यक्ती राहतात. त्यातल्या ३९ टक्के व्यक्ती १५ वर्षांच्या आतल्या वयाच्या होत्या. फक्त ११ टक्के कुटुंबांत स्त्रिया कुटुंबप्रमुख होत्या असं सर्वेक्षण सांगतं. बहुसंख्य स्त्रिया (५७ टक्के) आणि २९ टक्के पुरुष अशिक्षित होते. फक्त १६ टक्के स्त्रिया आणि २१ टक्के पुरुषांनी प्राथमिक शिक्षणापर्यंत मजल मारली होती. गेल्या २० वर्षांत मुलं जन्माला घालण्याचं प्रमाण प्रत्येक स्त्रीमागे ५.४ वरून ३.८ पर्यंत खाली आलं होतं. उच्चशिक्षित स्त्रियांमध्ये हे प्रमाण २.५ इतकं होतं, तर निरक्षर महिलांमध्ये ते ४.४ इतकं होतं. ३५ टक्के स्त्रियांचा विवाह वयाच्या अठराव्या वर्षी झाला होता आणि निम्म्यापेक्षाही जास्त स्त्रियांचा - म्हणजे ५४ टक्के स्त्रियांचा वयाच्या विसाव्या वर्षी.

पाकिस्तानातील ट्रांसजेंडर्स

पाकिस्तानातल्या मित्र-मैत्रिणींपैकी दोन व्यक्तींनी त्या ट्रांसजेंडर असल्याचं सांगितलं होतं. मी 'क्ष'ला एका पंचतारांकित हॉटेलात झालेल्या पत्रकार परिषदेदरम्यान भेटले होते. आमच्या दोघांना ओळखत असलेल्या एका स्नेह्यानं आमची ओळख करून दिली. बॅगी जीन्स, टी-शर्ट आणि स्नीकर्स (मऊ तळव्यांचे जॉगिंगसाठी वापरले जाणारे बूट) घातलेली क्ष मला नेहमी भेटणाऱ्या झकपक कपड्यांतल्या आणि काटेकोर मेकअपनं सजलेल्या स्त्रियांपेक्षा ताजीतवानी आणि वेगळी दिसत होती. त्यानंतर आम्ही दोघींनी तितक्याच प्रसन्न अशा 'क्ष'च्या साथीदाराबरोबर वेळ घालवला. व्यवसाय म्हणून ते सँडविचेस बनवायचे. काही काळ तो व्यवसाय चांगला चालला होता. मला बऱ्याचदा त्यांच्याकडं दुपारच्या किंवा रात्रीच्या जेवणासाठी आमंत्रण असायचं. त्यांच्या गच्चीत एका मोठ्या लाकडी टेबलावर खूप सारे पदार्थ मांडून ठेवलेले असायचे. स्वादिष्ट सारण भरलेला कुरकुरीत फ्रेंच ब्रेड, कॉफी आणि काही वेळा केक्सही असायचे. ते चविष्ट स्वयंपाक बनवायचे आणि माझा वेळ त्यांच्यासोबत चांगला जायचा. एका प्री-ख्रिसमस पार्टीला खूप धमाल आली होती. मी तेव्हा उशिरा पोचले होते. आम्ही एक खेळ खेळलो होतो – कार्ड्स अगेन्स्ट ह्यूमॅनिटी - त्यामध्ये भन्नाट 'हिंट्स' होत्या आणि काही वेळा

तुमच्या कल्पनेच्या पलीकडली उत्तरं दिली जायची.

क्षनं लिंगबदलाची प्रक्रिया सुरू केली होती. तिनं टेस्टोस्टेरॉन घ्यायला सुरुवात केली होती. मला वरच्या ओठावर केसांची होणारी वाढ दिसत होती. पण त्यामागचं कारण मला सांगितलं गेलं नाही तोवर मी तिकडं लक्ष दिलं नाही. आम्ही बऱ्याच कार्यक्रमांना एकत्र गेलो. मुशर्रफ यांच्या खटल्यांच्या वेळी एकत्रच बसलो. इतर पत्रकारांना 'क्ष'विषयी फार कुतूहल होतं. ते मला विचारत राहायचे, की हा मुलगा आहे की मुलगी? मी ठामपणे सांगायचे, की ही मुलगी आहे. लिंगबदल केलेल्या व्यक्तींना स्वीकारणं जड जाणाऱ्या समाजात वावरताना त्यांना विचित्र अनुभवांना सामोरं जावं लागायचं. एकदा दर संध्याकाळी वाघा सीमेवर होणाऱ्या भारत आणि पाकिस्तानचा समारंभ पाहत असताना त्यांना स्त्रियांसाठी राखीव असलेल्या विभागात बसवलं गेलं होतं!

ट्रांसजेंडर व्यक्तींसाठी भारतीय उपखंडात आयुष्य कंठणं कठीण असू शकतं; खास करून पाकिस्तानात. त्यांचं स्वागत होईल अशा ठिकाणी जाण्यासाठी देश सोडेपर्यंत त्यांनी मोठं धैर्य दाखवलं आहे. आम्ही एकत्र खूप मजा केली. रावळ लेकजवळ मिनी गोल्फ खेळायला गेलो होतो. त्यांच्यापैकी एकाचा वाढदिवस साजरा करण्यासाठी बोलिंगला गेलो होतो. आम्ही काही तद्दन भिकार हिंदी चित्रपट एकत्र पाहिले. 'हॉटस्पॉट'ला जाऊन आइस्क्रीम खाल्लं. आयुष्य मजेत घालवणारं जोडपं होतं ते. त्या शहरातल्या बहुतांश लोकांपेक्षा वेगळं. त्यांच्याकडं पाहताना मला माझ्या मुंबईतल्या मित्रमंडळींची आठवण यायची. त्यांचं वागणं अगदी अनौपचारिक, सहज होतं. चैतन्यानं सळसळणारं. माझा व्हिसा रद्द झाल्याचं जेव्हा मी 'क्ष'ला सांगितलं, तेव्हा तिनं मला लगेचच निरोपाच्या जेवणासाठी आमंत्रित केलं, तिथं आम्ही व्हिसाच्या समस्येबाबत एकमेकींकडे भरपूर तक्रारी केल्या. मी तिथं तिच्या इतर मैत्रिणींनाही भेटले ज्यांच्या व्हिसांचं नूतनीकरण झालं नव्हतं आणि त्यांना जावं लागणार होतं.

समाजात सन्मानानं जगता येण्याच्या बाबतीत आणि आरोग्याच्या बाबतीत जिथं स्त्रियांना अजून त्रास सहन करावा लागतो, तिथं पाकिस्तानमधल्या १.५दशलक्ष ट्रांसजेंडर व्यक्तींच्या समुदायाला समाजाची स्वीकृती मिळणं ही फार दूरची गोष्ट आहे. न्यायालयानं आदेश दिले असले तरी! मी एसडीपीआयमध्ये झालेल्या चर्चेचं वार्तांकन केलं आणि त्या समुदायातल्या काही व्यक्तींना भेटले. गुलनाझ ही संशोधक म्हणाली त्याप्रमाणे त्यांना परिघाबाहेर ढकलण्यापेक्षा आपण संवेदनक्षम असणं आणि त्या समुदायाला समजून घेणं गरजेचं आहे. रिफी खान हिला कराचीतल्या एका नामांकित इंग्लिश संभाषण प्रशिक्षण संस्थेत खासगी शिकवणी घ्यायला सांगण्यात आलं होतं. इतर विद्यार्थ्यांच्या कुटुंबीयांनी तिच्या वर्गात

असण्याला हरकत घेतली असं त्या संस्थेनं सांगितलं. डबल एमए झालेली आणि 'जेंडर इंटरॲक्टिव्ह अलायन्स'ची एक भाग असलेली रिफी तीन ट्रांसजेंडर व्यक्तींमधली एक होती. इतर दोघी होत्या महर अंजुम आणि मुस्कान – ज्यांना न्यायालयाच्या आदेशानंतर काही वर्षांनी सिंध सरकारच्या समाजकल्याण विभागात कार्यालय मदतनीस म्हणून नोकरी मिळाली आहे. ही परिस्थिती भारतातल्या परिस्थितीशी बरीचशी मिळतीजुळती आहे अर्थात भारतात जरा बरी परिस्थिती असल्याचं भारतीय कार्यकर्त्यांचं म्हणणं आहे.

सन २०११ मध्ये सर्वोच्च न्यायालयानं दिलेल्या एका लक्षणीय निकालात परलैंगिक व्यक्तींना समानतेचा अधिकार, वारसा हक्क आणि तृतीयपंथी म्हणून नोंद करण्याचा हक्क (ख्वाजा सेराज) असल्याचं नमूद केलं. ओळखपत्र देणाऱ्या नॅशनल डेटाबेस अँड रजिस्ट्रेशन ऑथॉरिटीला तशी नोंद करण्याचे आदेश देण्यात आले, पण तरीही या समुदायाकडे कलंकित म्हणूनच बघितलं जातं. न्यायालयाच्या आदेशानुसार राष्ट्रीय ओळखपत्रांवर तृतीयपंथीयांसाठी वेगळ्या प्रवर्गाची नोंद करण्याची सोय करून देण्यात आली. त्यांना कुटुंबाच्या मालमत्तेत कायदेशीर हिस्सा मिळवून देण्यात आला. सर्व क्षेत्रांत नोकरीसाठी दोन टक्के आरक्षण आणि निवडणुकांमध्ये मतदानाचा अधिकारही देण्यात आला.

मुख्य मुद्दा राहतो तो सामाजिक स्वीकृतीचा. 'ट्रांसजेंडर फाउंडेशन'च्या अल्मस बॉबीला मॅट्रिकनंतर पुढं शिकायचं होतं, पण तो शिकू शकला नाही, कारण सामाजिक दबाव आडवा आला. ट्रांसजेंडर व्यक्तींसाठी वेगळ्या शाळा असण्याच्या ती विरोधात होती कारण त्यामुळं या व्यक्ती समाजापासून आणखी वेगळ्या पडतील असं तिला वाटत होतं. ट्रांसजेंडर जेव्हा हॉस्पिटलमध्ये जायचे तेव्हा त्यांना पुरुषांच्या किंवा महिलांच्या रांगेत उभं राहता यायचं नाही. जर ते यापैकी एका रांगेत उभे राहिले, तर त्यांना दुसऱ्या रांगेत जायला सांगायचे. आरोग्याची काळजी घेणं हीसुद्धा एक समस्याच बनली होती.

वेगळ्या लैंगिक भावना असलेल्या मुलांच्या कुटुंबांना मदत करण्यासाठी रिफी त्यांना भेटायला जायची. ती म्हणाली, की तिचं कुटुंब तिच्या पाठीशी उभं राहिलं होतं. ज्यामुळं तिला हवं तेवढं शिकता आलं. अनेक कुटुंबांनी त्यांच्या मुलांना बेदखल केलं होतं. मग त्या मुलांसमोर फक्त भीक मागण्याचा किंवा नाचण्याचा पर्याय उरला होता. 'हा समाज आपल्याच महिलांचा छळ करतो, मग ट्रांसजेंडर व्यक्तींना तो आणखी दूर लोटत असेल, तर त्यात काही नवल नाही,' तिनं नेमका मुद्दा मांडला. एमबीए झालेली 'ख्वाजा सेरा सोसायटी'ची प्रमुख असलेली जन्नत अली म्हणाली, की तिनं एक वाङ्मयीन प्रकल्प राबवला होता ज्याचा उद्देश तरुण लोकांना कौशल्यं शिकवणं हा होता, जेणेकरून त्यांना

रस्त्यावर भीक मागायला लागू नये. 'कलंकित' असल्यामुळे आणि प्रचलित पूर्वग्रहदूषित दृष्टिकोनामुळे ट्रांसजेंडर व्यक्तींसाठी शालेय शिक्षण घेत राहणं अवघड असतं. या मुलांना टोमणे मारले जायचे आणि त्यातली बरीच मुलं शिक्षण घ्यायला नाखूश असायची. त्यांना एकत्र यायचं असेल आणि नोकऱ्या मिळवायच्या असतील, तर शिक्षण हा एकच मार्ग आहे.

समीना अली बेग : एव्हरेस्टवर चढणारी पहिली पाकिस्तानी स्त्री

सगळीकडच्या एकंदरीत उदासवाण्या वातावरणात पाकिस्ताननं पहिली महिला गिर्यारोहक तयार केली. मला समीना अली बेग आणि तिचा भाऊ मिर्झा अली बेग यांना भेटून खूप आनंद झाला. नोव्हेंबर २०१३ मध्ये ते सात शिखरांच्या दौऱ्यावर निघण्याआधी एका कार्यक्रमात ही भेट झाली. त्या आधी काही महिने म्हणजे १९ मे २०१३ रोजी माउंट एव्हरेस्टवर पोचायला २०० मीटर अंतर राहिलं असताना मिर्झा अली बेग थांबला होता, कारण होतं त्याची बहीण. तिनं उरलेली काही पावलं चालून जगातलं सर्वोच्च शिखर सर करणारी पहिली पाकिस्तानी स्त्री हा मान प्राप्त करावा, अशी त्याची इच्छा होती.

त्याला यातून जगाला हा संदेश द्यायचा होता, की तो जर हे त्याच्या बहिणीसाठी करू शकतो, तर त्याचा कित्ता इतरांनीही गिरवावा आणि महिलांना त्यांच्या उपक्रमात साहाय्य करावं. 'ॲडव्हेंचर डिप्लोमसी एक्सपीडिशन'चा एक भाग म्हणून तीस वर्षांचा मिर्झा २०१४ मध्ये माउंट एव्हरेस्ट सर करण्याचा प्रयत्न करणार होता. ही मोहीम सात खंडांमधल्या सात शिखरांवर चढाई करण्यासाठी आखली होती आणि तो त्यात समीनासह भाग घेणार होता. इस्लामाबादच्या कॉलेजमध्ये कला शाखेत दुसऱ्या वर्षात शिकत असलेली २३ वर्षांची समीना मूळची शिमशालची, अप्पर हुंजामधल्या दुर्गम डोंगराळ भागात हे गाव आहे. तिथं फोन नाही, वीज नाही, की इंटरनेट नाही. त्या भागात नेहमी येणाऱ्या महिला गिर्यारोहकांच्या कहाण्यांनी प्रेरित होऊन या देशातल्या पहिल्या व्यावसायिक महिला गिर्यारोहकानं तिच्या भावाबरोबर वयाच्या एकोणिसाव्या वर्षी गिर्यारोहणाला सुरुवात केली. 'माझ्या कुटुंबानं मला पाठिंबा दिला. त्यांना वाटलं, की नैसर्गिक संसाधनांचा रोध घ्यायचा अधिकार महिलांनाही आहे,' ती म्हणाली. सन २०१०मध्ये त्यांनी 'पाकिस्तान यूथ आऊटरीच' या उपक्रमाला सुरुवात केली. शाळा-कॉलेजमधल्या मुला-मुलींना साहसी खेळांची गोडी लागावी आणि ते हे खेळ खेळायला उद्युक्त व्हावेत हा त्यामागचा उद्देश होता. एव्हरेस्टची मोहीम ही मुख्यत: लिंगभाव समतेचा प्रसार करण्यासाठी आणि पाकिस्तानी महिलाही पर्वत पादाक्रांत करू शकतात, हे जगाला दाखवून देण्यासाठी आखण्यात आली होती.

'जर महिला पर्वत चढू शकतात तर त्याचा अर्थ त्या मानसिक आणि शारीरिकदृष्ट्या कणखर असतात आणि त्या काहीही करू शकतात,' ती हसून म्हणाली. ती पुढं म्हणाली, की संधी मिळाली, तर तिला भारतातही पर्वतारोहण करायची इच्छा आहे. 'मला स्त्रियांना सांगायचं आहे, की तुमच्या मनाला कशाचा ध्यास आहे ते ओळखा आणि त्याचा पाठपुरावा करा. जगाला दाखवून द्या, की असा कोणताच पर्वत नाही जो तुमच्यासमोर नमणार नाही.' तिच्यासोबत माउंट एव्हरेस्ट चढून जाणाऱ्या डेहराडूनच्या जुळ्या बहिणींशी - ताशी आणि नुंगशी मलिक यांच्याशी – तिची चांगली गट्टी जमली होती.

सात खंडांमधल्या सात शिखरांमध्ये जगातली काही सर्वाधिक उंचीची शिखरं आहेत : अर्जेंटिनातलं माउंट अकोंकागुआ, अंटार्क्टिकामधलं व्हिन्सन मॅसिफ, टांझानियातलं किलिमांजारो, इंडोनेशियातलं कार्स्टेन्सझ पिरॅमिड, नेपाळमधलं एव्हरेस्ट, अमेरिकतलं डेनाली / मॅकिन्ली आणि रशियातलं एल्ब्रूस.

इतर मलालांबद्दल

मलाला युसुफझाईचा गोंडस, हसरा चेहरा नेहमीच बातम्यांमध्ये झळकत असायचा. विशेषत: ती २०१३च्या नोबेल पारितोषिकाची दावेदार होती तेव्हा. ज्या दिवशी ते जाहीर झालं आणि तिला मिळालं नाही तेव्हा सगळा पाकिस्तान निराशेनं हळहळला (डॉ. अब्दुस सलाम यांच्यानंतरची हे पारितोषिक मिळवणारी ती केवळ दुसरी पाकिस्तानी होती; २०१४मध्ये तिला ते भारताच्या कैलाश सत्यार्थींबरोबर मिळालं.) दि. ११ ऑक्टोबर २०१३ रोजी 'आंतरराष्ट्रीय कन्या दिवसा'च्या निमित्तानं खूप सारे विद्यार्थी एका पंचतारांकित हॉटेलात एका प्रदर्शनासाठी आले होते. त्यांच्यातल्या काहींच्या मुलाखती प्रतिक्रियांच्या रूपात घेण्याची संधी मला मिळाली. शिक्षण घेणं त्यांच्यासाठी किती कठीण आहे हे मुलींनी सांगितलं. केवळ मलालाला दैवतासमान मानून पाकिस्तानातल्या मुलींच्या शिक्षणाबाबतची भयंकर परिस्थिती बदलणार नाही यासाठीचा तो एक गर्भित इशाराच होता.

त्या दिवशी मुलींच्या शिक्षणासंदर्भात जे आकडे सादर करण्यात आले ते उद्वेगजनक होते. प्राथमिक शाळेत जात नसलेल्या प्रत्येक दहा मुलांपैकी एक मूल पाकिस्तानात राहतं. पाकिस्तान त्याच्या जीडीपी पैकी दोन टक्क्यांपेक्षा कमी रक्कम शिक्षणावर खर्च करतो. संयुक्त राष्ट्रांमधले लिंगभाव तज्ज्ञ सलमान आसिफ म्हणाले, की पाकिस्तान 'ग्लोबल जेंडर गॅप इंडेक्स'मध्ये बराच मागे होता. १३५ पैकी पाकिस्तानचा क्रमांक १३४ होता. 'शिक्षण विकास निर्देशांकात' पाकिस्तानात १२० पैकी ११३ वा होता. बारा दशलक्ष बालकामगार असल्यामुळे आणि शाळेतून नाव काढून घेण्याचं प्रमाण जास्त असल्यामुळे बहुतांश मुलांच्या दृष्टीनं

त्यांचं बालपण हिरावलं गेलं आहे, असं ते म्हणाले.

सध्याच्या सरकारनं सकल राष्ट्रीय उत्पादनाच्या चार टक्के हिस्सा शिक्षणावर खर्च करण्याची हमी दिली आहे. शिक्षण राज्यमंत्री बालिघ-उर्-रेहमान म्हणाले, की नावनोंदणीचं स्थूल प्रमाण ९२ टक्के होतं, तर निव्वळ प्रमाण ६८ टक्क्यांच्याही खाली होतं. शाळा मध्येच सोडून जाण्याचं प्रमाण जगात सर्वांत जास्त पाकिस्तानात आहे. केवळ ६३ टक्केच मुली शाळेत जात होत्या, तर मुलांचं प्रमाण ७३ टक्के होतं. याचा अर्थ, किमान ३.८ दशलक्ष मुली आणि २.९ दशलक्ष मुलगे शाळेत जात नव्हते, ते म्हणाले. हे प्रमाण सुधारण्यासाठी १० दशलक्ष डॉलरच्या 'मलाला निधी'तून सात दशलक्ष डॉलर पाकिस्तानातल्या शिक्षणावर खर्च केले जाणार होते.

काही ग्रामीण भागांपेक्षा इस्लामाबाद शिक्षणाच्या दृष्टीनं अधिक चांगलं असल्याचं मत अनेक विद्यार्थ्यांनी व्यक्त केलं आणि मुलींसाठी आणखी जास्त शाळांची व त्यांच्या शिक्षणासाठी आर्थिक साहाय्याची मागणी केली. एका आठवीच्या विद्यार्थ्यानं सांगितलं, की मुलींना शाळेत प्रवास करून जाणं शहरातसुद्धा कठीण जातं. त्यांना संरक्षण दिलं पाहिजे.

'काळ्या वेषातल्या स्त्री'च्या वाटेला जाऊ नका

ज्या देशात इस्लामच्या नावाखाली अतिरेकी शाळा बंद करायला भाग पाडतात आणि मुलींना शिक्षणापासून परावृत्त करण्यासाठी कोणत्याही टोकाला जाऊ शकतात, त्या देशात 'द बुरखा अॅव्हेंजर' ही कार्टून मालिका म्हणजे एक प्रकारची क्रांतीच होती. एक बुरखा घातलेली सुपरहीरॉईन निर्माण करणं हा मास्टरस्ट्रोक होता. या मालिकेचा निर्माता, पॉप आणि रॉक स्टार एरॉन हारून रशीद. (त्याला त्याच्या रंगभूमीवरच्या 'हारून' या नावानं ओळखलं जातं.) यानं मला त्याच्या कामाविषयी एक दीर्घ मुलाखत दिली. तो शुक्रवारचा दिवस होता. मला उशीर झाला होता. दोन मुलाखतींच्या मध्ये वेळ कमी होता म्हणून मी दुपारच्या जेवणाला सुटी दिली आणि त्याची सुमारे अर्धा तास वाट बघत बसले. तो येणार नाही असं वाटत असतानाच दिलगिरी व्यक्त करतच तो आला.

'बुरखा अॅव्हेंजर' ही मालिका आधी ऑनलाइन प्रसिद्ध करण्यात आली. तिनं जो धमाका उडवून दिला त्याची त्यानं अपेक्षाच केली नव्हती. हे कार्टून प्रसिद्ध झाल्यावर तीनच दिवसांत त्या वेबसाइटला चार दशलक्ष हिट्स मिळाले. त्यानं प्रसंगावधान राखून ती साइट एका महागड्या सर्व्हरवर 'होस्ट' केली आणि त्यामुळं होणारं नुकसान वाचलं. मी त्याला भेटले तेव्हा दर आठवड्याला बुरखा अॅव्हेंजर पाहणाऱ्यांची संख्या एक दशलक्ष एवढी होती, आणि एका फटक्यात

चाहत्यांची संख्या शून्यावरून एक लाख वीस हजार झाली होती. पहिला भाग ऑनलाईन गेल्यावर लोकांनी त्या मालिकेला डोक्यावर घेतलं. फार थोड्या लोकांनी २० जुलै २०१३ रोजी जिओ तेज चॅनेलवर दाखवलेला पहिला भाग पाहिला होता. बुरखा पांघरलेली स्त्री पाहून सुरुवातीला नाकं मुरडणाऱ्या लोकांना नंतर समजलं, की ती एक ध्येयवादी शाळा शिक्षिका होती. तिचा पेहराव हे तिचं सोंग होतं. पण ज्या मूठभर लोकांना सुपरहीरो कॉमिक्सविषयी माहिती नव्हती, त्यांनी टीका केली. आपल्या सुपरहिरॉईनसाठी चिनी मार्शल आर्ट वापरायची इच्छा नसलेल्या हारूननं 'तख्त कबड्डी' नावाचा एक नवीन खेळ शोधून काढला. तख्त म्हणजे उर्दूमध्ये पाटी. तख्त कबड्डीचा संबंध पुस्तकं आणि पेन आणि प्रगत ॲक्रोबॅटिक्स यांच्याशी आहे. या कार्टूननं उपखंडातल्या सांस्कृतिक घटकांमधून आणि स्थानिक विषयांमधून प्रेरणा घेतली आहे. त्यातल्या पात्रांना आशियाई किंवा पाकिस्तानी संदर्भ आहे. तुम्ही जर 'रुबोट' या रोबोकडे पाहिलंत, तर त्याच्या अंगावर ट्रक आर्ट काढलेलं दिसेल. 'वडेरो पजेरो' हे भ्रष्टाचारी राजकारण्याचं मूर्त स्वरूप आहे. ही पात्रं निर्माण करताना खूप मजा आली असं हारून म्हणाला. गोष्टीतील ठिकाणं हलवापूरमध्ये असल्याचं दाखवलं आहे – त्याला हलवा पुरी (शिरापुरी) खूप आवडते. काही पात्रांशी तुमची चांगलीच ओळख होते, ती आहेत टिंडा, खंबा, बाबा बंदूक (गब्बरसिंगसारखं एक पात्र), गोलू बकरी आणि मूली.

बुरखा ॲव्हेंजरचा निर्माता एक मिश्र पार्श्वभूमी लाभलेला माणूस आहे. त्याची आई न्यूझीलंडची ऑपेरा गायिका होती आणि वडील एक ब्रिटिश पाकिस्तानी. अमेरिकेत जाऊन बिझनेस फायनान्सच्या पदवीसाठी अभ्यास केल्यावर, तो परत आला आणि त्यानं 'आवाज' या लोकप्रिय बँडची स्थापना केली. हा बँड एम टीव्ही आशियावर सादरीकरण करणारा पहिला पाकिस्तानी बँड ठरला. म्युझिक व्हिडिओज् करायला हारून हॉलीवूडलाही जाऊन आला. त्याच्या सगळ्या संगीतातून तो एक सकारात्मक संदेश देत असतो. केवळ मनोरंजन करण्यावर माझा विश्वास नाही, असं तो म्हणाला. मुलींच्या शाळा अतिरेकी बंद करत आहेत हे ऐकल्यावर त्याला बुरखा ॲव्हेंजरची कल्पना सुचली. त्यानं बुरखा घातलेल्या पारंपरिक स्त्रीचं रूपांतर शिक्षणासाठी लढा देणाऱ्या एका सुपरहिरॉईनमध्ये केलं, ती पेन आणि पुस्तकं घेऊन लढते आणि लेखणीची ताकद तलवारीपेक्षाही जास्त असल्याचं दाखवून देते. यावर चित्रपट बनवणं मोठ्या जिकिरीचं ठरेल याची त्याला जाणीव झाली होती. त्यानं २०११च्या सुरुवातीला बुरखा ॲव्हेंजरच्या आय-फोनसाठीच्या गेम व्हर्जननं सुरुवात केली. मग त्यानं एक ॲनिमेटेड बॅकस्टोरी बनवण्याचा निर्णय घेतला आणि एकदा ती झाल्यावर त्यानं ॲनिमेटर, व्हॉइस ओव्हर आर्टिस्ट आणि संगीत यांची जुळवाजुळव केली. (बुरखा ॲव्हेंजरचं थीम म्युझिक हे त्या

गेमच्या मूळ संगीतरचनेवर बेतलेलं आहे).

त्यानं युनिकॉर्न ब्लॅक नावाचा एक ॲनिमेशन स्टुडिओ एप्रिल २०१२मध्ये स्थापन केला. पहिला भाग (एपिसोड) जुलै २०१२ मध्ये तयार झाला आणि ऑक्टोबरमध्ये मलालाची घटना घडली. मलाला प्रकरण हा निव्वळ योगायोग होता, तो म्हणाला. अर्थात हा विषय पाकिस्तानात फार जुना आहे. अतिरेक्यांनी मुलींच्या शाळा बंद पाडल्याच्या बातम्या वर्तमानपत्रात सातत्यानं वाचायला मिळायच्या. एका लहान शाळकरी मुलीवर गोळ्या झाडल्याची घटना घडली तेव्हा बुरखा ॲव्हेंजरनं सहा भाग पूर्ण केले होते. कार्टूनच्या पहिल्याच भागात शाळा बंद असल्याचं दाखवण्यात आलं होतं. त्यामुळं ज्यांनी हे कार्टून पाहिलं आहे त्यांना परिस्थितीमधलं साधर्म्य लगेच लक्षात आलं.

परंतु हारूनला त्या घटनेचं भांडवल करायचं नव्हतं. म्हणून तो सगळे तेरा भाग पूर्ण होईपर्यंत थांबला. त्यानंतर हे कार्टून २०१३च्या सुरुवातीला टीव्हीवर लोकांना दाखवायला सुरुवात झाली. मुलांसमोर एक आदर्श ठेवता यावा ही कल्पना बुरखा ॲव्हेंजरच्या निर्मितीमागे होती. बुरखा ॲव्हेंजरमध्ये रूपांतरित होणारी जिया ही सुपरहिरॉईनच्या परंपरेतली सर्वोत्कृष्ट सुपरहिरॉईन आहे, ती काळा बुरखा लपेटून असते. तिचे फक्त डोळेच दिसत असतात. सरळ रेषेत हात पुढे आलेला असतो आणि मूठ वळलेली असते. ती न्याय, शांतता आणि शिक्षण यांचं प्रतिनिधित्व करते. शिक्षिका म्हणून तिच्या सामान्य रूपातसुद्धा ती या आदर्शांचा पुरस्कार करते. जेव्हा ती सुपरहिरॉईन नसते तेव्हाही ती स्त्रियांच्या हक्कांसाठी लढा देत असते.

संपूर्ण मालिका इथं पाकिस्तानातच बनवली गेली. त्यासाठी हारूनच्या पस्तीस कर्मचाऱ्यांनी मेहनत घेतली. त्यात ॲनिमेटर होते, कलाकार, डिझायनर आणि तंत्रज्ञ होते. जगभरातल्या लोकांनी या मालिकेत रस दाखवला. त्याला भारतातून अनेक ई-मेल आले. त्यामध्ये मर्चंडायझिंगबाबत चौकशी करणारे ई-मेलही होते. शिवाय भारतातल्या, तसंच युरोपमधल्या बड्या पुस्तक प्रकाशकांकडूनही प्रस्ताव आले. एका चित्रपट एजन्सीकडून आणि एका भारतीय दिग्दर्शकाकडूनही विचारणा झाली – त्यांना चित्रपट बनवण्यासाठी कार्टूनचे हक्क विकत घ्यायची इच्छा होती. हॉलीवूडलाही चित्रपटासाठी हक्क विकत घेण्यात रस आहे.

भारतीय निर्माते, ॲनिमेटर, लेखक आणि संगीतकार यांच्यासह काम करण्याची हारूनला इच्छा आहे. त्याचं कार्टून आवडल्याचं सांगणाऱ्या बऱ्याच भारतीय लोकांचे ई-मेल त्याला आले आणि त्याचा त्याला खूप आनंद झाला. शांतता प्रस्थापित करण्यासाठीचा मार्ग हा कलाकार, लेखक, विचारवंत आणि तत्त्वज्ञ यांच्या परस्पर सहयोगातूनच निर्माण होईल, असा त्याला विश्वास आहे. भारतातल्या

कलाकारांसोबत ॲनिमेशन प्रकल्पांवर काम करणं हे त्याचं स्वप्न आहे.

माळढोक पक्षी (Houbara Bustard) आणि परराष्ट्र धोरण

धनिक अरब राजे, राजकुमार आणि नेते माळढोक पक्ष्यांची दर वर्षी शिकार करतात हे कळल्यावर वन्यजीवनाविषयी अत्यंत कळकळ असणारी मी भयभीत झाले. शिकारीसाठीचा परवाना दहा दिवसांकरता मिळत असला, तरी असले नियम पाळण्याच्या भानगडीत कोणी पडत नसतं. मी असं वाचलं, की हे अरब बऱ्याचदा त्यांच्या मोठ्या गाड्या (SUVs) आणि बंदुका तिथंच सोडून जातात आणि त्यांना शिकारीत मदत करणाऱ्या स्थानिक गरीब लोकांची त्यामुळं चंगळ होते. या पक्ष्याला अरब कामोत्तेजक समजतात. शिवाय फाल्कन पक्ष्याला प्रशिक्षित करण्यासाठीही त्यांना पकडतात. सन २०१४मध्ये मृत पक्ष्यांची मोठी संख्या ही प्रक्षोभाला आणि निषेधाला कारणीभूत ठरली होती. मी पाकिस्तान सोडल्यानंतर खरी मोठी बातमी बाहेर आली. सन २०१५च्या ऑगस्टमध्ये पाकिस्तान सर्वोच्च न्यायालयानं आययूसीएनच्या 'रेड लिस्ट'मध्ये असलेल्या आणि धोक्यात आलेल्या दुर्मिळ प्रजातीच्या शिकारीवर बंदी आणली होती. पण ही बंदी उठवण्याच्या प्रयत्नात असलेल्या सरकारनं अनपेक्षितपणे एक नवीन युक्तिवाद समोर आणला. माळढोक पक्षी – मृत झालेले – हे पाकिस्तानच्या परराष्ट्र धोरणाचे आधारस्तंभ होते म्हणे! असा सन्मान प्राप्त करणारा हा बहुधा पहिलाच पक्षी असावा. या शिकारी थांबवता येणार नव्हत्या असं सरकारचं म्हणणं होतं. एका उपरोधिक संपादकीयात 'डॉन'नं लिहिलं : 'माळढोक पक्ष्याचा मान मोठा आहे, पण आपण पाकिस्तानच्या परराष्ट्र धोरणाचा आधारस्तंभ आहोत हे कळल्यावर त्यालासुद्धा आश्चर्याचा धक्का बसेल.'[१२]

मन मानेल तशी शिकार केल्यामुळे पाकिस्तान आणि इराणमध्ये या पक्ष्यांची संख्या रोडावत चालली आहे. म्हणूनच अशा प्रकारच्या शिकारींवर निर्बंध घालण्याची मागणी करणाऱ्या याचिका दाखल करण्यात येत आहेत. परंतु पाकिस्तानी सरकार त्याच्या अरब मित्रांना चलाखीनं परवाने देऊन त्यांना हवी तेवढी शिकार करण्याची मुभा देत आहे. 'डॉन'च्या संपादकीयात अत्यंत परखड शब्दांत मत व्यक्त केलं होतं : 'सर्व कायदेशीर युक्तिवादांसोबत एक तपशीलवार योजना सादर करणं ही एक विवेकी पद्धत ठरली असती. मर्यादित शिकारीला परवानगी देताना संघराज्य आणि प्रांतीय सरकार परवान्याच्या नियमांचं काटेकोरपणे पालन कसं करणार आहेत आणि या स्थलांतरित पक्ष्यांच्या रक्षणासाठी त्यांचं संवर्धन करणारी कोणती पावलं उचलणार आहेत याचा तपशील असलेली योजना. माळढोक पक्षी ही राष्ट्रीय संपत्ती आहे, परराष्ट्र धोरणाचे आधारस्तंभ नाहीत. कदाचित पीएमएल-

एनला त्याच्या स्थानिक आणि परदेशी धोरणाबाबतच्या दृष्टिकोनावर पुनर्विचार करण्याची गरज आहे – दोन्हींच्या बाबतींत ते दिवसेंदिवस बेफिकीर होत चाललं आहे.'

जानेवारी २०१६मध्ये सर्वोच्च न्यायालयानं बंदी मागं घेतली आणि संवर्धनकर्त्यांचा उद्वेग वाढला. शिखर न्यायालयात या विषयावर मतभेद असणारे एक न्यायाधीशही होते. शिखर न्यायालयानं काढलेल्या आदेशात म्हटलं, 'कायद्याचं परीक्षण केल्यावर असं स्पष्टपणे दिसून येतं, की माळढोक पक्ष्यांच्या शिकारीवर कायमस्वरूपी बंदी आणण्याची कल्पना भविष्यात कधी प्रत्यक्षात येईल असं वाटत नाही.'[१३]

इतर अनेक लोकांप्रमाणेच या प्रकारावर चिडलेल्या पीटीआयच्या शिरीन मझारी यांनी एप्रिल २०१४ मध्ये, २१०० पक्ष्यांची शिकार झाली म्हणून अशा सर्रास होणाऱ्या शिकारीविरुद्ध निषेध नोंदवला. 'डॉन'नं एक अहवाल प्रसिद्ध केला, 'माळढोक पक्ष्याच्या शिकारीसाठी प्रिन्स फहद बिन सुलतान बिन अब्दुल अझीझ अल् सौद यांची भेट.' हा अहवाल बलुचिस्तानच्या चगाई वन आणि वन्यजीवन विभागाच्या विभागीय वन अधिकाऱ्यानं दलबांदिन इथं लिहिला होता. त्यात अशी नोंद होती, की सौदीच्या राजकुमारानं ११ ते ३१ जानेवारी २०१४ अशी २१ दिवस शिकार केली आणि १९७७ पक्षी मारले, तर त्याच्याबरोबर असलेल्या इतर सदस्यांनी १२३ पक्षी मारले. म्हणजे एकूण २१०० माळढोक पक्षी मारले गेले.

मझारी यांनी एका वक्तव्यात म्हटलं, की आंतरराष्ट्रीय संरक्षण लाभलेल्या पक्ष्याच्या शिकारीवर पाकिस्तानात बंदी घातलेली होती, परंतु संघराज्य सरकारनं आखाती देशांच्या राजघराण्यांना विशेष परवाने बहाल केले. प्रत्येक व्यक्तिगणिक दिल्या जाणाऱ्या आणि अन्य कोणालाही वापरता न येणाऱ्या या परवान्यांतर्गत परवानाधारकाला राखीव आणि संरक्षित प्रदेश वगळता त्याला नेमून दिलेल्या क्षेत्रात दहा दिवसात १०० माळढोक पक्ष्यांची शिकार करायची परवानगी दिली जाते, असं त्या म्हणाल्या.

मात्र राजकुमारानं संरक्षित पक्ष्यांची राखीव व संरक्षित क्षेत्रात जाऊन शिकार केली, असं ४ फेब्रुवारी २०१४च्या अहवालात नमूद केलं होतं. त्याच्या २१ दिवसांच्या सफारी दरम्यान त्यानं पंधरा दिवस राखीव व संरक्षित क्षेत्रांमधल्या पक्ष्यांची शिकार केली आणि इतर क्षेत्रांमध्ये सहा दिवस शिकार केली.

लोप पावणाऱ्या प्रजातींशी संबंधित आंतरराष्ट्रीय कायद्यांचा आणि स्वत:च बनवलेल्या कायद्यांचाही भंग करण्यात सहभागी झालेल्या पाकिस्तान सरकारच्या लांच्छनास्पद कृत्यांचा या अहवालानं पर्दाफाश केला आहे, त्या म्हणाल्या. आखाती राजघराण्यातल्या व्यक्तींनी केलेला हा कायदेभंगाचा प्रकार सरकारनं

थांबवावा आणि संरक्षित प्रजातींच्या संदर्भात असलेल्या कायद्यांची अंमलबजावणी होत असल्याची खात्री करावी, अशी मागणी त्यांनी केली. कायद्यानं मंजुरी दिलेल्या शिकारींसाठी परवाने देताना त्या प्रक्रियेत पारदर्शकता असावी असंही आवाहन त्यांनी केलं, जेणेकरून राजघराण्यातल्या व्यक्तींच्या किंवा अन्य शिकाऱ्याच्या दुष्टबुद्धीला उत्तेजन देण्याच्या नादात माळढोक पक्षी नामशेष होणार नाहीत. अर्थातच त्यांच्या विनंत्या कुणीही ऐकल्या नाहीत आणि बिचाऱ्या माळढोक पक्ष्याला सलोख्याचा 'मरणासन्न राजदूत' बनवण्याच्या कल्पनेनं त्यावर मात केली.

पाकिस्तानसाठी बिझनेस कार्ड

मी जरी सौंदर्यानं नटलेल्या उत्तरेकडच्या प्रदेशांना भेट देऊ शकले नाही, तरी इस्लामाबादमध्ये बसून स्टोरी लिहिणं मला शक्य होतं. मी रफाएल डेल चीमा यांना भेटले. ते 'सेंट्रल काराकोरम नॅशनल पार्क'च्या विकासाबद्दल बोलले. गिलगिट बाल्टिस्तान प्रांतातल्या चार जिल्ह्यांमधलं १० हजार चौरस किलोमीटरपेक्षाही जास्त क्षेत्रफळ व्यापणारं हे नॅशनल पार्क पाकिस्तानमधलं सर्वांत मोठं संरक्षित क्षेत्र आहे. लोकसमूहाद्वारे संचालित केल्या गेलेल्या पर्यावरण संवर्धन कार्यक्रमांअंतर्गत विकसित झालेलं देशातलं सर्वांत सुंदर आणि शाश्वत पर्यटनस्थळ म्हणून त्याचा प्रचार केला गेला होता. त्या प्रदेशाचा सुमारे ४० टक्के भाग हिमनद्यांनी व्यापला आहे आणि तो वनस्पती व प्राणी यांच्या दुर्मिळ प्रजातींचं निवासस्थान आहे. इथं बर्फातला बिबट्या, मांजराच्या जातीचा लिंक्स हा प्राणी, मार्को पोलो मेंढी आणि विविध प्रकारचे पक्षी सापडतात. शिवाय औषधी वनस्पतीही आढळतात. पार्कच्या सीमेवर पृथ्वी आणि आकाश यांच्या सीमेवर असलेल्या खेड्यांमध्ये या प्रकल्पांतर्गत काम करण्यात आलं. या क्षेत्रात दुर्गम भागात राहणाऱ्या आणि आर्थिकदृष्ट्या मागासलेल्या काही जमाती आहेत. या जमाती ३५०० मीटरपेक्षाही जास्त उंचीवर राहतात. त्यातल्या बहुतेक जमाती धनगर आहेत. दीर्घकाळ चालणाऱ्या हिवाळ्यात ते प्रवास करतात.

सीकेएनपीसाठी पाकिस्तान आणि इटली सरकारनं अर्थसाहाय्य देऊ केलेल्या सोशल, इकॉनॉमिक अँड एनव्हायर्न्मेंटल डेव्हलपमेंट (SEED) प्रकल्पाचे पाकिस्तानमधील व्यवस्थापक प्रकल्प संचालक डेल चीमा या क्षेत्राचा विकास केवळ गिर्यारोहकांसाठीच नाही, तर हरित उद्योगांसाठी इष्ट स्थान म्हणून करण्यासाठी उत्सुक होते. ते या प्रकल्पाचा उल्लेख 'पाकिस्तानसाठी एक आगळंवेगळं आणि सुंदर बिझनेस कार्ड' असा करायचे. भारतीयांना तिथं जाण्याची मुभा असेल का असा विचार मी करत होते! त्या प्रदेशाला भेट देऊन आलेली मित्रमंडळी आत्यंतिक सौंदर्यानं नटलेल्या, दूरवर पसरलेल्या रमणीय भूप्रदेशाची छायाचित्रं बरोबर घेऊन

आली होती.

गिलगिट बाल्टिस्तानमधल्या सातपैकी चार जिल्ह्यांमध्ये हे पार्क पसरलेलं आहे – घंचे, स्कर्डू, गिलगिट आणि हुंजानगर. त्याच्या केंद्रस्थानी जगातलं दुसऱ्या क्रमांकाचं उंच शिखर के-२ आहे. जगातील काही सर्वांत उंच शिखरं आणि प्रचंड हिमनद्या इथं आहेत. हे सौंदर्य व भव्यता जगातल्या उत्तम गिर्यारोहकांना आकर्षित करते. पार्कच्या 'बफर झोन'मध्ये सुमारे २३० गावं आणि खेडी आहेत. त्यांची एकत्रित लोकसंख्या एक लाख आहे. या लोकांना तिथली जंगलं, पाणी, वन्यजीवन, औषधी वनस्पती आणि खनिजं यांचा फायदा होतो.

या प्रकल्पाच्या शाश्वत विकासाच्या पैलूला मात्र विकसित होण्यास थोडा वेळ लागला. या भागातल्या शेतकऱ्यांना आणि भटक्या जमातीच्या धनगरांना विश्वासात घेण्यात आलं आणि त्यांनी पहिला प्रयत्न म्हणून या भागाचा नकाशा बनवला. सिंचन, लाकूडफाटा आणि चारा पुरवण्याबरोबरच जनावरांसाठी गोठेही बांधण्यात आले, जेणेकरून शिकारी प्राणी आणि पाळीव गुरं यांच्यातला संघर्ष कमी होईल. कारण ही गुरं जंगली प्राण्यांमध्ये असलेले रोगही सोबत आणायची.

वन्यजीव आणि माणूस, तसंच पाळीव प्राणी यांच्यातला संघर्ष कमी करण्याचं काम खेडी करत आहेत आणि व्यवस्थापन कौशल्यंही शिकत आहेत. सीकेएनपीचे अधिकारीही भागीदार म्हणून लोकसमूहांबरोबर काम करत आहेत. स्थानिक जनता पार्कच्या व्यवस्थापनाचा एक भाग बनली आहे. आरोग्य आणि पाणीविषयक सुविधांचा अभाव असलेल्या या लोकसमूहांची काळजी घेऊन हा प्रकल्प या प्रदेशात महत्त्वाचे बदल घडवून आणण्याचं उद्दिष्ट ठेवतो. या प्रदेशात पाकिस्तानातील सर्वांत जास्त बालमृत्यू होतात. हे प्रमाण हजार मुलांमागे ११२ इतकं जास्त आहे. पाण्याचा खालावलेला दर्जा हेही या मृत्यूमागचं एक कारण आहे.

इटलीच्या मदतीनं काराकोरम इंटरनॅशनल युनिव्हर्सिटी गिर्यारोहणाशी संबंधित विषयांवर आणि सेवा व साहाय्य पुरवण्यावर लक्ष केंद्रित करत आहे. विखुरलेल्या लोकसमूहासाठी या प्रकल्पानं आरोग्य केंद्रं सुरू केली आहेत. खऱ्या रत्नांपेक्षा कमी मौल्यवान रत्नांसाठी (Semi precious stones) एक खाणविभाग सुरू करण्याचाही या प्रकल्पाचा मानस आहे. तिथं या रत्नांवर प्रक्रिया केली जाईल, त्यांचं कटिंग आणि पॉलिशिंग केलं जाईल. हा प्रदेश लाकूडकामाच्या प्राचीन परंपरेसाठी ओळखला जातो. आंतरराष्ट्रीय पर्वत संशोधन केंद्र, प्रकल्पाचा भाग म्हणून एक कार्यदल तयार करणार आहे. त्यात काराकोरम इंटरनॅशनल युनिव्हर्सिटीचे पीएचडीचे विद्यार्थी महत्त्वपूर्ण भूमिका बजावणार आहेत. पार्कशी संबंधित प्रश्नांना सर्वोच्च प्राधान्य दिलं जाणार आहे. पाण्यासाठी एक प्रयोगशाळा तयार करण्यात येणार असून, त्यात पाण्याचं परीक्षण करण्याची सुविधा असणार आहे. पाण्याची

गुणवत्ता दर्शवणारा नकाशा तयार करण्याचं कामही सुरू आहे.

हिमनद्यांची स्वच्छता करण्यावरही भर देण्यात येत आहे. पर्यटनासाठी एक विशेष मोहीम आखण्यात आली आहे. त्यातली पहिली पायरी ऐतिहासिक स्थळांचे नकाशे बनवणं आणि जीआयएस नकाशे पुरवणं ही असणार आहे. त्याशिवाय या प्रदेशातल्या संशोधनाच्या प्रयत्नांना काही नियम घालून देण्यात येणार आहेत. या प्रदेशात आणखीही काही पथदर्शक उदाहरणं दिसून येतात.

काराकोरम इंटरनॅशनल युनिव्हर्सिटीत गिलगिट बाल्टिस्तानमधली सर्वांत मोठी सौरऊर्जा प्रणाली आहे. त्याचा परिणाम म्हणून हिवाळ्यातसुद्धा त्या प्रदेशात वीज असते. त्या क्षेत्राची मलिन झालेली प्रतिमा सुधारण्याचं उद्दिष्टही या प्रकल्पासमोर आहे. दि. २२ जून २०१३ रोजी नंगा पर्बत बेस कॅम्पजवळ ११ गिर्यारोहकांची निर्घृण हत्या करण्यात आली तेव्हापासून एरवी शांत असलेल्या या प्रदेशात भीतीची तीव्र लाट पसरली होती. 'द हिंदू'मध्ये माझी स्टोरी छापून आल्यावर काही वाचकांनी 'पाकिस्तानच्या ज्या पैलूबद्दल कधीच काही लिहिलं गेलं नव्हतं ते वाचायला मिळालं' अशी प्रतिक्रिया दिल्याचं माझ्या ऐकण्यात आलं. त्यातून मला खूप प्रोत्साहन मिळालं. उर्वरित देशाप्रमाणेच हा निसर्गसौंदर्यानं नटलेला प्रदेश बऱ्याच अंशी भारतीयांसाठी खुला नाही, ही दुर्दैवाची गोष्ट आहे. मी त्याचं दर्शन छायाचित्रांच्या माध्यमातून किंवा गिर्यारोहकांच्या भ्रमंतीच्या वर्णनांमधून अप्रत्यक्षपणे घेऊ शकले.

९

द्विपक्षीय संबंध

सन २०१३ मध्ये माझी नियुक्ती पाकिस्तानात झाली तेव्हा सलग दुसऱ्यांदा सार्वत्रिक निवडणुका पार पडल्या होत्या. ती निवडणूक पीएमएलएननं जिंकली होती. त्या वर्षी भारतात संतापाच्या उद्रेक घडवणाऱ्या घटनांची मालिकाच सुरू झाली होती. तिची सुरुवात जानेवारी २०१३मध्ये एका भारतीय सैनिकाचा शिरच्छेद करण्यानं झाली. ऑगस्टमध्ये नियंत्रण रेषेजवळ एका सीमाचौकीवर पाच सैनिकांना मारण्यात आलं. प्राथमिक अहवालात म्हटलं होतं, की मारेकरी दहशतवादी होते. नंतर संरक्षणमंत्री ए. के. अँटनी म्हणाले, की ते लोक पाकिस्तानच्या लष्करी गणवेशात होते. हे ऐकून पाकिस्तानात संतापाचा उद्रेक झाला आणि पाकिस्ताननं या आरोपाचा इन्कार केला. पंतप्रधान नवाज शरीफ यांचे संरक्षण सल्लागार सरताज अझीझ यांनी संसदेत सांगितलं, की नियंत्रण रेषेवर २०१३ मध्ये झालेल्या गोळीबारात ११ पाकिस्तानी प्राणाला मुकले. एक कॅप्टन, तीन सैनिक आणि तीन नागरिक मारले गेले, तर ३१ लोक जखमी झाले. संयुक्त तपासाचा प्रस्ताव समोर ठेवतानाच पाकिस्ताननं हेदेखील सुचवलं, की संयुक्त राष्ट्रांच्या भारत आणि पाकिस्तानमधल्या 'मिलिटरी ऑब्झर्व्हर ग्रुप'ला बोलवण्यात यावं, पण भारतानं हा प्रस्ताव स्वीकारला नाही. पाकिस्तानातील लष्करी सूत्रांकडून नेहमी सांगितलं जातं, की नियंत्रण रेषेवर भारताकडून केला जाणारा गोळीबार हा कोणाच्या डिवचण्यामुळे केलेला नसतो. नियंत्रण रेषेवरच्या घटनांचा तपास संयुक्त राष्ट्रसंघाच्या मिलिटरी ऑब्झर्व्हर ग्रुपनं करण्याला भारतानं सतत नकारच दिलेला आहे.

दोन्ही बाजूंनी खूप तावातावानं विधानं केली गेली. पण ही आपल्या दोन्ही देशांच्या आयुष्यात नित्य घडणारी घटना होती. क्रूरपणाची कृती समोरच्याला भडकावण्यासाठीच केली जाते. पण त्या घटनांची परिणती युद्धात झाली नाही. तिसऱ्यांदा नवाज शरीफ पंतप्रधानपदी निवडून आले. पाकिस्तान त्याला दुर्मिळ

असणाऱ्या लोकशाहीचा उत्सव पुन्हा एकदा साजरा करण्यात मग्न होता. आपल्या निवडणूक प्रचारात भारतविरोधी उपहास आणि टवाळी नव्हती, याचा शरीफ यांना अभिमान होता. त्यांनी त्यांच्या शेजाऱ्यापुढे मैत्रीचा प्रेमळ हात पुढं केला. शरीफ दहशतवादाला योग्य रीतीनं हाताळतील आणि आर्थिक स्थैर्य आणतील या आशेनं सगळ्यांच्या नजरा त्यांच्याकडं वळल्या होत्या. त्या आधीच्या सरकारनं २०१२मध्ये भारताला एमएफएन दर्जा द्यायला मंजुरी दिली होती, पण अजून त्याला संपूर्ण अनुमती मिळणं बाकी होतं. दोन्ही देशांमधला संवाद २६।११च्या दहशतवादी हल्ल्यामुळे खंडित झाला होता आणि त्या खटल्यातल्या सात आरोपींविरुद्धचा खटला रडतखडत पुढं चालला होता.

भारत-पाक संबंध पुढं जाऊन तीव्र वादावादीत रूपांतरित होऊ शकतात. फार लवकर ठाम मतं बनवली जाऊ शकतात. भारतातल्या प्रत्येक जाणकारासारखंच मत मांडणारा आणि त्याच्या विरुद्ध मत मांडणारा जाणकार पाकिस्तानातही असतो किंवा याच्या उलटही असतं. दोन्ही देशांमधल्या नात्यावर दोन प्रवाहांचं वर्चस्व आहे. काहीसं अनिवार्य असलेलं पण वैरभावाचं अस्तर असलेलं शांतता प्रस्थापित करण्याविषयीचं बोलणं आणि युद्ध हाच एकमेव मार्ग असल्याचं मानणं. शांतता हवी असलेले हितचिंतक छोट्या, पण ठामपणे आपली मतं मानणाऱ्या अल्पसंख्याक गटात मोडतात. 'अमन की आशा' या त्यांच्या ध्येयाची नेहमीच खिल्ली उडवली जाते. सर्वसामान्य लोकांमध्ये एकमेकांच्या देशांबद्दल बऱ्याच वेळा सद्भावना असते. ज्यांचे नातेवाईक सीमेपलीकडं राहतात त्यांना एकमेकांना भेटण्याची इच्छा असते, पण असं करणं सोपं नाही हे त्यांना कळून येतं. गेल्या काही वर्षांत बदल झाले आहेत आणि पाकिस्तानसाठी बिझनेस व्हिसा मिळवण्यासंदर्भात भारतीय दूतावास वेळोवेळी माहिती पुरवत असतो. व्हिसाच्या संख्येत दर वर्षी वाढ होत आहे आणि दोन्ही देशांमधल्या परस्परसंबंधाविषयी कितीही वाईट बातम्या आल्या, तरी लोकांची एकमेकांशी मोठ्या प्रमाणावर देवाणघेवाण सुरू आहे. एकमेकांबद्दलचा विश्वास वाढवण्याच्या उपाययोजना केल्या जातात, पण देशभक्तीच्या जडत्वामुळे गोष्टी लवकर पुढं सरकत नाहीत. न्यायालयीन समितीची नेमणूक होऊनही एकमेकांच्या देशात तुरुंगात खितपत पडलेल्या मच्छिमारांचा प्रश्नदेखील आपण सोडवू शकलेलो नाही. ही समिती अधूनमधून परिस्थितीचं विश्लेषण करण्यासाठी दोन्ही देशांना भेट देत असते, तरी हे भिजत घोंगडं तसंच आहे. आळशीपणा आणि लालफितीच्या कारभारात सगळ्या गोष्टी अडकल्या आहेत असं वाटतं. त्यात व्यापार आणि कस्टम्स क्लीअरन्स सुलभ व्हावा यासाठी करण्याचे करारदेखील अडकले आहेत. मरण पावलेल्या मच्छिमारांचं राष्ट्रीयत्व ठरवण्यासाठी अनेक महिने खर्ची घातले जातात आणि त्यांचे नातेवाईक

पार्थिव ताब्यात मिळावं यासाठी ताटकळत बसतात. जर काश्मीरमध्ये एखाद्या ट्रक ड्रायव्हरला अटक झाली, तर नियंत्रण रेषेवरून दोन्ही देशांमध्ये चालणारा संपूर्ण व्यापार अनेक आठवडे ठप्प होऊन जातो. आपले डीजीएमओ नित्यक्रम म्हणून एकमेकांना भेटतात किंवा फोन करतात, पण एखादी विशेष घटना घडली. (उदा. एका भारतीय सैनिकाचं शिरकाण) सगळं बिनसतं. 'प्रॉक्सी' युद्धात (जे 'प्रॉक्सी' असल्यामुळंच खेळलं जातं) नेमकी जबाबदारी ठरवणं अवघड होऊन जातं. डिसेंबर २०१५मध्ये भारत आणि पाकिस्तानमध्ये 'संयुक्त संवाद' साधण्याबद्दल नाही, तर 'सर्वसमावेशक संवाद' साधण्यावर सहमती झाली. पेला अर्धा भरलेला आहे, आपण निदान कागदोपत्री तरी एकमेकांशी बोलत आहोत, अबोला धरलेला नाही हेच त्यातल्या त्यात समाधान. न बोलणं हा पर्याय आता उरलेला नाही. शिवाय कुणी तरी म्हटल्याप्रमाणे आशावादी असण्यात अधिक गंमत आहे. भारतात २०१६मध्ये पठाणकोटला झालेल्या दहशतवादी हल्ल्याचा संयुक्त तपास सुरू आहे, पण त्यात काय निष्पन्न होईल किंवा काही निष्पन्न तरी होईल की नाही, हे कुणीच सांगू शकत नाही. दुसरीकडं एकमेकांवरच्या विश्वासाचा प्रचंड अभाव आहे आणि 'बिगरशासकीय घटकां'च्या प्रश्नावर दोन्ही देशांमध्ये कायमस्वरूपी मतभेद आहेत. पाकिस्तानात २६।११चा खटला रमतगमत चालला आहे आणि भारतासाठी तो एक बागुलबुवा बनून राहिला आहे. या हल्ल्यामागचा कथित 'मास्टर माइंड' LeTचा संस्थापक हफीज सईद जानेवारी २०१७ पासून फक्त स्थानबद्धतेत आहे. काळच हे ठरवेल, की त्याला शिक्षा होणार किंवा नाही. परंतु पाकिस्तान काही दहशतवाद्यांना लगाम घालण्यात अपयशी ठरलं आहे, उदा. जैश-ए-मोहम्मदचा मसूद अझर, पठाणकोट हल्ल्यानंतर त्याला काही काळ स्थानबद्धतेत ठेवलं होतं. तसंच इतर काही दहशतवादी उदा. चरार-ए-शरीफ बंदूक युद्धातून निसटलेला मस्त गुल, जो TTPचा सक्रिय सदस्य आहे. द्वेषानं भरलेली भारतविरोधी वक्तव्यं, भाषणं यांच्यावर ना बंदी घातली जाते, ना ती करणाऱ्याला शिक्षा दिली जाते. भारतीय जनता पक्षानं जम्मू आणि काश्मीरमध्ये मेहबूबा मुफ्ती यांच्या नेतृत्वाखालील सरकारची स्थापना केली आहे, पण त्यातून आश्वासित सुधारणा अजून तरी होताना दिसत नाही. आज अफगाणिस्तानातलं सरकार अस्थिर आहे आणि तालिबान व इसिस हे त्या देशात अनिर्बंधपणे, कसलीही दयामाया न दाखवता हिंसाचाराचं थैमान घालत आहेत. तालिबान बऱ्याच ठिकाणी कब्जा (जून २०१६पर्यंत नऊ जिल्ह्यात) करत चाललं आहे.'[१] त्यांना बोलणी करण्यासाठी आमंत्रित करण्याचा प्रश्नच येत नाही असं अध्यक्ष घनी यांचं म्हणणं आहे. पाकिस्तानला अजूनही धोरणात्मक सखोलता गाठण्याची महत्त्वाकांक्षा आहे आणि ती साध्य करण्याच्या इतक्या जवळ पोचल्यानंतर

पाकिस्तान ते प्रयत्न सोडून देण्याची सुतराम शक्यता नाही.[२]

अतिया होसेन यांनी लयाला जाणाऱ्या लखनऊला उद्देशून 'सनलाइट ऑन अ ब्रोकन कॉलम' ही अतिशय सुंदर आणि मनावर गारूड करणारी कविता लिहिली आहे.[३] या कवितेच्या शेवटी कवितेतली सलीम ही व्यक्तिरेखा नव्याने निर्माण झालेल्या देशांमध्ये एकमेकांना भेटायला जाण्यासाठी व्हिसा लागणार असल्याच्या कल्पनेवर उपहासानं हसते. पाकिस्तान हा एक दुसरा देश असणार आहे आणि तिथल्या लोकांचं राष्ट्रीयत्व वेगळं असणार आहे ही कल्पनाच अविश्वसनीय आहे. मी ते पुस्तक वाचत असताना मला ही गोष्ट प्रकर्षानं जाणवली. मला हे जाणवलं, की काही क्षणांपूर्वी एकच देश असलेल्या या भूमीतल्या एका भागात जाण्यासाठी परवानगीची गरज लागणार आहे, ही बाब विचारांच्या पलीकडली वाटत असणार. एकसंध देशाचे दोन तुकडे झाले, तरी रक्ताचे बंध अतूटच राहतात. जे लोक पाकिस्तानात राहण्यासाठी गेले, त्यात काइद-इ-आझम मोहम्मद अली जिनाही होते. त्या सगळ्यांना बहुधा असं वाटलं होतं, की आपली मालमत्ता आपण आहे तशीच ठेवून जाऊ शकतो. बऱ्याच लोकांना मनातून अशी आशा वाटत होती, की आपण कधी ना कधी आपल्या जुन्या घराला भेट देऊ शकू. फाळणीचा हा हृदयद्रावक पैलू लोकांना कायम भेडसावत राहील. व्हिसा मात्र त्यांच्या जखमांवर मीठ चोळण्याचं काम करत असतो.

भारतीय उपखंडाचं विभाजन प्रत्येकाच्या मनात कडवटपणाची आणि वैमनस्याची भावना निर्माण करून गेलं. या विभाजनानं दोन भांडणारी राष्ट्रं निर्माण केली. संरक्षरणावरचा खर्च वाढवण्याची या दोन्ही राष्ट्रांमध्ये जणू चढाओढच लागलेली असते. सन २०१४ मध्ये भारत शस्त्रास्त्रं आयात करणारा जगातला सगळ्यांत मोठा देश ठरला. मौलाना आझाद म्हणाले तसं, 'फाळणी ही भारतासाठी एक शोकांतिका होती.'[४] बऱ्याच जणांकडून फाळणी आणि तिच्या परिणामांचं वर्णन करताना हा शब्द वापरण्यात येतो. सरदार पटेलांनी तिला 'प्रलय' असं संबोधलं. फाळणी झाली नसती, तर 'आपण आणखी चांगल्या अवस्थेत राहिलो असतो.'[५] जिना एकदा 'पाकिस्तान नसण्यापेक्षा वाळवीनं खाल्लेला पाकिस्तान असला तरी चालेल'[६] असं म्हणाले होते. त्यांनी चंद्र मिळवण्याचा हट्ट धरला आणि तो मिळवलाच. आपण दैवयोगानं नव्हे, तर स्वत:च्या कर्मानं एकमेकांचे शत्रू झालो. आणि मौलाना आझाद दु:खानं म्हणाले त्याप्रमाणे, 'या परिस्थितीचं सगळ्यांत मोठं खेदजनक वैशिष्ट्य म्हणजे भारतीय उपखंड दोन राष्ट्रांमध्ये विभागला गेला, जी एकमेकांकडं तिरस्कारानं आणि भीतीनं बघतात.'[७] दोन्ही देश सतत नवीन शस्त्रास्त्रांची चाचणी घेत असतात आणि स्व-संरक्षणाच्या नावाखाली अण्वस्त्रांचा मोठा साठा निर्माण करत राहतात. पण एवढं करूनही मनातली वैरभावना काही

कमी होत नाही. आपण, शेजाऱ्यांशी वागतात तसं एकमेकांशी वागत नाही. फाळणी ही एका सुंदर मैत्रीची सुरुवात वगैरे काही नव्हती. दुसऱ्या पातळीवर, हे विभाजन आणि त्याच्या परिणामी झालेला रक्तपात मन सुन्न करणारा आहे आणि त्या विभाजनाची चुकवावी लागलेली किंमत हादरवून टाकणारी आहे. सीमा पार करून पाकिस्तानात जाण्यासाठी भारतीयांना व्हिसा लागतो आणि पाकिस्तानातून भारतात यायचं असेल तरी लागतो. नेपाळ किंवा श्रीलंकेत किंवा अगदी थायलंडमध्येसुद्धा आपण सहजपणे जा-ये करू शकतो. या पार्श्वभूमीवर हा विरोधाभास उठून दिसतो.

दोन्ही देशांची निर्मितीनंतरची सुरुवातच अनर्थकारक झाली. सन १९४७-४८ मध्ये काश्मीरवरून युद्ध झालं. भारत पाकिस्तानचा ताबा मिळवायला उत्सुक असल्याची किंवा पाकिस्तान कधी तरी मोडून पडेल अशी भारताला आशा असल्याची भीती पाकिस्तानला कायम राहिली. पाकिस्तानचे पहिले मुस्लीम लष्करप्रमुख आणि नंतर अध्यक्ष झालेले अयूब खान यांना पाकिस्तानच्या संरक्षणाची मोठी काळजी वाटत होती, कारण 'भारताचं उद्दिष्ट विस्तार करणं, वर्चस्व गाजवणं आणि स्वत:चा प्रभाव पसरवणं हे आहे. भारत पाकिस्तानला आपला पहिल्या क्रमांकाचा शत्रू मानतो,'[८] असं त्याचं मत होतं. लष्कर उभारण्यामागच्या कारणाचं समर्थन करताना ते म्हणाले, की त्यांना शेख अब्दुल्लांकडून असं समजलं, की पंडित नेहरूंनी त्यांना सांगितलं होतं, की काही वर्षांतच पाकिस्तान मोडून पडेल. पाकिस्तानचं राजकीय अस्तित्व टिकणार नाही या गृहीतकाच्या आधारे त्यांना शेख अब्दुला यांच्यासह काही योजना आखायची होती.'[९] त्यांची अशी खात्री होती, की भारत कधीही शांत न बसणारा शत्रू आहे आणि जन्माच्या वेळीच पाकिस्तानला अपंग करून टाकण्याची त्याची मनीषा होती,'[१०] शिवाय भारताने अशी एक मानसिकता तयार केली होती, की पाकिस्तानला भारताचा शत्रू होण्याची इच्छा नव्हती, तरी भारत मात्र त्याला शत्रूसारखीच वागणूक देत राहिला.[११]

नेहरूंच्या वक्तव्यांनीसुद्धा परिस्थिती सुधारायला मदत केली नाही. ते एकदा म्हणाले होते, 'आम्ही एका सुंदर सजवलेल्या ताटात काश्मीर पाकिस्तानला देऊ केलं, तरी पाकिस्तान भांडण उकरून काढायला दुसरं काही तरी कारण शोधून काढेलच. कारण काश्मीर हे केवळ एका आजाराचं लक्षण होतं आणि तो आजार होता भारताबद्दलचा द्वेष.'[१२] सरदार पटेलांनी पाकिस्तानचा उल्लेख 'रोगग्रस्त अवयव जो कापून काढावा लागला,' असा केला आणि एक दिवस तो पुन्हा परत येईल असं म्हटलं.[१३] पाकिस्तानचं अस्तित्व लवकरच संपुष्टात येईल, असं काही भारतीय नेत्यांना वाटत होतं, तर अयूब खान यांचं म्हणणं होतं, 'भारत त्याच्यापुढं असणाऱ्या अडचणींच्या ढिगाऱ्याखाली मोडून पडेल. फक्त कधी,

एवढाच प्रश्न आहे. भारताला त्याच्या नशिबावर सोडून देणं हेच शहाणपणाचं ठरेल.'[१४]

चमकदार वक्तव्य बाजूला ठेवून पाहिलं, तर पंजाबात हे स्पष्ट होतं, की विभाजनामुळे परस्परांविषयीचा स्नेह कमी झाला नव्हता आणि संबंध सुधारण्याची आशा जिवंत होती. डिसेंबर २०१३ मध्ये राजमोहन गांधी त्यांच्या 'अ हिस्टरी फ्रॉम औरंगजेब टू माउंटबॅटन' या पुस्तकाच्या प्रकाशन समारंभासाठी इस्लामाबादला आले होते तेव्हा म्हणाले होते, 'पंजाबच्या दोन्ही बाजूंकडच्या लोकांच्या मनात आणि उपखंडात आपल्या सरकारांनी एकत्र यावं अशी सुप्त इच्छा दडलेली आहे.'[१५] त्या वेळी 'इन्स्टिट्यूट ऑफ स्ट्रॅटेजिक स्टडीज्'चं सभागृह ओसंडून वाहत होतं, त्यावरून हे लक्षात येत होतं, की फाळणी आणि तिच्याशी निगडित स्मृतींच्या खोल जखमा पंजाबच्या मनात अजूनही ठसठसत आहेत. लोक त्याच्या आठवणींच्या पायवाटेनं गतकाळात निघून गेले आणि राजमोहन गांधींना प्रश्न विचारण्याचं भानही त्यांना राहिलं नाही. 'अविभाजित पंजाबच्या लोलकातून पाकिस्तान आणि भारताला जाणून घेण्याचा प्रयत्न' या विषयावरचं त्यांचं व्याख्यान श्रोते शांतपणे ऐकत होते. दोन्ही देशांच्या प्रश्नावर उत्तर शोधण्यासाठी 'पुरेशा सार्वमताची' हाक देणाऱ्या काही मोजक्या लोकांपैकी ते एक होते. त्यांचं पुस्तक, १९४७मध्ये फाळणीपश्चात झालेल्या दंगलींच्या फारशा प्रकाशात न आलेल्या पैलूला स्पर्श करतं. या दंगलींमध्ये आजवर झालेल्या कत्तलींपैकी सगळ्यांत भीषण कत्तली केल्या गेल्या. पण तरीही पंजाबमध्ये असे अनेक लोक होते ज्यांनी एकमेकांचं रक्षण केलं. दोन्ही समाजांच्या ज्या लोकांनी परस्परांचं रक्षण केलं त्यांची संख्या ज्यांनी कत्तली केल्या त्या लोकांपेक्षा किती तरी जास्त होती असं ते म्हणाले. त्याचं (त्यांच्या निरीक्षणाचं) श्रोत्यांनी कौतुक केलं. बहुसंख्य लोकांनी एकमेकांना मदत केली आणि हे प्रयत्न धाडसी आणि यशस्वी ठरले. त्यानंतर झालेल्या युद्धात, 'प्रॉक्सी' युद्धात आणि दहशतवादात ही गोष्ट विसरली गेली आणि लोकांपर्यंत पोचली नाही. एकमेकांबद्दल असलेल्या कौतुकाच्या अभावाचा हा एक स्तर होता.

लोकांना एकमेकांपासून वेगळं ठेवणं आणि परस्परांविषयीच्या पक्क्या साचेबद्ध कल्पनांना चिकटून राहणं हा या खेळाचा आणखी एक भाग. सैन्यशक्तीची भीती दाखवण्याच्या आणि उंदीर-मांजराच्या खेळात दोन शत्रुत्व बाळगणाऱ्या देशांच्या हातातलं व्हिसा हे एक शस्त्र होऊन बसलं आहे, पाकिस्तानचे एक मंत्री म्हणाले तसं हा द्विपक्षीय संबंधांमधला सर्वांत मोठा नि:शुल्क अडथळा आहे. व्हिसा मिळवण्यासाठी वाट बघताना तुमच्या संयमाची कसोटी लागते आणि शिवाय तो येतो तेव्हा त्याच्यासोबत निर्बंधही घेऊन येतो. मला व्हिसा मिळायला आठ महिने

लागले. मी जवळजवळ आशा सोडून दिली होती. त्यात भर म्हणून माझ्या सहकाऱ्यांनी, मला तो मिळणारच नाही असं उपरोधिक मत व्यक्त केलं होतं. पाकिस्तान भारतीयांसाठी विशिष्ट शहरांसाठीचा व्हिसा मंजूर करतो आणि भारतही तसंच करतो. सन २००८ पर्यंत मला हे माहीत नव्हतं. मुंबईवर दहशतवादी हल्ला झाल्यानंतर त्या वेळी पाकिस्तानात असलेली 'द हिंदू'ची वार्ताहर निरुपमा ओकराला जाऊन अजमल कसाबच्या कुटुंबाला भेटू शकेल अशी मला आशा वाटत होती. एक अमेरिकी पत्रकार तिथं पोचण्यात यशस्वी ठरला आणि त्यानं स्टोरी केली. व्हिसाबाबत मला काही अपवाद आढळून आले आणि मी चकितच झाले. काही लोकांना भेट देण्याचं स्वातंत्र्य दिलं गेलं होतं, पण तरी बहुतेकांच्या मनात भीती होती. तुम्हाला व्हिसा मिळणार आहे की नाही मोठाच प्रश्न होता.

एक वार्ताहर म्हणून मला आधीच बजावण्यात आलं होतं, की मला इतर लोकांच्या व्हिसांसाठी हस्तक्षेप करावा लागू शकतो. पण नियमांमध्ये बदल झाल्यानं लोकांना त्यांचे अर्ज थेट दूतावासाला कुरिअर करता येऊ लागले. हा बदल मी तिथं पोचायच्या आधीच झाला आणि मला हायसं वाटलं. वार्ताहरांसाठी दिल्या जाणाऱ्या व्हिसाचा प्रश्न दोन्ही देशांच्या ताणल्या गेलेल्या संबंधांनी रंगला आहे.

अडकून पडलेले मल्याळी

माझ्या प्रवासांच्या दरम्यान मला अगदी अनपेक्षित ठिकाणी मल्याळी लोक भेटले. (नील आर्मस्ट्रॉंग चंद्रावर पोचायच्या आधीच हे लोक तिथं जाऊन पोचले होते आणि चहाचा कप घेऊन त्याच्या स्वागताला हजर होते असा एक जुना विनोद प्रचलित आहे) पण कराचीतसुद्धा हा समुदाय आभासी विजनवासात असेल (माझ्या २०११च्या भेटीत) अशी मी कल्पनाही केली नव्हती. कै. बी. एम. कट्टी किंवा 'कट्टी सार' असं संबोधलं जाणाऱ्या एकाची मी आभारी आहे. त्यांच्यामुळे आम्हाला पाकिस्तानात अडकून पडलेल्या एका मल्याळी गटाला भेटण्याची संधी मिळाली. जेव्हा बी. एम. कट्टी १४ ऑगस्ट १९४९ रोजी कराचीत दाखल झाले तेव्हा तिथं केरळहून आलेला बऱ्यापैकी मोठा मुस्लीम समाज होता. त्यांनी स्वत:चं वर्णन 'सुशिक्षित शटलकॉक' असं केलं. ते कराचीत येण्यामागं कोणतंही तर्कशुद्ध कारण नव्हतं. एक आघाडीचे ट्रेड युनियन संघटक आणि शांतता कार्यकर्ते असलेले कट्टी पीआयएलईआरचे सचिव आहेत आणि 'पाकिस्तान शांतता युती'चे (Pakistan Peace Coalition) सर्वसाधारण सचिव आहेत. ते वरचेवर त्यांच्या केरळमधल्या मलप्पुरम जिल्ह्यातील वैलथूर इथल्या त्यांच्या 'सुंदर' घराला भेट देत असतात. भारतातही त्यांना बरेच लोक ओळखतात. मी

नंतरही एकदा त्यांना दिल्ली प्रेस क्लबमध्ये भेटले तेव्हा ते नेहमीच्या गप्पिष्ट मूडमध्ये होते, पण त्यांची तब्येत मात्र तितकीशी चांगली नव्हती.

ते जेव्हा १९४९ मध्ये त्यांचं घर सोडून निघाले आणि का कोण जाणे पण, कराचीकडे निघाले तेव्हा पासपोर्ट नव्हते. त्यांचं स्वागत तिथं 'मुहाजिर' म्हणून झालं. कराचीत त्यांना भरभराटीला आलेला मल्याळी समाज भेटला, सगळे बहुतेक छोट्या व्यवसायांमध्ये गुंतलेले होते आणि हॉटेल, विड्या बनवण्याचे छोटे कारखाने चालवत होते.[१६] १९८६ मध्ये 'मलबार मुस्लीम जमात'नं केलेल्या एका सर्वेक्षणात तिथं ६४ हजार केरळी असल्याची नोंद करण्यात आली. त्यातले बहुतेक लोक १९२१ मध्ये झालेल्या मोपल्यांच्या उठावादरम्यान पळून आले होते. हा आकडा आतापर्यंत निम्म्याहूनही कमी झाला असेल. १९२१ मध्ये स्थापन झालेल्या 'मलबार मुस्लीम जमात'चे सी. एच. महमूद यांच्या मोजणीनुसार कराचीत १० हजार केरळी मुस्लीम आहेत. कट्टी यांनी उत्तर प्रदेशच्या बिरजिस या मुस्लीम स्त्रीशी विवाह केला. त्यांचं भाषाकौशल्य मर्यादित होतं, पण त्या वेळी ते तेवढं महत्त्वाचं वाटलं नाही. आम्ही कराचीतल्या त्यांच्या साध्याशा फ्लॅटमध्ये भेटलो. त्यांच्या सुंदर पत्नीच्या आणि मुलांच्या अनेक कृष्णधवल छायाचित्रांनी, ढीगभर पुस्तकांनी भरलेली ती खोली त्यांच्या साध्या पण तणावपूर्ण अशा सक्रिय कार्यकर्ता जीवनाची साक्ष देत होती. अयूब खान यांच्या हुकूमशाही राजवटीदरम्यान त्यांनी दोन वर्षं आणि ११ महिने तुरुंगवासात घालवले होते.

ते त्यांच्या पुस्तकात उल्लेख करतात, की कराचीच्या जुन्या मेरवा शाह कब्रस्तानात जमातनं एक छोटा हिस्सा खास केरळी मुस्लिमांचं दफन करण्यासाठी राखून ठेवला आहे. त्यांच्या राजकीय जीवनात ते अवामी नॅशनल पार्टीच्या कामात सक्रिय होते आणि बलुचचे राजकारणी घौस बक्श बिझेंजो यांचे जवळचे सहकारी होते. त्यांच्या आत्मचरित्राचं संपादन कट्टींनी केलं होतं. नंतर ते नॅशनल डेमॉक्रॅटिक पार्टीत सहभागी झाले. तब्येत बरी नसतानाही ते प्रवास करतात. दोन्ही देशांमध्ये अधिक चांगले संबंध प्रस्थापित व्हावेत यासाठीचा हा शक्तिशाली आणि समंजस आवाज असल्याचं मानलं जातं.

ज्या व्हिसाच्या प्रश्नानं काल्पनिक सलीमला पेचात टाकलं होतं त्याच प्रश्नानं खऱ्या आयुष्यातल्या केरळी माणसाला फाळणीनंतर सुमारे तीस वर्षांनी गोंधळात टाकलं. 'दुबई' असं सांगून त्याला कराचीत उतरवलं गेलं तेव्हा! केरळात 'आखाती देशांचा बोलबाला' असलेला तो काळ होता. नोकरी शोधणाऱ्या भाबड्या लोकांची एजंटकडून फसवणूक व्हायची. पन्नाशीतला कादर हा आता पाकिस्तानी नागरिक आहे. पण त्यानं आम्हाला सांगितलं, की त्याचा व्हिसासाठीचा अर्ज नामंजूर केला गेला आणि त्याला त्याच्या आजारी पत्नीला भेटायला केरळला

जाता आलं नाही. सन १९७६च्या त्या रात्री अंधारात जहाजावरून उतरल्यावर त्याला ते ठिकाण कराची आहे हे कळलं नाही. त्यानं दुबईला जाणाऱ्या जहाजावर चढवण्यासाठी एजंटला ८०० रुपये मोजले होते. तो १९८१ मध्ये लग्न करण्यासाठी म्हणून घरी गेला होता आणि त्याला चार मुलंही आहेत. त्याचा मोठा मुलगा त्याच्या स्वप्ननगरीत, म्हणजे दुबईत कामाला आहे. कादर त्याच्या कुटुंबाला भेटायला अधूनमधून जात असायचा. एक-दोन महिने भारतात घालवायचा. परंतु त्यांना तो कराचीला कधीच आणू शकला नाही. भारतीय अधिकारी त्यानं वारंवार विनवण्या करूनही ऐकत नव्हते, की तो पाकिस्तानात जन्मला नव्हता आणि म्हणून त्याला केरळला जाऊ देण्यात यावं.

फाळणीचा हा आणखी एक गोंधळात टाकणारा दुष्परिणाम – जेव्हा एखाद्या माणसाचं राष्ट्रीयत्व भारतीय असतं तेव्हा त्याला ते आधी सिद्ध करावं लागतं आणि मग परत जाण्यासाठी व्हिसाचा अर्ज करावा लागतो. कादरसारखे आणखीही लोक आहेत ज्यांना फसवून कराचीला नेण्यात आलं. त्यांनी भारतीय नागरिकत्वाची मागणी केली आहे. पुन्हा एकदा व्हिसा नाकारला गेल्यावर कादर उद्वेगानं म्हणाला, की दोन्ही देशांमध्ये एक गोष्ट अगदी सारखी आहे आणि ती म्हणजे लोकांचा छळ करणं. मी याच्याशी सहमत आहे. आपल्या संबंधांना आव्हान देणारे कितीतरी महत्त्वाचे प्रश्न आहेत, काश्मीर हा तर त्यात अग्रस्थानी आहे. तरी ते सोडवण्यासाठी कोणतेही विशेष प्रयत्न केले जात नाहीत. त्याऐवजी दोन्ही देशांमधल्या तणावात आणि मतभेदात सामान्य लोक भरडले जातात. या मतभेदांमध्ये व्हिसाचा उपयोग एक शस्त्र म्हणून केला जातो. या शस्त्राद्वारे नागरिकांचा छळ केला जातो, त्यांना भीती दाखवली जाते. या नागरिकांना सीमा ओलांडून प्रवास करण्याचा आणि एकमेकांच्या कुटुंबीयांना भेटण्याचा हक्क असतो. कादरसारखे लोक, मच्छिमार, सीमेपलीकडे नातेवाईक असणारे सर्वसामान्य लोक – हे सगळे दोन्ही देशांमधल्या वैरभावामुळे झालेलं एक प्रकारचं आनुषंगिक नुकसान आहेत. बरेचसे मल्याळी कराचीमध्ये दुकानदार आहेत आणि ते जुन्या मुहाजिर वस्त्यांमध्ये विखुरलेले आहेत. जुनाट, उदासवाण्या इमारतींमध्ये, अगदी भारतीय मध्यमवर्गीय वस्त्यांसारखे. त्यांना मायभूमीबद्दल वाटत असलेली ओढ ते उसन्या आणलेल्या अवसानाच्या बुरख्याखाली दडवून ठेवतात. पण तोही आता अगतिकतेच्या उन्हाचे चटके खाऊन झिरझिरीत झाला आहे.

इस्लामाबादला माझी नियुक्ती झाल्यानंतर मी तिथं आणखी एक स्टोरी करणार होते. कराचीत अडकून पडलेल्या आणि मायभूमीला परत जाण्याची कोणतीही आशा नसलेल्या एका दुर्दैवी कुटुंबाची. अखेरीस त्यांना परत जाता आलं. याचं श्रेय कट्टींना द्यायला हवं, कारण त्यांनी त्या कुटुंबाच्या परतीच्या

व्हिसासाठी भारतीय दूतावासाकडे सातत्यानं विनंती अर्ज केले होते.

सार्वमत आणि स्वयंनिर्णयाचा अधिकार

अयूब खान एकदा नेहरूंना म्हणाले तसं, 'भारत आणि पाकिस्तानमधले संबंध प्रवाहानुसार वाहत पुढं गेले आहेत. त्यांना कोणताही तर्कशुद्ध आकृतिबंध नाही. माझ्या मते यामागचं कारण असं, की शेजारधर्म निभावण्यासाठी कोणत्याही देशानं योजना आखलेली नाही.'[१७] अयूब यांना वाटलं, की नेहरू त्यांच्या विविध योजनांना म्हणावा तसा प्रतिसाद देत नाहीत आणि त्यावरून त्यांनी निष्कर्ष काढला, की भारत एक बरोबरीचा आणि सन्माननीय शेजारी म्हणून राहायला कधीही तयार होणार नाही. जिथं आम्ही आमच्या विचारांप्रमाणे आणि श्रद्धेप्रमाणे आमच्या आयुष्याची आखणी करू शकू अशी मातृभूमी शोधण्यासाठी आम्हाला ब्राह्मणी अविचारी राष्ट्रवाद आणि ब्राह्मणी अहंकाराने बाध्य केलं. आम्ही वेठबिगाऱ्यासारखं आयुष्य कंठावं अशी त्यांची इच्छा होती. सध्या भारतात राहत असलेल्या मुस्लीम अल्पसंख्याकांची नेमकी हीच अवस्था आहे.[१८] ते पुढं 'भारताच्या नसानसात भिनलेल्या मुस्लिमांबद्दलच्या द्वेषाविषयी' बोलले. 'भारताच्या मनातला पाकिस्तानविषयीचा वैरभाव आपल्या शेजारी मुस्लीम शक्ती वाढत आहे हे पाहायला नकार देण्यातून उद्‌भवला आहे. आपल्या सीमेजवळ किंवा सीमेपासून दूरवर असलेल्या भागात मुस्लिमांनी एकत्र येणंही भारताला कधी सहन होणार नाही.'[१९]

एखाद्या काळ्याकुट्ट, प्रलयंकारी, खाली ओथंबून आलेल्या ढगासारखं आपल्या संबंधांत काही तरी अनिष्टसूचक आहे आणि एरवी त्या ढगांना असते तशी रुपेरी किनार या ढगाला तरी नाही. स्टीफन कोहेनसारख्या लेखकांना वाटतं, की भारत-पाकिस्तानमधलं शत्रुत्व २०४७ पर्यंत टिकून राहील आणि दोन्ही देशांच्या निर्मितीपासून सुरू असलेल्या शत्रुत्वाचं शतक पूर्ण होईल.[२०] एकमेकांवर कुरघोडी करणाऱ्या प्रतिस्पर्ध्यांसारखं हे नातं आहे. पुढं जाण्याचे सगळे मार्ग त्यामुळं खुंटतात. दोन्ही देश शत्रुत्व आणि शांतता यांच्या मार्गांवर जसे प्रवाह असतील तसे वाहत चालले आहेत. द्विराष्ट्र सिद्धान्त १९७१ मध्येच मोडून पडला आहे असं दिसतं. त्यामुळं पाकिस्तान आणि पाकिस्तानी जनता यांच्या निराशेत भर पडली आहे. कारण भारतानं नवजात मुस्लीम राष्ट्राला नेस्तनाबूत करण्याचा चंग बांधला आहे, ही पाकिस्तानला वाटत असलेली सगळ्यांत मोठी भीती खरी असल्याचं त्यातून सूचित झालं आहे. फाळणीपासूनच दोघांच्याही दृष्टिकोनात फरक होता. भारतासाठी, ब्रिटिशांच्या पारतंत्र्यातून झालेल्या सुटकेच्या आनंदाला फाळणीच्या दुःखाचं ग्रहण लागलेलं होतं, तर पाकिस्तानसाठी स्वतंत्र झाल्याचा आनंद होता.

खोलवर रुतलेल्या अनेक गुंतागुंतीच्या बाबी आणि पूर्वग्रह यांनी दोन्ही

देशांमधले संबंध मलिन केले आहेत. अयूब खान यांनी भारतावर केलेल्या कडवट टीकेत म्हटलं आहे की, भारताचं राष्ट्रीयत्व हिंदुत्वावर आधारित आहे आणि पाकिस्तानचं इस्लामवर'[२१] त्या वेळी असं नसलं, तरी आता वेगानं तिची वाटचाल त्या दिशेनं होत आहे. मी पाकिस्तानला भेट देईपर्यंत मला वाटत होतं, की काश्मीर हा भारत आणि पाकिस्तान यांच्यामधला मुख्य प्रश्न आहे. तो एकदा सोडवला, की सगळं काही सुरळीत होईल असा माझा विश्वास होता. 'पाकिस्तानसाठी भारताच्या मैत्री करण्याच्या इच्छेची प्रामाणिकता मोजण्याचा काश्मीर हा निकष होता'[२२] आणि वाढत्या वैरभावाचं कारणही. वास्तविक वेगवेगळे काश्मिरी गट राजधानीत नियमितपणे काही ना काही कार्यक्रम आयोजित करत असले तरी त्यांना समर्थन द्यायला इतर कोणी फारसं उपस्थित नसायचं, असं माझं निरीक्षण होतं. शेख अब्दुल्ला यांची अशोभनीय उपमा पुन्हा वापरायची तर भारत आणि पाकिस्तानला हवं असणारं ते 'सुंदर शरीर' अजूनही त्यांच्या आवाक्याबाहेरचं होतं.[२३]

भारत आणि पाकिस्तानला काश्मीर हवं होतं आणि काश्मिरी लोकांना स्वातंत्र्य हवं होतं. तीन युद्धं, बराचसा रक्तपात आणि १९४७ नंतर सात दशकं घालवूनसुद्धा त्यांपैकी कुणीही त्याला हवं ते मिळवू शकलेलं नाही. गंमत म्हणजे पाकिस्तानात मला असे अनेक लोक भेटले ज्यांचं म्हणणं होतं, की काश्मीरचा वाद असाच चालू राहील, पण त्याचा अर्थ भारत आणि पाकिस्तान एकमेकांचे मित्र होऊ शकत नाहीत, असा होत नाही. पाकिस्तान सरकार याच्याशी सहमत नाही – ते घसा फोडून सांगत राहतं, की हा प्रश्न भूभागाचा नाही तर लोकांच्या आकांक्षांचा आहे आणि भारत एक इंचही जमीन देऊ इच्छित नाही. त्यामुळं काश्मीर प्रश्न आहे तसाच राहतो. मी तिथं असताना काश्मीरचं नाव वारंवार बातम्यांमध्ये झळकायचं. जम्मू-काश्मीर लिबरेशन फ्रंटचा (JKLF) नेता यासीन मलिक याची पत्नी आणि मुलगी यांच्या व्हिसाचा प्रश्न, एलईटी प्रमुख हाफीज सईद याचे मोर्चे किंवा त्यानं वापरलेले अपशब्द, दुखतरन-ए-मिल्लतचा संस्थापक अध्यक्ष सय्यद आसिया अंद्राबी यानं श्रीनगरहून फोनवर भारताला वाहिलेली शिव्यांची लाखोली, दिवंगत हमीद गुल याने भारतावर काढलेला राग किंवा इस्लामाबादच्या काश्मिरींनी काढलेले निषेध मोर्चे, सभा आणि घेतलेल्या पत्रकार परिषदा. काश्मिरी लोकांबरोबर झालेल्या अनौपचारिक भेटींमध्ये ते सांगायचे, की या प्रश्नावर कधी गांभीर्यानं चर्चा झालीच नाही.

पाकिस्तान सरकारनं एक ई-मेल मोहीम सुरू केली होती. 'काश्मीर सॉलिडॅरिटी डे' - ५ फेब्रुवारी २०१४ रोजी संयुक्त राष्ट्रांच्या सर्वसाधारण सचिवांना ई-मेल लिहून अशी मागणी करण्यात आली, की संयुक्त राष्ट्रांमध्ये मंजूर झालेल्या

ठरावांची प्रत्यक्ष अंमलबजावणी करण्यात यावी. त्या ई-मेलमध्ये असं लिहिलं होतं, की सार्वमतानं नियुक्त केलेल्या प्रशासकाची नियुक्ती हा काश्मीर प्रश्नावरचा एकमेव उपाय आहे. शिवाय सैन्य माघारी घेणं आणि फार उशीर होण्यापूर्वी जम्मू आणि काश्मीरच्या लोकांची काय इच्छा आहे ते पाहण्यासाठी संयुक्त राष्ट्रांच्या देखरेखीखाली सार्वत्रिक मतदान घेणं हेही फार महत्त्वाचं आहे. त्या दिवशी बरीच भारतविरोधी भाषणं आणि सार्वमत घेण्याच्या मागण्या ऐकायला मिळाल्या. पाकिस्तान हे म्हणतच राहिला, की काश्मिरींच्या हक्कांसाठी संयुक्त राष्ट्रांचे ठराव हा एक मापदंड ठरेल. प्रेस क्लबजवळच्या रस्त्यावर मी उभी होते आणि सगळ्या गोष्टींचं खापर भारताच्या माथी मारत असलेल्या जेयूडीच्या सदस्यांचं भाषण ऐकत होते. जेईआय, दिफा-ए-पाकिस्तान कौन्सिल आणि जेयूडी यांनी भारताच्या सुरक्षा संस्थांनी काश्मीरमध्ये चालवलेल्या जुलमाच्या विरोधात वेगवेगळे निषेध मोर्चे काढले होते. त्यात काश्मिरींना स्वयं-निर्णयाचा अधिकार देण्याची मागणी केली जात होती. 'इंडिया का एक इलाज, अल् - जिहाद, अल् - जिहाद' जेयूडीचे सदस्य झेंडे फडकावत ओरडत होते. वक्ते म्हणत होते, की फक्त 'पवित्र युद्ध' करूनच काश्मीरची मुक्तता होऊ शकते. 'इंडिया तेरी मौत आयी लष्कर आयी, लष्कर आयी,' 'फलाह-इ-इन्सानियत' (JuDची मानवतावादी शाखा) असे शब्द लिहिलेली चमकदार रंगांची जाकिटं घातलेला जमाव घोषणा देत होता. जेयूडीच्या मिरवणुकांमध्ये युद्धाच्या घोषणा आणि भारताविरुद्ध जिहादचं आवाहन या गोष्टी नेहमीच्याच होत्या. मी ज्या पहिल्या मिरवणुकीच्या वेळी उपस्थित होते, त्यात रस्ताभर मोठ्या संख्येनं तरुण युद्धाची मागणी करत होते.

इजाझ-उल्-हक या पीएमएलच्या (झिया) नेत्यानं आणखी पुढची पायरी गाठली. तो म्हणाला, की हिटलरनं ज्यूंना एकेक करून मारलं, पण काहींना सोडून दिलं जेणेकरून बाकीचे मेले आहेत हे त्यांनी जगाला सांगावं. 'जन्नत'मध्ये एकही काफिर जगू शकत नाही. त्यानं घोषणा केली, काश्मीरचा प्रश्न केवळ जिहादच सोडवू शकतो – आता सफाचट दाढी केलेले लोकही जिहादसाठी तयार आहेत, तो गरजला. अंजुमन नौजवान-ए-पाकिस्तानचा नेता आणि माजी आयएसआय प्रमुख हमीद गुल यांचा मुलगा अब्दुला गुल म्हणाला, 'ये गोली और बंदूक का रिश्ता है.' त्यानं हे ठासून सांगितलं, की भारताबरोबर व्यापार होऊ शकत नाही किंवा भारतासाठी एमएफएन दर्जाही दिला जाणार नाही. आता इस्लामी शक्तींच्या उदयाचा काळ आला आहे. तो एखाद्या प्रेमळ तरुणासारखा दिसत होता, पण त्याच्या भाषणांमध्ये त्याच्या वडिलांच्या भाषणांपेक्षाही जास्त विखार भरलेला होता. आसिया अंद्राबीनं फोनवर उंच स्वरात भाषण दिलं. भारत काश्मीरवर कब्जा करू शकतो पण काश्मीरच्या लोकांच्या हृदयावर नाही, ती

म्हणाली. काश्मीर भारताचा भाग कधीच बनू शकणार नाही, अशी पुस्तीही तिनं जोडली. 'अपवित्र' भारतापासून काश्मीरला मुक्त करावं असं आवाहन तिनं पाकिस्तानला केलं. पाकिस्तानी सरकारला तिनं आग्रह केला, की काश्मीर हा पाकिस्तानचा अविभाज्य भाग असल्याचं त्यानं भारताला सांगावं. काश्मीर पाकिस्तानचाच भाग होणार, ती किंचाळत म्हणाली. तिचा आवाज रागानं अजूनच वर चढत गेला. आता दिवंगत झालेला हमीद गुल याला असा विश्वास वाटत होता, की काश्मिरी जनता भारताबरोबर कधीच जाणार नाही. त्यांना स्वयंनिर्णयाचा अधिकार दिला गेला पाहिजे, तो म्हणाला.

'काश्मीर सॉलिडॅरिटी डे'च्या काहीच दिवस आधी म्हणजे २६ जानेवारी २०१४ रोजी, भारताच्या प्रजासत्ताक दिनी अफजल गुरूनं लिहिलेल्या पुस्तकाचं प्रकाशन करताना एका प्रचंड मोठ्या समुदायाला उद्देशून JeMचा संस्थापक मौलाना मसूद अझर याने फोनवरून एक भाषण केलं. २००१ मध्ये भारतीय संसदेवर हल्ला केल्याच्या गुन्ह्याखाली अफझल गुरूला झालेल्या शिक्षेचा सूड घेण्याच्या उघड धमक्या त्यानं त्या भाषणात दिल्या. १९९९ मध्ये अपहरण झालेल्या इंडियन एअरलाइन्सच्या प्रवाशांच्या आणि कर्मचाऱ्यांच्या बदल्यात तेव्हाचे भारतीय परराष्ट्रमंत्री जसवंत सिंग यांनी कंदाहारला पाठवलेल्या अतिरेक्यांमध्ये तोही होता. पाकिस्तानला परत आल्यावर त्यानं २०००मध्ये JeMची स्थापना केली. मुशर्रफ यांनी लष्कर-ए-तोयबा आणि इतर संघटनांबरोबरच JeM वर बंदी घातली होती, पण ही संघटना सक्रिय आहे, असं दिसतं.

परराष्ट्र कचेरीत दर आठवड्याला माहिती देण्यासाठी मीटिंग बोलावली जात असल्यामुळं तिथं प्रश्न विचारले गेले. तिथल्या प्रवक्त्या तस्नीम अस्लम उत्तरादाखल म्हणाल्या, की कायद्यानं बंदी घातलेल्या एखाद्या संघटनेच्या एका व्यक्तीनं व्यक्त केलेल्या मतांची काळजी भारतानं करू नये. असं वारंवार घडत नाही. ही एकदाच घडलेली गोष्ट आहे. तपासणीतून तो निसटला आणि त्यानं ते कृत्य केलं, पण त्याच्या संघटनेवर पाकिस्तानात बंदी घालण्यात आली आहे आणि त्यांच्या कारवायांवर सरकारची बारीक नजर आहे. पाकिस्ताननं भारतीय सेनादलप्रमुखांच्या प्रक्षोभक उद्‌गारांवर भूमिका घेतली होती, पण हा मुद्दा दुर्लक्षित राहिला असं म्हणत त्यांनी प्रश्नाला बगल दिली.

अचानक कुठून तरी उपटणाऱ्यांमध्ये फक्त अझरच नव्हता, तर हिज्बुल मुजाहिदीनचा कमांडर मस्त गुलही होता. तो १९९५ मध्ये काश्मीरच्या चरार-ए-शरीफमध्ये दीर्घकाळ चाललेल्या बंदूक युद्धातून निसटला होता. आता तालिबानचा हिस्सा असलेला गुल उत्तर वझिरीस्तानमधले पेशावर TTP प्रमुख मुफ्ती हसन स्वाती यांच्याबरोबर बसलेला आहे असं छायाचित्र 'डॉन'च्या पहिल्या पानावर

झळकलं होतं. तालिबाननं पेशावरमध्ये झालेल्या काही बॉम्बहल्ल्यांची जबाबदारी त्या वेळी नुकतीच उचलली होती. फेब्रुवारी २०१४ मधला 'काश्मीर सॉलिडॅरिटी डे' नंतरचा तो दुसरा दिवस होता. मसूद अझरनं मोर्चाला उद्देशून भाषण केलं होतं त्याला फार दिवस लोटले नव्हते. शिया लोक नेहमी भेट देत असलेल्या पेशावरच्या किस्सा खवानी बझारमधल्या एका हॉटेलात बॉम्बस्फोट केल्याचा दावा स्वाती यांनी केला होता. गुलनं तो हल्ला केला असं त्यांचं म्हणणं होतं. 'डॉन'नं बातमी दिली होती, की २००३ मध्ये पेशावरनजीक झालेल्या एका चकमकीतून गुल निसटला होता आणि तेव्हापासून भूमिगत होता.

युद्ध, दहशत आणि दडपशाही यांनी लचके तोडलेल्या काश्मीरचा आवाजच हरपला आहे. पाकिस्तान - प्रशिक्षित दहशतवादी संघटनांसाठी ते जणू एक अस्तित्वाचं कारण ठरलं आहे. काश्मीरवर त्यांचा जन्मसिद्ध हक्क आहे असं ते मानतात आणि उघडपणे युद्धाची भाषा करतात. पाकिस्तानी लष्कराला युद्ध हवं आहे. मग त्याला तुम्ही 'चकमकी' म्हणा किंवा दुसरं कोणतंही नाव द्या, तरीही ते युद्धच आहे. त्यांना काहीही करून काश्मीर मिळवायचंच आहे. दोन्ही देश काश्मीरवर आपला संपूर्ण हक्क असल्याचा दावा करतात. त्याचा उल्लेख 'Jugular Vein' (गलशीर-गळ्याजवळ असलेली मुख्य रक्तवाहिनी) असा करतात. जिनाही असा उल्लेख करायचे. खरं तर ही रक्तवाहिनी कधीच छेदली गेली आहे आणि काश्मीर मरणपंथाला लागलं आहे. पाकिस्ताननं प्रशिक्षित आणि शस्त्रसज्ज केलेल्या तरुणांना दडपून टाकण्याच्या प्रयत्नात भारत सरकारनं त्या सुंदर प्रदेशात सैन्य पेरून तो पार उद्ध्वस्त करून टाकला आहे. काश्मीरचा श्वासच त्यामुळं कोंडला आहे. काश्मीरचं नशीब 'जैसे थे' परिस्थितीच्या चिखलानं माखलं आहे. काश्मीरवासीयांना स्वयंनिर्णयाचं जे आश्वासन दिलं गेलं होतं (१९४७) ते जवळजवळ सत्तर वर्षं झाली तरी पूर्ण झालेलं नाही. त्यांचा आझादीचा आक्रोश बंद कानावर पडून तसाच हवेत विरून गेला. तिथल्या सौंदर्यापेक्षा आणि संमिश्र संस्कृतीपेक्षा जम्मू आणि काश्मीर हे छळछावण्या, क्रूर दमनशक्ती, तरुणांना दिलं जाणारं युद्धाचं आणि द्वेष करण्याचं प्रशिक्षण, पंडितांना हद्दपारीची सोसावी लागलेली झळ, हरवलेले आणि त्यांना न विसरणाऱ्या त्यांच्या माता... हरवलेली निरागसता आणि स्त्रियांचा क्रूरपणे केलेला छळ यासाठी ओळखलं जातं. तिथल्या लोकांना या दुःखदायक स्थितीतून बाहेर पडायचा मार्ग दिसत नाही आणि भारत आणि पाकिस्तानमध्ये त्यांच्या हिताच्या दृष्टीनं प्रामाणिक निर्णय घेण्याची इच्छाशक्तीही नाही आणि मुत्सद्देगिरीही नाही. त्याऐवजी दोन्ही देश कसलाही विचार न करता तिथल्या जनतेवर दुःख लादत आहेत आणि प्रत्येक पायरीवर भांडखोर आणि लहरी शेजाऱ्यांसारखे एकमेकांची उणीदुणी काढत आहेत. आपल्या अविचारामुळे

हजारो सामान्य माणसांच्या आयुष्याची आपण शोकांतिका करून ठेवली आहे याची त्यांना जाणीवही नाही. जुलै २०१६मध्ये जेईएमचा बुऱ्हाण वाणी मारला गेल्यावर सर्वत्र दिसून आलेली अस्वस्थता हेच प्रतिबिंबित करते, की रस्त्याच्या कडेला फेकल्या गेलेल्या लोकांच्या मनात किती संताप आणि अलगतेची भावना आहे. निषेध व्यक्त करायला पुढं आलेल्या लहान मुलांवरसुद्धा छर्र्यांच्या बंदुका रोखल्या गेल्या. वर्षानुवर्षं न संपलेल्या गुंतागुंतीच्या समस्येवर भारताचा झापडबंद उपाय बंदूक हा आहे, संवाद नव्हे. आपल्या दोन देशांच्या मागं पार्श्वभूमी म्हणून काश्मीर एका वापरात नसलेल्या पडद्यासारखं लटकत आहे. धूळखात पडलं आहे. प्रत्येकाला त्याच्या तिथं असण्याची जाणीव आहे, पण प्रत्येकजण फक्त नाकात धूळ गेली म्हणून शिंकतोय, दुसरं काही करण्याची कुणाची इच्छाच नाही!

त्यामुळं जानेवारी २०१४ मध्ये मला इस्लामबादच्या 'पवित्र' अशा नॅशनल डिफेन्स युनिव्हर्सिटीत (NDU) काश्मीरवरच्या एका परिषदेला आमंत्रित करण्यात आल्याचं आश्चर्य वाटलं. भारतीय वकील आणि घटनातज्ज्ञ ए. जी. नूरानी प्रमुख वक्त्यांपैकी एक होते. त्यांच्या लेखनाची मी चाहती आहे. मी उत्साहानं लवकरच एनडीयूमध्ये पोचले. माझ्याकडं असणाऱ्या आमंत्रणपत्रामुळे मला आत प्रवेश करण्यासाठी हुज्जत घालावी लागली नाही. संयोजकांपैकी एकाला मी अचानक काश्मीरवर लक्ष केंद्रित करण्यामागचं कारण विचारलं तेव्हा त्यांच्यापैकी एकानं मला खासगीत (ऑफ द रेकॉर्ड) सांगितलं, की काश्मीरचा प्रश्न अजून सुटलेला नाही याची या दुकानदारांना आपण आठवण करून द्यायला हवी. नूरानी चांगलं बोलले. त्यांनी अजूनही प्रत्यक्षात न आलेल्या मनमोहनसिंग आणि मुशर्रफ यांच्यातल्या प्रस्तावित कराराचा उल्लेख केला.[२४] दोन दिवसांच्या कार्यक्रमात मुख्य भर काश्मीरवर होता, लोकांना निवड करण्याचा अधिकार असण्यावर होता. त्यासंबंधी भारत आणि पाकिस्तानमध्ये असलेल्या भौगोलिक वादावर नव्हता.

नूरानी यांचं भाषण थोडक्यात पण स्पष्ट होतं. त्या वेळचे अध्यक्ष जनरल मुशर्रफ यांच्याकडून आग्र्याला वाटाण्याच्या अक्षता मिळाल्यावर पंतप्रधान वाजपेयींकडे पाकिस्तानला देण्यासाठी गोड शब्दांशिवाय दुसरं काहीच उरलं नव्हतं. परंतु २००६च्या सप्टेंबरमध्ये पंतप्रधान मनमोहनसिंग आणि मुशर्रफ यांनी एक योजना तयार केली जी २००७ मध्ये मोडून पडली. ती एक बिगर-भौगोलिक व्यवस्था होती आणि दोन्ही बाजू आपल्या भूमिका बदलणार नव्हत्या. प्रत्यक्ष नियंत्रण रेषा ही फक्त नकाशावरची रेषाच उरणार होती आणि लोकांना इकडून तिकडं जाण्याची मोकळीक असणार होती. त्यामुळं देवाणघेवाणीचं प्रमाण वाढणार होतं. हे स्व-शासन उत्तरेकडच्या प्रदेशांपर्यंत आणि गिलगिट बाल्टिस्तानपर्यंत विस्तारणार

होतं. सैन्य काढून घेण्यात येणार होतं. दोन्ही बाजूंचे मुख्यमंत्री भेटणार होते आणि या तात्पुरत्या व्यवस्थेचा दहा ते पंधरा वर्षं आढावा घेणार होते, एकमेकांच्या टिपणांची तुलना करणार होते. या सगळ्याचा सर्वांत मोठा फायदा लोकांना मिळणार होता. दोन्हीकडच्या हितांचा समन्वय साधण्याचा प्रयत्न करण्यातच या समस्येवरचा उपाय दडलेला होता.

मुशर्रफ - मनमोहन योजनेंतर्गत मांडला गेलेला काश्मीरच्या सीमेवरचा कडक पहारा सौम्य करण्याचा प्रस्ताव काही नवा नव्हता. खूप पूर्वी, भारतातले अमेरिकेचे राजदूत जॉन केनेथ गालब्रेथ यांनी सुचवलेल्या उपायाबाबत कुलदीप नायर यांनी लिहिलं होतं. गालब्रेथ यांनी सुचवलं होतं, की रावळपिंडी आणि श्रीनगरमधला बारामुल्ला, उरी आणि मरी यांच्यामधून जाणारा रस्ता पुन्हा खुला करावा. व्यापार व पर्यटकांची वाहतूक पुन्हा सुरू करावी. पण काश्मीरच्या खोऱ्यातले भारतीय लष्कराचे अधिकार मात्र तसेच राहावेत. नायर लिहितात :

हा थोड्याबहुत प्रमाणात तोच प्रस्ताव होता ज्याची चर्चा १९६९ मध्ये शेख अब्दुल्लांनी माझ्याशी केली होती. त्यांचा युक्तिवाद होता, की सीमेवरची सुरक्षा थोडी ढिली करावी म्हणजे पाकिस्तानी लोक सहजपणे खोऱ्यात येऊ शकतील. गंमत म्हणजे, मार्च १९७१ मध्ये मी घेतलेल्या एका मुलाखतीदरम्यान भुत्तोंनी याच प्रस्तावाची पुनरुक्ती केली : आपण युद्धबंदी रेषा एक शांतीरेषा म्हणून परिवर्तित करू शकतो आणि दोन्ही काश्मीरांदरम्यान लोकांना ये-जा करता येईल. त्यांनी का म्हणून त्रास सहन करावा? त्यांना जरा मुक्तपणाने वावरू द्यावं. मग एकानंतर एक गोष्टी घडत राहतील. शेवटी काय, तर आपण अशी आशा करू शकतो, की अधिकारी आणि बिगर-अधिकार लोक एकमेकांच्या देशांना भेट देऊ शकतील, जाणं-येणं वाढेल.'[२५]

या शांततेच्या कथनानं परमोच्च बिंदू गाठला तो पंतप्रधान वाजपेयींच्या कार्यकाळात; पण १९९९चा त्यांचा संस्मरणीय बस प्रवास कारगिल युद्धापाशी येऊन संपला आणि आग्रा शिखर बैठक तर पूर्णपणे अपयशी ठरली. डॉ. सिंग यांना त्यांच्या जन्मगावी, पाकिस्तानातल्या चकवालनजीकच्या 'गाह'ला जाण्याची तीव्र इच्छा होती. पण ते राजकीय अनिवार्यता झुगारून देऊन धाडसी निर्णय घेऊ शकले नाहीत. दोन लागोपाठ आलेल्या लोकशाही नियुक्त सरकारांमुळे शांतता प्रस्थापित करण्यासाठीची हाक आता अधिक तीव्र झाली आहे आणि नवाज शरीफ यांच्या सौहार्दपूर्ण दृष्टिकोनामुळे आशा पल्लवित झाल्या आहेत. परंतु वाटाघाटींच्या गाड्याला एक पाऊल पुढं तर दोन पावलं मागं या नेहमीच्या रोगानं खीळही बसते आहे.

सियाचेनमध्ये शांतता

काश्मीरचा मुख्य प्रश्न तसाच चिघळत राहिला असताना तुलनेने सोपे प्रश्न हाताळण्याकडे कल दिसतो. सियाचेन हिमनदी आणि सर क्रीक हे अशा प्रकारचे प्रश्न आहेत, ते सोडवले जाऊ शकतात. पण आजवरच्या घटनांनी हे दाखवून दिलं आहे, की इतर विषयांभोवती घुटमळत राहिल्यानं आणि कळीच्या मुद्द्याला, म्हणजे शत्रुत्व आणि युद्ध यांना हात न घातल्यामुळे गोष्टी पुढं सरकतच नाहीत. सियाचेनबाबत हेच घडत आहे.

एप्रिल २०१२ मध्ये ग्यारी विभागात हिमस्खलन झाल्यापासून. (ज्यात १२९ पाकिस्तानी सैनिकांसह १४० लोक मारले गेले) जनरल कयानींनी हिमनदीपासून सैन्य मागं घेण्याची गरज अधोरेखित केली होती. सियाचेनमधून लष्कर संपूर्णत: मागं घेण्याबाबत पाकिस्तान उत्सुक होतं. माझ्या इस्लामाबादच्या वास्तव्यात या विषयावरील उलटसुलट वक्तव्यं कानावर पडत होती. सियाचेन हिमनदीच्या प्रश्नाची पर्यावरणीय बाजू परराष्ट्र मंत्रालय मांडत होतं. पाकिस्तान म्हणालं, की सैन्याला तिथून हटवलं पाहिजे आणि त्या भागातून लष्कर पूर्णपणे काढून घेतलं पाहिजे. पंतप्रधानांचे राष्ट्रीय सुरक्षा आणि परराष्ट्र व्यवहार सल्लागार सरताज अझीझ यांनी रेडिओ पाकिस्तानला दिलेल्या मुलाखतीत सांगितलं, की भारतीय सैन्यामुळे सियाचेनच्या पर्यावरणाला गंभीर धोका निर्माण झाला आहे. सैनिक हिमनदीवरचा कोवळा बर्फ दूषित करत आहेत. हा बर्फ म्हणजे पिण्याच्या पाण्याचा स्त्रोत आहे आणि पाकिस्तानला पाण्याचं दुर्भिक्ष जाणवत आहे. त्यांनी भारतीय सैन्य लवकरात लवकर तिथून हटवण्याची विनंती केली कारण सैन्याच्या सततच्या उपस्थितीमुळे आणि सांडपाणी हिमनदीत मिसळत असल्यामुळे ती दूषित होत होती.

सन २०१२ मध्ये ग्यारीची अनर्थकारी घटना घडल्यानंतर काही महिन्यांनी सियाचेन हिमनदीवर मुंबईत झालेल्या एका चर्चासत्राला मी हजेरी लावली होती. त्यात दोन्ही देशांच्या लोकांनी सैन्य मागे घेण्याबाबत सार्वमत घेण्यात यावं असा प्रस्ताव मांडला होता. हवामान बदलामुळे तिथल्या परिसंस्थेवर जो परिणाम होत होता तेही चिंताजनक होतं. गेल्या काही वर्षांमध्ये हिमनदीचं मुख आकसायला लागलं होतं. अति उंचीवर असलेलं सैन्य मागं घेण्यामागे मानवीय दृष्टिकोनही होता. हा संघर्ष कोणत्याही देशाला परवडण्यासारखा नव्हता तरीही धोरणात्मक कारणांसाठी ते दोघंही मागं हटत नव्हते. त्या चर्चेच्या दरम्यान पहिल्यांदाच काश्मीर प्रश्नावरच्या उपायांबद्दल एक आवाज ऐकू आला. 'काश्मीर इमेजेस'चे मुख्य संपादक बशीर मंझर यांचं असं मत होतं, की सियाचेनच्या प्रश्नाकडे

स्वतंत्रपणे बघायची गरज नव्हती. काश्मीर हा जर प्रश्न नसेल, तर सियाचेनमध्ये सैन्य ठेवण्याला काहीच अर्थ नव्हता. भूतकाळात दोन्ही देश तीन वेळा करारावर स्वाक्षरी करण्याच्या अगदी जवळ आले होते आणि आता पहिल्यांदाच जनरल कयानी स्वखुशीनं सियाचेन प्रदेशातून लष्कर मागं घेण्याच्या किंवा सैन्य कमी करण्याच्या गोष्टी करत होते. पंतप्रधान युसुफ रझा गिलानीसुद्धा मनमोहनसिंग यांना दिल्लीत भेटले होते आणि काही काळ आशेचे किरण दिसले होते.

त्या भयंकर बर्फात संरक्षणासाठी उभं ठाकताना मनुष्यबळ आणि संसाधने यांच्या रूपानं प्रचंड मोठी किंमत चुकवावी लागत असली, तरी भारतीय सेना माघारी फिरण्यास तयार होती. सियाचेनवर कब्जा करण्यासंबंधात भारतीय लेखक आणि पत्रकारांनी दिलेल्या वृत्तान्तात पाकिस्तानद्वारे 'नकाशात केलेल्या आक्रमणा'कडे लक्ष वेधलं आहे.[२६] जनरल मुशर्रफ म्हणाले, की भारतानं सियाचेन हिमनदीत वारंवार घुसखोरी केली 'जी सरळसरळ आमच्या मालकीची आहे.' त्यांनी नंतर साल्तोरो पर्वतरांगामधील खिंडींवर कब्जा करण्याची योजना असल्याचं कबूल केलं.[२७] त्यांनी पाकिस्तानवर खोटे हल्ले आणि चकमकी केल्याचा भारतीय सैन्यावर आरोप केला, जेणेकरून पाकिस्तानला आक्रमक होणं भाग पडेल. साल्तोरो पर्वतरांगांमधली उंच शिखरं काबीज करण्याची योजना मे १९८४ मध्ये पाकिस्ताननं आखली. तोपर्यंत भारतानं ऑपरेशन मेघदूत सुरू केलं होतं. भारतीय सैनिक पाकिस्तानी सैनिकांच्या आधी तिथं जाऊन पोचले होते ते पाहून मुशर्रफ यांची त्रेधा उडाली.[२८] भारतीय सैनिकही फेब्रुवारी २०१६ मध्ये झालेल्या हिमस्खलनात मृत्युमुखी पडले होते. कारगिल युद्धाच्याही आधीपासून आणि विशेषत: कारगिल युद्धानंतर भारतीय सैन्यानं या अतिउंचीवरच्या संरक्षण मोहिमेला सहजासहजी सोडून देण्याबाबत सावधगिरीचा पवित्रा घेतला आहे, कारण तिथली सीमा नियंत्रणात ठेवण्यासाठी त्यांनी तीस वर्षांपेक्षाही जास्त काळ कष्ट उपसले आहेत. शांततेच्या मार्गानं तोडगा निघण्याची शक्यता दुरावण्याचं हे आणखी एक उदाहरण.

काश्मीरसाठी भारताचा तिरस्कार करा

सन २०१३ मध्ये बंदी घातली गेलेली एलईटी पाकिस्तानी राजधानीत जिवंत असल्याचं आणि सुस्थितीत असल्याचं दिसत होतं. तिचा चष्माधारी आणि दाढीधारी संस्थापक हफीज सईद, (ज्याला नेहमी प्रोफेसर असं संबोधलं जातं. तो पूर्वी शिकवायचा) याला एलईटी संघटनेचं नाव जेयूडी[२९] करून त्याचा एक कार्यकर्ता म्हणून वावरण्याची मुभा दिली गेली. तिची धर्मादाय शाखा फलाल-इ-इन्सानियत यांचा समाजाला दिसणारा चेहरा होती. त्याशिवाय जैश-ए-मोहम्मदचा मसूद अझर, हफीज सईद आणि इतरांना भारताला उघडपणे धमक्या देण्याचा जणू

मुक्त परवानाच मिळाला होता. काश्मीरवर सतत शाब्दिक हल्ला सुरू ठेवण्यासाठी त्यांनी प्रॉक्सी युद्धाच्या मर्यादांमधून मार्ग शोधून काढला होता. २६।११च्या हल्ल्यासंदर्भात भारताला हव्या असलेल्या सईदला, जानेवारी २०१७मध्ये अटक होईपर्यंत अभिव्यक्ती स्वातंत्र्य आणि फिरण्याचं स्वातंत्र्य बहाल करण्यात आलं होतं. एका अधिकाऱ्यानं मला एकदा सांगितलं, की काश्मीरमध्ये सीमा पार करून अतिरेक्यांना लढायला न पाठवल्याची ही नुकसानभरपाई आहे. सईदच्या शब्दांत, जेयूडी ही संघटना पूर किंवा भूकंपानंतर करत असलेल्या बचाव कार्यासाठी ओळखली जाते आणि त्या देशातल्या कोणत्याही न्यायालयानं तिच्यावर आजवर आरोपपत्र ठेवलेलं नाही. त्याला विद्यापीठांमध्ये व्याख्यानं देण्यासाठीही बोलावलं जायचं. त्यानं एकदा लाहोर उच्च न्यायालयाच्या बार असोसिएशनसमोर विविध प्रश्नांवर भाषण केलं होतं. त्यात भारतातल्या निवडणुका, प्रसारमाध्यमं, आयएसआयचा संघर्ष आणि काश्मीर असे अनेक विषय होते. २०१३मध्ये त्या वेळचा कडवा विरोधी पक्ष, भारतीय जनता पक्ष अशी मागणी करत होता, की सईदला जोपर्यंत पाकिस्तान भारताच्या ताब्यात देत नाही तोपर्यंत पाकिस्तानबरोबर कोणतीही बोलणी करायची नाहीत. पण जेव्हा डिसेंबर २०१५मध्ये पंतप्रधान मोदी यांनी शरीफ यांच्या वाढदिवसानिमित्त त्यांना भेटायला अचानक लाहोरमध्ये पाऊल ठेवलं तेव्हा बहुधा ते हे सगळं विसरून गेले होते. पंतप्रधान वाजपेयींच्या प्रसिद्ध बसप्रवासानंतर, म्हणजे १९९९ नंतर, तब्बल पंधरा वर्षांनी असं घडलं होतं.

दि. ६ सप्टेंबर २०१३ रोजी १९६५च्या युद्धाच्या स्मरणार्थ दिफा-ए-पाकिस्तान मिरवणुकीचं आयोजन करण्यात आलं होतं. ही मिरवणूक रावळपिंडीपासून निघून इस्लामाबादला येणार होती आणि मग एक भव्य सभा होणार होती. भारताला टोमणे मारणारी भली मोठी पोस्टर वाऱ्यावर फडकत होती. त्यांचे विषय होते - भारताचं पाण्यावर आक्रमण, एलओसी वरचे हल्ले, काश्मीरचं स्वातंत्र्य, अमेरिकेचे ड्रोन हल्ले आणि पाकिस्तानातला दहशतवाद. सन २०१० पासून सईद 'भारताचा पाणी दहशतवाद' या संदर्भातल्या आघाडीच्या पुरस्कर्त्यांपैकी एक झाला आहे.

तो रविवार होता. मी संसदेसमोर, काटेरी तारा व बॅरिकेड्सच्या विळख्यात असलेल्या अध्यक्षांच्या निवासस्थानासमोर डी-चौकात (D-Chowk) संध्याकाळी सहाच्या सुमारास पोचले, जेणेकरून मला जागा मिळेल. मला तसं काळजी करण्याचं कारण नव्हतं. मी लोकांची प्रचंड गर्दी पाहिली. त्यात सगळे तरुण होते. काळा सदरा आणि पायजमा घातलेले. त्यांच्या हातात काळे-पांढरे फलक होते आणि त्यावर 'There is no God but one God' असं उर्दूमध्ये लिहिलं

होतं. रावळपिंडीहून इस्लामाबादपर्यंतच्या प्रचंड मोठ्या मिरवणुकीतून सईदला असणारा पाठिंबा उघडपणे दिसत होता. त्याला कुठंही अडवण्यात आलं नव्हतं. नॅशनल असेम्ब्लीजवळ, अगदी शहराच्या मध्यभागी त्याला बोलण्याची मुभा होती. त्याच्याभोवती शस्त्रधारी तरुण शिस्तीत उभे होते. फक्त पुरुषांचा सहभाग असलेली आणि जमात-उद्-दवाचे एकरंगी झेंडे फडकवत जाणारी ही मिरवणूक रस्ता व्यापून टाकणारी होती, कारण सगळे लोक रावळपिंडीहून ट्रक आणि कारमधून आले होते. या मिरवणुकीत खास पाकिस्तानी किंवा वेगळं असं काय होतं, तर जहाजांवर असतात तसे भले मोठे कंटेनर. तीन कंटेनर एकमेकांशेजारी पार्क करून त्यांचं व्यासपीठ बनवलं होतं आणि पार्क केलेल्या दुसऱ्या दोन कंटेनरवर टीव्हीचे कर्मचारी कसेबसे तोल सावरत उभे होते. एक जरा ओबडधोबड पण चांगली चालू असणारी क्रेटच्या स्वरूपातील लिफ्ट बनवली गेली होती. आम्हाला त्यात बसवून वर नेण्यात आलं. वरून आम्हाला खालचं दृश्य दिसणार होतं. फक्त एकच समस्या होती, ती म्हणजे इतक्या सगळ्या हालचालींमुळे ते रिकामे कंटेनर डगमगत होते. एका क्रेनला जोडलेल्या एका छोट्या बॉक्समध्ये बसून मला 'मर्स्क' कंटेनरवर चढवण्यात आलं. तिथं अनेक टीव्ही कॅमेरे आणि पत्रकार होते. त्यातले दोघं व्यासपीठ बनवण्यासाठी जोडून उभ्या केलेल्या कंटेनरच्या मधल्या जागेत पडले. त्यातल्या एकाचं डोकं कॅमेरा स्टँडवर आपटल्यामुळे तो पडला.

उंचावरून सभोवती जमलेला लोकांचा अंतहीन भासणारा महासागर स्पष्टपणे दिसत होता. आश्चर्य म्हणजे ते सगळे लोक कमालीचे शांत होते आणि शिस्तीत उभे होते. फक्त वक्त्याच्या एखाद्या वाक्याला सहमती दर्शवण्यासाठी अधूनमधून घोषणा देत होते. वक्त्यांची विधानं बहुतकरून भारत-विरोधी होती. माझ्याशिवाय तिथं आणखी दोन महिला पत्रकार होत्या. सगळ्या तरुण, दाढीधारी तरुणांनी काळे टी शर्ट आणि नडगीखाली इलॅस्टिकनं बांधलेल्या लेगिंग्ज परिधान केल्या होत्या. त्यांच्या टी शर्टवर 'सुरक्षा जमात-उद्-दवा' असं छापलं होतं. मुख्य व्यासपीठावर लाल रंगाचा नक्षीदार गालिचा अंथरला होता आणि तिथंही वक्त्यांना वर-खाली घेऊन जाण्यासाठी तात्पुरती उभारलेली लिफ्ट होती. सन २०१३च्या निवडणूक प्रचारादरम्यान इम्रान खान पडला आणि त्याच्या बरगड्या तुटल्या यात काही आश्चर्य नाही. ते 'व्यासपीठ'नामक विचित्र साधन खूपच अस्थिर होतं.

त्या वेळी मला अनेक पत्रकार भेटले. त्यांनी माझ्यासाठी भाषणांचं भाषांतर केलं. त्यातल्या एकानं व्यासपीठावरून केल्या जाणाऱ्या भारतासंबंधीच्या कडवट आणि विखारी विधानांसाठी माझी माफीही मागितली. मी वक्त्यांकडून केले जाणारे आरोप ऐकत होते – इंडसला मिळणाऱ्या उपनद्यांचं सगळं पाणी भारत स्वत:कडं

खेचून घेत आहे आणि पाणी करार कसा खोटा आहे. हफीज सईद मध्यभागी बसून आत्मसंतुष्ट चेहऱ्याने हसत होता. मी विचार करत होते, भारतातल्या सगळ्यांत निर्लज्ज आणि सगळ्यांत मोठ्या दहशतवादी हल्ल्यासंदर्भात हवा असलेला हा माणूस पाकिस्तानी संसदेच्या अगदी समोर बसला होता. पाकिस्तानी राजधानीच्या अगदी मध्यवर्ती भागात. आणि तो अशा देशाबद्दल बोलणार होता ज्या देशात वारंवार दहशत पसरवत असल्याचा त्याच्यावर संशय होता. इतर वक्त्यांकडून भारताचे तुकडे करण्याचं, 'तबाही' करण्याचं आवाहन केलं जात असताना सईद त्याच्या या मतावर ठाम होता, की जोपर्यंत काश्मीरचा प्रश्न सुटत नाही तोपर्यंत पाकिस्ताननं भारताबरोबर बोलणी करणं, मग ती अनधिकृत असोत वा अन्य कोणत्या प्रकारे, बंद केलं पाहिजे. तो म्हणाला, की भारत अफगाणिस्तानातल्या त्याच्या दूतावासांचा वापर बलुचिस्तानात दहशतवाद पसरवण्यासाठी आणि मारेकरी पाठवण्यासाठी करत आहे. कराचीतल्या हिंसाचारासाठी आणि धरणांमधून पाणी सोडून पाकिस्तानात पूरस्थिती निर्माण करण्यासाठी भारताला दोषी धरण्यात आलं. या सगळ्याचा निकाल लागेपर्यंत बोलणी नकोत आणि भारताकडून वीज घेण्याची तर मुळीच गरज नाही, असं त्यानं ठासून सांगितलं. त्या रात्री माना डोलावणाऱ्या श्रोत्यांसमोर सईदनं भारतासाठीचं 'परराष्ट्र धोरण' मांडलं. हा श्रोतासमुदाय विविधता नसल्यामुळे लक्ष वेधून घेत होता!

पाकिस्तानी नेतेही या टीकास्त्रातून वाचले नाहीत. काश्मीर हा पाकिस्तानची गलशीर (jugular vein) असल्याचं पुन:पुन्हा सांगून काही उपयोग नाही, तेवढंच पुरेसं नाही, असं ओरडून सांगत तो म्हणाला, की ती गलशीर पुन्हा परत आणली पाहिजे. तो कायमस्वरूपी शत्रुत्वाचं किंवा आक्रमकतेचं समर्थन करत नव्हता, पण त्याच वेळी, जर भारतानं काश्मीर त्याचं अविभाज्य अंग असल्याचा दावा करणं थांबवलं नाही, तर त्याचे तुकडे तुकडे होतील असा इशारा त्यानं दिला. एखाद्याचा हक्क परत मिळवण्याला दहशतवाद म्हणत नाहीत आणि जर बोलणी करायचीच असतील तर काश्मिरी लोकांची आठवण ठेवा, असं तो म्हणाला. ड्रोन हल्ल्यांच्या बाबतीत बोलायचं तर असे प्रश्न बोलणी करून सुटत नसतात कारण अमेरिकेसोबत बोलणी करूनसुद्धा हे हल्ले सुरूच आहेत, असंही तो म्हणाला.

दिफा-ए-पाकिस्तान कौन्सिलचे सदस्यही उपस्थित होते : माजी आयएसआय प्रमुख हमीद गुल, त्यांचा मुलगा अयाझ, झियांचा मुलगा इजाझ-उल-हक आणि मौलाना समीउल्ला. भारताला शिवीगाळ करण्याची त्यांच्यात जणू चढाओढ लागली होती. ही सभा रात्री १० वाजेपर्यंत चालली होती.

मी बऱ्याचदा सईदच्या सभांना हजेरी लावली होती आणि त्याच्या तोंडातून

वाहणारी गटारगंगा अनुभवली होती. ती त्याची पद्धतच होती. अवारन इथं झालेल्या भूकंपानंतर त्याला बलुचिस्तानला भेट देण्याची मुभा देण्यात आली होती आणि त्यानं लष्कराबरोबर तिथल्या लोकांना आवश्यक ती मदत पुरवण्यात पुढाकार घेतला होता. त्यानं एक पत्रकार परिषद बोलावून फलाह-इ-इन्सानियत मस्तंग आणि इतर प्रदेशात करत असलेल्या मदत कार्याची आम्हाला माहिती दिली.

दहशतवादी संघटनांना निधी पुरवणं बंद करण्यासाठी भारत आणि अमेरिका यांनी एकत्रितपणे पुढाकार घेतल्याच्या बातम्या आल्यानंतर स्वत:ची मानवतावादी बाजू जगासमोर आणण्यासाठी सईदनं एक माध्यम परिषद आयोजित केली. त्यात अन्नपदार्थांनी भरलेली पोती, प्लॅस्टिकच्या पाण्याचे कॅन, स्टार वॉर्स गेम आणि कपडे यांच्या मध्ये बसून हे सामान बलुचिस्तानातल्या भूकंपग्रस्तांमध्ये ईदची भेट म्हणून वाटलं जाणार आहे, हे त्यानं सांगितलं. बलुचिस्तानातल्या अशांत वातावरणासाठी त्यानं पुन्हा एकदा भारताला दोष दिला आणि म्हणाला, की ही समस्या सोडली तर तिथं दुसरे कोणतेही प्रश्न नाहीत. तो म्हणाला, की त्याच्या संघटनेनं पाकिस्तान सरकारकडून पैसे घेतले नाहीत आणि त्यांना मिळणारी आर्थिक मदत ही त्याच्या संघटनेवर विश्वास असलेल्या लोकांनी केली आहे – त्याच्या संघटनांची सरकारकडे नोंदणी झाली आहे आणि त्यांचे आर्थिक व्यवहार लेखापरीक्षकाकडून नियमितपणे तपासले जातात. मुंबई हल्ल्यानंतर अमेरिकेनं त्याच्या संघटनांना दंड केला होता आणि त्यांची बँक खाती गोठवण्यात आली होती. 'आम्ही याला न्यायालयात आव्हान दिलं आणि उच्च न्यायालयात मला दिलासा मिळाला. भारतानंही काही पुरावे सादर केले होते, पण उच्च न्यायालयानं मला आणि जेयूडीला 'क्लीन चिट' दिली... नंतर ही बाब सर्वोच्च न्यायालयाच्या खंडपीठासमोर आली आणि त्यांनीही मला निर्दोष ठरवलं,' तो म्हणाला. 'आता जेयूडीला मानवतेला साहाय्य करण्याचं काम करण्यापासून कोणी रोखू शकत नाही,' तो अत्यानंदानं म्हणाला. पंजाब सरकारने औदार्याच्या उन्मादात ६१ दशलक्ष पाकिस्तानी रुपये २०१३मध्ये जेयूडीला दिले. राष्ट्रीय सुरक्षा सल्लागार सरताज अझीझ यांना मी एका पत्रकार परिषदेत प्रश्न विचारला असता त्यांनी जेयूडीची बाजू घेतली आणि ती एक सामाजिक काम करणारी संस्था असल्याची मल्लिनाथी केली. सन २०१२ मध्ये सईदला पकडण्यासाठी व्यक्ती माहिती देईल तिच्यासाठी अमेरिकेनं १० दशलक्ष डॉलरचं इनाम जाहीर केलं होतं आणि संयुक्त राष्ट्रांच्या सुरक्षा परिषदेनं जेयूडीला दंड केला होता. पाकिस्तानातल्या बंदी असलेल्या संघटनांच्या यादीतही तिचं नाव आहे. मात्र, २६।११च्या खटल्यात लाहोर उच्च न्यायालयानं सईदच्या स्थानबद्धतेची मागणी अमान्य केली होती.

न्यायालयाला त्याचा संबंध त्या दहशतवादी हल्ल्याशी जोडणारा कोणताही पुरावा सापडला नव्हता.

जगभरातील काश्मिरी लोक २७ ऑक्टोबर हा दिवस 'काळा दिवस' म्हणून पाळतात. कारण १९४७ मध्ये त्या तारखेला भारतीय सैन्यानं काश्मीर खोऱ्यात प्रवेश केला होता. द ऑल पार्टी हुर्रियत कॉन्फरन्सचे (G) अध्यक्ष सय्यद अली गिलानी यांनी फोनवरून इस्लामाबादमधल्या एका जाहीर सभेत सांगितलं, की संयुक्त राष्ट्रसंघाला सार्वमताद्वारे काश्मिरींना स्वयंनिर्णयाचा अधिकार प्रदान करण्यात अपयश आलं आहे. ते म्हणाले, की भारतीयांनी केलेला कब्जा काश्मिरींना कधीच मान्य नव्हता आणि त्यांना स्वयंनिर्णयाचा अधिकार दिला गेला पाहिजे.

निषेधकर्ते मोठमोठे फलक घेऊन डी-चौकात जमा झाले होते आणि खोऱ्यामध्ये होत असलेला रक्तपात थांबवण्याचं आवाहन करत होते. त्यात सहभागी झालेले प्राध्यापक वकार अश्रफ म्हणाले, तुम्ही कुठेही राहत असलात, तरी स्वातंत्र्य हा तुमचा अधिकार आहे आणि काश्मिरींना तो मिळाला पाहिजे. त्यांना ज्या देशात राहण्याची इच्छा नाही त्या देशात राहण्याची सक्ती त्यांच्यावर होता कामा नये. राष्ट्रसंघाची सनदही चार्टरही याच्या विरोधात आहे.

काश्मीरमधील मानवी हक्काचं उल्लंघन हा आणखी एक महत्त्वाचा मुद्दा आहे. काश्मिरींना इम्रान खानच्या नेतृत्वाखालच्या पीटीआयकडूनही पाठिंबा मिळाला. पीटीआयचे केंद्रीय माहिती सचिव डॉ. शिरीन मझारी म्हणाले, की जेव्हापासून भारतानं काश्मीरचा ताबा घेतला आणि संयुक्त राष्ट्रांच्या सनदीनुसार आणि ऑगस्ट १९४७मध्ये पाकिस्तान आणि भारत ही दोन राष्ट्रं ज्या स्वातंत्र्याच्या तत्त्वांमध्ये निर्माण झाली त्या तत्त्वांनुसार तिथल्या लोकांना मिळालेला स्वयंनिर्णयाचा अधिकार नाकारला गेला, तेव्हापासून २७ ऑक्टोबर हा दिवस 'काळा दिवस' म्हणून ओळखला जाऊ लागला. मी जेकेएलएमचे संस्थापक अमानुल्ला खान यांना पत्रकार परिषदांच्या दरम्यान भेटत असायचे. ते नेहमीच माझ्या आधी इथं नियुक्त झालेल्या पत्रकारांची प्रेमानं आठवण काढायचे. त्यात अनिता जोशुआचाही समावेश होता. त्या वेळीदेखील त्यांची प्रकृती ढासळतच होती. ते २०१६मध्ये अमानुल्ला खान निधन पावले.

दोन्ही देशांसाठी काश्मीर हा मध्यवर्ती प्रश्न आहे आणि समाजातलं आपलं स्थान ठरवण्याच्या लोकांच्या अधिकारांकडे पूर्णपणे दुर्लक्ष करण्यात आलं आहे. ज्याप्रमाणे सशस्त्र सेनेनं ताबा घेऊन आणि दडपशाही करून काहीही हाती लागलं नाही, त्याचप्रमाणे तरुणांना शस्त्रसिद्ध करणं, त्यांना प्रशिक्षण देणं किंवा 'जिहाद' छेडणं यातूनही चांगले परिणाम दिसले नाहीत. अशांतता आणि दुःख यांचे काळे ढग आजही त्या प्रदेशावरून हटायला तयार नाहीत, कारण शांततामय मार्गानं

काढायचा तोडगा दोन्ही देशांच्या सरकारांनी मोठ्या निग्रहानं बाजूला सारून ठेवला आहे. या प्रचंड गदारोळात एमएफएन, सियाचेन, सर क्रीक, एलओसी व्यापार आणि मच्छिमारांना झालेली अटक असे प्रश्न, कितीही महत्त्वाचे असले तरी, बाजूला पडतात.

एमएफएनचा सावळा गोंधळ आणि व्यापाराची कोंडी

एमएफएन दर्जाच्या बाबतीत गोष्टी ठरत आलेल्या असताना आणि वाणिज्य मंत्री खुर्रम दस्तगीर खान यांची जानेवारी २०१४ला भारत भेट ठरलेली असतानाच नेमकी माशी शिंकली आणि योजनेत बदल झाला. दस्तगीर यांनी निघण्यापूर्वी दोन्ही भारतीय वार्ताहरांना मुलाखती देण्याचं कबूल केलं होतं आणि त्यांना या भेटीबद्दल मोठी आशा वाटत होती. मार्च २०१४मध्ये पाकिस्तानात नसताना, कुठल्या तरी अनाकलनीय कारणामुळं शरीफ यांनी महत्त्वाच्या घोषणा केल्या तेव्हा आम्ही सगळे आश्चर्याच्या धक्क्यानं पडायच्याच बेतात होतो. कारण त्यांनी हेग इथं सांगितलं, की भारताला एमएफएन दर्जा देण्याचा निर्णय पाकिस्ताननं पुढं ढकलला आहे (दि. २३ मार्च २०१४). त्या वेळी ते तिसऱ्या आंतरराष्ट्रीय अण्वस्त्र सुरक्षा शिखर परिषदेत उपस्थिती लावायला गेले होते. त्यांनी माध्यमांना सांगितलं, की भारताला एमएफएन दर्जा बहाल करण्यावर एकमत होऊ शकलं नाही. संघराज्य मंत्रिमंडळाची मीटिंग मार्च २०१४च्या मध्यावर घेण्याचं ठरलं होतं आणि त्यात भारताच्या एमएफएन दर्जाला मान्यता देण्यात येणार होती, पण असं काहीच झालं नाही. एमएफएनचं नाव बदलून ते नॉनडिस्क्रिमिनेटरी मार्केट ॲक्सेस (NDMA) असं ठेवायचं चाललं होतं, असं दस्तगीर यांनी 'द हिंदू'ला जानेवारी २०१४ मध्ये दिलेल्या मुलाखतीत सांगितलं होतं. पण नाव जरी वेगळं ठेवलं, तरी मूळ समस्या कायमच राहणार होती.

स्थानिक उद्योग आणि शेतकरी यांनी घेतलेल्या हरकती बाजूला सारून भारताला नॉन-डिस्क्रिमिनेटरी मार्केट ॲक्सेस (NDMA) द्यायला संघराज्यीय सरकार तयार होतं. त्यातून देशाच्या अर्थव्यवस्थेला ५५० ते ६०० अब्ज पाकिस्तानी रुपयांचा फायदा होणार होता. 'निर्यातयोग्य मालाची साठवण आणि सहा महिन्यांत अतिरिक्त कर काढून टाकणं या पाकिस्तानच्या दोन मुख्य मागण्या स्वीकारण्याचे स्पष्ट संकेत भारतानं दिले आहेत, त्यामुळं इस्लामाबादनं नवी दिल्लीला एनडीएमए दर्जा देण्याचा मार्ग मोकळा झाला आहे' – नाव उघड न करण्याच्या अटीवर वाणिज्य मंत्रालयाच्या एका उच्चस्तरीय अधिकाऱ्यानं सांगितलं.

स्थानिक मोटरवाहन उद्योग आणि औषधनिर्मिती उद्योग, तसंच शेतकरी यांना भारताला एमएफएन दर्जा बहाल करण्याच्या सरकारच्या निर्णयाविषयी गंभीर

हरकती आहेत. भारत हा प्राधान्य देण्यायोग्य किंवा त्याहूनही वाईट म्हणजे सर्वांत जास्त प्राधान्य देण्यायोग्य देश कसा काय होऊ शकतो, ही गोष्ट अनेकांच्या पचनी पडत नाही. परंतु खरी भीतीसुद्धा बरीच आहे. हजारो पाकिस्तानी शेतकऱ्यांनी इस्लामाबादच्या नवी दिल्लीला एनडीएमए दर्जा बहाल करण्याच्या निर्णयाविरुद्ध ३१ मार्च २०१४ पासून अनिश्चित काळापर्यंत वाघा सीमेवर ठिय्या आंदोलन करण्याची धमकी दिली होती. पाकिस्तान किसान इत्तेहादचे अध्यक्ष खालिद मेहमूद खोखर एक पत्रकार परिषदेत म्हणाले, की भारतानं पाकिस्तानात वाहत येणाऱ्या पाण्यावर आधीच नियंत्रण मिळवलं आहे आणि आता तो पाकिस्तानातली शेती ताब्यात घेऊ पाहत आहे. देशातले शेतकरी हा व्यापार कधीच स्वीकारणार नाहीत, त्यांनी इशारा दिला. भारतात शेतीला सबसिडी असल्यानं आणि पाकिस्तानमध्ये ती नसल्यानं भारताला त्याचा अवाजवी फायदा मिळेल, असं शेतकरी गटांना वाटत होतं.

सध्या व्यापार भारताच्या बाजूनं होता, कारण पाकिस्तानची निर्यात फक्त ३५० दशलक्ष डॉलर होती आणि आयात १.८ अब्ज डॉलर इतकी होती. भारत सरकारनं १९९६मध्ये पाकिस्तानला एमएफएन दर्जा बहाल केला होता. परंतु पाकिस्तानातून होणाऱ्या निर्यातीवर नॉन-टेरिफ अडथळे तसेच राहिले होते आणि मुक्त व्यापाराच्या दिशेनं दोन्ही देशांनी फारशी प्रगती केली नव्हती. नंतर पाकिस्ताननं ऑक्टोबर २०११ मध्ये जाहीर केलं, की तो २०१२च्या अखेरीस नकारात्मक यादीचं रूपांतर सकारात्मक यादीत करून भारताला १ जानेवारी २०१३ पासून एमएफएन दर्जा प्रदान करेल. असं केल्यामुळं भारताला आपोआप एमएफएन दर्जा मिळाला असता. मात्र, पाकिस्तानला ३१ डिसेंबर २०१२ पूर्वी हे करण्यात अपयश आलं.

सन २०११मध्ये माझ्या आधीच्या पाकिस्तान भेटीत आमचा गट बऱ्याच पाकिस्तानी व्यावसायिकांना भेटला होता. त्यांनी भारताला एमएफएन दर्जा प्रदान केल्यामुळे पाकिस्तानवर विपरीत परिणाम होईल ही कल्पना झटकून टाकली होती. ते व्यापार करण्यास उत्सुक होते. भारतातून माल आयात करणं अधिक स्वस्त आणि चांगलं पडलं असतं आणि त्यातला एकजण मोठ्या प्रमाणावर व्यापार होण्याबाबत आशावादी होता. लष्करावर पैसा खर्च करण्यापेक्षा सरकारनं व्यापार आणि व्यावसायिक संबंध सुधारण्यावर अधिक भर द्यावा, असं दुसरा एक व्यावसायिक म्हणाला. कराचीतसुद्धा एमएफएन वर बरीच चर्चा सुरू होती आणि तिथल्या सर्वांत जुन्या पंचतारांकित हॉटेलचे संचालक दिनशॉ आवारी आणि त्यांच्यासारखे इतर हॉटेल व्यावसायिक एमएफएन दर्जा प्रदान करण्याच्या बाजूचे होते. त्यांची हॉटेल स्वस्त झाली असती आणि स्वच्छतागृहांमध्ये वापरल्या

जाणाऱ्या साधनांचा दर्जा अधिक चांगला झाला असता आणि लिफ्टचाही दर्जा सुधारला असता. पाकिस्तानी व्यवसायांसाठी ही फायदेशीर देवाणघेवाण ठरली असती.

पण हे शहाणेसुरते आवाज संसदेतल्या कर्कश आवाजांमुळे झाकले गेल्याचं दिसलं. मी तिथं असताना राजकीय पक्षांनी एमएफएनला केलेला तीव्र विरोध माझ्या कानी आला. दस्तगीर खान त्यांच्या भूमिकेचं समर्थन करण्याचा दुबळा प्रयत्न करत होते. त्यापूर्वी हा निर्णय पुढं ढकलण्यासाठी शरीफ यांनी २०१४मध्ये भारतात झालेल्या सर्वसाधारण निवडणुकांचा आधार घेतला कारण त्यांना कोणत्याही राजकीय पक्षाला झुकतं माप द्यायचं नव्हतं. तरतुदींनुसार, पाकिस्तान २०१२ मध्येच भारताला एमएफएन दर्जा प्रदान करायला बाध्य होता, पण ती प्रक्रिया पूर्ण करण्यासाठी आवश्यक असलेली मार्गदर्शक तत्त्वं आखण्यात वाणिज्य मंत्रालयाला अपयश आलं. त्याच सुमारास एलओसी वरचा ताणवही कमी होण्याची चिन्हं दिसत नव्हती.

फक्त एलओसी वरचा तणावच नाही, तर आवश्यक असं पायाभरणीचं काम अपूर्ण असल्यामुळंही पाकिस्तान एमएफएन दर्जा प्रदान करण्याची प्रक्रिया पूर्ण करू शकला नाही. दोन्ही देशांमध्ये व्यापार सामान्य पद्धतीनं सुरू असला, तरी भारताला पूर्णपणे हा दर्जा प्रदान करण्याबद्दल एक प्रकारची नापसंती होती. याची जबाबदारी पुढं पाकिस्तानी लष्करावर टाकण्यात आली. मी जेव्हा नॅशनल असेंब्लीच्या सत्रांना हजेरी लावली आणि वार्तांकन केलं, तेव्हा म्हणजे २६ आणि २७ सप्टेंबर २०१३ या दोन दिवशी, पाकिस्तानी मंत्र्यांनी वारंवार हे सांगितलं, की भारताला एमएफएन दर्जा मंजूर करणं याला आमचं सर्वोच्च प्राधान्य राहील आणि त्याला सगळ्यांनी तत्त्वत: मान्यता दिली आहे, पण ही प्रक्रिया संयुक्त बोलणी सुरू झाल्यावर आणि सीमेवरचा तणाव निवळल्यावरच होईल.

संघराज्य मंत्रिमंडळानं भारतासाठी एमएफएन दर्जा संमत केला असला, तरी वाणिज्य मंत्रालयाला असे निर्देश देण्यात आले होते, की व्यापार सुरळीतपणे कसा सुरू करता येईल आणि भारत व्यापारासाठी समतल जमीन कशी निर्माण करणार आहे, यासंबंधी त्यांनी थोडक्यात टिपण सादर करावं. या चर्चेचा एक भाग असलेल्या सूत्रांकडून ही माहिती मिळाली. मात्र, यावर वाणिज्य मंत्रालयानं मंत्रिमंडळाशी संपर्क साधला नाही. त्यांनी फेब्रुवारी २०१४ पर्यंत एक आराखडा सादर करणं अपेक्षित होतं. नॉन-टेरिफ अडथळ्यांच्या मुद्द्यांबरोबरच व्यापार संबंधांची संपूर्ण व्याप्ती स्पष्ट करणं आवश्यक होतं. जानेवारी २०१४ पासून एलओसीवर भारतीय आणि पाकिस्तानी सैनिक मारले जात आहेत. त्यामुळं तणाव वाढला आहे आणि संवाद खुंटला आहे.

नॅशनल असेंब्लीत झालेल्या चर्चेदरम्यान सरकारने हेदेखील सांगितलं, की आंतरराष्ट्रीय नाणेनिधीनं भारताला देण्यात येणाऱ्या एमएफएन दर्जाबाबत त्यांनी पाकिस्तानसाठी जे कर्ज मंजूर केलं होतं त्या संदर्भात अट घातली होती. अनेक सदस्यांनी भारताला एमएफएन दर्जा देण्याला प्रखर विरोध केला, त्याचा परिणाम त्यांच्या मतदारसंघांवर होईल, अशी त्यांना भीती वाटत होती.

सप्टेंबर २०१३मध्ये असेंब्लीत विचारल्या गेलेल्या एका प्रश्नावर दिल्या गेलेल्या लेखी उत्तरात बराच तपशील दिलेला होता. संघराज्य मंत्रिमंडळाची २ नोव्हेंबर २०११ रोजी जी मीटिंग झाली त्यात भारतासोबतच्या व्यापारी संबंधांचं संपूर्ण सामान्यीकरण करण्याच्या वाणिज्य मंत्रालयाच्या प्रयत्नांना पाठिंबा देण्यात आला आणि वाणिज्य विभागाला प्रक्रिया पूर्ण करण्याचे निर्देश देण्यात आले. दि. २९ फेब्रुवारी २०१२ रोजी मंत्रिमंडळानं सकारात्मक यादीच्या जागी भारताकडून आयात करण्याच्या १२०९ वस्तूंची नकारात्मक यादी संमत केली. पाकिस्तानला भारतीय बाजारपेठेत निर्यात करण्यासाठी समतल जमीन निर्माण करण्याच्या अटीवर दि. ३१ डिसेंबर २०१२ पर्यंत नकारात्मक यादी टप्प्याटप्प्यानं कमी करण्याला मंत्रिमंडळानं तत्त्वत: मान्यता दिली. परंतु वाणिज्य मंत्रालयाला कालमर्यादा पाळता आली नाही. कारण ते पाकिस्तानी निर्यातदारांना तोंड द्यावं लागत असलेल्या नॉन-टेरिफ अडथळ्यांबाबत आणि पाकिस्तानी उत्पादनांना भारतीय बाजारपेठ उपलब्ध होण्याबाबतच्या परिस्थितीच्या मूल्यमापनासाठी सरकारशी आणि खासगी क्षेत्रातल्या भागधारकांशी सल्लामसलत करत होतं. मंत्रिमंडळाची संमती मिळाल्यावर नकारात्मक यादी संपुष्टात येण्यामुळे भारताला एमएफएनचा दर्जा मंजूर होणार होता.

एकदा का भारताला एमएफएनचा दर्जा मिळाला, की कच्च्या मालाच्या उपलब्धतेमुळे व्यापार खर्च कमी होईल, यंत्रसामग्री कमी दरात उपलब्ध होईल आणि वाहतूक शुल्कही कमी होईल. त्यामुळं पाकिस्तानातील एकंदर स्पर्धात्मकता वाढण्याला एक सकारात्मक बाजू प्राप्त होईल. ग्राहकांना स्पर्धात्मक किमतींना माल विकत घेता येईल आणि पाकिस्तानला भारताच्या मोठ्या बाजारपेठांमध्ये शिरकाव करता येईल. शिवाय भारतीय बाजारपेठेशी जोडले गेल्यावर अधिक चांगल्या उद्योजकतेला, विपणनाला, उत्पादनाला आणि वितरणाला वाव मिळेल, असं त्या उत्तरात म्हटलं होतं.

भारताला २००९-१० मध्ये २६८.०८९ दशलक्ष डॉलरची निर्यात केली गेली आणि १२२५.५६७ दशलक्ष डॉलरची आयात केली गेली, तर २०१२-१३मध्ये ती २७२.०८९ दशलक्ष डॉलर (निर्यात) आणि १५६८.७५० दशलक्ष डॉलर (आयात) इतकी होती. त्यात मोठी वाढ करण्याचा सरकारचा मानस आहे. २०१३ मध्ये पाकिस्तान आणि भारतानं तीन तांत्रिक करार केले आणि गॅस व

वीज यांच्या व्यापाराबद्दल चर्चा केली. व्यापारासंबंधीच्या तक्रारींचं निवारण, परस्परांना दिलेली अधिकृत मान्यता आणि कस्टमचं सहकार्य या विषयींच्या करारांमुळे द्विपक्षीय व्यापार यंत्रणा सुधारण्यास मदत होईल. परवाना प्रमाणीकरण, परवाने देणे आणि प्रयोगशाळेतील चाचण्या यांच्याशी संबंधित विषय सोपे होतील. हे करार प्रत्यक्षात आणण्यासाठी टाकण्यात येणारी पावलं आणि कालमर्यादा याबाबत दोन्ही बाजूंचं एकमत झालं. पण प्रश्न उरतो तो याबाबतीत पुढं काही हालचाल झाली आहे का, हा.

एमएफएन दर्जा अजून पूर्णपणे अंमलात आलेला नाही. भारत व पाकिस्तान यांच्यातल्या आधीच ताणल्या गेलेल्या संबंधांमधला हा आणखी एक काटा बनून राहील, असं दिसतं. द सस्टेनेबल पॉलिसी डेव्हलपमेंट इन्स्टिट्यूटनं दोन्ही देशांमधल्या अनौपचारिक व्यापारावर एक पेपर प्रसिद्ध केला.[३०] त्यात वर्षाला ४.२ अब्ज डॉलर इतका व्यापार असल्याचं म्हटलं आहे आणि हा व्यापार अनौपचारिक कुरियरमार्फत पद्धतशीर मार्गानं सुरू असल्याचं नमूद केलं आहे. अनौपचारिक व्यापाराची प्रचंड व्याप्ती पाहता जलद हालचाली करून हा व्यापार औपचारिक करण्याच्या दृष्टीनं उपाययोजना करणं पाकिस्तान सरकारसाठी हितावह ठरेल. ज्यावर कोणत्याही प्रकारचं शुल्क भरलं गेलेलं नाही आणि ज्या स्थानिक बाजारपेठेत स्वस्तात मिळतात अशा वस्तूंशी पाकिस्तानी उत्पादकांना स्पर्धा करावी लागते. हा माल नेहमीच्या कस्टम प्रक्रियेतून जात नसल्यामुळं सरकारचाही महसूल बुडतो. अन्नपदार्थ, औषधी वनस्पती आणि औषधं आरोग्याच्या आणि सुरक्षेच्या दृष्टिकोनातून तपासली जात नाहीत. त्यामुळं माणसांचं आयुष्य धोक्यात येऊ शकतं. भारताकडून येणारा अनौपचारिक ओघ ज्या मुख्य विभागांशी संबंधित आहे ते विभाग आहेत फळं आणि भाजीपाला, कापड, गाड्यांचे सुटे भाग, दागदागिने, सौंदर्यप्रसाधनं, औषधं, तंबाखू, औषधी वनस्पतींपासून बनलेली उत्पादनं, मसाले आणि औषधी वनस्पती, कागद आणि कागदापासून बनवलेल्या वस्तू, तसंच क्रोकरी. हा माल पाकिस्तानात ज्या मार्गांनी येतो ते मार्ग आहेत दुबई, काबूल, कंदाहार, चमन आणि बंदर अब्बास. लागूनच असलेल्या सीमावर्ती प्रदेशातील अनेक ठिकाणी लहान लहान मार्ग आहेत.

कराची, लाहोर आणि रावळपिंडी इथल्या होलसेल मार्केटमध्ये भारतीय कापड, मोहक सूट आणि नववधूसाठी लागणाऱ्या कपड्यांची सुमारे ४०० दुकानं आहेत. भारतीय कपड्यांविषयी इथं मोठं आकर्षण असल्यानं ही दुकानं पाहून मला आश्चर्य वाटलं नाही. एका साडीची किंमत साधारण ५० ते १५० डॉलर इतकी आहे आणि एका भारतीय वधू-वेशाची किंमत साधारण ८०० ते १६०० डॉलर इतकी आहे.

खैबर पख्तूनख्वा प्रांतात आणि अफगाण सीमेवरच्या आदिवासी भागात भारतीय औषधांची एका दिवसाची उलाढाल ०.१५ दशलक्ष डॉलर्सइतकी होती आणि लाहोरमध्ये ही उलाढाल दिवसाला १५ हजार डॉलर्सइतकी होती. मसाल्यांची मासिक उलाढाल ०.७ दशलक्ष डॉलर अशी नोंदवण्यात आली, तर अफगाणिस्तानमार्गे येणाऱ्या भारतीय काळ्या चहाची मासिक उलाढाल ०.१ दशलक्ष डॉलर होती. विड्याची पानंही भारतातून येतात. दर महिन्याला सरासरी ०.३ दशलक्ष किलोग्रॅम इतका खप फक्त एकट्या लाहोरमध्ये होतो. गुटखा आणि पान परागसारख्या बंदी असलेल्या पदार्थांची मासिक उलाढाल ०.४०दशलक्ष डॉलर इतकी होती. भारतात बनलेल्या गाड्यांचे सुटे भाग विकणारी अनेक दुकानं कराची, लाहोर आणि रावळपिंडीला आहेत. प्रत्येक दुकानाची महिन्याची उलाढाल कराचीला ०.१ दशलक्ष डॉलर, लाहोरला ०.२५ दशलक्ष डॉलर आणि रावळपिंडीला ०.१२ दशलक्ष डॉलर इतकी होती. या दुकानांचा बाजारातला हिस्सा सुमारे ३० टक्के इतका होता. टायरमधली वार्षिक उलाढाल २४३ दशलक्ष डॉलर इतकी होती आणि भारतीय टायरचं स्थानिक पातळीवर नूतनीकरण (retread) करून बनवलेल्या टायरचा बाजारपेठेतला हिस्सा सुमारे ७० टक्के म्हणजे १७० दशलक्ष डॉलर इतका होता.[३१]

इंजिनला लागणारे प्रमुख सुटे भाग हे आधीपासूनच चीनमधून आयात केले जातात, तर भारतातून मुख्यत: वेगवेगळ्या गाड्यांना लागणारे गिअरबॉक्स व्यापारी आयात करतात. ते वाघा - अटारी सीमा पार करून आणले जातात. अभ्यासात नमूद केलं आहे, की भारतातून आयात केलेले सुटे भाग चीनपेक्षा जास्त परवडणाऱ्या किमतीला मिळतात आणि त्यांची गुणवत्ताही जास्त चांगली असते. सौंदर्यप्रसाधनं, औषधी वनस्पतींपासून बनवलेली उत्पादनं आणि अल्कोहोल या वस्तूही लोकप्रिय आहेत. पण याची दुसरी बाजूही आहे. अभ्यासात असं दिसून आलं, की काही पाकिस्तानी लोकांनी व्यक्त केलेली भीती बरोबर होती. गाड्यांच्या सुट्या भागांसारख्या वस्तूंच्या अनौपचारिक व्यापारामुळं स्थानिक उद्योगांना फटका बसत आहे. एसडीपीआयनं सांगितलं, की भारताला एमएफएन दर्जा मंजूर करताना पाकिस्ताननं याची खात्री करून घेतली पाहिजे, की टेरिफ आणि नॉन-टेरिफ अडथळे अशा पातळीवर आणले जातील, की औपचारिक व्यापार लोकांना आकर्षित करेल.

प्रत्यक्ष नियंत्रण रेषेवरील व्यापाराला पुन्हा खीळ

दि. १७ जानेवारी २०१४ रोजी बदामांनी भरलेल्या वाहनातून ब्राऊन शुगर वाहून नेण्याच्या आरोपाखाली एका पाकिस्तानी ड्रायव्हरला अटक झाल्यावर प्रत्यक्ष

नियंत्रण रेषेवरून चालणारा भारत आणि पाकिस्तानमधला व्यापार ठप्प झाला. ड्रायव्हर परत आला नाही तेव्हा प्रत्यक्ष नियंत्रण रेषेच्या पाकिस्तानच्या बाजूनं प्रवेश बंद करून टाकण्यात आला. जवळपास दोन आठवडे दोन्ही बाजूंना ट्रक नुसत्याच उभ्या होत्या. ड्रायव्हरला राजनैतिक संरक्षण असल्यामुळं त्याला अटक होऊ शकत नव्हती. म्हणून पाकिस्ताननं त्याच्या सुटकेची मागणी केली. परंतु भारतानं ती फेटाळून लावली. या कोंडीवर तोडगा काढण्याऐवजी एकमेकांवर खूप चिखलफेक करून झाली. गोष्टी सुरळीत व्हायला जवळजवळ एक महिना लागला आणि तरीही त्यानं दोन्ही बाजूंचं समाधान झालंच असेल याची खात्री नाही. या अटकेच्या वेळी माध्यमांचे प्रतिनिधी उपस्थित असल्यामुळं पाकिस्ताननं शंका व्यक्त केली आणि ड्रायव्हर निष्पाप असेल असं आपल्याला वाटत असल्याचं बोलून दाखवलं. सन २००८मध्ये उरीमधल्या सलामाबाद आणि पूंछमधल्या 'चकन दा बाघ' या दोन व्यापार सुविधा केंद्रांवरून प्रत्यक्ष नियंत्रण रेषेवरचा व्यापार सुरू झाला. ही आत्मविश्वास वाढवणारी - CBM (Confidence Building Measure) उपाययोजना ठरली. या घटनेचं वार्तांकन करण्यासाठी श्रीनगरस्थित 'द हिंदू'चे वार्ताहर अहमद अली फय्याझ यांच्याकडून आणि नवी दिल्लीहून मिळालेली माहिती उपयुक्त ठरली. फय्याझ हे अगदी योग्य जागी नियुक्त झालेले होते. माझ्यापर्यंत फक्त पाकिस्तानी परराष्ट्र कचेरी जे सांगेल तेच पोचत होतं. प्रत्यक्ष नियंत्रण रेषेवरून केल्या जाणाऱ्या व्यापारासंबंधीच्या CBMs वर पाकिस्तान-इंडिया जॉइंट वर्किंग ग्रुपची (JWG) एक मीटिंग मार्चमध्ये नवी दिल्लीला झाली. ही मीटिंग सुमारे दीड वर्षाच्या खंडानंतर झाली. यावरूनच अशा यंत्रणांना किती प्राधान्य दिलं जातं हे दिसून येतं. दि. ६ मार्च २०१४ रोजी पाकिस्तानच्या परराष्ट्र कचेरीत पत्रकारांना माहिती देताना प्रवक्त्यानं सांगितलं, की ही मीटिंग विधायक स्वरूपाची झाली; पण त्यानं भारताच्या न्यायालयीन अधिकारकक्षेवर आणि न्यायतत्त्वशास्त्राबद्दल शंका उपस्थित केल्या. पाकिस्तानला ड्रायव्हरची सुटका व्हायला हवी होती आणि त्याचं म्हणणं असं होतं, की असे विषय स्थानिक पातळीवर हाताळले जायला हवेत.

ड्रायव्हरला अटक झाल्यानंतर सुमारे एक महिन्यानं, म्हणजे २०१४ मध्ये फेब्रुवारी महिन्याच्या दुसऱ्या आठवड्यापासून पाकिस्ताननं मानवतावादी दृष्टिकोनातून व्यापार सुरू केला. त्याआधी, भारताच्या बाजूनं दर सोमवारी बस सेवा सुरू करण्याचा निर्णय झालेलाच होता. प्रत्यक्ष नियंत्रण रेषेवरून व्यापार आणि लोकांची ये-जा सुरू होणं हा शांतता प्रस्थापित करण्याचा खात्रीशीर मार्ग होता. पण संशयाचं धुकं काही एका रात्रीत फिटत नसतं. अवैध मालाची वाहतूक केली म्हणून जर ड्रायव्हरला अटक झाली असेल, तर ही परिस्थिती हाताळण्यासाठी

योग्य ती यंत्रणा असायला हवी. हालचालींवर निर्बंध आणणं आणि लोकांना अडचणीत टाकणं हा शहाणपणाचा मार्ग नव्हे. ही तुलनेनं सोपी असलेली परिस्थिती निवळायलासुद्धा एक महिना लागला. वाहनांची तपासणी करण्यासाठी व प्रमाणित प्रचालन प्रक्रियांचं (standerd operating procedures) पुनरावलोकन करण्यासाठी एक संयुक्त यंत्रणा उभारण्याची गरज असण्यावर चर्चा झाली. सध्या वस्तुविनिमय पद्धतीनं व्यापार चालत असल्यामुळे बँकिंग सुविधा असणंही महत्त्वाचं होतं. संयुक्त तपासणी यंत्रणा उभारण्यासंबंधी चर्चा झाली, हेही नसे थोडके!

मच्छिमारांची कहाणी

तुम्ही जर भारत किंवा पाकिस्तानातले मच्छिमार असाल आणि चुकून जरी एकमेकांच्या जलक्षेत्रांमध्ये गेलात, तरी तुम्हाला अटक होऊ शकते आणि तुरुंगात टाकलं जाऊ शकतं. कदाचित तुम्ही परत कधीही घरी जिवंत येऊ शकणार नाही. जर तुम्ही तुरुंगात असताना मेलात तर तुमचं राष्ट्रीयत्व सिद्ध करण्यात महिनेच्या महिने निघून जातील आणि तुमचं शरीर शवागरात गोठलेल्या अवस्थेत पडून राहील. ही बाब हाताळण्याची कोणतीही सुसंघटित यंत्रणा नाही हे दोन्ही देशांमधल्या सुस्तपणाला, लाल फितीच्या कारभाराला आणि वैरभावनेला साजेसंच आहे. प्रॉक्सी युद्ध, व्हिसाचे गोंधळ याखेरीज दोन्ही देशांमधल्या मच्छिमारांना किती त्रास सहन करावा लागतो, ही एक भयावह सत्यकथा आहे.

अस‌ं म्हणतात, की कराची हे नाव 'माई कोलाची' या नावाच्या एका कोळिणीवरून पडलं आहे. त्याची मुळं ४०० वर्षं जुन्या इब्राहिम हैदरी या समुद्रकिनाऱ्यावरील गावात आहेत. समुद्रकिनारी मोठमोठ्या जाळ्यांची दुरुस्ती सुरू होती आणि काही मच्छिमार नवीन बोटींसाठी लाकडाच्या फळ्या ठोकत होते. त्या गावाच्या छोट्या वळणावळणांच्या गल्ल्यांमध्ये चांगलीच गजबज होती. एका उपाहारगृहाबाहेर स्वयंपाकाची मोठी भांडी ठेवलेली होती. दुसऱ्या एका स्टॉलवर माशांचे तुकडे करण्याचं काम सुरू होतं. मुलं छोटी-मोठी कामं करत होती किंवा गाढवांच्या गाड्या चालवत होती. त्या गावाचे सुमारे एक लाख रहिवासी सगळ्या रस्त्यांवर विखुरले होते. आयुष्य गतिमान आणि रंगीबेरंगी होतं. एक म्हातारा चांभार एका कोपऱ्यात बसला होता आणि समोरच्या बाजूला रंगांनी भरलेल्या पिंपांमध्ये एक मुलगा ओढण्या बुडवत बसला होता. आम्ही नोव्हेंबर २०११मध्ये त्या गावाला भेट दिली होती. त्या दिवशी सगळीकडं खूप उत्साह भरलेला होता कारण प्रत्येकजण एका राजकीय सभेला जाणार होता. ट्रक आणि मिनी व्हॅनमध्ये बसून लोकांच्या झुंडी निघाल्या होत्या.

पण मच्छिमाऱ्यांच्या या गजबजलेल्या गावात अनेक कुटुंबं अशी होती, जी कुटुंबातल्या पुरुषांची काही बातमी येते का याची वाट बघत होती. ते येतील याबद्दल त्यांना फारशी आशा नव्हती.

आम्ही जेव्हा सुग्रा आणि तिच्या आईला, जन्नाला भेटलो तेव्हा त्या दोघी त्यांच्या झोपडीबाहेर मोठ्या रंगीबेरंगी 'धुरी' किंवा 'रिली' वाळवत होत्या. घराबाहेर एकच खाट होती. आता किशोरावस्थेत असलेली सुग्रा तीन महिन्यांची असताना तिचे वडील बोट घेऊन बाहेर पडले ते कधी परत न येण्यासाठीच. ती आणि तिची आई प्रत्येकी २०० पाकिस्तानी रुपयाला एक 'रिली' विकतात. जवळच्या हाउसिंग कॉलनीत घरकाम करतात. त्यांचे फोटो काढून निघून जाणाऱ्या पाहुण्यांना त्या आता कंटाळल्या आहेत. सुग्रानं तिच्या वडिलांचं फक्त छायाचित्र बघितलं आहे. त्यांनी शेवटचं त्यांच्याबद्दल ऐकलं तेव्हा ते अहमदाबादच्या तुरुंगात होते. ते नाहीसे झाल्याला आता १७ वर्षं होऊन गेली आहेत. द पाकिस्तान फिशरफोक फोरमची स्थापना १९९८मध्ये झाली. ही संघटना त्यांना मदत करत आहे. २०० पेक्षाही जास्त मच्छिमार गेली १४-१५ वर्षं भारतीय तुरुंगात आहेत, तर ३०० पेक्षाही जास्त मच्छिमार पाकिस्तानच्या तुरुंगांमध्ये सडत पडले आहेत आणि मरत आहेत.

आसपासचे लोक जरी सुग्राचे वडील, अचर, परत येण्याची शक्यता नसल्याचं सांगत असले, तरी सुग्रा आणि तिच्या आईनं आशेचा दीप अजून मनात तेवत ठेवला आहे. आसवांमध्ये आणि आपल्या धुऱ्या शिवण्याच्या कामात आसरा शोधणाऱ्या जन्नाला आपण एक तमाशा असल्याचं आणि कुतूहलानं बघण्याची वस्तू असल्याचं वाटत राहतं.

जवळपासच्या गावांमधल्या इतर काही महिलांचे नवरे किंवा नातेवाईक सुमारे एका दशकापासून तुरुंगात आहेत. अधूनमधून त्यांची पत्रं येत असतात. ही परिस्थिती खूपच गंभीर आहे. जन्नाचा पती हरवला तेव्हा तिच्या लग्नाला फक्त दोनच वर्षं झाली होती. तिला त्याच्या घरातून हाकलून देण्यात आलं आणि ती इब्राहिम हैदरीला परत आली. आई आणि मुलगी दोघीही निरक्षर आहेत. सुरुवातीला अचरकडून आलेली काही पत्रं एका समाज-प्रतिनिधीनं वाचून दाखवली होती. भारतातून मच्छिमारांची सुटका झाल्याची बातमी आली, की जन्नाच्या आशा पल्लवित व्हायच्या, पण पदरी पुन्हा निराशाच पडायची. वरवर पाहता दोन सुसंस्कृत दिसणारे देश या प्रश्नावर अधिक मानवतावादी दृष्टिकोन राखून तोडगा काढू शकत नाहीत ही बाब अविश्वसनीय आहे. परंतु दोन्ही देशांच्या छोट्या इतिहासात काही अपवाद वगळता मानवतावादी दृष्टिकोन असल्याचा फारसा पुरावा आढळत नाही. राजकीय स्तरावरच्या वैरभावनेमुळं आणि मनातील कटुतेमुळं

होणाऱ्या अवहेलनांचे चटके सामान्य माणसांना सोसावे लागतात.

बराच पाठपुरावा केल्यानंतर ऑगस्ट २०१३ मध्ये सुमारे ३०० भारतीय मच्छिमार आणि खलाशांची सुटका करण्यात आली. त्याच सुमारास 'फिशिंग इन ट्रबल्ड वॉटर : द टरमॉईल ऑफ फिशरपीपल कॉट बिटवीन इंडिया अँड पाकिस्तान', हा अहवाल नवी दिल्लीच्या 'प्रोग्राम फॉर सोशल ॲक्शन'च्या 'डायलॉग फॉर ॲक्शन' या उपक्रमाद्वारे प्रकाशित करण्यात आला. भारतीय तटरक्षक दल आणि मेरीटाइम सिक्युरिटी एजन्सी, पाकिस्तान यांनी मच्छिमारांना केलेली अटक विषय फाळणीपासूनच सुरू झाला होता. सन १९९०च्या दशकात अटक झालेल्यांच्या संख्येनं हजाराचा आकडा गाठला. २००८मध्ये स्वाक्षरी केलेल्या 'कॉन्सुलर ॲक्सेस'वरील (परदेशी वकिलातीची उपलब्धता) करारांतर्गत दोन्ही देशांनी दुसऱ्या देशातल्या अटक केलेल्या व्यक्तींची माहिती दर वर्षी १ जानेवारी आणि १ जुलै रोजी देणं बंधनकारक आहे आणि याचं पालन नियमितपणे केलं जातं. आर्थिक सहकार्याच्या कराराचा उद्देश सागरी संसाधन वाटून घेणं हा असला, तरी 'सागरातच सुटका' (Release at Sea) या कलमाची अंमलबजावणी ही फार दूरची गोष्ट आहे. या अहवालात भारत व पाकिस्तानच्या नेतृत्वानं इच्छाशक्ती दाखवावी, अशी मागणी करण्यात आली आणि सर क्रीकच्या प्रश्नावर कायमस्वरूपी तोडगा काढण्याचं आवाहन करण्यात आलं.

दुसरं एक भिजत पडलेलं घोंगडं म्हणजे दोन्ही बाजूंनी ताब्यात घेतलेल्या मच्छिमारांच्या बोटींचा प्रश्न. पाकिस्तानच्या ताब्यात असलेल्या भारतीय बोटींची संख्या आहे ७६५ आणि सुमारे २०० पाकिस्तानी बोटी भारताच्या ताब्यात आहेत. भारताच्या सगळ्या बोटी गुजरात आणि दीवच्या मच्छिमारांच्या मालकीच्या आहेत आणि त्या त्यांनी कर्ज काढून विकत घेतल्या आहेत. २०११मध्ये कराचीत, भारतीय पत्रकार आणि कार्यकर्ता जतीन देसाई, जे इतर कार्यकर्त्यांबरोबर मच्छिमारांच्या सुटकेबाबत मोहीम चालवतात, माई भागी यांना भेटले होते; त्यांचा मुलगा, जावई आणि दोन अन्य नातेवाईक यांना १९९९मध्ये अटक करण्यात आली होती. त्यांची बोटही नष्ट करण्यात आली होती. माई भागी यांना असं समजलं, की त्यांचा जावई २०१२मध्ये अहमदाबादच्या सिव्हिल हॉस्पिटलमध्ये मरण पावला, त्यानंतर त्याचं पार्थिव कराचीत पोचायला तब्बल २५ दिवस लागले. त्याचप्रमाणे, रामभाई वाला हा भारतीय मच्छिमार कराचीच्या तुरुंगात निधन पावला आणि त्याचं पार्थिव ४५ दिवसांच्या भांडणानंतर परत पाठवण्यात आलं.

सन २०१४च्या फेब्रुवारी महिन्यात, भगवान हा भारतीय मच्छिमार कराचीच्या लांढी तुरुंगात निधन पावला. एक वर्षापूर्वी त्याला इतर ५४ जणांबरोबर मेरीटाइम

सिक्युरिटी एजन्सीनं अटक केली होती. तुरुंगातून पळून गेल्यावर कराचीतील गुलशन-ए-इक्बाल भागातील पीआयबी कॉलनीनजीक रस्त्यांवर फिरताना गस्त घालणाऱ्या पोलिसांनी त्याला पाहिलं आणि डिसेंबर २०१३मध्ये अटक केली. त्याच्याकडं ओळख पटवणारा कोणताही पुरावा नव्हता. आपण तुरुंगातून पळून आलेला मच्छिमार असल्याचं त्यानं पोलिसांना सांगितलं. तो रस्त्यावर राहायचा आणि अन्नछत्रात जेवायचा. त्याला अमली पदार्थांचं व्यसन होतं आणि ते मिळवण्यासाठी तो तुरुंगातून पळाला होता. तुरुंगाच्या अधिकाऱ्यांनी सांगितलं, की त्याचा मृत्यू हृदयविकाराच्या झटक्यानं नैसर्गिकरीत्या झाला.

गुजरातच्या जुनागढ जिल्ह्यातल्या गराल गावातील भारतीय मच्छिमार, ३५ वर्षांचा भिखा लाखा शियाल कराचीतल्या मालिर तुरुंगात १९ डिसेंबर २०१३ रोजी मरण पावला. त्याला आणि त्याच्या इतर सहकाऱ्यांना २५ ऑक्टोबर २०१३ रोजी त्यांच्या बोटीनं पाकिस्तानच्या हद्दीतील सागरात प्रवेश केला म्हणून अटक झाली होती. त्याचा मृत्यू अस्थमामुळं झाल्याचं सांगण्यात आलं. मृत्यूनंतर एक महिन्यानं त्याचं मृत शरीर कराचीच्या सोहराब गोठ येथील एधी होम इथं पडलेलं होतं. त्याच्या मृत्यूपर्यंत त्याचं राष्ट्रीयत्व कोणतं याची खातरजमा केली गेली नव्हती. कॉन्सुलर ॲक्सिसच्या करारानुसार अटकेनंतर तीन महिन्यांच्या आत त्या मच्छिमाराला भारतीय अधिकाऱ्यांना भेटण्याची मुभा द्यायला हवी होती. पण आपल्या देशांमध्ये कागदपत्रांच्या पूर्ततेचं काम कधीही न संपणारं असतं. शेवटी भारतीय दूतावासानं तो भारतीय असल्याचं प्रमाणपत्र दिलं. शियालची पत्नी हयात नव्हती. त्याला एक मुलगा आणि मुलगी होती.

सन २०१२ मध्ये नवाज अली हा पाकिस्तानी मच्छिमार अहमदाबादच्या एका हॉस्पिटलमध्ये मरण पावला. त्याचा मृतदेह २५ दिवसांनंतर पाकिस्तानला पोचला. सन २०१३च्या जुलै महिन्यात, दादूभाई मकवाना हा जुनागढ जिल्ह्यातला भारतीय मच्छिमार मालिर तुरुंगात मरण पावला. त्याचा मृतदेह भारतात तब्बल २१ दिवसांनंतर पोचला. अटकसत्र सुरूच आहे आणि प्रश्न सोडवण्यात होणारा उशीरही.

दोन्ही देशांमध्ये अटक झालेल्या मच्छिमारांच्या यादीची देवाणघेवाण होत असली, तरी त्यांच्या सुटकेची खातरजमा होण्यात अक्षम्य उशीर होतो ही वस्तुस्थिती आहे. दोन्हीकडचे लोक प्रत्येक उल्लंघनाकडं प्रत्येक वेळी संशयाच्याच नजरेनं बघतात. निष्पाप लोकांना मात्र जबरदस्तीनं त्रास सहन करावा लागतो. आपल्यातील शत्रुत्वाच्या संबंधामागील मुख्य कारणांचं जोपर्यंत निराकरण होत नाही तोपर्यंत हा प्रश्न तुकड्या-तुकड्यांनी सोडवणं निरर्थक ठरेल.

१०

हरवलेल्या बलुचींसाठीचा आवाज

एका पावसाळी संध्याकाळी फैझाबाद जंक्शनला 'मामा' कादीर बलुच आणि त्यांच्याबरोबर पदयात्रा करत असलेल्या छोट्या गटाचं गुलाबाच्या पाकळ्यांनी स्वागत करण्यात आलं. दुसऱ्या दिवशी ते बलुचिस्तानातल्या मृत तरुण पुरुषांची आणि स्त्रियांची फ्रेम केलेली छायाचित्रं एका ढकलगाडीवर ठेवून ती गाडी ढकलत इस्लामाबाद प्रेस क्लबला जाणार होते. गुलाबाच्या पाकळ्यांनी छायाचित्रांमधले ते चेहरे झाकले होते. पूर्वीच्या कालट राज्याला जोडलेल्या या प्रांताला पाकिस्तानपासून स्वतंत्र व्हायचं होतं. तिथल्या तथाकथित गुन्हेगारांना मोठ्या संख्येनं सेना सातत्यानं चिरडत होती. तुम्ही कोणत्या बाजूचे आहात यावरून तरुण बंडखोर आहेत, की नाही, हे ठरतं. पाकिस्तान सरकारला याची जवळजवळ खात्रीच आहे, की इराणला लागून असलेल्या व आकारानं प्रचंड असलेल्या या प्रांतामध्ये अशांतता माजवण्यात भारताचा मोठा हात आहे, हे सिद्ध करणारी कागदपत्रं पाकिस्ताननं संयुक्त राष्ट्रसंघात सादर केली आहेत. स्थानबद्धांसाठीच्या अनेक छावण्या उभारण्यामागं, छळ करण्यामागं आणि बंड मोडून काढण्यासाठी लष्कर पाठवण्यामागं आणखी एक विभाजन होण्याची भीती आहे. पाकिस्तानच्या मनात ही गोष्ट स्पष्ट आहे, की बांग्लादेशच्या युद्धात भारतानं मुक्तिवाहिनीच्या साहाय्यासाठी जे जे केलं ते सगळं तो पुन्हा करत आहे. एका लाडका तर्क असा आहे बलुचिस्तान आणि त्याच्या महत्त्वाकांक्षा या दोन्हीचा संयुक्त उपयोग करून घेत 'रॉ'नं पाकिस्तानला डळमळीत करण्यासाठी कारस्थान रचलं आहे. सन २०१६मध्ये 'रॉ'चा एजंट असल्याचा आरोप कुलभूषण जाधववर करून त्याला अटक करण्यामागं आपले आरोप बरोबर असल्याचं सिद्ध करण्याची पाकिस्तानची धडपड आहे. बलुचिस्तानबाबत भारताची काय भूमिका आहे हे मला टीव्हीवर वारंवार विचारलं जायचं – आरोपांच्या विश्वात हा वारंवार येणारा विषय आहे. मी बलुचिस्तानात हेर पाठवत नव्हते आणि स्वतंत्र वृत्तपत्रासाठी

काम करत होते – ते एक वर्तमानपत्र होतं, सरकार नव्हे, हे मी लोकांना सांगण्याचा प्रयत्न करत होते. सोईनुसार माझं भारतीयत्व मला कधी भारत सरकारचा प्रतिनिधी बनवायचं तर कधी मी एक सामान्य भारतीय नागरिक असायचे - ज्याच्यावर एकतर प्रेम केलं जायचं किंवा त्याचा द्वेष केला जायचा.

बलुचिस्तानात होणाऱ्या उलथापालथीची तुलना नेहमी काश्मीरशी केली जाते. जर मी एक भारतीय म्हणून बलुचिस्तानविषयी लिहिलं, तिथल्या परिस्थितीबद्दल लिहिलं किंवा मामा कादीरसारख्या व्यक्तीची मुलाखत घेतली, तर मग मी काश्मीरच्या स्वतंत्र होण्याच्या आकांक्षेबद्दल का नाही लिहिलं किंवा काश्मिरी स्वातंत्र्यसैनिकांबद्दल का नाही लिहिलं? जर मी काश्मीरबद्दल लिहिलं नाही, तर बलुचिस्तानविषयी लिहिण्याचा मला कुठलाही अधिकार नाही हे मला जाणवून देण्यात आलं. पण आपण आणखी पुढची गोष्ट जाणून घेणार आहोत. जिओ टीव्हीचा सूत्रसंचालक हमीद मीर यानं पहिल्यांदा मामा कादीर 'बलोच' यांची तुलना महात्मा गांधींशी केली. खरं तर कादीर यांच्या त्या कठीण पदयात्रेमागे गांधींनी केलेल्या ३९० किलोमीटरच्या दांडी पदयात्रेचीच प्रेरणा होती. फक्त ते गांधींपेक्षा जास्त अंतर चालले – क्वेट्टा ते इस्लामाबाद हे अंतर ३३०० किलोमीटर इतकं आहे. ते ज्यासाठी चालले ते कारणही तेवढंच दाहक होतं. ती दीर्घ पदयात्रा बलुचिस्तानमधल्या नाहीशा झालेल्या हजारो व्यक्तींना न्याय मिळवून देण्याच्या मागणीसाठी राजधानीपर्यंत काढण्यात आली होती. जिवे मारण्याच्या धमक्यांनी, भरपूर लाच देऊ करून आणि प्रत्यक्ष हल्ले होऊनही कादर यांच्यावर काडीमात्रही परिणाम झाला नाही. मामा कादीर यांनी २००९मध्ये 'व्हॉईस फॉर बलुच मिसिंग पर्सन्स'ची आणि त्यांच्या अनुयायांच्या एका छोट्या गटाची स्थापना केली. ते त्या वेळी ७२ वर्षांचे होते (मार्च २०१४) आणि ११ वर्षांचा अली हैदर हा मुलगा सर्वांत लहान पदयात्री होता.

त्या दिवशी सकाळी, जेव्हा कादीर यांनी इस्लामाबादजवळच्या फैझाबाद जंक्शनहून सुरुवात केली, तेव्हा रस्त्याच्या कडेला तरुण बलुच पुरुषांची तुडुंब गर्दी होती. त्यांनी चेहऱ्यावर रुमाल बांधले होते. जर ते ओळखू आले असते, तर त्यांना चौकशीसाठी किंवा त्याहीपेक्षा भयंकर कारणांसाठी ताब्यात घेतलं गेलं असतं. गरुडाची नजर असलेले गुप्तचर आणि पोलीस सर्वत्र होते. मला एकदा वाटलं, की पदयात्रींपेक्षा त्यांचीच संख्या जास्त होती. मी त्यांच्यापैकी काहींना जिल्हा न्यायालयात झालेल्या आत्मघातकी बॉम्बहल्ल्याच्या ठिकाणी पाहणार होते. ही पदयात्रा बऱ्याच बाबतींत आगळी-वेगळी होती. तिनं स्थानबद्धांच्या छावण्यांची समस्या अधोरेखित केली, ज्यांचे कुटुंबीय हरवले होते. त्यांच्या मागण्या विलक्षण होत्या – त्यांना त्यांचा प्रांत स्वतंत्र व्हायला तर हवाच होता,

पण त्यांच्या सुटकेसाठी संयुक्त राष्ट्रसंघ आणि अगदी 'नाटो'नं यावं अशी त्यांची मागणी होती. सुरुवातीला हे जरा अतीच आहे की काय असं वाटत होतं, पण त्यांचा निश्चय ठाम होता. नंतर ते राजधानीत संयुक्त राष्ट्रांच्या आणि युरोपियन युनियनच्या प्रतिनिधींना भेटलेदेखील!

कादीर यांनी दाखल केलेल्या तक्रारी थेट सुप्रीम कोर्टापर्यंत गेल्या आणि त्यात असं दिसून आलं की, आयएसआय, द फ्रंटिअर कॉर्प्स आणि लष्करी गुप्तचर या सुरक्षा एजन्सींनी तरुण मुला-मुलींना उचललं होतं. हरवलेल्या व्यक्तींना आणून उभं करण्याचे इतके आदेश निघतात, पण कोणीही काहीही करत नाही. कादीर म्हणाले, की सुरक्षा दलं आदेश धुडकावून लावतात आणि त्यांचा काहीही उपयोग होत नाही. उदाहरणार्थ, फर्जाना या एका पदयात्रीच्या बाबतीत न्यायालयानं तिच्या भावाला, झाकीरला, न्यायालयासमोर हजर करण्याचा आदेश दिला होता. त्याला २००९मध्ये ताब्यात घेण्यात आलं होतं आणि त्याचा ठावठिकाणा लागत नव्हता. हा २६ वर्षांचा तरुण बलुच गटाचा विद्यार्थी नेता होता. त्याच्या कुटुंबाला एकदा स्थानबद्धांच्या छावणीतून सुटलेल्या एका व्यक्तीचा संदेश आला होता, की तो त्या छावणीत आहे. पण नंतर त्याची काहीच बातमी कळली नाही.

फर्जाना म्हणाली, की पदयात्रेदरम्यान तिच्या पायांच्या बोटांची नखं निघून आली आणि तिचं वजन कमी झालं. बायोकेमिस्ट्रीची पदव्युत्तर पदवी घेतलेल्या आणि बलुच साहित्यात आणखी एक पदव्युत्तर पदवी घेतलेल्या फर्जानाचं आयुष्य, झाकीरला काही वर्षांपूर्वी सुरक्षा एजन्सींनी पकडून नेल्यामुळं उद्ध्वस्त झालं. पदयात्रींमध्ये नऊ तरुण महिला आणि तीन लहान मुलं होती. त्या सगळ्यांच्या कुटुंबातलं कुणी ना कुणी हरवलं होतं.

ही पदयात्रा म्हणजे कमी त्रासदायक अनुभव होता, दुसऱ्या एका पदयात्रीनं मला सांगितलं. ७०० किलोमीटर चालल्यावर डिसेंबर २०१३ मध्ये कराची प्रेस क्लबच्या बाहेर मुक्काम केलेला असताना मी त्यांच्याशी बोलले. सोळा वर्षांच्या सम्मीच्या वडिलांना चार वर्षांपूर्वी एका हॉस्पिटलमधून ताब्यात घेतलं होतं. त्यांना परत आणता येणार असेल, तर आपण पुन्हा एकदा पदयात्रा करू शकतो असं ती म्हणाली. तिचं कुटुंब आत्यंतिक दारिद्र्यात दिवस कंठत होतं. पण खरी भीती ही होती, की या सगळ्या हरवलेल्या व्यक्तींमधले अनेक जण मृत झाले असण्याची शक्यता होती. सुरक्षा एजन्सी लोकांना पकडतात आणि त्यांच्यापैकी अनेक लोक दहा-दहा वर्षं परत येत नाहीत. काही वेळा तर परत येतच नाहीत. त्यांचे मृतदेह इथं-तिथं टाकून दिले जातात आणि त्यांच्या खिशात चिठ्ठ्या ठेवलेल्या असतात.

सातवीत शिकणारी समीना आणि तिचा धाकटा भाऊ अली हैदर यांच्यासारख्या

ज्या मुलांनी पदयात्रेत भाग घेतला त्यांच्यापैकी बहुतेक मुलांनी या निषेध मोर्चात भाग घेण्यासाठी शाळा सोडली होती. त्यांचे वडील मोहम्मद रमझान हरवले होते. पदयात्रेदरम्यान लोक त्यांना उद्देशून अपशब्द वापरायचे आणि धमक्या द्यायचे आणि काही प्रसंगी तर चालत्या वाहनांमधून त्यांच्यावर गोळ्याही झाडण्यात आल्या. एका ट्रकनं दोन समर्थकांना धडक दिली आणि त्यांना जखमी केलं.

कादीर म्हणाले, की त्यांनी २०१२मध्ये बलुचिस्तानला भेट देणाऱ्या संयुक्त राष्ट्रांच्या कार्यकारी गटाला भेटीसाठी विनंती केली होती. 'आम्हाला त्यांची भेट घेण्यासाठी इस्लामाबादला आमंत्रित करण्यात आलं. आम्ही आमची परिस्थिती अधोरेखित करण्यासाठी आणि संयुक्त राष्ट्रांच्या हस्तक्षेपाची मागणी करण्यासाठी क्वेट्टाहून तीन हजार किलोमीटरचं अंतर चालून येण्याचा निर्णय घेतला,' ते म्हणाले. पदयात्रींनी २७ ऑक्टोबर २०१३ रोजी चालायला सुरुवात केली आणि दिवसाला चाळीस किलोमीटर अंतर पार करायचं ठरलं. राजधानी गाठायला त्यांना १०० दिवस लागले. कराचीपासून पदयात्रेत सहभागी झालेले एक ज्येष्ठ कार्यकर्ते मोहम्मद अली तालपूर म्हणाले, की हे सरकारला दिलेलं आव्हान होतं. व्यवस्थेच्या अगदी मर्मस्थानी ही पदयात्रा घेऊन येण्यामागं बलुचिस्तानच्या लोकांची दैना जगजाहीर व्हावी, हे कारण होतं.

मी फैझाबाद जंक्शनपासून कादीर यांच्याबरोबर चालत आले कारण चालता चालता ते मला मुलाखत देतील असं ते म्हणाले होते. त्यांची मुलाखत मिळवण्यासाठी अनेकांची चढाओढ लागली होती. माझी पाळी आम्ही इस्लामाबादला पोचण्याच्या थोडा वेळ आधी आली. गुलाबांच्या फुलांचे हार घातलेले आणि पारंपरिक टोपी घातलेले कादीर हे आधी बँकेत काम करायचे. ते खूपच मनमिळाऊ होते. त्यांना भारताला भेट देण्याची इच्छा असल्याचं त्यांनी मला सांगितलं. ही त्यांची इच्छा मी पाकिस्तानातून परत येण्याच्या सुमारास पूर्ण झाली. त्यांनी आजवर हरवलेल्या व्यक्तींबाबत १९,२०० पेक्षा जास्त तक्रारी दाखल केल्या आहेत आणि २००६ मृतदेह शोधून काढले आहेत. ते म्हणाले, की हरवलेल्या व्यक्तींचा प्रश्न हा १९४७पासून चालत आला आहे. तेव्हा कालट राज्यापासून मुक्त झालेल्या बलुचिस्तानला जबरदस्तीनं पाकिस्तानात सामील व्हावं लागलं होतं. जलील रेकी या त्यांच्या तीस वर्षांच्या मुलाला पकडून नेण्यात आलं कारण तो बलुच रिपब्लिकन पार्टीचा (BRP) केंद्रीय माहिती सचिव होता. त्याचा मृतदेह इराणच्या सीमेला लागून असलेल्या एका गावात टाकून दिलेला आढळला. त्यांच्या मुलांच्या मृत्यूनं परिस्थिती सुधारण्याची आंतरिक ऊर्मी त्यांच्यात जागी झाली आणि त्यांनी बलुचिस्तानातल्या जनतेच्या दु:खाला आवाज देण्यासाठी समर्पित असलेली ही संघटना उभारली. हे ते बलुचिस्तान होतं जे स्वातंत्र्यासाठी संघर्ष करून, बंडखोरीला

विरोध करणाऱ्या कारवायांनी हैराण होऊन, दहशतवादामुळं आणि सुरक्षा एजन्सींच्या कृत्यांमुळे उद्ध्वस्त होण्याच्या मार्गावर होतं. कादीर म्हणाले, की गुप्तचर विभागानं त्यांच्या मुलाला मारलं. फोन करून त्या वेळी त्याच्याबरोबर असलेल्या एकाला विभागानं तसं सांगितलं होतं. त्यांचा नातूही पदयात्रेत सहभागी झाला होता.

सन २०१२मध्ये त्यांच्या संघटनेनं हरवलेल्या व्यक्तींबाबतच्या दोन तक्रारी सर्वोच्च न्यायालयात दाखल केल्या होत्या. त्या व्यक्तींना सर्वोच्च न्यायालयात हजर केलं जावं अशी विनंती याचिकेत केली होती. स्थानबद्धांच्या छावणीतील परिस्थिती अंगावर काटे आणणारी होती, असं ते म्हणाले. लोकांना त्यांचे पायदेखील ताठ करता येत नव्हते. खोल्या अगदीच लहान होत्या आणि कैद्यांचे डोळे बांधलेले होते. त्यांच्या गटानं काही मृतदेह शोधून काढले. त्यांच्या पायांना भोकं पाडलेली दिसत होती. काही शरीरांमधले महत्त्वाचे अवयव काढून घेण्यात आले होते, असं त्यांनी सांगितलं. बलुच स्टुडण्टस ऑर्गनायझेशनची (आझाद) वरिष्ठ पुढारी सना संगत (जी नंतर BRP मध्ये सामील झाली) हिच्या शरीरात अठ्ठावीस गोळ्या झाडण्यात आल्या होत्या. मारी व बुगती जमातींच्या स्त्रियाही सापडत नव्हत्या. त्यांचं अपहरण करण्यात आलं होतं, जेणेकरून त्या दबावाखाली त्यांची कुटुंबं त्यांच्या मुलांनी वेगवेगळ्या बलुच गटांमध्ये सामील होऊ नये याची दक्षता घेतील. ज्या व्यक्तींची 'हरवलेले' म्हणून नोंद झाली, त्यात सुमारे १७० महिला होत्या. एक वर्षाच्या मुलाची आई असलेल्या एका शाळा शिक्षिकेला एकदा पकडून नेण्यात आलं. काही वेळा तर लहान मुलांनाही धरून नेलं गेलं.

बऱ्याच प्रयत्नांनंतर सरकारने सर्वोच्च न्यायालयासमोर मालाकंद स्थानबद्धता केंद्रात डांबून ठेवल्याची खबर असलेल्या ३५ लोकांपैकी काही जणांना सादर केलं. परंतु न्यायालयानं आदेश देऊनसुद्धा बलुचिस्तानातील कोणालाही हजर केलं गेलं नाही. त्या ३५ लोकांपैकी दोन लोकांचा मृत्यू झाला होता हे सरकारनं त्याआधी कबूल केलं होतं.

सन २०१२मध्ये 'ह्युमन राईट्स कमिशन ऑफ पाकिस्तान'च्या 'होप्स, फिअर्स अँड एलियनेशन इन बलुचिस्तान' (Hopes, fears and Alienation in Balochistan) या सत्यशोधन मोहिमेंतर्गत सादर केल्या गेलेल्या अहवालानुसार बलुचिस्तान हा पाकिस्तानचा सर्वांत मोठा प्रांत आहे – सगळ्यांत कमी लोकसंख्या असलेला आणि सर्वांत अशांत. या प्रांताचं सर्वांत ठळक वैशिष्ट्य म्हणजे बहुसंख्य बलुच असलेल्या जिल्ह्यांमध्ये असलेली हिंसक बंडखोरी. ती नवाब अकबर बुगती यांची एका लष्करी कारवाईत हत्या झाल्यानंतर २००६मध्ये सुरू झाली. २०००पासून २०१२पर्यंत एचआरपीसीनं बलुचिस्तानमधून १९८ लोक हरवले असल्याची नोंद केली. त्यांनी ५७ मृतदेहांचे पुरावे गोळा केले. त्यातल्या काहींची

ओळख पटली नाही. हे मृतदेह त्याच प्रांतात सापडले होते.

माजी प्रोफेसर असलेल्या एका कार्यकर्तीशी माझी भेट झाली. तिनं मला बलुचिस्तानात चालणाऱ्या 'गोष्टींची' माहिती सांगितली. त्यावरून असं दिसतं, की भारतीय एजंटनी तरुण मुलांवर दबाव टाकून त्यांना शस्त्रास्त्र चालवण्याचं प्रशिक्षण देण्यासाठी सीमेपलीकडं पाठवलं आणि त्यांना पैसेही दिले. अर्थात हा फक्त आरोप आहे. या गोष्टीची खातरजमा करू शकण्याच्या स्थितीत मी नव्हते कारण त्या क्वेट्टाला घडल्या होत्या. तीसुद्धा सुरक्षेच्या कारणास्तव राजधानीतून बाहेर पडली होती आणि भारतावर खूप टीका करत होती. जर हे खरं असेल, तर प्रॉक्सी युद्ध हे दोन्ही देशांचं जणू घोषवाक्य आहे असंच दिसतं. दोघंही एकमेकांचं रक्त हळूहळू शोषून घेत आहेत. 'जशास तसं' अशा प्रकारची ही खूपच गंभीर परिस्थिती आहे.

कादीर हे 'रॉ'चे एजंट आहेत का, याबद्दल मला खरंच काही माहिती नाही हे मी प्रामाणिकपणे सांगते. पण तरुण मुलं हरवली आहेत हे सत्य तर आहेच. तिथं स्थानबद्धता केंद्रही आहेत आणि अगदी नियमितपणे मृत शरीरं सापडत आहेत. देशातल्या सर्वोच्च न्यायालयानं गुन्हे शाबित केले आहेत आणि तरीही त्याचे आदेश वारंवार डावलले जात आहेत. एकदा कादीर यांनी मला फोन करून सांगितलं, की ते भारतात जात आहेत. मी मेमध्ये तिथून परत येण्याच्या आदल्या दिवशी त्यांनी पुन्हा मला फोन केला. गुप्तचरांनी त्या शेवटच्या दिवशीही माझी पाठ सोडली नाही. त्यांना मी काही तरी कट कारस्थान करत असल्याचा संशय होता. असो, मला कादीर यांना भेटायला वेळ मिळाला नाही हे खरं.

मार्च २०१४ मध्ये 'द हिंदू'च्या Op-ed पानावर मी घेतलेली कादीर यांची मुलाखत छापून आल्यावर मला परराष्ट्र प्रसिद्धी विभागात चौकशीसाठी बोलावण्यात आलं. मी विचारलं नसतानाही कादीर यांनी त्यांना 'रॉ'कडून अर्थसाहाय्य मिळत असल्याचं ठामपणे नाकारलं होतं. (मला परराष्ट्र खात्याच्या प्रसिद्धी अधिकाऱ्यानं प्रश्न विचारले तेव्हा पिवळ्या रंगानं ठळक केलेल्या काही वाक्यांपैकी हे एक वाक्य होतं.) ते म्हणाले, की सगळ्या कुटुंबांनी वर्गणी काढून पैसे गोळा केले होते. त्यामुळं अर्थसाहाय्य मागण्याचं काही कारणच नव्हतं. मुलाखतीचं शीर्षक झालेलं त्यांचं हे वक्तव्य जरा अडचणीत टाकणारं होतं : 'मी माझी संघटना उभी केल्यावर मला लोकांचा खूप पाठिंबा मिळाला. जर बलुचिस्तानात सार्वमत घेतलं, तर लोक स्वातंत्र्याच्या बाजूनं मत देतील.' त्यांना याबाबत खरंच खात्री आहे का, असं मी आश्चर्यानं विचारलं. त्यांनी त्वेषानं जोरजोरात मान डोलावली. कादीर यांची मुलाखत घेतली याचा अर्थ मी गुप्तपणे काही तरी घातपाती कारवाया करत होते असा मुळीच होत नव्हता. त्यांनी इस्लामाबादमध्ये प्रवेश केला तेव्हा

त्यांच्याबरोबर चालणाऱ्या अनेक पत्रकारांपैकी मी एक होते. फक्त त्या एकाच वेळी त्यांनी मला मुलाखत देण्याचं कबूल केलं होतं. ते काहीही असो, त्यांनी माझ्या आधी बाकीच्या पत्रकारांनाही हे सांगितलं होतं, त्यामुळं माझ्या चौकशीची काही गरज होती असं मला वाटलं नाही. त्या अधिकाऱ्याचं त्यावर असं म्हणणं होतं, की मी राजकीय आंदोलनांवर लिहिण्यापेक्षा कला आणि संस्कृतीवर लिहायला हवं होतं. उदाहरणार्थ, मी काश्मीरवर काही लिहिलं का, त्यानं चहा पिता-पिता मला गुरकावून विचारलं. शाब्दिक फटकाऱ्यांची तीव्रता कमी करण्यासाठी चहा मागवला गेला असावा!

मला असं वाटलं, की जोपर्यंत भारतीय वार्ताहर एखादा निरुपद्रवी प्रचार करत असतात किंवा लिखाणाच्या मर्यादा सांभाळून वर्तमानपत्रात काही गोष्टी प्रसिद्ध करत असतात तोपर्यंत सगळं काही ठीक असतं. त्या मर्यादा ओलांडायला सुरुवात झाली, की या अधिकाऱ्यांना असे पत्रकार नकोसे होतात. कादीर यांच्याबाबत ते 'रॉ'चे एजंट असल्याचा जो सार्वत्रिक समज आहे त्याचा त्यांनी इन्कार केला हा भाग सोडून बाकीचा लेख त्या अधिकाऱ्यानं वाचलाच नव्हता. लेखातले जे जे भाग त्यांना आक्षेपार्ह वाटले ते त्यांनी पिवळ्या रंगात ठळक रंगवून माझ्यासमोर नाचवले. 'तुम्ही हे लिहायला इथं आलात का?' या प्रश्नाला धरून आमच्यात संवाद झाला. संपूर्ण मुलाखत मी मूळ मुलाखतीत फेरफार करून लिहिल्याचा आरोप त्यानं माझ्यावर केला. तो मला माझ्याकडं काही टिपणं किंवा रेकॉर्डिंग आहे का हे परत परत विचारत राहिला. हे ऐकून मी सावध झाले आणि घरी गेल्यावर मी माझी टिपणं लपवली. माझ्या सच्चेपणावर प्रश्नचिन्ह लावलं गेलं होतं. तो अधिकारी वागायला अतिशय वाईट होता. मी त्याला सांगितलं, की मला जेव्हा मोहेंजोदारो फेस्टिव्हलचं वार्तांकन करण्यासाठी आमंत्रित करण्यात आलं होतं तेव्हा त्याच्या कार्यालयानं माझ्या तिथं जाण्याबद्दलच्या विनंतीला कोणताही प्रतिसाद दिला नव्हता. माझ्या प्रवास करण्यासंबंधीच्या आणि कला व संस्कृतीवर लिहिण्यासंबंधीच्या सगळ्या विनंत्यांना कोणतंही उत्तर मिळालं नाही. इस्लामाबादमध्ये कला आणि संस्कृतीबद्दल जे जे काही लिहिण्यासारखं होतं त्या सगळ्यावर माझं लिहून झालं होतं. मी त्या वेळपर्यंत आबिदा परवीनची मुलाखत घेतली होती आणि अत्यंत लोकप्रिय झालेल्या बुरखा ॲव्हेंजर कार्टूनचा निर्माता हारून याच्यावर एक सविस्तर लेखही लिहिला होता. त्यानं मला मी काश्मीरवर काही लिहिलं का आणि मी काश्मीरच्या चळवळीचं समर्थन करते का आणि असे बरेच प्रश्न विचारले. मी जर या देशाला बदनाम करणाऱ्या अशाच स्टोरी करत राहिले, तर माझ्या व्हिसाला मुदतवाढ मिळणं कठीण होईल, असं तो म्हणाला. जितक्या म्हणून अप्रिय गोष्टी उकरून काढणं त्याला शक्य होतं तेवढ्या त्यानं

काढल्या आणि आमचं बोलणं अशाच प्रकारे काही वेळ सुरू राहिलं. आम्ही नेहमी ज्या अधिकाऱ्याशी बोलायचो, तो त्याच्या हाताखालचा अधिकारी म्हणाला, की बलुचिस्तान हा फारच संवेदनशील विषय होता आणि तो शासनाला लगेच अस्वस्थ करतो. हा मतिभ्रम फक्त भारतीयांपुरताच मर्यादित नव्हता. 'न्यूयॉर्क टाइम्स'च्या कार्लोटा गॉलला २००६ मध्ये क्वेट्टाला चेहऱ्यावर ठोसा लगावण्यात आला होता आणि तिचा कॉम्प्युटर, वह्या आणि सेलफोन काढून घेण्यात आला होता.[१]

पूर्व पाकिस्तानात भारतानं निभावलेल्या भूमिकेच्या पूर्वानुभवाचं ओझं पाठीवर असल्यामुळं भारत अर्थसाहाय्य देऊन आणि बंडखोरांना पाठिंबा देऊन बलुचिस्तानात 'अस्थिरता' माजवत असल्याचं तुणतुणं पाकिस्तान सतत वाजवत होता. भारतीय पत्रकारांकडे ते 'रॉ'चे एजंट असल्याच्या दृष्टिकोनातून बघितलं जायचं आणि म्हणून 'मामा बलुच' यांच्यावर लिहिलेला तो लेख कधीच स्वीकारार्ह नव्हता. मी काइद-इ-आझम विद्यापीठात लेखिका आयेशा जलाल हिचं भाषण ऐकायला गेले होते. तिथं तिनं श्रोत्यांना इशारा दिला, की पूर्व पाकिस्तानातले प्रश्न ज्या पद्धतीनं हाताळले गेले त्याच पद्धतीनं बलुच लोकांचे प्रश्न हाताळले जात होते. ती म्हणाली, '१९७१मध्ये मिळालेल्या धड्याचा मुख्य विषय अलगाववाद विरुद्ध सत्तेत वाटा मिळणं हा होता... ज्या लोकांना केंद्रात सत्तेमध्ये वाटा हवा असतो त्यांच्यावर तुम्ही फुटीरतेचे किंवा देशद्रोहाचे आरोप करू शकत नाही. असं केलं तर आपण १९७१च्या मार्गानं जाऊ. सत्ता वाटपानं आपल्याला नेहमीच पुनः पुन्हा हुलकावणी दिली आहे.

हा एक दक्षतेचा इशारा होता. पण त्याकडं लक्ष दिलं जात नाही. भारत आणि भारताचे एजंट (पत्रकारसुद्धा) बलुचिस्तानला अस्थिर करण्याचे किंवा TTPचा पाकिस्तानात शिरकाव करून देण्याचे प्रयत्न खरंच करत आहेत का, हा महत्त्वाचा प्रश्न आहे.'

माझ्या काही पाकिस्तानी स्नेह्यांनी मी तो लेख लिहिल्याबद्दल खासगीत आश्चर्य व्यक्त केलं आणि म्हटलं, की वृत्तपत्रानं त्याला ठळकपणे प्रसिद्धी देण्याची काही गरज नव्हती. या त्यांच्या दृष्टिकोनानं मी बुचकळ्यात पडले. माझ्या आधीचे वार्ताहर क्वेट्टाला गेले होते आणि तिथल्या प्रश्नांबद्दल त्यांनी लिहिलंही होतं. त्यांना निषेध व्यक्त करणारे फोनही आले होते. पण त्यांची हकालपट्टी झाली नव्हती. तेव्हा मला कळून चुकलं, की सगळे नियम, अटी आणि निर्बंध पाळून या देशात वार्तांकन करणं फार अवघड होणार आहे. मी त्या अधिकाऱ्याला हेही सांगितलं होतं, की मी या देशावर किती तरी चांगले आणि सकारात्मक लेख लिहिले आहेत. मग ते पिवळ्या रंगानं ठळक करून माझ्यासमोर

का नाचवले नाहीत? माझा एक लेख अशाच प्रकारे अधोरेखित केला गेला होता, पण तो प्रशंसा करण्यासाठी. पण हे मी त्याला बोलले नाही. तेव्हा माझं कौतुक करण्यासाठी त्यानं मला बोलावून घेतलं नव्हतं! मला हे जाणवलं, की फक्त तथाकथित 'लोकप्रिय नसलेल्या' किंवा टीकात्मक गोष्टी त्यांच्या आणि माझ्या माहितीतल्या बहुतांश लोकांच्या स्मरणात राहातात. मात्र, या बाबतीत पाकिस्तानी पत्रकारांनाही सूट दिली गेली नाही. मी काही पत्रकारांशी बोलले तेव्हा त्यांनी हे मान्य केलं, की त्या दीर्घ पदयात्रेचं वार्तांकन न करण्याबद्दल किंवा कादीर यांना प्रसिद्धी न देण्याबद्दल सुरक्षा एजन्सींनी त्यांना ताकीद दिली होती.

अशांतता माजवण्याचा माझा कोणताही हेतू नव्हता किंवा पाकिस्तानला अस्थिर करण्याचाही नव्हता. पण फार थोड्या लोकांनी माझ्यावर विश्वास ठेवला. मुलाखतीची प्रशंसा करणारे किती तरी ई-मेल मला आले. त्यात काही बलुचींचेही होते. त्यामुळं मला जरा बरं वाटलं. या माणसानं एका गंभीर प्रश्नाकडं लक्ष वेधण्यासाठी तीन हजार किलोमीटरची पदयात्रा केली ही खूपच महत्त्वाची बातमी होती आणि त्यावर लिहिलं गेलंच पाहिजे असं मला वाटलं. कादीर संयुक्त राष्ट्रांच्या आणि युरोपियन युनियनच्या अधिकाऱ्यांना भेटले आणि ही समस्या सोडवण्यासाठी त्यांनी 'नाटो'च्या हस्तक्षेपाची मागणी केली. ती जरा धाडसाचीच होती. मी परराष्ट्र खात्याच्या त्या प्रसिद्धी अधिकाऱ्याला सांगितलं, की ती एक मुलाखत होती आणि मी फक्त तिचं वार्तांकन केलं होतं. बलुचिस्तान हे एक स्वतंत्र राष्ट्र झालं पाहिजे असं मी कुठंही म्हटलं नव्हतं. त्याला ते समजू तरी शकलं नाही किंवा त्या संपूर्ण विषयाच्या बाबतीत तो असंवेदनशील तरी होता. या चौकशीचा शेवट काही चांगला झाला नाही. तो माणूस म्हणजे माणसाचं खच्चीकरण करणारं अत्याधुनिक यंत्र होतं!

◆

उपोद्घात

एक काळाकुट्ट समारोप

फैजल मशिदीत प्रवेश करण्यासाठी तुम्हाला तुमच्याकडच्या सगळ्या वस्तू बाहेर जमा कराव्या लागतात – मोबाइल, हँडबॅग, कॅमेरे, चपला, बूट. मला नेहमीच आत जाण्याची इच्छा होती, पण घराजवळच असल्यामुळे मी भेट देण्याचा कार्यक्रम पुढं ढकलत होते. भेटीची वेळ लवकरच येईल याची मला कल्पना नव्हती. स्नेहेश, प्रेस ट्रस्ट ऑफ इंडियाचा इस्लामाबादचा वार्ताहर आणि मी एका स्नेह्याकडं रात्रीच्या जेवणासाठी जमलो होतो, तेव्हा आम्हाला फोन आले. रात्री नऊ वाजल्यानंतर थोड्याच वेळानं परराष्ट्र खात्याच्या प्रसिद्धी विभागात काम करणाऱ्या आमच्या संपर्कातल्या माणसाचा आधी मला फोन आला आणि त्यानं सांगितलं, की माझ्या व्हिसाला मुदतवाढ देण्यात येणार नाही. एका आठवड्यात मला माझा बाड-बिस्तरा बांधून इथून निघावं लागेल आणि दुसऱ्या दिवशी तशा आशयाचं अधिकृत पत्र माझ्या घरी पोचतं करण्यात येईल. त्यानं मला यामागचं कारण सांगितलं नाही. लवकरच स्नेहेशलाही असाच फोन आला. कधी न कधी हे घडणार याची मला अपेक्षा होतीच; पण जेव्हा ते घडलं तेव्हा माझी चिडचिड झाली. हे असं का झालं यावर आमची गरमागरम चर्चा झाली. स्नेहेश आणि मी त्यावर आमचे विचार मांडले. बलुचवरचा माझा लेख आणि इतर गोष्टींवर खल झाला आणि या सगळ्या प्रकारचा धक्का बसलेली माझी मित्रमंडळी माझं सांत्वन करण्याचा प्रयत्न करू लागली. त्यातल्या एकाला हे घडणार याची कल्पना होती. आम्ही स्वत:ला हे पटवण्याचा प्रयत्न केला, की इस्लामाबादमध्ये नऊ महिने राहणंसुद्धा काही कमी नव्हतं. पाकिस्तानात एक आठवडा घालवणं हे खूप दिवस राहण्यासारखंच आहे असा विनोदही आम्ही केला!

ज्याच्याकडं जेवायला जमलो होतो तो प्रेमळ मित्र आम्हाला आइस्क्रीम खायला घेऊन गेला. रस्त्यावर इतक्या उशिरा उतरण्याची ही आमची पहिलीच वेळ होती. नंतर गाडी घेऊन आम्ही फैजल मशिदीत गेलो. लोकांची गर्दी नसल्यानं रिकामी असलेली मशीद चांदण्यांत न्हाऊन निघाली होती. आजूबाजूला कुणी दिसत नव्हतं. रुंद संगमरवरी पायऱ्या माझ्या पावलांना गार लागत होत्या. त्या चढून आम्ही एका प्रचंड मोठ्या दालनात पोचलो. राजधानीतल्या आमच्या नऊ महिन्यांच्या वास्तव्याचा तो काळोखा समारोप होता. अंधारात पांढरेशुभ्र मिनार चमकत होते आणि एखाद्या अंतराळयानाच्या आकारासारखा आकार असलेली ती मशीद अतिशय सुंदर दिसत होती.

आमच्या हकालपट्टीची बातमी षट्कर्णी झाली असली, तरी अपेक्षित असलेलं ते पत्र दुसऱ्या दिवशी काही आलं नाही. नक्की काय झालं असावं या विषयीच्या तर्कवितर्कांना उधाण आलं होतं. दोषारोपांची चिखलफेक सुरू झाली होती. काही दिवस गेल्यानंतरही जेव्हा पत्र आलं नाही तेव्हा मी तेव्हाचे परराष्ट्र प्रसिद्धी विभागप्रमुख इम्रान गार्देझी यांच्याशी बोलले. ते मृदू स्वभावाचे होते. त्यांनी मला सामानाची बांधाबांध करायला सांगितलं आणि पत्र लवकरच माझ्या हातात पडेल असं सांगितलं. मी त्यांना भविष्यात येणाऱ्या वार्ताहरांविषयी विचारलं. कारण ती मुख्य चिंतेची बाब होती. ते म्हणाले, की त्यांचं स्वागतच होईल. त्यांनी मला निघण्यासाठी आठवड्याची मुदत द्यायचं मान्य केलं. मी कराचीमार्गे मुंबईला जाण्याची अनुमती मागितली. नियमपुस्तिकेत म्हटलं आहे, की तुम्ही ज्या मार्गानं आलात त्याच मार्गानं तुम्हाला परत जावं लागेल. मला नवी दिल्लीला जाण्यात आणि वाघा सीमेवरून लांबचा मार्ग पकडण्यात काहीच अर्थ वाटत नव्हता.

भारतात मला ओळखणाऱ्या जवळपास प्रत्येकानं मी परत येते आहे हे कळल्यावर सुटकेचा निःश्वास टाकला. इस्लामाबादचे माझे मित्र म्हणाले, की मी घरीच जाते आहे आणि हकालपट्टी होण्यात विशेष वाईट वाटण्यासारखं काही नाही. जानेवारी २०१४ नंतर व्हिसाचं नूतनीकरण झालं नव्हतं, पण अचानक यंत्रणा खडबडून जागी झाली आणि आम्हाला परत येण्यासाठी मे महिन्यात कायदेशीर पद्धतीनं काही दिवसांची मुदत देण्यात आली. मला व्हिसाच्या नूतनीकरणासाठी आणखी काही फॉर्म भरावे लागणार नाहीत किंवा त्या कोंदट कचेरीत, दुर्गंध येणाऱ्या कॉरिडॉरमध्ये खेटे घालावे लागणार नाहीत म्हणून आनंदच झाला होता. परराष्ट्र प्रसिद्धी विभागात काही दोष जरूर होते, पण तिथले कर्मचारी वागायला चांगले होते. चहा, बिस्किटं आणि सहानुभूती समोर ठेवली जायची. पण शेवटी ते त्यांच्या नोकरीच्या दावणीला बांधले गेले होते.

निघायला अगदी कमी दिवस उरले असताना मी 'पाकिस्तान मॉन्यूमेंट'

बघायला गेले. शहराच्या एका उंच भागात ते उभारलं आहे. देशाचं प्रदर्शन एका गुलाबीसर नाट्यमय देखाव्याद्वारे करण्याची ती कल्पना मुशर्रफ यांची होती. ते एक मोठ्या आकाराचं चार पाकळ्यांचं कमळ होतं आणि त्याच्यावर केलेल्या नक्षीकामात देशातल्या वैशिष्ट्यपूर्ण प्रांतांचं प्रतीकात्मक सादरीकरण करण्यात आलं होतं. त्याच्याभोवती एक बगीचा होता आणि एक वस्तुसंग्रहालय होतं. तुम्ही वरून शहराचा बराचसा भाग बघू शकत होता आणि ते दृश्य पाहण्यासारखं होतं. ज्याला इतिहास आहे अशी फार ठिकाणं राजधानीत नाहीत. वर उल्लेखलेल्या स्मारकानं ही कमतरता काही प्रमाणात भरून काढली आहे. पण तरीही ते माझ्यासाठी आधुनिक काळातलंच होतं. वस्तुसंग्रहालयात परदेशी नागरिकांसाठी जास्त प्रवेशशुल्क होतं. मी ते भरलं. अर्थात एकदा मी 'लोक विरसा'त गेले असता, तिथल्या काउंटरवरच्या माणसाला मी पाकिस्तानी वाटले होते आणि त्यामुळं त्याला मी जास्त पैसे भरल्याचं आश्चर्य वाटलं होतं. मी भारतीय आहे असं सांगितल्यावर त्यानं खांदे उडवले. जणूकाही भारत आणि पाकिस्तानमध्ये काहीच फरक नाही, असं त्याला म्हणायचं असावं.

बारी इमाम मकबऱ्यालाही मी धावती भेट दिली. तिथं दुरुस्तीचं काम सुरू होतं. मी त्या चमकदार हिरवे घुमट असलेल्या मकबऱ्याजवळून नेहमी जा-ये करायचे. त्याभोवती असलेल्या लोखंडी जाळ्यांच्या बाहेर लहान मुलं निळ्या प्लॅस्टिकच्या पिशव्या विकत उभी होती. ओळीनं मिठाईची दुकानं होती, त्यात केशरी रंगाचे लाडू विकायला होते. आतमध्ये, स्त्रियांच्या प्रवेशासाठी वेगळा भाग होता. लवकरच मी कुठून आले आहे याची चौकशी सुरू झाली. नेहमीप्रमाणे हसऱ्या चेहऱ्यांनी स्वागत झालं. मला बरं वाटलं. विशेषतः राजधानीत माझं वास्तव्य आठवड्यापेक्षाही कमी काळ राहिलेलं असताना हे स्वागत सुखावणारं होतं. मकबऱ्याची दुरुस्ती सुरू असल्यामुळं सगळीकडं वर चढण्यासाठी मचाणं बांधलेली होती. रंगांचे डबे आणि बांबू पसरलेले होते.

शेवटचे काही दिवस, आधीपेक्षाही जास्त गुप्तचर मला भेटणाऱ्या प्रत्येकाला प्रश्न विचारून हैराण करत होते आणि त्यांची ओळखपत्रं तपासायला मागत होते. त्यातले काही लोक उलट त्यांच्यावरच आगपाखड करत होते. एकदा एका रेस्टॉरंटच्या बाहेर मला तिथे जेवणासाठी घेऊन गेलेल्या मित्राने ओळखपत्र दाखवायला नकार दिल्यामुळं झालेल्या वादावादीत रस्त्यावरची वाहतूक खोळंबली होती. मला माझ्या मित्रमंडळींचा खूप अभिमान वाटत होता. ते खरंच माझ्या पाठीशी ठामपणे उभे होते. मला बाहेर जेवायला घेऊन जाण्याचं धाडस त्यांच्यात होतं आणि मला भेटण्यासाठी त्यांनी चाललेल्या एकूण प्रकाराची कधी पर्वा केली नाही.

हो बातमी आली तेव्हा मी नुकतंच पुढच्या वर्षाचं भाडं भरलं होतं. माझ्या घरमालकाला मी जाणार असल्याचं सांगण्यासाठी फोन केला तेव्हा त्यालाही आश्चर्याचा धक्का बसला. सामान बांधणारे तत्पर आणि त्यांच्या कामात वाकबगार होते. फर्निचर नसल्यामुळं घर लवकरच ओकंबोकं वाटायला लागलं. माझ्या संपादकांनी मी निघण्यापूर्वी, म्हणजे १८ मे २०१४ पूर्वी तीन दिवस सगळं काही (त्यात कारही आली) विकण्याचा सल्ला दिला होता. पण हे काम निघायला एक दिवस बाकी असेपर्यंत मला पुरलं. मला वाटलं होतं त्यापेक्षा सगळं विकणं तुलनेनं सोपं गेलं. सकाळपासून अनोळखी लोक घरभर फिरून मला वस्तूंच्या किमती विचारायचे. मला लवकरच या प्रकाराचा कंटाळा आला. मी फ्रिज आधीच विकला होता. पण कुणाच्या तरी ड्रायव्हरच्या नात्यातली एक बाई तिथं आली आणि तिनं तमाशा सुरू केला. तिला जर तो फ्रिज मिळाला नाही तर त्या उन्हाळ्यात तिची मुलं तहानेनं मरतील असं तिचं म्हणणं होतं. शेवटी मी हात टेकले आणि तो तिला देऊन टाकला. तिनं येताना पैसेही बरोबर आणले होते. माझ्या शेजारणीनं तक्रार केली, की मी तिला सामान विकण्याबद्दल काहीच सांगितलं नाही, नाहीतर तिनं काही वस्तू विकत घेतल्या असत्या. चायना मार्केटमध्ये एक मदतीला तत्पर असलेला तरुण माणूस होता. त्यानं सगळ्या वस्तू पारखून घेतल्या आणि आम्ही किमती ठरवून सौदा पक्का केला. आम्ही त्या जुन्या वस्तूंच्या बाजारावरून एकदा गाडीनं गेलो होतो. आणि मला तिथं मदतीला कोणी नसल्यामुळं माझ्या नवऱ्यानं सुचवलं होतं, की मी कुणाची तरी मदत घ्यावी. चायना मार्केटमधला तो तरुण खटपट्या स्वभावाचा होता. माझी गाडी विकत घेण्यासाठी त्यानं एकाला धरून आणलं. गाडी विकत घेणाऱ्या माणसाला इतकी घाई होती, की त्यानं एका भारतीयामुळे दूषित झालेली २७ क्रमांकापासून सुरू होणारी नंबर प्लेट बदलून टाकली. त्यामुळं मला जेव्हा गाडीची जास्त गरज होती तेव्हाच नेमकी माझ्या हाताशी गाडी नव्हती.

माझ्या घरी येणाऱ्या लोकांना त्रास देण्याचा शेवटचा हप्ता पूर्ण करण्यासाठी गुप्तचर घराबाहेर ठाण मांडून बसले होते. त्यांनी टेम्पो भरून सामान घेऊन जाणाऱ्या साजिदाला हटकायलाही कमी केलं नाही. माझ्या निरोपाच्या पार्टीसाठी मला घ्यायला माझी एक मैत्रीण आली होती. तिला अजूनही ते दृश्य आठवतं. तो टेम्पो फर्निचरनं आणि इतर सटर-फटर सामानानं भरला होता आणि साजिदा पुढच्या सीटवर बसली होती. हे नाट्य तेव्हा मला बघायला मिळालं नाही. मी सामान आवरण्यात गढले होते. घरातून बाहेर पडणाऱ्या प्रत्येकाबद्दल 'दाढी' कागदावर काही तरी खरडत असायचा आणि मी बाहेर डोकावून पाहिलं, की झाडांच्या आड लपायचा. तरीही मी त्याचा आणखी एक फोटो काढण्यात यशस्वी

झाले. शेवटी त्याला काही तरी काम करायला मिळालं होतं. जे चाललं होतं त्याबद्दल त्याला अगदी समाधान वाटत होतं. त्याच्या चेहऱ्यावर कायमस्वरूपी तुच्छतादर्शक भाव होते. माझ्या घरी येणाऱ्या लोकांना तो अगदी विजयी मुद्रेनं प्रश्न विचारायचा. त्यांच्या गाड्यांचे क्रमांकही तो लिहून घ्यायचा, असा मला संशय आहे.

टेम्पो ड्रायव्हरला माझ्या फ्रिजमधली शीतपेये हवी होती आणि काही चादरीही. मी त्याला त्या देऊन टाकल्या. तो म्हणाला, की त्याच्या मुलांना ते बघून अत्यानंद होईल. त्या कल्पनेनं मला आनंद झाला. मी विनोदानं म्हणाले, की मी सावध राहिले नसते तर त्यांनी मलाही नेलं असतं आणि माझा कुठंतरी उपयोग करून घेतला असता! काही वस्तू मला शेवटच्या क्षणापर्यंत लागणार होत्या. त्या मला तिथंच टाकून यावं लागलं. मी तिथून फक्त कपड्यांची बॅग घेऊन बाहेर पडू शकले. विमानतळावर जायला निघण्यापूर्वी काही वेळ आधी माझ्या सुटकेसची किल्ली तुटली. मला सॅमसोनाइटची दुसरी किल्ली विकत घेण्यासाठी टॅक्सीनं काही दुकानं पालथी घालावी लागली. शेवटी एका मार्केटमध्ये ते दुकान मला सापडलं. नंतर मला कळलं, की माझ्या घराजवळच्या झाडांमागे लपलेल्या गुप्तचरांनी त्या टॅक्सी ड्रायव्हरला मला जादा भाडं आकारायला सांगितलं होतं, कारण मी भारतीय होते. ती नवीन आणलेली किल्ली काही चालली नाही. शेवटी निघण्यापूर्वी काही मिनिटं आधी माझ्या तुटक्या जुन्या किल्लीनंच सूटकेस उघडली. हे कमी होतं म्हणून की काय विमानतळावर सुरक्षा अधिकाऱ्यांनी बॅगा उघडायला लावल्या. त्यांना एक्स-रे मध्ये काही तरी संशयास्पद वस्तू आढळली होती म्हणे. ती छत्री होती! मला विमानतळावर न्यायला जी टॅक्सी मी बोलावली होती, तिच्या ड्रायव्हरलाही माझ्याकडून भरपूर भाडं वसूल करायला सांगण्यात आलं होतं. पण तसं करायला त्या टॅक्सीवाल्यानं नकार दिला कारण त्या टॅक्सीला मीटर होतं. त्याला हे माहीत होतं, की मी भारतीय होते आणि मला परत पाठवलं जात होतं. तो गुप्तचरांचा शेवटचा डाव होता – दुष्टपणाचा आणि लबाडीचा. त्यामागे मी भारतीय होते यापेक्षा दुसरं कुठलंही कारण नव्हतं. चलन बदलून देणाऱ्याकडे जातानाही त्यांनी माझा पाठलाग केला. असं त्यांनी त्याआधी केलं नव्हतं. त्या लहानशा खोलीत एकच लाकडी बाक होता. त्यावर 'दाढी' बसलेला मला दिसला. तो वर्तमानपत्रामागे लपण्याचा निष्फळ प्रयत्न करत होता.

त्यांची ही क्षुद्र वृत्ती टॅक्सी ड्रायव्हरच्या अगदी विरुद्ध होती. त्यानं मला या माणसांमुळे आणि या सरकारमुळं अस्वस्थ न होण्याचा सल्ला दिला. मी पाकिस्तानबद्दल सद्‌भावना बाळगाव्यात अशी अपेक्षा त्यानं व्यक्त केली, कारण त्या देशात त्याच्यासारखे चांगले लोकही होते! मी हसले आणि त्याचं म्हणणं

मला पटल्याचं त्याला सांगितलं. अशा प्रकारे मी त्या 'पाक' भूमीतून निघाले. कराचीत एका रात्रीचं आरामदायी वास्तव्य केलं. तिथं माझ्या मागावर कुणीही नव्हतं. किमान मला तरी माझ्या पाठीमागं सावलीसारखं कुणी वावरताना दिसलं नाही. विमानतळावर माझं चांगलं स्वागत झालं. मी सुरक्षा तपासणी कक्षातून पुढं गेल्यावरसुद्धा तिथल्या अधिकाऱ्यांनी मला चलन बदलून घेण्याची मुभा दिली. त्यातल्या एकानं माझ्या व्हिसावरचा शिक्का पाहिला आणि त्याच्या भुवया नापसंतीनं ताणल्या गेल्या. 'तुमचा इथला हा शेवटचा दिवस आहे, मॅडम,' तो म्हणाला. त्याला जर नक्की काय झालं आहे हे माहीत असतं तर! मी एक खोल उसासा टाकला! विमानात चढण्यापूर्वी माझ्याकडं शिल्लक असलेल्या पाकिस्तानी रुपयांनी मी फ्रिजवर लावण्याची काही स्टिकर विकत घेतले. त्यात एक स्टिकर फैजल मशिदीचं होतं.

दोन भारतीय पत्रकारांना अचानक पाकिस्तान सोडून जावं लागत होतं यावरून बराच गदारोळ झाला. त्यावर स्टोरी लिहिण्यासाठी मी तिथून निघण्यापूर्वीच मला फोन यायला लागले. सगळ्या चुकीच्या कारणांसाठी आम्ही बातम्यांमध्ये झळकत होतो. थोडक्यात काय, तर मी इस्लामाबादहून 'हकालपट्टी झालेली भारतीय वार्ताहर' हा शिक्का घेऊन आल्यामुळं छोटीशी का होईना, पण सेलिब्रिटी होऊन आले होते. अनेक लोक पाकिस्तानातून बाहेर काढल्याबद्दल माझं अभिनंदन करत होते. पण त्यामुळं मला पेचात पडल्यासारखं झालं होतं. त्या आपुलकीच्या भावना आणि 'अमन की आशा'चं हे फलित होतं. मी एका टीव्ही कार्यक्रमाला गेले होते. तिथं सूत्रसंचालक घोषणा करत होता – 'या बघा त्या पाकिस्तानातून घालवून दिल्या गेलेल्या पत्रकार!' ते वाक्य जणू माझी ओळख बनलं होतं. ओह, हीच ती, जिला पाकिस्तानातून घालवून देण्यात आलं! दिल्लीतला माझा घरमालक म्हणाला, की त्याला माझा अभिमान वाटत होता; मला हे माहीत नव्हतं, की इस्लामाबादमधून बाहेर हाकललं जाणं हे एक सन्मानचिन्ह बनणार होतं. काही काळासाठी मी पाकिस्तान या विषयावरची तज्ज्ञ बनले होते. काही वेळा टीव्हीवरही झळकले. ही लाट आता ओसरली आहे. अर्थात तरीही २०१५ मध्ये सबीन महमूदच्या हत्येवर प्रतिक्रिया देण्यासाठी मला एका टीव्ही चॅनेलनं आमंत्रित केलं होतं.

कमीत कमी शब्दांत सांगायचं, तर आम्हाला परत पाठवण्याचा जो निर्णय अचानक घेण्यात आला त्यामुळं सगळ्यांना धक्का बसला होता. ते सगळं विसरण्याची माझी इच्छा होती. पर्यावरणासंबंधी वार्तांकन करणारी पत्रकार म्हणून नवी दिल्लीतली माझी नवीन नोकरी मला खूप व्यग्र ठेवणारी होती. बऱ्याच लोकांनी मला इस्लामाबादला राहून कसं वाटलं असं विचारलं. मी त्याबद्दल

लिहिलं पाहिजे असं त्यांचं म्हणणं होतं. हे पुस्तक लिहिण्यामागं ते एक कारण होतं. माझी हकालपट्टी होण्याला बलुचवरचा तो लेख कारणीभूत होता असं मला वाटलं नाही. ती कुठलाही कारणामुळं झाली असण्याची शक्यता आहे. आम्ही शासकीय स्तरावर भारताविषयी असणाऱ्या तिरस्काराच्या आणि धोकादायक राजकीय खेळीच्या कचाट्यात सापडलो होतो. कदाचित मला तेव्हा कळून चुकलं, की लोकशाही शक्ती फक्त निषेध व्यक्त करू शकतात. त्यांचा खरा आवाज उठवण्याची संधी त्यांना कधीच, कुठंच मिळत नाही. नंतर मी भुत्तोंच्या खटल्याबाबतच्या आणि शिक्षेच्या अंमलबजावणीच्या बातम्या लक्षपूर्वक वाचल्या. त्यातून स्पष्टपणे दिसलं, की ते राष्ट्र आपल्याच एका माजी पंतप्रधानांभोवती आरोपाचं जाळं कसं विणू शकतं आणि रात्रीच्या अंधारात त्यांची मृत्युदंडाची शिक्षा प्रत्यक्षात कसं आणू शकतं. हे इतक्या बेमालूमपणे आणि निगरगट्टपणे केलं गेलं, की जणूकाही तो माणूस त्या देशात कधी राहिलाच नव्हता आणि त्यानं देशाचं नेतृत्व कधी केलंच नाही. त्याच्या कुटुंबाला सहन करावा लागलेला मानसिक आघात आणि त्याला मिळालेली तुरुंगातील वागणूक पाकिस्तानच्या न्यायसंस्थांच्या कारभाराची आणि एकूणच शासकीय कार्यपद्धतीची साक्ष देतात.

इस्लामाबादमध्ये माझ्या मित्रमंडळींनी मला विचारलं होतं, की हकालपट्टी करण्यासारखं मी काय केलं? माझ्याकडं खरंच याचं उत्तर नव्हतं, कारण मला यामागचं कारणच माहीत नव्हतं. त्यामुळं १८ मे २०१४ पर्यंत मला आणि स्नेहेशला देश सोडून जायला सांगितल्यानंतर दोन्ही देशांमध्ये एकमेकांच्या देशातले पत्रकारच नव्हते. आमच्यानंतर भविष्यात येणाऱ्या पत्रकारांना लवकरात लवकर त्या देशात बोलावून घेतलं जाईल असं वरवर भासवण्यात आलं. आमच्यावर हेरगिरीचे आणि शत्रुत्वाच्या भावनेतून कारवाया करण्याचे आरोप करणारे अधिकारी यापेक्षा काय वेगळं वागणार होते!

'शत्रुत्वाच्या भावने'नं केलेल्या कारवायांमुळे आणि 'व्यावसायिक बांधिलकीशी विसंगत' अशी कृत्यं केली म्हणून आम्हाला देशाबाहेर कसं काढलं गेलं याच्या बातम्या तिखटमीठ लावून पाकिस्तानी वृत्तपत्रांत येणार अशी अपेक्षा मी ठेवायलाच हवी होती. ही जी काय कृत्यं होती ती नक्की काय होती, ते कधीही स्पष्ट करण्यात आलं नाही. काही भारतीय वृत्तपत्रांमध्येही 'आम्ही गुप्तहेर होतो किंवा त्याच प्रकारचं काम करायला गेलो होतो' अशा काही बातम्या छापून आल्या. या सगळ्याला एकच आधार होता, तो म्हणजे आम्ही भारतीय राजनैतिक अधिकाऱ्यांच्या जवळची माणसं होतो! आम्ही गुप्तहेर असल्याच्या माध्यमांमध्ये पेरल्या गेलेल्या निराधार अफवांव्यतिरिक्त आमच्या नियुक्तीचा जो अचानक अंत झाला त्याचं स्पष्टीकरण देणारा कोणताही लेखी पुरावा आमच्याकडं नव्हता.

पत्रकार ही एक महत्त्वाची ताकद असते. ते सार्वजनिक संबंध जपणारे व्यवस्थापक नसतात. दुसऱ्या देशात नियुक्ती झाल्यामुळं तुम्हाला भिंगातून एखादी परिस्थिती न्याहाळण्याची आणि तिचं विश्लेषण करण्याची संधी मिळते. भविष्यात घडणाऱ्या घटनांचा आधीच वेध घेऊन लिहिता येतं. त्याला तुम्ही शत्रुत्वाचं कृत्य किंवा हेरगिरी म्हणू शकत नाही. घडलेल्या घटनेवर पाकिस्तानी वृत्तपत्रांनी टीका केली आणि त्यांना याचे परिणाम भोगावे लागले आहेत. पण काहींनी घाईघाईनं यावर स्टोरी लिहिल्या, ज्यामध्ये अप्रत्यक्षपणे असं सूचित केलेलं होतं, की आमचीच बाजू चुकीची होती. अनेक लोकांनी, त्यांना धक्का बसला आणि ते निराश झाले असं खासगीत बोलून दाखवलं. पण मी माध्यमांमध्ये आमच्या हकालपट्टीचा तीव्र निषेध झाल्याचं पाहिलं नाही. रक्तपात आणि दहशत यांच्या गदारोळात हा प्रश्न तितकासा महत्त्वाचा ठरला नाही.

दोन्ही देशांनी या उपखंडात त्यांची बरीचशी ऊर्जा विनाकारण खर्ची घातली आहे आणि काही वेळा त्याचे परिणाम पत्रकारांना भोगावे लागले आहेत. मी इस्लामाबादला जायला निघण्याआधी पाकिस्तानी दूतावासातील एका अधिकाऱ्यानं मला सांगितलं होतं, 'तुम्ही खुल्या मनानं तिथं जायला हवं.' तसं मी गेले पण मला तिथं असलेल्या संकुचित मनांचा सामना करावा लागला. जेव्हा माझ्या व्हिसाला मुदतवाढ मिळाली नाही आणि मला त्या देशातून निघण्यासाठी एक आठवड्याचा अवधी दिला गेला त्याच वेळी ही गोष्ट सिद्ध झाली. यापेक्षाही वाईट घडू शकलं असतं हे मी मान्य करते. जी काही थोडीफार दया-माया दाखवण्यात आली त्याबद्दल आपण कृतज्ञ असलं पाहिजे, हे खरं!

'कमिटी टू प्रोटेक्ट जर्नालिस्ट्स'मधल्या प्रत्येकापासून ते मुंबई आणि दिल्लीच्या प्रेस क्लबपर्यंत, पाकिस्तान व भारतातल्या विविध संघटनांनी आणि भारताच्या परराष्ट्र व्यवहार मंत्रालयानं निषेध व्यक्त केला आणि वक्तव्यं जारी केली. या सगळ्यांचा काहीही परिणाम झाला नसला, तरी किमान ते आमच्या बाजूनं उभं तरी राहिले. मी ज्या नेटवर्कची संस्थापक सदस्य होते आणि ज्यासाठी मी माझी खूप शक्ती खर्ची घातली होती त्या 'नेटवर्क ऑफ वीमेन इन मीडिया'ला मात्र निषेध व्यक्त करणं तितकंसं महत्त्वाचं वाटलं नाही किंवा माझ्या समर्थनार्थ एकही वक्तव्य प्रसिद्ध करावंसं वाटलं नाही.

जेव्हा डेक्लन वॉल्शला पाकिस्तान सोडून जायला सांगितलं होतं तेव्हा 'द न्यूयॉर्क टाइम्स'नं त्याला परत बोलावण्यासाठी दबाव टाकला होता. त्यांच्या एका वार्ताहराच्या घराची २०१६मध्ये इस्लामाबादला झडती घेण्यात आली होती तेव्हाही त्यांनी निषेध नोंदवला होता. माझ्या वृत्तपत्राला पुढचा वार्ताहर पाठवण्याची जास्त चिंता होती. मी जेव्हा परत आले तेव्हा त्या वेळच्या संपादिका मालिनी

पार्थसारथी यांनी मला 'धर्मनिंदा' या विषयावर लिहिण्याची परवानगी दिली नाही. त्यांचं म्हणणं असं होतं, की अशा प्रकारचे लेख लिहिल्यामुळंच माझ्यावर तिकडून हाकललं जाण्याची वेळ आली होती. त्या वेळी मला पहिल्यांदा जाणवलं, की वेगवेगळ्या विषयांवर स्टोरी लिहून मी माझा वेळ वाया घालवला होता. मी जर फक्त बातम्या देत बसले असते, तर आयुष्य आणखी सुरळीत गेलं असतं. मात्र, मी तिथं असताना लिहिलेले सगळे लेख 'द हिंदू'नं प्रसिद्ध केले आणि मी परत आल्यावर समारोपाचा लेख लिहिण्यासाठी पार्थसारथींनी मला प्रोत्साहनही दिलं.

फक्त पाकिस्तान आणि भारतातच नव्हे, तर जगाच्या पाठीवर कुठंही, परंतु विशेषतः या दोन देशांत, माध्यमांना काम करण्यासाठी मुक्त वातावरण असणं आवश्यक आहे. बळाचा वापर हा अत्यंत मनमानी आणि उद्दाम कारभार म्हटला पाहिजे. एकमेकांच्या देशात आणखी मोठ्या प्रमाणावर पत्रकार नियुक्त करण्याची गरज आहे. पण त्यासाठी निर्बंध घालणं उचित नाही. एकाच शहरात बंदिवान होऊन राहणं, प्रवास न करता येणं आणि तुमच्या हालचालींवर सतत गुप्तचरांची नजर असणं, तुमच्या प्रत्येक कृतीकडं संशयानं बघणं यातून तुम्हाला तिथं असायची किंमत चुकवायला लागू नये. पत्रकारिता म्हणजे हेरगिरी नव्हे. पत्रकार एकमेकांच्या देशात हेरगिरी करायला जात नसतात असा तर्कशुद्ध दृष्टिकोन जोपर्यंत तुम्ही बाळगत नाही तोपर्यंत सतत मनात, वातावरणात असलेली संशयाची भावना लयाला जाणार नाही. तुम्ही केलेली प्रत्येक स्टोरी ही त्या देशाचा अवमान करण्यासाठी लिहिली गेलेली नसते, तर त्या देशातल्या जीवनाचे पैलू उलगडून दाखवण्यासाठी आणि लोकांच्या व त्यांच्या जीवनाच्या कथा सांगण्यासाठी असते – जो पत्रकारितेचा गाभा आहे. जोपर्यंत सरकार आणि संस्था सीमांवरच्या, सीमेपलीकडच्या हालचाली नियंत्रित करतात, वार्तांकनाच्या बाबतीत काय उचित-अनुचित आहे हे ठरवतात आणि कोणालाही उत्तर द्यायला बांधील नसतात तोपर्यंत पत्रकार केवळ निषेध व्यक्त करू शकतात. अशा नियमांना आव्हान देऊ शकतात. पाकिस्तान भारतातून कापून वेगळं काढलं गेलं आणि भारत पाकिस्तानला गिळंकृत करायला टपला आहे हा भयगंड तिथल्या पाठ्यपुस्तकांमध्येही दिसून येतो. पुस्तके लहान मुलांच्या कोवळ्या मनावर सतत हे विचार बिंबवत असतात. जनरल ए. ए. के नियाझी यांनी त्यांच्या 'द बिट्रेयल ऑफ ईस्ट पाकिस्तान'[१] या पुस्तकात असं म्हटलं आहे, की आगरतळा कट ही शेख मुजीबुर रहमान यांना गोवणारी कपोलकल्पित कहाणी नव्हती. ते लिहितात, की पाकिस्तानच्या निर्मितीची कल्पना प्रत्यक्षात येण्याआधीच भारतीय गुप्तचर विभागानं पूर्व पाकिस्तानात हालचालींना सुरुवात केली होती आणि त्यात त्यांना पूर्व पाकिस्तानमध्ये स्थायिक

झालेल्या हिंदूंची सक्रिय मदतही मिळत होती. नियाझी म्हणाले, की याला असोका रैना यांनी त्यांच्या 'इनसाईड रॉ : द स्टोरी ऑफ इंडियाज् सिक्रेट सर्व्हिस' या पुस्तकात पुष्टी दिली आहे.[२] इस्लामाबादला मला जेव्हा जेव्हा टीव्हीवर चर्चेत भाग घेण्यासाठी बोलावलं जायचं तेव्हा पीटीव्हीचे अगदी खेळीमेळीनं वागणारे आणि खोडकर सूत्रसंचालक अचानक एकदम बलुचचा प्रश्न उपस्थित करायचे आणि मग मी त्या प्रश्नातून स्वत:ची सुटका करून घेतली असा दावा करायचे. मला त्यांना सतत हे सांगावं लागायचं, की मी काही भारत सरकारची प्रतिनिधी नाही. एका अशा वृत्तपत्रात काम करणारी स्वतंत्र पत्रकार आहे जे सरकारशी कोणत्याही स्तरावर जोडलेलं नाही. भारत पुन्हा एकदा आपल्याला नष्ट करण्याचा प्रयत्न करत आहे या संशयानं पाकिस्तानला पछाडलेलं आहे. परराष्ट्र कचेरीत दिल्या जाणाऱ्या माहितीदरम्यान अशा आशयाचा प्रश्न मी प्रत्यक्ष ऐकला. कुणी तरी विचारलं, की मार्च २०१४ मध्ये एफ-८ सेक्टरच्या जिल्हा न्यायालयात झालेल्या बॉम्बस्फोटांना भारत आणि रॉ जबाबदार होते असं पंतप्रधान नवाज शरीफ म्हणाले होते का? पंतप्रधान असं काही म्हणाल्याचा तिथल्या प्रवक्त्यांनी साफ इन्कार केला होता. एका पातळीवर, आम्ही पत्रकार म्हणून अर्धवट किंवा पूर्णपणे सरकारी पद्धतीनं काम करतो. कारगिलचं वार्तांकन करणाऱ्या एका सेलिब्रिटी पत्रकाराला बोलताना मी ऐकलं होतं. प्रत्यक्ष नियंत्रण रेषेवर उभं राहताना तिच्या मनात देशभक्ती दाटून आली आणि सीमेवर तुमचे सैनिक मारले जात असताना तुम्हाला तुमच्या भावनांना आवर घालणं कठीण जातं, असं ती म्हणाली.

जेव्हा भारत आणि पाकिस्तानचा मुद्दा येतो तेव्हा आपला अत्याधिक देशाभिमान उफाळून येतो. त्यानं सत्य झाकोळलं जातं. घटनांचा तर्कशुद्ध विचार होत नाही. म्हणून जर भारतीय पत्रकारांना देशाबाहेर घालवलं असेल, तर ते गुप्तहेरच असणार हे जणू गृहीतच धरलं जातं. ही अशी देशभक्ती, दोन्ही देशांमध्ये भरभरून अनुभवायला मिळते.

दोन्ही देशांमध्ये एकमेकांना समजून घेण्याच्या पद्धतीत फारसा बदल झालेला नाही. एकमेकांवर चिखलफेक करण्याचा खेळ नव्या जोमानं सुरू आहे. तरीही वेगवेगळ्या स्तरांवर, राजकीय मुत्सद्द्यांपासून ते सामान्य जनतेपर्यंत शांतता आणि शहाणपणाचं आवाहन करणारा आवाज ऐकू येतो. कितीही क्षीण असला तरी. तो त्या अदृश्य बहुसंख्याकांकडून येतो ज्यांना अजून स्वत:ची ओळख पटायची आहे. भयगंड आणि संशयाचा पोलादी पडदा फाडून, जिथं परस्परांचं नुकसान नव्हे, तर सहकार्य हा निकष असेल असे लोकशाहीवादी देश म्हणून पुढं येणं हे दोन्ही देशांमधल्या सामान्य लोकांसाठी अनिवार्य असेलही, पण हे घडायला नक्कीच जास्त वेळ लागत आहे.

परराष्ट्र धोरणावर १९४९मध्ये केलेल्या एका भाषणात नेहरू म्हणाले होते, 'भविष्यात केव्हा तरी भारत आणि पाकिस्तान यांच्यात जवळचे संबंध – अतिशय जवळचे संबंध - निर्माण होतील या विषयी माझ्या मनात मुळीच शंका नाही. असं कधी होईल हे मी सांगू शकत नाही. पण आपण ज्या स्थितीत आहोत, ती पाहता, आपला भूतकाळ पाहता, आपण एकमेकांपासून वेगळे असूच शकत नाही. आपण एक तर एकमेकांचे कट्टर शत्रू होऊ शकतो किंवा जिवाभावाचे मित्र होऊ शकतो. पण अंतिमतः आपण खरंच फक्त मित्रत्वानं एकमेकांशी वागू शकतो. मध्ये मध्ये वैरभावना जागृत झालेली असली तरी.'[३] ही 'वैरभावने'ची स्थिती, अवस्था सर्वाधिक काळ टिकली आहे असं दिसतं.

एकमेकांभोवती सावधपणे फिरणाऱ्या आणि मधूनमधून ताकदीनं ठोसे लगावणाऱ्या बॉक्सरसारखे हे दोन देश आहेत. अजून त्यांनी तो शेवटचा ठोसा, 'नॉकआऊट पंच' मारलेला नाही. (त्यासाठी त्यांचे आभारच मानले पाहिजेत. कारण आपल्या दोघांकडं आण्विक शक्ती आहे आणि तिचा वापर म्हणजे सर्वनाश!) तरीही दोन्ही देश बॉक्सिंग रिंग सोडून जायला मात्र तयार नाहीत. या खेळाचे प्रेक्षक असलेल्या सर्वसामान्यांना मात्र त्याची किंमत चुकवावी लागत आहे.

◆

संदर्भ

प्रस्तावना

१. इम्रान फजल, 'लादेन नगर, छोटा पाक इन नालासोपारा,' दि. २६ जानेवारी २०१६ रोजी वापर केला. http://www.dnaindia.com/mumbai/report-laden-nagar-chhota-pak-in-nalasopara-1784060.

२. 'टीएडीए - टाडा' कोर्ट ऑर्डर, दि. १२ सप्टेंबर २००६. http://www.satp.org/satporgtp/countries/india/database/mumbai_blasts_judgement.htm.

३. http://parliamentofindia.nic.in/ls/lsdeb/ls10/ses6/0521049301.htm.

४. मीना मेनन, 'रायट्स अॅण्ड आफ्टर इन मुंबई' (नवी दिल्ली : सेज, २०१२)

५. 'कारगिल "दुर्घटना" म्हणजे अटल वाजपेयी यांच्या पाठीत खुपसलेला "खंजीर" होता : नवाज शरीफ', दि. १८ फेब्रुवारी २०१६. http://economictimes.indiatimes.com/news/defence/kargil-misadventure-was-stab-in-atal-vajpayess-back-nawaz-sharif/articleshow/51035959.cms.

६. राज चेंगप्पा, 'द कारगिल वॉर - इन सर्च ऑफ द ट्रुथ', दि. १० फेब्रुवारी २०१३. http://www.tribuneindia.com/2013/20130210/ground.htm.

७. ख्रिस्तॉफ जॅफर्लोट / जॅफरलॉट (Christophe Jaffrelot), 'द पाकिस्तान पॅराडॉक्स : इन्स्टॅबिलिटी अॅण्ड रेझिलियन्स' (गुरगाँव : पेंग्विन रॅण्डम

हाऊस इंडिया, २०१५).
८. कृष्ण कुमार, 'प्रिजुडाईस / प्रिजुडिस अ‍ॅण्ड प्राइड : स्कूल हिस्टरीज् ऑफ द फ्रीडम स्ट्रगल इन

प्रकरण १ - व्हिसासाठी सारं काही

१. पिलू मोदी, 'झुल्फी माय फ्रेण्ड' (नवी दिल्ली : थॉमसन प्रेस, १९७३), १४८.
२. सोनप सहदेवन, 'करण जोहर ऑन 'ए दिल है मुश्किल' कॉन्ट्रोव्हर्सी : आय विल नॉट वर्क विथ पाकिस्तानी टॅलेन्ट इन फ्युचर,' http://indianexpress.com/article/entertainment/bollywood/karan-johar-breaks-his-silence-i-will-not-work-with-pakistani-talent-in-dutur-ae-dil-hai-mushkil-3089881/.
३. मोहम्मद अयूब खान, 'फ्रेण्डस्, नॉट मास्टर्स : अ पोलिटिकल ऑटोबायोग्राफी' (ऑक्सफर्ड : ऑक्सफर्ड युनिव्हर्सिटी प्रेस, १९६७), १२.
४. खुर्शीद महमूद कसुरी, 'नीदर / नायदर अ हॉक नॉर अ डव्ह' (गुरगाँव: पेंग्विन रॅण्डम हाऊस इंडिया, २०१५).

प्रकरण २ - इस्लामाबाद - एक स्वप्नवत शहर

१. अहमद रशीद, 'तालिबान : मिलिटन्ट इस्लाम, ऑइल अ‍ॅण्ड फण्डामेंटलिझम इन सेन्ट्रल एशिया' (न्यू हेवन : येल युनिव्हर्सिटी प्रेस, २०१०), १९२.
२. मोहम्मद अयूब खान, 'फ्रेण्डस् , नॉट मास्टर्स' (लंडन : ऑक्सफर्ड युनिव्हर्सिटी प्रेस, १९६७).
३. आयबीआयडी - (Ibid) आधीच्याच संदर्भाप्रमाणे, ९६.
४. पिलू मोदी, 'झुल्फी माय फ्रेण्ड' (नवी दिल्ली : थॉमसन प्रेस, १९७३), ८२-८३.
५. अर्शद एच्. अब्बासी, फरीहा, मेहमूद, आयेशा वास्ती, माहा कमाल अ‍ॅण्ड जोहरा फातिमा, 'रिथिंकिंग पाकिस्तान्स एनर्जी इक्वेशन : इराण-पाकिस्तान गॅस पाइपलाईन' (इस्लामाबाद : एसडीपीआय, २०१३).
६. हेक्टर बोलिथो, 'जिना : क्रिएटर ऑफ पाकिस्तान' (कराची : ऑक्सफर्ड युनिव्हर्सिटी प्रेस, २००६ - पहिली आवृत्ती जॉन मरे यांच्याद्वारे सन १९५४ मध्ये).
७. पिलू मोदी, 'झुल्फी माय फ्रेण्ड' (नवी दिल्ली : थॉमसन प्रेस, १९७३), ६४.

८. ए. ओ. मिथा, 'अनलाइकली बिगिनिंग्ज : अ सोल्जर्स लाइफ' (कराची : ऑक्सफर्ड युनिव्हर्सिटी प्रेस, कराची, दुसरी आवृत्ती, २००७).
९. आएशा सिद्दिका, 'मिलिटरी इन्क : इनसाईड पाकिस्तान्स मिलिटरी इकॉनॉमी' (लंडन : प्लुटो प्रेस, २००७)
१०. ए. ओ. मिथा, 'अनलाइकली बिगिनिंग्ज : अ सोल्जर्स लाइफ' (ऑक्सफर्ड युनिव्हर्सिटी प्रेस, कराची, दुसरी आवृत्ती, २००७).

प्रकरण ३ - एक परदेशी पत्रकार म्हणून वावरताना...

१. आंतरराष्ट्रीय व्यापारासंदर्भात एका देशानं दुसऱ्या देशाला दिलेला दर्जा किंवा स्तर म्हणजे एमएफएन - मोस्ट फेवर्ड नेशन - दर्जा. हा दर्जा सीमा शुल्कात कपात करून आयात केलेल्या वस्तूंसाठी किंवा एखाद्या देशाकडून जास्त प्रमाणात आयात करण्यासाठी दिला जातो.
२. दिलीप मुखर्जी, 'झुल्फिकार अली भुत्तो : क्वेस्ट फॉर पॉवर' (नवी दिल्ली : विकास पब्लिशिंग हाऊस, १९७२), १६९.
३. कुलदीप नायर, 'डिस्टन्ट नेबर्स : अ टेल ऑफ द सबकॉन्टिनेन्ट' (नवी दिल्ली : विकास पब्लिशिंग हाऊस, १९७२), २१३-१४
४. आयबीआयडी - (Ibid) आधीच्याच संदर्भाप्रमाणे, २१४.
५. पिलू मोदी, 'झुल्फी, माय फ्रेण्ड' (नवी दिल्ली : थॉमसन प्रेस, १९७३), १८.
६. रझा रुमी, 'देल्ही बाय हार्ट : इम्प्रेशन्स ऑफ अ पाकिस्तानी ट्रॅव्हलर' (नवी दिल्ली : हार्पर कॉलिन्सए २०१२).
७. सरताज अझीझ, 'बिटवीन ड्रीम्स ॲण्ड रिआलिटीज : सम माइलस्टोन इन पाकिस्तान हिस्ट्री' (कराची : ऑक्सफर्ड युनिव्हर्सिटी प्रेस, २००९).
८. मुल्ला अब्दुल घनी बारादर याला कैद करून ठेवलं होतं, असा आरोप त्याच्या सुटकेनंतर अफगाण सरकारनं केला. पाकिस्तानी अधिकारी या आरोपाचा इन्कार करत राहिले आणि तो स्वतंत्र होता व कुठेही जाण्यास मोकळा होता असं सांगत राहिले. परंतु, वास्तव हे होतं की तो तेव्हाही पाकिस्तानमध्येच होता, सुरक्षित होता आणि त्याला औषधांच्या अंमलाखाली ठेवण्यात आलं होतं, अशा बातम्या होत्या. त्यामुळे, एएचपीसी (AHPC) अलाइड हेल्थ प्रोफेशन्स कौन्सिल - जेव्हा त्याला भेटले तेव्हा ते त्याच्याकडून विशेष माहिती मिळवू शकले नाहीत. मुल्ला ओमर याचा जवळचा सहकारी आणि एकेकाळी अफगाण तालिबानचा उपप्रमुख असलेल्या बारादरची तालिबानशी शांतत बोलणी (वाटाघाटी) करण्यात मदत व्हावी या हेतूनं

सन २०१३च्या सप्टेंबर महिन्यात सुटका करण्यात आली. सन २०१०मध्ये आयएसआयनं त्याला अटक केली होती. त्या आधी एक वर्ष तो तालिबानच्या नकळत तालिबान आणि अफगाण अध्यक्ष हमीद करझाई यांचा भाऊ यांच्यामध्ये मध्यस्थाची भूमिका बजावत असल्याचं एजन्सीच्या निदर्शनाला आल्यावर ही अटक करण्यात आली. अहमद रशीद यांच्या 'पाकिस्तान ऑन द ब्रिंक' यामधून (गुरगाँव : पेंग्विन रॅण्डम हाऊस इंडिया, २०१२), ११४-११५.

९. ऐताझाज अहसान, 'द इंडस सागा. (नवी दिल्ली : रोली बुक्स, २००५).

१०. व्हिक्टोरिया स्कोफील्ड, 'भुत्तो : ट्रायल अॅण्ड एक्झिक्युशन' (लंडन : कॅसेल, १९७९), १७८.

११. पामेला कॉन्टेबल, 'फ्रॅगमेन्टस ऑफ ग्रेस : माय सर्च फॉर ह्युमॅनिटी फ्रॉम काश्मीर टू काबूल' (लाहोर : व्हॅनगार्ड बुक्स, २००४).

प्रकरण ४ - दहशतवादाचं वार्तांकन करताना

१. अहमदी हे कायद्यानं मुस्लिम मानले जात नसल्यामुळे ते कोणत्याही प्रकारे अल्लाचं नाव घेऊ शकत नाहीत.

२. सबा इम्तियाझ, 'पाकिस्तनी पोलीस इन्व्हेस्टिगेट फायर अॅट ख्रिश्चन टीव्ही स्टेशन,' न्यू यॉर्क टाइम, दि. २६ नोव्हेंबर २०१५.

३. अहमदींच्या प्रश्नाचं व्यवस्थितपणे केलेलं विश्लेषण वाचण्यासाठी, तसंच सन १९५३च्या अहमदी विरोधी हिंसाचाराचं मुनीर कयानी यांनी केलेलं वार्तांकन वाचण्यासाठी कृपया अली उस्मान कास्मी यांचंच 'द अहमदीज अॅण्ड द पॉलिटिक्स ऑफ रिलीजस एक्सुक्लुजन' हे पुस्तक वाचावं (लंडन : अॅन्थेम प्रेस, २०१५).

४. 'द नॅशनल असेब्ली ऑफ पाकिस्तान डिबेटस् ऑफिशिअल रिपोर्ट', दि. ३० जून १९७४ आणि दि. ७ सप्टेंबर १९७४.

५. 'द नॅशनल असेम्ब्ली ऑफ पाकिस्तान डिबेट्स ऑफिशिअल रिपोर्ट', दि. ३० जून १९७४.

६. 'द नॅशनल असेब्ली ऑफ पाकिस्तान डिबेट्स ऑफिशिअल रिपोर्ट', दि. ७ सप्टेंबर १९७४.

७. Ibid - आयबीआयडी.

८. Ibid - आयबीआयडी.

९. Ibid - आयबीआयडी.

१०. व्हिक्टोरिया स्कोफील्ड, 'भुत्तो : ट्रायल अॅण्ड एक्झिक्युशन' (लंडन :

कॅसेल, १९७९), १७८.

११. ‘स्टेट ऑफ रिलीजस फ्रीडम इन पाकिस्तान’, जिना इन्स्टिटय्यूट, २०१६.

१२. दिलीप मुखर्जी, ‘झुल्फिकार अली भुत्तो : क्वेस्ट फॉर पॉवर’ (नवी दिल्ली : विकास पब्लिशिंग हाऊस, १९७२), १७०.

१३. ए. ओ. मिथा, ‘अनलाइकली बिगिनिंग्ज : सोल्जर्स लाइफ’ (कराची : ऑक्सफर्ड युनिव्हर्सिटी प्रेस, २००७), २२९-३०.

१४. खालिद अहमद, ‘सेक्टेरिअन वॉर : पाकिस्तान सुन्नी - शिया व्हॉयलन्स अ‍ॅण्ड इटस् लिंक्स टू द मिडल इस्ट’ (कराची : ऑक्सफर्ड युनिव्हर्सिटी प्रेस, दुसरी आवृत्ती, २०१३), ७.

१५. Ibid - आयबीआयडी. ९.

१६. ‘डायरीज ऑफ फील्ड मार्शल मोहम्मद अयूब खान १९६६-१९७२.’ संपादन व संदर्भ आणि स्पष्टीकरणासहित - क्रेग बॅस्क्टर (कराची : ऑक्सफर्ड युनिव्हर्सिटी प्रेस, २०१३), ११५-१६.

१७. गॉर्डन फ्रेझर, ‘कॉस्मिक अँगर : अब्दुस सलाम - द फर्स्ट मुस्लिम नोबेल सायंटिस्ट, किंडल आवृत्ती, स्थान ४९३३.

१८. आदिल नजम, ‘सलाम अब्दुस सलाम’, दि. २६ नोव्हेंबर २०१५ रोजी वापर केला. http://www.thenews.com.pk/Todays-News-9-228553-Salam-Sbdus-Salam.

१९. ‘सलाम अब्दुस सलाम’ http://www.dawn.com.news/674855/salaam-abdus-salam.

२०. गॉर्डन फ्रेझर, ‘कॉस्मिक अँगर : अब्दुस सलाम - द फर्स्ट मुस्लिम नोबेल सायंटिस्ट’, किंडल आवृत्ती.

२१. गॉर्डन फ्रेझर, ‘कॉस्मिक अँगर : अब्दुस सलाम - द फर्स्ट मुस्लिम नोबेल सायंटिस्ट’, किंडल आवृत्ती, स्थान ४९१२.

२२. कम्प्युटराइज्ड नॅशनल आयडेंटिटी कार्ड हे पाकिस्तानच्या नॅशनल डेटाबेस आणि रजिस्ट्रेशन ऑथॉरिटीनं प्रसारित केलेलं / जारी केलेलं ओळखपत्र (आयडेंटिटी कार्ड) आहे.

२३. ‘स्टेट ऑफ रिलीजस फ्रीडम इन पाकिस्तान’, जिना इन्स्टिटय्यूट, २०१६.

२४. एहसान रेहान, ‘यूएस मॉस्क होस्टस् सेलिब्रेशन इन ऑनर ऑफ पाकिस्तानी किलर’, http://www.rabwah.net/us-mosque-hosts-celebration-honor-pakistani-killer/.

२५. ‘रिलीजस मायनॉरिटीज इन इलेक्शन्स : इक्वल इन लॉ, नॉट इन प्रॅक्टिस’, ह्यूमन राइट्स कमिशन ऑफ पाकिस्तान, २०१३.

२६. 'या युद्धात आमची ६० हजार जीवितहानी झाली आहे. त्यामध्ये १० हजार सुरक्षा कर्मचाऱ्यांचा समावेश आहे. गेल्या आर्थिक सर्वेक्षणानुसार आतापर्यंत ११० अब्ज अमेरिकी डॉलर इतकं आर्थिक नुकसान झालं आहे.' दि. २६ मे २०१६ रोजी पंतप्रधानांचे राष्ट्रीय सुरक्षा सल्लागार सरताज अझीझ यांनी वृत्तपत्रांना दिलेल्या माहितीनुसार.

२७. अहमद रशीद, 'तालिबान : द स्टोरी ऑफ दत अफगाण वॉर लॉर्डस' (लंडन : पॅन बुक्स, २००१), ९३.

२८. सीमावर्ती क्षेत्रं किंवा युद्धक्षेत्रं आणि युद्धात सहभागी झालेल्या देशाची प्रमुख शहरं, मध्यवर्ती औद्योगिक क्षेत्रं, लष्करी ठाणी, मध्यवर्ती क्षेत्रं / मर्मस्थानं आणि घनदाट लोकवस्तीचे भाग यांच्यातील अंतराला 'स्ट्रॅटेजिक डेप्थ' किंवा 'सामरिक खोली' असं म्हटलं जातं. ही सर्व क्षेत्रं हल्ला करणाऱ्या देशाला बळी पडण्याची शक्यता किती आहे आणि लष्कर त्याच्या स्वत:च्या क्षेत्रात प्रत्यक्ष युद्ध होतं त्या क्षेत्रात जाऊ शकतं का, हल्ला पचवू शकतं का आणि पलटवार (शत्रू पक्षावर) करू शकतं का, या सगळ्या बाबींशी 'सामरिक खोली'चं विश्लेषण निगडित असतं. (ले. ज. प्रकाश कटोच, दि. २३ जून २०१४, indiandefencereview.com.)

२९. मोहमद युनुस, 'पर्सन्स, पॅशन्स ॲण्ड पॉलिटिक्स' (नवी दिल्ली : विकास पब्लिशिंग हाऊस, १९८०), ६.

३०. आमिर खान, 'अजमल कसाबनं मटण बिर्याणी कधीही मागितली नाही, मी ती शिजवली (कहाणी रचली) : उज्ज्वल निकम', http://indianexpress.com/article/dities/mumbai/kasab-never-asked-formutton-biryani-i-cooked-it-up-ujjwal-nikam/.

३१. इम्रान गबोल, 'जेयूडी प्रमुख हफीज सईद याला स्थानबद्ध करण्याचा आदेश सरकारनं दिला,' http://www.dawn.com/news/1311671.

३२. '२६।११च्या मुंबई हल्ल्याची फेर तपासणी करण्यासाठी आणि हफीज सईदवर खटला भरण्यासाठी भारतानं पाकिस्तानवर दबाव टाकला', http://www.ndtv.com/india-news/india-presses-pakistan-to-re-investigate-26-11-mumbai-attack-and-put-hafiz-saeed-on-trial-1665060-

३३. सन १९८९ मध्ये बेनझीर भुत्तो यांचं सरकार उलथून टाकण्यासाठी पाकिस्तानी गुप्तचर विभागानं केलेली गुप्त कारवाई.

३४. सईद इरफान रझा, 'एफएटीएचं (FATA) खैबर पख्तुनख्वामध्ये विलिनीकरण करण्यासाठी पावलं उचलण्यास मंत्रिमंडळाची संमती', http://

www.sawn.com/news/1318095/cabinet-approves-steps-for-fatas-merger-with-khyber-pakhtunkhwa.

३५. मी न्यायालयात नेहमी जात असायचे आणि ती खोली खूप लहान होती. एकटीच स्त्री असल्यामुळे मी खोलीच्या बाहेर उभी राहायचे. शेवटी, न्यायाधिशांनी मला आत बोलावलं आणि काय हवं आहे याची विचारणा केली. मला खटल्याचा तपशील हवा असल्याचं मी सांगितलं तेव्हा त्यांनी त्यांच्या कारकूनाला एफआयआर मला दाखवायला सांगितलं आणि तो उर्दूत असल्यानं त्याचं भाषांतरही त्यांनी माझ्यासाठी केलं. अर्थातच, मी एक भारतीय पत्रकार असल्याचं त्यांना सांगितलं. त्यांचं वागणं स्नेहशील आणि अगत्यपूर्ण होतं. भारतातल्या बहुतेक न्यायाधिशांनी माझी हकालपट्टी केली असती. एक भारतीय म्हणून माझ्या वाट्याला ही सौहार्दपूर्ण वागणूक आली, पण न्यायालयात मी जेवढा वेळ घालवला, तेवढ्या वेळात माझ्या ओळखीचा एकही वार्ताहर मला दिसला नाही.

३६. सन २०१४मध्ये पाकिस्तानात ३०६ डब्ल्यूपीव्ही (पोलिओ) केस आढळल्या. (सन २०१३मध्ये आढळलेल्या त्र्याण्णव केसच्या तुलनेत), हा आकडा जगात आढळणाऱ्या केसच्या ८६ टक्के एवढा आहे. सन २०१५ साली हा आकडा चोपन्न होता. सन २०१४च्या तुलनेत यात ८२ टक्के घट झाली. पोलिओग्रस्त जिल्ह्यांची संख्या सन २०१४मध्ये त्रेचाळीस होती, ती कमी होऊन सन २०१५मध्ये तेवीस झाली. बहुतांश पोलिओच्या केस ज्ञात असलेल्या 'राखीव' क्षेत्रांत अजूनही आढळतात. नोंद झालेल्या केसची संख्या वाढली असली तरी उत्तर व दक्षिण वझिरीस्तानात लसीकरण / उपचार यांचा प्रसार होऊ लागल्यामुळे काही प्रमाणात आशेचा किरण दिसू लागला आहे. मोठ्या प्रमाणावर स्थलांतर करणाऱ्या समूहांना निर्वासित केंद्रांवर आणि ते ज्या समुदायांत जातात तिथे लसीकरण करून घेण्याची संधी प्राप्त होत आहे आणि ते तिचा लाभ घेत आहेत. http://www.endpolio.com.pk/polioin-pakistan.

३७. सन १९९४ मध्ये डब्ल्यूएचओनं (वर्ल्ड हेल्थ ऑर्गनायझेशन-...) तिचा लसीकरण कार्यक्रम सुरू करण्यापूर्वी पोलिओच्या २० हजार पेक्षा जास्त केस होत्या, पण त्यानंतर ही संख्या दोन हजारपर्यंत कमी झाली (पोलिओ निर्मूलन मोहिमेसाठी पाकिस्तानसाठीचे तातडीचे समन्वयक असलेले डॉ. इलियास डरी यांची मुलाखत). सन २००० मध्ये १९९ केस होत्या, त्या सन २००८मध्ये अठ्ठावीस इतक्या कमी झाल्या आणि सन २०१२मध्ये त्या अठ्ठावन्न होत्या. परंतु सन २०१३च्या ऑक्टोबर महिन्यापर्यंत त्रेपन्न

केस सापडल्या, त्यातल्या सदोतीस या एफएटीए (FATA) या सर्वांत पोलिओप्रवण क्षेत्रात होत्या. वाइल्ड पोलिओ व्हायरस ३चं - WPV आशियामधील राखीव क्षेत्र / पोलिओ प्रवण क्षेत्र हे खैबर एजन्सी आणि एफएटीए भागात आहे. http://www.polioeradication.org/dataandomonitoring/poliothisweek.aspx.

प्रकरण ५ - निरोप्याची हत्या

१. इम्पिरिअल लेजिस्लेटिव्ह कौन्सिलमधल्या त्यांच्या 'द कंडिशन ऑफ द प्रेस इन इंडिया', या भाषणातून (दि. १९ सप्टेंबर १९१८).
२. जमिर नियाझी, 'प्रेस इन चेन्स' (नवी दिल्ली, अजंता पब्लिकेशन्स, १९८७), २८-२९.
३. Ibid - आयबीआयडी, १७८-७९.
४. परवेझ मुशर्रफ, 'इन द लाइन ऑफ फायर : अ मेमॉयर' (न्यू यॉर्क : फ्री प्रेस, २००६), १५९-६०.
५. Ibid - आयबीआयडी, १३५-३६.
६. जमिर नियाझी, 'प्रेस इन चेन्स' (नवी दिल्ली : अजंता पब्लिकेशन्स, १९८७), ६१.
७. Ibid - आयबीआयडी, ६८.
८. ए. ए. के. नियाझी, 'द बिट्रेयल ऑफ ईस्ट पाकिस्तान' (नवी दिल्ली : मनोहर पब्लिशर्स अँण्ड डिस्ट्रिब्युटर्स, १९९८), १२७.
९. जमिर नियाझी, 'प्रेस इन चेन्स' (नवी दिल्ली : अजंता पब्लिकेशन्स, १९८७), २१०.
१०. कार्लोटा गॉल, 'द रॉन्ग एनिमी : अमेरिका इन अफगाणिस्तान २००१-२०१४' (गुरगाँव : पेंग्विन रँण्डम हाऊस इंडिया, २०१४).
११. 'सन १९९२ पासून ६० पत्रकार पाकिस्तानात मारले गेले / हेतू निश्चिती झाली. (हेतूवर शिक्कामोर्तब)', https://cpj.org/killed/asia/pakistan/.
१२. सीपीजे रिपोर्ट, https://cpj.org/killed/asia/pakistan/murder.php and https://cpj.org/killed/.
१३. एलिझाबेथ विचेल, 'गेटिंग अवे विथ मर्डर,' https://cpj.org/reports/2016/10/impunity-indes-getting-away-with-murder-killed-justice.php.
१४. Ibid - आयबीआयडी.
१५. असद हशिम, 'ईस्टर नंतर पाकिस्ताननं ५ हजारांपेक्षा जास्त लोकांना

स्थानबद्ध केलं / ताब्यात घेतलं, बॉम्बहल्ल्यात ७२ ठार', दि. २९ एप्रिल २०१६ रोजी वापर केला. https://www.reuters.com/article/us-pakistan-blast-idUSKCNOWVOFC.

१६. बीबीसी, 'लीडिंग पाकिस्तानी जिओ टीव्ही चॅनेल इज ऑर्डर्ड ऑफ एअर' (आघाडीची पाकिस्तानी टीव्ही वाहिली जिओला प्रसारण बंदीचे आदेश). दि. १८ डिसेंबर २०१५ रोजी वापर केला. https://www.bbc.com/news/world-asia-27733077.

१७. फिरोझ हसन खान, 'ईटिंग ग्रास : द मेकिंग ऑफ द पाकिस्तान बॉम्ब', (नवी दिल्ली : केम्ब्रिज युनिव्हर्सिटी प्रेस, २०१३), ३३१.

१८. असद हशिम, 'पाकिस्तानची मानवी हक्कांसाठी मागणी करणारी कार्यकर्ती सबीन महमूदची गोळ्या घालून हत्या.' https://www.aljazeera.com/news/2015/04/pakistani-rights-activit-sabeen-mahmud-killed-150424210251526.htmil.

१९. 'पाकिस्तान : अमेरिकी दूतावासात झालेल्या समलिंगी लोकांच्या कार्यक्रमाचा धार्मिक गटांकडून निषेध'. https://www.bbc.com/news/world-south-asia-14010106.

प्रकरण ६ - नियंत्रण रेषांचा अभाव

१. सन १९६३ मध्ये मिशिगन स्टेट युनिव्हर्सिटीनं, 'रुरल डेव्हलपमेंट इन ॲक्शन', या पुस्तकात याचं दस्तावेजीकरण केलं.

२. शोएब सुलतान खान, 'द आगा खान रुरल सपोर्ट प्रोग्राम : अ जर्नी थ्रू ग्रासरूटस डेव्हलपमेंट (कराची : ऑक्सफर्ड युनिव्हर्सिटी प्रेस, २००९).

३. नोएल कोझीन्स, 'मॅन इन द हॅट' (लाहोर : व्हॅनगार्ड बुक्स, २०१३).

४. 'गली कूचे', १९५२.

५. इंतिजार हुसेन, 'अ क्रॉनिकल ऑफ द पीकॉक्स,' आलोक भल्ला आणि विश्वामित्र आदिल यांनी उर्दूचा केलेला अनुवाद. (नवी दिल्ली : ऑक्सफर्ड युनिव्हर्सिटी प्रेस, २००४).६)

६. 'जे. एस. वॉटरहाऊस यांची दैनंदिनी, १८६४', https://greenhowards.org.uk.gridhosted.co.uk/wp-content/uploads/Job-Waterhhouse.1.pdf.

७. इयान स्टीफन्स 'हॉर्नड् मून' (लंडन : चॅटो ॲण्ड विंडस, १९५३), १३५.

८. लेखिकेला दिलेल्या मुलाखतीमधून.

९. https://greenhowards.org.uk.gridhosted.co.uk/wp-content/uploads/Job-Waterhhouse.1.pdf.

१०. फराख ए. खान, 'मरी ड्युरिंग द राज : अ ब्रिटिश टाऊन इन द हिल्स' (लाहोर : टॉपिकल प्रिंटर्स, २०१३).

११. लेखिकेला दिलेल्या मुलाखतीमधून.

१२. 'अहमदाबादला एका कलादालनातील पाकिस्तानी कलाकारांच्या चित्रांची नासधूस व्हीएचपीच्या (विश्व हिंदू परिषद) कार्यकर्त्यांनी केली; (लिंक)

१३. कृष्ण कुमार, 'प्रिज्युडाइस अॅण्ड प्राइड : स्कूल हिस्टरीज ऑफ इ फ्रीडम स्ट्रगल इन इंडिया अॅण्ड पाकिस्तान' (नवी दिल्ली : व्हायकिंग, २००१), ४.

१४. 'अ मिस्ड अपॉर्च्युनिटी - कंटिन्युइंग फ्लॉज इन द न्यू करिक्युलम अॅण्ड टेक्टबुक्स आफ्टर रिफॉर्मस' (इस्लामाबाद : जिना इन्स्टिट्यूट, जून २०१३).

१५. कृष्ण कुमार, 'प्रिज्युडाइस अॅण्ड प्राइड : स्कूल हिस्टरीज ऑफ द फ्रीडम स्ट्रगल इन इंडिया अॅण्ड पाकिस्तान' (नवी दिल्ली : व्हायकिंग, २००१), ४४-४५.

१६. हेक्टर बोलिथो, 'जिना : क्रिएटर ऑफ पाकिस्तान' (कराची : ऑक्सफर्ड युनिव्हर्सिटी प्रेस, २००६; पहिली आवृत्ती सन १९५४, जॉन मरे यांनी प्रकाशित केली), १७५-७६.

१७. बलुचिस्तानमधल्या 'पाकिस्तान स्टडीज'च्या क्रमिक पुस्तकात पुढे दिलेल्या भाषणाची बेभानपणे ते छापलं आहे, ही गोष्ट लक्षात घेण्याजोगी आहे. इंग्लिश पुस्तकात काइद-इ-आझम यांचं भाषण या शब्दांत दिलं आहे : 'तुम्ही स्वतंत्र आहात, तुम्हाला मंदिरांमध्ये जायचं असो, मशिदींमध्ये जायचं असो वा अन्य प्रार्थनास्थळांवर जायचं असो, तुम्ही पूर्णपणे स्वतंत्र आहात. तुमचा धर्म किंवा जात कोणतीही असली तरी राज्यकारभारावर त्याचा काहीही परिणाम होणार नाही. आपण एकाच राष्ट्राचे समान नागरिक आहोत हे मूलभूत तत्त्व बरोबर घेऊन आपण पुढे चाललो आहोत. या तत्त्वाशी आपण एकनिष्ठ राहिलं पाहिजे, असं मला वाटतं आणि तुम्ही बघाल की समान राजकीय अधिकारांच्या बाबतीत हिंदू आणि मुस्लिमांमध्ये कोणताही भेदभाव केला जाणार नाही.'

१८. 'अ मिस्ड अपॉर्च्युनिटी - कंटिन्युइंग फ्लॉज इन द न्यू करिक्युलम अॅण्ड टेक्स्टबुक्स आफ्टर रिफॉर्मस्' (इस्लामाबाद : जिना इन्स्टिट्यूट, जून २०१३).

१९. आयबीआयडी - Ibid.

२०. कृष्ण कुमार, 'प्रिज्युडाइस अॅण्ड प्राइड : स्कूल हिस्ट्रिज ऑफ द फ्रीडम

स्ट्रगल इन इंडिया ॲण्ड पाकिस्तान' (नवी दिल्ली : व्हायकिंग, २००१), ७६.

२१. आयबीआयडी - Ibid. ७९.

२२. आयबीआयडी - Ibid. १३०.

२३. आयबीआयडी - Ibid. २००.

२४. मोहम्मद युनुस, 'पर्सन्स, पॅशन्स ॲण्ड पॉलिटिक्स' (नवी दिल्ली : विकास पब्लिशिंग हाऊस, १९८०), ६१.

२५. कुलदीप नायर, -डिस्टंट नेबर्स : अ टेल ऑफ द सबकॉन्टिनंट' (नवी दिल्ली : विकास पब्लिशिंग हाऊस, १९७२), ५३.

२६. कृष्ण कुमार, 'प्रिज्युडाइस ॲण्ड प्राइड : स्कूल हिस्ट्रीज ऑफ द फ्रीडम स्ट्रगल इन इंडिया ॲण्ड पाकिस्तान (नवी दिल्ली - व्हायकिंग, २००१), १३३, १३७.

२७. आयबीआयडी - Ibid. १५८.

२८. आयबीआयडी - Ibid. १९५-९६.

२९. कुलदीप नायर, 'डिस्टंट नेबर्स : अ टेल ऑफ दत सबकॉन्टिनंट' (नवी दिल्ली : विकास पब्लिशिंग हाऊस, १९७२.

३०. आयबीआयडी - Ibid.

३१. एम. मुजीब, 'द इंडियन मुस्लिम्स' (लंडन : जॉर्ज ॲलन ॲण्ड अनविन लिमिटेड, १९६७). १३.

३२. कृष्ण कुमार, 'प्रिज्युडाइस ॲण्ड प्राइड : स्कूल हिस्ट्रीज ऑफ इ फ्रीडम स्ट्रगल इन इंडिया ॲण्ड पाकिस्तान' (नवी दिल्ली : व्हायकिंग, २००१), २३७.

प्रकरण ७ - नागरी विरुद्ध लष्करी

१. दि. ३ सप्टेंबर २०१३ रोजी पाकिस्तान परराष्ट्र मंत्रालयाचं निवेदन.

२. दि. २९ नोव्हेंबर २०१३ रोजी जनरल कयानी यांनी केलेलं निवेदन.

३. आयेशा सिद्दिकी, 'मिलिटरी इंक : इनसाइड पाकिस्तान मिलिटरी इकॉनॉमी' (कराची : ऑक्सफर्ड युनिव्हर्सिटी प्रेस, चवथी आवृत्ती, २०११; गुरगाँव : पेंग्विन रँडम हाऊस इंडिया, २०१७).

४. 'इम्रान म्हणतो, लष्करानं सत्ता काबीज केली तर पाकिस्तानची जनता आनंदोत्सव साजरा करेल,' १७ जुर्ल २०१६, दि. २३ जुलै २०१६ रोजी वापर केला. https://www.dawncom/news/127411.

प्रकरण ८ - 'लेफ्ट ऑफ सेंटर' राजकारणाचं पुनरुज्जीवन आणि इतर कथा

१. सन २०१३ मध्ये 'द हिंदू' साठी घेतलेली मिंटो यांची मुलाखत.
२. झुल्कारनैन ताहिर, 'बिलावल भुत्तोंच्या पुढाकारानं विद्यार्थी संघटनांवरची बंदी उठवली जाऊ शकते,' दि. १० फेब्रुवारी २०१६ रोजी वापर केला.
३. इक्बाल हैदर बट्ट, 'रिव्हिजिटिंग स्टुडंट पॉलिटिक्स इन पाकिस्तान' (पंजाब : बरगद ऑर्गनायझेशन फॉर यूथ डेव्हलपमेंट, २००८).
४. आयबीआयडी - Ibid.
५. 'द हिंदू'ला दिलेली मुलाखत, २०१३.
६. यूएनएचसीआरचे (UNHCR) सार्वजनिक माहिती अधिकारी दुनिया अस्लम खान यांच्याशी केलेला व्यक्तिगत वार्तालाप.
७. दुनिया अस्लम खान यांच्याशी केलेला व्यक्तिगत वार्तालाप, फेब्रुवारी २०१७.
८. दुनिया अस्लम खान यांच्याशी केलेल्या व्यक्तिगत वार्तालापामधून.
९. 'पाकिस्तानची जबरदस्ती, संयुक्त राष्ट्रसंघाचा सहभाग : अफगाण निर्वासितांची समुहानं जबरदस्तीनं केलेली पाठवणी,' ह्यूमन राइटस वॉच, यांनी काबूलला परतलेल्या ब्याण्णव आणि पेशावरला असलेल्या तेवीस निर्वासितांची मुलाखत घेतली. दि. १३ फेब्रुवारी २०१७ रोजी यावरचा अहवाल प्रसिद्ध करण्यात आला.
१०. यूएपएचसीआरच्या दुनिया अस्लम खान यांच्याशी झालेल्या व्यक्तिगत वार्तालापातून.
११. एनआयपीएस आणि आयसीएफ इंटरनॅशनल, कॅल्व्हर्टन, मेरीलॅण्ड, यूएसए यांनी सन २०१३ मध्ये केलेलं सर्वेक्षण : 'पाकिस्तान डेमोग्राफिक ॲण्ड हेल्थ सर्व्हे २०१२-१३.'
१२. 'ऑड फॉरीन पॉलिसी प्रायॉरिटी' दि. १ मे २०१६ रोजी वापर केला. http://www.dawn.com/news/1213936/odd-forign-policy-priority.
१३. 'दुर्मीळ माळढोक पक्ष्यांच्या शिकारीवरची बंदी सर्वोच्च न्यायालयानं उठवली,' दि. २३ जानेवारी २०१६, दि. १ मे २०१६ रोजी वापर केला. http://www.dawn.com/news/1234663.

प्रकरण ९ - द्विपक्षीय संबंध

१. दि. ३० जानेवारी २०१७ रोजी स्पेशल इन्स्पेक्टर जनरल फॉर अफगाण रिकन्स्ट्रक्शन (एसआयजीएआर) यांनी युनायटेड स्टेटस् काँग्रेसला पाठवलेल्या त्रैमासिक अहवालात म्हटलं आहे की, यूएस फोर्सेस अफगाणिस्तान (यूएसएफओआर-ए) यांच्या म्हणण्यानुसार दि. १५ नोव्हेंबर २०१६ रोजी देशाच्या ४०७ जिल्ह्यांपैकी सुमारे ५७.२ टक्के जिल्हे अफगाण सरकारच्या नियंत्रणाखाली किंवा प्रभावाखाली होते. हा आकडा ऑगस्ट महिन्याच्या उत्तरार्धात असलेल्या ६३.४ टक्क्यांपेक्षा ६.२ टक्क्यांनी कमी आहे आणि नोव्हेंबर २०१५ पेक्षा जवळजवळ १५ टक्क्यांनी घसरला आहे.

२. एम. के. भद्रकुमार, 'अफगाणिस्तानात पुन्हा एकदा 'सामरिक खोली' मिळवण्यासाठी लागणारं धाडस पाकिस्तानमध्ये का आलं,' दि. १६ एप्रिल २०१६, http://scroll.inarticle/807161/why-pakistan-feels-bold-enough-to-seek-strategiv-depth-in-afghaistan-once-again.

३. अत्तिया हौसेन, 'सनलाइट ऑन अ ब्रोकन कॉलम' (नवी दिल्ली : पेंग्विन बुक्स इंडिया, १९९२).

४. मौलाना अबुल कलाम आझाद, 'इंडिया विन्स फ्रीडम' (कलकत्ता : ओरिएन्ट लाँगमन, १९५९), १९७.

५. सरदार पटेल, 'फॉर अ युनायटेड इंडिया : स्पीचेस ऑफ सरदार पटेल १९४७-५०' (नवी दिल्ली : प्रकाशन विभाग, माहिती आणि प्रसारण मंत्रालय, भारत सरकार, पुनर्शोधित आणि विस्तारीत आवृत्ती, १९६७), २१.

६. हेक्टर बोलिथो, 'जिना : क्रिएटर ऑफ पाकिस्तान' (कराची : ऑक्सफर्ड युनिव्हर्सिटी प्रेस, २००६), १६३.

७. मौलाना अबुल कलाम आझाद, 'इंडिया विन्स फ्रीडम' (कलकत्ता ; ओरिएन्ट लाँगमन, १९५९) २२६.

८. मोहम्मद अयूब खान, 'फ्रेंडस्, नॉट मास्टर्स' (लंडन : ऑक्सफर्ड युनिव्हर्सिटी प्रेस, १९६७), ४७.

९. आयबीआयडी - Ibid. ४२.

१०. आयबीआयडी - Ibid. ४८-५२.

११. आयबीआयडी - Ibid. ५२.

१२. कुलदीप नायर, 'वॉल अॅट वाघा' (नवी दिल्ली : ग्यान पब्लिशिंग हाऊस, २००३), ११.

१३. सरदार पटेल, 'फॉर अ युनायटेड इंडिया : स्पीचेस ऑफ सरदार पटेल १९४७-५०' (नवी दिल्ली : प्रकाशन विभाग, माहिती आणि प्रसारण मंत्रालय, भारत सरकार, पुनर्शोधित आणि विस्तारित आवृत्ती, १९६७), १५५.
१४. मोहम्मद अयूब खान, 'फ्रेंडस् नॉट मास्टर्स' (लंडन : ऑक्सफर्ड युनिव्हर्सिटी प्रेस, १९६७), १६०-६१.
१५. राजमोहन गांधी, 'पंजाब : अ हिस्ट्री फ्रॉम औरंगजेबटू माउंटबॅटन' (नवी दिल्ली : अलेफ बुक कंपनी, २०१३).
१६. बी. एम. कट्टी, 'सिक्स्टी इयर्स इन सेल्फ एक्झाइल : नो रिग्रेटस्' (पाकिस्तान स्टडी सेंटर, युनिव्हर्सिटी ऑफ कराची अ‍ॅण्ड पाकिस्तान लेबर ट्रस्ट, कराची, २०११).
१७. मोहम्मद अयूब खान, 'फ्रेंडस् नॉट मास्टर्स' (लंडन : ऑक्सफर्ड युनिव्हर्सिटी प्रेस, १९६७), १२३.
१८. आयबीआयडी - Ibid. १७२.
१९. आयबीआयडी - Ibid. १८३.
२०. स्टीफन पी. कोहेन, 'शूटिंग फॉर अ सेंच्युरी' (नॉएडा : हार्पर कॉलिन्स, २०१३), ११
२१. मोहम्मद अयूब खान, 'फ्रेंडस् नॉट मास्टर्स' (लंडन : ऑक्सफर्ड युनिव्हर्सिटी प्रेस, १९६७), १२८.
२२. कुलदीप नायर, 'डिस्टंट नेबर्स : अ टेल ऑफ द सबकाँटिनंट' (नवी दिल्ली : विकास पब्लिशिंग हाऊस, १९७२), ८२.
२३. भारत आणि पाकिस्तान यांना हवंहवंस वाटणारं सुंदर शरीर अशी काश्मीरची तुलना करायला शेख अब्दुल्लांना आवडायचं. (कुलदीप नायर, 'डिस्टंट नेबर्स : अ टेल ऑफ द सबकाँटिनंट), १०८.
२४. 'काश्मीर : लुकिंग बियाँड द पेरिल' हा कार्यक्रम इस्लामाबादच्या नॅशनल डिफेन्स युनिव्हर्सिटीच्या इन्स्टिट्यूट ऑफ स्ट्रॅटेजिक स्टडीज रिसर्च अ‍ॅण्ड अ‍ॅनालिसिस विंगनं आयोजित केला होता.
२५. कुलदीप नायर, 'डिस्टंट नेबर्स : अ टेल ऑफ द सबकाँटिनंट' (नवी दिल्ली : विकास पब्लिशिंग हाऊस, १९७२), १०५.
२६. नितीन गोखले, 'बियाँड एनजे ९८४२ : द सियाचेन सागा' (नवी दिल्ली : ब्लूम्सबेरी, २०१५), ११.
२७. परवेझ मुशर्रफ : 'इन द लाइन ऑफ फायर : अ मेमॉयर' (यूके : पॉकेट बुक्स, २००८), ६८-७०.

२८. आयबीआयडी - Ibid. ६९.
२९. जून २०१६ मध्ये यूएस स्टेट डिपार्टमेंटनं जमात -उद-दवा आणि एलइटीच्या इतर समधर्मी संघटनांची नावं दहशतवादी संघटनांच्या यादीत समाविष्ट केली. (युएस स्टेट डिपार्टमेंटन प्रसृत केलेल्या निवेदनानुसार, डिपार्टमेंटनं या समधर्मी संघटना समाविष्ट करण्यासाठी लष्कर-ए-तोयबाच्या विशिष्ट दर्जामध्ये काही बदल केले : जमात-उद-दवा, द अल - अनफल ट्रस्ट, तेहरीक-ए-हुश्मत-एरसूल आणि तेहरीक-ए-तहफूज किब्ला अव्वल).
३०. वकार अहमद, अबिद क्यू. सुलेरी, मुहम्मद अब्दुल वहाब आणि असिफ जावेद, 'इन्फॉर्मल फ्लो ऑफ मर्चंडाइज फ्रॉम इंडिया : द केस ऑफ पाकिस्तान' (इस्लामाबाद : एसडीपीआय).
३१. आयबीआयडी - Ibid.

प्रकरण १० - हरवलेल्या बलुचींसाठीचा आवाज

१. कार्लोटा गॉल - 'द रॉन्ग एनिमी : अमेरिका इन अफगाणिस्तान' (गुरगाँव : पेंग्विन रँडम हाऊस इंडिया, २०१४), १५.

उपोद्घात

१. ए. ए. के. नियाझी, 'द बिट्रेयल आफ ईस्ट पाकिस्तान' (नवी दिल्ली : मनोहर पब्लिशर्स, १९९८.
२. आयबीआयडी - Ibid. ३५.
३. जवाहरलाल नेहरू, 'इन्डिपेंडन्स अॅण्ड आफ्टर : अ कलेक्शन ऑफ द मोअर इम्पॉर्टन्ट स्पीचेस ऑफ जवाहरलाल नेहरू, फ्रॉम सप्टेंबर १९४६ टू मे १९४९,' २४७.

◆